घेरं

डॉ. वासुदेव डहाके

#AnyoneCanPublish with

सकाळ प्रकाशन

#AnyoneCanPublish with

सकाळ प्रकाशन

Gheran

© Dr. Wasudeo Dahake, 2023

घेरं

© डॉ. वासुदेव डहाके, २०२३

प्रथम आवृत्ती	:	एप्रिल २०२३
प्रकाशक	:	सकाळ मीडिया प्रा. लि. ५९५, बुधवार पेठ, पुणे ४११ ००२
मुखपृष्ठ	:	यशोधन लोवलेकर
मुद्रितशोधन आणि मांडणी	:	अश्विनी महाजन
मुद्रणस्थळ	:	विकास प्रिंटिंग अँण्ड कॅरिअर्स प्रा. लि. प्लॉट नं. ३२, एमआयडीसी, सातपूर, नाशिक
ISBN	:	978-93-95139-48-9
संपर्क	:	०२०-२४४० ५६७८ / ८८८८८ ४९०५० sakalprakashan@esakal.com

©All rights reserved.

No part of this publication may be reproduced or transmitted in any form or by any means, electronically or mechanically, including photocopying, recording, broadcasting, pod casting of any information storage or retrieval system without prior permission in writing form the writer or in accordance with the provisions of the Copy Right Act (1956) (as amended). Any person who does any unauthorised act in relation to this publication may be liable to criminal prosecution and civil claims for damages.

Disclaimer :

Although the author has taken every effort to ensure that the information in this book was correct at the time of printing, the author and publisher do not assume and hereby disclaim any liability to any party, society for any loss, damage, or disruption caused by errors or omissions, whether such errors and omissions are caused due to negligence, accident, amendment in Act, Rules, Bye laws or any other cause. The views expressed in this book are those of the Authors and do not necessarily refl ect the views of the Publishers.

स्व. श्री. रवींद्र गोडबोले यांना आदरपूर्वक...

प्रस्तावना

'घेरं' म्हणजे तागाला पीळ भरणारे लाकडी उपकरण... फिरकी. प्रस्तुत कादंबरीत 'भामटी' या एका भटक्या, विमुक्त जमातीचे जीवन व तत्जन्य हालअपेष्टा चित्रित केल्या आहेत. बोरूचा ताग काढून त्याचे दावे, दोरखंड तयार करणे व ती विकून गुजराण करणे, त्यासाठी बोरूच्या शोधात गावोगाव भटकणे हेच त्यांचे जीवन. हक्काचे असे गाव नाही. त्यामुळे मालकीचे घर नाही. संसाराचे गाठोडे डोक्यावर घेऊन भटकणे हाच त्यांचा नित्यक्रम. इंग्रज शासनाने अशा भटक्या जमातींना चोर ठरवून, त्यांची सेटलमेंटमध्ये रवानगी केली. जे त्यापासून बाहेर राहिले, त्यांच्यावर पोलीस ठाणे, गावपाटलांकडील हजऱ्या, बिगार असे जाचक कायदे लादले गेले. या घेऱ्यासारखा, पोटासाठी गावोगाव भटकणारा राघो नावाचा एक तरुण आपल्या कुटुंबासह गावपांढरीच्या पठारावर स्थिर होतो. परिवर्तनास सामोरा जातो. त्यासाठी सोसाव्या लागणाऱ्या जीवघेण्या अडचणींची, कौटुंबिक व सामाजिक विरोधाची नि अन्यायग्रस्त अशा भयाणभूत भोगवट्याची ही कहाणी आहे.

ही जमात मूळची राजस्थानची... राजपूत वंशाची... सैनिक-जमात! पण अकबराने राजपूत साम्राज्ये नष्ट केली. आपल्या शूर शिपायांसह महाराणा प्रताप मात्र निकराची झुंज देऊ लागला. पण त्याच्या मृत्यूनंतर या सर्व सैनिक-जमाती मात्र बेसहारा झाल्या. पोटापाण्याचा प्रश्न पुढे उभा राहिला. तरीही, शत्रूशी प्रखर झुंज देत, या जमाती लढतच होत्या. तळहातावर शीर घेऊन मातृभूमीचे रक्षण करण्यास कटिबद्ध झाल्या होत्या. मुस्लीम आक्रमणाला तोंड देत अनेक जमाती महाराष्ट्रात आल्या; तसेच छत्रपती शिवाजी महाराजांचे पूर्वजही महाराष्ट्रात

आले. वेगवेगळ्या मुसलमान राजांची चाकरी करू लागले. पण ती चाकरी झुगारून छत्रपती शिवाजी महाराजांनी स्वराज्याचे रणशिंग फुंकले. हे स्वराज्य स्थापण्यात भटक्या जमातींनी मोलाचे सहकार्य केले. त्यांच्या बळावरच स्वराज्याची मुहूर्तमेढ रोवली गेली. त्यासाठी भामटी या सैनिक-जमातीचेही मोठे योगदान होते. शिवाजी महाराजांच्या उदयापासून पेशवाईच्या अंतापर्यंत त्यांनी स्वराज्य निर्माणात मोलाची कामगिरी बजावली. रसेल म्हणतो, "From the history it is proved that it was serving under the Rajput Rule and it is a sub-caste of Rajput. After the decay of the Rajput Rule, the members of the community scattered through out India, some of the groups came in Bombay Presidency and served under the Maratha and Peshwa Rule. Then they were supposed to be most reliable soldiers and part and parcel members of their Rule for many reasons. After the rule then they again scattered in different provinces and due to constant fear of the British Government and British Rule."

परंतु पुढे स्वराज्यही बुडले. इंग्रजी अमल सुरू झाला आणि साऱ्या सैनिक-जमातींच्या वाट्याला पुन्हा बरबादीचे जीवन आले. पोटासाठी ते भारतभर विखुरले. भटकंतीचे जीवन वाट्याला आले. काहींनी चोरीचा उद्योग पत्करला. काही इंग्रजांविरुद्ध लढत, छुपे हल्ले करू लागले. इंग्रजी खजिने लुटून आपल्या क्रांतिकारी चळवळी चालवू लागले. त्यातूनच उमाजी नाईक या पहिल्या स्वातंत्र्ययोद्ध्याचा रणसंग्राम सुरू झाला. त्यात इतर भटक्या टोळ्यांप्रमाणेच भामटी जमातीचाही समावेश होता. उमाजींना फाशी झाल्यानंतर २५ वर्षांनी झालेल्या १८५७च्या स्वातंत्र्यलढ्यातही इतर भटक्या जमातींप्रमाणे भामटी जमातही सैनिक म्हणून लढली. पण या लढ्यामुळे इंग्रज शासक सावध झाले. इंग्रज खजिन्यांची लूट व बेलगाम चोऱ्या-दरोडेखोरीने इंग्रज शासनाला जोरदार हादरे बसू लागले नि त्यातूनच १८७१चा गुन्हेगार जमातीचा कायदा अस्तित्वात आला. या कायद्यानुसार साऱ्या भटक्यांची धरपकड सुरू झाली. सेटलमेंट बांधून तारेच्या उघड्या तुरुंगात भटक्यांना कुटुंबासह कोंबण्याचा सपाटा लावला.

कुंपणाच्या गेटवर पोलिसी पहारा बसला. त्यातील लोकांना सकाळ, दुपार व रात्री पोलीस ठाण्यात हजेरी देणे बंधनकारक झाले. जे जीव घेऊन पळाले; त्यांना ते ज्या गावपठारावर उतरले असतील, तिथल्या पोलीस पाटलाकडे तीन वेळ हजरी देणे बंधनकारक झाले. भटक्यांच्या आधीच बरबाद जीवनात हजेरी, बिगार, अपमान अशा अमानुष छळांची भर पडली.

नुकत्याच जन्मलेल्या लेकरापासून जर्जर म्हाताऱ्यापर्यंत सारेच गुन्हेगार! असा इंग्रजांचा गुन्हेगार जमातीचा कायदा माणुसकी तुडवत सैरभैर झाला आणि बेकसूर भटक्यांवर जुलूम, अत्याचाराचा वरवंटा फिरू लागला. आपले पारंपरिक धंदे जोपासत उदरनिर्वाह करणाऱ्या इतर भटक्यांप्रमाणे ही जमातही इंग्रज सरकारने गुन्हेगार ठरवून, भटक्यांच्या इतर जातींसह, भामट्यांनासुद्धा सेटलमेंटमध्ये कोंबण्याचा सपाटा सुरू केला. जे खरोखर चोर होते, त्यांना तर त्यात डांबलेच; पण जन्मात ज्यांनी कधीच चोऱ्या केल्या नाही, त्यांनाही तीच शिक्षा दिली. हा अत्याचार ३१ ऑगस्ट १९५२पर्यंत चालू होता.

स्वातंत्र्यानंतर तारेची कुंपणे तुटली; पण दारिद्र्याचा, भुकेकंगाल जीवनाचा वारसा मात्र तसाच! प्रस्तुत कादंबरीतील भामटी जमातही त्याच अन्याय-अत्याचाराची बळी ठरली. १९५२मध्ये तारेची कुंपणे तुटली. हे समूह गावगाड्याच्या आधाराने, गावगोदरीच्या शेजारी स्थिर झाले होते. परंतु मागचा भोग संपला नव्हता. दारिद्र्य, उपासमार, गावकऱ्यांच्या कुत्सित नजरा, त्यांना हैराण करतच होत्या. त्यातून मार्ग काढत हे काफिले जीवन रेटत होती. या भटकंतीत एकमेकांपासून दुरावलेले गणगोत पुढे कायमचे दुरावत गेले. शेकडो कोसांच्या अंतराने जागा मिळेल तिथे फलकट मांडून बसले. आपापले पारंपरिक व्यवसाय, सामाजिक परंपरा, रितीरिवाज निष्ठेने जपत, मागच्या भोगवट्यांच्या कहाण्या आठवत जीवन जगू लागले; आणि भोगलेल्या भोगवट्याच्या कथा आपल्या वारसदारांना सांगून जगाचा निरोप घेऊ लागले. १००-१२५ वर्षांच्या अन्याय-अत्याचाराचा हा इतिहास! मग ही कथा एकट्यापुरती मर्यादित राहिली नाही. साऱ्या भटक्या समाजाच्याच वेदनेचे प्रतिबिंब झाली. त्यांच्या सुख-दुःखाची, परंपरेची, रितीरिवाजाची विदारक कथा झाली. आठवली तशी, प्रामाणिकपणे सांगण्याचा मी प्रयत्न केला. मराठी रसिकता या प्रयत्नाचा स्वीकार करेल, अशी खात्री आहे.

या कादंबरीचा नायक राघो वाटत असला, तरी सभोवतीची सामाजिक परिस्थितीच या कथेचा नायक! तीच या समूहांना वणवण फिरवते. पोटासाठी नि धरपकडीच्या भीतीने वाट मिळेल तिकडे, जंगलाच्या आडोशाने, गाववस्तीपासून अंतर ठेवून हे समूह फिरत असतात. तरीही, सुगावा लागताच त्यांच्यावर पोलिसांची धाड पडते. कधी कुटुंबासह, तर कधी धाडीत सापडलेल्या तरण्या-म्हाताऱ्यांसह जेलात अथवा सेटलमेंटमध्ये डांबले जायचे. मायबापाच्या डोळ्यांदेखत तरण्या पोरांना पोलिसी गाडीत कोंबून भरधाव पळणारी पोलीसगाडी पाहून होणारा आक्रोश नि कायमची ताटातूट... त्यातूनच एकमेकांत होणारे दुरावे... टोळीटोळीत वाढणारे अंतर... त्यातूनच दीर्घ काळानंतर निर्माण होणारी उच्चनीचता... तुटत जाणारे नातेसंबंध... त्यात भर म्हणजे भटक्या समूहांवर होणारे इंग्रजी अत्याचार, गावगाड्याकडून होणारा छळ, स्त्रियांची बेअब्रू, मारझोड... दिवसातून तीन वेळा गाव-पाटलाकडे द्यावी लागणारी हजेरी... कोतवाल व गावकामगारांकडून रात्री-बेरात्री घेतली जाणारी पालांची झडती... पळवल्या जाणाऱ्या चीजवस्तू... गरिबांचे धन असलेल्या नि जिवापाड जपलेल्या, अडीनडीसाठी राखून ठेवलेल्या; पण दांडगाईने नेल्या जाणाऱ्या कोंबड्या... फोडली जाणारी गाडगीमडकी... सारेच अमानुष! हृदयाला पाझर फोडणारे!

हे अत्याचार राघो लहानपणापासूनच पाहत आला. त्यातच त्याचे व समवयस्क मुलांचे बालपण चेंदून नामशेष झाले. लहानपण मायबापासोबत कष्टाशी करकचून बांधले गेले. गावगाड्यातील अमानुष अन्याय नि पोलिसांचा, पोलीस-पाटलांचा सदैव मागे लागलेला ससेमिरा त्याने लहानपणीच भोगला.

भामटी जमातीचा मूळ व्यवसाय बोरूपासून तयार होणाऱ्या तागाचा! त्याच्या कापणीपासून, त्याचे शेतीला उपयुक्त दावे, चऱ्हाडं करून विकणे व त्यावर गुजराण करणे, हा त्यांचा परंपरागत व्यवसाय. त्यासाठी भामटीसमूह गावोगाव फिरायचे. कुणी बाजारोबाजारी फिरून तागाचे पिळे विकायचे, तर कुणी त्याचे दावे, चऱ्हाडं करून विकायचे. राघोला लहानपणापासूनच ताग काढण्याचे काम करावे लागले. ते त्याने मोठा झाल्यावरही सुरू ठेवले.

राघोचा बाप शिलपत, आजा धनाजी, आजी अंशी, आई सई, सताजी, तुकाराम, बयाजी व सताजी चुलते; तर विठोबा, शिवा, सावित्री ही भावंडं. दोन-दोन वर्षांच्या फरकाने लहानमोठी. अफाट दारिद्र्य सोबतीला घेऊन

पंधरा-वीस कुटुंबांचा हा काफीला पोलिसी नजरा, बिगार चुकवत बोरूचा हंगाम संपेपर्यंत एखाद्या गावपठारावर थांबतो. हंगाम संपला की पुढचे शिवार... नवे पठार...पोलीस-पाटलाकडे नावनोंदणी... कोतवालाची दरडावणी... गावकऱ्यांच्या खुनशी नजरा... एखाद्या गावाचा बिराडांवर हल्ला... मारपीट, बायांची बेअब्रू या साऱ्यांना तोंड देत पुढे धकायचे. पण, बोलण्याची उजागिरी नाही की प्रतिकाराची संधी नाही. अन्यायाविरुद्ध बोलणारे गावात कुणीच नाही. सारे गाव अत्याचारी गावगुंडांच्याच बाजूने! त्यामुळे सारा अत्याचार निमूटपणे सहन करत दिवस रेटण्याशिवाय पर्याय नसायचा.

साऱ्या मूक वेदना पोटात दाबून पुढच्या गावपांढरीत आधार शोधायचा. गावाकाठी, हागणदारीत आसरा मिळाला तर ठीक; नाहीतर स्मशानघाटात, जळणाऱ्या मुडद्याच्या, अथवा मातीचे आवरण अंगाशी लपेटून चीरविसावा घेत पडलेल्या मृताजवळ पोराबाळांसह रात्र काढायची. मिळाले तर मृताच्या अंगावरचे कपडे उघड्या अंगाशी गुंडाळायचे. परंतु कोतवालाच्या ते लक्षात येताच तेही हिरावले जायचे. मग धनाजीसारखा जख्खड म्हातारा ओरबाडली गेलेली अंगावरची कफनं पाहून केविलवाण्या नजरेने सभोवतीचा अंधार न्याहाळत बसायचा. अशी दारुण अवस्था वाट्याला आलेली; पण जगण्यात बेदरकार चिवटपणा, सच्चाई. कुणाच्या काडीलाही हात लावणार नाही, असे इमानदारीचे जगणे. चोरीचपाटीच्या भानगडीत कुणी कधीही पडले नाही; तरीही पंचक्रोशीत होणाऱ्या चोऱ्यांचा माग काढत पोलीस भामट्यांसह, भटक्यांच्याच बिराडांकडे धाव घ्यायचे. चावडीत बोलावून बायामाणसांना दाट फटकार, मारहाण करायचे. जेलात कोंबण्याची धमकी द्यायचे. बरे निभले तर ठीक; नाहीतर हकनाक पोलिसी हिसका, जेलची हवा, ही नित्याचीच बाब असायची.

गावच्या विहिरीवर पाणी भरण्याची मुभा नव्हती. सवर्ण स्त्रीपुरुष त्यांना पाणी वाढायचे; पण त्यांच्यावर सावली पडणार नाही, मडक्यावर शिंतोडा उडणार नाही, अशा बेताने! त्यामुळे सारी बिऱ्हाडं नदी असलेल्या गावपठारावरच थांबायची. ते बोरू सडवायला नि ताग काढायलाही सोयीचे व्हायचे. राघोच्या बिराडासह असलेली इतर बिऱ्हाडं म्हणजे त्याच्या चुलत्यांची, इतर नातेवाइकांची, तसेच काशा व त्याच्या भावंडांची. सोबत शामा बुढा व त्याचे कुटुंब. शामा बुढा दोन्ही डोळ्यांनी आंधळा झालेला, तरी तो टोळीतील सर्वांची

वैदकी करतो. जंतरमंतर, फूकपाणी त्याला ठाऊक आहे. डोळ्यांनी दिसत नसले तरी तर्कातर्काने किंवा कुणाच्या आधाराने तो आजाऱ्याच्या पालापर्यंत जातो. त्याला दवाई अथवा मंतरलेले पाणी देतो. टोळीतील लोकांची अशी सेवा करतो. डोळे गेले असले तरी दिवसभर पड आटत राहतो, त्यावरच त्याची गुजराण चालते. बोरू कापल्यावर साऱ्या भामटी बायामाणसांसह आंधळ्या भीमा बुढ्यालाहीसारखी वाटणी दिली जाते.

टोळीतील अडल्यानडल्या, अपंग, बेसहारा लोकांना आपल्या कमाईतील समान वाटणी देऊन त्याच्या पालनपोषणाची जबाबदारी टोळीची! असा रिवाज भामट्यांच्या पूर्वजांनीच निर्माण केल्याने तो सारे जण निमूटपणे पाळतात. भीमाबुढा आंधळा असल्याने सारी टोळी त्याला समान वाटणी देते. तोही सर्वांची निष्ठेने सेवा करतो. या सेवेचीच ही वाटणी असते. त्यास कुणाचाही विरोध नाही. विरोध करणारास त्याचा ताग काढून देण्याची शिक्षा; तीही सारे राजीखुशीने मान्य करतात. तोही आपल्या तब्येतीची पर्वा न करता सर्वांच्या प्रकृतीची चिंता वाहतो, म्हणून सर्वांनाच त्याचा लळा आहे. त्यालाही सारे जण मदत करतात, मान देतात.

काशा व त्याच्या तीन-चार भावांची बिऱ्हाडंही त्यांच्याच सोबत फिरतात. सारीच बिऱ्हाडं त्यांच्यासारखाच तागाचा व्यवसाय करतात. जत्रा, जातपंचायत, जन्म-मरण, उत्सवात सहभागी होतात. पोलिसी अत्याचार, बिगार यांचे भोगवटेही भोगतात. सर्वांच्याच पाचवीला पुजलेले अफाट दारिद्र्य! पोटाची खळगी भरता-भरता सारेच मेटाकुटीला आले आहेत. तरीही, जीवनाशी संघर्ष चालूच आहे.

काशा व शिलपतची मैत्री सर्व टोळीला ठाऊक आहे. काशा भीमाबुढ्यासारखाच वैदकी करतो, त्यामुळे भीमाबुढा व त्याचे मतभेद आहेत. तरी वेळप्रसंगी काशा त्याचे मोठेपण मान्य करतो. काशाला वैदकीचे ज्ञान असले तरी तो दोगांड्या आहे. बिमारांकडून पैसे उकळत राहतो. पैसे न दिल्यास बिमारी पलटवून रोग्याची लूट करतो, असा टोळीतील लोकांचा त्याच्याविषयीचा गैरसमज! शिलपतला मात्र त्याच्यात काही खोट दिसत नाही. त्यांची मैत्री अबाधित राहते. शिलपतच त्याच्याविषयीचा टोळीतील गैरसमज दूर करतो.

धनाजी ७०-७५ वर्षांचा जख्खड म्हातारा; तरीही पालात बसल्या-बसल्या दिवसभर तागाचा पड आटतो व कुटुंबाला हातभार लावतो. त्याची बायको अंशी; टोळीतील सर्वांची माय. प्रत्येकाला हवं-नको ते ती पाहते. सारे जण तिला मान देतात, तिचा शब्द ऐकतात. तिच्या मृत्यूने टोळी हवालदिल होते. सगळीकडे भीषण उदासीनता पसरते.

शेकापूरला बिऱ्हाडं उतरली असतानाच, मध्यरात्री कोतवाल काही लोकांसह तिथे येतो. पालातील बायामाणसांना सोबत घेऊन जातो. अंगावर पिणाऱ्या लेकरांच्या आयाही त्यातून सुटत नाही. साऱ्यांना दरडावत सोबत घेऊन जातात. पण कुणाचा उजर नाही. बोललं की बसलीच लाथ कमरेवर. त्याची कळ सोसत कळवळत पुढे जाण्याशिवाय इलाज नाही. भरीसभर म्हणजे साऱ्यांच्या खुराड्यातील कोंबडे ते घेऊन जातात. जिवापाड जपलेले कोंबडे नेल्याचे अगणित दुःख उरात कोंबून सारे जण पुढे निघतात. कुठे नेतात, का नेतात, याचा कुणालाच पत्ता नाही. यंत्रवत पुढे चालणे एवढेच!

इतर कोंबड्यांसोबत राघोचा आवडता मुंगा कोंबडाही कोतवालाने नेल्याने तो बेचैन झाला. उदासपणे बसून राहिला. आजाशीही नीट बोलला नाही. मुंग्यावर त्याचा फारच जीव होता. त्याला त्याने अनेकदा वाचवले होते. त्याच्यासाठी बापाच्या हातचा मार खाल्ला होता. पण मुंग्याला काही होऊ नये हा हट्ट त्याने पुरा केला होता. पण आज मुंगा त्याला कायमचा मुकला होता. आता तो कधीच परत येणार नव्हता. त्याच्या आठवणीत आसू ढाळणे, एवढेच त्याच्या हाती होते.

दुसऱ्या दिवशी धनाजी पाटलाच्या चावडीवर चौकशी करायला गेला, तेव्हा त्याला कळले की, पालातील बाया-माणसं गोऱ्या सायबाची छावणी पडलेल्या पलटणीच्या बिगारीला नेले म्हणून! ओझे वाहता-वाहता सारेच मेटाकुटीला आले. पोटात कावळे ओरडू लागले. दुसऱ्या दिवशी बऱ्याच रात्री पालावर परतले नि अंशीने पालात उरलेल्या इतर स्त्रियांच्या व लेकरांच्या मदतीने आणलेली अंबाडीची भाजी व बोरूची फुलं पोटात ढकलून तसेच पडून राहिले.

दिवस उगवण्यापूर्वी नदी ओलांडून लांबच्या दुसऱ्या शिवारात, एका निर्जन रिठावर पालं उतरली. दुसऱ्या पठारावर भामट्यांची रहदारी सुरू झाली. दुसरा दिवसही अंबाडीचा पाला नि तुरीच्या उकडलेल्या शेंगाच पोटात ढकलून भागवला गेला. माणसं बोरूचा शोध घेत वडगाव, गोंदळी शिवारात फिरतात.

पण शिवारात समाधानकारक बोरूच नाही. जो होता तो दुसऱ्या भामट्यांनी आधीच नगदी पैशांनी खरेदी केला होता. इकडेसुद्धा भामट्यांची बिऱ्हाडं आहेत, हे ऐकून त्यांचे कुतूहल जागे होते! आणि मिळाली ती बोरूची शेतं काही मजुरीने, काही अर्धालीने, तर काही नगदी पैशांनी कापणीसाठी उधडी घेऊन, माहिती मिळालेल्या नवीन भामटी टोळीच्या शोधात ते जातात. तिथेच त्यांची जानोजी म्हाताऱ्याशी ओळख होते. आपल्यापेक्षा ही टोळी आर्थिकदृष्ट्या सबळ असल्याची त्यांना खात्री पटते. त्यांची ताग काढण्याची पद्धत, ताग काढल्यावर पिळे न विकता दावे, चऱ्हाडं करून शेतकऱ्यांना विकण्याचा उद्योग, त्यासाठी ते करत असणारा खर्च, राबणारे मजूर, त्यातून होणारी मिळकत नि वाट्याला येणारी सुबत्ता याची माहिती मिळते. त्यासोबतच दोन-तीन बायका करण्याचीही प्रथा सदरहू टोळीत अस्तित्वात असल्याची त्यांना माहिती मिळते. खुद्द म्हाताऱ्यालाच दोन बायका असल्याचे कळते. एखादा दुसऱ्या टोळीतील बाईही ठेवतो; पण ती आपल्यापेक्षा हलक्या जातीची, म्हणून तिच्या हातचं अन्नपाणी मात्र घेत नाही. असा रिवाज त्यांच्यात आहे. टोळीटोळीत जसे उच्चनीचतेचे भेदाभेद आहेत, तसेच इतर जातींबाबतही आहेत. एकमेकांकडील अन्नपाणी त्यामुळे वर्ज्य आहे. पालातील अफाट दारिद्र्यासह ही उच्चनीचताही सर्वांनी काटेकोरपणे जपली आहे.

म्हातारा चांगला माणूस आहे... पैशाने रगड आहे... सेवाभावी वृत्तीचा आहे... त्यांच्या टोळीचा 'महाजन' असल्याने सारे जण त्याला मान देतात. तोही सर्वांच्या सुख-दुःखात सहभागी होतो... सर्वांना हवे नको विचारतो... आर्थिक मदतही करतो. अनेक वर्षांपासून तो या पठारावर आपल्या टोळीसह राहतो, त्यामुळे सभोवतालच्या खेड्यांतील शेतकऱ्यांपासून पाटलापर्यंत त्याची दाट ओळख आहे. विश्वासही आहे. त्याला आता रोजची हजेरीही द्यावी लागत नाही. त्याने फिरस्ती जवळजवळ सोडल्यासारखीच आहे. तरी 'भामटी' या नावाच्या कलंकातून त्याचीही सुटका झालेली नाही. कुठे चोरी झाली, दरोडा पडला तर त्यालाही पाटलाच्या चावडीत बोलावले जातेच... चौकशी, दरडावणी होतेच. पोलीस-पाटलाच्या ओळखीचा त्याला फायदाही होतो.

आपला ताग काढणे सुरू होताच, तो काशा-शिलपतच्या टोळीतील स्त्री-पुरुषांना आपल्याकडे काम देण्याचे त्यांना आश्वासन देतो. गूळपाणी घेऊन ते

आपल्या रिठाकडे परततात. इथूनच दोन टोळ्यांतील ओळखीपाळखीसह संबंध दृढ होण्यास सुरुवात होते. दोन टोळ्यांत प्रेमसंबंध निर्माण होऊन एकमेकांबाबत विश्वास वाटू लागतो. शिलपत-काशाच्या टोळीने मजुरीने व अर्धालीने घेतलेला बोरू काढून होताच, त्यांच्या टोळीतील बाया-माणसं म्हाताऱ्याकडे मजुरीने जाऊ लागतात. लहान मुलेही आपापल्या ताकदीनुसार कामाला लागतात. त्यात राघोही कामाला जुंपल्या जातो. ओल्या तागाचे भारे वाहणे, पाण्यात सडलेल्या बोरूचा ताग काढणे, तो धुणे, वाळत टाकणे, वाळल्यावर त्याचे गठ्ठे बांधून गंजी लावणे अशी कामे तो करतो. काम करता-करता तो थकून जातो. पालावर परतताच ओली-कोरडी खाऊन ठणकत्या अंगाने झोपी जातो.

अशातच शेजारच्या गावात ज्वारीची चोरी झाल्याने परिसरातील साऱ्या भटक्या जमातींच्या बायामाणसांना, लेकराबाळांसह पाटलाच्या चावडीवर हजर केले जाते. सर्वांना पोलिसांकडून अमानुष मारहाण होते. चौकशीच्या नावाखाली स्त्रियांची बेअब्रूही केली जाते; पण त्याविरुद्ध उजर नाही. चोरीच्या आरोपाखाली म्हातारा व त्याच्या टोळीतीलही सर्वांना चावडीवर बोलावणे येते. शिलपत-काशाच्या टोळीतीलही बाया-माणसं, लहान मुलं सारेच चावडीवर हजर होतात. पार्बती दुपवल्यामुळे व सईचे मूल अत्यवस्थ असल्यामुळे दोघीही पालातच थांबतात. पाटलाच्या चावडीवर थरकाप उडवणारा अत्याचार सुरू असतो. भामटी जमातींच्या कपाळावर इंग्रजी राजवटीकडून कोरला गेलेल्या चोरीच्या दारुण शिक्क्यामुळे साऱ्या भामटी टोळ्या नखशिखान्त हादरून जातात. परंतु म्हाताऱ्याचे पाटलासोबत असलेले जिव्हाळ्याचे संबंध, एकमेकांवरील त्यांचा विश्वास, पोलीस अधिकाऱ्यावरही प्रभाव पाडणारे त्याचे व्यक्तिमत्त्व, यामुळे पाटील म्हाताऱ्याची बाजू मांडतो. अधिकाऱ्यालाही जाब विचारतो, वरिष्ठांकडे जाण्याची धमकी देतो. त्याच्या शब्दाचा मान राखून पोलीस भामट्यांची झडती घेत नाही. शिलपत-काशाची टोळीही आमचेच भाऊबंद असल्याचे म्हातारा पाटलाला पटवून देतो. एक अपमानास्पद प्रसंग टळतो. सारे शांत झाल्यावर पाटील म्हाताऱ्याला एकाच गावात स्थिर होण्याचा सल्ला देतो. शेत घेण्यास, घर बांधण्यास सांगतो. त्यामुळे म्हाताऱ्याच्या मनात हलचल निर्माण होते. स्थायी जीवनाचे महत्त्व त्याला पटते, पण कुटुंबाला ते काही पटत नाही. तरीही, तो या विचारावर ठाम आहे.

म्हाताऱ्याच्या व्यक्तिमत्त्वाचा राघोच्या मनावर खोलवर ठसा उमटतो. धनाजीसारखाच म्हाताराही त्याला आदरणीय वाटतो. आपणही म्हाताऱ्यासारखे एखाद्या गावपठारावर कायमचे स्थिर व्हावे, अशा विचाराने त्याचे बालमन झपाटून जाते. आपले हे विचार तो आज्याला सांगतो. आजा मात्र ते हसण्यावर नेतो. आपण स्थिर होणे ही अशक्यप्राय गोष्ट असल्याचे तो राघोला सांगतो. परंतु हे विचार त्याच्या मनात पक्के रुजतात आणि मोठा झाल्यावर बापाविरुद्ध बंड करून तो आपला हेका पूर्ण करतो.

आपल्या मजुरीतील बोरूची कापणी होताच, त्याचे ढीग लावून सारे जण म्हाताऱ्याचा ताग काढण्यासाठी मजुरीने त्याच्या कामावर जातात. त्यातच धनाजीचा लहान मुलगा तुकारामही असतो. तुकाराम हुशार आहे, हिशेबाठिशेबात पक्का आहे, दुसऱ्यांना मदत करणाराही आहे. तशीच मदत तो म्हाताऱ्यालाही करतो. सर्व मजुरांचा हिशेब तोच पाहतो. आपले कामही चोख नि इमानदारीने करतो. म्हाताऱ्यालाही तो सारेकाही समजाऊन सांगतो, त्यामुळे म्हाताऱ्याचा त्याच्यावर विश्वास बसतो. तो त्याला आपल्याकडेच दिवाणजी म्हणून नोकरीला ठेवतो. मजुरांचा ताग मोजून घेण्यापासून चुकारा करण्यापर्यंत सारेकाही तुकारामच पाहतो, सोबत अंगमेहनतीची कामेही करतो. त्यामुळे त्याच्यावरच सारी जबाबदारी सोपवून म्हातारा दावे दोरखंड विकण्यासाठी निश्चिंपणे बाजारात व यात्रांमध्येही जातो.

म्हाताऱ्याचा मोठा मुलगा लहानपणीच, तो दहाएक वर्षांचा असताना पोलिसांच्या धाडीत सापडून काही जातभाईंसह सेटलमेंटमध्ये डांबलेला असतो. त्याला आता २५-३० वर्षे झाली आहेत. त्याच्या आठवणींनी म्हातारा आक्रोश करतो, त्याच्या भेटीसाठी तळमळतो. परंतु त्याची भेट आता अशक्यतेच्या वळणावर आली आहे. त्याला पोलिसांनी पकडून नेले, त्याआधीच त्याचा रितीरिवाजानुसार बालविवाह झाला होता. आता त्याची बायको वयात येऊन प्रौढत्वाकडे झुकू लागली आहे. तीही त्याच्या विरहात झुरत दिवस काढते. म्हाताऱ्याकडे काबाडकष्टाची कामे करते.

तुकारामचा संसारही तुटल्यातच जमा आहे. त्याची बायको तिकडे दूर खानदेशात मुलांना घेऊन मायबापासोबत पोट भरते. तुकारामनेही इकडेच यावे, असे तिला वाटते. पण तुकारामला भाऊबंद, मायबाप काही सोडवत नाही.

परिणामी, त्यांच्यात दुरावा निर्माण होतो. जत्रेत होणाऱ्या जात-पंचायतीतही त्यांचा निवाडा जातो. एखाद्याच्या गैरहजरीमुळे निवाडा लांबणीवर पडतो आणि तुकारामच्या संसाराचे भिजत घोंगडे तसेच चालू राहते.

एकत्रित काम करताना तुकाराम व म्हाताऱ्याच्या सुनेत– वच्छलात प्रेमसंबंध निर्माण होतात. दोघांच्याही मनात वास करणारी मीलनोत्सुकता जागी होते; पण आपल्या कुटुंबाचे संस्कार, म्हाताऱ्याचा मान, आणि दोघांनीही जपलेली नैतिकता यांमुळे ते मर्यादा ओलांडत नाही. परंतु आपला गांधर्व विवाह व्हावा नि आपण नवा संसार मांडावा असे दोघांनाही वाटते. काशा-शिलपत त्याबाबत म्हाताऱ्याला विचारतात. म्हाताऱ्याच्या टोळीतील काही बुद्रूक या संबंधाला कसून विरोध करतात. भामट्यांच्या परक्या टोळीशी सोयरीक-संबंध त्यांना अमान्य असतो. त्यांच्यासाठी ती हलकी टोळी! त्यामुळे तुकारामचा आपल्या टोळीतील बाईशी सोयरीक-संबंध ही कल्पनाच त्यांना अशक्य होते. म्हाताऱ्याला मात्र त्यात काहीही गैर वाटत नाही. तो हा संबंध पक्का करतो.

गांधर्व विवाहाची तारीख ठरते आणि म्हाताऱ्यावर बहिष्कार टाकून त्याच्यासोबतची बिऱ्हाडं दुसरीकडे जाऊ लागतात. दुसऱ्या टोळीशी संबंध केल्यामुळे म्हाताऱ्याची टोळी म्हाताऱ्यालाच जातीबाहेर टाकते. एवढा हिंमतबाज, टोळीचे निवाडे करणारा, सर्वांना मदत करणारा, प्रतिष्ठित माणूस; पण सामाजिक बहिष्काराने तोही हादरतो आणि हवालदिल होऊन ''आपला समंध आता होऊ सकत नाही. मले माफ करारे बाबू!''अशी काशा-शिलपतकडे हवालदिलपणे विनवणी करतो.

तुकाराम-वच्छलेच्या जुळलेल्या गांधर्व विवाहाचा असा करुण शेवट होतो. म्हाताऱ्याच्या मनावर त्याचा तीव्र परिणाम होऊन तो आपल्या मोठ्या मुलाच्या शोधात पंढरपूरच्या दिंडीसोबत जातो. तेथून वारकऱ्यांसोबतच सोलापूरला जातो. तिथेच भेटलेल्या भामटी लोकांसह सोलापूरच्या सेटलमेंटमध्ये मुलाची चौकशी करतो, तरी तो भेटत नाही. निराश होऊन आपल्या पालाकडे परत येतो. या सर्व प्रवासात राघो त्याच्यासोबत असतो. तोच म्हाताऱ्याला मदत करतो. म्हाताराही त्याच्यावर मुलासारखे प्रेम करतो. आपल्या दुरावलेल्या मुलाची प्रतिकृती तो राघोत पाहतो, त्याला जीव लावतो.

नवरा परत न आल्याचे पाहून वच्छला निराश होते. आधीच तिला वेडाचे झटके सुरू झाले होते. त्यात नवरा न आल्याचे पाहून व तुकारामही दुरावल्याने आता ती ठार वेडी होते. नदीच्या काठाने तुकारामला बोलावत दिवसभर फिरते. आणि एक दिवस तुकारामला अधीरपणे हाका मारत, वेडाच्या तीव्र झटक्यात डोहात उडी घेते. तुकाराम-वच्छलाच्या प्रेमकहाणीचा असा करुण शेवट होतो. भामटी जमातीतील उच्चनीचता एका निरागस जिवाचा अशी बळी घेते.

वच्छलासोबत जुळलेला गांधर्व विवाह तुटताच तुकारामही सैरभैर होतो. त्याचेही कशातच मन रमत नाही. बायको दुरावलेली, वच्छलाचीही साथ सुटलेली. अशा विमनस्क मन:स्थितीत तोही आपली टोळी सोडून, दूर खानदेशात मायबापासह फिरस्तीचे जीवन जगणाऱ्या बायकोकडे जाण्याचा निर्धार करतो. त्याच्यासोबत अधू डोळ्यांचा शामा बुढाही बायकोसोबत जायला निघतो. त्याची एकुलती एक मुलगी, तिकडेच आपल्या कुटुंबासह फिरस्तीचे जीवन जगत असते. काही वर्षांपूर्वी जावयाने दुसऱ्या जमातीतील स्त्री ठेवल्याचा शामाला तीव्र झटका बसला होता. तेव्हापासूनच तो पोरीला भेटण्यासाठी उतावीळ झाला होता. पण तिकडे जाणाराच कुणी न भेटल्यामुळे तो तसाच तळमळत, आपल्या पालात पडून राहिला. परंतु आता तुकाराम तिकडेच राहणाऱ्या बायकोकडे जायला निघाल्याने, अनेक दिवसांपासून पोरीला भेटण्यासाठी उतावीळ झालेला शामा व त्याची बायको तुकारामसोबत जायला निघते.

पण पाऊस भयंकर सुरू झालेला... चिखलाने माखलेले रस्ते... वारा-वादळाचा जोर... आणि शेकडो मैलांचे अंतर कापता-कापता म्हाताऱ्यांचे होणारे हाल!... त्यातच धर्मशाळेत थांबले असता त्यांचे कपडे चोरीला जातात. संकटात नवे संकट पुढे उभे होते. जवळचा दाळ-आटा संपल्यावर म्हातारा-म्हातारी गावात भिक्षा मागून जगतात. तुकाराम हमालीची कामे करून दिवस ढकलतो. चार पैसे जमले की तिघेही पुढच्या प्रवासाला निघतात. अंगाला झोंबणारे थंडगार वारे, कोसळणारा संततधार पाऊस, बिऱ्हाडं दूरच्या मुलखात सुटलेली आणि शरपंजरी पडलेले म्हातारे जोडपे; तरी ते मागे फिरायला राजी नाहीत. पोरीच्या भेटीसाठी तळमळत वाटेवर नजर टाकणे, एवढेच हाती उरलेले. पण पाऊस काही थारी थांबत नाही आणि संकटेही संपत नाही.

अशातच शामाच्या म्हातारीला हगवण लागते. चार घरचे भिकेचे शिळे अन्न तिला मानवत नाही. ती हगवणीने बेजार होते आणि त्यातच तिचा अंत होतो. तिच्या मागे काही दिवसांतच शामा बुढाही मरण पावतो. आता तुकाराम एकटाच उरला आहे. बायको-मुलांना भेटण्याची त्याची उत्कंठा काही संपत नाही. वाटेत लागणाऱ्या गावात मिळेल ती कामे करून तो पुढे चालत राहतो. मूर्तिजापूरला येऊन पोहोचतो. तिथे त्याला या भागात फिरणारी आपल्या नात्यातील काही बिऱ्हाडं भेटतात. ती बिऱ्हाडं ॠणमोचनच्या यात्रेतून परत आलेली असतात. तिथे भरलेल्या जात-पंचायतीत बायकोची सोडचिठ्ठी मंजूर झाल्याची व तिने दुसरा घरठाव केल्याची बातमी तुकारामला समजते. तो कमालीचा उदास होतो नि रात्रीच्या सुमारास सर्वांच्या नकळत कुठेतरी निघून जातो. कुठे जातो? याचा कुणालाच पत्ता नाही.

तीच बिऱ्हाडं काही वर्षांनी, शिलपत-काशाला बहिरमच्या यात्रेत भेटतात, तेव्हा शामा व त्याच्या म्हातारीच्या मृत्यूसोबतच तुकाराम कुठेतरी निघून गेल्याचेही त्यांना कळते. मुक्कामाच्या गावी येताच हा निरोप ते सर्वांना सांगतात. शामाच्या मृत्यूने सारेच हळहळतात. पण तुकारामचे नाहीसे होणे सर्वांनाच दुःखदायक होते. धनाजी तर हिंमत सोडून मुलांसाठी सारखा आक्रोश करतो नि काही दिवसांनी अनोळखी पठारावर तोही देह ठेवतो.

फिरस्तीचे जीवन जगत असताना त्यांना अनेक बरे-वाईट अनुभव येतात. गावातील सवर्णांच्या विहिरीवरून पाणी भरण्याचा कोणत्याच भटक्यांना अधिकार नव्हता. गावगाड्यासाठी ते अस्पृश्य! सवर्ण लोक त्यांना दुरूनच पाणी वाढायचे. आपले मातीचे मडके त्यांच्या स्पर्शाने किंवा सावलीने बाटणार नाही, याची दोघेही काळजी घेतात. त्यांच्याकडील रोटीव्यवहार तर सर्वस्वी निषिद्धच! मयत झाल्यास काही गावचे पाटील इंधन-गोवऱ्यांची मदत करायचे, तर काही पाटील ते नाकारायचे. वरच्या अंगाने मुर्दा गाडल्यास उपसून फेकण्याची धमकी द्यायचे. त्यांच्या हातचा प्रसादही सवर्णांना चालत नाही. म्हणून भामट्यांची बिऱ्हाडं नदीच्या गावातच सहसा उतरतात. पण नदीच्या वरच्या अंगावर त्यांचा हक्क नसतो. खाली महारपेंड, तिथे अस्पृश्यांनी पाणी भरायचे. पण अस्पृश्यांकडील अन्नपाणी भटक्यांना चालायचं नाही. मग सवर्णांच्या खाली व अस्पृश्यांच्या वर अशा नदीच्या घाटावर भटक्यांना पाणी भरता यायचे. दुसरे असे की, गावात

नदी असली की बोरू भिजवण्यासाठीही भरपूर पाणी लागायचे. म्हणूनही नदीचे गाव त्यांना सोयीचे व्हायचे. पण गावाच्या संशयी नजरा काही चुकायच्या नाही.

काही गावं चांगलीही असायची. गावातील लोक त्यांना हवं-नको विचारायचे. आजारी अथवा बाळंत बाईला हराळा, चहापाणी, जेवण द्यायचे. गावचा पाटील पालांवर मयत झाली तर लाकडं-गोवऱ्या द्यायचा. माणुसकी जपायचा. अंशीचा मृत्यू झाला तेव्हा पाटलाने त्यांना लाकडं-गोवऱ्या दिल्या. त्या आपल्या बंडी बैलाने स्मशानात पोहोचवण्यासही कोतवालास सांगितले. परंतु धनाजी मरण पावला असता दुसऱ्या गावच्या देशमुखाने मात्र शिलपतचा अपमान करून वाड्यावरून हाकलून दिले. नदीच्या खालच्या बाजूने मुर्दा गाडण्याचे सांगितले नि वरच्या अंगास मुर्दा गाडल्यास तो उपसून फेकण्याची धमकीही दिली. गावकीतील हे सारे अनुभव राघो लहानपणापासूनच पाहत, भोगत होता. त्यामुळे या भटक्या जीवनाची त्याला शिसारी येत होती. पण इलाज नव्हता.

एरणगावच्या पठारावर थांबले असता साऱ्या गावाने मुला-बाळांसह सर्वांना अमानुष मारहाण केली. स्त्रियांवर बलात्कार करून दिवस बुडण्यापूर्वी गावातून हाकलून दिले. ती रात्र त्यांनी स्मशानात काढली व सकाळी दुसऱ्या गावाचा आधार घेतला. असे विदारक अनुभव घेत, पोलिसी धरपकड चुकवत भामट्यांच्या टोळ्या भारतभर फिरत होत्या. परंतु गावाच्या आधाराने अनेक वर्षांपासून थांबलेल्या म्हाताऱ्याला मात्र पाटलाने सहारा दिला. त्यानेही त्याचा विश्वास संपादन केला. दावे, चऱ्हाडं विकून आलेली रक्कम तो पाटलाकडेच जमा करतो व निश्चिंत होतो. पाटीलही त्याला आधार देतो. स्थायिक होण्याचे, शेतीवाडी घेण्याचे सुचवतो. म्हातारा त्या दिशेने वाटचाल करतो.

राघोवर त्याचा विलक्षण प्रभाव पडतो व आपणही एखाद्या गावपांढरीच्या आधाराने जगण्याचे स्वप्न पाहतो. बापाला व टोळीतील इतरांना मात्र ते काही पटत नाही. बायकोही त्याच्यासोबत नसते. मग राघो एकटा पडतो. काही दिवस गोकूळसरा या गावात एकट्यानेच राहतो. गावचा पाटील त्याच्या टोळीला गढीत राहण्याचे सांगतो. पण कुणीच ऐकत नाही. टोळी पुढे निघून गेलेली असते. पाऊस धोधो कोसळत असतो. त्या कोसळत्या पावसातच त्याची बायको रस्त्यानेच बाळंत होते. तिला घेऊन शेजारच्या गावाच्या आश्रयाने गेलेली भामट्यांची टोळी देवळाजवळ थांबते. देवाला विटाळ होण्याची गावकऱ्यांना

भीती वाटते. तरी बाळंतिणीला तिथे पडवीत थोडी जागा मिळते. गावकरीही मदत करतात. ही हकीकत राघोला दुसऱ्या दिवशी समजते. तो कावराबावरा होऊन बायको-मुलाच्या भेटीला येतो. दोन दिवस थांबतो. भाड्याची बंडी करून परत गोकूळसऱ्याला येतो. त्याच्यामागे सारेच येतात.

पावसाळा संपताच सारे जण भटकंतीवर निघू पाहतात. एकाच गावात थांबल्याने पोलिसी धाडीची त्यांना भीती वाटते. पण राघो खंबीर आहे. मायबापाला, भाऊबंदाला व टोळीतील सर्वांना रोखण्याचा तो प्रयत्न करतो. पण त्याचे कुणीच ऐकत नाही. बायकोही लेकराला कडेवर घेऊन सासऱ्यामागे जाऊ लागते. तसा त्याचा राग अनावर होऊन, बायकोच्या थोबाडीत देऊन, तिला परत आणतो. त्याच्यामागे त्याचा मुलगाही येतो. गावपांढरीची माती कपाळाला लावून प्रसन्नपणे तो गावपांढरीला वंदन करतो. गरगर फिरणाऱ्या भटकंतीची घानमाकड जळून नष्ट होते नि नव्या जीवनाला प्रारंभ होतो. राघो आपल्या कुटुंबासह गावपांढरीत स्थायिक होतो.

इथे ही कथा संपते. एका उपेक्षित विमुक्त भटक्या जमातीचा सुमारे दीड-दोनशे वर्षांचा हा दुःखदायी इतिहास! होईल तेवढे सत्यकथन जगापुढे मांडत प्रामाणिकपणे सांगण्याचा प्रयत्न केला आहे.

तत्कालीन भामटी समूहात अनेक बऱ्या-वाईट प्रथा अस्तित्वात होत्या. त्यातील काही कालप्रवाहात नाहीशा झाल्या, तर काही आजही टिकून आहेत. पूर्वी बालविवाहाची प्रथा होती. वधूपिता मुलीचे पैसे घ्यायचा. आता मुलाचा बाप हुंडा घेतो. टोळीटोळीत उच्चनीचता अस्तित्वात होती. परस्परांत रोटीबेटी व्यवहार निषिद्ध मानले जायचे. गावगाड्यातील सवर्ण लोक भामट्यांना हलक्या दर्जाचे समजत. त्यांना विहिरीवर पाणी भरण्याचा अधिकार नव्हता. दुरूनच पाणी वाढले जाई. नदीवर महारपेंड व कुणबीपेंड यांच्या मध्ये भामटी पाणी भरायचे. पालावर मयत झाल्यास सारे जण आपापल्या पालातून शिदोऱ्या घेऊन मयत झालेल्या पालातील सर्वांना सोबत घेऊन जेवत. बहुपत्नीत्वाची प्रथा होती. काही जण बाईही ठेवत.

भामटी समाजात जात-पंचायत अस्तित्वात होती. जातीतील ज्येष्ठ लोक निवाडा करत व गुन्ह्याच्या स्वरूपानुसार शिक्षा देत. चोरी, दारू, रंडेबाजी निषिद्ध मानले जात. प्रसंगी जातीबाहेरही टाकले जाई. त्यामुळेच 'विदर्भातील

भामटी चोऱ्या करत नाही' असा अभिप्राय तर्कतीर्थ लक्ष्मणशास्त्री जोशी यांनी ज्ञानकोशात दिला आहे. त्याची सत्यता आजही पटते. अशी ही एक सैनिक-जमात... स्वराज्याची एक शिल्पकार! पण इंग्रजी अमलात बरबाद होऊन, भारतभर विखुरलेली... किंवा सेटलमेंटच्या खुल्या तुरुंगात पिढ्यानपिढ्या खितपत पडलेली... स्वातंत्र्यातही दारिद्र्य, अज्ञान, अशिक्षितपणा, परंपरा, उच्चनीचता, अंधश्रद्धा यातच हरवलेली... अन्न, वस्त्र, निवारादी गरजाही पूर्ण न करू शकणारी, उपेक्षित जमात...!

१९५२च्या स्वातंत्र्याने सेटलमेंटच्या तारांची कुंपणे तोडली गेली. गुन्हेगार ठरवून इंग्रजी बंदिवासात डांबल्या गेलेल्या १४ जमातींना मुक्त करण्यात आले. त्यांना 'विमुक्त डिनोटिफाईड' म्हणून नवी ओळख दिली गेली. पोलिसी पहारे, हजेरी यातून सुटका झाली; पण दारिद्र्यातून मुक्ती मिळाली नाही. जगण्याची हमीही पदरी पडली नाही. स्वातंत्र्याच्या पंच्चाहत्तरीतही त्यांचे भोगवटे सुटलेच नाही. शिक्षण-प्रगतीपासून हे समूह वंचितच राहिले. प्रगतीचा मुख्य प्रवाह त्यांच्यापासून कोसो मैल दूरच राहिला. महाराष्ट्रात तर घटनात्मक सवलतींपासूनही हे समूह वंचितच ठेवले गेले. आता तरी त्यांना प्रगतीचे नवे मार्ग दिसावेत... त्यांच्या पालातही शिक्षण, सर्वांगीण उन्नतीची पहाट यावी... शिक्षणाच्या कवडशांनी सर्वांचे जीवन मोहरून यावे... आणि या वंचित समूहाला उत्थानाचे मार्ग दिसावेत... आपल्या पूर्वजांनी भोगलेल्या भोगवट्याचा इतिहास आठवून नव्या पिढ्यांनी शिकावे, संघटित व्हावे आणि अन्यायाविरुद्ध लढण्यास सिद्ध व्हावे... हा या लेखनामागचा उद्देश आहे. नवी पिढी त्यापासून बोध घेऊन प्रकाशाच्या दिशेने वाटचाल करेल, अशी अपेक्षा!

प्रस्तुत पुस्तक सिद्ध करण्यास सकाळ प्रकाशन व त्यांचा कर्मचारिवृंद यांचा मोलाचा वाटा आहे. त्यांचा मी आभारी आहे. सोबतच डॉ. संदीप डहाके, डॉ. रवींद्र शोभणे, प्रमोद काळबांडे यांचेही मन:पूर्वक आभार!

डॉ. वासुदेव डहाके

प्लॉट क्र. ७७, भोलेनगर, पिपला रोड,

पो. हुडकेश्वर, नागपूर ४४० ०३४

मोबाईल : ७२१८१ ०८७५४, ९४२२८ २३७०५

Email : sandeep.savali@gmail.com

१

राघो जागा झाला तेव्हा चांगलं उजाडलं होतं. पालाच्या फटीतून आत शिरलेल्या उजेडाने त्याच्या लहानशा पालाचा कानाकोपरा उजळून निघाला होता. उजेडाने मूर्तरूपात आणलेलं आपलं दारिद्र्य, अंगावर ओढलेल्या वाकळीतून तो भकासपणे पाहत होता. उशाशी असलेल्या चार-दोन घागरी, मडके... तीन दगडांची चूल... तिच्या शेजारी काट्याकुट्यांचं इंधन... काठ हरवलेला एखादा गंज... तवा सराटा... भाजी भास्पालं रांधायचं मडकं... मोठ्या तोंडाचं, काळ्या ठिक्कर बुडाचं! त्याच्याजवळ, पण चुलीपासून हातभर अंतरावर असलेलं पिठाचं गाठोडं... खाली बसत-बसत जमिनीला भिडलेलं! त्याच्या शेजारीच डाळ-ज्वारीच्या लहान-लहान पुरचुंड्या... त्यावर बसून गाठोड्याचा पालव कुरतडणारे नि चाहूल लागताच पोबारा करणारे उंदीर... रात्रभर चालणाऱ्या त्यांच्या आट्यापाट्या... भुईवर झोपलेल्या माणसांना तुडवत पालभर चालणारी त्यांची सुसाट वर्दळ... उजाडले तरी सुरू असलेली त्यांची दांडगाई, गाव-पाटलाच्या दांडगाईसारखीच त्याला वाटली.

गावगाड्याबाहेरच्या पठारावर उभारलेल्या त्याच्या पालावर येणारी पाटलाची माणसं... बायामाणसांना दटावणारी... बायांच्या झिपोट्या उपडण्याच्या धमक्या देणारी... साऱ्यांना हाकलत पाटलाच्या वाड्यात नेणारी! पाटलाची करडी नजर, त्याचा मस्तवालपणा, दमदाटी... भामट्यांच्या दहा-वीस पालातील बाया-माणसं चावडीत बसलेली... या आधीच्या गावातील पाटलाचा, चांगल्या राहणीचा दाखला दाखवत, त्याच्या गावपठारावर राहू देण्यास

गयावया करणारी... मायबापांना बिलगणारी त्यांची कुपोषित लेकरं, पाटलाच्या दरडावणीने भयभीत झालेली... उदास नजरेने परिस्थितीचा अंदाज घेणारी... डोळे गच्च मिटून मायबापाच्या मांडीत मुंडकं खुपसून निपचित पडलेली! आणि त्यांच्या अस्तित्वाला कुरतडत, भुकेकंगाल जिवांवर अत्याचाराचा, जुलमाचा वरवंटा फिरवणारी त्याची अमानुष वागणूक! त्या आठवणीनेच राघोला थरकाप सुटल्यागत वाटलं! पुरचुंडीवरील उंदरांकडे दुर्लक्ष करून त्याने कड फेरला नि वाकळीच्या छिद्रातून बाहेर पाहू लागला.

पालाचा पडदा सताड उघडा होता. पडदा म्हणजे आडोशासाठी बांधलेला, जुन्या धोतराचा पालव. अशाच जुन्या जीर्णशीर्ण धोतर लुगड्याच्या सांधणीतून त्याच्या पालाची निर्मिती झाली होती. गावापासून काहीशा अंतरावर पठाराच्या अथवा गावगोदरीच्या पायथ्याशी त्याच्या जमातीचा तांडा पडायचा. धोतर लुगड्याच्या जुनेराचा, थोडासा शाबूत असलेला कपडा, उभ्या-आडव्या बांबूंवर पसरून, चारीकडून ताणला की झालं त्याचं दोपाखी घर! तोच त्यांचा ऊन-पावसापासून, थंडी-वाऱ्यापासून निवारा... वारा-वादळाचा सोबती! भोवतालून वारं आत घुसायचं. जास्तच मस्तावलं की पाल अध्धर उचलायचं अन् भदकन आदळायचं. पालाची असह्य तगमग व्हायची; वाघाच्या जबड्यात अडकलेल्या बकऱ्याची तगमग व्हावी तशी! त्यामुळे आतल्या संसाराचा थरकाप उडायचा. गाडगी-मडकी एकमेकांवर आदळून फुटायची. दोरीवरची धडुतं सैरभैर व्हायची. साऱ्या पालात गागरा घुसायचा. रस्त्यावरचा पालापाचोळा, शेळ्या-बकऱ्यांच्या लेंड्या, गावदरीची घाण या साऱ्यांना तो रगेल वारा मनमुराद घुसळायचा नि भरधावपणे त्यांना पालात कोंबायचा. पालातील जिवांनाही त्यासोबत घोणाटायचा. असं त्याचं विध्वंसनृत्य अधूनमधून चालायचं. वारं ओसरल्यावर सारी बिऱ्हाडं उघडी पडायची नि पठारी व्यथांची अब्रू लुटून मस्तावलेला वारा आकाशाच्या ओसाडीत लुप्त व्हायचा. वारा शांत झाला की पुन्हा पालांची मांडणी, खुंट्यांची ठोकपीट, दोऱ्यांचा तणाव, उडलेल्या वस्तूंची जमवाजमव, कचऱ्याची झाडलोट! क्षणापूर्वी उद्ध्वस्त झालेली पालं पुन्हा उभी रहायची नि सरपटत-सरपटत जीवनाला सामोरी जायची... निसर्गाची आव्हाने झेलत, नव्या आव्हानांसाठी सिद्ध व्हायची.

काजव्यासारख्या लुकलुकणाऱ्या डोळ्यांतून राघो आपल्या पालाचा कानाकोपरा न्याहाळत होता. कड फेरताच त्याच्याच शेजारी झोपलेला त्याचा लहान भाऊ शिवा त्याला दिसला. त्याच्याहून मोठा विठोबा; पण राघोपेक्षा लहानच... दीड-दोन वर्षांच्या अंतराचे. दोघेही गाढ झोपेत होते. विठोबा सरकत-सरकत वाकळीच्या पार पलीकडे गेला होता नि पालातल्या धुळीवर शांतपणे झोपला होता. त्याने आपल्या हातापायाचं गाठोडं पोटाशी धरलं होतं. आणि सकाळच्या गार वाऱ्याची तमा न बाळगता उघडाबंब पडला होता.

मायबाप, आजाआजी व मोठी बहीण यांपैकी पालात कुणीच दिसत नव्हतं. त्याबद्दल राघोला चिंताही वाटली नाही. कारण ते त्याच्यासाठी रोजचंच होतं.

पालाच्या एका कोपऱ्यात त्याची नजर गेली. डाल्याखाली झाकलेले कोंबडे सुटकेसाठी आतल्याआत धडपड करत होते. त्यातील नरांनी 'कुकूचकू'चा गजर सुरू केला होता. दिवस उगवल्याची जाणीव जगाला करून देण्यासाठी ते जीव ओतून आपल्या तुताऱ्या फुंकत आहेसे वाटत होतं. राघोने अंगावरची वाकळ बाजूला केली. घरंगळत खाली गेलेल्या विठोबाला वाकळीवर आणण्यासाठी तो त्याला तिकडे ओढू लागला, पण तो त्याला काही ओढला जात नव्हता. उलट आक्रसलेले हातपाय अधिक घट्ट करून तो जमिनीशी बिलगत होता– मायला बिलगतो तसा! मग राघोने त्याला वाकळीवर ओढण्याचा फंदा सोडून दिला नि आपली वाकळ त्याच्या अंगावर पांघरून पालातून बाहेर पडण्याचा प्रयत्न करू लागला. पालात झोपलेली त्याची भावंडं, जगण्याची सामग्री, तागाचे पिळे, पड गुंडाळायची लाकडी घोडी, त्याला पीळ देणारं फिरकं म्हणजे घेरं, दोर वळण्याच्या बारीकसारीक काठ्या, विळे, कुऱ्हाडी आणि काहीबाहीचे चार-सहा गाठुडे यांना ओलांडत तो कोंबडे बेंडण्याच्या डाल्याजवळ आला. डाल्यावरचा दगड बाजूला करून डालं उघडं करताच आतील कोंबड्यांनी बाहेर धूम ठोकली. खुराड्यातून मुक्त होताच मोठ्या नराने मान उंचावून घोषणा दिली. कुकूचकू... इतरांनी त्याला उत्स्फूर्त प्रतिसाद दिला... त्यात मुक्तीचा आवेग होता... उगवत्या नव्या दिवसाच्या स्वागताचा उत्साह होता.

❖❖❖

राघोचा बाप शिलप्या, माय सई. विठोबा, शिवा, सावित्री ही त्याची भावंडं. सावित्री सोडून त्याच्यापेक्षा सारे लहान. सावित्री सात वर्षांची तर राघो पाच वर्षांचा. असं अवघ्यात दोन-दोन वर्षांचं अंतर. त्याशिवाय मायच्या अंगावर पिणारा लहाना भाऊ. सतत आजारी असणारा त्याचा आजा धनाजी, आजी अंशी. दोघेही पार पिकून गेलेले, जुनाट म्हातारे. धनाजीला 'धनाजी' म्हणून मानाने कुणी बोलावल्याचे त्याच्या ध्यानात नाही. 'धन्या भामटी' म्हणूनच तो सर्वांना परिचित. अंशीचीही तीच गत. तिच्या नावाचा 'अनसूया' हा अर्थ कायमचा लोप पावला व 'अंशी' या शिवीवाचक शब्दानेच तिचं सारं आयुष्य ओरबाडल्या गेलं. व्यवस्थेचा दंडकच होता तसा... गरिबाचं माणीक खपत नाही अन् मोठ्याच्या कचऱ्यालाबी किंमत! गावपांढरीतल्या गोरगरिबांपासून महारा-मांगांपर्यंत हाच रितीरिवाज... गावपाटलानं, वाणी बामणानं त्याला एकेरीत बोलावं; त्याच्यापेक्षा दुप्पट लहान असला तरी! आणि त्याच्या नावाची शिवी वाचक चिरफाड... त्यातून होणारी त्याची बेअदबी, अपमान पोटात कोंबत, उच्चवर्णीयांना पाटील-देशमुखांना सलाम ठोकत चाललेली त्यांची वाटचाल... या वाटचालीत भामट्यांसह साऱ्या भटक्यांच्या नि गोरगरिबांच्या पिढ्या कायम भुईसपाट झालेल्या!

एकतर देवाधर्माची चांगली-चांगली नावं आपल्या लेकरांना देणं हा पहिला गुन्हा! गरिबी म्हणजे पूर्वजन्मीच्या पापाचं फळ! प्रत्येकाचा त्या-त्या जातीत जन्म होणं ही देवाची लीला! एकेकाच्या पापपुण्याचं दप्तर तपासत, त्यानुसार देव साऱ्यांना जन्मास घालतो, यावर साऱ्यांची अढळ श्रद्धा! त्या श्रद्धेतूनच साऱ्यांची निमूटपणे वाटचाल चाललेली... त्यावर उजर नाही. वाट्याला आलेला भोगवटा, म्हणजे संचिताचं फळ... परिणामी, गोरगरीब दलित, अतिदलित भटके, विमुक्त सारी पूर्वजन्मीच्या पापांची पिलावळ! पापांना कुठली आली आहे प्रतिष्ठा? कुठला मान सन्मान? त्यांच्या नवजात लेकरांवरही व्यवस्थेचा डोळा. त्यांच्या जल्मापासून अखेरच्या श्वासापर्यंत जोरजुलमांच्या पिंजऱ्याचे ते बंदिवान! बंदिवानांची पोरं म्हणजे उकंड्या, चिरकुट्या, कचऱ्या, दर्या, शेक्या, फेस्या; मुलगी अंशी, बुल्की, कचरी, चिंधी. एखाद्याने केलीच हिंमत, ठेवलं पाटील खानदानीतील वाण्या बामणातलं नाव, तर लागलीच त्याचं शिवीत रूपांतर झालंच म्हणून समजा. लक्ष्मणचा लक्ष्या, धनाजीचा धन्या वगैरे.

राघोचंही अवघं कुटुंब याच परंपरेच्या दावणीला बांधलं होतं. त्यामुळे त्याचे मायबाप, आजाआजी, गणगोत आणि सारे जातभाई परंपरेच्या या पहिल्या पायरीचे बळी. प्रत्येकाच्या नावाला असं अपमानितपणाचं शेपूट लागलेलं. त्या कृत्रिम शेपटाचं ओझं न मानता त्यालाही सर्वांनी जीविताचा एक भाग म्हणूनच सांभाळलं; एखाद्या बेवारस पोराला माया लावावी तसं... मानपानादी बाबी यापुढे गळून पडलेल्या!

❖❖❖

राघोचा आजा धन्या भामटी. आता तो पार सत्तरीच्याही पुढे गेला होता. डोळे कामातून गेल्यागत झाले होते. संध्याकाळ झाली की कुणाच्यातरी आधाराने पालावर यायचा. आधाराला कुणी नसलं तर तसाच झांबलत-झांबलत काठीच्या आधारानं, अंदाजा-अंदाजानं वाट तुडवायचा. दिवसासुद्धा त्याला झावर-झावरच दिसायचं. दहा फुटांवरचा इसम ओळखू यायचा नाही. अगदी जवळ येईपर्यंत त्याला तो एक पांढरा ठिपका वाटायचा. गाई-बैलाचा किंवा माणसाचा, ते ओळखू यायचे नाही. अगदी जवळ आला, ठिपका आपणहून बोलू लागला, त्यानं धन्याला रामराम केला की त्याला त्या ठिपक्याचा संदर्भ कळायचा. मग कपाळावर उपडा हात ठेवून विचारायचा, ''तू अमक्याचा अमुक व्हय कागा? राम राम बावा... राम राम! पाहय तू जवड ये पावतर वयखलच नाही गा! नजर लयच कमजोर झाली भोसडीची!'' असे म्हणून धन्या त्याची विचारपूस करायचा, ख्यालीखुशाली पुसायचा, कामाची चौकशी करायचा, ''कुठं गेला होता? बोरू-अंबाडीचं पीक कसं हाये यंदा?''

धन्याच्या चौकशीला समोरचा माणूस उत्तर द्यायचा, ''गेलो होतो सावंगी, तांब्याच्या शिवारात.''

''बापा, येव्हड्या दूर कायले गा!'' धन्या कुतूहलाने विचारायचा. त्यावर तोही मनातलं सांगायचा, ''अगा, तिकडं बोरूचे वावरं पहायसाठी गेलो होतो.''

''वावरं घेतं का बोरूचे?''

''काहून गंमत करतं गरिबाची! आपल्याकून काय घेनं होते वावरं!... आपली मजुरीच बरी!''

''बरुब्बर हाये तुह्य! म्या येरीच गंमत केली गा, तुही! रागगिग नोको मानू.''

''हेत गा, राग कायचा! तुह्या जलम गेला ताग काढता-काढता– कदी मजुरीनं तं कदी उधडं. काय उरते त्याच्यात? शेर पसा जेवारीत आपलंच पोट भरनं अवघड. हातावर आन्न अन् पानावर खानं. बारा गावचे बलुतेदार आफून. वावरं घ्याचे सपनं कायले पहावं?''

''खरं हाये तुह्य! अजून तरी भामट्यायची तसी आयपत नाही. पर कोनी-कोनी करते हिंमत. बोरूचे वावरच घेते.''

धन्याचं बोलणं ऐकून समोरचा माणूस आश्चर्यचकीत व्हायचा अन् त्याचा चेहरा निरखत अदबीनं पुसायचा, ''धन्या तात्या, वावरं घ्याचा रिवाज कसा हाये गा? माह्या बा सांगत होता, वराडात तसा रिवाज हाये मने. तिकडचा भामटी बी तसाच तालेवार हाये का गा? नाई मनलं तरी आमच्या परीस तुनं लय उनाये-पावसाये पायले! लय दुनिया पायली तुनं!''

त्यावर धन्या म्हणाला, ''आरे बाबा, पोटाले पालो बांधून हया गावून थ्या गावले फिरनारे फिरस्ती लोक आफून. एका गावचं अनपानी सरलं का दुसरं गाव. सारा जलम थेच फेरे घालाचे अन् एखांद्या पठारावर, नाहीतं गावगोठानावर जीव ठिवाचा. आपसुक्कच ऊन-पावसाचा अनुभव येते अन् दुनियाबी दिसते.''

''हो, खरं हाये तुह्य; पन वावरं घ्याच्या रिवाजाचं सांग बॉ! इचारीन-इचारीन मनलं तं राहूनच जाते अन् माहा बाप काही सांगत नाही.''

त्याच्या शब्दावर धन्या फुलल्यासारखा व्हायचा अन् समोरच्या माणसाजवळ मन मोकळं करायचा.

''तुह्या बापाले तरी कुटची फुरसद गा? त्याचीय गत माह्यासारखीच. पन वराडात आमची बिराडं होती, तवा पाह्यलं. तिकडचे काही भामटी बोरूचे वावरं घ्याचे. मंजे दहा-पाच एकरातले उभं पीक इकत घ्याचे.''

''नुसतं पीक? का वावरासम्मेत?''

''हेत लेका, वावर त्याचं त्याले. आफून फक्त पिकाचा, बोरूचा सौदा करतो. मंग सोताचं मजूर लावून ताग काढाचा अन् इकाचा. काही लोक त्याचे दावे, चऱ्हाडं करून इकाचे.''

''अन् मजूर कुटचं गा?''

''मजूर आपलेच लोक. दुसऱ्याले बोरू काढता तरी येते? आपला वाडवडलापासूनचा धंदा हाये थो. पन समदेच वावरं थोडेच घेते! चार-दोन तसे

रायते– पैसेवाले अन् हिंमतवाले! थे घेतत बोरूचे वावरं, उभं पीक अन् बोरू मोडन्यापासून ताग काढन्यापावतर, समधं थेच करते. वावर मालकाले बोली परमानं पैसा द्याचा. मंग नफ्या-तोट्याचा अधिकारी भामटीच.''

''अन् थे पैसे कदी द्याचे?'' पुढच्याचा प्रश्न अन् त्याला धन्याचं उत्तर, ''थे बोली परमानं असते. बोरूचा सौदा झाल्यावर वावर मालकाले पैसा-दोन पैसे इसार द्याचा. उरले बोरू कापाच्या वक्ती. अन् एखांदा मालक चांगला असला, तं ताग खपल्यावर बी पैसे घेते थो. आखरीवर आपल्या मानुसकीवर अन् इस्वासावर हाये थे.''

बोलता-बोलता धन्याला कुणीतरी बोलवायला यायचं किंवा पालातून बुढीची, अंशीची हाक कानांवर यायची अन् दोघंही आपापल्या पालाकडे चालू लागायचे. चालता-चालता धन्या त्याला म्हणायचा, ''उरलंसुरलं मंग सांगीन गड्या!'' आणि रस्ता निरखत हळूहळू पुढे चालू लागायचा. असा त्याचा नेहमीचा उपक्रम. फुरसद असली की म्हातारा आपल्या जातीचीही माहिती सांगायचा. पण त्याला फुरसद सहसा नसायचीच.

❖❖❖

शेकापूरच्या पठारावर आठ-दहा दिवसांपासून भामट्यांची बिऱ्हाडं उतरली होती. होती पंधरा-वीस. काही एकमेकांचं गणगोत... जवळचं दूरचं, तर काही नुस्तेच जातभाई! सर्वांचं स्वतंत्र पाल... जुनं धोतर, लुगडं अथवा वाकळ तीन बांबूला ताणून उभारलेलं! तेच त्यांचं घर. पठाराचे ते चार-आठ दिसांचे पाहुणे. गावापासून खूप दूर नाही अन् खूप जवळही नाही, असं अंतर... कामकाज पडलं तर गावात धावत जाता आलं पाहिजे... अडीनडीला गावपांढरीपुढे पदर पसरता आला पाहिजे, असा त्यांचा उद्देश. दुसरे असे, की पिण्याला पाणी. गावच्या विहिरी त्यांच्या काही कामाच्या नसायच्या. त्यांच्यासाठी त्या पान्हा चोरणाऱ्या गाईसारख्या किंवा वासरू थानाले लागलं की तगमग करणाऱ्या, पिछाड्या हाणणाऱ्या, बिचकलेल्या पयलाडू कालोडीसारख्या! कारण गावच्या पाणवठ्यावर पाणी भरण्याचा भामट्यांनाच काय; कोणत्याच भटक्यांना अधिकार नव्हता. त्यातही वाण्या बामणाच्या विहिरी वेगळ्या, तेल्या कुणब्यांच्या वेगळ्या, महार-मांगादी अस्पृश्यांच्या वेगळ्या; त्यात भटक्यांना कुठेच थारा

नाही. उच्चवर्णीय वाणी ब्राह्मणांना तर त्यांच्या सावलीचीही बाधा! तेली कुणबी यांसारख्या सवर्ण जातींचा तर ताठाच वेगळा! तिथं भरताच येणार नाही पाणी. त्यांची अशिक्षित मस्ती आणि आपल्या वर्चस्वाचा गर्विष्ठ रगेलपणा साऱ्यांना घाम फोडायचा. तरीही, त्या पाणवठ्यावर एखादा भला माणूस, मुरलीचुरली बाई त्यांना पाणी वाढायची; पण दुरूनच. स्वतःच विहिरीतून पाण्याने भरलेली बकेट काढून, दुरूनच त्यांच्या घागरीत ओतायची; पण त्याच्या भदाडावर त्याची सावली पडणार नाही, किंवा पाणी पिताना थेंब उडणार नाही, अशी खबरदारी बाळगत.

गावात कामाच्या शोधात फिरता-फिरता किंवा ताग-दावं-चऱ्हाडं विकताना घसा सोकून आला किंवा भाकर खायची झाली तर विहिरीपासून अंतर ठेवून उभं राहायचं आणि पाणी भरणाऱ्या एखाद्या बाईला किंवा माणसाला आर्जवी करायची, ''बाई, पाणी वाडता! भल्कसी तहान लागली. चालता-चालता नड्डा पार सोकून गेला. वाडा, पानी वाडा गरिबाला! लेकरंबी भाय ताहिनले जी...!''

त्याची अजिजी टोकाला पोहोचायची. एखादी सज्जन बाईमाणूस असली की वाढायची पाणी. म्हणजे, विहिरीतून पाण्याने भरलेली बादली बाहेर काढायची आणि विहिरीच्या खालच्या पायरीवर अथवा खाली जमिनीवर उभी राहायची. समोरचा फिरस्ती, बाई अथवा माणूस तोंडाला ओंजळ लावायचा. पाणी वाढणारी बाई त्याच्या ओंजळीत दुरूनच पाणी ओतायची. तहान भागली की फिरस्ती माणूस मानेनेच नकार द्यायचा. सोबतच्या लेकराच्या तोंडाला मग आपली एका हाताची ओंजळ लावायचा. लेकरू पाणी पिलं की आपलं मडकं पुढे करायचा नि अजिजीने म्हणायचा, ''मायजी, एवढं मडकं भरून द्या! झाडाखाली अखीन लेकरंबायं हाये! समदे ताहयनून गेले. मडकंभर पानी वाडा... मोठे उपकार हुईन तुमचे!''

बाई दयाळू असली तर दोन बादल्या अजून काढून वाढायची अन् म्हणायची, ''घे, पे, लवकर! माहय पोरगं उठन. पायन्यात झोपून देल्ल अन् आली पान्याले! पडलंगिडलं तं आफत!''

एखांदी म्हणायची, ''आफून नाही वाढत बापा, पानी! परक्या मानसाले पानी वाढून रायली अन् सासूनं पायलं, देरा-नवऱ्याले दिसलं का बसन कमरीवर

लाता. बरं करता बर्महत्या! थ्या परीस नोकोच बापा!'' असं म्हणून पाण्याने भरलेली आपली घागर घेऊन लगबगीने घराच्या वाटेला लागायची.

सकाळच्या वेळी विहिरीवर बायांची तुफान गर्दी असायची. साऱ्याजणी आपल्याच घाईत. त्यात पाणी ओढणारा एखाद्-दुसरा माणूस, बाकी साऱ्या स्त्रियाच. पाणी भरणे त्यांचच काम. बहुतेक जणी श्रमजीवी... कुणाला कामावर जायची घाई, कुणामागे खटल्याचा स्वयंपाक, शेणपोवटा, दळणकांडण याची काळजी लागलेली. मग कशा वाढणार पाणी! कुणाला आहे एवढी फुरसत! बरं, एखादाच असा फिरस्ती असला तर करेल कुणी दया; पण पाच-पंचवीस कुटुंबातील शे-सव्वाशे जिवांना रोजरोज कोण पाणी पाजणार? हे झालं तेल्या-माळ्यांच्या वस्तीचं; बामणाच्या वस्तीत तर फिरायचीच मनाई. त्यांच्या विहिरी, विटाळशी बाईसारख्या कोपऱ्यात कोलटेकणी बसलेल्या... तिथे कोण पाणी पाजणार?

सवर्णांच्या वस्तीत पाणी तरी मिळायचं. दाव दपकाव करत, शिव्यांची लाखोली वाहत कुणी पाणी वाढलंय तरी, ''पाहयजो, नाही तं लागशीन माह्या घागरीले! शितुडे उडवशीन त्याच्यावर! थे पाहय सावली पडून रायली! प्याचं असन तं चांगले मान्सावानी प्या पानी! नाही तं सटका भडवे हो इथून! बहीन, जात नं पात अन् कोड्डी उपात!'' असं म्हणत तो त्याच्या ओंजळीत पाणी ओतायचा.

पण सवर्णांच्या विहिरीवर पाणी भरण्याचा कोणत्याच भटक्यांना अधिकार नव्हता. उलट, पठारावर अथवा गावगोठाणावर पालं पडली की गावगाड्याच्या करड्या नजरा त्यांच्यावर सतत रोखल्या जायच्या. घागरीवर त्यांच्या ओंजळीतील पाण्याचे थेंब उडले, एखादं पोरबाळ चुकून घागरीला लागलं की आलीच बिलामत! लेकराच्या फाडकन थोबाडीत बसायची मायबापाची किंवा घागरवालीची! त्याच्या जोडीला भरपूर शिव्या, अपमान अन् मायबापाचाही उद्धार! मग संतापलेली स्त्री अथवा पुरुष लेकरू शिवलेलं मडकं धाडकन जमिनीवर आदळून त्याचा निकाल लावायचा. भटक्याच्या स्पर्शाने विटाळलेलं मडकं सोबत नेऊन साऱ्या घरभर विटाळ पसरवण्यापेक्षा त्याला कायमची मुक्ती देणं त्यांना उचित वाटायचं नि फणफणत ती घराच्या वाटेला लागायची. बरे निभले तर ठीक; नाहीतर पाटलाचा बुलावा... प्रसंगी मारझोड आणि हकालपट्टी,

असा नित्याचा अनुभव. गावगाड्यातही जातीजातींत उच्चनीचतेच्या चढत्या-उतरत्या उतरंडी. आपापली पायरी सांभाळत गावगाड्याचे व्यवहार चालायचे.

अस्पृश्यांच्या विहिरीवर मात्र भटके जायचे नाहीत. तिथे मुक्तपणे पाणी भरण्याचा त्यांना अधिकार असला तरी ते त्यांच्यासाठी निषिद्ध; कारण महारा-मांगादी अस्पृश्यांना शिवणे म्हणजे या भटक्यांना विटाळ! सवर्णांच्या शिव्या चालतील; पण अस्पृश्यांची विहीर नको, अशी त्यांची अवस्था. ते गावगाड्यापासून संपूर्ण विभक्त असूनही, विषमतामूलक समाजव्यवस्थेच्या काळ्याकुट्ट सावलीने त्यांनाही झपाटलं होतं. परिणामी, वाट्याला आलेला भोगवटा शिरसावंद्य मानून भामट्यांची वाटचाल सुरू होती.

विहिरीचा अन् पाण्याचा असा आटापिटा टळावा म्हणून भामट्यांची बिऱ्हाडं सहसा नदीच्या गावीच उतरायची. तिथे अंघोळीची पंचायत नाही, पाणी पिण्याची दिक्कत नाही की विटाळाची धास्ती नाही. अट एकच; नदीच्या वरच्या टोकाकडे जायचं नाही. तो मोठा पेंड. तिथे सवर्ण, ब्राह्मण अशा उच्च जाती पाणी भरतील... त्याखाली महारपेंड. वर सवर्णांनी व खाली अस्पृश्यांनी पाणी भरायचं. याच्या मधोमध सवर्णांपासून अंतर राखून भामट्यांची बाया-माणसं पाणी भरायची, अंघोळ करायची, धुणं धुवायची, असा रिवाज. त्याबाबत कुणाची तक्रार नाही, ओरड नाही की धुसफूस नाही. भटक्यांच्या भटकंतीसारखा व्यवस्थेचा अन् गावगाड्याचा पसारा पोटात सामावून, नदीचा प्रवाहही संथपणे वाहत राहायचा.

पालापुढच्या बाभळीखाली धनाजी उदासपणे बसला होता. गालफडावर वाढलेली पांढरीफट दाढी अधूनमधून बकर-बकर खाजवत, गावाकडून पठाराकडे येणाऱ्या गाडीवाटेकडे तो पाहत होता. कमालीचा चिंताग्रस्त वाटत होता तो! वारंवार तंबाखू खात होता, पिचकाऱ्या सोडत होता, पुन्हा बार भरत होता, तोंडातील चोथा बाहेर फेकत होता; पण त्याच्या मनाची काहिली काही थांबत नव्हती. कमालीचा बेचैन होता तो! एक-दोनदा राघो त्याच्या आवतीभोवती घुटमळला. पण म्हातारा काही बोलण्याच्या अवस्थेत दिसला नाही. उलट, नाताच्या बोलण्याने त्याच्या विचाराची तार तुटली अन् त्याच्यावर तो असा काही खेसकला, की हिरमुसलेला राघो पुन्हा तिकडे फिरकलाच नाही.

आज सकाळपासूनच धनाजीचा नूर बदलला होता. तो आपल्याशीच बोलायचा... हात वर करून कुणालातरी आव्हान द्यायचा... मिशीवरून हात फिरवायचा... वेणा दाटल्या गाईसारखी त्याची असह्य तगमग पाहून, अंशीला त्याची कीव यायची व त्याला समजवण्याचा प्रयत्न करायची आणि तीही चिंताग्रस्त व्हायची. दोघांच्याही मनात असह्य तल्खली उठायची. तिथे मग कुणी कुणाला समजवायचं! मग दोघेही पालाच्या कोपऱ्यात अथवा झाडाखाली डोळे लावून विचारात बसायचे. त्याचा परिणाम अवघ्या पालांसहीत त्याच्या कुटुंबावरही व्हायचा. भामट्यांची सारी बिऱ्हाडं गराडात सापडल्यासारखी दिसायची. नाही म्हणायला असे दिवस अधूनमधून यायचे आणि साऱ्यांना भुईसपाट करून सोडायचे.

धनाजीला काही ते नवीन नव्हतं. ७०-७५ ऊन-पावसाचे भक्कम अनुभव त्याच्या गाठीशी होते. इंग्रज सरकार आणि पोलिसी अत्याचार यांपासून जीव वाचवत, मिळेल त्या वाटेने तो आपल्या दहा-पंधरा बिऱ्हाडांसह सैरभैर होऊन फिरत होता. काम मिळेल तिथे मुक्काम करायचा... बोरूच्या शेतावर पोराबाळांसह मजुरी करायचा. जानेवारी-फेब्रुवारीत सुरू झालेला हंगाम, मार्च-एप्रिलपर्यंत संपायचा. बोरूची लागवड अधिक असली की हंगामही चार दिवस लांबायचा. बोरू मोडण्यापासून कापण्यापर्यंत आणि ताग काढण्यापासून विकण्यापर्यंत किंवा त्याचे दावे, चऱ्हाडं बनवण्यापर्यंत सारेकाही भामटीच करत. ताग काढलेल्या बोरूच्या सनकाड्यांचा गूढ लावून त्याच्या काडीकचऱ्याची विल्हेवाटही तेच लावायचे. त्या बदल्यात मिळालेल्या मजुरीत वर्षभराचा कपडालत्ता, दाळदाणा भागवायचा. त्यामुळे 'आली सुगी फुगले गाल अन् गेली सुगी मागचे हाल' अशी अवस्था व्हायची. सुगीशिवाय ते आठ महिने म्हणजे सत्त्वपरीक्षेचा काळ! अंबाडीचा पाला खाऊन अथवा मिळेल ते काम करून दिवस रेटण्याशिवाय पर्याय नसायचा. मग पालातील अठराविश्वे दारिद्र्य उचंबळून यायचे. उपवासाचा पाठलाग सुरू व्हायचा. लेकरांचे आक्रोश पालांचे पडदे टराटर फाडत पठारभर घुमायचे.

शेकापूरचा कोतवाल पाच-सहा जणांना घेऊन अध्यानमध्यान रात्री पालांवर आला होता. प्रत्येक पाल नि त्यातील सामानसुमान त्यांनी तपासलं. कोंबड्यांच्या बेंद्यापासून पिठाच्या गाठुड्यापर्यंत निरखून पाहिलं. बायामाणसांना तोंड फुटेपर्यंत

दटावलं. जिवे मारण्याच्या धमक्या दिल्या आणि ताबडतोब पाटलाच्या वाड्यात हजर होण्याची वर्दी दिली. तसेच प्रत्येक पालातील मुख्य माणसं बरोबर घेऊन, त्यांना दाटफटकार करत गावाच्या दिशेने निघून गेले. 'म्हातारे, बाया-माणसं नि लहान लेकरांनी उद्या सकाळी वाड्यात येऊन हजरी द्याची अन् आपापले बयान द्याचे,' असे सांगून ते निघून गेले होते. जाताना राघोचा लाडका मुंगा कोंबडा आणि त्याच्या चुलत्याच्या काळ्या कोंबडीसह इतर पालातील कोंबड्याही त्यांनी बरोबर नेल्या होत्या. परंतु कोतवालाला कुणी अडवलं नाही की हटकलं नाही. धन्या उदासपणे सारे पाहत होता. टोपल्याखाली बेंडलेली मोठी कोंबडीच कोतवालाने नेल्याने चुलतीच्या डोळ्यांत पाणी आलं होतं. पण बोललो तर हे पाजी, बिलंदर लोक, म्हाताऱ्याकोताऱ्यांसह, पोराबाळांनाही वाड्यावर हाकलत नेईल व पोलिसांकडे खोटी तक्रार करतील, अशी अनुभवजन्य भीती त्यांच्या मनात ठाण मांडून बसली होती. त्यामुळे डोळ्यांदेखतची ही लूटमार उरावर दगड ठेवून त्यांनी सहन केली.

अंसाबुढी मात्र अस्पष्ट आवाजात पाटील, कोतवाल अन् पोलिसांना शिव्या देत होती आणि आपल्या शिव्या कुणी ऐकू नये म्हणून दबकतही होती. तोंड दाबून मिळणाऱ्या मारासारखी तिची तगमग, लहान पोरं अन् ते वैराण पठार बेचैनपणे पाहत होतं.

धन्याचीही तशीच अवस्था झाली होती. त्याच्या म्हातारपणामुळे, रात्रीच्या धाडीत त्याला अन् अंशीला नेलं नव्हतं. त्यांच्या वयाची म्हातारी बाया-माणसं अन् लहान लेकरं तेवढी आपापल्या पालाभोवती घुटमळत होती. पण सारे अबोल, आपल्यातच हरवलेली... चेहऱ्यावर भीतीचे काटे रुतलेले... त्यांची ठणक आरपार गेलेली... त्यामुळे लहानग्यांच्या रम्य बालपणालाच तडा गेला होता. वाढत्या वयाप्रमाणे पालांवरील अनुभवांचे त्यांचे गाठोडे दिवसेंदिवस मोठे होत होते आणि परिस्थितीपरत्वे अकाली प्रौढत्वाचे शहाणपण अनेकांत डोकावू लागले होते. त्यामुळे आज पालांत व पालाबाहेरही त्यांचा गोंगाट नव्हता. भांडणं, किलबिल, मस्ती, धिंगाणे काहीकाही नव्हतं. होती फक्त भयाण शांतता... प्रेताच्या उशाशी बसून, त्याच्या आठवणींचा लाव्हा थरथरत्या हातांनी मूकपणे पिरसावा, तशी!

आपला आवडता मुंगा कोंबडा नेल्याने तर राघो बेचैन होताच; पण काकी-चुलत्यासह त्याच्या मायबापालाही चावडीवर नेल्याने त्याला हुंदके अनावर होत होते. अंगावर पिणारा त्याचा लहान भाऊही मायनं बरोबर नेल्याने त्याचीही आठवण त्याला सारखी सतावत होती... आणि मुंग्या कोंबड्यासारखाच तोही आता आपल्याला मुकणार की काय; या अभद्र कल्पनेने त्याचे डोळे सतत भरून येत होते. मुंग्याची आठवण तर सारखी हैराण करत होती. त्याचे ओरडणे, बांग देणे शत्रूवर जाऊन पडणे.

पण शत्रू मोठा असला, त्याच्या आटोक्यापलीकडचा असला की तो आपल्या मालकाला मदतीचे आवाहन करायचा. त्या वेळी चालणारा त्याचा 'कॉक...कॉक... कोकक...'चा आक्रोश टिपेला पोहोचायचा. प्रौढ माद्यांपासून, तरुण तलंगांपर्यंत सारा कळप त्याला उत्स्फूर्त प्रतिसाद द्यायचा. कोंबड्याच्या कल्लोळाने भानावर आलेला मालक हातात काठी घेऊन, टिमकारलेल्या त्याच्या शत्रूवर, काठीने प्रहार करून त्याला दूर हाकलून लावायचा. मुंग्याच्या व कळपाच्या आक्रोशाने सावध होऊन अनेकदा राघोच त्याच्या मदतीसाठी धावून जायचा नि सावजाचा पाठलाग करायचा. कृतार्थ झालेला मुंग्या मग इमानी सेवकासारखा राघोच्या पुढेपुढे चालू लागायचा! राघोही हात पुढे करून 'ये...ऑ....ऑ...मुंग्या' असा प्रेमाने साद घालत जवळ बोलवायचा. तोही लाडात येऊन दोन्ही पाय पोटाशी धरून खाली बसायचा... चोच जमिनीशी समांतर पसरून त्याच्यापुढे नम्र व्हायचा! दारात उभ्या केलेल्या विजयी तोफेसारखी त्याची तीक्ष्ण चोच आपल्याला सलामीच देत आहे असे राघोला वाटायचे. तोही मुंग्याच्या पाठीवरून प्रेमाने हात फिरवायचा, त्याला उचलून छातीशी लावायचा, पिरसायचा अन् सोडून द्यायचा नि मुंग्या आपल्या कळपाकडे डौलात चालू लागायचा. असा मुंग्या कोंबड्याने त्याला लळा लावला होता.

त्यामुळे राघोला वाटायचं, हा मुंग्या मागच्या जन्मातील आपला भाऊच असावा. म्हणून तर आपला एकमेकांवर एवढा जीव जडला आहे. मुंग्या दिसला नाही तर राघो बेचैन व्हायचा. मुंग्याचीही तगमग शिगेला पोहोचायची.

गाव बदलून बिऱ्हाडं दुसऱ्या पठारावर आली की त्याचा बाप शिलप्या भामटी पठाराची शांती करायचा... शिवार पुजायचा... साती आसरांना नैवेद्य

दाखवायचा. त्यांच्या ठाण्यावर कणकेचे दिवे ठेवून त्यांना अंघोळ घालायचा... हळद-कुंकू वाहायचा. पठारावरच्या दयताला, म्हशासुराला, चांदखानाला नारळ फोडायचा... कापूर वाहायचा... त्याला दहीभाताचा नैवेद्य दाखवायचा. त्याच्यापुढे कोंबडाही कापायचा. अशा पठारावरच्या देवांना कोंबड्याचा बळी देण्याची पाळी मुंग्यावर दोन-तीनदा आली. प्रत्येक वेळी राघोनेच त्याला विरोध केला, त्याबदल्यात बापाचा मारही खाल्ला; पण त्याने आपला हट्ट सोडला नाही.

शेकापूरच्या शिवारात त्यांची बिऱ्हाडं उतरली होती. तिथल्या गढीवरचा चांदखान मोठा खतरनाक देव! तो पोराबाळांना सतावतो... बायाबापड्यांना झपाटतो... त्यानं एक डाव झाड धरलं की तो ते काही केल्या सोडत नाही... लहान पोरांना तर त्याच्या सपाट्यातून वाचवणेच कठीण... त्यापेक्षा दयीत परवडला, म्हणून चांदखानाची शांती आधी करायची, मग बाकी देवदेवता! त्यासाठी मुंग्याचा बळी द्यायचे लक्ष्याने ठरवले. मंगळवार, शुक्रवार हे त्याचे दिवस. पठारावर येताच शिलप्याने मुंग्याच्या पायाला पिवळा धागा बांधला. मुंग्याला जवळ घेतले व गढीकडे तोंड करून म्हणाला, ''हे पाहय चानखानबुवा, ह्या तुह्या भाव! येत्या वारी पूजापाती करतो. लेकुरवायी पाटी हाये आमची. पोराबायायले सतावू नोको... ढोरा-जित्रुबावर घ्यान ठीव... कोनाले भेव, सपन नोको दाखवू... आमी तुह्ये लेकरं... तुह्या शिवारात आलो. आता तूच आमचा संभाय कर. हया तुह्या कोंबडा तुह्यासाठी सोडला.''

शिलप्या व त्याच्या बायकोने मुंग्याची पूजापाती केली. त्याच्या अंगाला पाणी लावले... त्याला हळद-कुंकू, अक्षद वाहिली... आरतीतील मूठभर जोंधळे नैवेद्य म्हणून त्याच्यापुढे टाकले अन् मुंग्याला त्यांनी आदराने नमस्कार केला. त्याच्या व सभोवतीच्या पालातील लहानमोठ्या सर्वांनी त्याला व चांदखानाला आदराने नमस्कार केला. राघो मात्र कुठे दिसत नव्हता. आतापर्यंत त्याची कुणी दखलही घेतली नव्हती. चांदखानाचा प्रतिनिधी म्हणून सारे जण मुंग्याकडेच श्रद्धेने पाहत होते.

अक्षद-कुंकू लावलेला, पायाला पिवळा धागा बांधलेला मुंगा, पालापुढच्या अंगणात मोकळा सोडला होता. त्याच्यापुढे आरतीतील मूठभर दाणे टाकले होते. तो त्याचा नैवेद्य. त्याच्याभोवती वेटोळे करून सारे बसले होते. मुंगा मान हलवायचा, अस्फुट आवाज काढायचा, दाणे टिपायला मान खाली करायचा,

तसतशी जमलेल्या लोकांची उत्कंठा शिगेला पोहोचायची अन् शिलप्या देवाला हात जोडून म्हणायचा, ''हं, भाव घे आपला! काहून सतावून रायला! काई चुकलं अशीन तं अन्याव पोटात घाल... भाव मान्य कर! तुह्या गरीब लेकरायचा ह्यो बिटुकला निवद गोड करून घे!''

सारे जण मुंग्याकडे श्रद्धेने पाहू लागले. सईने पुन्हा एकदा कापूर बाळला. सर्वांनी त्यावर हात उपडा करून आपल्या तोंडावरून फिरवला. पुन्हा मुंग्याच्या अंगाला पाणी लावले. शिलप्याची बायको सई हात जोडून म्हणाली, ''द्येवा! लेकरायचा आता अंत नोको पाहू. आपला भाव मान्य कर. दे गुढी दे!''

असे म्हणून तिने हात जोडले. काही क्षण असेच गेले आणि अंगाला पाणी लावलेला मुंगा नखशिखान्त हलला, पंख उभारून फडफडला, तसा जमावात आनंदीआनंद पसरला. सर्वांचे आनंदी उद्गार कानांवर पडले, ''अरे, कोंबड्यानं झडती देल्ली! आपला भाव देवाले मंजूर हाये!''

कृतार्थ झाल्यासारखे सर्व जण मुंग्यापुढे नतमस्तक झाले! आता तो चांदखानबुवाचा प्रत्यक्ष प्रतिनिधी झाला होता. त्यावर फक्त चांदखानाचाच अधिकार... तोच आता चांदखान झालेला! तो कुणाच्याही पालात शिरेल, त्याला हाकलायचे नाही. दाण्याच्या टोपल्यात, भाकरीच्या दौडीत तोंड घालेल. घालू द्या! त्याला खुडं म्हणायचं नाही, शिव्या द्यायच्या नाही! तो देवाचा अपमान... ते सारं देवाला लागेल. कोप होईन त्याचा! तो होऊ नये म्हणून मुंग्याचे सारे सहन करा– देवाला त्याचा बळी देईपर्यंत, असा नेमधर्म सर्वांनी पाळणे अनिवार्य! देवाच्या कोंबड्या-बकऱ्याबाबतही हा रिवाज पालातील प्रत्येक जण श्रद्धेने पाळायचा.

''राघो, ये बाबू! कुनीकडं गेला गा? ह्या पोराचं असंच हाये! ऐन पुंजच्या वक्ती गेला असन खेलाले!'' न राहवून सई राघोला बोलावू लागली. चानखानाच्या पूजेसाठी घरच्या व पालातल्या इतर मुलांबरोबर राघो दिसला नाही, त्यामुळे तिला वाईट वाटले. त्याची गैरहजरी तिला कटाक्षाने जाणवत होती. त्यामुळे भिरभिरत्या, कासावीस नजरेने ती त्याला आवतीभोवती शोधू लागली. पण तो काही तिला दिसत नव्हता. विचार करत ती स्वत:शीच म्हणाली, 'मुंग्यावर त्याचा भारी जीव हाये. मनून मुंग्या देवाले देनं त्याले आवडत नाई. मांगय दोन-तीन डाव त्यानं हाटट धरला होता, तव्हा दुसरे कोंबडे तरी होते

पालात... आता तं मुंग्याबिना अडूनच गेलं अन् वक्तावर दुसरा कोंबडा तरी इकत कसा घ्याचा? जवड तं टिक्कूय नाही.'

स्वत:शीच बडबडत ती राघोला शोधू लागली. पण तिला तो काही दिसला नाही. तिची ती अवस्था पाहून राघोचा लहान भाऊ शिवा म्हणाला, ''मा ओ, मुंग्याले कापणार हाये मनून राग आला दादाले! थो मने का, मुंग्याले कापाले नीन, तं मी बापूले अडवीन. इरोद करीन त्याले. तरी नाई मानला तं कुनीकडय चाल्ला जाईन मी. पुन्हा तोंड नाही पायनार बापूचं!''

''हो, ओ मॉ! शिवा सांगते थे खरं हाये. मीय तिथच होतो तव्हा.'' शिवाच्या बोलण्याला त्याच्यापेक्षा मोठ्या असलेल्या विठोबानं साथ दिली. आता याचा आपल्या बापूवर काय परिणाम होणार?... तो रागावेल की राघोच्या हट्टापाई मुंग्याला सोडून देईल?... याची वाट पाहत त्याची बहीण सावित्री कधी मायबापाकडे, तर कधी आजा-आजीकडे केविलवाण्या नजरेने पाहत होती. तसा तिचाही मुंग्यात जीव होता; पण देवापुढे आपलं काही खरं नाही, त्याचा भाव त्याले द्यावाच लागतो, या समजुतीने तीही झपाटली होती. मुख्य म्हणजे शिलपतपुढे बोलण्याची तिची काही हिंमत होत नव्हती. ती भिरभिरत्या, कासावीस डोळ्यांनी त्यांच्याकडे नुसती पाहत होती.

मुलांचं बोलणं ऐकून सई चिंताक्रांत झाली नि पोराला पालाभोवती शोधू लागली. शिलपत व त्याच्या मायबापाच्या चेहऱ्यावरही चिंतेचं जाळं पसरू लागलं.

''राघो, ये बाबू! कुठं गेला अशीन, कायजून?'' सई राघोला हाक मारत इकडेतिकडे पाहू लागली... पुढेपुढे जाऊ लागली. गावापासून वावरभराच्या अंतरावर असलेलं ते विस्तीर्ण पठार... ठिकठिकाणी खुरट्या झाडाझुडपांची दाटी... त्याला लागूनच नदीचा खळखळता प्रवाह... प्रवाहाखाली काळाकुट्ट डोह... त्याला लागूनच नदीच्या काठाने पसरलेला रेतीचा उंच घनदाट थर... त्या थरावर खुरमांडी घालून बसलेले, विस्तीर्ण व्यासाचे, भरपूर उंचीचे, स्वयंसिद्ध दगड... त्यालाच लागून असलेलं ते पठार... नदीचा थडवा... गाव व नदी यांच्यापासून अंतर राखून उभी असलेली भामट्यांची दहा-पंधरा पालं... पठाराच्या निर्जीव, नि:शब्द भेसूरपणात नदीचा खळखळाट व पालांतील

सजिवांचा हंगामी कोलाहल, एवढीच अस्तित्वाची ओळख... एवढेच चैतन्य! बाकी निपचित पडलेल्या अजगरासारखं भयाणभूत!

पालांच्या आवतीभोवती पसरलेली खुरटी झुडपं नि उभं असलेलं एखादं झाड यांचा आडोसा धुंडत-धुंडत सई थेट नदीच्या थडीपर्यंत येऊन पोहोचली. नदीच्या दोन्ही थड्या एकमेकींशी समांतर उभ्या होत्या... त्या उंच तटबंदीच्या सुरक्षित अंतरातून नदीचा चैतन्यदायी प्रवाह, खळखळाट करत वाहत होता... तेथूनच पुढचा भयाण डोहही दिसत होता... सईने वाहत्या प्रवाहाबरोबरच त्या डोहाकडेही नजर टाकली. त्याचे ते घनगंभीर अक्राळविक्राळ रूप, त्याचे काळेभोर खोल पाणी, नदीच्या या थडीपासून त्या थडीपर्यंत पसरलेलं त्याचं विस्तीर्ण साम्राज्य. रात्री तर सोडाच; दिवसाही तिकडे फिरकण्याची हिंमत कुणी करणार नाही, अशी त्याची थरकाप उडवणारी दहशत!

पोराच्या प्रेमापोटी सईने डोहाकडेही आपली नजर वळवली. डोहाच्या भीषणतेने आणि पोराच्या चिंतेने कातर बनलेली तिची नजर हळूहळू धीट होऊ लागली. मग ती नदीच्या प्रवाहातून डोहात, त्याच्या आवतीभोवती, तेथून रेतीच्या घनदाट माथ्यावर नि उंचचउंच दगडांच्या उतरंडीवरून त्यांच्या सपाट गोलाकार सुळक्यांपर्यंत सारखी भिरभिरत राहिली. तिचं कासावीस मातृत्व लेकराच्या भेटीसाठी उचंबळून येऊ लागलं. पण तो दिसत नसल्याने निर्माण होणाऱ्या हेलकाव्यांनी तिची काहिली अधिकच वाढू लागली नि जीवशिव एक करून ती राघोला हाका मारू लागली... ''राघो रे!... ये पोरा..., ये रे बाबू...! राघो रे... राघो...!''

पठाराची भयाण शांतता भंगवत तिचा आक्रोश नदीच्या खळखळाटाशी जणू संवाद साधत आहे असे वाटत होते. आणि उंच थड्यांशी टक्कर घेत उठणारे तिच्या आवाजाचे प्रतिध्वनी नदीच्या पात्रभर घुमत तिच्या कानांवर आदळत होते. एका मातेच्या आकांताला ती जगन्माता प्रतिसाद देत होती जणू!

...आणि तिची भिरभिरती नजर एका दगडाच्या आडोशाला गचकन थांबली. एका उंच दगडाच्या आडोशाने उभा असलेला लहान दगड; पण डोहापासून उंचीवर असलेला... प्रवाहाशी संघर्ष करताना धारातीर्थी पडलेल्या आणि पात्रात इतस्ततः विखुरलेल्या आपल्या भावंडांच्या अवशेषांवर नजर ठेवणारा, तो अनादी काळाचा साक्षीदार... वेगवान प्रवाहाशी सामना करताना

शीर गमावून रणात लढणाऱ्या कबंधासारखे त्याचे स्वरूप! कालप्रवाहात त्याचे शीर तुटले असले तरी नदीकाठच्या रेतीत त्याचे अस्तित्व खोलवर रुतून बसले होते आणि आवतीभोवती उभ्या असलेल्या त्याच्या भाऊबंदांच्या बुलंद आधारावर नि त्यांच्या अभेद्य संघटनांवर तो अजिंक्यपणे उभा होता. त्याचे ते धडधडणारे धडच त्याच्या चिरंजीव अस्तित्वाची निशाणी होती. कालप्रवाहाकडे तटस्थपणे पाहत, त्याची स्थिरपद काया, त्या जमिनीवर आपला आणि आपल्या जमातीचा कायमचा हक्क सांगत होता. माजलेल्या मग्रूर प्रवाहाची कितीतरी तुंबळ आक्रमणे त्याने आजवर झेलली होती... आणखीही कितीतरी झेलणार होता. तेथून त्याच्या त्या निसर्गनिर्मित पांढरीतून त्याला हलवणे केवळ अशक्यप्राय होते....

सईची भिरभिरती नजर तिथे गचकन थांबली. डोक्यावरची मळकट टोपी वाऱ्याच्या झुळकीने उडताना, तिला थोपवण्यासाठी झालेली हातांची धडपड... डोहात अधूनमधून पडणाऱ्या बारीक दगडांचा 'डुबुक...डुबुक' आवाज... त्यावरील अस्पष्ट वर्तुळे यांनी दगडावरच्या चैतन्याला अर्थ दिला होता. ती बारीक नजरेने तिकडे पाहू लागली. मनातील शंकेला उत्तर मिळाल्याची खात्री पटली आणि त्या खुरट्या दगडाच्या दिशेने हळुवार पावले टाकत ती जाऊ लागली. तिच्यापासून शंभर-दीडशे फुटांच्या अंतरावर असलेली ती दगडावळ; तरी तिला दम भरून आला.

'न जाने बापा, पोरानं आपल्याले पाह्यलं अन् पुढं पयालं... अन् दगडावर पडून हातपाय मोडला तं पुन्ना पंचाईत!... अन् सर्कच धावलं तं पडन डोहात... लागन तोंडाले कायं! द्येवा चानखाना, पठारावरच्या दयीत बुवा, लेकराचा संभाय कर! नारय फोडीन बस्तरवारी! म्हादेवा... आता तूच आमचा रखवाली! पोरगं मोठं हट्टी हाये! लेकराची जात... त्याले आक्कल दे...! तुही आरती करीन...!'

मनात येईल त्या देवाला नवस बोलत, हात जोडत, ती लगबगीने पुढे निघाली नि लहान दगडांना मागे टाकत, तिथेच येऊन पोहोचली. खुरट्या दगडावर बसलेला राघो पाहून तिला मनस्वी आनंद झाला. चाहूल लागू न देता तिने त्याला गचकन पकडले अन् अलगद आपल्याकडे ओढले. एक मनस्वी कृतार्थता तिच्या चेहऱ्यावर ओसंडू लागली. धन्य झाल्यागत, परिश्रम सार्थकी लागल्यागत वाटले तिला! ...पण मायचा स्पर्श होताच समाधी भंगल्याने

राघोचा तळतळाट झाला. त्याला तिची चाहूल लागली असती तर जिवाची पर्वा न करता तो पळाला असता. त्यामुळे जखमी जायबंदी झाला असता तरी त्याला पर्वा नव्हती. पण मुंग्याला कापू पाहणाऱ्या बापाचं तोंड त्याला पाहायचं नव्हतं. त्यामुळेच त्याच्यावर तो संतापला होता, नाराज झाला होता, आणि मायच्या हातून सुटका करून घेण्यासाठी तगमगत होता, तसतशी सईची पकडही अधिक घट्ट होत होती....

इकडे पूजेसाठी गोळा झालेली बाया-माणसं सईची वाट पाहून थकले. सईही नाही आणि राघोबी नाही. सारेच विचारात पडले. पूजा तशी आटोपलीच होती. लहानमोठे आपापल्या पालाकडे निघून गेले होते. बायको व पोराची वाट पाहत शिलप्या पालापुढच्या दगडावर बसला होता. त्याच्या जवळच त्याची माय अंशी चिंतातुर बसली होती. पोरं आवतीभोवती हिंडू लागले. पण धनाजीला काही राहवले नाही. राघोसाठी तोही बेचैन झाला होता... प्रत्येक वेळी मुंग्यासाठी त्याने मांडलेला आकांत त्याला आठवला... त्याची तल्खली धनाजीच्या अनुभवी मनाला होरपळू लागली. अद्याप राघो आला नाही नि त्याची मायही आली नाही, त्यामुळे तर त्याला तिथे राहणेच अशक्य झाले. काठी हातात घेऊन तो नदीच्या दिशेने चालू लागला. चालण्याच्या रपरप आवाजात जमिनीवर आदळणाऱ्या काठीचा आवाज मिसळून त्याला गती देऊ लागले नि त्याच्या पाऊलखुणा पाऊलवाटेवर ठळकपणे उमटू लागल्या.

पठारावरील झुडपे ओलांडत धनाजी पुढे जाणार; तोच राघोचा हात धरून ओढतच पालाकडे आणणारी सई दिसली. त्याने आपला पंजा कपाळावर उपडा धरून समोर पाहिले... समोर दिसणारे राघो सई मायलेकच असल्याची खात्री केली नि तिथेच उभा राहून राघोला मोठ्या प्रेमाने हाक मारू लागला.

''आरे, राघो ये! माह्या जवड ये! शायन्या लेकरानं असा हाट्ट नाही कराव! मले सांग काहून असा रुसला? आ... येय कोन्ती अन् वक्ता कोनती!''

आज्याचे बोलणे ऐकून राघोला अधिकच जोर आला नि मायच्या हाताला हिसके मारत तो तिला मागे ओढू लागला. मायलेकराची झटापट पुन्हा सुरू झाली. पुढे ओढता-ओढताच ती त्याला समजावू लागली, ''चाल माह्यासंगं. शायना बाबू हायेना तू! चाल तुले गोडगोड खायाले देतो. वाटीभर मलिदा अन् पसाभर खोब्र देतो! चाल लवकर!''

“मले नाही पायजे तुह्य गोडधोड! माह्या मुंग्याले कापता, भोसडीचे हो! अन् मले मलिदा देतो मंता? खा तुमीच. मी नाई येत तुमच्यापाशी. चाल्ला जातो कुनीकडय. तू सोड मले!”

त्याचे बोलणे ऐकून आतापर्यंत त्याला समजावणारी सईही गदगदून हसू लागली. धनाजीही गालातल्या गालात हसला आणि हसत-हसतच सईच्या हातातील राघोचा हात त्याने आपल्या हातात घेतला. तसा आज्याच्या हाताला झटका मारून त्याला फणकाऱ्याने म्हणाला, “आबा, सोड मले! मले आता तिकडं नाई याचं. सोड!”

असे म्हणून त्याने जमिनीवर लोळण घेतली. पठाराची भुसभुशीत माती त्याच्या सर्वांगाला चिकटली. त्याच्या डोक्यावरची मळकट टोपी धुळीत पडून अधिक मळली. मातीचे ढेकूळच झाली जणू ती! राघो अजूनही मातीत लोळतच होता. आजा अन् आई त्याला परोपरीने समजावत होती. पण तो आपला हट्ट सोडत नव्हता. मुंग्यासाठी चाललेला त्याचा आकांत कसा थांबवावा, असा प्रश्न धनाजीपुढे पडला आणि नातासोबत तोही विव्हळत हतबल होऊ लागला.

“चालनं, बापा! थो पाहय तुह्या बापू पाहून रायला. यीनगीन तं हागवन लेकाले अन् तुह्यासंगं आमालेयबी सिवा खा लागन. चाल लवकर!”

धनाजी त्याला समजावू लागला, तसतसा राघोही मानात जाऊ लागला, अडेलतट्टूपणा करू लागला. मग धन्या त्याला समजावण्याच्या भानगडीत पडला नाही. त्याने आपल्या हातातील काठी सईजवळ दिली आणि धुळीत लोळणाऱ्या नाताला अध्धर उचलून खांद्यावर टाकले नि लांब पावले टाकत तो पालाच्या दिशेने चालू लागला. राघो वरच्यावर तडफडत होता, सुटण्याचा प्रयत्न करत होता; पण धनाजीच्या मनगटाचा विळखा तोडणे त्याला अशक्य होत होते.

पालापुढच्या दगडावर बसलेल्या शिलपतला सईने सारी हकीकत सांगितली. आधीच पोराच्या चिंतेने तो हैराण झाला होता. त्याला शोधता-शोधता बायकोही शिणली होती. कोणत्याही पठारावरच्या देवाला मुंग्याचा बळी देताना राघोचा विरोध, हा सदान्‌कदाचा अपशकून त्याच्या श्रद्धाळू मनाला नेहमीच लागत होता. तरीही, राग आवरत बायकोचे बोलणे तो ऐकू लागला. धनाजीने त्याला अंघोळ घातली. दुसरे कपडे घालायला दिले. सईने सर्व पालातील लेकरांना मलिद्याचा प्रसाद दिला. सोबत खोबऱ्याचा तुकडाही दिला. मलिद्याने भरलेली

वाटी व खोबऱ्याचा मोठा तुकडा राघोपुढे करून ती म्हणाली, ''घे पर्सांद घे! चानखानाचा पर्सांद व्हय! त्याले नाही नाही मनाव. देवाले राग येते. नमस्कार कर अन् खावून घे!''

असे म्हणत तिने प्रसादाची वाटी राघोच्या पुढे केली, तसा त्याचा राग अनावर होऊन त्याने ती वाटी भिरकावली नि जोरात ओरडला, ''भोक्कात गेला लेकाचा चादखान! त्याच्यापुढं माह्या मुंग्या कापता का? लेकरं कापना आपले, भोसडीचे हो...!''

पोराचे बोलणे ऐकले अन् आत्तापर्यंत उरावर दगड ठेवून शांत बसलेल्या शिलपतच्या रागाचा बांध फुटला नि बोरूच्या पेंडीतील ओली सनकाडी घेऊन राघोच्या पाठीवर सपासप हाणू लागला. आत्तापर्यंत सर्वांनीच त्याचे लाड पुरवले होते. त्याच्या हट्टापायी सारे त्रस्त झाले होते. पण आता साऱ्यांच्याच मनासारखे होत असल्यासारखे वाटू लागले. पोराच्या हट्टापायी शिलपतचा राग अनावर होऊन ओल्या काठीने तो त्याला बेदम झोडपू लागला.

''देवाले सिवा देंते भोसडीचं... त्याचा पर्सांद लाताडते...'' म्हणत ओली काठी धपकन त्याच्या पाठकाडात, पायावर, पोटरीवर निर्दयपणे हाणायचा. रट्टा बसताच राघो भीतीने किंकाळ्या फोडत ओरडायचा... ''नोकोगा बापू मारू नोको गा मले!'' म्हणत बापाला विनंती करायचा. पण बाप काही त्याला सोडत नव्हता. कोणी त्याच्या मदतीलाही धावत नव्हते. उलट सारे जण म्हणू लागले, ''तसंच पायजे त्याले! लयच वानवता-वानवता वानगावा चाललं थे! वानाचं ना गुनाचं झिपऱ्या कानाचं! काहीय बोलून रायलं.''

शिलपतचा राग आता बराच वाढला होता. लेकराच्या विनवणीची पर्वा न करता तो त्याला मारत सुटला होता. राघोच्या किंकाळ्यांनी शिखर गाठले होते. रडता-रडता तो बापाला विनवत होता... ''नाई बापू, मारू नोको मले! तुह्या पाया पडतो. सोड गा...! नाही तं मुंग्यासंगच मलेबी काप लागन्त, पन मारू नोको गा! ऑ... ऑ... मेलो ओ मॉ... ओ...! आबा, धाव गा...! आजी, ओ...! पुन्ना नाही हट्ट करणार. लागन्त मी चाल्ला जातो कुनीकडय. माह्या तरास होते ना तुमाले!... मेलो रे, देवा!''

राघोचा आकांत पठारभर घुमत होता. ते दृश्य पाहून पोरंबाळंही भेदरल्यासारखे झाले आणि केविलवाण्या नजरेने त्या बापलेकाकडे पाहू लागले.

बेभान झालेल्या शिलपतने हातातील काठी पुन्हा वर उचलली आणि राघोच्या पाठीवर तो रपकन हाणणार; तोच धनाजीने ती वरच्यावर पकडली. धनाजीच्या हातातून ती सोडवण्याचा शिलपत प्रयत्न करू लागला. पण धनाजीने ती काही सोडली नाही. त्यामुळे शिलपतचा पारा अधिकच चढला नि डोळे वटारत बापाला म्हणाला, ''चाल व्हय अल्लक! सोड काडी. अज चांगली अद्दलच घडवतो भोसडीच्याले! तू रिक्कामाच येल पाडू नोको. तुह्या लाडानं तं पोट्ट वाया चाललं. साताठ वर्साचा हल्या झाला. पुढंदी लगन करा लागन अन् लेकाचं काहीय बोलते. चवंचं ना धवचं!''

''आरे बाबा, लेकरू हाये अजून थे. थोडीशी समगम करा लागते. ईन गती-गती समज! त्याले शानपन सांगाचं का मारतच सुटाचं, बावा!''

धनाजी त्याला समजावू लागला. पण शिलपतचा राग अद्याप विझला नव्हता. तो आतल्याआत धुमसतच होता. तो गुर्मीतच बापाला म्हणाला, ''तू गुपचूप बस मनलं ना! माह्या रागात आडवा येवू नोको! सांगून रायलो.''

ओली काठी घेऊन तो राघोकडे सरकू लागला, तसा धनाजीही रागाने लाल होऊन शिलपतपुढे उभा झाला. त्याचा हात धरून त्याला दरडावत म्हणाला, ''हाणीन भडव्याच्या मुस्काडीत! काना मांगून आला नं लयच शायना झाला का! बाप व्हय का सैतान व्हय बे लमडीच्या! लेकरायचा हट्ट पुरवनं नाही होत, तं जनला कायले? वांझुटा काहून नाही रायला थ्या परीस?''

धनाजी तोफेसारखा कडाडू लागला. त्याच्या बोलण्याने शिलपतचा पारा एकदम उतरला. तो पुन्हा समोरच्या दगडावर निमूटपणे जाऊन बसला. धन्याच्या मदतीला आता राघोचे चुलते बयाजी, सताजी आणि तुकारामही आले होते. तळमळणारा राघो आजाला बिलगला. अनावर हुंदक्यांनी त्याचे सर्वांग हेलकावत होते. तो थरथर कापत होता. रडून-रडून लाल झालेल्या त्याच्या डोळ्यांतून केविलवाणे भाव ओसंडत होते. ओल्या काठीचे हिरवेनिळे वळ त्याच्या पाठीपासून पोटरीपर्यंत हिडीसपणे पसरले होते. ते पाहून धनाजी गहिवरून आला. त्याच्या डोळ्यांतील आसू गालावरील सुरकुत्यांत अडकू लागले. आई-आजीसोबत पालांवरचे सारे जण राघोभोवती गोळा होऊन त्याला पिरसू लागले, तसा तोही गहिवरून येऊ लागला. सारे जण त्याला सहानुभूती दाखवत शिलपतला दोष देऊ लागले. त्यालाही आपली चूक लक्षात आली. पण

पोराचं देवाला बोलणं त्याला काही पटत नव्हतं. धनाजी गुरगुरतच म्हणाला, ''कायचा चानखान नं कायचा देव गा! मान्सालेच नया वरपाच्या असते. त्याचच तोंड वयवय करते अन् नाव देवाचं! अज पावतर कवट्यानं देव पुंजले म्या. समद्याइले नवसं देता-देता अन् भावपुडी वाह्यता-वाह्यता मतारा झालो मी. तरी आवुक्षाची वनवन सरली का? भेटते का दोन टाईम खाआले? आंगावर नीट धडुतं तरी भेटलं का एखांद्याले तरी? छया बहीन ह्या पठाराउन थ्या पठारावर... कोन्या गावगोदरीत... नाही तं गोठानावर उतरा. गाववाल्यायचे आंड झेला. मरेपावतर कष्ट करा अन् मरा पाय घासून एखांद्या पठारावर, परमुल्खात!''

धनाजीचे बोलणे अनेकांना पटत होते. पण मनावर खोलवर रुतलेले पूर्वापार संस्कार त्याला होकार देण्यास धजत नव्हते. त्याच्या बायकोला, अंशीला मात्र त्याचा मनस्वी राग आला. रागानेच त्याला म्हणाली, ''हो, असंच सांगा पोराइले! तुमी पिकले, पन सिकले नाही. नदीवर गवऱ्या गेल्या तुमच्या अन् आता मरताखेपी असं बोलून रायले. देवाची कुरपा हाये मनून सारे सुखी हाये. समदा मुलूख फिरतो तरी त्याचं लक्ष अस्ते आपल्यावर. पुन्ना असं बोलू नोका. माही शप्पत हाये तुमाले!''

अंशीच्या बोलण्याने धनाजीही चपापला. राघोला जवळ घेऊन तो जेवला. सर्वांची जेवणं उरकली. मुंग्याऐवजी दुसरं कोंबडं पाहण्याचा विचार करत शिलपतही आपल्या कामी लागला. रात्र होताच सारे जण आपापल्या जागेवर झोपी गेले. राघो धनाजीजवळ झोपला होता. त्याचे सर्वांग प्रचंड ठणकत होते.

''अं माओ, अरे देवा रे, आबा... आबा...! माह्या जवड बसनं गा...! मले तुह्या मांडीवर घेनं आबा...! अरे बापा...! मॉ वो..!''

त्याच्या सर्वांगाची ठणक थांबता थांबत नव्हती. सईने त्याच्या दुखऱ्या अंगाला हळद लावून दिली, त्याचे सर्वांग गरम फडक्याने शेकले, तेव्हा त्याला थोडासा डोळा लागला. पोराची अवस्था पाहून शिलपतचाही डोळ्याला डोळा लागत नव्हता. पांघरुणातल्या पांघरुणात अश्रू ढाळत तो स्वत:शी बोलू लागला, 'अज भलती बिलामत आली होती मान्सावर! तोंडाले कायं लागलं अस्त. बुढा नसता तं! आपल्याले राग काहून आवरत नाही. ह्या लाचारीच्या संसारापायी मानूस सैतान बनते अन् काहीच्या बाही करून बसते, बावा!'

रात्र चढू लागली, तसा राघोचा तापही वाढू लागला. भामट्यांची पालं पठारावरच्या काळ्याकुट्ट अंधारात गडप झाली. सूर्यास्तापूर्वीचे चैतन्य, सजिवांची वळवळ, बडबड, धडपड सारेच त्याने गिळंकृत केले नि पठारभर पसरलेल्या त्याच्या अक्राळविक्राळ रूपात समाविष्ट झाले. सारे पठार शांत होते. नदीचा स्पष्ट खळखळाट... आणि त्याच्या लयीतून फुटून निघणारा घुबडाचा 'घु...घु..घुगू..घ्घू' असा भयप्रद ध्वनी! पालापुढच्या अंधारात भिरभिरणारा वटवाघळांचा थवा आणि काळ्याभोर डोहाकडून कानांवर पडणारे अस्पष्ट गूढ आवाज वातावरणातील भीषणता वाढवत होते.

मध्यानरात्र टळली. रात्र प्रौढ झाली तसा अंधारही अधिक गडद झाला. सारे वस्तुजात दिसेनासे झाले. आकाशात आतापर्यंत लुकलुकणारी एखादी चांदणी; पण आता तीही ढगाआड गेली. शांततेच्या भीषणतेने सीमा गाठली. अन् आज्याला बिलगलेल्या राघोने एकाएकी किंकाळी फोडली नि जोरजोराने बोलू लागला... 'मले कापनं! घे माह्या भाव. मी नाही मंतो का? पन माह्या मुंग्याले सोड. सोड! नाही तं चाल्लो मी डोहाकडं... थो पाहय डोहातला नंदी मले हाका मारून रायला. सोड मले...! सोड मंतोना...!'

अन् आजाची मिठी सोडून राघो खसकन उठून बसला. त्याच्या किंकाळीने धनाजीसह पालातील सारे जीव जागे झाले. शिलपतसह साऱ्यांची पाचावर धारण बसली. दिव्याच्या मंद प्रकाशात राघोची अवस्था ते चिंताग्रस्तपणे पाहू लागले. त्याच्या आव्हानात्मक बोलण्याने साऱ्यांना धडकी भरली.

''सोड! सोड मंतोना! थो पाहय, पांढरा, धवळा नंदी मले बलावून रायला. मुंग्याले तोंडात धरलं त्यानं! मी... मी येतो मले काप लागन्त! पन त्याले, माह्या मुंग्याले सोड!''

आणि त्याची भयभीत किंकाळी सर्वांनी पुन्हा ऐकली. धनाजीने त्याला पुन्हा कवट्यात पकडले आणि तो ओरडला... ''बापा रे! केवढा ताप भरला हयाले! घामानय वलाचिंब झाला ह्यो!''

आपल्या पटक्याने तो त्याचा घाम पुसू लागला. पण पोरगं शांत बसत नव्हतं. आजाच्या हातातून सुटून बाहेर पळण्यासाठी झटके मारत होतं. त्याची अवस्था पाहून शिलपत म्हणाला, ''पोरगं झपाटलं गड्या! केवढी बिलामत आली आता. करू गेलो काय अन् उल्टे झाले पाय!''

आणि तो तसाच शामा बुढ्याच्या पालाकडे पळाला. तो जाणता होता. मंतरजंतर, भूतबाधा, आंगरोग सारं जाणणारा होता. म्हणून शिलपतने तिकडे धूम ठोकली होती. पठारावरील आजाराचा तोच आधार होता. नाताची अवस्था पाहून अंशीचे डोळे पाझरू लागले. पोराने चानखानाला शिव्या दिल्या, त्याचा प्रसाद नाकारला, त्यामुळे त्यानेच ही शिक्षा दिली, अशी तिची समजूत झाली. ती राघोला चानखानाचे नाव घेऊन अंगारा लावू लागली. आलेला हुंदका आवरत ती म्हणाली, ''काय केलं गा,चानखाना तुनं हे? आखरीवर लेकराले धरलंच बापा!'' आणि कपाळावर हात मारत ती मटकन खाली बसली.

शामा बुढा त्याच्या पालात आला तेव्हा राघो नुकताच आज्याच्या मांडीवर डोळे लावून पडला होता. त्याच्या चुलत्या-काकांसह सगळ्या पालांतील बाया-माणसं तिथे दाटीवाटीने बसली होती. शामा बुढा आता काय सांगतो इकडे सर्वांचे लक्ष लागले होते. त्याच्यावर साऱ्यांचा भरवसा. सर्व पालांचा तो मांत्रिक. पालांतील दुखण्याखुपण्यावर त्याचेच औषध. आंगरोग, भूतबाधा असो की घरच्या देवाचा कोप; साऱ्यांवरच शामा बुढ्याचा इलाज चालायचा. एखाद्या बाईचे बाळंतपण होत नसेल, ती अडून बसली असेल, वेणा सुटत नसतील, पोटातील लेकरू आडवं आलं असेल, त्यामुळे बायतपन अडलं असेल, तरी शामा बुढाच त्यावर इलाज करायचा. रोग्याला जडीबुटीचे झाडपाल्याचे औषध द्यायचा. त्यासाठी जात्याचा, पाट्याचा शगून पाहायचा. जात्यापाट्याने डावी-उजवी गुढी दिली की त्याचा भाव कबूल करायचा, धागादोरा करायचा, त्यामुळे त्याच्यावर सर्वांची श्रद्धा होती. तो भामट्यांचा वयीद... डॉक्टर. तो धनाजीपेक्षा चार-सहा महिन्यांनी लहान; पण त्याचे डोळे कामातून गेलेले नि वयही झालेलं, त्यामुळे आता त्याच्याकडून धावपळ व्हायची नाही. तरी गती-गती, दुखणेकऱ्याच्या पालावर जायचा नि दवापाणी, गंडेदोरे करून, कुणाचा हात धरून आपल्या पालावर परतायचा.

राघोला त्याने हाताने स्पर्श केला. त्याची नाड पाहिली, तसा राघो किंकाळ्या फोडू लागला... बाहेर पळण्याचा प्रयत्न करू लागला. पण शिलपतने त्याला घट्ट धरल्याने तो चकचकू शकला नाही. शामाने त्याला मंतरलेलं पाणी दिलं, चुलीतल्या राखुंडीचा अंगारा मंतरून त्याच्या तोंडात टाकला, तसं त्याचं झपाटलेपण कमी होऊन, तो बोलू लागला. बोलता-बोलताच

चांदखानाने झपाटल्याचं त्याने सांगितलं. प्रसाद नाकारल्याच्या कारणाने चांदखान त्याच्यावर रुष्ट झाल्याचे सिद्ध झाले. येत्या शुक्रवारी त्याची पूजापाती करून दुसऱ्या कोंबड्याचा भाव देण्याचे व मुंग्याला त्याच्या भावातून मोकळे करण्याचे अभिवचन घेऊन, शामा बुढ्याने राघोची सुटका केली. त्याचा ताप उतरण्यासाठीही काही जडीबुटी व गळ्यात घालायला दोरा देऊन शामा आपल्या पालाकडे निघूनही गेला. मुंग्याचे प्राण राघोने असे वाचवले होते. तेव्हापासून मुंग्या पालातील कोंबड्यांचा नायक झाला होता, तसाच सर्वांचा रक्षणकर्ताही झाला होता. त्याला नैसर्गिक मरण येईपर्यंत त्याला आता कशाचेच भय नव्हते. तसे चांदखानाने त्याला वरदान दिले होते.

पण... गावपाटलाच्या नि पोलिसांच्या आदेशाने कोतवाल व गावगुंडांनी सर्व पालांची केलेली नासधूस, दमदाटी करत बायामाणसांना चावडीवर हाकलत नेण्याचा व रात्रभर तिथेच टांगून ठेवण्याचा केलेला गैरप्रकार; आणि भरीसभर म्हणजे मुंग्यासह घरच्या व इतर पालांतील कोंबड्यांनाही उद्दामपणे सोबत नेण्याचा उर्मटपणा सहन करणे राघोला आता अगदी नकोसे झाले होते. मुंग्याच्या आठवणीने तर हे लोक चानखानच काय; भुताखेतापेक्षाही भयंकर वाटत होते. पण त्यावर त्याचा किंवा त्याच्या आज्याचा काहीच इलाज नव्हता. नुसते आसू गाळणे आणि पालाची झालेली नासधूस उघड्या डोळ्यांनी पाहण्याशिवाय गत्यंतर नव्हते.

❖❖❖

प्रत्येक पालातील कर्त्या माणसांना अन् स्त्रियांना अंगावर पिणाऱ्या लेकरांसह पाटलाच्या चावडीवर नेले होते. रात्र सरली तरी त्यांची सुटका झाली नव्हती. आता दिवस चार हात वर आला होता. पालांतील लेकरांनी मायबापांसाठी आकांत मांडला होता. ते भयाण दृश्य पाहून धनाजी बेचैन झाला होता. त्याची चारही पोरं सुना-लेकरांसहित गुरांच्या दावणीसारखे हाकलत नेले होते. लोक गयावया करत पाटील व कोतवाल यांच्यापुढे पदर पसरत होते... ''जी मायबाप, आमाले काहून सतावता? आमी वनवासी लोक. ह्या गावून थ्या गावले भटकाचं. बोरू मोडाचा, जमलं तं त्याचा ताग काढून दावे, चऱ्हाडं बनवाचे अन् त्याच्या

मजुरीतून पोट भराचं. हंगामासाठी गावोगाव भटकाचं. कामधंदा कराचा अन् सुगी सरली का दुसरं गाव पहाचं. पोटासाठी अवघी वनवन बघा!''

त्याच्या अजिजीवर कोतवालाचे उपटसुंभ उत्तर, त्यांचा चिंधीचोळा करून जायचा, ''जास्तीचेच भादर-भादर नोका करू, भडवे हो!... आमच्या गावपांढरीत थांबू देल्ल, त्याची काही झाडाझडती द्यान का नाही? का गावाकाठी राहू देल्ल तं पाटीलच बनान?''

''अजी पन आमचा अन्याव तं सांगा. आमी चोरी केली? का कोनाले लुटलं? आमी तं बापा, पोटाले पालो बांधून उपास काडतो. पन कोनाच्या सुतईच्या सड्याले हात नाई लावत जी!'' अंगावर पिणारे लेकरू उराशी कवटाळत केविलवाण्या शब्दात सई बोलू लागली. बाकी मात्र तोंडाला मुसक्या बांधलेल्या ढोरासारख्या मुकाटपणे त्यांच्याकडे पाहत होत्या. भेदरलेली माणसेही काही न बोलता विचारांचे ओझे सांभाळत संथपणे चालत येऊन चावडीवर बसली होती. कोतवालाच्या तोंडाला न लागण्याचा मुरब्बी सल्ला सर्वांना देऊन पाटलाच्या आदेशाची वाट पाहत होती. त्यांचा आदेश नाही मानला, त्यास 'नाही' म्हटले, प्रतिकार केला, तर बसलीच थोबाडीत! बाई असो की माणूस; त्याला आराधुरा नाही. थो गावाचा कोतवाल. पाटलाच्या पायरीवरचं कुत्रं. पाटलाआंदी थेच भुकते... गुरगुर करते. खरेतर आपली पायरी सोडायचाही त्याला अधिकार नाही... त्याच्या सावलीचीही सर्वांना बाधा... पाटलाच्या उष्ट्या अन्नावर तो जगतो... तहान लागली तर त्याचा नोकर त्याच्या ओंजळीत दुरून पाणी टाकतो. घरी चिमणीले टाकाले दाणा नाही. मेली ढोरं ओढा... त्याचं मास खा. नाही भेटलं त उपाशी राहा. पण पाटलानं 'शीव रे' म्हटलं की पडा पुडच्यावर जाऊन... तोडा त्याचा लचका! अशी ती पाटलाच्या गुलामीशी इमान राखलेली माणसं. पाटील इंग्रजांचा गुलाम... त्याच्या साम्राज्याचा रखवालदार... त्याने घालून दिलेल्या नियमांचे काटेकोर पालन करणे हीच त्याची इमानदारी. ती निभवत आपली सत्ता नि पाटिलकी राखणे हीच त्याची बहादुरी! त्यासाठी फिरस्त्यांवरच काय; गावातील गोरगरिबांवर नि शेतकरी-मजुरांवर अन्याय अत्याचार करण्यातच त्याला धन्यता!

रात्री वाड्यात नेलेली बाया-माणसं अद्याप पालांवर न आल्यामुळे धनाजी चिंतातुर झाला होता. अंसाबुढीही बेचैन होती. शेजारीच असलेल्या त्याच्या पोरांच्या नि इतरही पालात लहान लेकरांशिवाय कुणीच नव्हतं. पालातील भांड्याकुंड्यांची, दाळदाण्याची झालेली नासधूस, नि विस्कळीत झालेली पालं उदासपणे पाहत ती रडत, किंचाळत तिथेच बसली होती. पालापुढे उभा असलेल्या धनाजीकडे उदासपणे पाहत अंशी त्याला म्हणाली, ''तिकडं वाड्याकडं जाऊन पहा लागत होतं जरासं! आता कोनतं बिराडन आलं आपल्या मांगं अन् कोनतं नाही! जिथं जाव लपालें, तिथच येते कापाले. जा तरी जराक्से!''

''हो जातो ना! आता पावतर थोच इचार करत होतो. आता ईन, मंग ईन करता-करता दुपार झाली. मी जाऊन पाह्यतो. लेकरा-बायांवर लक्ष ठिवजो!'' असे अंशीला सांगून धनाजीने डोक्याला फडकं गुंडाळलं... काठी हातात घेतली अन् वस्तीच्या दिशेने गती-गती चालू लागला. त्याच्यासोबत चलण्याची राघो व त्याच्या बहिणीने ठुसठुस लावली. पण त्यांना त्याने नकार दिला नि वाटेने लागला. रस्ता ओसाड, एकाकी... काटेरी झुडपांनी व्यापलेला! पठारी भूमीच्या उदरात खोल गेलेली त्यांची मुळं... तिच्या ओलाव्यानं मजबूत झालेली... अन्नपाण्याने समृद्ध बनलेली! संरक्षणासाठी अंगभर पसरलेले तीक्ष्ण काटे... त्यांची ती हक्काची भूमी. भटक्यांनी कोणत्या धरित्रीला आपलं म्हणावं...? कुण्या माउलीच्या हृदयात ओलावा शोधावा...? आपली अशी हक्काची भूमी आहेच कुठे...? या खुरट्या झुडपांनासुद्धा पठारीमातेचा आधार आहे, काटेरी आवरणात संरक्षणाची हमी आहे; पण आपल्याला तर तेही नाही. त्यांना ना कुण्या भूमीचा आधार ना तिच्या कुशीची ऊब! तीही त्यांच्यावर सदैव कोपलेली... तिचा खाष्ट, सावत्रपणा... त्यांना दूर हाकलणारं तिचं तुसडेपण...गावोगावची वणवण... तागाला पीळ देणाऱ्या घेऱ्यासारखं गरगरणारं जीवन. आपल्या संरक्षणासाठी कुणी उघडलेच तोंड, केलाच प्रतिकार की झालाच गावपांढरीचा रोष - ठोकपीट - मारहाण... स्त्रियांची बेअब्रू... पालांची मोडतोड... पोलिसी अत्याचार... रस्ता ओलांडताना धनाजीचे विचार असे आकांत मांडू लागले. मनातील ऊर्जा ओसंडू लागली. त्याच्या दीर्घ आयुष्याने आजवर हे सारंच पाहिलं, भोगलं होतं. गावगाडा, पोलीस-पाटील, देशमुख आणि गाव कामगारादी कोतवाल वगैरेंचा तगादा त्याने आयुष्यभर सहन केला होता. तरीही,

त्याच वाटेचा अनिश्चित प्रवास तो करतच होता. त्याला हक्काचं गाव नव्हतं... गाठीशी धन नव्हतं... उद्याच्या दिवसाची हमी नव्हती... आणि जीवनाचाही भरोसा नव्हता. एका गावचं अन्न सरलं, तिथलं आपल्या वाट्याचं दाणापाणी सरलं की दुसरी गावपांढरी! तिथलं गोठाण पठार अथवा गावाची हागणदरी. अशी गावगोठाणं पाहता-पाहताच तो ७०-७५ वर्षांचा झाला होता. तो असा किती फिरला ते त्याला आठवत नाही. आयुष्यभराच्या गावगोठाणाची नोंद नाही. तरी हातावर आणनं आणि पानावर खानं काही सुटलं नाही. भकाटीला गेलेलं पोट कधी भरलंच नाही. अशी दशादुर्दशा भोगतच आता तो थेट स्मशानघाटापर्यंत येऊन पोहोचला होता. पण तेही अनिश्चित! कोणत्या पांढरीच्या शिवेत डोळे मिटतील, कोणत्या स्मशानात माती मिळेल; आणि स्मशानात तरी साडेतीन हात जागा मिळेलच याचीही शाश्वती नव्हती. सारंच बेभरवशाचं. तरीही, मोठ्या चिवटपणे त्याने आपलं आयुष्य रेटलं होतं, आणि आयुष्याचा तोच भोगवटा पोरांच्या अन् नातवांच्या हवाली करून कुठेतरी एकदाचा डोळे मिटणार होता तो!

पण मरणापूर्वीचा भोगवटा टाळणे शक्य नव्हते. वाट्याला आलेल्या आयुष्याचा तो एक भाग आहे, एक अनिवार्यता आहे, हाच समज त्याच्या मेंदूत वज्रलेप झाला होता. जिवंतपणीचा हा नरकवास निमूटपणे भोगल्याशिवाय पुढचा प्रवास अशक्य मानून या पोलादी बंदोबस्तात धनाजीसह साऱ्या भामट्यांची सर्पटयात्रा सुरू होती नि तशीच सुरू राहणार होती.

❖❖❖

हातातील काठी सांभाळत धनाजी गाढवाटेने निघाला. वाटेवरची धूळ अंगावर नि नेसलेल्या धोतरावर उडत होती नि तिथेच ठाण मांडून बसत होती. डोक्यावरचे फडकेही धुळीने माखले होते, तरी तो पुढे चालतच होता. पालांतील जिवांच्या प्रेमापोटी पुढे निघाला होता. तहान भयंकर लागली होती. पण गाव अजून लांबच होतं. तरी आपल्या परीने चालण्याचा वेग वाढवत लगबगीने चालत होता. चालता-चालता गावाबाहेरची मोठी विहीर त्याला दिसली. तीवर पाणी भरणाऱ्या बायामाणसांची तुडुंब गर्दी उसळली होती. काही भरलेल्या घागरी कमरेवर नि डोक्यावर घेऊन घराच्या वाटेने लागल्या होत्या. त्याने पाणी वाढण्यासाठी एका

प्रौढ माउलीला विनंती केली. पण तिने त्याच्या बोलण्याकडे तीन-चारदा दुर्लक्षच केले. त्याची अजिजी टोकाला पोहोचली... घसा कोरडा होऊन त्याला धाप लागू लागली... ओठात थुंकीही येईनाशी झाली... तरीही त्याची अजिजी चालूच होती, ''माउले, पाणी पाजता घोटभर! भल्कशी तहान लागली. वाढा... पानी वाढा!''

तशी ती त्याची चौकशी करत विचारू लागली, ''कुटचे व्हा बुढेबुवा?''

धनाजी काहीच बोलला नाही. तोंडाशी ओंजळ करून तो नुसताच तिच्याकडे आशाळभूतपणे पाहू लागला. तिने तोच प्रश्न पुन्हा विचारला, ''कुटचे व्हा मंतो? बयरा हाये का लेक, बुढा? का येडा पिसा हाये?''

धनाजी तसाच उभा होता. तोंडाला लावलेल्या ओंजळीचे हात आता जुळले गेले... डोळ्यांत कमालीचे कासावीस भाव उतरले... चेहऱ्यावरची लाचार अजिजी वाढली... छातीचा भाता धपापू लागला... उन्हाची काहिली अधिक तीव्र होत असल्याची त्याला जाणीव झाली. आणि ''पानी... पानी द्या आंदी!'' असे अस्फूट शब्द सारी ताकद एकवटून तो कसातरी बोलून गेला. मग ती बाईही अधिक चौकशीच्या भानगडीत पडली नाही. तिने बादलीने विहिरीतून पाणी काढले. धनाजीच्या ओंजळीत ओतू लागली. पोट भरून पाणी पिला अन् त्या माउलीकडे कृतार्थपणे पाहत म्हणाला, ''देव भलं करन तुमचं!''

असे म्हणून पुढे पाय टाकणार तोच त्या बाईने पुन्हा विचारले, ''कोन्या गावचे व्हा मंतो, आबाजी? भल्कसेच ताहिनले होते तुम्ही! मन्लं पानीगिनी लागलं तं मरते बुढा अन् येते आपल्यावर आफत.''

''नाही जी मरते कसा? रायलंसुयलं भोगाचं हाये ना!''

''बरोबर हाये तुमचं; पन कोन्या गावचे होय थे नाही सांगतलं.''

गावाचा प्रश्न निघताच ७५ वर्षांचा धनाजीही गोंधळला. गाव बदलला तरी, नि पठारावर थांबला तरी, हा प्रश्न त्याला कुणीही हमखास विचारायचाच. प्रत्येकाच्या चौकशीचं गाव हेच मुख्यसूत्र असावं, असं त्याला वाटायचं. नि गावाचं नाव सांगताना तो गोंधळून जायचा. गावच नसणाऱ्याने कुण्या गावाचं नाव सांगावं? तो विचारात गढला. एवढ्यात ती बाई म्हणाली, ''कोन्या इचारात भुल्ले, आबाजी!''

''गावाचं मंता ना?''

"हो, कोन्या गावचे व्हा मंतो?" तिने पृच्छा केली.

तशी धनाजीची उदासीनता शिगेला पोहोचली. तो म्हणाला, "माउले, आमी बिनगावचे रयवासी! हे अभाय दिसते ना, माय! सूर्वे नारायन निंघते तिथून, तं बुडते तिथलोक, चारी भोवताल जे अभाय टेकलं दिसते ना... थो आमचा गाव! त्याले सीव नाही का कूस नाही. जिवात जीव हाये तवर त्याच्याच अधारानं फिराव अन् त्याच्याच अधारानं एखांद्या कोनट्यात मराव... असे आमी लोक! मंग कोनत्या गावाचं नाव घ्याव मॉ आमी? वारा-वादयासारकं ह्या गावून थ्या गावी, पोटासाठी भटकत राहाचं. ईन थ्या पसरंगाले तोंड द्याचं अन् पुढं निंघाचं... मंग कोनतं गाव आपलं मनाव मॉ? तूच सांग!"

...एवढ्या बोलण्यानेही धनाजी दमल्यासारखा झाला. छाती भरून आल्यासारखे त्याला वाटू लागले. शब्द घोगरे होत असल्याचा भास होऊ लागला. त्याला एकाएकी वाड्याकडे हाकलत नेलेल्या आपल्या पोरांची, जातभाईंची अन् ओस पडलेल्या पालांची आठवण झाली. गलबलून गेला तो! आणि काठी टेकवत पुढे चालू लागला. हातातील रिकामी बकेट तशीच धरून ती प्रौढ स्त्री त्याच्याकडे आश्चर्याने पाहत स्तब्धपणे उभी होती. त्याचे बोलणे तिला काही समजले नव्हते. पण म्हातारा काहीतरी गूढ बोलत असल्याची तिला खात्री पटली नि धनाजीच्या पाठमोऱ्या आकृतीकडे पाहत राहिली...!

गावातील मोकाट कुत्र्यांच्या भुंकण्याशी सामना करत तो पाटलाच्या वाड्यात येऊन पोहोचला. पण वाडा शांतच होता. त्याचे भकासपण भयप्रद वाटत होते. तरी धनाजी पायऱ्या चढून छपरीपर्यंत गेला अन् वाड्याची भव्यता पाहून अचंब्याने स्वतःशी म्हणाला, 'बापा बापा, हे घर होय का काय होय! एखांद्याले अंदरच्या अंदर कापूनय टाकलं तरी पत्ता नाही लागन! आपले लोक कोन्त्या कोनट्यात असन काय मालूम!'

त्याची भिरभिरती नजर काही स्थिर होत नव्हती. उलट, अधिक कावरीबावरी होऊन, वाड्याचा कानाकोपरा न्याहाळत होती अन् उदासपणे मागे परतत होती. पलीकडे असलेल्या बखाऱ्या, गुरांचे गोठे, घोड्यांच्या पागा, त्याला लागूनच उघडे केलेले, राक्षसासारखे जबडा फाडून पसरलेले पेव त्याने पाहिले; अन् त्याला घामच फुटला. अत्याचाराचा कळस झाला की निर्दय काळजाचे पाटील, देशमुख आरोपीला त्यातच ढकलून मारायचे. जीवघेण्या पेवांचा इतिहास त्याला

आठवला. तिथल्या तिथंच त्याला कापरं भरलं. तरी, हिंमत करून त्याने हाक मारली... ''कोनी हाये का, अंदर?'' म्हणत पायरीच्या दगडावर काठी आपटू लागला. तसा साखळीने बांधलेला भलामोठा धनगरी कुत्रा 'भो...भो' भुंकत त्याच्याकडे धावण्याचा प्रयत्न करू लागला... गळ्यात बांधलेल्या साखळीला हिसके मारू लागला. अजागळ अवतारातील, उघड्याबंब धनाजीला पाहून तर त्याने आकांतच मांडला. दोन्ही पायांवर उभा होऊन धनाजीच्या रोखाने झेपावू लागला नि ठो...ठो... आवाज करत बंदुकीतून लागोपाठ गोळ्या सुटाव्या तसा तो धनाजीच्या रोखाने हल्ला करण्याचा पवित्रा घेत भुंकू लागला...

कुत्र्याचा आवाज ऐकून काकडमिश्यांचा, पांढरेशुभ्र धोतर नेसलेला, तसेच शर्ट-टोपी घातलेला, रुबाबदार माणूस समोर आला नि जरबेच्या शब्दांत म्हणाला, ''कोन व्हय गा? काय काम हाये इथं?''

पायरीवर बसलेला धनाजी आवाजासरशी खाडकन उभा झाला आणि हात जोडून म्हणाला, ''रामराम जी मालक!''

''रामराम. कागा, कुठून आला? काय काम हाये?'' त्याने धन्याला विचारले.

समोर उभा असलेला माणूस पाटलाचा दिवाणजी आहे, हे त्याने ओळखले. या गावपांढरीच्या पठारावर त्यांची बिऱ्हाडं उतरली, तेव्हाच त्याने दिवाणजीला पाहिलं होतं. त्यानेच धन्या-शामासह साऱ्यांच्या बिऱ्हाडाची नोंद केली होती. प्रत्येकाच्या बिऱ्हाडात माणसं किती? बाया किती? म्हातारे किती? लहान मुलं मोठी मुलं किती? याची रीतसर नोंद तर केली होतीच; पण कोंबडे, बकऱ्या, कुत्रे यांचीही नोंद केली होती. याशिवाय, ज्या गावच्या पठारावरून आले तिथल्या पोलीस-पाटलाचा चांगल्या राहणीबद्दलचा दाखला काळजीपूर्वक पाहिला नि विचारले होते, ''हं! आता इथं किती दिवस राहणार? चांगलं रहा लागन. चोऱ्या, लबाडी केली का गांडीवर सोट बसन. पाटील लय खतरनाक हाये! पेवात टाकन बरं! नाही तं दीन पोलिसात. ध्यानात ठिवा!''

त्यावर धन्या म्हणाला होता, ''जी मालक आमी चोरगीर नाही. आमी भामटी... बोरू, तागाचा धंदा करतो हगामभर. हगाम सरला का दुसऱ्या गावी... ताग, दावे, चऱ्हाडं बनवून इकाचा आमचा धंदा. पूर्वीचे आमी शिवाजी

महाराजांचे सैनिक... त्यांच्यासाठी लढले आमचे पूर्वज! त्यायच्यासाठी हेरगिरी केली; पन आता वनवासी झालो बगा!''

''हो, लय गांडीनं गांजरं उपडले तुमी! मनून तं आता ह्या गत्तीले आले. पन आता गोऱ्या सायबाचं राज्य हाये. कुटुंबासहित जेलमंदी दाबन समद्यायले. आठ दीस रायता यीन इथं. त्यानंतरय थांबले तं तशी चावडीवर वर्दी दया लागन. अन् रोज चावडीवर इवून समद्यायले हजरी दया लागन. समजले? निंघा आता!''

तसे सारेच पठाराच्या वाटेने लागले होते. तेव्हाच धनाजीने दिवाणजी व पाटील डोळे भरून पाहिला होता. म्हणूनच त्याने दिवाणजी, आता पहिल्या नजरेतच ओळखला होता. पण पाटील काही दिसला नाही. धन्याला त्याची गरजही वाटली नाही. दिवाणजीपुढे हात जोडून तो म्हणाला, ''जी मालक! मी धन्या भामटी. तुमच्या गावपांढरीच्या पठारावर पंधरा-ईस पालासह उतरलो. आता बोरूचा हगाम आला ना!''

''मंग नावगीव लिहले दप्तरात?''

''होजी, मायबाप!''

''मंग आता अखीन काय काम काढलं इकडं?''

दिवाणजींनी विचारलेल्या प्रश्नांनी धन्याला जरासा हुरूप आला. त्या हुरपातच तो बोलू लागला, ''जी मालक! राच्च्या पारी पालावरची समदी बायामानसं, कोतवालानं अन् तुमच्या मानसायनं वाड्यात आनली. काय झालं? काई सांगत्ल नाही, सवरलं नाही. थानाले पेनारे लेकरं घिवूनसन्या बायाबी त्यायनं इकडं हकलत आनल्या. वाड्यात मंगापासून पाहून रायलो तं कोनी दिसतय नाही. अन् त्यायचा ठावठिकानाबी कुठं लागून नाही रायला. पंचवीस-तीस झनं असतीन समदे मिळून... अन् थ्या संगं समद्या पालातले कोंबडेय आनले जी...''

धनाजी कळवळून बोलत होता. पण त्याच्या बोलण्याने दिवाणजी गदगदा हसत म्हणाला, ''हात्तीच्या, कोंबडेय आनले कागा? पन थे का मोठीसी गोष्ट हायेगा?''

''अजी, तुमच्यासारख्या मोठ्या लोकायसाठी नसन; पन आमचं तं कोंबडेच धन होय! पन आमचे लोकं कुठं नेले, मालक?'' तसा दिवानजी म्हणाला, ''हे पाहय धन्या, फत्तेपूरच्या पठारावर गोऱ्या सायबाची छावनी पडली हाये. पन्नास-साठाची बंदूकधारी फौज संगं... त्यायच्या सरभराईसाठीच नेली तुमची मानसं

अन् कोंबडे बी! मानसं, बाया बिगारीसाठी अन् कोंबडे सायबासाठी! आमचे मालक अन् पाचपन्नास गावकरीय कालपासून तिकडंच हाये.''

बिगारीची धनाजीला चांगली कल्पना होती. गोरगरिबांना फुकटफाकट, सरकारी कामासाठी वाहून घेनं म्हणजे वेठबिगार! तिच्याविरुद्ध उजर नाही. कोणाकडून काणाडोळा होणार नाही की कुणी घोंगडं झटकणार नाही, असा सरकारी कायदा! मग तो गावचा असो की परगावचा; भटका असो की रहिवासी; पाहुणा असो की सोयरा; साऱ्यांना बिगार अनिवार्य. ती टाळली की हंटर... कैद! अशातच गावपठारावर भटक्यांची पालं उतरली की बिगारीचं आवतन आलंच! अशा कितीतरी बिगारी धनाजीने आयुष्यभर वाहिल्या होत्या. बिगारीतील हालअपेष्टा, उपासमार, सायबाची दरडावणी, वेळप्रसंगी हाग्यामार नि बुटाच्या ठोकरी त्याने आपल्या जातभाईंसह प्रत्यक्ष भोगल्या होत्या. त्यामुळे बिगारीचं नाव ऐकूनच त्याला धक्का बसला! फत्तेपूर तिथून बरंच लांब... सारे दिवसभराचे उपाशी! तिथं आपली बाया-माणसं पाठवल्याचे ऐकून धन्या कासावीस झाला नि दिवाणजीला म्हणाला, ''अन् त्यायची खा-प्याची येवस्था जी!''

धनाजीने साहजिक विचारलेल्या शंकेने दिवाणजी एकदम भडकला. रागाने लाल होऊन म्हणाला, ''बहीन, जसे काय सर्कारचे इव्हाईच व्हा तुम्ही! पाहुनचार करा लागते का तुम्हाले? सायबाची सरभराई करता-करता आमच्याच तं नाकी नव आले. त्यात तुम्हाले आपल्याच खा-प्याचं इवून पडलं. आता सायबालेच निरोप पाठवतो अन् समद्या भामट्यायले सिनारून काढा मंतो! करा मंतो त्यायले पाहुनचार!''

दिवाणजींचे बोलणे ऐकून धन्याला धडकीच भरली. करू गेलो काय अन् उलटे झाले पाय, अशी त्याची अवस्था झाली. गोऱ्या साहेबाकडे भामट्यांची तक्रार म्हणजे अत्याचाराची परिसीमा. ते आठवूनच तो घामाघूम झाला. कपाळावरचा घाम फडक्याने पुसत म्हणाला, ''अजी पन बिगारीले का आमी नाई मंतो! हक्कच हाये आमच्यावर सरकार अन् पाटील देसमुखाचा; पन पोट भरल्याबिना मानूस काम तरी कसा करन जी!''

धन्याच्या या बोलण्याने दिवाणजी अधिकच भडकला. आवाज वाढवत म्हणाला, ''चाल ऊठ इथून! नसला भादर-भादर नोको करू. लयच आठोन आली असन तुमच्या लोकायची तर जाय पठारावर अन् पूस सायबालेच! थोच

देते तुले चांगला पाहुनचार!'' असे म्हणून दिवाणजी तरतरत आत निघून गेला. त्याच्या पाठमोऱ्या आकृतीकडे पाहता-पाहता धनाजीचे अवसान गळल्यासारखे झाले. फडक्याने घाम पुसत तो वाड्यातून बाहेर पडला. फत्तेपूरचं पठार तेथून बरंच लांब होतं. त्यांच्याकडे जावं नि त्यांची खबरबात पुसावी असं त्याला सारखं वाटू लागलं. त्यांच्यात अडकलेला जीव काही केल्या बाहेर निघत नव्हता. अन् दिवस तर पार खपाटीला गेला होता... गोऱ्या साहेबाच्या भयान अत्याचाराचे भूत त्याच्यापुढे थयथया नाचू लागले आणि गती-गती आपल्या पालांच्या दिशेने चालू लागला. चालता-चालता विचारांचे वादळ पुन्हा पेटू लागले...

'छया बहीन, ह्यो जलम व्हय का कयीदखाना!.. ह्या परीस कईदखाना परोडला. निदान दोन टाईम जेवाले भेटते... जेलच्या मजबूत इमारतीत रहाले भेटते... पन ह्यो भयंकर जुलूम नाई सईन होत बॉ! गाव नाही का शिव नाही... इथून तिथं, तिथून तिथं! धा नवऱ्याची बायको!.. कुचकलं का इचकलं तरी हाजी हाजी करा! आंड झेला त्यायचे... आमी बिगारीचे घोडे... चालले तवरीक वापरले... थकले का देल्ले हाकलून! मारला पुठ्ठ्यावर झोडपा. बहीनमायचं हे फुकटझवे सर्कार! भोसडीच्यायले काही दयामयाच नाही... अन् त्यायचे कुत्रे तं त्यायच्याय परीस माजून गेले.'

धनाजी मनातल्या मनात सरकारला व त्याचे कुत्रेच असलेल्या पाटील-कोतवालाला शिव्या देत, पठाराच्या दिशेने चालू लागला. आपल्या लोकांवरील जुलमाने त्याच्या रागाचा भडका उडत होता; पण आतल्या आत जळण्याशिवाय तो काहीच करू शकत नव्हता. हातातील काठीच्या आधाराने रस्त्याचा वेध घेत तो पुढे चालू लागला. गावपाटलाच्या आडमाप वाड्याकडे अन् गावपांढरीकडे पाहावेसेही वाटत नव्हते; एवढा त्यांचा त्याला तिरस्कार वाटत होता.

'भडवीचे! समदे एकाच माळेचे मणी! कोतवालापासून पाटला पावतर... अन् पोलिसापासून सर्कार पावतर सर्वे एकाच वस्तऱ्यानं भादरले हाये! त्याच्यात कोनीच चांगला नाही. आपला तं कोनी न्हाईच न्हाई!'

धनाजीच्या मनात उठलेले भयाणभूत काहूर अस्पष्ट शब्दांच्या रूपाने ओठांतून बाहेर पडत होते नि पठारी निर्जन ओसाडीत लुप्त होत होते.

❖❖❖

वस्तीकडे जाणारी पठारी पाऊलवाट तुडवत पुढे जाणाऱ्या धनाजीच्या पाठमोऱ्या आकृतीकडे अंशी केविलवाण्या नजरेने पाहत होती. तिच्या कुशीत दडलेले तिचे नातूही कोमेजून गेले होते. राघो तर काहीही न बोलता भळाभळा आसू ढाळत होता; रणांगणाकडे निघालेल्या जिवलगाला भरल्या डोळ्यांनी निरोप द्यावा तसे. त्याचं सारं कुटुंबच मृत्यूच्या दाढेत ढकलल्यासारखं वाड्यावर नेलं होतं. कटाईसाठी नेणाऱ्या मुक्या जनावरांसारखे तेही निमूटपणे पुढे गेले होते. त्यांच्या तावडीतून सुटलेलं एक मुकं ढोर, हाडांचा सापळा झालेलं, मरणाच्या वाटेने लागलेलं; पण आपल्या कळपाच्या लोभाने हंबरडा फोडत त्यांच्या माघामाघाने धावण्याचा आटापिटा करत पुढे निघालं होतं. त्यांचे लहानलहान वासरं मायबापासाठी टाहो फोडत आकांत करत होते. गाव दिसेनासा होईपर्यंत त्यांची ही अशी कालवाकालव चालली होती.

सारं पठार भकास-भकास वाटत होतं. पठारावर आज नेहमीसारखा पोरांचा गोंगाट नव्हता. सनकाड्यांची ठोकपीट, तागाच्या भुरभुरणाऱ्या म्हाताऱ्या, शामा बुढ्याचं केकाटणं, अंशीचे सुनांशी होणारी भांडणं, काही काही ऐकू येत नव्हतं. सारीकडे मध्यरात्रीची भकास शांतता पसरली होती. अंशीला तर तिथे थांबणे कठीण जात होते. एवढ्यात चुलीजवळ पडलेल्या रिकाम्या मडक्यावर तिची नजर गेली. ते तसंच खरकटं पडलं होतं. पालात रांधण्यासाठी काही नसल्यानं अंशीला त्याची गरज पडली नव्हती. पण त्या मडक्याकडे पाहून तिला रात्रीच्या जेवणाची एकदम आठवण झाली. गाठुड्यात तर मघाच थोडंसच पीठ होतं. फडक्याच्या बुडाला चिकटून असलेलं पसाभर पीठ, मोठ्या मुश्कीलीनं निघालं असतं. त्यामुळे ती धास्ती भरल्यासारखीच ओरडली... "आवो माय, पालात पिठाची चिमूट नाही अन् चिमणीले टाकाले दानाय नाही. मंग राती-बेराती पोरं-सुना पालावर वापस आल्यावर काय खाईन देवा! कुठं जाईन एवढ्या राती भीक मांगाले? थ्या परीस आफूनच काहीतरी केलं पायजे. आजून दीस बुडाले लय वकत हाये. चाला बरं रे बाबू ,काई भेटते का जंगलात तं पाहू आफून. राघो, तू थे फडकं घे! साइत्रे, तू बी घे एक फडकं! इठू, तू बी चाल रे बाबू आमच्यासंगं! शिवा, तू पालाकडं लक्ष ठिवजो. ढोर वासरू आलं तं हकलजो. कोनी आलं तं सांगजो जंगलात गेले मनून! पायतो काई भाजी भास्पाल्याचं भेटते काय तं!"

असे म्हणून नातवांना सोबत घेऊन ती निघाली. तिच्यापुढे आता तिच्या चारही लेका-सुनांच्या व नातवांच्या पोटाचा प्रश्न थैमान घालत होता. त्यांचं तिकडे काय होत असेल...? कायच्यासाठी नेलं असन, पाटलाच्या वाड्यावर...? तिला काहीच उलगडत नव्हतं. तिचे चारही पोरं आता आपापले स्वतंत्र पालं ठोकून अलग राहत असले तरी तिच्या मनात ओसंडून वाहणारे पुत्रप्रेम अलग होऊ शकत नव्हते. मनातील मातृत्वाचा ओलावा आटणे शक्य नव्हते. रात्री-बेरात्री तरी लेक व सुना घरी परततील या आशेने व उपाशी जिवांना घास भरवण्याच्या चिंतेने ती ग्रासली होती. म्हणूनच शिलपतच्या मुलांसोबतच बयाजी व सताजीच्या मुलांनाही सोबत आणले होते. आपल्या पालात एकटाच राहणाऱ्या तुकारामच्या आठवणींनी तर ती पिळवटून आली. त्याच्यात तिचा फार जीव होता. सर्वांत लहान म्हणून तर होताच; पण त्याच्या संसाराचा पार इस्कोट झाला होता. बायको अन् त्याच्यात आटपाट पडला होता, म्हणूनही होता. त्याची बायको पोराबाळांना घेऊन बऱ्याच दिवसांपासून मायबापासोबतच राहायची. तिच्या मायबापाचं बिऱ्हाड तिकडे घाटावर परभणी जिल्ह्यातील वझर, जिंतूरकडे... दहा-पंधरा पालांसह भटकायचं.

तुकारामच्या अशा दुदैवी जीवनाने तो तिच्या सहानुभूतीचा विषय झाला होता. आताही ती त्याच्या आठवणीत रुतून बसली अन् काखेत फडक्याची गुंडाळी नि खांद्याला विळा अडकवून नातांसह जंगलाच्या वाटेने चालू लागली. आठ दिवसांपूर्वी शिवारातील बोरू अंबाडीची शेतं पाहत सभोवतीच्या तीन-चार शिवारात हिंडली होती. तेव्हा तिच्यासोबत सुना अन् मुलंही होती. बोरू तेव्हा कळ्यांवर होता... एकटंदुकटं फूल उगवणं सुरू झालं होतं... त्याला लागूनच असलेली अंबाडीची शेतं तर हिरवीकच्च होती... त्यांना अद्याप कळ्यासुद्धा आल्या नव्हत्या. या शिवारातील बोरू-अंबाडीच्या पिकांवर भुलूनच धनाजींसह सर्व पालातील मुखंडांनी याच पठारावर पालं लावण्याचा निर्णय घेतला होता. ही शेतं शेकापूरच्या शिवारात येत असली तरी तेथून वाढोना, सोनुली, बपोरी, भीवगड दत्तापूरची शिवारही जवळ होती. प्रत्येकात कोस-दीड कोसाचं अंतर असलं तरी तिकडे बोरू-अंबाडी भरपूर होती. त्यामुळेच भामट्यांच्या तोंडाला पाणी सुटलं आणि हंगाम चांगला होणार अशा आशा दुणावू लागल्या. पण हंगामाच्या तोंडावरच अपशकून घडल्यासारखं झालं... हातातोंडाशी आलेला

घास गळून पडतो की काय, असे सर्वांना वाटू लागले. अंशीला तर आभाळ कोसळल्यासारखंच वाटलं.

अंशी आपल्या नातवांना घेऊन सरळ वाढोण्याच्या शिवारात शिरली. वाढोणा व दत्तापूर दोन्ही शिवारातील शेतं एकमेकांना लागलेली... शीव तेवढी आडवी... ती शिवेने लागली. बोरू-अंबाडीचे अनेकानेक शेतं शिवेच्या दोन्ही बाजूने विस्तीर्ण पसरली होती. त्यात सहा-सात फूट उंच वाढलेला बोरू... तशीच उंच अंबाडी... बोरू फुलून पिवळा झाला होता. अंबाडी मात्र तारुण्याच्या उंबरठ्यावर नुकतीच रुजू झालेल्या पोरीसारखी, हिरव्या पानांनी भरगच्च ओथंबली होती; पण अजून अल्लडच होती... वाऱ्याच्या झुळकीसरशी जमिनीशी हेलकावे घेत होती... पोट्यातील ज्वारीच्या धांड्याला मुद्दाम खेटत होती... त्याच्यावर अंग झोकून मस्ती करत होती... तोही प्रतिसाद देत होता अन् उजागराचा आव आणून आपल्याच तोऱ्यात डोलत होता.

दाटीवाटीने उभे असलेले बोरू आपल्या शिडशिडीत अंगकाठीवर फुलांचे झुपके घेऊन उभे होते... अजूनही अल्लड असलेल्या अंबाडीला जणू खिजवत होते... जिकडेतिकडे पसरलेली बोरू-अंबाडीची हिरवीगार शेतं आणि त्यावरून झुलणारा पिवळाजर्द पट्टा... ऐसपैस पसरलेला! तो पाहून अंशीला यंदाच्या भरपूर हंगामाची चाहूल लागली. पण बोरू-अंबाडीच्या कापणीला अजून महिना दीड-महिना तरी अवकाश होता.

नातवांना घेऊन अंशी बोरूला लागूनच असलेल्या अंबाडीच्या शेतात शिरली. प्रत्येकाला फडक्याचा ओटा करून दिला. आपल्या लुगड्याचा पदर डोक्यावर घेऊन त्याला गाठ पाडली. आपलाही वटा तयार केला नि नातवांना म्हणाली, ''हं वरपा आता अंबाडी अन् भरा आपापल्या वट्यात. पन शेंडे नोका तोडू अन् झाडं नोका मोडू दिवू.''

''पन आजी कोनी ईनगीन तं ठोकन नाओ!''

राघो तिला भीतभीतच म्हणाला, ''कोनी नाई येत. तोडा लवकर लवकर. अन् कोनी आलय तं सांगा आमी पठारावर उतरलो अन् आमीच ह्यो बोरू कापाले घेतला मनून!''

अंशीने नातांना धीर दिला. तिच्या हिमतीने सारे जण अंबाडी ओरपू लागले. काही वेळातच सर्वांचे ओटे तुडुंब भरले. मग ती नातांना म्हणाली, ''बोरूचे फुलं घ्या आता भाजीसाठी... तोडा पटपट!''

सगळे जण पुन्हा कामाला लागले. बोरूचे झाड वाकवून त्याची फुले तोडू लागले. कोंबूकोंबू वट्यात भरू लागले. काही वेळाने तेही थांबले नि सर्व जण शेतातून पांदीवर आले. अंशीने प्रत्येकाच्या वट्यातील अंबाडीच्या पाल्याचे गाठुडे बांधून त्यांच्या डोक्यावर दिले. आपलेही गाठोडे घेऊन पठाराच्या दिशेने ताडताड चालू लागली. अंधार पडण्यापूर्वी तिला घरी परतायचे होते नि पोरं-सुना पालावर परतायच्या आधी अंबाडी शिजवून तयार ठेवायची होती. बोरूच्या फुलांची भाजी अन् अंबाडीचा चोथाच तिच्या थकलेल्या उपाशी पोरांना आधार देणार होता....

❖❖❖

अंशी पालावर पोहोचली तेव्हा दिवस मावळला होता. पालाजवळ जाताच गोट्याच्या आधाराने बसलेला उदास धनाजी तिला दिसला. त्याला पाहताच तिकडचे हालहवाल ऐकण्यास ती उत्सुक झाली होती. परंतु धनाजीची उदास मुद्रा पाहून ती जे समजायचे ते समजली. डोक्यावरचे ओझे खाली ठेवून तिने धनाजींना व नातांना पाणी दिले. स्वतः प्यायली. भर उन्हात चालल्याने अन् पदरात पडलेल्या निराशेने, धनाजी अधिकच थकल्यासारखा वाटत होता. त्याच्या चेहऱ्यावरच्या सुरकुत्यांत अन् पांढऱ्याफट पापण्यांत साचलेल्या धुळीने आणि उघड्या शरीरावर बसलेल्या मातीने तो अधिकच विद्रूप वाटत होता. घनघोर पावसाने मातीची सुडौल मूर्ती विसकटून जावी आणि आपले मूळ रूपच ती हरवून बसावी, तसे धनाजीचे झाले होते.

अंशीने दिलेले पाणी तो अधाशासारखा प्याला, तंबाखू खाल्ला नि उसासे टाकत पुन्हा गोट्याच्या नेट्याने बसला. चघळल्या जाणाऱ्या तंबाखूसोबत त्याचे विचारचक्रही गतिमान होऊ लागले. आतापर्यंत दूर असलेले त्याचे सर्व नातू आता त्याला बिलगू लागले. राघो मात्र त्याला बिलगत हुंदके देऊ लागला. त्याच्या हुंदक्यांनी धनाजीची तंद्री तुटली नि त्याला तो विचारू लागला, ''अरे

अरे, शायन्या मानसानं असं लडाचं नाही. ऊठ! मी आलो ना आता! माह्यासंग बोल. सांग काय झालं थे!''

असे म्हणत तो त्याला पिरसू लागला. धनाजीच्या स्पर्शाने अन् गोड बोलण्याने राघो अधिकच गदगदून येऊ लागला नि हमसून हमसून रडू लागला. ते पाहून भांबावल्यासारखा झालेल्या अन् मायबापाची वाट पाहून कासावीस झालेल्या त्याच्या भावंडांनाही हुंदके येऊ लागले, अंशीही डोळे पुसू लागली. काही क्षण असेच गेले. धनाजीने राघोचे आसू पुसले आणि त्याला प्रेमाने विचारू लागला, ''हं, सांग काय झाले रडासाठी?''

त्यावर तो म्हणाला, ''आमचा बापू कुठं हाये? मायय नाही अन् बापूय नाही. तू गेला होता ना वस्तीत? मंग काहून नाही आनलं मायले अन् बापूले? आता कव्हा यीन गा थे?''

''आता लडू नोका तुमी. आपले समदे लोक आता ईनच. तुमी जेवा नं झोपून रहा मस्त!''

धनाजी बोलत होता. पण त्याच्या बोलण्याने नातवांचे समाधान काही होत नव्हते. आता अंशीलाही राहवले नाही. धनाजीची चिंताग्रस्त मुद्रा पाहून तिने आतापर्यंत बोलण्याची हिंमत केली नव्हती. पण राघोमुळे तिला आयताच विषय मिळाला. ती धनाजीला म्हणाली, ''असं कुठीसा नेलं आपल्या लोकायले? अन् कायच्यासाठी? कुठं डाकागिका पडला का? जिथं जावं लपाले; तिथंच येते कापाले! अशी खिसा!''

''अवो डाकागिका नाही पडला. तिकडे फत्तेपूरच्या पठारावर पल्टन उतरली गोऱ्या सायबाची. त्यायच्या बिगारीसाठी हकलले समदे झनं!''

धनाजीने माहिती दिली. त्यावर अंशी कळवळून म्हणाली, ''अस्स होय का? आफूनच सापडलो त्यायले बिगारीसाठी? आपल्या कपायाचा ह्यो भोग कदी सरल, देवाले ठावूक!''

त्यावर धनाजी बोलला, ''आवं राजानं मारलं अन् पावसानं झोडपलं तं न्याव कोनाले मांगाचा? नसिबात जे भोग लेयले असन थे भोगाच लागते मान्साले! जा आता, लेकरायसाठी काई भाजी भास्पालं कर! खावू दे त्यायले.''

''पन थे बिगारीवून कव्हा यीन? संगं कुटकाभर लेकरं बी हाये. त्यायले थ्या पोरी कशा संभायत असन? सईचं लेकरू तं आंदीच बिमार... काडीवानी

हातापायाचं अन् आता हे उनातानाची दगदग! सताजीकडचय लेकरू लहानच हाये. कशा संभायन...? बिगारीचं काम करन का लेकरं सांभायन...?''

''अं देवावर भार टाकून पुढं चालत राहावं. आपलेच लेकरं लहान हाये का? अखिनय दोघी-तिघी लेकुरवाया हाये. संभायन आर्गीपार्गीनं!''

शेतातून आणलेला अंबाडीचा पाला अन् बोरूची फुलं अंशीने साफ केली. पालापुढेच दगडाच्या दोन चुली मांडून मोठ्या दोन मडक्यात अंबाडीचा पाला शिजत घातला. परत आलेल्या उपाशी जिवांना थोडंथोडं खायला मिळेल नि पोटाला आधार होईल, असा तिचा विचार होता. काही वेळाने अंबाडी शिजली. मडक्यांतील पाणी बाहेर काढून ते चाटूने मस्त घुसळले. मग कढईत बोरूच्या फुलांची मीठ मिरच्या टाकून भाजी केली. लहान मुलांना आणि धनाजीला ताटलीत ती खायला दिली. ज्या पालात अशी बाया-माणसं मागे राहिली होती, त्यांनीही येणाऱ्यांसाठी काहीबाही करून ठेवले. अंशीने शामा बुढ्यासाठीही ताटलीभर भाजी पाठवली. तोही बऱ्याच वेळपासून सारख्या हाका मारत होता; पण सर्वांनी तिकडे दुर्लक्षच केले होते.

अंबाडीची भाजी अन् बोरूची फुलं धनाजी व त्याच्या नातांनी पोटभर खाल्ली. अडीनडीचं त्यांचं तेच जेवण होतं. अंशीला मात्र जेवण काही धकत नव्हतं. ती तिथेच आडवी झाली. पण झोप काही येत नव्हती. धनाजी पालाबाहेर व त्याचे नातू पालात जागा मिळेल तिथे झोपी गेले. सगळीकडे पसरलेल्या काळ्याकुट्ट अंधारात भामट्यांसह सारं पठार गडप झालं होतं. पालाबाहेर पडलेला धनाजी नि पालातील अंशी डोळे वासून आकाशाकडे पाहत होते. पण सारं आकाश चांदण्यांसह अंधारात दिसेनासं झालं होतं. अंधूक प्रकाशाचाही कुठे थांग लागत नव्हता.

❖❖❖

रात्र टळून गेली तरी धनाजीला झोप लागत नव्हती. तो सारखा या कडावरचा त्या कडावर होत होता. अधूनमधून तंबाखूची फक्की तोंडात टाकत होता. त्याचं अगतिक, बेचैन मन पोरांसाठी कासावीस झालं होतं. बिगारीचे भारे वाहता-वाहताच सायबानं आपल्या जातीची चौकशी केली, गावाचा ठावठिकाणा विचारला, तर निर्माण होणाऱ्या समस्येची त्याला चांगली कल्पना होती. गोऱ्या

सायबाच्या भीतीनेच तर भामट्यांसह साऱ्या भटक्यांवर वणवण फिरण्याची पाळी आली होती. विचारांच्या आग्यामाश्यांचे थवेच्याथवे आपल्यावर तुटून पडत आहेत... आणि त्यांच्या भयंकर डंखांनी सर्वांगाची लाहीलाही होत आहे, असे त्याला वाटू लागले.

तो तसाच पडून होता. इतक्यात पठाराची नीरव शांतता चुळबुळत असल्याचा त्याला भास झाला. त्याने गाढवाटेच्या दिशेने कान टवकारले. कुणाच्यातरी बोलण्याचा अंदाज येऊ लागला. मग तो जागेवर उठून बसला. आवाजाच्या दिशेने पाहण्याचा प्रयत्न करू लागला. पण त्याच्या अर्धअधू डोळ्यांनी काहीच दिसत नव्हतं. पण आता आवाज स्पष्टपणे येऊ लागला. त्याने कान टवकारले! हो, त्याच्या कळपातील लोकांचाच तो दबका आवाज होता. बाप दिसताच लहान लेकरासारखा त्याच्याकडे दुडदुडत येत होता.

काल अध्यानमध्यान रात्री बिगारीसाठी नेलेली बाया-माणसं, आज मध्यरात्रीनंतर आपल्या बिऱ्हाडावर परत आली होती. आल्याआल्याच पालापुढे कोलटेकनी बसलेला धनाजी त्यांना दिसला. पठारी अंधारातही त्यांनी त्याला अचूक ओळखले. काशा भामट्याने तर त्याच्याशी रामरामही घेतला नि म्हणाला, ''बापा! धन्याकाका, तू अजून चेताच हाये कागा? वाट पाहून रायला आम्ची?''

त्यावर शिलपतची बायको सईच बोलली, ''बुढ्याले आपल्याबिना कायची झोप येते?' जाया बिना कड नाई अन् मायेबिना रड नाही' मंते थे काई खोटं नाही.''

सगळे जण आपापल्या पालाकडे जाऊ लागले. सताजी मात्र लंगडत-लंगडत एकेक पाऊल पुढे टाकत पालाकडे निघाला होता. त्याच्या पायाला कुरूप असल्याने नि मुरमाड टेकडीवर अनवाणी पायाने ओझे घेऊन बिगारीचे काम करावे लागल्याने, पायातील कुरपांची ठणक अधिकच वाढली होती. पण, त्याचा चेहराही फडक्याने बांधला असून त्याला हात लावून तो कण्हत चालत होता, ते अंशीच्या लक्षात येताच तिने त्याला विचारले, ''बापा सताजी, तुनं तोंड काहून बांधलं रे, बाबू? दाढगीढ दुखून रायली का?''

त्याने नकारात्मक मान हलवून दाढ दुखत नसल्याचे सांगितले. पण त्याची बायको गयाला राहवले नाही. ती म्हणाली, ''अजी, त्यायच्या पायातले कुरपं भल्कसे दुखत होते... त्याच्यात मुरमाटी रस्ता... पायात काही नाही.

डोक्शावरचं वझं संभायत थे गती-गती वर चढले. लंगडतच सायबाच्या राहुटीत गेले. त्याच्यात त्यायले उशीर झाला. तवरीक बाकीच्यायच्या दोन येरझारी झाल्या होत्या. त्याचा सायबाले राग आला. नि मनाला 'साले...! माजरचोद! ढोंग करता है. साला जानबुझकर लंगडता है और देर लगाता है.' अन् जोड्याभरली लात त्यायच्या कमरीवर मारली जी...! तसे ते डोक्शावरच्या वझ्यासहित पुडच्या लोखंडी पलंगावर साडसूड पडले. उठाले गेले तं पाठीवर दोन दंडे बसले. मी दरवाजात उभी राहून गोऱ्या सायबाचा अत्याचार पहातच होती. थे उठून उभे झाले तव्हा तोंडातून भयभय रगत वहात होतं... पलंगावर पडल्यानं मार लागून त्यायचा दात पडला, पन डोया वाचला नसिबानं!'' आणि ती हमसून-हमसून रडू लागली.

सताजीवर गुदरलेल्या या प्रसंगाने सारेच हादरले होते. पण असह्य झालेला थकवा आणि पोटात थैमान घालणारी भूख यामुळे कुणी बोलतही नव्हते. अंशीने ताटलीत वाढलेली अंबाडीची भाजी नि बोरूची फुले सर्वांनी पोटात ढकलली आणि जिथल्या तिथे निपचित पडल्यागत झोपी गेले.

पहाट होताच सर्व पालांतील मुखंड गोळा झाले. जे यायचे होते त्यांनाही बोलावू लागले. बऱ्याच रात्री उगवलेली चंद्रकोर आता घसरणीला लागली होती. तीकांडंही झुकलं होतं, पण दिवस उगवायला बराच अवकाश होता. बिगारीवरून येतायेताच परस्परांत झालेल्या चर्चा आता प्रत्यक्षात आणायच्या होत्या. सताजी-बयाजीसह सर्वांनी आपापल्या बायांना सामानाची बांधाबांध करायला सांगितले. पालं गोळा करायचे एकमेकांना आदेश देऊ लागले. काही वेळातच सर्वांची बांधाबांध आटोपली आणि सगळे मिळून 'आता कुणीकडे जायचे?' याचा विचार करू लागले. धनाजीलाही त्यांनी बसायला सांगितले. आतापर्यंत अचंब्यात पडलेल्या अंशीला मात्र राहवले नाही. ती खालच्या आवाजात विचारू लागली, ''बापा! आत्ताच निंघाचं कागा? काही येडंवाकडं आइकलं का, तुमी?''

''हो, आत्ताच निंघाचं. दीस निंघाच्या आत नदीच्या पलीकडं, दुसऱ्या सिवंत गेलो पायजे आपून! कोनाले कानाचा कोन नाही लागला पायजे. नाही तं ईन नस्ली बिलामत!''

काशा प्रौढपणे बोलत होता. त्याचे म्हणणे सारे जण निमूटपणे ऐकत होते. काशा अन् शिलपत समवयस्क; पण काशा त्याच्यापेक्षा चार-सहा महिन्याने मोठा! तोही त्याला वडीलकीचा मान द्यायचा. धनाजीही मानायचा. पोरांनी एवढ्या तडकाफडकी पठार सोडण्याचा निर्णय घेतल्याचे पाहून तो जे समजायचे ते समजला होता. तरीही, नक्की काय झाले असावे, याचा अंदाज मात्र त्याला येत नव्हता. आणि एक पठार सोडताना त्या गावपाटलाचा दाखला... तशी त्याच्या दप्तरात नोंद केल्याची नि शिवार सोडण्याची त्याची परवानगी... सोबत चांगल्या वागणुकीची शिफारस... तसा दाखला दुसऱ्या गाव पाटलाला दाखवल्याशिवाय त्याच्या हद्दीत भटक्यांना राहता येत नव्हते. ते गाव सोडताना पुन्हा तशीच प्रक्रिया...! कोणत्याही गावपांढरीत अथवा गावाच्या शिवेत थांबण्याचा तो महत्त्वाचा दस्तऐवज... याची चिंता त्यांच्यापुढे उभी राहिली.

सर्वांची बांधाबांध आटोपली. पालं जमा झाले. लहान लेकरं पहाटेच्या थंडीने गारठल्यासारखे झाले; पण इलाज नव्हता. राघोची माय सई मात्र पाठीच्या दुखण्याने रात्रीपासूनच सारखी कण्हत होती. तिला श्वास घेणेही जड जात होते. श्वास घेताच पाठीत भयंकर कळ उठत होती. तशी ती 'अरे बापरे... मेली ओ मावो!' म्हणत आकांत करत होती नि कळ दबताच आपले काम करत होती. बिगारीत दिवसभर ओझी वाहिल्याने तिची उसण गेली होती. काशाने चुलीतील राखड मंत्रून पाठीवरून उतरवली होती. दुखणाऱ्या पाठीवर यीव पाहून थाडथाड लाथा मारल्या होत्या. तो पायवऱ्या असल्याने त्याच्या लाथांनी उसण उतरत असल्याचा सर्वांचा समज होता. त्यामुळे सईला थोडासा आरामही वाटत होता; पण कळ काही थांबली नव्हती. अद्यापही ती कोकडी-कोकडीच चालत होती.

तिने पालातील सामानाचे लहानमोठे तीन-चार गाठोडे बांधले. कोंबड्याच्या डाल्यावर पालाचे फडके झाकून ते दोरीने पक्के बांधले. बोरू कापायचे विळे, लहानमोठ्या कुऱ्हाडी, तागाचा पड घालायची फिरकी, तो गुंडाळायची घोडी, ताग वाळवायचे बांबू, वगैरेंचा गठ्ठा बांधला. त्यासाठी अंशी व राघोनेही मदत केली. शिलपतनेही हातभार लावला. सारी बांधाबांध आटोपून आता कोणत्या पठाराकडे निघायचं, या आदेशाची वाट पाहत आपापल्या गाठोड्याच्या आधाराने बसले.

''धन्याकाका, आता कोनत्या सिवंत जाचं गा?'' काशाने विचारले.

तसा धनाजी म्हणाला, ''कोनत्या मंजे? तुमी कुनीकडं जाचं ठरोलं? तुमी जवान पोरं जिकडं न्यान तिकडं आमी येतो गती-गती. तुमच्या मांगंमांगं!''

धनाजीचे बोलणे ऐकून शिलपत म्हणाला, ''हे पाहय बावा, फत्तेपूरले गोऱ्या सायबाची छावनी पडली हाये. आठ-पंधरा दीस मुक्काम हाये त्याचा... ह्या दिसात तो समदं शिवार पिंजून काढन... चोराचिल्टाचा माग पाहीन... पाटील-कोतवालाले हागमूत सोडन... सपाट्यात सापडल्या भटक्या टोयायले तिकडे सोलापूर, पुने, बारामतीच्या सेटलमेंटाकडं हकलन... अन् आपल्यामांगं रोजची बिगार तं लागनच; पन आपली जात समजली का चोर समजून आपला तुंगाचा तुंगाच थ्या खुल्या तुरुंगात दाबन अन् भोसडीचा लालतोंड्या लय खतरनाक हाये मंते! मनून दिवस निंघाच्या आंदी हे सिवार सोडलं पायजे, असं मंतो मी!''

''होगा, अन् बिगारीतल्या लोकायले त्यानं नावं, गावं, जात खोदू-खोदू इचारलं मने! आफून तिथं पोचाच्या आंदी काहीक भटक्या टोयायची चौकसी झाली मंतै!'' बयाजीने माहिती दिली.

''हो, खरं हाये बयाजीचं. इंग्रज सरकारचा फिरस्त्यायवर पयलेच डास हाये. फिरस्त्या मनला का थो चोऱ्या करते, डाके टाकते, लुटमार करते, असं वाटते त्यायले. अन् आफून तं भामटी.. नाव आइकल्याबरोबर अंगार होते त्याच्या आंगाची. आपल्याले तं थे चोर, डाकू समजते अन् कुटुंबाहित जेलात टाकते. मंग थो शंभर वर्साचा मतारा असो, का काल जलमलं लेकरू! त्याच्यालेखी सारेच चोर... डाकू! मनून मंतो निंघा लवकर... वाट सापडन तिकडं चाला.''

काशाचे बोलणे ऐकून धनाजी शांतपणे बोलू लागला. त्याच्या बोलण्यात अनुभवाचा मुरब्बीपणा होता. एकेक शब्द तोलूनमापून बोलत तो म्हणाला, ''हं, सायबाची छावणी पुडच्या भागाले हाये. थो तिकडच वापस जाईन. डाव्या आंगानं नदीचा येडा हाये अन् उजव्या आंगानं तं थो आलाच. आता थो मांगच्या मांगं नाही जानार... पुढं सुर्व्यामुखच जाईन. तं त्याच्या पुडच्या भागानं नाई जाचं आफून. नाहीतं त्याच्या जायात सापडू समदे!''

''हो, बेटं थेय खरंच हाये! मंग कसे कराव मंता? पन लवकर निंघालो पायजेन आफून... दिवस निंगाच्या आतमंदी हे पठार सोडून कोस-दीड कोस पुढं गेलो पायजे आफून.'' शिलपतने निर्वाणीचे सांगितले.

सर्वांपुढे निर्माण झालेल्या प्रश्नाने आणि इंग्रजी राजवटीच्या भयंकर दहशतीने सगळ्या भामट्यांची पाचावर धारण बसली होती. कालचा दिवस बरा निभला होता. ढोरासारखं अन् उपाशापोटी काम करावं लागलं असेल, पण त्यांच्या जातीची चौकशी झाली नव्हती. त्यामुळे साहेबाच्या पूर्वग्रहदूषित रोषाचे व तत्जन्य शिक्षेचे बळी तरी व्हावे लागले नव्हते. इंग्रज सरकारच्या या अमानुष धोरणामुळेच तर अख्खी भामटी जमात गुन्हेगार ठरवून त्याच्या अन्यायी शिकंजात निर्दयपणे कसली जात होती. त्यातून सुटण्यासाठी ते जिवाच्या आकांताने दाही दिशांत भटकत होते. सारे दानाफान झाले होते... भारतभर विखुरले होते... आणि अन्नाला मोहताज होऊन आता देशोधडीला लागले होते.

त्यांची घालमेल पाहून धनाजीच म्हणाला, ''थ्या परीस आफून नदी वलांडून पलीकडच्या काठावर जावू. सायबाची पल्टन नदी पलीकडं नाही यीन वाटते. अन् नदीपल्याड पोलीसठानं बदलते... तालुका जिल्हा बदलते अन् सायबाचा अधिकार बी बदलते.''

धनाजीचे म्हणणे सर्वांना पटले. कोणत्या दिशेने जायचे हा प्रश्न मिटला. पण एक प्रश्न त्यांच्यासमोर थयथया नाचू लागला; तो म्हणजे उजाडण्यापूर्वी निघाले तर गाव सोडण्याचा पाटलाकडून दाखला कसा आणायचा?

अंशी म्हणाली, ''पन दाकल्याचं कसं? पाटलाचा दाकला नसला तं नव्या पांढरीत कसं थांबू दीन आपल्याले?''

''त्याची कायजी नोका करू तुमी. समदे झनं आपापले वझे घिवून व्हा नदीच्या पल्याड... शायनी मानसं नदीच्या उतारा-उतारानं निंघा पुढं. त्यायच्या मांगं लेकरं, न बाया... मांगं अधिक मान्सं... तुंगाचा तुंगा पुढं चाला. मी नं शामा बुढा थांबतो इथच. पाटलाले कोनी मेल्याचं सांगतो अन् सक्काईस पाटलाचा दाखला घिवून बिराड गाठतो. आता उठा तुम्ही... निंघा लगबगीनं!''

तसे सगळे जण आपापले गाठोडे डोक्यावर घेऊन, अंधारातून वाट काढत पुढे चालू लागले. कुणी कुणाशी बोलत नव्हतं. सगळीकडे सामसूम होती. अंधाराचे प्रवासी, अंधारातून वाट शोधत दुसऱ्या अनोळखी पठाराकडे निघाले होते....

■■■

२

उथळ पाण्याचा अंदाज घेत, डोक्यावरचे ओझे सांभाळत भामट्यांची बिऱ्हाडं नदीपार झाली आणि नदीची उंच थडी चढून चाकूल वाटेने लागली. थंडगार धुळीने भरलेली ती निर्जन चाकूलवाट दूरवर गेली होती. ती नेमकी कुठवर गेली याचा व आपल्याला कुठवर जायचे याचाही त्या भुकेकंगाल जिवांना पत्ता नव्हता. पाठीमागे लागलेले इंग्रज अधिकाऱ्याचे अक्राळविक्राळ भूत आणि त्याच्या तावडीतून सुटण्यासाठी वाट सापडेल तिकडे जिवाच्या आकांताने पळणे याशिवाय त्यांना काहीच सुचत नव्हते. डोक्यावर गच्च बसलेले संसाराचे ओझे सावरत दुडक्या चालीने ते भरधाव निघाले होते. आकाशात दिसणारी चंद्रकोरही आता लुप्त झाली होती... चांदण्याही अस्पष्ट झाल्या होत्या. पण अंधार निथळला होता. त्यामुळे दूरवर गेलेल्या अस्पष्ट वाटेचे धूसर रूप, आत्ममग्न धूमकेतूसारखे गूढरम्य वाटत होते. रस्त्याकाठची अन् दूरवर पसरलेल्या जंगलातलीही झाडंझुडपं अद्याप पूर्ण जागृत झाली नव्हती... अर्धनिद्रेतच ती पेंगुळली होती. ताडताड निघालेला भामट्यांचा काफिला वेगाने पुढे चालला होता. पुरुषांमागे धावतपळत चाललेल्या स्त्रिया आणि त्यांचे दारिद्र्य व भटकंतीचे लहानगे वारसदार त्यांच्या पावलावर पाऊल टाकून त्यांची सोबत करण्याचा प्रयत्न करत होते.

राघो व त्याच्या भावंडांच्या डोक्यावर असलेलं लहानसं ओझंही त्यांना नकोसं झालं होतं. डोळ्यांतील झोप आणि अनोळखी रस्त्यावरचा अंधार यामुळे तर ते ओझं अधिकच जडशीळ वाटत होतं... अगदी नकोसं झालं होतं. ते बाजूला भिरकावून द्यावं नि मस्तपैकी झोप काढावी, असं त्यांना वाटायचं.

पण मायबापाची दरडावणी आणि अनोळखी रस्ता यामुळे झोपेला थोपवत पुढे चालणे भागच होते.

चालता-चालता ते बरेच दूर येऊन पोहोचले. शेकापूरची नदी अन् तिच्या काठची शेतं मागे पडली. चाकूल वाटेच्या दुतर्फा ज्वारी पराटीची शेतं डुलत होती... तुरीच्या हिरव्याकंच घनदाट ओळी पहाटेच्या संधिप्रकाशातही ओळखू येत होत्या. आता पहाटही टळत आली होती. काशा-शिलपतसह सारी माणसं बऱ्याच वेळेपासून गाववस्तीचा वेध घेत होते. पण ती काही नजरेच्या टप्प्यात येत नव्हती. चालून-चालून थकलेला शिलपत म्हणाला, ''बहीन, भल्ताच मोठा टप्पा हाये गा! कव्हाचं चालताच चालतो, पन कोन्या गावाचा पत्ताच लागून नाही रायला!''

''गाव बदकाडात असन; नाही तं थे टेकडी दिसते ना, तिच्या पलीकडल्या आंगं असन!'' टेकडीसारख्या उंच माथ्याकडे बोट दाखवत काशा म्हणाला.

चालून-चालून आता सगळेच थकले होते. स्त्रिया व मुलांना तर अगदी नकोसं झालं होतं. उसणभरली सई आपली वेदना सोसत, वाकत-वाकत चालली होती; तर इतर स्त्रियाही एकमेकींच्या आधाराने पुढे चालत होत्या. काशाची लहान भावसून पार्बती मात्र अद्याप बरीच दूर होती. ती तीन महिन्याची पयलाडू गरोदर पोरगी... आधीच दिवसभरच्या बिगारीनं गलितगात्र झालेली... मग पालावर येताच बकाबका खाल्लेली अंबाडीची भाजी अन् बोरूची फुलं... आणि विश्रांती मिळण्याऐवजी डोक्यावर ओझं घेऊन सुरू झालेली चढउताराच्या रस्त्याची धावपळ... त्यामुळे तिला चालताना त्रास होत होता. एक हात डोक्यावरच्या गाठोड्यावर ठेवून, दुसरा हात वारंवार पोटावरून फिरवत होती, त्यामुळे ती माघारली होती. तिच्यासाठी तिचा नवरा जानबाही पाय मोजत चालला होता.

ज्वारी पराटीची शेतं मागे पडली आणि टेंभुर्णीच्या झुडपाचं भलंमोठं पठार लागलं. मग काशाने व शिलपतने मुख्य वाट सोडून दिली अन् पुढे काही अंतरावर दिसणाऱ्या वडाच्या विस्तीर्ण वृक्षाकडे ते जाऊ लागले. सारी बाया-माणसंही त्याच्यामागे चालू लागली.

आता चांगलं उजाडलं. पूर्वेकडील क्षितिज तांबडंलाल झालं... पक्ष्यांचा किलबिलाट सुरू झाला... निळ्या आकाशाला स्पर्श करत पाखरांचे थवे बेभान आनंदात पुढे पळू लागले... झाडाझुडपांचेही प्रसन्न स्मित सर्वांना भुरळ पाडू

लागले... आणि पाहता-पाहता आकाशाच्या घननीळ कपाळावर दिव्य प्रकाशानं लुकलुकणारं लालचुटूक सूर्यबिंब विराजमान झालं. ते पाहून आनंदी झालेला राघो डोक्यावरचं गाठोडं खाली आदळत बेभानपणे ओरडला, ''मॉ, थो पाहय ओ सूर्व्य! पाहय कसा लकलक करून रायला!''

मग सारे जण तो सोहळा पाहत तिथेच उभे राहिले. काही जण डोक्यावरचे गाठोडे खाली ठेवून त्याच्या टेक्याने बसले. तेवढ्यात काहीतरी आगळंवेगळं दिसल्यासारखा सताजी ओरडला, ''काशादा, वडाखाली तं मारुतीची मूर्त हाये गा! थो पाय कसा साजरा वट्टा बांधून हाये... चिरेदार दगडाचा... जुन्या जमान्यातला!''

''अरे होगा! रीठ होय हे!'' काशाने माहिती दिली.

त्यावर सताजी कुतूहलाने विचारू लागला, ''रीठ मंजे गा?''

''अगा, रीठ मंजे, काई कारनानं गाव उठून जाते, पन मारुती थोडाच उचलून नेता येते! थो कोनाच्या बापाले तरी घनघटते का? गाव गेलं का तिथं रीठ पडते मंग! पन मारुती मात्र तिथंच रायते. हे बी रीठ असलं पायजे गड्या!'' असे म्हणत तो आणखी पुढे गेला व आश्चर्याने म्हणाला, ''वा वा गा, इथं तं इहिरय हाये... खिराडी सम्मेत हाये. आफून आता ह्या रिठावरच बिराडं उतरवू गड्या! तवरीक धन्याकाका अन् शामा बुढाय येते.''

थकल्याभागल्या जिवांनी काशाच्या म्हणण्याला होकार दिला नि सर्व जण मारुतीच्या पालापुढची जागा साफसूफ करण्याच्या कामाला लागले. त्या जागेवर पालं उभे होऊ लागले. कुणी उभे वेळू गाडले... कुणी त्यावर आडवा वेळू बांधला... कुणी जमिनीत खुट्या पेडसल्या आणि जुन्या धोतर-लुगड्याचा पालव त्यावर अंथरून ते फडके ठोकलेल्या खुंट्यांशी ताणले... आणि बघता-बघता भामट्यांची दहा-वीस पालं तिथे उभी झाली. मानवी वस्तीची चुळबूळ उजाड पठाराला रोमांच उठवून गेली. लेकरांचा किलबिलाट, बायामाणसांचा गोंगाट आणि शेकडो वर्षांपासून दुरावलेला सजिवांचा सहवास पुन्हा लाभल्याने ते निर्जन रीठ लेकुरवाळं झाल्यासारखं वाटू लागलं.

स्त्रियांनी मडक्याच्या तोंडाला दोर बांधून विहिरीतून पाणी काढले... राघोसह सर्व लहान पोरांनी शेणपोवटे गोळा केले... स्त्रियांनी पालातील जमीन शेणामातीच्या गिरबड्याने सारवून काढली... पालापुढे सडा टाकला... रिठाची

अवकळा जाऊन ते पाहता-पाहता शुचिर्भूत झालं. सर्वांच्या अंघोळी आटोपल्या. शिलपत व काशाने विहिरीतील पाणी काढून मारुतीला अंघोळ घातली... त्याला शेंदूर लावला... अक्षद, रुईची फुले वाहिली... गुळाचा नैवद्य दाखवून पाणी फिरवले. उरलेला गुळाचा भुरका लेकरांना वाटून दिला आणि हात जोडून मारुतीबुवाला म्हणाला, ''आता तूच आमच्याकडे लक्ष ठीव, मारुतीबुवा!'' असे म्हणत सर्वांनी नमस्कार केला. स्त्रियांनीही मारुतीवर आपली सावली पडणार नाही याची काळजी घेत दुरूनच हात जोडले.

''पोटापाण्याची काय सोय हाये?'' शिलपतने सईला विचारले.

त्यावर ती म्हणाली, ''पालात काईबी दायदाना नाही. रातीच तं अंबाडीवर संज भागवली.''

सर्वांची अशीच अवस्था होती. काहींच्या जवळ थोडेसे पैसे होते. ते घेऊन पुरुषमंडळी गावाचा शोध घेत तिकडे निघाली. जाताना शिलपत बायांना म्हणाला, ''तुमी, सबनझनी लेकरायले घिवून शेजारच्या वावरात जा अन् आना संजीपुरत्या तुरीच्या सेंगा... अन् थ्या सिजवून, द्या लेकरायले... न तुमीय खावून घ्या. आमी गावातून जवारी अन् तेल-मीठ घिवून येतो. जा बरं!''

पुरुषमंडळी गावाच्या शोधात निघाली. गाव बरंच लांब होतं, शिवारही विस्तीर्ण होतं, तरी दैनंदिन गरजेच्या वस्तू आणणं गरजेचं होतं. सारे लगोलग निघाले. स्त्रियांनीही लेकरांसह तुरीचे शेत गाठले. सर्व जण भराभर शेंगा तोडून वट्यात भरू लागले. शिवार परका... अनोळखी. कुणाची ओळख नाही. शेतं कुणाची, याचा पत्ता नाही. तरी सगळ्या जणी पोटासाठी आत शिरल्या शेंगा तोडू लागल्या. प्रत्येकीने आपापले वटे भरले. तुरीच्या ओळीला लागूनच पाट्याचे म्हणजे चवळीचे तास होते. हात-हात लांबीच्या चवळीच्या शेंगांनी वेली मोहरून आल्या होत्या. काहींनी भाजीची सोय म्हणून त्या ओट्यात भरल्या. त्याचंही गाठोडं बांधलं नि शेतातून बाहेर पडता-पडता कुपाच्या काट्या अन् काड्या गोळा करू लागल्या. लेकरं गोवऱ्या जमा करू लागले. साऱ्याजणी आपापल्या पालापुढे दगडांच्या चुली मांडून मडक्यात शेंगा शिजत टाकण्याचा विचार करू लागल्या... आजची संज भागली म्हणून साऱ्यांनी मारुतीबुवाला हात जोडले.

❖❖❖

काशा भामट्याची लहान भावसून पार्बती मात्र शेंगा आणायला गेली नव्हती की तिने अंघोळही केली नव्हती. त्यांचे पालही काशानेच उभारले. पण पार्बती मात्र पोटपोट करत पालातच पडून होती. 'असन खान्यापिन्याचे चढउतार अथवा बिगारीच्या अन् अर्ध्या रात्रीपासून चालण्याच्या दगदगीनं दुखत असन पोट...' असा सर्वांचा समज झाला. त्यामुळे तिच्या सासूने अन् काशानेही तिकडे दुर्लक्ष केले. तरी तिला पालातच पडून राहायला सांगून सगळ्या स्त्रिया शेंगा आणायला शेतात गेल्या अन् इकडे पालातल्या पालात पार्बती गडबडा लोळू लागली... "अरे बापा रे...! अरे देवा रे...! मेली ओ, मॉ ओ...! वज्जे्र पोट दुखून रायलं ओ...! मॉ ...ओ मेली...ओ मॉ...ओ..!"

एवढ्यात रानगवऱ्यांचं ओझं डोक्यावर घेऊन राघो आपल्या पालाकडे जात होता, तर पार्बतीचा आक्रोश त्याला ऐकू आला. डोक्यावरच्या गवऱ्या तिथेच आपटून तो पार्बतीजवळ आला. पालात शिरून तिची विचारपूस करू लागला. ती दोन्ही हाताने आपले ओटीपोट घट्ट पकडून तडफडत पडली होती नि आक्रोश करत होती... डोक्याचा जुडा सुटून केस अस्ताव्यस्त झाले होते... सर्वांग घामाघूम होऊन त्यावर मातीचा थर बसला होता... तडफडल्याने तिचे हातपाय उकसले होते. अंगावरील कपड्यांचेही तिला भान नव्हते.

राघो साडसूड तिच्याजवळ पोहोचला नि तिला विचारू लागला, "काहून ओ काकी! असी काहून करून रायली? काय झालं तुले?"

राघोच्या बोलण्याने ती थोडी भानावर आली. मोठ्या मुश्किलीने तिने डोळे उघडले नि म्हणाली, "बाबू रे... मरतो मी आता! मले पानी दे थोडक्स!"

राघोने तिला पाणी दिले. अर्धे खाली अर्धे पोटात असे ती पाणी प्यायली. कोरडा पडलेला घसा ओला झाला. क्षणभर विसावा भेटल्यासारखे वाटले आणि पुन्हा भयंकर कळ दाटून आली. तशी ती ओरडली... "मेल्ली रे बापा...! अरे...रे रे!"

राघोने तिच्याकडे भयभीतपणे पाहिले! तिचं लुगडं लालभडक झालं होतं... आणि खालच्या वाकळीला तुडवत रक्ताचा लोट जमिनीकडे झेपावला होता. खालच्या जमिनीवर रक्ताचा लालबुंद थरच साचला होता. ते पाहून राघो घाबरला नि शेंगा तोडणाऱ्या बायांकडे पळाला. त्या नुकत्याच शेतातून बाहेर पडल्या होत्या. आपल्या मायचे नि पार्बतीच्या चुलतसासूचे नाव घेऊन जोराने

ओरडू लागला, ''मा...ओ लवकर पालाकडे चाल. कौसा आजी, लवकर येवो! पार्बतीकाकू कसीकाच करून रायली. रक्ताझांबय झाली नं तडफडून रायली! चाला लवकर!''

राघोचे बोलणे ऐकून साऱ्याजणी लगबगीने पुढे निघाल्या नि पार्बतीच्या पालात येऊन पोहोचल्या. तिचा आकांत पाहवला जात नव्हता. जवळ जाऊन त्यांनी तिला धीर दिला. तिचे कपडे नीट करायला गेल्या अन् पुढचे दृश्य पाहून किंचाळल्या... ''आव्वो मायबाई, हे तं दुपवली ओ...! करू गेलो काय अन् उल्टे झाले पाय!''

पार्बती आता गलितगात्र होऊन निपचित पडली होती. सुल्कीने लुगड्याचा पदर ओला करून तिचे ओठ पुसले. पाणी पाजण्याचा एक-दोनदा प्रयत्न केला, पण ती सुन्न पडून होती. मग त्यांनी तिला थोडा वेळ तसंच पडून राहू दिलं. ओठांवरून ओला पदर फिरवत राहिल्या... फडक्याने वारा घालू लागल्या. साऱ्याजणी तिच्या भोवताली बसल्या.

काही वेळाने ती भानावर आली. तिने डोळे उघडले. क्षीण उसासे टाकू लागली, शरीर धपापू लागलं. तोपर्यंत तिची जाऊ सुल्कीनं तिला अद्रक-गूळ-हळदीचा हराळा दिला. तो प्यायल्याने तिला तरतरी वाटू लागली. पयलाडू पार्बती तीन महिन्यांतच दुपवल्यामुळे सगळ्या जणी हळहळत होत्या. कुणी काही, कुणी काही बोलत होत्या. पण पार्बतीला त्यातलं काहीच कळत नव्हतं. ती आपल्याच दुःखात चूर होऊन पडली होती. तिच्या दोन्ही जावा मोठी बुल्की, ती काशाची बायको... लहान सुल्की, ती तानबाची बायको... सर्वांत लहान पार्बती अन् तिचा नवरा जानबा. अशी त्यांची भाऊबंदकी! काही स्त्रियांच्या मदतीने त्यांनी पार्बतीला बसतं केलं. अंगावरचं लुगडं सोडून दुसरं धडुतं नेसायला दिलं. सुल्कीने गरम पाण्यासाठी हंडा चुलीवर ठेवला. पाणी तापायची वाट पाहत चुलीत काड्या लोटू लागली. चिंतातुर नजरेने चुलीकडे पाहता-पाहताच तिला भडभडून आलं. मनातल्या मनात ती बोलू लागली... जणू धडधडत्या चुलीजवळ आपलं दुःख सांगू लागली... 'आपलं आयुष्यही असंच पेटत्या सरपनासारखं... कसं भुरकन पेटते अन् राख हून जाते. नुसतं चुलीसारखं जळणं. या पठारावून थ्या पठारावर गरगरा फिरणं.'

ती आठवू लागली... कोणत्यातरी गावपठारावर पार्बतीचं अन् तिच्या देराचं जानबाचं लगन झालं होतं. त्याचे मायबाप मेले तेव्हापासून तिनेच त्याला लेकरासारखे सांभाळले. साताठ वर्साचा झाल्यावर त्याचं लगन झालं. पार्बती तर पाचच वर्साची होती. लगन झालं अन् तिचे मायबाप जगण्यासाठी फिरस्तीवर निघून गेले. त्यानंतर साताठ वर्षांनी बहिरमच्च्या यात्रेत मायबापासोबत तिची भेट झाली होती. चार-पाच दिवस संगसंग होते. मग सगळे जण आपापल्या दिशाहीन प्रवासाला निघून गेले नि आकाशाच्या ओसाडीत लुप्त झाले.

काही दिवसांनी पार्बती मोठी झाली... उपवर झाली. सुल्कानेच पुढं होऊन पालातील सवासन्यांसोबत त्यांचं वटभरण केलं. दोघांनाही मरवड भरली. पायांभोवती कुंकू लावलं. घरच्या देवाची पूजा केली. आंजूळभर गहू, बदाम, खुरमा सुपारी टाकून तिची ओटी भरली. पालापुढेच लहान खाटेची बंगळी करून त्यावर बसवून दोघांनाही न्हाणलं... झोके देताना व न्हाणताना स्त्रिया गाणं गाऊ लागल्या. वटभरणाची, शांतिकाची गाणी ऐकून लेकुरवाळं पठार नि आजवर ओस पडलेलं रीठ धन्य झाल्याचा भास होऊ लागला. दोघांनीही एकमेकांची नावं घेतली आणि त्यांच्यासाठीच उभारलेल्या पालात त्यांना पाठवून दिलं. एकीने पालापुढचा पालव फरकन ओढला... पडदा पडला. जानबा-पार्बतीचा मधुचंद्र जुनेराच्या पालात, उघड्या पठारावर असा साजरा झाला. आपल्या लेकी-सुनेसारखं सुल्काने तिचं सारंकाही केलं. मग पुन्हा पठारं बदलत गेली... पोटातील भुकेसारखी भटकंतीही गतिमान होऊ लागली. या धडपडीतच पार्बतीला कोणतं पठार पावलं, कोण जाणे? तिला दिवस गेले. सुल्का कृतार्थ झाली.

सुल्की आता चाळिशीच्या पुढे गेली होती. पण तिला मूलबाळ नव्हतं. गर्भार राहिली की दोन-चार महिन्यांत ती दुपवायची. लेकराला लेकरू दिसायचं नाही. काही दिवसांनी तर अशा सड्या दुपव्याची तिला आदतच लागली. पण पालात मूल काही खेळलं नाही. तिने खूप खटपटी केल्या... देवधरम, गंडेदोरे, नवस सायास केले. पण तिच्या पालात काही पाळणा हलला नाही. मग तिने जानबा-पार्बतीवरच लेकरासारखी माया केली नि त्यांच्यातच निपुत्रिकपण विसरून गेली.

आणि... आज पार्बतीवरही तशीच पाळी आल्याचे पाहून ती अवसान गळल्यासारखी हवालदिल झाली. आणि पेटत्या चुलीत राख होणाऱ्या

सरपणाशी स्वत:ची तुलना करून गदगदून येत आसू ढाळू लागली. एवढ्यात तिच्या कानांवर शब्द पडले, ''बापा सुल्के, अद्याप तपलंच नाही कावो पानी?''

तिची मोठी जाऊ बुल्की तिला आवाज देत होती. त्या आवाजानेच ती भानावर आली. मडक्याचं झाकण उघडून पाहू लागली. त्यातील पाणी उकळून वाफा निघत होत्या. मातीच्या मोठ्या गंगाळात तिने ते ओतलं. त्यात विसण म्हणून थंड पाणी टाकलं आणि पार्बतीला पालाबाहेर आणून अंघोळ घातली. रक्तमातीनं लदबदलेलं तिचं सर्वांग खसखस धुऊन काढलं. आपलं जुनं पातळ नेसायला दिलं. रक्ताने माखलेले तिचे कपडे धुऊन काढले. दीड ग्लास पाण्यात खारीक टाकून ते अर्धे राहीपर्यंत उकळलं. त्याचा कशा तिला प्यायला दिला. पाण्यात शिजलेली खारीक खायला दिली. असे सात-आठ दिवस करायचे होते. त्यासाठी तानबाकडून तिने खारका मागवल्या नि बरी होईपर्यंत आपल्या पालातच झोपायला सांगितले. उकडलेल्या तुरीचे दाणे सर्वांसोबत तिनेही खाल्ले... कालपासूनच्या उपवासाला थोडासा आधार मिळाला.

वस्तीच्या शोधात गेलेली पुरुषमंडळी डाळ, ज्वारी, तेल, मीठ घेऊन पालावर परत आली. आता दुपार झाली होती. धनाजी व शामा बुढाही अंदाजा-अंदाजानं पालावर आले. पालापासून काही अंतरावर आपापल्या बापांना पाहून लहान मुलांनी तिकडे धाव घेतली नि पार्बतीची सारी कहाणी त्यांनीच सांगितली. पालात पोहोचताच बायांकडूनही सारी खबर सर्वांना कळली. ते ऐकून सारेच विचारात पडले. जानबा आसवे ढाळू लागला नि सुल्कीच्या खांद्यावर मान टाकून गदगदून रडू लागला. शिलपत व इतरांनाही नव्या पठारावरील ते संकट अपशकुनासारखंच वाटलं. तो ओठातल्या ओठात स्वत:शी म्हणाला, 'मान्सं खानारी पांढरी तं नसन गा हे...! मनून तं इथं रीठ पडलं नसन...?'

तो चिंताग्रस्त झाला. कुणाशीही न बोलता आपल्या पालाच्या दिशेनं झपझप चालू लागला.

उकडलेल्या तुरीच्या शेंगांवर त्या दिवशीची दुपार भागली. लेकरं वडाखाली खेळायला पळाली. सईने आणि लेकुरवाळ्या स्त्रियांनी पालाच्या आडव्या बांबूला पाळणा बांधून, त्यात लहान लेकरं झोपवले. माणसं तुंग्या-तुंग्यांनी बोरू-अंबाडीचे वावरं पाहण्यासाठी वेगवेगळ्या दिशेने निघून गेली.

आता प्रत्येक पालात जाते घरघरू लागले. जात्याच्या घरघरीसोबत स्त्रियांच्या गोड आवाजातील ओव्या पठारभर घुमू लागल्या. त्या ऐकण्यासाठी गुराखी गाई-म्हशींचे कळप पठाराकडे वळवू लागले. दोन-तीन दिवसांपासून भाकरीला आसुसलेली भुकेली तोंडं, जात्यातून घळघळणाऱ्या पिठाकडे आशाळभूतपणे पाहू लागली. जात्याच्या लयबद्ध घरघरीत दळण दळणाऱ्या अन् दैनंदिन जीवनात दळल्या जाणाऱ्या स्त्रियां आपल्या घनगंभीर ओव्यांद्वारे मनात साठलेलं दुःख जगाला सांगत होत्या... जात्याशी हृद्यसंवाद साधत होत्या. फिरणारं जातं नि ओसंडणारे शब्द यांच्या भरधाव लयीत सारं शिवार दिग्मूढ झालं होतं. सारं यंत्रवत चालू होतं... जातं फिरत होतं... त्याच्या तोंडात वर्ण पडत होतं... हात बदलत होते... गती वाढत होती नि पीठ सांडत होतं, तसं जात्याच्या आवाजात आपले स्वर मिसळत दळणाऱ्या स्त्रिया गात होत्या...

जात्याले इचारतो, किती फिरावं गरगर?
पाठी लागली, मरमर
दयन दयताना। दाने चेंदून पीठ गये
आसू पठाराचे वाहे
आमी लेकरं पठाराचे। जसे माहेराले येतो
आंगा-खांद्यावर खेयतो
तूच आमचा सग्गा भावू। पाच जोतीनं ओव्वायतो
पीठ गयते सरसरा। जसी ओवायनी देतो

प्रत्येक पाल गीतांनी उचंबळून आलं. समोरच्या विस्तीर्ण वटवृक्षाला असंख्य मोहोळ चिकटली आहेत... आणि त्यावरील माश्यांच्या गुंजारवात मधाचे थेंब खाली ओघळत आहेत... नि चराचराला माधुर्याची मेजवानीच मिळत असल्यासारखे वाटू लागले. गाईगुरे घराकडे परतण्याच्या वेळेपर्यंत रिठावरचा तो सोहळा चालू होता. गेल्या कित्येक वर्षांपासून मानवी सहवासाला ते रीठ मुकलं होतं. आता अचानक उतरलेल्या भामट्यांच्या पालांनी अन् सुवासिनींच्या मुखातून उठणाऱ्या सुरांच्या मधाळ कारंज्यांनी ते चिंबचिंब झालं होतं... तृप्त झालं होतं.

सात दिसाची बायतीन। तरी बिगारीले नेली
वझे वाहयता वाहयता, सनकाडी झाली

कपड्याच्या पालामंदी। वारं जाये आरपार
खाली तपली जमीन। वर अगनीची धार
नागडी चिल्लीपिल्ली। लडूलडू मांगे जेवू
काहिली मनातली। कोन्या अगासात ठिवू
चाला चाला बिगारीले। आला सायेब लालतोंड्या
हाती घेऊनिया बेत। जसा डखरते सांड्या
अरे बिगार बिगार। कोन्या जल्मातलं पाप
हाती घिवून दगूड। ठेचा ठेचा रे गोरा साप।।२।।

सेटलमेंटात कोंडले। शूर शिपाईशिवायीचे
झाले अन्नाले मौताद। दिवे इझले दिवाईचे

बोरू-अंबाडीची वावरं पाहायला गेलेली माणसं चांगली मांजरझाक पडल्यावर बिऱ्हाडांवर परत आली. हातपाय धुतले, पाणी प्याले. आता प्रत्येकाच्या पालापुढे दगडांच्या चुली जळत होत्या. त्यापुढे बसून भाकरी थापणाऱ्या स्त्रिया व आवतीभोवती भाकर-भाजी खाणारी लेकरं दिसत होती. बायामाणसांचीही जेवणं आटोपली... बायांची भांडीकुंडी संपली... लेकरं पालात झोपी गेली. काही वेळाने सारी बाया-माणसं काशाच्या पालापुढे गोळा झाली. शिलपत-सताजीसह तिघेही भाऊ आले. शामा बुढ्याची म्हातारी अन् शामा बुढाही चाफलत-चाफलत आला नि धनाजीजवळ बसला. काशाचा भाऊ जानबा व तानबा तिथेच बसले होते. सर्वांनी दिवसभर पाहिलेल्या शिवाराची माहिती दिली. तूर-पराटीऐवजी बोरू-अंबाडीतच त्यांना स्वारस्य! पण त्याच्याही उभारपणाने ते भारावले होते अथवा नापिकीने हवालदिल झाले होते.

"आमी इकडं डाव्या आंगानं गेलो होतो. दोन-तीन वावरापावतर जिमीन बरी हाये, पन बोरू-अंबाडी नाही दिसली. मंग अखीन पुढं गेलो तं समदी मुरमाटी जमीन. कंबर-कंबर जवारी अन् पयाटी तं टोंगयाच्याय खाली. त्यायले दोन-दोन सुपारी एवढाले बोंडं! बोरूचा तं पत्ताच नाही. तूर-पराटीत अंबाडीचे अढावू झाडं दिसले. आम्ही तंगडे तुटे पावतर फिरलो पन बोरू नाही दिसला, त्या शिवारात!"

धनाजीचा लहान मुलगा तुकाराम आणखी त्याच्याबरोबरचे दोघं डाव्या अंगानं गेले होते. त्यांनी आपला अनुभव सांगितला. सूर्याकडे तोंड करून उभं राहिलं की डावा-उजवा हात अन् मागची-पुढची बाजू, त्याच त्यांच्या दिशा! त्या भरवशावरच पुढच्या प्रवासाची आखणी... अशा पद्धतीने घेतलेला बोरू अंबाडीचा माग... त्यानुसार मिळवलेली माहिती ते एकमेकांना सांगू लागले.

काशाचा लहान भाऊ तानबा व सताजी त्यांच्यासोबत आणखी एक-दोघं उजव्या अंगानं गेले होते. ते म्हणाले, "ह्या भागाले तं समदी भरकाडीच जमीन हाये. कुठं-कुठं वल्ताचे वावरं दिसले... इहिरीवर मोटा सुरू होत्या... टोंगळटोंगळ बोरू लय जागी दिसला. पन थ्या बोरूतच शेतकरी नांगरनी नाही तं उभ्भाट्यानं वखरणी करत होते, तसा बोरू जमिनीत दबत होता."

"मंग वखराचाच होता तं पेरलाच कायले गा त्यायनं बोरू? ऑ...!" तुकारामने आश्चर्याने प्रश्न विचारला. पण उत्तर काही तानबाला किंवा सताजीला आले नाही. इतरांनी बोलण्याआधी शामा बुढाच म्हणाला, "अरे बाबा, बोरूचं चांगलं खात होते. पन कवयेपनीच त्याले नागराच्या फायानं जमिनीत दाबा लागते. शेनखाताचाय बाप असते बोरू!"

"जमिनीत थो जसजसा सडत जाते, तसतसा पिकाले अधार भेटते. असा रिवाज आमी तिकडं खानदेशातय पायला. इकडय कुठं-कुठं हाये." शामा बुढ्यानं दिलेल्या माहितीत धनाजीने भर घातली.

समोरच्या व मागच्या दिशेने गेलेल्या काशा-शिलपतसह कुणीही बोरूविषयी फारसं समाधान व्यक्त केलं नाही. एकंदरीत या शिवारात आपल्याला कामधंदा मिळेल नि त्या भरवशावर भामट्यांच्या पालात नियमित चुली पेटू शकतील याची कुणालाच खात्री वाटत नव्हती. तरीही, नदीच्या काठाने असलेल्या गाळोटी जमिनीतील बोरू-अंबाडी त्यांना भुरळ पाडू लागली. त्यांच्यावर नजर ठेवून आणखी पुढं निघायचं... नाहीच जमलं तर साहेबाच्या छावणीवर नजर ठेवून अजून पुढं सरकायचं... तेही नाही जमलं तर जिवावर उदार होऊन पुन्हा शेकापूरच्या शिवेत शिरायचं. शेकापूर शिवारातील बोरू-अंबाडीची भरपूर पिकं भामट्यांना भुरळ पाडू लागली. त्यावर इतर भामट्यांचा तगादा लागण्यापूर्वी आपल्यालाच तो हंगाम भेटावा, असा काशा, शिलपत आदी टोळीच्या नव्या मुखंडांना व धन्या-शामासारख्या बुजुर्गांनाही वाटू लागले. पण वखवखलेल्या

अजगरासारखी वेटोळे घालून बसलेली इंग्रजी छावणी कर्दनकाळासारखी पुढे उभी होती. ती तिथून दूर जाईपर्यंत तरी भामट्यांना इथून हलणे शक्य नव्हते. परिणामी, रिठाभोवतीच्या दहा-पाच शेतांवरच समाधान मानण्याशिवाय पर्याय नव्हता. यंदाच्या सुगीचा निर्णय एवढ्यावरच थांबला. पुन्हा चुना-तंबाखू झाला. मग शामा बुढ्यानं हळूच शंका काढली,

''जानबाकडची पोरगी, काशाची लहान भावसून अज दुपवली मंते. थे खरं हाये कागा?''

''खरं नाही तं... अशा गोष्टी खोट्या असते काय?'' एकीमेकीला खेटून बसलेल्या स्त्रियांच्या समूहातून अंसाबुढीनेच उत्तर दिले.

''या रिठावर आल्या-आल्या तं भल्तच झालं, बापा! अशानं पोरीबाळीले तसीच खोड लागते.'' शिलपत चिंतेने म्हणाला.

तशी सईही उसळून बोलली, ''मंग काही खटपट करान, का बसान तसेच हात शेकत...? अन् करान तिचीबी सुल्कीसारखी गंमत!''

सईचे हे स्पष्ट बोलणे साऱ्यांनाच पटले. काशा मात्र मनातल्या मनात खजील झाला! त्यानेच काहीतरी जादूटोणा केला अन् आपल्याला हा सडा दुपवा लावून दिला, असा सुल्काचा अन् तिच्या नवऱ्याचा तानबाचाही समज होता. त्यावरून भावाभावांत भांडणेही व्हायची. त्यामुळे भावाभावांत बरेच दिवस अबोला होता. काशाला मात्र त्याबाबत मनस्वी वाईट वाटायचे आणि भावाच्या व भावसुनेच्या मनात शामा बुढ्यानेच हे भूत घालून दिले असावे, असा तो त्याच्यावर आरोप करायचा. त्यामुळे व दोघेही मांत्रिक असल्यामुळेही काशात व शामा बुढ्यात मतभेद होते. पण शामा पोक्त, समजदार... काशाकडे दुर्लक्ष करायचा. काशा मात्र उतावीळ... उथळ पाण्यासारखा. परंतु वाढत्या वयाप्रमाणे आता त्याच्यातही फरक पडत चालला होता. म्हातारपणामुळे शामाची झालेली अवस्था... त्यामुळे भामटी टोळीलासुद्धा आता काशाशिवाय पर्याय नव्हता. म्हणून त्याच्या हेकेखोरपणाकडे सारे दुर्लक्ष करायचे.

अंशी शामा बुढ्याला म्हणाली, ''पार्बतीले काय झालं असन जी शामाभावजी? काहून दुपवली असन पोरगी?''

तसा शामा रागाने म्हणाला, ''मले बैताडाले काय समजते त्याच्यातलं? अन् कावो अंशे, त्यायच्या घरातच तं येवढा मोठा वयीद हाये. आग्याबेंथलापासून,

बंगाली इद्येपावतर... अन् धनात्रीपासून भानामती पावतर त्यालेच तं समजते मंते! मंग मले कायले पुस्त?''

शामा बुढा तोऱ्यात बोलला. मनातील सारी वखवख त्याने ओकून टाकली. काशाला मात्र त्याचे बोलणे वर्मी लागले. पण तो काहीच बोलला नाही. सुल्कीवर त्याने बरेच इलाज केले होते, पण यश आले नाही. आता लहान भावसुनेवरही तशीच वेळ येऊ नये, म्हणून तो चिंतेत पडला होता. त्यामुळे शामाच्या बोलण्याचा राग येऊनही तो शांतच राहिला. त्याची अवस्था पाहून शिलपत शामा बुढ्यावर रागावत म्हणाला, ''इची बहीन, तुमी लोकं पिकले पन शिकले नाही. येळ कोनती अन् वक्ता कोनती? पार्बतीबद्दल सांगा आंदी!''

''आता तं माही अक्कलच काम नाही करून रायली. तुमीच करा काय करा लागत असन थे! मीय आता शामातात्यालेच हात जोडतो.'' असे म्हणून काशाने शामाला खरोखरंच हात जोडले आणि म्हणाला, ''सगून पाहून घे नाहीतं. जात्याचा नाही तं पाट्याचा सगून पाय, तात्या! देवाधर्माचं होय, बाहीरबांद्याचं होय, का आंगरोग व्हय थे समजन.''

त्याच्या नम्र बोलण्याने शामा वरमला व पार्बतीला समोर बोलावून तिची नाडी पाहू लागला. सईने पुढे जात्याची वरची पावू आणून म्हाताऱ्यासमोर ठेवली. शामा नाडी पाहताना डोळे गच्च मिटून विचार करू लागला. मग तिचे डोळे, जीभ पाहिली व म्हणाला, ''त्या दिवशी पार्बती जेवली होती? का तिनं उपाशापोटीच बिगार वाह्यली ओ?''

''जेवाले कुठं भेटन? समदे उपाशीच होतो त्या दिवशी. तिकडून आल्यावर अंबाडीची भाजी अन् बोरूचे फुलंच खाल्ले समद्यायनं.''

सुल्कीनं माहिती दिली. त्यावर शामा म्हणाला, ''पार्बतीनय खाल्ली का बोरूची फुलं?''

''होगा तात्या, आमी दोघानय अंबाडी अन् बोरूच्या फुलाची भाजीच खाल्ली त्या दिवशी. अंबाडी सरल्यावर तं तुह्या सुनीनं नुसते बोरूचे फुलंच खाल्ले. मस्त लागते, मस्त लागते करत जाये अन् बोरूचे फुलं खात जाये थे!''

जानबाने दिलेली माहिती ऐकून शामा बुढ्याला सनकच आली. तो रागाने म्हणाला, ''छ्या बहीन, अंधयं गेलं बहिऱ्यापाशी अन् भेट झाली हिवऱ्यापाशी!

काही नाही पहा लागत सगून. हे देवाचं नोहे का बाहीरचं नोहे... बोरूच्या फुलानं दुपवली पोट्टी!''

त्याच्यावर अविश्वास दाखवत जानबा म्हणाला, ''बोरूच्या फुलानं कसी दुपवन गा? आपलं तं थे नेहमीचच खानं हाये.''

''बोरूचे फुलं काय समजतं तू! बेज्जा गरम असते थे. त्यानं गर्ब पडते मंजे पडते. सा मयन्याचा गर्भय पडते त्यानं. मनून गर्भार बाईनं थे खाव नाही.''

शामा बुढ्याचं म्हणणं सर्वांना पटलं. धनाजी व अंशीच नव्हे, तर काशालाही म्हाताऱ्याच्या म्हणण्यात तथ्य दिसलं. ते ऐकून सुल्की मात्र विचारातच पडली. बोरू फुलांची भाजी खाऊ नको, हे पार्बतीला सांगायला आपण विसरलो. या अपराधी जाणिवेने ती विचारात पडली नि आपलेही आजवर झालेले दुपवे बोरू फुलांनीच झाले असावे, या विचारांनी ती झपाटून गेली. पोटाच्या भुकेपायी एका जिवाचा मात्र नाहक बळी गेला, याची तीव्र जखम मात्र सर्वांच्याच मनावर खोलवर रुतून बसली.

❖❖❖

दिवस उगवताच रिठावरची वळवळ पुन्हा सुरू झाली. पोटाचा प्रश्न पेट घेऊ लागला. बोरू-अंबाडीच्या रोजगारावर जगणारी भामट्याची कुटुंबे रिठाभोवतीच्या शिवारातील अत्यल्प पिकांनी उदास झाली होती. ती त्या सर्वांना पोटभर रोजगार पुरवण्यास असमर्थ होती. शेकापूरचा शिवार या मानाने समृद्ध होता. पण तिकडे गुंडाळी घालून बसलेल्या लालतोंड्या अजगराने त्यांना भयभीत केले होते. आता तो तेथून दूर निघून जाण्याची वाट पाहण्याशिवाय पर्याय नव्हता; आणि बोरू-अंबाडीचा हंगाम त्यांची वाट पाहत थांबायला राजी नव्हता. बस! आठ-दहा दिवसांत बोरू कापणीला येणार होता. त्याआधी शेतं कापण्याचे करार होणे गरजेचे होते. त्यासाठी त्यांची तगमग चालली होती. पण छावणीच्या भीतीने हे भलतं धाडस करण्यास कुणी धजत नव्हतं, त्यामुळे रिठाभोवतीच्या चार-दोन शेतांवर तेल-मीठ भागवण्याशिवाय पर्याय नव्हता.

सर्वांच्या न्याहाऱ्या आटोपल्या. काल पाहिलेल्या शेताच्या मालकांशी बोलणी करायला गावाकडे जाऊ लागले. भेटेल त्याला बोरूच्या शेताची व शेतमालकाची माहिती विचारत पुढे निघाले. असे करत ते वडगावच्या शिवेला

लागले. शिवेच्या अलीकडे वडगावची जमीन, तर पलीकडे गोंधळीची! गोंधळीच्या मानाने वडगाव संपन्न... शेकापूरच्या लाडकी नदीचाच तो वरचा भाग; पण शेकापूरपासून लांबच! लाडकीचा तो सुपीक, संपन्न काठवा... तिच्या थड्या बाराही महिने पाण्याने तुडुंब भरलेल्या... काठावरची माती चिरत भूगर्भातील काळ्याशार पाषाणावर ऐसपैस लोळलेला नदीचा प्रवाह... हलकल्लोळ करतच पुढे झेपावणारा... पात्रात भरपूर पाणी साठवत शेकापूरकडे प्रवाहित झालेला....

गोंधळी मात्र त्या मानाने अभागीच! तेथून नदीचे अंतर बरेच दूर... जमीन मुरमाटी... लाडकीच्या शिवेलगतचा वडगावचा काठवा मात्र तिच्या आशीर्वादाने संपन्न बनलेला... पण गावापासून लांब... वाहायला न परवडणारी जमीन!

शिवेने चालता-चालता बदानात बसलेल्या वडगावची काशा-शिलप्याला चाहूल लागली. गावाला लागून असलेल्या दोन-तीन खाऱ्यांमध्येही बोरू-अंबाडीचे पीक पाहून त्यांच्या तोंडाला पाणी सुटले आणि ते गावाच्या दिशेने झपझप चालू लागले. लवकरच गावात येऊन पोहोचले. भेटेल त्याच्याशी रामराम घेत पुढे निघाले. गावचौकातील दुकानापुढे थांबले. दुकानदाराशी रामराम घेतला. त्यानेही प्रतिसाद दिला व प्रश्नार्थक नजरेने त्याच्याकडे पाहू लागला. त्याची मानसिकता पाहून शिलपत म्हणाला, ''जी आम्ही बोरूमोडे भामटी. बोरू अंबाडी काढाले घेतो.''

''असं असं. पन आपल्याकडं तं बोरू नाही बॉ!'' दुकानदार बोलला.

''मंग ह्या रस्त्यावरच्या खाऱ्या कोनाच्या व्हय तं?'' काशाने विचारले.

''थे आंदिल्ली होय, सखाराम भुस्कुट्याची! अन् तिले लागूनच हाये थे तुकाराम भुस्कुट्याची. त्यायच्या भावुबंदकीतलेच वावरं होय थे.'' दुकानदाराने सांगितले.

त्यावर काशा म्हणाला, ''त्यायची घरं कुणीकडं हाये जी!''

तेवढ्यात दुकानात एक गोरीगोमटी, प्रौढ बाई सामानासाठी आली. तिचं अर्धं लुगडं लाल रंगाचं आणि अर्धं हिरव्या रंगाचं होतं. अंगात चोळी होती. सोबत चार-पाच वर्षांचं लहान मूल होतं. दुकानदार तिच्याकडे हावरटासारखा पाहत मागितलेल्या सामानाची पुडी बांधू लागला. त्याला ऐकू जाईल अशा शब्दात शिलपत म्हणाला, ''गावाची वस्ती अन् हागाले सस्ती! गावगाडा व्हय ह्यो. पन थे बाई लाल नं हिरव्या रंगाचं लुगडं काहून नेसली होती गा?''

त्याच्या शंकेला उत्तर देत काशा म्हणाला, ''तिकडची घाटाकडची असन थे. तिकडे तसाच रिवाज हाये मंते. आपल्यावानी कोन्यातरी फिरस्ती लोकायचीच लक्षीमी असन थे!''

बोलत-बोलत सगळे दुकानातून बाहेर पडले. रस्त्याने चालताना एक फेटेवाला माणूस समोरून जाताना त्यांना दिसला. त्याच्याशी नमस्कार घेऊन काशाने त्याला विचारले, ''आबाजी, भुस्कुट्याचे घरं कुनीकडं हायेत जी!''

तशी पटकेवाल्या म्हाताऱ्यानं हातातील काठी समोर करत माहिती दिली... ''थ्या निंबाकडं जा! भुस्कुट्यायचीच घरं हाये समदी.''

असं म्हणून म्हाताऱ्याने त्यांच्याकडे पुन्हा नजर टाकली. मोलमजुरी शोधणारे कुणी भटके कामगार असावे हे त्याने ओळखले. तो हळूच म्हणाला, ''कोनतं काम हाये भुस्कुट्यासंगं?''

''काम मंजे, बोरूबद्दल इचाराचं होतं.'' शिलपतने सांगितले.

त्यावर म्हातारा म्हणाला, ''बोरू काढाले घेता का? बोरूमोडे भामटी व्हा का तुमी?''

''होजी! बोरूमोडे व्हय आम्ही.''

''असं असं. भुस्कुट्यासंगं बोलनं झाल्यावर माह्याकडं या. माह्ये दोन वावरं हाये. थो कवलाचा टिब्बा दिसते ना थेच आमचं घर!''

म्हातारा पुढे जाऊ लागला. काशा-शिलपत व त्याचे सोबती भुस्कुट्याच्या घराकडे निघाले.

❖❖❖

कडुलिंबाजवळ असलेल्या सखाराम भुस्कुट्याच्या घराजवळ ते येऊन पोहोचले. घर लहानसेच... त्यावर गावरानी कवलाचा इमला... भोवताली पिठुंडीचं कटगळ... त्याचाच झोपाटा... त्याला लागूनच तुकाराम भुस्कुट्या. त्याचीही पार्श्वभूमी तशीच!

डोक्याला फडकं बांधलेला सखाराम भुस्कुट्या अंगणातच तागाचा पड आटत बसला होता. त्याच्यातच तो देहभान विसरला होता. त्याचा पड आटण्याचा वेग आणि पडाचा सफाईदारपणा पाहून सर्वांना आश्चर्य वाटले!

त्यांनी सखारामशी रामराम घेतला. तशी पडावर खिळलेली सखारामची नजर काशा व शिलपतवर स्थिर झाली.

''हं काय काम हाये गा?'' पायाशी गुंडाळलेले पडाचे वसे मोजता-मोजता सखारामने विचारले.

''काम मंजे तुमच्या वावरातल्या बोरूबद्दल इचाराले आलो होतो आम्ही! देता का काढाले? रोजानं... अर्धालीनं... नाहीतं उधडंय घेतो आमी.''

''भामटी व्हा का तुम्ही...? कुठून आले? मंजे कोन्या गावचे व्हा? यंदाच्या हगामात नवाडेच दिसता.''

''होजी, भामटीच होय आमी. पन गावाचं काय? आमाले कुटचं गाव जी? फिरस्ते हावो जी आमी? तुमच्या शिवारात यंदाच आलो. अज पावतर तिकडं झाडीपट्ट्यात फिरत होतो.''

काशाने सारं एका दमात सांगितलं. त्यावर भुस्कुट्या म्हणाला, ''हो, बावन सिवा हिंडता मनूनच पुसा लागते. नाही तं काम घ्याच्या वक्ती मिनता करता अन् आंगावर जवारी, पैसा घिवून पोब्बारा करता. ठावूक हाये मले!''

''नाई, मालक! आमी त्यातले नाही. समदं निरीपिरी झाल्याबिना गाव नाही सोडणार आमी. एक डाव काम तं दिवून पाहा.'' शिलपतने आर्जवी केली.

त्यावर सखाराम म्हणाला, ''थे बरोबर हाये गा. पन येवढ्या किमतीचा माल तुच्या हवाली कराचा अन् मंग तोंडघसी पडाचं का? रातोरात पयाले तं तुमचं काय घ्याचं? तुमचं तं इचवाचं बिराड पाठीवर!''

''पन आमचं काम पहान तवाच परचेव हुईन अन् इस्वास बसन का नाही?''

काशा त्याला समजावू लागला. पण त्याचे बोलणे पूर्ण होण्यापूर्वी सताजी फाडकन बोलून गेला... ''मालक, आमच्या पायाले तं पक्की दोरीच बांधली असते जी. कुनीकडय पयालो तरी तुमच्याच हातात असते दोरी!''

''मंजे गा? मले समजलं नाही बॉ!'' सताजीच्या बोलण्याने अचंब्यात पडलेला सखाराम म्हणाला.

त्यावर लागलीच सताजी म्हणाला, ''मंजे असं का, कोनत्याय गावपांढरीच्या सिवंत उतरलो तरी पोलीस-पाटलाकडं नाव नोंदा लागते आमाले. अन् जाचंय असलं तरी, कुठं जाचं, कुनीकडं जाचं त्याची बी माहिती द्या लागते. मंग हाये का नाही आमच्या पायाले दोरी!''

''होगा, खरं हाये तुह्य. तरीबी चारसे इसी करतेच तुमचे लोकं! पन आमालेच गरज असते ना! मंग नितातल्याच्या शिरी अन् नातू दाल्ला करी, यासारखं तुमच्याच चरनी या लागते आखरीवर. तुमच्या बिना कोन काढन ताग!''

सखारामने मुद्यालाच हात घातलेला पाहून सगळे जण खुलल्यासारखे झाले. काशा अधीरपणे म्हणाला, ''मंग, ठिवा आमच्यावर इस्वास... द्या आमले काम!''

''हं, केवढ्या तिफन घेता? का अर्धालीनं काढता बोरू?''

''दोन पायल्या तिफनीपर्मानं द्या.'' शिलपतने सांगितले.

पण सखारामला ते पटलं नाही. तो म्हणाला, ''दोन पायल्या जास्त होते.''

''पन बोरू कापनं, ठोकनं, माल काढनं, गूढ लावनं, समदच करा लागते ना जी!''

घासाघीस करत दीड पायल्या तिफनीप्रमाणे सौदा निश्चित झाला. दीड पायली ज्वारीत चार एकरातील बोरू कापनं, बी काढनं, ढीग लावण्याचा करार झाला. मग शिलपतने तुकाराम भुस्कुट्याच्याही बोरूची गोष्ट काढली. पण तो कालच दुसऱ्या भामट्यांना दिल्याचे सखारामनेच सांगितले. त्यावर शंका घेऊन काशा म्हणाला, ''अखीन इकडं कुठून आले जी भामटी?''

''बापा, थे तं लय दिवसापासून आमच्या शिवारात हाये गा! तुमचे लोक नोहे का थे?''

सखारामने शंका विचारली तसा सताजी म्हणाला, ''अंदाजानं कसं सांगता यीनजी? आमचे लोक पोटासाठी ह्या गावून थ्या गावी फिरत रायते. साऱ्याईत साडेबारा जाती असते ना, तस्याच आमच्यातही असते.''

सखारामच्या बोलण्यानं सर्वांच्या मनात कुतूहल निर्माण झाले. कदाचित आपल्यापैकीच एखादी टोळी इकडे आली असावी किंवा आटपाट पडलेल्या तुकारामच्या बायकोच्या मायबापाची टोळी आली असावी, असा त्यांनी अंदाज बांधला.

मग शिलपतनेच सखारामला विचारले, ''त्यायचे बिराडं कुठं उतरले जी?''

''नदीच्या वरच्या आंगानं असन कदाचित. तिकडंच बोरूचे भरभक्कम वावरं असते.''

सखारामने दिलेल्या माहितीवरून दुकानातील दोन रंगाचं पातळ नेसलेल्या बाईचे संदर्भ जुळत असल्याची त्यांना खात्री पटली नि भुस्कुट्याच्या घराकडे येताना भेटलेल्या म्हाताऱ्याकडे आणि इतरही बोरूवाल्या शेतकऱ्यांकडे जाण्याचा विचार करून ते पुढे निघाले. पण अधिक चौकशी केल्यानंतर कळले की, वडगाव गोंधळी व शिवारातील बहुतेक बोरूचे शेतं दर वर्षी तेच भामटी घेत असतात. यंदाही त्यांनीच घेतले. तरी कुतूहल म्हणून बोरू-अंबाडीची शेतं पाहण्याचा बहाणा करत नव्या अनोळखी टोळीच्या शोधात पुढे चालू लागले.

❖❖❖

टिब्ब्यावरच्या म्हाताऱ्याचा सात एकर बोरू काशा व शिलपतने आपल्या सर्व पालांसाठी मजुरीप्रमाणे काढायला घेतला. बाकीचे वावरं, तसेच गोंधळी वडगावच्या शिवेतील बोरू-अंबाडीचे बहुतेक वावरं, त्या अनोळखी भामट्यांनीच नगदी पैशाने घेतले होते. आता शेतमालकाचा त्या पिकांवर हक्क नव्हता. मार्च-एप्रिलपर्यंत शेत खाली करून द्यायचे होते. त्या समद्या शिवारात काशा-शिलपतला फक्त दोन वावरं भेटली होती. त्या भरवशावर सर्वांचे पोट भरणे शक्य नव्हते. त्यामुळे सारेच उदास झाले होते. परस्परांशी बोलण्याच्या मन:स्थितीतही ते नव्हते. त्यांची अवस्था पाहून सताजी व इतरही त्यांच्याशी न बोलता अबोलपणे त्यांच्या मागेमागे चालले होते.

चालता-चालता ते नदीकाठावरील गाळोटी शेतांच्या धुऱ्यानं निघाले. चांगला सात-सात फूट उंच बोरू वाढला होता. बोरू-अंबाडी तुरळकच; पण जी होती ती नजरेत भरणारी... बोरूच्या शेंड्यावर झुपकेच्या झुपके लागलेले... झाडाला स्पर्श होताच अथवा वाऱ्याच्या झुळकीने झाड हलताच घुंगरासारखा छुनछुन आवाज फुटायचा! एकरी चार खंडीला मरण नव्हते. त्याशिवाय ताग, सनकाड्या, बारीक कैचन वेगळं; तेही सरपणासाठी अथवा मासोळ्या भाजण्यासाठी भोईलोक विकत घ्यायचे. पण ती सारी शेती हातून गेली होती. आणि शेकापूरकडील पलटण तर अजूनही त्यांच्याकडे फणा उगारून पाहत फुत्कार सोडत होती. शेवटी सारा भार देवावर टाकून ते पुढे निघाले.

❖❖❖

काही दूर गेल्यावर माथ्यावरील पालांची फडफड त्यांना दिसली. माणसांचा व पोराबाळांचा गलबलाही कानावर आला. तसे त्या रोखाने ते झपझप चालू लागले. काही वेळातच तिथे उभारलेली पाच-पंचवीस पालं त्यांना दिसली. जुन्या लुगड्या-धोतराची... उभ्या-आडव्या बांबूवर ताणलेली... ते पायवाटेने तसेच पुढे जाऊ लागले. नदीची उंच थडी अन् लांबच लांब पसरलेली काठावरची शेती... तिला लागूनच पाच-पन्नास एकराचं विस्तीर्ण गायरान... त्याच्या एका कोपऱ्यात फडफडणारी भामट्यांची पालं... कळप सोडून भरकटलेल्या वासराने हंबरत-हंबरत कळपाचा कासावीसपणे शोध घ्यावा; आणि कळप दिसताच साऱ्या श्रमाचं सार्थक झाल्याच्या बेहोशीत त्यात स्वतःला कृतार्थपूर्वक झोकून द्यावं, असं त्यांना झालं.

मधोमध दिसणाऱ्या तडवाच्या मोठ्या पालाकडे ते जाऊ लागले. त्याला लागून तशीच आणखीही तीन-चार पालं होती. ते पाहून गोऱ्या साहेबाच्या विस्तीर्ण छावणीचा एक पदर वादळाने तुटला नि येथल्या झाडाझुडपांना अडकून येथेच स्थिर झाला, असे त्यांना वाटले. कारण गोण्या-तडवांचे भामट्यांचे पाल त्यांनी उभ्या आयुष्यात पाहिले नव्हते. आता मरणाच्या अगदी काठावरच उभे असलेल्या धन्या वा शामा बुढ्यानेही तसे सांगितले नव्हते. परिणामी, ही भामट्यांची पालं नसतीलच अशी शंका त्यांना येऊ लागली. पण भामट्यांशिवाय बोरू-अंबाडी कोण काढणार...? तागापासून दावे, दोरखंड कोन करणार...? या शंकेनेही ही भामट्यांचीच पालं असल्याची त्यांची खात्री पटली आणि त्याजवळ ते येऊन पोहोचले.

पालासमोरच ताग वाळवण्यासाठी डेही गाडणारा माणूस दिसला. तसा काशा म्हणाला, ''राम राम भावू !''

''राम राम जी! रामराम! कोन पायजे? इकडं नवाडेच दिसता मनून इचारलं.'' आपल्या कामात मग्न असलेल्या माणसाने त्यांना विचारले.

त्यावर शिलपतनेच उत्तर दिले, ''हो, ह्या शिवारात आम्ही नवीनच हावो. यंदाच आलो इकडं. तुमा लोकाइलेच भेटासाठी आलो आमी. तुमाले काई इचाराचं होतं. पर्चोव कराचा होता.''

तसा पुढचा माणूस त्यांना सूक्ष्म न्याहाळत म्हणाला, ''आमच्यासंगं कायचा पर्चेव? पुढंच जा. थ्या माथ्यावर मायजनाचा पाल हाये, तिथं इचारा.''

समोरच्या माणसाने दिलेल्या उत्तरावर काशा म्हणाला, ''नाई, तुमी कोन लोक व्हा मंतो? कोन्या मुल्कातून आले? कुठं चालले? हे पुसाचं होतं.''

काशाच्या बोलण्याने समोरचा माणूस चिंतेत पडल्यासारखा वाटला. हातातील काम तसंच टाकून तो त्याच्याकडे पाहू लागला व चेहऱ्यावर उसने अवसान आणून घाबऱ्याघुबऱ्या म्हणाला, ''तुमी कोनी गावकीतले मान्स व्हा का? कोतवाल, कुयकऱ्यांपैकी? का पोलीस खात्यातले व्हां? आमी तं आमची समदी माइती गावपाटलाकडं आंदीच लिहून देल्ली जी! वाड्यावर हजरीलेबी जात असतो, दर्रोज. मंग आता हे कायची झंझट होय!''

गावातील पोलीस-पाटलाचं, पोलिसाचं, नाही तं सरकारचं काहीतरी बिऱ्हाडन आलं या धास्तीनं, अन् सरकारी संकटाच्या चाहुलीनं, तो माणूस त्यांच्याशी बिचकत-बिचकत तोलून मापून बोलू लागला नि घाबरतच म्हणाला, ''तुमी मायजनाच्या पालाकडं जा. तिथं तुमाले सम्द काही समजन.''

असे म्हणून त्याने काशा-शिलपतकडे पाठ केली व आपल्या कामात मग्न झाला. तसे सारे जण पुढच्या पालाकडे जाऊ लागले. समोरचा माणूस तिरप्या नजरेने त्यांच्याकडे पाहू लागला.

काशा-शिलपतसह सारे माणसं मायजनाच्या पालासमोर येऊन उभे राहिले. रुबाबदार चेहऱ्याचा गोरापान प्रौढ माणूस खाली अंथरलेल्या पोत्यावर बसला होता. अधूनमधून बोटावरून अंगठा फिरवत कशाचा तरी हिशेब करत आहे असे वाटत होते. त्यामुळे बोटातील अंगठी चमकत होती. पांढरेशुभ्र धोतर अन् तशीच बारकशी डोक्यावर उंच दिवालीची टोपी! पोत्याच्या एका टोकावर वेटोळे घालून ठेवलेला फेटा दिसत होता. समोरच पानाची टोपली व सुपारी-काथ-चुना-लवंग-विलायचीने तुडुंब भरलेली हातभर लांबीची, अनेक पूड असलेली सपाटी चंची दिसत होती. त्याच्या गळ्यात टपोऱ्या मण्यांची तुळशीमाळ नि कपाळाला चंदनाचा टिळा लावला होता. काशा-शिलपतसह सर्वांना तो कुणी गावपाटीलच असल्यासारखा वाटला. सभोवतीच्या पालांचा हा प्रमुख पाहून तर ही भामट्यांचीच बिऱ्हाडं असावी, यावर त्यांचा विश्वासच बसेनासा झाला. तरीही मोठ्या हिमतीने त्याच्याशी सर्वांनी रामराम घेतला. त्यानेही प्रतिसाद देत विचारले, ''बोला, काय काम होतं?''

त्याच्या बोलण्यात जरब होती, निश्चयी बेडरपणा होता. धनाजीच्या वयाचाच असेल तो. पण धनाजी चरकातून काढलेल्या उसासारखा, पार चोथा झाल्यागत वाटत होता; तर ह्याच्यातील रग अजूनही त्याच्या सर्वांगात खेळत असल्याचे जाणवत होते. त्याने विचारलेल्या प्रश्नाला काय उत्तर द्यावे ते कुणालाच समजत नव्हते. सगळे गांगरल्यासारखेच झाले. मग म्हाताऱ्याने पुन्हा विचारले, ''काय काम हाये मंतो? या, पालात या! बसा थोडुक्से... गूळपाणी घ्या!''

त्याच्या अदबशीर बोलण्याने नि दिलेल्या मानाने सारेच हरखल्यासारखे झाले. पायातील वहाणा बाहेर काढून पालात बसले. काशाने त्याला हात जोडत विचारले, ''जी, बावाजी गावातला बोरू आफूनच घेतला काजी?''

''हो, आमीच घेतला. काम्हून बाँ!''

''नाही, भामटी लोकच बोरू मोडत असते, मनून पुसलं.''

''मंग आमी भामटी नोहे, तं कोनी परदेसी व्हय का? भामटीच व्हय आमीबी!''

''तसं नाही जी. पन तुमी भामट्यायवानी वाटत नाही, मनून मंतो.''

काशा व म्हाताऱ्यातील संवाद चालू होता. परंतु म्हातारा एकाएकी चिडल्यासारखा झाला. हे गावकीचे कुणी गावकामगार अथवा पोलीसचे खबरे असावेत, असा त्यालाही संशय आला. त्यामुळेच हे असे उलटसुलट प्रश्न विचारत असावे, अशी त्याची खात्री पटली. काशावर डोळे वटारत तो म्हणाला, ''काहून? भामट्याले का शिंगं असते का, का उल्टे पाय असते त्यायचे भुतावानी!''

म्हाताऱ्याचा गैरसमज होत असल्याचे सर्वांच्या लक्षात येऊ लागले. त्यातून सावरण्यासाठी शिलपत नम्रपणे म्हणाला, ''तसं न्हाईजी बावाजी! पन भामटी मनला का दरिद्री अन् उपासमार... त्याले धड खाआले नाही भेटत का आंगावर कपडा नाही भेटत! अन् तुमी तं सुक्की, तालेवार लोक दिसता. मून मन्लं त्यानं. रागगिग नोका मानू जी!''

शिलपतची अजिजी टिपेला पोहोचली. ते ओळखून म्हातारा म्हणाला, ''रागगिग नाही. लहान-मोठंपन रायनारच हाये. पाचय बोटं सारखे थोडेच असते. हं, आता कामाचं बोला.''

म्हाताऱ्याची आज्ञा होताच शिलपत एकेक शब्द उच्चारण्याचा प्रयत्न करू लागला, "जी बावाजी, आमी बी बोरू मोडणारे न ताग काढणारे भामटी. नदीच्या पल्याडून शेकापुराहून ह्या काठी रातच्यालेच आलो."

"असं असं! किती बिराडं हाये?"

"हाये पंधरा-सोया. चार-पाच अवतीभेवती हायेतं."

शिलपतने माहिती दिली. तसा म्हातारा शांतपणे म्हणाला, "कोन्या मुल्खातून आले?"

"इकडून वरल्या आंगानं. बोरूचा हंगाम पहात-पहात निंघालो."

काशाने सांगितले. त्यावर म्हाताऱ्याने चौकशी केली.

"मंग नदीपल्याड, शेकापूर शिवारात कसा हाये बोरू न अंबाडी?"

"भल्कसी बोरू-अंबाडी हायेजी तिकडं. पन इंग्रज सायबाची पल्टन उतरली ना! दोन दिवस बिगार वाह्यली अन् इकडं सटकलो."

पलटणीची बातमी ऐकली अन् म्हाताराही काळजीत पडला. मग त्याने काशा व इतरांना पलटणीची बारीकसारीक माहिती विचारली. तिचा मोहरा मागे आहे की पुढे, याची चौकशी केली आणि म्हणाला, "बरं झालं तुमी पल्टनीची माहिती दिली. आमची काही बिराडं तिकडेच बोरू घ्यासाठी जाणार होती. आयतीच फासात अडकली असती रे बाबू! तुमच्याच्यानं वाचलो गा...! आपलं नाव आइकलं तरी सायबाले धडकी भरते. शिवाजी म्हाराजाचे सैन्य हावोना आफून. आता थे आपल्याले चोर समजते. कोंडा मंते लेकायले जैलात... तिथं चक्की पिसा नाहीतं वाहा बिगार... लस्कराच्या भाकरी बडवा. बरं झालं पयून आले तुमी!"

म्हातारा गंभीर होऊन जिवाच्या आकांताने बोलत होता. आजपर्यंत त्याने घेतलेल्या कटू अनुभवाचं बेंड टचकन फुटलं आणि त्यातून भळभळ पू वाहत आहे असं वाटू लागलं.

त्याचं बोलणं थांबताच काशा काळजीच्या स्वरात म्हणाला, "पन थ्या पायी आमची पोटाची भाकर गेली ना जी! हातातोंडचा घास गेला जी, बावाजी!"

"अरे जावू दे. सत जाव, पन पत नाही जाव मान्साच! तुमी कसे कामं करता?"

''रोज मजुरीनच करतो जी! नाही तं उधड्यानं घेतो. बोरू कापनं, ताग काढनं, ढीग लावनं, समदं करून द्याचं.''

''वावरं घेता का बोरूची?''

म्हाताऱ्याने विचारले. त्यावर शिलपत म्हणाला, ''नाही बॉ! येवढी ताकद नाही आमच्यात!''

''मंग ह्या अधल्या भराच्या मजुरीत पोट तरी भरते कागा?''

''नाही भरत जी! पन काय कराव? हगाम हाये तवरीक बोरू-अंबाडी काढाव. मंग दुसरी रोज मजुरी पाहाव.'' काशाने माहिती दिली.

त्यावर म्हातारा म्हणाला, ''कोनत्या कुयाचे व्हा तुमी?''

''आमी डेहनकार... हे जाधव... चांदूरकर, नाईक, ठाकरे, कास्टे, मडवे असी आडनावं असते आमच्यात.''

''अन् तुम्ही कोन कुयाचे व्हा जी?'' काशाने विचारले.

त्यावर म्हातारा सांगू लागला, ''आम्ही पजई. पन दोन पिढ्यांपासून घरात मायजनकी हाये, मनून मायजनच नाव पडलं.''

''मायजन मंजे जी!'' सताजीने कुतूहलाने विचारले.

त्यावर म्हातारा म्हणाला, ''मायजन मंजे जातीचा पर्मुख... पंचाचा मुखंड. तो आपल्या जातीतले भांडनं सोडवतो... न्यायनिगूत करतो. खोटं असन त्याले दंड देतो, खऱ्याले अधार देतो. असा मानूस मंजे मायजन.''

''अन् नाही आईकलं एखांद्यानं तं?'' सताजीचा भाबडा प्रश्न.

त्यावर म्हातारा उसळून म्हणाला, ''असा कसा नाही आयकत, मायजनाचं? जात-पंचाइतीचं आयकत नसन तं कायची गा थे जात-पंचाईत? पन तसं होत नाही. पंचायतीचा मान करते समदे. अन् जो आयकन नाही त्याले जातीबाहीर टाकते. त्याच्या कुटुंबासंगं रोटीबेटी व्यवहार बंद होते. थो अन् त्याचं कुटुंब तोरनात नाही का मरणात नाही! मंग थो आपसूक धाऱ्यावर येते. अशा सिक्षेच्या धाकानच कोनी मायजनाचा सबद टाकत नाही. तुमच्यात नसते कागा मायजन?''

म्हातारा ताडताड बोलला. त्याचे बोलणे ऐकून सारेच अचंब्यात पडले. स्वत:ला सावरीत शिलपत म्हणाला, ''आमच्यात मायजन नाही. पन जात-पंचाईत असते. समाजातले मुरब्बी लोक निवाडा करते. त्याच्या मुखंडाले नाईक

मंते. एखांद्या जत्रेत. गावपठारावर, आमचीबी जात-पंचाईत भरते. थेच फाडा निवाडा करते... शिक्षा देते... घडमोड करते.''

''बरोब्बर हाये तुह्य! हे जे मुरब्बी मुखंड असते ना, थेच आमचे मायजन. इकडेतिकडे आमच्या टोया दहा-दहा, इसा-इसाच्या कुटुंबानं फिरते. त्यायच्यातला एक मुखंड. सारे मियून एक जात-पंचाईत. त्याचा मुखंड मनजेच मायजन.'' म्हाताऱ्याने माहिती दिली नि पडद्याकडे तोंड करून आत आवाज दिला... ''अरे गंगाधर, गूळपानी आन बरं पाहुन्यायसाठी!''

''अखीन कुनीकडं फिरते गा तुमच्या टोया?'' म्हाताऱ्यानं पुन्हा विचारले.

त्यावर काशा म्हणाला, ''खांदेशापासून झाडी वराड पावतर फिरते जी! तरी मर्यादा नाही. पायाची भिंगरी नीन तिकडं जा लागते पोटासाठी. एखांद्या वक्ती कोनाची अवचट भेट झाली तं खबरमात, हातपाय तोरन-मरन समजते. नाही तं समुद्रात मोती सांडल्यावानी एक डाव बेपत्ता झाले का कोनाचं काही खरं नाहीजी!''

काशाने भावविवश होऊन सांगितले. आतापर्यंत पोटासाठी नि इंग्रज सरकारच्या धाकामुळे दाही दिशा फिरता-फिरता त्याचे अनेक भाऊबंद, सगेसोयरे लुप्त झाले होते. त्यांच्या भेटीची मनातील आशाही पुसट होत-होत आता लुप्त होण्याच्या अवस्थेप्रत आली होती. तरीही, त्यांच्याविषयीचे मनातील मायेचे कढ काही केल्या शांत होत नव्हते. त्यांची आठवण झाली की जखमेवरील खपली निघाल्यागत मन भळभळून वाहू लागायचं. आताही त्याचं तसंच झालं होतं. त्याच्यासारखेच त्या म्हाताऱ्याचेही अनुभव असावेत, पण त्याने ते दिसू दिले नाही. उलट, काशाला समजावीत तो म्हणाला, ''अरे बाबू आपला भोग व्हय थो. देवानं आपल्याले जल्मा घातलं अन् शिवंबाहीरच्या गराडात ढकलून देल्ल. आता थे गराड जिकडं-जिकडं नीन तिकडं-तिकडं आपला शेर सोधत गुमान जाचं. अन् शेर सरला का कुठंबी एखांद्या गावपठारावर हाडं टाकाचे!''

आता म्हाताराही भावनाविवश झाला होता. या कराल भटकंतीत त्याचेही जिवलग इतस्तत: विखुरले होते. त्यांच्या आठवणींनी तो व्याकूळ झाला होता. एवढ्यात पालाचा पडदा बाजूला करत एक गोरीगोमटी, प्रौढ स्त्री गूळपाणी घेऊन तिथे आली. सोबत पळसाची पानंही आणली. प्रत्येक पानावर गुळाचा खडा ठेवून तिने ते पान व पाणी सर्वांना दिले. सर्वांनी गूळपाणी घेतले. तरीही, ती त्यांच्याकडे

कुतूहलाने पाहत तिथेच उभी होती. तिच्या अंगात मोठ्या धडीची चोळी होती... कपाळावर ढब्बू पैशाएवढं मोठं कुंकू होतं... चेहरा झाकेल एवढा पदर डोक्यावर ओढला होता. तिच्याही अंगावर दोन रंगाचेच पातळ होते. ते पाहून दुकानात त्या आधी पाहिलेली स्त्री त्यांना आठवली. दोघींच्याही पेहरावातील साम्य लक्षात आले. पदराआड दडलेली नाकातील मोठी नथही लपून राहिली नाही. पायातील जोडवे व रूळ यांनी तर तिचं सौभाग्यपूर्ण सौंदर्य अधिकच खुलून दिसू लागलं. तसा शिलपत म्हाताऱ्याला म्हणाला, "माय होय का आमची?"

"हो, तुमची माय होय. दोघीझनी हाये. हे लहान, मोठी असन कोनत्या कामात. हे शिरखंड्याची लेकबाय अन् मोठी बजाऱ्याची!"

म्हाताऱ्याने दोन बायकांची माहिती देताच सताजी ओठातल्या ओठात हसू लागला. त्यावर म्हातारा म्हणाला, "त्याच्यात हासन्यासारखं काही नाही रे बाबू! रिवाजच हाये तसा. कोनाकोनाले तं तीन-तीन झनी असते गा. अरे बाबू, ज्याच्या गव्हानीत चारा त्याले बायका बारा!"

असे म्हणून म्हातारा गदगदून हसला. त्याच्या हसण्यात शिलपत, काशा सारेच सहभागी झाले. समोर उभी असलेली ती स्त्रीही तोंडावर पदर ओढून हसली. सगळे शांत झाल्यावर म्हाताऱ्याला म्हणाली, "कुठल्ले होय पाहुने? माह्या तं कोनीच वयखीचे नाही."

तिच्या प्रश्नाला उत्तर देत म्हातारा म्हणाला, "पावने कायचे ओ! आपल्याच जातगंगेचे लेकरं हाये थे. देवानं मानसं जल्माले घातले, तशाच जातीजातीच्या उतरंडीय रचून ठिवल्या. खालचे मडके, वरचे मडके; नानापरीचे घडोले त्यानं."

"असं? कुठं उतरले थे?"

तिच्या प्रश्नाला उत्तर देत काशा म्हणाला, "आमी उतरलो मॉ, थ्या मारुतीच्या रिठावर. अज बोरू पाह्यता-पाह्यता वडगावात तुमच्याबद्दल समजलं म्हून आलो इकडं. मन्ल आमच्याच टोईतले बिराडं असन."

त्याचे बोलणे ऐकून आतापर्यंत शांत असलेला म्हातारा म्हणाला, "का रे बाबू, तुमी कोनते भामटी होय मन्ल? नाही, तुमचे कुयं अन् आमचे कुयं ह्यात भल्कसा फरक हाये, मनून मंतो."

"आमाले रावूत भामटी मंते जी. पुस्तकी येते कव्हा-कव्हा."

"पुस्तकी कुटचा व्हय तुमचा?" म्हातारा

''थो झाडीपट्ट्यात रायते.'' काशाने माहिती दिली.

''आमी पाटील भामटी होय. खानदेश, मराटवाडा अन् झाडीत आमी बी फिरतो. पन तुमी येगये, आमी येगये. तुमच्या आमच्यात रोटी हाये, पन बेटी नाही. पन एक ध्यानात ठिवा बाबू रे, आफून समदेच सिवाजी म्हाराजाचे सैन्य... त्यायच्या सोराज्याचे शिपाईगडी. सबंध भटक्यायच्या भरोशावरच सोराज्य उभं रायलं. पुढं उमाजी नायकानं इंग्रजाची नींद उडवली. त्याचे खजिने लुटून सैन्य उभं केलं. नव्या सोराज्यासाठी पठ्ठा लढला अन् फासावर गेला. थ्या रक्ताच्या अवलादी हाये आफून! अन् बाबू रे, रावूत मंजे घोडेस्वार... तुमी सोराज्याच्या घोडदयाचे सैन्य... आमी मैदानी लढाईवाले; पन लढवययेच, मनून इंग्रजाचा आपल्यावर डोया हाये. भडवीचे, चोर समजते आपल्याले!''

म्हाताऱ्याचे बोलणे सर्वांनी मान्य केले. आणि रामराम करून वाटेने लागणार तोच म्हातारा म्हणाला, ''बोरू-अंबाडी तिकडं भेटत असन तं पहा. नाही तं या आमच्याकडं मजुरीनं. इकडला समदा बोरू-अंबाडी काही अर्धालीनं तं काही ठोक भावानं आम्हीच घेतली.''

म्हाताऱ्याने दिलेल्या मजुरीच्या आश्वासनाने सारे खुलल्यासारखे झाले. आणि त्याला तसा होकार देऊन वाटेने लागले.

❖❖❖

काशा-शिलपत व त्याचे सोबती बिऱ्हाडावर पोहोचले तेव्हा बरीच दुपार झाली होती. मागील हंगामातील उरलेला तागाचा पिळा साफ करण्यात सई गुंतली होती. तिचं मरणासन्न अवस्थेतील कुपोषित पोर फडक्यावर पालाच्या एका बाजूनं पडलं होतं. त्याच्या हातापायाच्या सनकाड्या झाल्या होत्या... डोळे नसल्यागत वाटत होते... ते कपाळाच्या कपारीत कुठे लुप्त झाले ते कळत नव्हते; पण काजव्यासारख्या डोळ्यांच्या लुकलुकीने त्याचे अस्तित्व जाणवत होते. मोठ्या प्रयासाने चाललेली त्याच्या डोळ्यांची उघडझाप पाहून ते जिवंत असल्याचं समाधान सईला वाटत होतं. त्यामुळे तागाच्या पिळात तिचे हात अडकले होते, तरी मन मात्र लेकरातच गुंतून पडलं होतं.

त्याच्या शरीरभर मांसाचा मागमूसही उरला नव्हता. वाळल्या पानावर देठापासून शेंड्यापर्यंत शिराच शिरा दिसाव्यात, तसे त्याच्या शरीरभर हाडंच हाडं

दिसायचे. श्वासासह पोट वरखाली व्हायचं. हातापायाची अथवा पाठीपोटाची चामडी चिमटीत धरून वर उचलली व चिमटीतून सोडली तरी भिंतीसारखी तशीच उभी रहायची. शरीरात काही ती मिसळायची नाही. मग तेवढी जागा तळहाताने हळूवार रगडून वर आलेली चामडी नीट करावी लागायची.

छातीपेक्षा वर आलेलं त्याचं पोट... ते नेहमीसाठी फुगारा धरून असायचं. त्यामुळे त्याला श्वास घेणेही कठीण व्हायचे. परसाकड झाली की त्याच्या ढुंगणातून मांसाचा गोळा बाहेर यायचा. अंशी म्हातारी त्याला 'कड पडणे' म्हणायची. मग त्याचे ढुंगण धुताना सई, तळहाताच्या रेट्याने तो मांसल गोळा आत रेटायची. पोरगं कण्हायचं, रडायचं. खरंतर त्याच्यात रडण्याचंही त्राण नव्हतं. पण शरीरभर उठलेली असह्य काहिली, क्षीण आक्रोशासह त्याचे सर्वांग घुसळून काढायची. ते ऐकून सईच्या काळजाला पाझर फुटायचा अन् पोराला छातीशी कवटाळून ती गदगदून रडायची. आपल्या मांसाचा हा गोळा आपल्यात सामावून घ्यावा नि त्याला मरणाच्या दाढेतून बाहेर काढावेसे तिला वाटायचे. पण ती हतबल होती. तिचे इलाज खुंटले होते. मग ती त्याच्या पाठी-पोटावरून हात फिरवत नुसतीच आसू ढाळत बसायची. तिची मुलं-मुली तिच्या आवतीभोवती रेंगाळत केविलवाणे पाहायची. शेजारच्या पालांतील बाया-माणसं तिला धीर द्यायचे. लेकुरवाळ्या बाया मात्र तिच्या पालाकडे जाण्याचेही टाळत. त्या आपापसात हळू आवाजात चर्चा करायच्या. म्हणायच्या, "सईच्या पोराले सटवीनं झपाटलं. आपल्या लेकराले बी त्याची बाधा हुईन!"

त्यावर दुसरी म्हणायची, "हो बापा! थ्या बिमारीचं तं नावय नाही घ्याव. लेकरंखाई धाड असते थे. लेकरावर एक डावचा सटवीचा डोया पडला का आपल्या डोयादेखत लेकरू नेते थे. पायन्यातल्या पायन्यात पिचकून लेकरू मारते. आपल्याले पत्ताय नाही लागू देत."

"कायनं होते व थे बिमारी?"

उत्कंठेनं एखादी विचारायची. त्यावर दुसरीचे उत्तर, "आवो, रातच्या पायरी घुबड बोंबलली अन् तव्हाच लेकरूय लडाले लागलं का थे घुबड त्याच्या घरापुडचा दगूड चोचीत घरून नेते. थो पान्यात वला करते. जसाजसा दगूड सोकत जाते तसंतसं लडनेवालं लेकरूय सोकत जाते. त्याचं खानं, दूद पेनं थांबते. मंग किरकिर करत रायते थे. मंग थो खडा घिवून घुबड फिरत रायते...

मशानात जाते... लेकरासाठी जागा पाह्यते. त्याचा करार भरला असन तं चोचीतला खडा खाली पडते. खडा पडला का सरलं समदं... मेलं लेकरू! मंग थे दुसरं, तिसरं, चवथं असे लेकरं खात सुटते. मून अशा लेकरासंगं आपलं लेकरू खेयू नाही द्याव... त्याच्या मायच्या कपड्यात आपला न लेकराचा कपडा मिसयू नाही द्याव... तिच्यासंगं जेवाव नाही... तिची सावलीबी आपल्यावर मंजे लेकुरवाईवर पडू नाही द्याव! सम्मजली?''

पालातील बायांच्या अशा चर्चा कानांवर आल्या की सई खजील व्हायची. सईपासून लेकुरवाळ्या बाया दूर जायच्या... तिला टाळायच्या. मग ती एकटीच आपल्या पालात पोराला पिरसत आसू ढाळत बसायची. कुणात मिसळायची नाही... कुणाकडे जायचीही नाही. लेकरू जसजसं झिमत, जिरत गेलं, तसतसं तिचंही अवसानच गळल्यासारखं झालं.

शामा बुढ्यापासून काशापर्यंत सर्वांनी त्याच्यावर इलाज केले... जंतरमंतर, गंडेदोरे झाले. कोणत्याही गावपांढरीत बिऱ्हाडं उतरली की सई तिथल्या ग्रामदेवतांची नेमाने पूजा करायची... त्यांना दहीभाताचं बोनं वाहायची... आसरा, येसाई, मसाई, मरामाय, आईमाय यांच्याकडे न्हाउनी न्यायची... न्हाउनी म्हणजे त्या देवतांना गडवाभर पाण्याने रोज अंघोळ घालायची... तिथला अंगारा पोराला खायला द्यायची... देवीच्या दगडाचं तीर्थ लेकराला पाजायची. असे कितीतरी व्रत लेकरासाठी तिने केले. गाव बदलला तरी तिच्या व्रतात खंड नसायचा. आठवेल त्या देवाला ती नवस बोलायची, उपासतापास करायची; पण पोराला आराम नव्हता. उलट, ते आणखीच सोकत गेलं. दिवसेंदिवस लेकरू अधिकच जिरत चाललेलं पाहून सईचाही धीर सुटत चालला होता. तीही त्याच्याकडे नुसतीच केविलवाण्यासारखी पाहत राहायची. शेकापूरच्या बिगारीला गेली असताना, दिवसभराच्या गरम वाफांनी आणि एकाकी रडण्या-ओरडण्याने नि बिगार वाहयता वाहयता मायबापाचे त्याच्याकडे झालेल्या दुर्लक्षामुळे, आधीच आजारी असलेलं ते कोवळं मूल पार करपून गेलं.

काशा-शिलपतसह सर्व माणसं पालांवर पोहोचली तरी सईला काही भान नव्हतं. आवतीभोवतीची पालंही सुनसान दिसत होती. राघो व त्याची भावंडंही दिसत नव्हती आणि धन्या, भीम्याचाही कुठे पत्ता लागत नव्हता. सर्वांच्याच

पोटात कावळे ओरडत होते. पालांभोवती पसरलेली भेदक शांतता त्यांना बेचैन करत होती.

शिलपतच्या पालाजवळ येऊन ते थांबले. सई आपल्याच विचारात गर्क होऊन तागाचा पिळा साफ करता-करता कासावीस नजरेने आजारी लेकराकडे पाहत होती. पालांपुढच्या माणसांकडेही तिचं लक्ष नव्हतं. काशाने फडक्यावर पडलेल्या सईच्या पोराला उद्देशून आवाज दिला... ''झोपले का हो, बारीकराव?''

काशाच्या हाकेचा मरणासन्न पोरावर काही परिणाम झाला नाही; सईच्या विचारांची तंद्री मात्र तुटली. तिची केविलवाणी नजर नवऱ्यासह सर्वांवर पडली. पोराची अवस्था तशी सर्वांना माहीत होतीच. पण सईच्या डोळ्यांतील काहिलीने सर्वांना पिळवटून टाकले आणि चिंताग्रस्तपणे पालापुढे बसले. सईने पालातून पाण्याने भरलेले मडके आणले. सर्वांना पाणी दिले. तहान शांत होताच न राहवून शिलपतने तिला विचारले, ''काहून ओ, असं वस पडल्यावानी वाटून रायलं? पोट्टेबाट्ट्ये नाही दिसत.अन् बुढाबुढी सम्मेत कोनीच नाही दिसून रायलं. कुठं गेले ओ समदेझनं?''

शिलपतने विचारलेल्या शंकेला उत्तर देत सई म्हणाली, ''अं, आपलं थे नेहमीचच. जिथं जाव लपाले तिथंच येते कापाले! हे रीठ उदापूरच्या शिवारात येते मंते. तितचा कोतवाल आला होता. पोलीस-पाटलाकडं नोंद नाही केली असं मने थो. मनून त्यानं आंड्यापिल्यायसहित समद्यायले नेलं पाटलाच्या वाड्यावर.''

''मंग बुढ्यानं सांगत्ल नाही त्याले? वाड्यावर येतोच मनून!''

''सांगत्ल. पाया-पोटी लागला बुढा. शेकापूरच्या पाटलाचा दाखलाय दाखवला. पन थो नाही मानला. बुढ्यालेच उलटा बोलाले लागला. पोलीसठान्यात न्याची धमकी देत होता.''

''असं! हे कोतवालच लय माजल्यावानी करते. बहीन, घोड्यापरीस खोगीर उडते मंते तशी खिसा.'' राग अनावर होऊन सताजी ताडकन बोलून गेला.

त्याला थांबवत शिलपतने तिला विचारले, ''अखीन काय सांगितलं कोतवालानं?''

''काय सांगनार हाये? पोरगं बिमार हाये मनून मले नेलं नाही. पार्बती तं आपल्या पालात मेल्यावानी पडूनच हाये. जे मानसं काम पहाले गेले मनून आमी सांगतलं, त्यायले आल्याबरोबर पाटलाकडं पाठवाले सांगत्ल. दरूडा पडला मंते सोनुरा नावाच्या गावात. तितच्या पाटलाची दहा-बारा खंड्या जवारी रातोरात चोरीले गेली, मनून कोतवाल सांगत होता.''

''बहीन, काही न्याय ना निगोत! फिरस्ती मनला का त्यायले डकेटच दिसते. गावात रायनारे जसे मोठेच उजागर हायेत.'' तुकारामही तावातावात बोलून गेला.

काशा मात्र आतापर्यंत शांतच होता. पण आता त्यालाही राहवले नाही. तो सर्वांना उद्देशून म्हणाला, ''हे पहा आफून पोलीस-पाटलाकडं गेल्याबिना त्यायची सुटका नाही. आता आपापल्या पालात असन थो घास कुटका खा अन् चाला वाड्यावर. पाहून तं येवू काय हुक्कम हाये थो!''

काशाच्या म्हणण्यावर सारे जण आपापल्या पालाकडे निघाले. सईने शिलपत व तुकारामला भाकर-भास्पालं वाढलं. पार्बती पडून असल्यामुळे काशाच्या बायकोनेच तिच्यासाठी व जानबासाठीही भाजी-भाकर केली होती. त्या सर्वांना घेऊन काशाही जेवला. सईला काही जेवण धकत नव्हतं. तिने वाढलेलं ताट तसंच झाकून ठेवून, गलितगात्र झालेल्या, क्षीण श्वास टाकत पडलेल्या पोराकडे ती पाहू लागली. त्याची अवस्था पाहून शिलपतलाही गलबलून आलं. त्यामुळे त्याचा तोंडातला घास तोंडात फिरू लागला. तो काही केल्या घशाखाली उतरत नव्हता. वाड्यावर नेलेल्या आपल्या लोकांबद्दलच्या चिंतेनेही तो झपाटला होता. दोघांही भावांनी कशीतरी अर्धी कोर खाल्ली नि हात धुतले. पालातून बाहेर पडताना शिलपतने मरणासन्न लेकराचा हात हातात घेतला. त्याच्या ओठाला स्पर्श करून 'बाबू रे...' म्हणून हाक मारली. बापाच्या चाहुलीने ते अशक्त पोर पापणी उचलण्याचा प्रयत्न करू लागलं अन् त्याच्या ओठांवर क्षीण स्मित उमटलं. पोराची अवस्था पाहून शिलपत कासावीस झाला. सई पदराने आसू पुसत तागाचा पिळा साफ करण्याचा बहाणा करू लागली.

''आता आमचे समदे इलाज सरले रे, बाबू! आता थो देवच तुले वाचवन!'' म्हणत शिलपतने हात जोडले अन् तो पालातून बाहेर पडला. त्याच्या

मनाला अनेक छिद्रे पडली आहेत आणि त्याचं ओथंबलेलं वात्सल्य मनाच्या चाळणीतून सारखं पाझरत आहे असं वाटू लागलं.

❖❖❖

शिलपत-काशासह सगळी माणसं उदापूरच्या वाटेने लागली. सकाळीच न्याहारी करून ते बोरू पाहायला जंगलात गेल्यामुळे कोतवालाचे म्हणणे त्यांना नीट कळले नव्हते. सई आपल्याच दुःखात चूर होती. नेहमीच्या अनुभवाने आता सारेच शहाणे झाले होते. कोणत्या वेळी कोणत्या प्रसंगाला तोंड देण्याची पाळी येईल याचा भरवसा नव्हता. फुकटची बिगार आणि पोलीस-पाटलाची करडी नजर, पाठीमागे लागलेला त्यांचा ससेमिरा, बायामाणसांची मानहानी, ठोकपीट, लेकराबायांची भयभीत अवस्था! एखाद्या गावपठारावर उतरताच, गावसीमेपलीकडे जाण्याचा गावकऱ्यांचा हुकूम, मुस्काडीत हाणण्याच्या, बिऱ्हाडं फेकण्याच्या धमक्या, हे त्यांना नेहमीचच झालं होतं. स्त्रियांची छेडखानी अन् लेकरांना मारहाण याचाही अनुभव नेहमी यायचा. भरीसभर म्हणजे त्यांची भामटी ही जात ऐकली की गाववाल्यांच्या संशयी नजरा त्याच्यावर सदैव रोखलेल्या असायच्या. ''आता हे लोक गावात उतरले. काही हातचलाखी दाखवन... नीन एखांदी वस्तू उचलून... नाही तं घरं फोडन... टाकन दरूडा!'' असे त्यांच्याविषयीचे अभिप्राय! अनेकदा तर ते त्यांच्या तोंडावरच तसे बोलायचे. गावकऱ्यांचे असे कुजके, सडेल बोलणे ऐकून ऐकणारा खजील व्हायचा. केल्या जाणाऱ्या खोट्या आरोपाने त्याची तळपायाची आग मस्तकात जायची. असे बोलणाऱ्याच्या मुस्काडीत हाणावेसे वाटायचे. पण कुणाकुणाच्या मुस्काडीत हाणणार...? गावची गावं ठोकून काढण्याची हिंमत आहे आपल्यात...? आणि चार-आठ दिवसांत नवा गाव, नवी पांढरी. त्या-त्या पांढरीचे नवेनवे रिवाज; पण शिव्या अन् धमकावण्या तशाच! मग कुणाकुणाशी करता भांडणं...? कुणाकुणाच्या तोंडाला तोंड देता...? आणि दिलेही तोंड; विचारतोय म्हटलं कुणाला जाब, तर आपल्या बाजूने बोलणारा कोण आहे...? चार बिऱ्हाडांतील दहा-वीस माणसं कुठं आणि समदा गावगाडा कुठं...? कोण बोलणार आपल्या बाजूने...? गाव करे तं, राव नाही करे. म्हणून सारंकाही सहन करण्यावाचून दुसरा पर्याय तरी हाये का? केला असन अपमान... घेतला असन आळ. पोरीबाळीकडं वाईट नजरेनं

पायलय असन... तरी समदं काही सहीन कराचं. मुकी झवली हाक ना बोंब, मंते तसं! अंगावर पडला इचू समजून त्याले झटकून टाकाचं अन् पुढच्या गावाची वाट धराची. जाणीव मुद्दामच संवेदनाहीन केलेली... स्वत:च स्वत:च्या मनाला नख लावून मरणासन्न करून टाकलेले... मजबुरीने चाललेला हा जुलमाचा प्रवास... जीवनाशी कायमचा वज्रलेप झालेला!

गुडघाभर धुळीने माखलेली उदापूरची गाढवाट विधवेच्या पांढऱ्या कपाळासारखी निस्तेज पडली होती. रिठाकडून येणारी पाऊलवाट तिला येऊन मिळाली होती. तिथून तीन-चार वावरं अंतरावर उदापूर. भामट्यांच्या बिऱ्हाडांनी अद्याप ते पाहिलंही नव्हतं. काल तेल-मीठ आणायला गेलेल्या गावाच्या विरुद्ध टोकाला ही वस्ती. गाव मोठं सुखी, समृद्ध वाटत होतं. गावाच्या मध्यभागी पाटलाचा वाडा... त्याच्या आवतीभोवती गवतकाडीच्या इमल्यांची झोपडीसारखी घरं... काही कौलारू, दोपाखी... एखादे टिनाचे छप्पर... बाकी उद्‌ध्वस्त मोडकी घरं आणि मातीच्या ढिगाऱ्यांची खंडारे! चिमणीचे खोपे विसकटून त्यातील पिले कावळ्याने चोचीत पकडावीत, तसे तेथील पाटीलकीचे स्वरूप. पाटील म्हणजे गावगाड्याचा सर्वंकश शोषक, बाकी त्याचे गुलाम, श्रमजीवी चिमण्या! गावपांढरीचा हा उजागर, प्रतिष्ठित चोर, दरोडेखोर; पण त्याच्याच हातात सत्तेचे बागदोर! जुलमी सरकारचा थो प्रतिनिधी. गोरगरिबांच्या, शेतकरी, शेतमजुरांच्या टाळूवरील लोणी खाऊन मालामाल झालेला गावपांढरीचा अजगर!

साऱ्यांच्या मनात विचारांचे असे पेव फुटले होते. त्या विचारांच्या धुंदीतच ते गाढवाटेने लागले. कुणीच कुणाशी बोलत नव्हतं. पाय यांत्रिकपणे चालत होते. डोक्यात विचार नि मनात काहिली दाटली होती. आता आणखी कोणता भोग नशिबात लिहून ठेवला असेल, या शंकेनेच ते भांबावले होते! 'हातावर आणनं आणि पानावर खानं असं आपलं जीणं... गावाशी फारसा संबंध नाही. गोठाणावर नाही तं पठारावर उतरायचं... बोरू मोडाचा, त्याचा ताग काढाचा... आपली मजुरी घेतली, हगाम सरला की दुसरा गाव! वाटणीवर आलेल्या तागाचे पिळे करून बाजारोबाजारी विकायचं... त्यातच तेल, मीठ, कपडालत्ता, तोरण-मरण भागवायचं. कोणाच्या सुतळीच्या सड्याला हात लावायचा नाही. तरीबी नसत्या भानगडी मागे लागतात. पोलिसाचे दंडे पाठीमागं पहारा देत उभे.

भोसडीचा ह्यो जलम होय...! ह्यापरीस कुत्रं बरं! मालकाचा त्याच्यावर जीव असते. त्याच्यासाठी तं थो हातघाईवर येते. पन आपल्याले कोनी वाली नाही. वारा वाहीन तिकडं भिंगरीवानी फिरत रहाचं. वारं थांबलं का थांबाचं. माती पांगरून इश्रांती घ्याची अन् कायमचं शांत व्हाचं! बस येवढच!'

विचारा-विचारातच ते गावात येऊन पोहोचले. पाटलाच्या घरापुढील अंगणात अनेक लोक तुंग्यातुंग्याने बसले होते. कोपऱ्यात उभे राहून काशा-शिलप्याने ते उपाशी, भुकेकंगालांचे कळप बारीक न्याहाळले. तीन-चार जातीचे भटके समूह आपापल्या बायामाणसांसह एकमेकांना खेटून बसले होते. मायच्या अंगावर पिणारी लेकरंही त्यातून सुटली नव्हती. उघडीनागडी पोरंपोरीही जनावरासारखी हाकलत आणली होती. ती केविलवाण्यासारखी मायबापाला बिलगत भुकेने आक्रोश करायची अन् वाड्यातील किंकाळ्या ऐकून, भेदरत शांत व्हायची. पारधी, भराडी, सरोदी, भामटी अशा भटक्यांची पोटासाठी गावाच्या आधारानं उतरलेली बाया-माणसं आणि कमरेला जाडा पट्टा लावून त्यांच्यावर पहारा देणारे दोन कोतवाल!

आपल्या टोळीतील बायामाणसांना शिलपतने ओळखलेच. शिवाय, मघाच पाहिलेल्या भामट्यांच्या टोळीलाही ओळखले. त्यांचा गोरा वर्ण, डोक्याला फेटा व दोन रंगांच्या पातळातील स्त्रियांचा पेहराव यांमुळेही त्यांनी त्यांना लागलीच ओळखले. मघाचा म्हातारा मात्र कुठे दिसत नव्हता. त्याची नजर त्याला शोधू लागली. एवढ्यात राघो, विठू नि सावित्री 'बाऽऽपू बाऽऽपू' करत त्याच्याजवळ आली. काशा व इतरांचीही लेकरं बापाला हाक मारत त्यांच्याकडे दौडू लागली आणि बापाला बिलगत हमसून-हमसून रडू लागली. त्यांच्या पाठीवरून हात फिरवत सारे लेकरांना धीर देऊ लागले.

चावडीत बसलेले तीन-चार पोलीस व त्यांचा अधिकारी भटक्यांच्या समूहातील बायामाणसांची नावे घेऊन त्यांना दरडावून विचारत होता... एखाद्याच्या फाडकन थोबाडीत हाणत होता... कमरेत, पाठीवर, मांडी-पोटरीवर वेताची काठी सपासप मारत होता... त्यांच्या किंकाळ्या-आक्रोशाने भटक्यांची बाया-माणसं भयभीत होत होती. आणि निर्दयी पोलीस छडी उगारून विचारत होता, "साले, डाका डालता है. बता कहाँ रख्खी जवार? सांग चोरी कोनं केली? सांगतं का टाकू पेवात?"

त्याच्या तावडीत सापडलेले जीव हात जोडत, पाया पडून म्हणत होते, ''नाहीजी, मायबाप! आमी नाही केली जी चोरी. देवाची शप्पत! आमच्या लेकरा-बायायची आण!''

पण त्याचे म्हणणे ऐकण्यापूर्वीच पाठीवर सपकन बेत बसायचा... थोबाडीत बसायची. ढुंगणावर बुटाभरली लाथ बसून तो गलितगात्र होऊन जमिनीवर साडसूड कोसळायचा. तरी त्याला तोच प्रश्न विचारून हैराण करायचा. त्याचे उत्तरही तेच... निरपराधी असल्याचे! लहान मुलांना, स्त्रियांनाही पाठीवर सपकन बेत हाणून विचारायचे, ''काबे, तुमचा बाप कुठं गेला होता त्या रात्री? कावो तुह्या नवरा होता का पालात? बरोबर सांग. नाही तं गांडीवर बेत बसन! कोंडून ठिवीन भडव्यायले... नीन पोलीस ठाण्यात... नाहीतं समदी टोयीच्या टोईच टाकीन पेवात. मंग सडा भोसडीचे हो तिथंच''

पोलिसांची दरडावणी शिगेला पोहोचायची. सगळेच पोलीस काही इंग्रज नव्हते. त्यांचा अधिकारी तेवढा इंग्रज, बाकी भारतीय...! काळे; पण इंग्रजापेक्षाही भयानक! त्याने एक बेत हाणायची आर्डर दिली की हा चार बेत हाणायचा आणि दरडावत चोरीबाबत विचारायचा. घाबरलेल्या पोरांना तिथल्या तिथेच हागू-मुतू सुटायची आणि भीतभीत त्याला उत्तर द्यायची... ''न्हाई जी सायेब, आमचा बाप घरीच असते रातच्याला. दिवसा भीक मांगते अन् राती पालावरच असते जी!''

तसा तो मुलगा पाठीवर बसलेला बेत, गालावरची रेहपट हाताने कुरवाळत किंकाळी फोडतच मायबापाला बिलगायचा. असेच बऱ्याच वेळपर्यंत चालले. भराड्यांचा जबाब संपला. आतापर्यंत ते ज्या-ज्या गावात उतरले होते, त्या-त्या गावपाटलाकडील रिपोर्ट नीट तपासले. ज्या पोलीसठाण्याच्या हद्दीत उतरले त्या हद्दीतील त्यांची चालचलन, बोलणे चालणे, रोजगार, धंदा यांची तपासणी केली. ज्या गावाहून इकडे आले तिथल्या पोलीस-पाटलाचा दाखला पाहिला. त्यातील एकेका स्त्री-पुरुषाची, त्यांच्या मुलांची काळजीपूर्वक तपासणी केली. आणि संध्याकाळी सर्वांनी न बोलवता चावडीवर येण्याचे सांगून बिऱ्हाडावर जाण्याची परवानगी दिली.

मग समोरच बसलेल्या पारध्यांच्या बेड्यातील काही मुखंड बाया-माणसं त्यांनी समोर बोलावली. इंद्रिय झाकेल एवढ्या चार बोटं रुंदीची लंगोटी लावलेले,

डोक्याला फडकं बांधलेले अथवा बोडखे, उघडेबंब पारधी! सर्वांगावर घामाचे डाग... त्यावर माती बसलेली... किती दिवसांपासून अंघोळ न केल्याने अंगाचा उग्र वास सुटलेला... स्त्रियांनी अंगाभोवती जुनेपुराणे पातळ अथवा फडके लपेटलेले... केसांचे फडे झालेले... गळ्यात काळी गरसूय... दातवनाने काळे दात झालेल्या काही स्त्रिया... काही प्रौढ तर काही लेकुरवाळ्या! पदराची झोळी गळ्यात अडकवून त्यात निजलेलं त्यांचं बाळ... जाग आली की मायच्या स्तनाला झोंबणारं... पिता-पिताच झोपून जाणारं! माय जाईल तिकडेच तिचं लेकरूही जायचं. तिला ते वानरीगत बिलगलेलं... त्याच्या मायच्या अंगावर गोंदलेली नक्षी, त्याच्यावरही उमटली असती, येवढं ते तिच्याशी एकजीव झालं होतं.

सर्वच पारधी स्त्रीपुरुषांच्या अन् पोराबाळांच्या सर्वांगावर भीषण दारिद्र्याच्या खुणा नखशिखान्त उमटल्या होत्या. गावापासून दूर पठारावर त्यांची वस्ती... तितरंबाटरं पकडायची... जंगली जनावरांची शिकार करायची... ते तसंच भाजून खायचं... गाववस्तीत गेलेल्या बाया दातवण, कुंकू, सुया, मणी, बिबे विकायच्या... त्यातून अडनड भागवायच्या. शिळीपाती भाकर-भाजी गावभर मागत फिरायच्या... जुनेपुराणे चोळी लुगडे, शर्ट पायजमा मागत स्वत: व घरच्या माणसांना घालायला द्यायच्या. गावाबाहेरच त्यांचे पाल असायचे. माणसं गाईवर बसून शिकारीला जायचे. त्यांचा संबंध जंगलाशी, जंगली प्राण्यांशी; तरीही, गाववाल्यांच्या संशयी नजरा त्यांचा पिच्छा करायच्या. त्यांच्याविषयी पोलीसठाण्यात हजार तक्रारी... खुनापासून दरोड्यापर्यंतच्या संशयी चक्रव्यूहात ते अडकलेले... पोलीसखात्याचे ते निगराणी गुन्हेगार!

'यांच्या बाया बिबे, मणी विकायच्या निमित्ताने गावात फिरते अन् एखादं भरलं घर पाहून त्यांच्या माणसांना माहिती देते. नं मग रात्री सामसूम झाल्यावर घर फोडते, डाका टाकते,' असा गाववाल्यांचा आरोप... हा आरोप सर्वच भटक्यांच्या कपाळावर तप्त लोखंडाने कोरलेला!

हा समज गावगाड्यात पक्का झाला आणि पारधी जमात पोलिसी अत्याचाराची कायम बळी ठरली. दहा कोसाच्या परिसरात कुठेही चोरी झाली, तरी लागलाच पोलिसांचा तगादा मागं! दाव दबकाव, मारझोड, कैद यातून बायामाणसासह अंगावर पिणारं मूलही सुटायचं नाही... तेही गुन्हेगार,

दरोडेखोर. सर्वांना वाड्यात हजेरी द्यावी लागायची. पठार बदललं तरी नोंद... नव्या पठारावर बेडा उतरला तरी नोंद... अशा नजरकैदेत इतर भटक्यांप्रमाणे तोही अडकला होता.

पारध्यांच्या नावाचा कोतवालाने पुकारा केला. तसे ते पोलिसांच्या दिशेने निघाले. त्यांच्यामागे प्रौढ स्त्रियांसह, लेकुरवाळ्या व काही तरुणीही होत्या. त्याही साहेब व पोलिसांपुढे उभ्या झाल्या. आपला गुन्हा काय हे त्यांना काहीच कळत नव्हतं. लहान लेकरं भयभीतपणे मायबापाकडे पाहत होते. रानोमाळ भटकणाऱ्या आपल्या मायबापांना आज पोलिसांपुढं का उभं केलं, याचा त्यांना थांग लागत नव्हता. दोन पोलीस माणसांचे बयान घेऊ लागले. दुसऱ्याने प्रौढ पारधिणींची विचारपूस सुरू केली. त्यांचा इंग्रज साहेब मात्र हावरटासारखा तरुण पारधिणींना नखशिखान्त न्याहाळत काहीतरी विचार करू लागला.

विचारातच साहेब आपल्या जागेवरून उठला अन् कोपऱ्यात पारधी स्त्रियांची बयानं घेणाऱ्या पोलिसांजवळ गेला. एका प्रौढ, वयस्क स्त्रीच्या झिपुट्या धरून तिची मानगूट मागे खेचली अन् तिच्या फाडकन थोबाडीत हाणून म्हणाला, ''साली रंडी, बताव ज्वार कहाँ रख्खी है? रात्री तुमी भाकरी खाल्ल्या का नाही? सांग भाकरीसाठी जेवारी कुठून आणली?''

त्यावर ती कळवळून म्हणाली, ''न्हाई रं सायबा, आमी नाही चोरली जेवारी. शेरपसा मांगून आनली होती, गावात बिबे अन् मनी इकून! थ्या पालातच दयून भाकरी केल्या अन् कुटका-कुटका खाल्ली समद्यायनं.''

पण साहेबाचे समाधान काही झाले नाही. तो तसाच तरतरत पुढे गेला. समोरच दोघी-तिघी पदराच्या पाळण्यातील लेकराला दूध पाजत उभ्या होत्या. काहींची मुले पदराच्या पाळण्यातच झोपी गेल्याने लेकराचं ओझं सांभाळत त्या तशाच उभ्या होत्या. त्यांच्या माणसांसह स्त्रियांनाही सुरू असलेली मारहाण पाहून त्या भयभीत झाल्या होत्या व एकमेकींच्या मागे दडकत होत्या. पण लगेच त्या प्रौढेच्या झिपुट्या सोडून तो साहेब लेकराला दूध पाजण्यात मग्न असलेल्या पारधिणीजवळ गेला. काहीएक विचार न करता तिचा उघडा स्तन हातात गचकन पकडला. तिच्याही मुस्काडात त्याने फाडकन हाणली नि दुसऱ्या स्त्रीकडे वळला. तिच्याशीही असेच चाळे करायच्या तयारीने पुढे जात असतानाच,

“आरं सायबा, काय करून ऱ्हायला रं? तुले काही माय-भण हाये का ऱ्हाई रं?” या आधीच्या प्रौढेचे तप्त शब्द, साऱ्या भटक्यांच्या समूहात घुमले.

“तितराच्या मानगुटीसारखी तुही आंडखूय दाबून, तुले जागच्या जागी ठार मारलं असतं रं...!”

निखाऱ्यांसारख्या लाल डोळ्यांतून ती साहेबावर तप्त फवारे उडवू लागली. तिचे बोलणे त्याला काहीच समजले नाही. पण तिच्या डोळ्यांत पेटलेल्या वणव्याने तो धाऱ्यावर आला. पाटलालाही साहेबाचे असे वागणे पटले नाही. तशी त्याच्या चेहऱ्यावर नाराजी स्पष्ट दिसू लागली. पण तो काहीच बोलला नाही. धुसपुसत बसून राहिला.

एवढ्यात गोणपाटी पालात बसलेला मघाचा म्हातारा पायातील जोड्यांचा खाडखाड आवाज करत, हातातील काठी सावरत चावडीच्या पायऱ्या चढताना, काशा-लक्षादी सर्वांना दिसला, तसा त्यांना धीर आला. गोरा साहेब पारधी स्त्रीशी असभ्य वर्तणूक करत असल्याचे दृश्य त्याने आपल्या डोळ्यांनी पाहिले नि तळपायाची आग मस्तकात जाऊन तो क्षणभर तिथेच थांबला. मघापेक्षाही म्हातारा आता अधिक तेजस्वी व रुबाबदार दिसत होता. त्याचा सिंहासारखा भारदस्त चेहरा... त्यावर रुळणाऱ्या जाड मिश्या... गोरापान वर्ण... कपाळाला चंदनाचा टिळा... डोक्याला फेटा... धोतर, शर्ट! तो पायऱ्या चढून वर आला नि पाटील बसला होता त्या सतरंजीवरच ऐटीत बसला. काशा-लक्षादींची मने त्याच्या आदराने भरून आली. एक दिवसापूर्वीच नदीपलीकडून इकडे आल्याने त्यांच्या कुणीच ओळखीचे नव्हते. पाटील, पोलिसांसोबत चहापानात गर्क होता. ही संधी साधून काशा व शिलपत त्याच्याजवळ गेले. त्याला आदराने नमस्कार केला व त्याच्या कानाशी लागून म्हणाला, “बावाजी, आमी तुमचे लेकरं! ह्या मुल्खात नवीन हावो. आमची बाजू मांडजा... संभायून घेजा आमाले!”

एवढ्या बोलण्यानेही शिलपत सद्गदित झाला... आसू टपकू लागले. घोगऱ्या आवाजातच म्हणाला, “बावाजी, बेअब्रू नोका हूँ दिवू आमची. पालात लेकरू आता घडीचं सोबती हाये. तुमची सून त्याले राकत बसली हाये. आमी समदेझनं इकडेच आलो. एका पालातली पयलाडू पोरगी, दगदगीनं अन् बिघारीच्या जीवघेन्या कामानं, काल दुपारच्या पायरी दुपवली. तिच्यापाशी तं कोनीच नाही. आता दिवस कलून रायला... कसं हुईन जी आमचं?”

शिलपतला हंबरडा आवरणे कठीण होऊ लागले. तो पहाडासारखा म्हाताराही विरघळला आणि शिलपतच्या पाठीवरून हात फिरवत त्याचे सांत्वन करू लागला... ''हं, असी हिंमत सोडून कसं चालन बेटा! घायबरू नोका! मी हाये तुमच्या पाठीशीन. तुमी आले थ्या गावपाटलाचा दाखला असीनना? थो दे माह्याकडं अन् तुमी गप्प बसा. मीच बोलतो पाटलासंगं अन् सायबा संगं बी!''

शिलपतने धन्या व शामा बुढ्याजवळचे शेकापूरच्या पाटलाकडील दाखले आणून म्हाताऱ्याजवळ दिले. त्याने ते पटक्याच्या घडीत व्यवस्थित ठेवले. त्याला खुणेनेच बाजूला बसायला सांगून पाटील व साहेबाची वाट पाहू लागला.

चावडीत आला तेव्हापासूनच राघो त्या म्हाताऱ्याकडे टक लावून पाहत होता. तो कुणी पाटील अथवा पाटलाचा कुणी भाऊबंद असावा, असे त्याला वाटत होते. पण त्याचा बाप म्हाताऱ्याच्या कानाशी लागून काहीतरी बोलला आणि बापाने आजाकडील दाखला त्याला दिला, याबद्दलही त्याला मोठे नवल वाटत होते! हा कुणी महत्त्वाचा माणूस असल्याबद्दल त्याला शंका उरली नव्हती. अशा माणसासोबत बापाचा परिचय असल्याचे पाहून तर त्याचा ऊर अभिमानाने भरून येत होता. मग तो आपल्या आज्याशी, धन्या भामट्याशी त्याची तुलना करू लागला. केवढा फरक होता दोघांत!

धनाजी काबाडकष्टाने, उपासमारीने आणि भयंकर दारिद्र्याने चोथाचोथा झाला होता. अंगात घालायला धड कुडतं, बारकसीही त्याला भेटायची नाही. त्याच्या धोतराला सतरा गाठी... हजामत करायलाही पैसे नसल्यानं ती अस्ताव्यस्त वाढलेली... पाहणाऱ्यास तो कैदेतून सुटून आल्यागत वाटायचा. खपाटीला गेलेलं पोट... सदा सर्वकाळ चिंतेने आक्रसलेला त्याचा चेहरा...पालाच्या खुंटीसारखं अज्ञान, दारिद्र्यात पेडसलेलं त्याचं जीवन... त्याच्यासोबतच त्यात गाडले गेलेले त्याचे भाऊबंद! राघोने मायबापापासून त्याच्या गणगोतापर्यंत सर्वांसोबत त्याची तुलना केली. पण हा म्हातारा सर्वांपेक्षा त्याला वेगळाच वाटला. मग अतिमाराने कोपऱ्यात कण्हत पडलेल्या पारधी बायामाणसांकडे आणि त्याच्या उघड्यानागड्या लेकरांकडे त्याने नजर टाकली. कुणीही म्हाताऱ्याची बरोबरी करू शकेल असे त्याला वाटले नाही. मग त्याची खात्रीच पटली. हा म्हातारा भामट्यांपैकी तर सोडाच; कोणत्याच भटक्यांपैकीही

असू शकत नाही. तो एखादा पाटील अथवा गावपांढरीतला एखादा प्रतिष्ठित इसम असावा अथवा ज्याची दहा-बारा खंडी ज्वारी चोरीला गेली असा श्रीमंत शेतकरी असावा.

म्हाताऱ्याला पाहून राघोच्या मनात विचारांचे असे तरंग उठले... आणि तो म्हातारा त्याच्या मनात पक्के घर करून बसला. आज्यानंतर त्याच्या मनावर या म्हाताऱ्याने असा प्रभाव पाडला. त्याची प्रत्येक हालचाल, त्याचे बोलणे, त्याचा रुबाब एकतारपणे निरखू लागला. एवढ्यातच पोलीस, साहेब व पाटील चहापाणी घेऊन चावडीत आले. म्हाताऱ्याने या सर्वांना उभे राहून रामराम केला, तसा पाटील त्याला उद्देशून म्हणाला, ''काय शावकार कुनीकडं येनं झालं?''

पाटील त्यास गमतीने म्हणाला. त्यावर तडकाफडकी म्हातारा बोलला, ''काहून गंमत करता, मालक! आमी कुटचे शावकार जी! कुपाच्या अधारानं तन वाढते, तसे तुमच्या अधारानं जगनारे लोक आमी!''

त्यावर पाटील म्हणाला, ''बरं बरं, पन इकडं कुनीकडं येनं झालं? बोरूगिरू पाहासाठी आले का?''

त्यावर आश्चर्याने म्हातारा म्हणाला, ''बापा! मालक, तुमचाच तं कोतवाल आला होता जी पालावर! समद्यास्नी हजर व्हाले सांगत्ल मने. चवकसी हाये मने बॉ, कायची होय तं!''

''असं असं, चवकसीसाठी आले? तसी तुमची काही गरज नोती. साताठ वर्सापासून आमच्या सिवारात हा तुमी. तरीबी सायबाचा बोल नोको, मनून सांगत्ल असन कोतवालानं. आता जबानी द्या अन् मोकये व्हा!''

पाटील व म्हातारा बोलत असतानाच, ''भामट्यायचे मुखंड असन त्यायनं पुढं याव अन् जबानी द्याव,'' कोतवालानं पुकारा केला.

साहेब अद्याप खुर्चीवर बसला नव्हता. पाटलामागे उभा राहून म्हातारा व त्याचा संवाद ऐकत होता. पुकारा झाल्याचे ऐकून म्हातारा जागेवर उभा राहिला. पुढे जाणार तोच साहेबानेच त्याला हटकले... ''कुठं चालले?''

त्यावर म्हातारा बाणेदारपणे म्हणाला, ''टेबलापाशी... जबानी द्याले.''

''थांबा तिथंच!'' असे म्हणून साहेबाने एका पोलिसालाच तिथे फाईल घेऊन बोलावले. म्हाताऱ्याला विचारू लागला, ''हं, नाव काय?''

''जानोजी बळीजी पजई.''

''वय?''

''पासट''

''गाव?''

''फिरस्ते हावो. हक्काचं गाव नाही.''

''गाव नाही? मग रहाता कुठं?''

''कोनत्याय गावाच्या आसऱ्यानं. गावगोठानावर. नाही तं पठारावर.''

''काम कोन्त करता?''

''बोरू मोडाचा... त्याचा ताग काढाचा... त्याचे दावे, दोरखंड करून इकाचे, नाहीतं तसाच ताग इकाचा.''

''एका गावात किती दिवस थांबता?''

''बोरूचा हगाम सरेपावतर थांबतो. मंग गाव बरा वाटला, बोरू सडवाले पानी असलं तं अखीन थांबाच, नाही तं पुढं धकाचं.''

साहेब व म्हाताऱ्यात अशी प्रश्नोत्तरे चालू असतानाच त्याने नेहमीचा जीवघेणा प्रश्न विचारला, ''तुमची जात कोनती?''

साहेबाने जेवढ्या रोखाने त्याला प्रश्न विचारला, तेवढ्याच रोखाने म्हाताऱ्यानेही त्याला उत्तर दिले, ''आमची जात भामटी!''

भामटी शब्द ऐकला अन् साहेबाच्या शांत भुवया एकदम ताणल्या गेल्या. त्याचे डोळे लाल होऊ लागले... ''भामटी? मंजे, चोर भामटी काय?''

''न्हाई, आमी पाटील भामटी हावोत. चोऱ्या नाई करत आमी. कस्ट करून जगतो.''

''अस्सं!''

म्हाताऱ्याच्या बाणेदार उत्तराने सायबाचा नूरच बदलला. त्याच्या बोलण्यातला रोख अधिक धारदार बनला व रोखानेच तो म्हणाला, ''किती दिवसांपासून आले या मुल्खात?''

''झाले असन साताठ वर्स. मालकाचा समदा बोरू आमीच काढतो, सालचा. थेच आमचे मायबाप. अजपावतर पोलीसठाण्यात एखांदा जरी आमचा रिपोट असन... चोरी, चपाटी, भांडखोरपणा, घरफोडीचा गुन्हा असन आमच्यावर... तं तलासी करा. खानेतलासी घ्या आमची!''

''उदापुराले एवढ्यात आले होते का तुमचे लोकं?''

''उदापूरच्या सिवारात यंदा बोरूच नाही. मनून यंदा गोंदयी, वडगावकडंच मुक्काम हालवला. इकडं मालकाले सोनं द्यासाठी दसऱ्याच्या दिसी आलो होतो.''

''कोन कोन आल्त?''

''आमच्या दोनी लक्षुम्या अन् माहे तीन पोरं... बस एवढेच.''

''मंग?''

''मंग काय? मालकाले मालकीनले सोनं देल्ल अन् जाले निंघालो. तं मालक मनाले एवढ्या मानानं तुमी मले सोनं द्याले आले, तं जेवूनच जा! त्यायचा मान केला अन् गावाच्या वाटंला लागलो.''

''जाता-जाता जेवारीचं पीकपानी, खयंवाडी पाहून ठिवली. सेत मालकाच्या नावाची माहिती काढली अन् जेवारी निंघाल्यावर टाकला दरूडा... असंच ना?''

साहेब वाकड्यात बोलू लागला. पण म्हातारा खंबीरपणे म्हणाला, ''साहेब, वडगाव गोंदई रस्त्यानं पराटीच हाये नुसती. रस्त्यानं एक वावर दिसलं कोनाचं होय कायजून, पन बांड जाच्याच वाटेवर होतं. अन् जेवारीचा हगाम तिथून दोन महिने होता, साहेब!'' म्हातारा काही ताकास तूर लागू देत नाही आणि निर्भीडपणे उत्तर देतो. त्यामुळे साहेबही चक्रावल्यासारखा झाला व म्हणाला,

''काहो आबाजी, चोरी केल्याबिना भामटी भाकर खात नाही मंते... जेलात गेल्याबिना त्याचं लगन होत नाही मंते... अन् तुमी तं मंता आमी चोऱ्या नाही करत. हे कसं काय बॉ!''

''नाई. नाई करत आमी चोऱ्या! चोऱ्या करनेवाल्या औलादी दुसऱ्या असन. आमी कस्ट करून जगनारे लोक हावो.''

''असं? मंग तुमच्या बिराडाची झडती घ्याले पोलीस पाठवतो. तिथं जर काही सुगावा लागला, तं ढोरावानी फोडून काढीन समद्याइले अन् पाठवीन बिनभाड्याच्या घरात खडी फोडाले!''

साहेबाचे बोलणे ऐकून म्हातारा डिवचल्यासारखा झाला. त्याच्या कपाळावर आठ्या उमटल्या. पण त्याने मनावर संयम ठेवून सगळा राग आवरता घेतला आणि शांतपणे म्हणाला, ''जरूय या साहेब, पालायवर! झाडाझडती घ्या आमची. पाहा तुमचे जोंधळे एखांद्याच्या तरी पालात सापडते का? अन्

साहेब, फिरस्त्या मनला का चोरच असते असं नाही. पोटाच्या आगीपायी फिरा लागते त्याले चारी मुल्खात. काई न्याय निगूत ठिवा मायबाप...!''

त्याचे बोलणे ऐकून साहेब थोडासा थबकला आणि जरा नरमाईने म्हणाला, ''तुमाले बरेच कानून कायदे माहीत दिसते. आमालेय न्याय सिकवता?''

''तुमाले न्याय नाही सिकवत. पन कर नाही त्याले डर कायची?''

''बरं बरं! आता तुमची टरक-टरक बंद करा अन् आमच्यासंगं पोलीसचौकीवर चाला. तिथं इकडच्या भामट्यायची दप्तरात कसी नोंद हाये थे पाहू अन् मंग काय कराचं थे ठरवू.''

पोलीसचौकीचं नाव घेताच सर्वांच्याच तोंडचे पाणी पळाले. काशा-शिलपत तर हबकल्यासारखा होऊन वरचेवर घाम पुसू लागला. म्हातारा‌ही विचारातच पडला. पण त्याने अवसान गळू दिले नाही. पहिल्याच अविर्भावात म्हणाला, ''सायेब, आमी नाही येनार चौकीवर. आमी चोरी केली असन्त फासावर द्या. अन् इज्जतदारीनं जगनाऱ्यायले हैरानय करू नोका. मायजन हावो मी समाजाचा. मले न्याय निगूत समजते. तुमीच तुमचे दप्तेर तपासा अन् ह्या आमच्या टोईतला भामटी चोर, गुन्हेगार मनून दिसला का मंग न्या आमाले चौकीवर! लेकरा बायासहित कोंडा आमाले जेलात!''

म्हाताऱ्याचे बोलणे साहेबाने ऐकले. एवढ्या लोकांत आपला अपमान झाला असे त्याला वाटून तो एकाएकी गरजला, ''लेका, भामट्या! चोर तं चोर अन् वरून पुन्हा शिरजोर! कोतवाल आन बरं माह्या बेत. उतरवतो लेकाची नशा... काढतो ह्याची मायजनकी!''

सायबाच्या या उर्मट, मग्रूर शब्दांनी म्हातारा खजील झाला. काशा-शिलपतसहित त्याच्या टोळीतील बाया-माणसं, आता कोणता प्रसंग उद्‌भवणार या चिंतेत पडले. म्हाताऱ्याने समोरच बसलेल्या पाटलाकडे केविलवाणी नजर टाकली. पाटलाची व त्याची नजरानजर झाली. आणि आतापर्यंत सारंकाही शांतपणे ऐकणारा पाटील सायबाच्या रोखाने एकदम ओरडला... ''काय बोलून रायले, साहेब! अन् कोनाच्या चावडीत बोलता तुम्ही? आमीय सरकारी नोकर हावो अन् तुमच्यापरीस जास्त अधिकार हाये आम्हाले. पन आमी असी उतमाज नाही करत. तुमच्या बापासारखा हाये थो बुढा. शेकडो रुपयाच्या बोरूची अन् तागाची थो उलाढाल करतो. त्याच्या इमानावर आमीय इस्वास ठिवतो आणि

तुमी नशा केल्यावानी बडबडताच बडबडता! नाई येनार थो अन् त्याचे लोकं चौकीवर. काई झालं तं मी पाहून घीन.''

''मंजे पाटील, तुमीच पोलीस चवकसीत अडथये आनून रायले... गुन्हेगाराले पाठीशी घालून रायले. आमी वरती तक्रार करू तुमची.''

''खबरदार, फालतू शब्द बोलान तर! कानामांगून येता अन् शायने होता का? नवीन मानूस हाये... आपल्या लेकरावानी दिसते, मनून समगम करून रायलो तं तुमी खुबच वरचढ हून रायले.''

पाटील रागाने लाल झाला होता. त्याच्या पिळदार मिश्याही शब्दांच्या उष्ण हुंकाराने धारदार झाल्यागत वाटत होत्या. डोळे लालबुंद दिसत होते. जवळच बसलेल्या साहेबाकडे लांब हात करून बोलताना होणारी थरथर त्याच्या टोकाच्या रागाचा प्रत्यय घडवत होता. नवशिक्या गोऱ्ह्यासारखे फुस्कारे सोडणारा साहेब पाटलाच्या रागाच्या अन् न्याय्य शब्दांच्या दोराने खसकन आवरल्यासारखा झाला अन् वेसणीला हिसका बसल्यागत तो तिथंच थांबला. त्याच्या ओठांतून शब्दही बाहेर पडेनासे झाले. पाटलाचा रागही शांत होत नव्हता.

तो पुन्हा गरजला, ''आमी तुमच्या चवकशीत अडथळे आनतो काय? बायकायचे थानं धरनं मंजे तुमची चौकसी होय का? माय-बहिनी नाही काय तुमाले? कोनं सिकवली हे चवकसीची पद्धत? बारा खंड्या जवारी पारध्यायनं गांडीत भरली का आपल्या? का एक्का घासात खाल्ली लेकायनं? इथं चावडीत बसल्या-बसल्या होते का चौकसी? पर्तेकाच्या पालात काहून नाही गेले? आता तुमच्याआंदी मीच जातो प्रांत साहेबाकडं अन् सांगतो समदं. थो गोरा प्रांत साहेब परोडला... तुमी कोन्या मुल्खातले? पन त्याच्याय परीस माजल्यावानी करता. थू तुमच्या जिन्न्यावर!'' असे म्हणून पाटील आपल्या जागेवरून उठला आणि आत जाऊ लागला.

तोच सायबाने त्याला अडवले व म्हणाला, ''थांबा पाटील, प्रांताकडे तक्रार नका करू आमची! चुकलं असन तं अपराध पोटात घाला! मी नवीन आहे. नुकताच रुजू झालो. खाचखळगे ठावूक नाही. तुमचं शानपन कामी यीन माझ्या. आता तुमी सांगान तसी चौकसी करतो.''

त्याचा फायदा घेऊन पाटील म्हणाला, ''सोडून द्या हे भामट्यायची सारी बायामानसं. अहो, साताठ वर्सापासून आमी त्यायले पाहयतो. ताग-अंबाडीचा

हगाम सरला का आमच्याच पातीवर काम करते थे. हे लोक चोर नाही. सोडून द्या त्यायले!''

पाटलाची आज्ञा मानून सायबाने म्हाताऱ्याला बसायला सांगितले. पुन्हा त्यांना काही विचारले नाही. पण पाटलालाच म्हणाला, ''यांची बायामानसं, बिराडं याची नीट नोंद करा. कोनी फरार हाये का, थे पहा. आमच्यावर बोल नाही आला पायजे अन् तुमचाय मान राखला पायजे.''

''बरं बरं!'' म्हणत पाटलाने कोतवालाकडे पाहिले. त्याने म्हाताऱ्याकडील नोंदीचे कागद त्याच्याकडे दिले. मग म्हातारा हळूच पाटलाच्या कानाशी लागला व साहेबाला ऐकू जाईल अशा भाषेत म्हणाला, ''बिराडावर ह्या आठोड्यात लगन हाये. त्याच्यासाठी नदीपलीकून आमच्यापैकीच दहा-बारा बिराडं आली राती. रिठावर उतरले हाये. आमचेच भावूबंद होय. ह्यो त्यायचा दाखला शेकापूरच्या पाटलानं देल्ला.''

म्हाताऱ्याने स्वत:च्या दाखल्यासोबतच काशा-शिलपतच्या बिऱ्हाडांचा दाखलाही सादर केला. तो पाहत पाटील म्हणाला, ''हे कोन तुमचे?''

''आमचे भावूबंद... सोयरेधायरे.''

''कितीझनं हाये?

''हाये जी दहा-बारा बिराडं''

''कव्हा आले?''

''रातीच आले जी! पहा ना ह्यो दाकला. काल पावतर शेकापूरच्या सिवारात होते. कालचा दिवस, तारीख हाये त्याच्यावर.''

म्हाताऱ्याने माहिती दिली. त्यावर पाटील म्हणाला, ''राती आले थ्या बिराडावरची मानसं दाखवा मला.''

पाटलाच्या म्हणण्यानुसार काशा-शिलपतसहित त्याच्या तुंग्यातील सारी बाया-माणसं उभी राहिली. त्यात राघोसह त्याचे भावंडादी लहान लेकरंही होते. सारेच भणंग, भुकेकंगाल... वाळून झूर झालेल्या झाडांच्या अरण्यासारखी त्यांची अस्थिपंजर शरीरं... त्यांच्या केविलवाण्या नजरेत दिसणारी शुष्कता... जीवनाचा अर्थच गमावून बसल्याने वाट्याला आलेल्या साऱ्या भोगवट्यांच्या खुणा, त्यांच्या तनामनावर उमटलेल्या... त्यातून उचंबळणारी त्यांची लाचारी... दिवसभराच्या उपवासाने खपाटीला गेलेलं पोट... आणि गलितगात्र चेहऱ्यावरचे

भकास भाव! आपल्या कळपाच्या शेवटल्या टोकाशी उभे असलेले धन्या, शामासारखे जख्खड म्हातारेही तोल सांभाळत कसेतरी उभे राहिले. कळपाच्या मागेमागे चालणाऱ्या म्हाताऱ्या अपंग गुरासारखे तेही पाटील व सायबाकडे पाहू लागले. सारे जण भुकेने आणि दिवसभराच्या मन:स्तापाने हैराण झाले होते. भरीसभर म्हणजे पारधी व भराड्यांचा अमानुष छळ त्यांनी डोळेभरून पाहिला होता. आता उपाशापोटी आपल्यावरही तीच पाळी येणार... माणसांची पिटाई आणि स्त्रियांची पारधिणींसारखी बेअब्रू होणार... या जाणिवेनेच सगळे घाबरून गेले होते. पण म्हाताऱ्याच्या शहाणपणाने आणि पाटलाने दाखवलेल्या माणुसकीने त्यांना थोडासा धीर आला होता. तरीही, उरात धडधड चालूच होती. पाटलाने बायामाणसांवर नजर टाकली. त्याच्यापासून जवळच म्हाताऱ्याच्या टोळीतील बाया-माणसं बसली होती. त्यातील बरीचशी पाटलाच्या पाहणीतली... जुझबी परिचयातली... त्यांच्यावरूनही त्याने नजर टाकली. दारिद्र्य तिथेही फलकट मारून बसलं होतं. त्याच्या मगरमिठीत तेही गुदमरले होते. सकाळपासूनच्या उपवासाने आणि आपल्याचसारख्या फिरस्त्यांवरील अन्यायाने त्यांचीही पाचावर धारण बसली होती.

सर्वांवरून पाटलाने नजर टाकली आणि दोन टोळ्यांशी तुलना करत म्हणाला, ''जानूजी, हे लोक तुमचे सोयरेधायरे होय मंता; पन तुमच्यात न त्यायच्यात भल्कसा फरक दिसून रायला हो!''

तसा पाटलाच्या बोलण्यावर म्हातारा हजरजबाबीपणे म्हणाला, ''पाचय बोटं सारखेच असते का, मालक! माह्यावर इस्वास ठिवा. दगाबाजी नाही हुनार!''

''इमान!'' पाटील

''हो, इमान!'' म्हातारा

''आता कुनीकडं जानार हे?'' पाटलाने विचारले.

''आमच्याच अधारानं राहीन... वडगाव गोंदई शिवारात.''

''हं, बेस झालं. थेय आमच्याच पाटीलकीतले गावं हाये. इथंच नाव नोंदाले सांगा त्यायले अन् सकाळ-संध्याकाळ हजरी द्या लागन चावडीवर!'' पाटलानं ठसक्यात हुकूम बजावला.

''मालक, तुमी मनान तसं. आमची अब्रू वाचवली. मोठे उपकार झाले तुमचे!'' असे म्हणून म्हाताऱ्याने पाटलाला नमस्कार केला. काशा-शिलपतसह सर्वांनीच त्याचे अनुकरण केले. धन्या व शामा बुढ्यासहित सर्वांच्या बिराडांची आपल्या दप्तरात नोंद करायला सांगितली व आपल्या पालांच्या दिशेने लागले. म्हाताऱ्याचे सर्वांनी मन:पूर्वक आभार मानले. धनाजीने कृतार्थ नजरेने त्याच्याकडे पाहिले. त्याच्याबरोबर बोलावे, विचारपूस करावी, कुठचे, कोन म्हणून पुसावे, असे त्याला वाटत होते. पण त्याला स्वत:चीच लाज वाटू लागली. त्याच्यासमोर उभं असलेलं आपलं हे अजागळ उघडंबंब शरीर आणि म्हाताऱ्याचा गावपाटलासारखा रुबाब, यामुळे धनाजीची त्याच्याबरोबर बोलायची हिंमतच झाली नाही.

पण... राघोवरचा म्हाताऱ्याचा प्रभाव काही ओसरत नव्हता. वडगाव, गोंधळी शिवारात उतरलेला म्हातारा आपल्यासारखाच भामटी आहे हे समजल्यावर तर त्याला त्याचा अभिमान वाटू लागला. आणि पाटलासोबतच नव्हे, तर साहेबासोबतही तो हिमतीने बोलू शकतो, या जाणिवेने त्याच्याबाबतचा आदर दुणावतच गेला नि रिठाकडून जाणाऱ्या गाढवाटेने त्याच्याबरोबर लुटूलुटू चालू लागला. भटक्या जीवनाने बहाल केलेल्या अन्याय - अत्याचार - दारिद्र्यासह म्हाताऱ्याचा बाणेदारपणाही त्याच्या मनात रुतून बसला; तसेच धनाजीने व्यापलेल्या त्याच्या मनाच्या देव्हाऱ्यात आणखी एका माणसाची स्थापना झाली.

■■■

३

पाटलाच्या चावडीतून सारे जण आपल्या पालांकडे निघाले. पण कोणीच कोणाशी बोलत नव्हतं. प्रत्येक जण आपल्याच विचारात गुंग होता. अधूनमधून वाट्याला येणारे हे भेदक अनुभव... त्यामुळे चोळामोळा होणारं जीवन... मनावर खोलवर उमटणाऱ्या जखमा... सभोवती संशयाचे भाले सदैव रोखलेले... पळायचं तर कोठपर्यंत पळायचं..? लपायचं तर कुणाच्या पाठीशी लपायचं..? सचोटीनं जगतो म्हटलं, इमानदारीनं वागतो म्हटलं तरी गावपांढरीतली माणसं आपल्याला उजागर मानायला तयार नाहीत. मानानं जगू द्यायला राजी नाही. भामटी म्हटला की तो चोर असतोच. त्याला टाकलेच पाहिजे जेलात... त्याच्यामागे पोलीस पहारा... गावपाटलाची ठसठस... सकाळ-संध्याकाळच्या चावडीतील हजेऱ्या... आव बे लड्डू... जाव बे लड्डू... वरून धाकधपटशा... प्रसंगी मारपीट, धमकी... लेकराबाळांनाही त्याची शिकार बनवलेली... कसं जगायचं माणसानं!

प्रत्येकाच्या मनावर विचारांचे तुरुंबे लोंबकळू लागले. काळजीने सर्वांना पार झपाटून टाकले. पाय पठाराकडे आपसूक चालत होते. मन मात्र विचारांच्या गुंत्यात गुंतून पडलं होतं. दैनंदिन जीवनाच्या चिवट गाठीत ते पक्क अडकलं होतं. तुटून अपंग होईल; पण गाठ सुटणार नाही असं... कालमिठीसारखं!

पालावर पोहोचायला त्यांना मांजरझाकच झाली. रानातील गाईगुरे घराकडे कधीचीच परतली होती. त्यांच्या पायधुळीचे कणही आता वातावरणात दिसत नव्हते. आपापल्या जागेवर तेही स्थिरावले होते. मागे राहिलेलं अथवा रानात भटकलेलं ढोरही गावाच्या वाटेनं निघालं होतं. गावपांढरीकडून मिळणाऱ्या

आश्रयाचा आत्मविश्वास त्याच्या पायात नि ततजन्य गतिमानतेत सामावत नव्हता. आपल्या लेकराच्या भेटीसाठी ती पांढरी आई उतावीळ झाली आहे आणि पान्हाभरल्या वात्सल्याने ती त्याला कवेत घेऊ पाहत आहे असे वाटत होते. पण रानात कायमचे हरवलेल्या, आक्रोश करत या शिवेतून त्या शिवेत आधार शोधत भरकटलेल्या जिवांना कोणतीच गावपांढरी जवळ करत नव्हती. पान्हा फुटण्याऐवजी अनोळखी वासरू पाहून लाथा झाडणाऱ्या, तीक्ष्ण शिंगांनी जखमी, जायबंदी करू पाहणाऱ्या नाठाळ गाईसारखी, प्रत्येक गावपांढरी त्यांना झिरकाडत होती. आयुष्यभर किती पांढरीच्या लाथा खाल्ल्या याचा हिशेब नाही. किती अपमान, अपेष्टा सोसल्या याची मोजदाद नाही. आक्रोश हंबरड्याच्या धुत्कारात चाललेली भिंगूळवानी पायपीट... निबिड अंधारातील प्रवास... बस एवढेच सोबतीला....

गाढवाटेवरून काशा, शिलपत आदी भामट्यांची बाया-माणसं रिठाकडे जाणाऱ्या पायवाटेने लागले. तेथून दोन-तीन वावराचं अंतर. काही दूर सगळेच अबोलपणे चालत राहिले. संध्याकाळच्या संधिप्रकाशातही रिठावरचा वटवृक्ष अस्पष्ट दिसत होता. त्याच्याभोवतीची झुडपं मात्र अंधारात लुप्त झाली होती. आता ती अंधाराचाच एक अविभाज्य भाग झाली होती.

भामट्यांची पालंही तशीच अंधारात लुप्त होणार होती. वाऱ्याच्या झुळकीने वरखाली होणाऱ्या पालांमुळे मरणासन्न माणसाच्या अस्थिपंजर क्षीण श्वासाची आठवण होत होती. अजून ती पालं अंधारात गडप झाली नव्हती. त्याच्याशी प्रखर झुंज देत, आपल्या अस्तित्वाची जाणीव ते जगाला करून देत होते. लहान लेकरांसहित बाया-माणसं चावडीवर नेल्याने सारी पालं ओस, निर्जीव वाटत होती.

गलितगात्र होऊन पडलेल्या पार्बतीने आपले दुःख सांभाळतच पालात दिवा लावला होता. सईच्या पालातही पणतीची लुकलुक जाणवत होती. बस तेवढाच प्रकाशाचा आधार! त्या लहानशा लुकलुकणाऱ्या प्रकाशानेही दिक्काल व्यापणाऱ्या अंधाराला भोक पडलं होतं. जिवाच्या आकांतानं ती पणती अंधाराशी सामना करत होती. भटक्यांच्या पालात प्रकाश पसरवत निष्ठापूर्वक जळत होती.

युद्धकैद्यांसारखा मंद पावले टाकत भामट्यांचा उपाशी समूह रिठावर येऊन पोहोचला. तसा पालांकडून येणाऱ्या मन पिळवटून टाकणाऱ्या आक्रोशाचा

आवाज कानांवर पडू लागला. सर्वांनी कान टवकारले. सई व पार्बतीशिवाय पालावर कुणीच नव्हतं. दोघीही आपापल्या दु:खात चूर होत्या. पण सईचे विव्हळणे काशा-शिलपतनेच नव्हे, तर अंशी व तिच्या मुलांनीही ओळखले. मृतप्राय अवस्थेतील तिच्या मुलाची सर्वांना आठवण झाली. शिलपतने सईच्या आक्रोशाचे संदर्भ ताबडतोब जाणले. चावडीवर जातानाच पोराची अवस्था त्याने पाहिली होती. काशाच्या हाताने अध्यानमध्यान रात्री उतारा काढायचा, त्यासाठी लागणारे साहित्य परत येताना सोबत आणायचे, असा बेत त्याने मनातल्या मनात योजला होता. तसे त्याने काशालाही सांगितले होते. पण साहेबी तगाद्याने त्याला काही फुरसत मिळाली नाही. पालावर परतायलाच संध्याकाळ होऊन गेली, त्यामुळे दिवसभरच्या मन:स्तापात आणखीच भर पडली होती.

सईचा आक्रोश ऐकून आतापर्यंतच्या संथ पावलांत एकाएकी जीव आल्यागत झाले आणि सगळे जण लगबगीने पालांच्या दिशेने चालू लागले. राघो, विठोबा अन् सावित्री तर धावतच पालात शिरली नि मायच्या गळ्याला बिलगून त्यांनीही आक्रोश मांडला. शिलपत मात्र पावलांतील बळ जाऊन लकवा झाल्यागत मोठ्या मुश्किलीने एकेक पाऊल उचलत पालाकडे निघाला. एकाएकी अंगावर वीज कोसळल्यासारखे त्याला वाटू लागले. सर्वांच्या शेवटी उदासपणे तो आपल्या पालाजवळ येऊन पोहोचला. पाचोळ्यातील अग्नीने पेट घेऊन त्याचा भडका उडावा, तसे आक्रोशाने शिलपतचे पाल धुमसू लागले. तो पालापुढे येऊन उभा राहिला, तशी सईची नजर त्याच्यावर पडली आणि दोन्ही हात जमिनीवर आदळत तिने पुन्हा हंबरडा फोडला... ''गेलं ओ आपलं लेकरू...! सारे देव धरम केले ओ...! तरी नाई कुरपा केली ओ...! माह्या गयाचा ताईत गयला बापा...! आता कुठिसा पाहू रे बाबू... तुले? तुमी तिकडे चावडीवर गेले ओ...! अन् माह्या बाबू, पायन्यातल्या पायन्यातूनच देवानं उचलून नेला जी...! आता कोनाले सांगू रे देवा...!''

सईचा आक्रोश काही केल्या थांबत नव्हता. अंशीसह साऱ्या स्त्रिया तिला परोपरीने समजावत होत्या. पण ती अधिकच उचंबळून येत होती. शिलपत बसल्या जागेवर आसू ढाळत होता. सगळे जण सकाळपासून उपाशी; पण कुणाचेच जेवणात लक्ष लागत नव्हते. अंशीला कालपासून जुलाब होत होते. दुपारी तर एक-दोनदा तिला वांत्याही झाल्या. त्यातल्या त्यात अंगाला

झोंबणाऱ्या उन्हात ती दिवसभर बसली होती. अनुशापोटी ढकढक पाणी पीत राहिली. आताही तिला बरं नव्हतं. पण तिने तिकडे लक्षच दिलं नाही. आपलं दुःख विसरून ती सुनेचं सांत्वन करू लागली आणि मनात उठणारे हुंदके आवरत मेलेल्या नातावरून हात फिरवू लागली. मग तिने गोवरीचे खांडं पेटवून विस्तव केला, त्यावर मडकं ठेवलं. तिच्या सुनांनीही मदत केली. तोवर बरीच रात्र झाली होती. रात्रीचे प्रेत घरात ठेवू नये, असा रिवाज होता. म्हणून धन्यासह सारी पोक्त माणसं घाई करू लागले. पोराच्या अंत्ययात्रेची तयारी करू लागले. नवे कपडे कुठून आणायचे? असा शिलपतपुढे प्रश्न पडला. त्याने सईकडे प्रश्नार्थक नजरेने पाहिले. नवऱ्याची व्यथा तिला कळली.

आता तिचा आक्रोश थांबला होता. खिन्नपणे ती बसली होती. तिच्या डोळ्यांत आता अश्रूही उरले नव्हते. पोराकडे पाहत त्याच्या आठवणी मनातल्या मनात ती ढवळत होती. त्या अवस्थेतच शिलपतवर तिची नजर पडली. पाण्याचे मडके ठेवलेल्या गोवऱ्या आता चांगल्या धुनकल्या होत्या. त्याकडे तिची नजर गेली. लेकराला शेवटची अंघोळ घालण्यासाठी अंशीसह तिच्या जावा पुढे येत होत्या. अंघोळ घालून, नवे कपडे घालून त्याची बोळवण करायची होती. त्या चिंतेत असलेल्या नवऱ्याची अवस्था तिने जाणली आणि पोरीला, सावित्रीला म्हणाली, ''बाई साइत्रे, गाठुड्यात बाबूचं कुडतं, टोपी अन् चड्डी हाये. दोन-तीन डावच घातलं त्यानं. पन कोरंच हाये अद्याप. त्याले पानी नाही लागलं. दे थे आजीजवड अन् साबनीचा एखांदा कुटका असन तं दे आंग धुवाले. आपल्या नसिबात कुटचे माय नवे कपडे?''

तिला पुन्हा भडभडून आले. बसल्या जागीच ती गदगदून रडू लागली. ते पाहून शिलपतचाही धीर सुटला आणि मुलांना मिठीत घेऊन त्यानेही हंबरडा फोडला. साऱ्यांनी एकच गलका केला. त्यांना सावरत धनाजी म्हणाला, ''कसे बयताड झाले का समदेच! पोराले धीरानं सार करा. अशा वक्ती लडाव नाही. लोभात नाही पडाव, त्याच्या. सये, आसू आवर मॉ! शिलपत, मन हलकं नोको करू रे बाबू! उरावर दगूड ठिवून लेकराची सदगत करा. त्याले, पुडचा जल्म चांगला भेटू दे मना! सये, आसू पूस; अन् लेकराले न्हान कर, सदगत कर लेकराची!''

"आता गुपचूप रहाचं... लडाचं नाही. आसू आवरा अन् लेकराची मोठ्या मनानं बोयवन करा. देवानच देल्ल अन् त्यानच नेलं."

"लडू नोको माय! डोक्स दुखते त्यानं. आवो, बोरीले बोरं लागते, थे समदे थोडेच टिकते. काई गयूनय पडतेच ना! बाईचा जल्म असा बोरीच्या झाडावानी. काई फयं गयते, काही टिकून रायते. टिकले थे आपले, गयले थे देवाचे. ऊठ, लडू नोको! पोराले न्हान तुह्या हातानं. त्याचा साज सिन्गार कर अन् वाटनं लावून दे! थ्या मेल्या मातीचा लोभ नोको करू आता!"

सगळ्या जणी तिला परोपरीने समजावू लागल्या. आतापर्यंत पाणी चांगलं तापलं होतं. पोराच्या सद्‌गतीची तयारी सुरू झाली. काशा त्याला उचलून बाहेर आणू लागला. तानबा, तुकारामही हातभार लावू लागले. शिलपत मात्र जागेवरूनच सारंकाही पाहत होता. काशाने पोराचा मृतदेह उचलला, तेव्हा सईने पुन्हा आक्रोश मांडला. पोरांनी व इतर स्त्रियांनीही गलका केला. अंशीचे डोळे सारखे झिरपत होते. डोळे पुसतच ती साऱ्यांना समजावत होती. शेवटी सईने मन घट्ट केलं आणि अंगणात अंशीने पाटीवर बसवलेल्या मुलाजवळ ती आली. हंड्यातील गरम पाणी बादलीत ओतलं. त्यात थंड पाणी टाकलं. कमरेला पदर खोचला आणि पोराला न्हाणू लागली. त्याचे हातपाय, मांड्या, पोटऱ्या हाताच्या नेट्याने तिने स्वच्छ धुऊन काढल्या. पदराने त्याचे अंग नीट पुसून काढले. त्याच्या अंगाला तेल लावले. अंशीजवळ आधीच दिलेले आडजुने कपडे त्याच्या अंगात घातले. त्याला अक्षद, कुंकू लावले. मग सर्वांनीच त्याला अक्षद, कुंकू लावले. अंत्ययात्रेची तयारी पूर्ण झाली. शिलपत त्याला उचलण्यासाठी खाली झुकला. आतापर्यंत रोखून ठेवलेला त्याचा संयमाचा बांध एकदम फुटला आणि पोराला छातीशी कवटाळून तो गदगदून रडू लागला.

"तुह्यापुढं आमी अपेसी ठयरलो रे, बाबू! ह्या लाचारगती सौंसारानं नं पाठीमांगच्या बिगारी घसघसीनं तुह्याकडं पाहयता नाही आलं रे..! आमी उपासी राहून तुही खबर घेतली; पन हाती धुपारनंच आलं रे बाबा...! माफ कर लेकरा आमाले!"

आणि तो हमसून-हमसून रडू लागला. सर्व जण त्याला समजावू लागले. पण त्याला हुंदके अनावर होत होते. रात्र वाढत होती. पालाभोवतीचा अंधार गडद होत होता. आता पोराच्या लोभात पडणे इष्ट नव्हते. शेवटी त्याने मन घट्ट

केलं. आसू पुसले. आणि दोन्ही हाताच्या दंडावर मुलाचे मृत शरीर अलगद उचलून रिठाच्या दुसऱ्या टोकाकडे जाऊ लागला. खांद्यावर सब्बल, पावडं, कुऱ्हाड घेऊन सताजी त्याच्या मागे निघाला. त्यांच्या मागे सारी पुरुषमंडळी निघाली. हातात कंदील घेऊन राघोही मागेमागे निघाला.

पोराला घेऊन शिलपत वाटेला लागताच आतापर्यंत थबकलेला स्त्रियांचा आक्रोश पुन्हा उसळला. त्यामुळे रिठावरचा निवांतपणा दूर पळू लागला. त्याचे ध्वनी-प्रतिध्वनी दूरदूरच्या खेड्यांपर्यंत पसरू लागले. रिठाच्या दुसऱ्या टोकावर सगळे येऊन पोहोचले. शिलपतने हातावरचे बाळ खाली निजवले. काशाने आपल्या हाताने मृत मुलाची लांबी मोजली. मग सब्बलीने त्याच्या डोक्यापेक्षा मोठा, फूटभर खोल, गोलाकार खड्डा केला. त्याला पूर्वाभिमुख लांब कोरला. वरून पाहणाराला ते डोक्याच्या आकाराचं छिद्र वाटत होतं. पण आत पोरगा ऐसपैस झोपेल, अशी जागा कोरली होती. मग शिलपत व काशाने सूर्याकडे तोंड करून ते मृत शरीर त्या भुयारात निजवले. त्यावर माती लोटली. ती दगडाने नीट शिणारली. तोवर तुकारामने बोरीच्या काट्या आणल्या. त्या वरच्या छिद्रात ठेचूठेचू भरल्या. पुन्हा माती लोटली. त्या छिद्राच्या तोंडावर मोठा दगड ठेवून, सर्वांनी मृताच्या गोरीवर मूठमूठ माती लोटली. हात जोडले. अंत्यविधी पूर्ण होऊन सारे पालाकडे निघाले. रस्त्याने चालता-चालता न राहवून तुकाराम काशाला म्हणाला, ''काशादा, वरतं भोगदाड पाडून एका बाजूनं भुयारावानी माती कोरली अन् त्याच्यात पोरगं काहून लोटलं गा! सर्का गड्डा नोता करता येत का?''

''अरे, असा गड्डा केला का मस्न्याऊद मुर्दा नाही उकरू शकत. सेद्राच्या तोंडात काटे अन् वरतं दगूड... तिकडून थो जावू शकत नाही अन् बाजूनं गड्डा पाडता येत नाही त्याले.''

काशाने उत्तर दिलं. त्याने तुकारामचं समाधान होऊन तो चालण्यात दंग झाला. पालांकडे येताच सर्वांनी विहिरीवर अंघोळ केली. आपापले ओले कपडे पिळून तिथेच वाळत टाकले व आपापल्या पालात निघून गेले. आता रात्र बरीच झाली होती. सईच्या पालातील दिवा तसाच जळत होता. पोराचा जीव जिथे गेला होता, ती पाळण्याखालची जागा सईने सारवली. तीवर हळद-कुंकू वाहिले. त्यावर जळती पणती ठेवली. मुलगा मेल्याचे तिच्या लक्षात आले तेव्हापासूनच

ती पणती तिने लावली होती. आता पुन्हा लावली. त्या जागेवर तीन दिवस तिचे अधिष्ठान राहणार होते.

सईच्या पालात त्या दिवशी चूल पेटलीच नाही. सर्वांना भुकेने हैराण केले होते. पण शिलपतचे मूल वारल्याने सर्वांच्या तहानभुका कुठल्याकुठे पळून गेल्या. दुसऱ्या दिवशी सगळ्या जणींनी आपापल्या पालात भाजी-भाकरी करून, शिलपतच्या पालात आपल्या माणसांसोबत शिदोऱ्या पाठवल्या. सारे जण शिलपतच्या कुटुंबाला सोबत घेऊन जेवले. असे तीन दिवस चालले. ज्यांच्या घरी मयत झाली असेल त्याच्याकडे चूल नाही पेटणार... लहान लेकरासाठी तीन दिवस अन् मोठ्यांसाठी दहा दिवस! सारे जातभाई आपापल्या घरची भाजी-भाकर घेऊन त्यांच्याकडे जाईल. सर्वांना सोबत घेऊन जेवतील. त्यामुळे त्यांच्या दुःखाचा शीण हलका होईल, असा भामट्यांचा रिवाज. हा आदर्श उपाशी, भुकेकंगाल भामट्यांनी निर्माण केला. म्हाताऱ्याकडूनही तीन दिवस शिदोरी आली. त्याचा मोठा मुलगा सर्वांना सोबत घेऊन जेवायचा.

दुसऱ्या दिवसापासून शिलपत व्रतस्थ झाला. तो मुलगा मेला त्या जागेवर झोपायचा... तेथील दिवा विझू द्यायचा नाही... सकाळी अंघोळ करून ती जागा शेणाने सारवायचा... तिथे दिवा लावायचा... पूजा करायचा. सईही अंघोळ करून पूजापाती करायची. शिलपत पळसाच्या पानाचा द्रोण करायचा. सई अंगावरचे दूध त्यात पिळायची. शिलपत मोठ्या श्रद्धेने मुलाच्या गोरीची पूजा करून, तीजवळ तो दुधाचा द्रोण ठेवायचा, पाणी फिरवायचा नि परत यायचा. असे तीन दिवस चालले.

तिसऱ्या दिवशी म्हाताऱ्याकडूनच उसने पैसे आणून सर्व पालातील लेकरं जेवू घातले. म्हातारा म्हणाला, "बाबू रे, आपल्या हातचं काही नाही बाबा! आफून मंजे भुलाया हावो, देवाच्या हातच्या! जा, हिंमत नोको सोडू!"

म्हाताऱ्याच्या बोलण्याने त्याला धीर आला. उरावर दगड ठेवून पुढची वाट चालू लागला.

आयुष्याचे तेल संपल्याने काजळी चढलेली पालातील एक पणती कायमची विझली होती... तिची धगधग थांबली होती... किरकिर बंद झाली होती. त्याच्यासाठी खस्ता खाणं थांबलं होतं. पण पालात सारखं भणभण वाटत होतं. सारं उदास-उदास वाटत होतं. वस्तीविना रिकामं पडलेलं ते वांझोटं

पठार; आता अधिकच भयाण वाटत होतं. पार्बतीच्या गर्भपाताने आणि सईच्या मुलाच्या मृत्यूने या रिठालाही सड्या दुपव्याची बाधा झाल्यासारखे वाटत होते. त्यात त्याने दोन जीव खाल्ले होते.

तिसरा दिवस होताच साऱ्यांनी मन पक्क केलं, तरी सईच्या मनातून लेकरू काही केल्या निघत नव्हतं. त्याच्या आठवणींनी ती व्याकूळ व्हायची. त्याचा पाळणा, त्याची जागा, त्याचं खेळणं, त्याचं क्षीण हसणं, हसताना स्पष्ट दिसणारी हाडं, ढेबरं पोट, निर्जीव डोळे, सारं-सारं आठवायचं अन् वेळी-अवेळी ती हंबरडा फोडून उठायची. सगळे जण तिला समजवायाचे व उदास व्हायचे.

पार्बतीचा दुपवा व लेकराचे मरण साऱ्यांनाच अपशकुनी वाटलं. लेकरं खाणारी ही वसान पांढरी असल्यासारखे सर्वांनाच वाटू लागले. आता ताबडतोब हे रीठ सोडण्याचा सर्वांनी निर्णय घेतला.

तिसऱ्या दिसाची जेवणखाण, पूजापाती आटोपली आणि संध्याकाळ होण्यापूर्वी प्रत्येक जण आपापल्या पालांच्या खुंट्या उपटू लागला. सामानसुमान बांधू लागला. सर्वांनी उतरलेल्या पालाच्या घड्या घातल्या. त्यातच उपडलेल्या दोऱ्या-खुंट्यांचे पेंडके बांधले सामानासुमानाचे गाठोडे तयार झाले. शिलपत व सईही कामी लागली होती. पोराच्या मरणाचे दुःख उरात कोंबून तेही पालाच्या खुंट्या उपटू लागले, गाठोडे बांधू लागले. अंशी आता फारच गलितगात्र झाल्यासारखी वाटत होती. तिच्याने दगदग सहन होत नव्हती. वठलेल्या वृक्षासारखी आता ती पार करपून गेली होती. म्हातारपण आणि झालेली प्रचंड दगदग, उपासतापास यामुळे ती खचल्यागत झाली होती. चावडीवर पाहिलेला पोलिसी अत्याचार व पालावर येताच दिसलेल्या लहान नाताचा मृत्यू, यामुळे तिचे अवसान गळले होते. आता आयुष्याचे ओझे अनावर झाल्यागत तिला वाटत होते. तरीही, काशाकडून तिने मंतरलेले पाणी घेतले, जडीबुटी घेतली. पण आराम काही झाला नाही. नाताच्या दुःखात तिने तिकडे लक्षही दिले नाही. आताही बरे वाटत नसूनही ती गाठोडे बांधण्यास मदत करू लागली.

सर्वांनी आपापले पालं गुंडाळले. सामानाचे गाठोडे बांधले आणि डोक्यावर घेऊन वडगाव गोंधळीच्या शिवाराच्या वाटेने लागले. आतापर्यंत ते उदापूरच्या शिवारात होते. पण वडगाव गोंधळीचे बोरू कापायला घेतल्याने शिवार ओळखीचं होतं. त्याशिवाय म्हाताऱ्याची बिऱ्हाडंही तेथून जवळच होते. आपले

गाठोडे डोक्यावर घेताना सईला हुंदका आवरणे कठीण झाले. ती आक्रोश मांडणार तोच शिलपतने तिला अशा नजरेने दटावले, की तिचा आवंढा गळ्यातच जिरला. तो जरबेने म्हणाला, "पठार सोडताना लडाचं नाही. आक्रोस कराचा नाही. पठारात, त्याच्या मातीत गुताचं नाही. निर्मय मनानं पुढं जाचं! लडाचं नाही. ह्या पांढरीचा शेर होता थो, जिचा तिनं घेतला. चाल, उचल गाठुडं अन् समद्यासंगं मार्गाले लाग! मांगं फिरूनय नोको पाहू... समजलं!" तो कणखरपणे म्हणाला नि डोक्यावर गाठुडं घेऊन आपल्या काफिल्यासह चालू लागला.

शिलपतच्या आदेशानुसार सईने आपलं गाठुडं उचललं. डोक्यावर घेतलं आणि निर्धारपूर्वक वाटेला लागली. पोरगं मेलेल्या जागेकडे अन् नजरीच्या टप्प्यात असलेल्या त्याच्या गोरीकडे पाहण्याच्या भानगडीतही ती पडली नाही. मागे रेंगाळलेला नवरा अन् एखादं बिऱ्हाड यापैकी कुणाचीच पर्वा न करता, ती नव्या वाटेने ताडताड निघाली. डोक्यावर गाठोडं पक्क बसलं होतं. बदलत्या पठारामुळे आता त्यालाही तिच्या डोक्याची सवय झाली होती. तेही तसंच निर्धारपूर्वक तिच्या गतिमान पावलांच्या तालावर नव्या भूमीच्या रोखानं निघालं होतं. शेकापुराहून या रिठाकडे येताना हाताच्या विळख्यात अडकलेलं कडेवरचं बाळ आता रिठावरच निद्राधीन झाल्याने, तिचे दोन्ही हात रिकामेच होते. पोराविना कूस उजाड वाटू लागली. नकळत हात वक्षाकडे गेला आणि तिचा ऊर वात्सल्याने गच्च भरून आला, तसा तटतटलेल्या स्तनांवरून हात अनाहूतपणे फिरू लागला. कुणी अनामिक अर्भक शांतपणे पीत-पीत छाती कवटाळून झोपी जात असल्याचा तिला सुखद भास होऊ लागला. त्या विचारातच ती पुढे निघाली. तिच्या अनवाणी पायाचे ठसे वाटेवर उमटत होते... पुढच्यांच्या ठशात मिसळत होते... त्यात मागून येणाऱ्यांच्या पावलांचे ठसे पुन्हा मिसळत होते. जुने मिटत होते... नवे उमटत होते. त्या लांबचलांब पठारी वाटेवर आज भामट्यांच्या अनवाणी पाऊलखुणांचीच दाटी झाली होती. तो सजीव काफिला एक पठार सोडून दुसऱ्याच्या शोधात पुढे सरकत होता.

❖❖❖

पठार सोडण्यापूर्वी एक दिवस सकाळीच काशा व शिलपत म्हाताऱ्याकडे आले होते. म्हातारा पालाबाहेरच चऱ्हाडांना चिकटलेल्या तागाच्या लट्ट्या

कापण्यात मग्न होता. त्याच्या समोरच ते उभे राहिले. काय बोलावे ते दोघांनाही सुचत नव्हतं. म्हाताऱ्याने त्यांच्याकडे पाहिलं. दोघांची दृष्टादृष्ट झाली आणि शिलपतचा संयम सुटला. ओंजळीत तोंड झाकून तो हमसाहमशी रडू लागला. रडताना त्याचे सर्वांग खलखलून हलू लागलं. पालात काम करत असलेल्या स्त्रिया व घेऱ्यांवर ताग आटणारे सारे जण 'काय झाले' म्हणून पाहत तिथे गोळा झाले. ते पाहून म्हाताराही गलबलून आला. चऱ्हाडाची गुंडाळी बाजूला करून शिलपतजवळ आला. त्याच्या पाठीवरून हात फिरवत त्याला समजावू लागला, तसा त्याच्या प्रेमळ स्पर्शाने तो अधिकच उचंबळून येऊ लागला नि त्याच्या गळ्यात हात घालून रडू लागला.

काही वेळाने शिलपत शांत झाला. म्हाताऱ्याच्या पत्नीने त्याला पाणी दिले. तोंडावर पाणी मारून तो दोन घोट पाणी प्याला. मग गूळपाणी झाले, तशी म्हातारा चौकशी करू लागला.

"कसे काय आले होते रे, बाबू? काई अडीअडचन हाये का?"

त्यावर शिलपतच म्हणाला, "काई अडचन नाही जी! पन आता हे पठार सोडाचं मंतो. तिथं नुसतं उदासल्यावानी वाटते. लेकराची माय, राती-बेराती उसनून उठते अन् वूर बडवून आक्रोस करते. पोराच्या गोरीजवड जाऊन बसते. मनून आता नाही थांबाव वाटत तिथं. तुमचं दर्शन घ्याले आलो होतो. लय उपकार झाले तुमचे आमच्यावर!"

त्यावर म्हातारा म्हणाला, "आता तुमी थे पठार जरूय सोडा, पन अवतीभोवतीच राहा. आमी आता इथंच कायमचे रायनार हाये. ताग, चऱ्हाडाच्या पैशातूनच पाटलापासून चार-दोन एक्कर वावर घ्याचं; अन् आता हे फिरस्ती सोडाची मंतो. गावपांढरीच्या अधारानं रहाचं मंतो. तुमी बी पाहा एखांदं गाव अन् थांबा तिथंच. अरे गाव करे तं राव नाही करे! पहा... इचार करा अन् सांगा मले! कुठय गेले तं येत जा. राघोले पाठवून द्या, थो आता इकडच काम करन. बाबू रे शिलपत, आता मन हलकं नोको करू! जे आपल्या हातचं नाही त्याच्यासाठी लडाव नाही. जा आता... निरोप पाठवत जा!"

म्हाताऱ्याशी पुन्हा नमस्कार घेऊन दोघेही रस्त्याने लागले. पण एखाद्या गावात स्थिर होण्याच्या सूचनेने दोघांनाही विचारात पाडले आणि पालावर परतेपर्यंत विसरूनही गेले. उदापूरच्या पठारावर शिलपतच्या पोराचा जीव गेला

होता. जानबाची नवरीही तिथेच दुपवली होती. त्यामुळे हे माणसं खाणारच रीठ असावं, असा गैरसमज सर्वांनाच झपाटू लागला. आता तिथे त्यांना भीतिदायक वाटत होते. पठार सोडणे आवश्यक वाटत होते. तसा सर्वांचा निर्धारही झाला होता. पण जायचे कुणीकडे, असा प्रश्न भेडसावू लागला. वडगावच्या भुस्कुट्याचा बोरू मजुरीने घेतला होता. टिब्ब्यावरच्या म्हाताऱ्याशीही बोलणे झाले होते. जास्त शेतं काही मिळाले नव्हते. मजुरीही परवडणारी नव्हती. पण दिलेला शब्द पाळणे जरुरीचे होते. पुढच्या हंगामासाठी त्याच विश्वासाचा उपयोग होणार होता. त्या भरवशावरच पुढे बोरूची आणखी शेतं मिळतील अशी सर्वांना खात्री वाटत होती. त्यामुळे जवळच आलेल्या हंगामात घेतलेला बोरू लगोलग काढून मोकळे होण्याचा सर्वांनी विचार केला नि शेतांपासून जवळच असलेल्या गोंधळी शिवारात त्यांनी बिऱ्हाडं हलवली. मजुरीने व अर्धालीने घेतलेल्या शेतातील बोरू कापून, बी-बियाणं गोळा करून मोकळेही झाले. काही दिवस म्हाताऱ्याकडे मजुरी करून, पोटापाण्याचा प्रश्न सोडवण्यासाठी पुढच्या शिवाराचा विचार करू लागले आणि वाटेनेही लागले. काही अंतरावर असलेल्या एरणगाव शिवारातील बोरू पिकासंबंधी त्यांनी ऐकलं होतं. त्याच्या लोभात पडून एरणगाव शिवेकडे त्यांची कुटुंब चालू लागली.

❖❖❖

एरणगाव गायरानाच्या एका टोकावर, गावापासून अंतर राखून काशा-शिलपत आदी भामट्यांची पालं उभारली गेली. तेथून वडगाव गोंधळीचे शिवार जवळ... हंगामासाठी सोयीचे... म्हाताऱ्याच्या पालाशी संपर्क ठेवायलाही जवळ... त्याच्याकडे कामासाठी जायला तासभराचा रस्ता... त्यांची बिऱ्हाडं आता तेथून काही हलणार नव्हती. त्यामुळे त्याच्याच आधारानं, पण अंतर राखून थांबण्याचे सर्वांनी ठरवले... आणि सारी बिऱ्हाडं उभी झाली. पाणी प्यायला, बोरू भिजवायला नदीही दूर नव्हती आणि गावही हाकेच्या अंतरावरच होतं. सारी माणसं, बाया आपापली पालं उभी करण्यात गुंतली. तोवर धनाजी व शामा बुढा पाटलाकडे नाव नोंदवण्यासाठी निघून गेले. त्याआधीच्या पाटलाचा दाखला बरोबर घेतला होता. आज्याबरोबर जाण्याचा राघोनेही हट्ट धरला, त्यामुळे तोही त्यांच्याबरोबर निघाला. नाव नोंदल्यानंतर ते शाळेच्या पटांगणातील शाळेजवळ

थोडा वेळ बसले. राघो आवतीभोवती फिरत गाव, शाळा, तेथील नीट कपडे घातलेली, गोजीरवाणी चुणचुणीत मुले पाहू लागला आणि त्यांच्याशी आपली, आपल्या भावंडांची नि पालांतील लेकरांची तुलना करण्यात भान विसरला. धनाजीने धोतराच्या गुढ्यात ठेवलेला ढब्बू पैसा त्याला देऊन त्याच्यासाठी व भावंडांसाठी खाऊ आणायला सांगितले आणि रस्त्याला लागले.

नव्या गायरानावरील जीवनाला सुरुवात झाली, तरी आधीच्या पठाराची आठवण काही मिटत नव्हती. सईला मृत मुलाच्या आठवणीने भंडावून सोडलं होतं. राघो-विठोबाही सारखे रडत होते. सावित्रीला समजावता-समजावता सारे थकले होते. पण त्यांचे रडणे काही थांबत नव्हते. काही वेळाने सारेच रडायचे थांबले. राघोला आपल्या मृत भावाचा देह समोर दिसू लागला. फासळी न फासळी स्पष्ट दिसणारी त्याची शरीरयष्टी... कपाळात रुतून बसलेले, अर्धवट उघडलेले उदास डोळे... मावळतीला लागलेल्या, ढगाआडच्या चंद्रकोरीने जगाकडे म्लान नजरेने पाहावे तसे! त्याचे टम्म फुगलेले पोट... कपाळाचे दोन्ही टोकं खोल गेलेले... नजरेसमोर अदृश्यपणे उभा झालेल्या भावाचा मृतदेह राघो भान विसरून पाहू लागला. त्याच्या डोळ्यांत आता आसू नव्हते... गळ्यात हुंदका नव्हता... कसलीही गदगद, आक्रोश नव्हता... जाणत्या माणसासारखा जणू तो विचारात गढला होता नि आपल्या लहानग्या भावाच्या मरणाचे संदर्भ पोक्तपणे तपासत होता.

त्याच्या व त्याच्या भावाच्या वयाची गोंडस गुटगुटीत लेकरं तो वस्तीवर नेहमी पाहायचा. त्यांची शरीरयष्टी... फुणके-फुणके गाल... छान भांग पाडलेले केस... आकर्षक कपडे... कधी-कधी आईच्या खांद्यावर विसावलेलं, गदगदून हसत समोरच्या माणसाकडे झेपावणारं हसरं बाळ तो पाहायचा आणि त्यांच्याशी आपल्या भावंडांची तुलना करत खिन्न व्हायचा. पुन्हा मृत भाऊ पुढे उभा राहिला. त्याने बालपण कधी अनुभवलच नव्हतं. खेळणं, कुदणं, हसणं, ओरडणं त्याच्या आजारपणानं लुचून नेलं होतं. त्याचं रक्त-मास सुकवत, शोषत त्याला वाळून झुर्रर केलं होतं. त्याच्या रडण्याचा किरकिर आवाज... एका किड्याने दुसरा किडा पकडावा नि त्याने सुटकेचा आक्रोश करावा तसं! तसं कोणत्याच पालातील लेकरू त्याला गुटगुटीत दिसलं नव्हतं. प्रत्येक जण सनकाड्यांच्या पेंडीसारखं, हाडांचं पेंडकं, ढबालं पोट घेऊन आपल्या मायच्या

मागेमागे आशाळभूतपणे फिरणारं... किरकिरं... कुपोषित! चांगलं समजदार होईपर्यंत त्याला कपडे ठाऊक नाही. तसंच नागुळं, भोंगळं गावोगावच्या हागनदरीत अथवा गावगोठाणावरच्या धुळीत खेळायचं. थोडसं मोठं झालं की मायबापासोबत कामाला जायचं. खुरटल्या पठारी झुडपासारखं परिस्थतीच्या ऊन-वाऱ्याचे झोडपे खात कसंतरी तग धरायचं नि मायबापाने बहाल केलेल्या भ्रमण भिंगरीचा फेर धरत दिशाहीन हिंडायचं.

फिरता-फिरता एखाद्या गावात तो शाळा पाहायचा. त्या शाळेत जाणारी त्याच्या वयाची टापटीप मुले पाहून, आपणही त्यांच्यासारखीच माणसं आहोत या वरचाही त्याचा विश्वास उडून जायचा. आताही तो या सर्वांसोबत आपली आपल्या भावंडांची तुलना करू लागला नि कमालीचा उदास होऊ लागला. राघोच्या बालमनावर लहानग्याचं मरण आणि पालांतील लेकरांचं बालपण लोखंडी गरम सळाखींनी कायमचं कोरल्या गेलं. अनुभवी धनाजीनं नाताची उदासीनता ओळखली. त्याच्या पाठीवरून हात फिरवत म्हणाला, ''पयल्या रिठाची आठोन आली का राघोबाले! इथं खेयासाठी मारुतीचा वट्टा नाही का वडाचं झाड नाही. पन मोकयं मयदान हाये अन् नदय जवड हाये. खेया मस्त रेतीत अन् पोहा नदीत!''

त्यावर राघो म्हणाला, ''आबा, मी नाही खेयत आता. मले पयल्या रिठाचीच आठोन येते. काहून पडते गा रीठ?''

''अरे बाबा, नदीच्या पुरानं, देवाच्या कोपानं, नाहीतं प्लेग-देवीसारख्या रोगराईनं गावात मरगाड येते. गावंच्या गावं ओस पडते. पांढरीले जीव खाची भूख लागते. मरामायच्या कोपानं जीव जातच रायते... लोकं मरतच रायते. मशानात मुर्दा गाडून लोक घरी आले का घरी दुसरा मुर्दा तयार! मुर्दे न्यालेय बी मान्स सापडत नाही. खासरात भरून मुर्दे न्या लागते. मंग उरलेसुरले लोक भयभीत होते अन् गाव सोडून पयते अन् थ्या गावाच्या जाग्यावर मंग रीठ पडते.''

कानात प्राण आणून राघो ऐकू लागला. पण त्याचं समाधान झालं नव्हतं. त्याने आजाला पुन्हा विचारले, ''अखीन कायनं पडते गा रीठ?''

राघोच्या प्रश्नाने धनाजीला राग आला. तो म्हणाला, ''भल्कसा जिद्दी हाये तू, राघो! तुह्य डोक्स मंजे वादय हाये वादय! थे एक डावचं सुटलं का, त्याच्या मनाजोगतं होयेपावतर, थे थांबत नाही.''

तरीही, राघोने आपला हेका चालूच ठेवला. तो म्हणाला, ''सांगनं गा, अखीन रीठ काहून पडते तं?''

''अरे बाबा, संबूसेख मंजे नागोबा. थो साऱ्यायचा देव. अवघी पुर्थवीत्यानं आपल्या डोक्शावर घेतली हाये. त्यानं फना हालवला का भूकंप होते. .. जमीन फाकते अन् त्याच्यात जग गडप होते. मनून थो पर्सन्न रायला पायजे.''

''पन रिठासंग त्याचा काय समंध गा?''

राघोच्या बोलण्याने धनाजी गालातल्या गालात हसला व त्याच्या पाठीवरून प्रेमाने हात फिरवत म्हणाला, ''अरे, एखांद्या वक्ती कोनी नागाले ठार मारू पायते, पन थो मरत नाही. कव्हा-कव्हा अर्ध्यातून तुटते. तोंडाकडचा हातभर भाग तसाच कुठंतरी दडकते. मंग तेवढाच वाढत रायते. थो लोकायवर डूख धरते... डवंस करते... घरात धसूधसू जीव घेते. त्याच्या धाकानं मंग लोक जीव घिवून पयते अन् तिथं रीठ पडते. असे रीठ लय जागी पाहाले भेटन आपल्याले.''

आज्या-नाताच्या गप्पा अशा रंगात आल्या असतानाच पालावर कोतवाल आला होता आणि त्याच्यासह सर्वांना चावडीवर घेऊन गेला होता. त्यामुळे गोष्ट अधुरीच राहिली होती. आता नव्या रिठावर गेल्यावरही राघोला ती दंतकथा जशीच्या तशी आठवली. पार्बतीचा दुपवा, भावाचे मरण... यानंतर कोण? मग कोण? अशी पालांतील जिवांची मरगाड त्याच्या डोळ्यांपुढे मूर्तिमंत उभी राहिली. मनातल्या मनात तो धास्तावून गेला. पण तसे काही दिसले नाही. थोडासा शांत झाल्यावर त्याची जागा आता अर्धतुटलेल्या नागाने घेतली. तो पालाभोवती घिरट्या घालत असल्याचा त्याला भास होऊ लागला. तो सर्वांचा पिच्छा करतो आहे... साऱ्या भामट्यांना गिळू पाहत आहे... आणि सारी भामटी बाया-माणसं लेकरांना कटी-खांद्यावर घेऊन, वाट सापडन तिकडे पळत आहेत... पळता-पळता ते सगळे गावपांढरीजवळ येऊन थडकले, तर पुढे गावकऱ्यांचं धूड तोंड फाडून उभं! त्यांच्या पुढे हातात बेत, चाबूक घेतलेला पाटील... बंदूक उगारलेला विषारी गोरा साहेब... उतमाज्या कोतवाल... रिठावरच्या सापाचे ते अनेकानेक धुडं... प्रत्येक धूड भामट्यांसह समस्त भटक्यांना फणा मारण्याच्या तयारीत! आता पळायचे तर कुठे...? लपायचे तर कोणत्या जागी...? सगळीकडे नागाचे धुडं... तोंड फाडून बसलेले!

आज्याजवळ डोळे मिटून पडलेल्या राघोच्या डोक्यात थैमान माजले. त्यातच मृत भावाचा देहही सामील झाला आणि त्याला दरदरून घाम फुटला. डोळे गच्च मिटले... अंगावरचं पांघरूण नीट केलं तरी सारं बिऱ्हाडन पुढं थैमान घालू लागलं... तो आज्याला घट्ट बिलगला नि तसाच झोपी गेला. रात्रभर उसनला... अधूनमधून उठून बसला नि आज्याला बिलगून पडून राहिला.

❖❖❖

रात्र चढत होती. थंडगार वाऱ्याने सारं शिवार व्यापलं होतं. रातकिड्यांच्या कर्कश आवाजात नदीचा खळखळाट मिसळून निर्जन पठारावरील भीषणता अधिक वाढवत होता. साऱ्या पालातील बाया-माणसं, लहान लेकरं झोपी गेले होते. आपल्या लेकराची आठवण करत मुळूमुळू रडणाऱ्या सईचाही डोळा लागला होता. सर्वत्र सामसूम पसरली होती.... आणि पालांवर दगडं येत असल्याची धनाजीला जाणीव झाली. त्या पठारावर पालं येऊन जेमतेम दोन-तीन दिवस झाले असतील. आतापर्यंत कोणी त्यांना हटकले नव्हते. पण दगडांचा थाडथाड आवाज आता अगदी जवळच येऊ लागला... आणि पाहता-पाहता शेवटच्या टोकावर असलेल्या जानबा-पार्बतीच्या पालावर ढेकूळ पडल्याचा आवाज आला. असे दोन-तीनदा झाले. मग आणखीही पालांवर दगड-ढेकळांचे आवाज येऊ लागले. तसा धनाजी आपल्या जागेवर उठून बसला. येणाऱ्या दगडांकडे कान देऊ लागला... आणि आता त्याच्याच पालावर धपकन दगड पडल्याचा आवाज आला. मुलंबाळं झोपेत गुंग होती... पाल तकलुपी होतं... पालाचा कपडा फाडून दगड आत येण्याची व झोपलेल्या जिवांना दुखापत होण्याची शक्यता होती. धनाजीला भीती वाटू लागली. पण हिंमत करून त्याने पालातूनच आवाज दिला, ''कोन होय गा? अन् दगूड काहून मारून रायले पालायवर? ऑ! एखांद्या लेकराले दगूड लागला, तं अनमान्या जाची वक्ता यीन का नाही? थ्या परीस थांबा बापहो! तुमाले काय पायजे थे सांगा. काहून गरिबाले सतावता, राजेहो!''

असे म्हणतच धनाजी बाहेर आला. दगड येणाऱ्या दिशेने पाहू लागला. पण पाहत असतानाच त्याच्या पाठीत मातीचे जड ढेकूळ फाडकन बसले. रात्रीच्या थंड वाऱ्याला भेदत त्याच्या उघड्या अंगावर बसलेल्या ढेकळाने

धनाजी कळवळला. त्याने किंकाळी फोडली नि ओरडला, ''आरे शिलपत रे, अरे तुकाराम, काशा, बयाजी, सताजी धावा रे बाबू! पालावर कोनीतरी दगूड मारून रायले. कोनाले लागला तं मराची निशानी. उठा, पन सावध राहून बायरं या. दरूडा व्हय का कोनी मस्करी करून रायलं थे पाहा बरं! माह्या डोयानं काही धड दिसून न्हाई रायलं रे बाबू!''

धनाजीचे बोलणे बाहेर पडते न पडते, तोच पुन्हा थाडकन आवाज आला. तुकारामच्या पालावर दगडांचा मारा झाला होता. मग जानबा-काशीनाथच्या पालांवरही तीन-चार दगड कोसळले, तसा काशा, तुकाराम व शिलपतही हातात काठ्या घेऊन बाहेर आले. पाहतात तर पालांच्या भोवताल शे-दीडशे माणसांचा समूह हातात काठ्या अन् दगड घेऊन उभे होते. खांद्यावरच्या दुपट्ट्याने सर्वांनीच तोंड झाकले होते. आता ते अगदी पालालगत आले, तसा काशा व शिलपत हातातील काठी आपटत त्यांच्याकडे जाऊ लागले. दुसऱ्या बाजूने तुकाराम, बयाजी जानबाही निघाले.

''कोन होय गा तुमी? अन् काहून सतावून रायले, गरिबाले? आमी फिरस्ती लोक. गावापासून दूर रायतो. कस्ट करून जगतो. आमच्यापासून तुमाले काय तकलीब हाये, देवा! तरास असन तं सक्काईसच पठार सोडून दुसरीकडं निंघून जातो. पन असे सतावू नोका. आमची बी लेकरा-बायायची पाटी हाये. जा मायबाप आल्या वाटंनं जा! पन तरास नोका दिवू. हात जोडतो आमी!''

समोर दिसणाऱ्या अंधाऱ्या आकृत्यांना काशाने हात जोडून विनंती केली. तसा समूहातून आवाज आला...

''भडवे हो, इथं आमच्या गायरानात उतरले. आता आमच्या गाई-मशी तुमच्या उरावर चाराच्या काय? का तुमचे तुकडे करून त्यायले खावू घालाचे? आमच्या गावसिवारात उतरले, तं देसमुखाच्या वाड्यात खबर देल्ली? किती दिवसाचे पाहुणे हाये थे सांगतलं? का तुमच्या बापाचच गायरान वाटलं तुमाले. आता गुडूगुडू बोलान, दिवसा गावात फिरान, अन् रात झाल्यावर दरोडा टाकान. तुमी लोक आमच्या गावासेजारी नाही पायजे. चाला उचला आपला बेडा आत्ताच्या आत्ता. नाही तं पेटवतो समदे बिराडं!''

समोरच्या माणसाचे बोलणे ऐकून काशा-शिलपतला काय बोलावे ते कळेनासेच झाले. अंगाला कापरं भरणाऱ्या थंडीतही त्यांना दरदरून घाम फुटला.

पुन्हा विनंतीसाठी हात आपोआप जुळले गेले! बोलण्याचा प्रयत्न करू लागला... एवढ्यात समूहातून एक दगड अकस्मात आला अन् फाडकन त्याच्या थोबाडीत बसला. त्या आघाताने काशासारखा पहेलवान गडी 'मेंलो ओ माँ...' म्हणत गचकन खालीच बसला. आणि काशा-शिलपत-तुकारामचे पहारे तोडून समूह पालात शिरला. सामानाची नासधूस सुरू झाली... पालं टराटर फाडले जाऊ लागले... जमिनीवर आपटलेल्या मडक्यांचे आवाज कानांवर येऊ लागले... स्त्रियांचे चित्कार, लेकरांच्या किंकाळ्या, म्हाताऱ्यांचा थरकाप कानांवर येऊन पठाराच्या ओसाडीत लुप्त होऊ लागला... पहारा देण्यासाठी बाहेर निघालेल्या माणसांना चौघांनी पकडून काठ्या-बुक्क्यांनी मारणे सुरू केले... त्यांचा आक्रोश ऐकून मुले व स्त्रियांचा थरकाप होऊ लागला... काही धटिंगण पालात शिरून आगपेटीच्या उजेडात तरुण मुलींना व स्त्रियांना सतावू लागले... अंगावर पांघरूण ओढून पालाच्या अंधारात स्वतःला लपवण्याचा प्रयत्न करणाऱ्या लेकी-सुनांची अब्रू लुटू लागले... त्याच्या किंकाळ्यांनी अंधारही अवाक् झाला! मानवी अत्याचार पाहून त्यालाही लाज वाटत आहे असे वाटू लागले.

लेकरांना उराशी कवटाळून सई पालातील अंथरुणात दडकली होती. आपल्या माणसांचे आक्रोश केविलवाणी होऊन ऐकत होती. डोळ्यांतील आसू पुसत मिणमिणत्या डोळ्यांनी बाहेरचा अत्याचार पाहण्याचा प्रयत्न करत होती. एवढ्यात तीन-चार धटिंगण आत शिरले. आगपेटीच्या उजेडात लेकरांना पोटाशी घेऊन पालात दडकलेली सई त्यांना दिसली, तसा त्यांच्यातील राक्षस जागा झाला. ते तिच्या अंगाशी लगट करू लागले, तशी ती अंगावरची वाकळ घट्ट लपेटत पुढे सरकण्याचा प्रयत्न करू लागली. त्याने वाकळीचे टोक बाजूला केले... तशी सई त्याला हात जोडून म्हणाली, "भावू, मी मोठी बहीन हाय तुमची. तुमी बयनीची आब्रू वाचवाची, तं तिची अब्रू घ्याले आले का, दादा!"

डोळ्यांत आलेले अश्रू थोपवण्याचा प्रयत्न करत तिने त्या धटिंगणाला विचारले. ते ऐकून एक धटिंगण बाहेर गेला. उरलेले दोघं तिच्याशी लगट करण्याचा प्रयत्न करू लागले. अंधार पुन्हा गडद होऊ लागला... मायचे पांघरूण आता अलग झाले होते... राघोच्या भावंडांना भीतीने कापरं भरलं होतं. राघो मात्र रागाने लाल होऊन जागच्याजागी थरथर कापत होता. मायच्या अंगाला हात लावत असलेल्या एका धटिंगणाला राघोने न्याहाळले... आणि

पालाचा कपडा फाडून आत आलेल्या दोन-तीन दगडांतील एक मोठा दगड हातात घेऊन, मायला झोंबू पाहणाऱ्या धटिंगणावर नेम धरून असा हाणला, की तो जागच्या जागीच भेलकांडत खाली पडला. त्याचे हाल पाहून दुसऱ्याने तेथून पळ काढला. ती संधी साधून सई लेकरांना घेऊन पालाबाहेर पळाली नि अंधारात दिसेनाशी झाली. चक्कर येऊन पडलेला धटिंगण मात्र अद्याप तिथेच होता. राघो कोपऱ्यातून त्याच्याकडे पाहत होता. त्याच्या डोळ्यांत सूड पेटला होता. बेहोश पडलेल्या धटिंगणावर तो रागाने तुटून पडला. पालातील कुदळीच्या लोखंडी मुंदणीने तो त्याच्या मुंडक्यावर वार करू लागला. त्याचे टोंगळे, कंबर रट्टे मारून त्याने खिळखिळी करून टाकली आणि पाय धरून त्याला पालाबाहेर ओढत आणले. थंडगार वाऱ्याच्या झपाट्याने तो भानावर आला आणि कुणाला न सांगताच गावाच्या दिशेने पळू लागला.

पार्बती दुपवली होती. त्यामुळे ती अद्याप अशक्त व गलितगात्रच होती. धनाजीच्या आवाजाने जानबाही सर्वांसारखा काठी घेऊन बाहेर आला होता. पालाभोवतीच्या माणसांच्या पांढऱ्या आकृत्या पाहून त्यालाही थरकाप सुटला. हे लोक कोण असावे? या प्रश्नाने तोही भांबावल्यासारखा झाला. शिलपत व काशाला हाका मारत पुढे जाऊ लागला. अंधारात नीट दिसतही नव्हते आणि पालांभोवती गराडा घातलेल्या माणसांना धड ओळखताही येत नव्हते. गाव नवाडे, तेथील माणसंही अपरिचित, त्यामुळे कोणालाच त्यांचा अंदाज येत नव्हता आणि दगडांचा माराही थांबत नव्हता. तो चुकवत शिलपत व काशा त्यांच्याशी बोलण्याचा प्रयत्न करू लागले. शिलपत म्हणाला, ''मायबाप, आम्ही तुमच्या पांढरीत उतरलो. भामटी होय आमी. बोरू कापाचा, ताग काढाचा धंदा करतो. तागाच्या शोधातच आमी गावोगाव फिरतो. हगामभर गावाच्या अधारानं थांबतो. हगाम सरला का पुढचा रस्ता धरतो. आमच्यापासून काय तकलीप हाये बापा, थेतं सांगा. पाटलाच्या वाड्यात नाव नोंदलं. रोज हजरी देतो. हगाम सरेपावतर राहाचं पाटलाले सांगतलं. अखीन काय कराचं रायलं, देवा...! मनून तुमी आमच्या पालायवर हल्ला कराले आले, बापा!''

''हो ना, काही न्याय निगूत हाये का नाही? आमचा गुन्ना असन तं तसं सांगा. दिवस निंघाल्याबरोबर गाव सोडून दुसऱ्या पांढरीच्या अधारानं जातो. पन

असे धारीवर नोका धरू. एखांद्या लेकराले दगूड लागला तं अनमान्या जाईन.'' काशा त्यांना समजावणीच्या भाषेत काकुळतीने सांगू लागला. पण त्यांच्यावर त्याचा काहीही परिणाम झाला नाही.

पालांवर अधूनमधून दगड येतच होते. पालात दडकलेल्या बाया आपापल्या लेकरांना उराशी कवटाळत आतल्या आत थरथरत होत्या. काशा-शिलपतच्या बोलण्याचा समूहावर काहीही परिणाम झाला नाही. रात्र संपायला अद्याप खूप वेळ होता. पुरुषमंडळी हातात काठ्या घेऊन पालाभोवती पहारा करत होते. त्यांची नजर चुकवून चार-सहा धटिंगणांचा समूह अंधाराचा फायदा घेत पालात घुसला. आगपेटीच्या उजेडात पालातील जिवांचा, सामानासुमानाचा वेध घेत होता... तरण्याताठ्या व वयस्कर स्त्रियांवरही तुटून पडत होता... त्यांची अब्रू लुटत होता... पालातील सामानाची नासधूस करत गदगदा हसत दुसऱ्या पालाकडे वळत होता... पण, थांबण्याचे नाव घेत नव्हता. काशा-शिलपत धनाजीसह सारे पालकरी त्याची आर्जवी करत हात जोडत होते. पण अत्याचार थांबण्याऐवजी समूहातून उर्मट बोलणे कानांवर पडत होते, ''भडवे हो! भामटी होय मनता? म्हणजे चोर भामटीच ना...? डाके टाकणेवाले...? सरकारी खजिने लुटणेवाले, सेटलमेंटले गुंगारा दिवून आता लुटमारीवर निंघालेले... आता आमच्या गावात चोरीचा डाव हाये का? हाना रे भोसडीच्यायले! घ्या लेकायची झाडाझडती... बलवा पोलीस अन् टाका लेकायले जेलात! बोरूचा धंदा करतो मनते, लेकाचे! हाना रे मर्दांनो, ह्या चोट्ट्यायले! फाडा लेकायचे पालं... फेका सामानसुमान गावाबायरं अन् द्या हाकलून आपल्या सिवंपलीकडं!''

समूहातून आलेल्या आवाजाने काशा-शिलपतसह सारे जण जागच्या जागी थरथरू लागले. आता हा पिसाळलेला समूह कोणत्या टोकावर जाईल याचा काही भरवसा वाटत नव्हता. तरी, काशा-शिलपत आर्जवी करत म्हणाला, ''मायबाप, दिवस निंघाच्या आतमंदी इथून पुढं धकतो. सक्काईस तुमच्या सिवारातबी दिसणार नाही. देवाची शप्पत घिवून सांगतो. जा आपल्या घराला! पुनः ह्या सिवंचं नाव काडनार नाही. पन आता माफ करा. जगू द्या आमाले!''

पण त्यांचे शब्द हवेतच विरले. पालांची चिरफाड सुरू झाली... उभं गायरान आक्रोशानं थरथरू लागलं... सपाट्यात सापडेल त्याला बेदम मारहाण सुरू झाली... असह्य झालेल्या थंडीचं कापरं सहन करत गावकऱ्यांच्या बेदम

मारपीटीला तोंड देऊ लागले... सई आपल्या लेकरांना वाकळीत लपेटून समोरच्या झुडपाआड दडकली. राघो मात्र बाहेरच होता. त्याने भोंगाडीत दगड मारलेला माणूस जीव घेऊन पळाला तरी त्याच्या सोबत्याने त्याला पाहिले होते. आता त्याने त्याला अचूक ओळखले आणि अंधारातच त्याला दोन-तीन आफटण्या देऊन, काठीने त्याच्या उघड्या अंगावर सपासप रट्टे हाणू लागला. त्या माराने राघो गुरासारखा ओरडू लागला... ''बा, बापू गा! चोरायनं धरलं गा मले... थे मले मारूच्न रायले गा... धाव गा बापू, लवकर! मरतो गा मी!''

पण त्याच्या मदतीला कोणीच येत नव्हतं. तो नुसता विव्हळत रट्टे खात होता आणि रट्टे खाताखाताच तो बेहोश झाला. मेला असे समजून मारेकऱ्याने त्याला तसेच टाकून तो दोन साथीदार घेऊन जवळच्या पालात शिरला. आता शिलपत, काशा, धनाजींसह पालांतील सर्वच माणसांवर अमानुष हल्ले सुरू झाले होते. सारेच गलितगात्र होऊन जागोजागी तळमळत पडले होते. कुणीच कुणाच्या मदतीला येणे अशक्य होते.

समोरच्या पालात शिरलेल्या तीन-चार तरुणांनी पालात कुणी आहे का, याचा आगपेटी उगाळून अंदाज घेतला. पाल रिकामच होतं. एवढ्यात एकाला कोपऱ्यातील श्वासांचा सुगावा लागला. तशी पुन्हा डबीची काडी उगाळून त्या संधिप्रकाशात वाकळीत दडलेल्या जिवाची खात्री केली. दुसऱ्याने अंगावरची वाकळ ओढताच आत झोपलेल्या पार्बतीची क्षीण विनवणी त्यांना ऐकू आली... ''दादा, मी बिमार बाई! माह्यात दम घ्याचीय ताकत नाही. मले सतावू नोका. मी बहीन हाये तुमची. अल्लक व्हा माह्यापासून!''

पण निर्ढावलेले सराईत गुन्हेगार! त्यांना कुठली दयामाया! त्याऐवजी एकाने दुसऱ्याला सुचवले, ''अरे, बाई झोपली हाये. करा काय कराचं थे! फेडा आपली हौस!''

... आणि पार्वतीच्या अंगावरील वाकळ फरकन ओढली गेली. लांडग्यांच्या तावडीत सापडलेल्या हरिणीसारखी ती आक्रोश करत होती... क्षीण उसासे टाकत ओरडण्याचा प्रयत्न करत होती... तिच्या शरीरावर तुटून पडलेल्या वासनांध गावगुंडांशी प्रतिकार करण्याचा प्रयत्न करत होती... पण तिचा प्रतिकार पांगळा पडत होता... शक्ती लोप पावली होती. दुपव्याच्या असह्य शक्तिपाताने आणि

उपवास, बिगार, सततचे चालणे यांनी तिला आधीच हैराण करून सोडले होते. आता तिला विश्रांतीची सक्त जरुरी होती. पण ती मिळण्याऐवजी भलत्याच संकटाशी सामना करण्याची तिच्यावर वेळ आली होती. जबरीने लादल्या जाणाऱ्या या भयंकर अत्याचाराने ती आणखीच खचली आणि गलितगात्र होऊन पडून राहिली. तिच्या शरीराशी झुंजणाऱ्या कामूकपणाने ती संवेदनाहीन होऊन मातीच्या निर्जीव गोळ्यासारखी बेहोश पडली. भीती, बेअब्रू, लाज यांच्या प्रचंड दबावाने तिचं स्त्रित्वच जणू मिटल्या गेलं; अन् ती झाली एक निर्जीव वस्तू... प्रतिकारशून्य वेदनांची सहचारी!

तिचे मनमुराद लचके तोडून पालात घुसलेला समूह राजरोसपणे, उजागरासारखा बाहेर आला. ठणकत्या शरीराची वेदना सोसत तिने कड फेरला. वाकळीवर सांडलेल्या रक्ताचा थंडगार स्पर्श हाताने चाफलत कळा दाबण्याचा प्रयत्न करू लागली. पण त्या दाबल्या न जाता अधिक जोमाने उसळी मारून सर्वांग घुसळून काढत होत्या. मग ती तशीच पडून राहिली. नवऱ्याला हाका मारण्याचा तिने अनेकदा प्रयत्न केला, पण तोंडातून शब्दच फुटत नव्हते. आणि फुटलाही असता, तरी त्याच्यापर्यंत तो पोहोचणे अशक्य होते. कारण तोसुद्धा मारेकऱ्यांच्या हल्ल्यात कुठेतरी गलितगात्र होऊन पडला होता. तिच्या पालाला लागून असलेल्या तिच्या जावेच्या– सुल्कीच्या पालाकडे पार्बतीने आशाळभूतपणे कान लावून तिच्याकडचा समाचार ऐकण्याचा ती प्रयत्न करू लागली. पण तिकडूनही कण्हण्याचाच अस्फूट आवाज कानांवर येत होता. तिचा नवराही इतरांसारखा काठी घेऊन बाहेर पडला होता, पण पालात काही परतला नव्हता. सुल्कीच्या पालातील मडक्यांची उतरंड जागच्याजागीच भुईसपाट होऊन त्याजागी खापरांचा ढीग जमा झाला होता. त्यातील दाळदाणा पालभर पसरला होता. त्यांना थोपवताना सामोऱ्या गेलेल्या सुल्कीवरसुद्धा अतिप्रसंग करण्याचा गावगुंडांनी प्रयत्न केला होता. पण जिवाची पर्वा न करता ती त्यांना सामोरी गेली. हाती लागलेलं मुसळ एकाच्या टाळक्यात हाणून ती ओरडली... ''आपल्या माय बहिणीयसंग असेच वागता का भोसडीचे हो! निंघा पालातून, नाही तं इतच्या इथं मुरदे पाडीन!''

... आणि पालातल्या पालात ती मुसळ फिरवू लागली. पण काही वेळातच तिच्या हातातील मुसळ एकाने गचकन पकडले, हिसकून हातात घेतले आणि

रपकन तिच्या पाठीत हाणले. तशी ती कळवळली आणि खालीच बसली. मग तिच्यावरही मारेकऱ्यांच्या काठ्या बरसू लागल्या. त्या माराने बेहोश होऊन ती जागेवरच पडली. ती मेली असे समजून मारेकरी बाहेर पळाले. पालात सामसूम पसरली. त्यामुळे पार्बतीला तिची काहीच चाहूल लागली नाही. इतर पालांचीही तशीच अवस्था झाली होती. स्त्रियांची अमानुष बेअब्रू झाली होती... पुरुषांना निर्दयपणे पिटले होते... सामानाची तोडफोड केली होती... आंधळा शामा बुढा अन् त्याची म्हातारीही त्यातून सुटली नव्हती. भामट्यांच्या पंधरा-वीस पालातील हा निर्दय संहार, इंग्रजी अत्याचारालाही लाजवेल एवढा अमानुषपणे पठारावर थयथया नाचत होता.

पालांतून बाहेर पडलेल्या गावकऱ्यांनी आता पालाचे फडके हातात घेऊन टराटर फाडायला सुरुवात केली. त्यामुळे गलितगात्र होऊन पालांच्या आश्रयाने लेकरांना घेऊन दडकलेल्या जिवांचा पुन्हा आकांत सुरू झाला. लेकरं किंचाळू लागले... अत्याचाराने घाबरलेल्या स्त्रियांचा आक्रोश थांबवणे अशक्य झाले... जखमी, जायबंदी झालेली पुरुषमंडळी एकमेकांना साद घालत कसेतरी टाहो फोडू लागले... अंदाजाअंदाजाने आपल्या पालाकडे जाण्याचा प्रयत्न करू लागले. पण त्यांचाही माघ आता दिसेनासा झाला होता. शामा बुढ्याचा आकांत पठाराला पाझर फोडत सर्वत्र पसरत होता. पण त्याच्या मदतीला कोणीच येत नव्हतं.

हा अत्याचार तास-दीड तासपर्यंत चालला. त्या दीड तासात भामट्यांच्या पालांची चिरफाड झाली... दाळदाणा मातीत मिळाला... स्त्रियांची बेअब्रू झाली... झुडपाआड दडून बसलेली सई मात्र अद्याप सुखरूप होती. राघो तिच्यापासून बाहेर पळाल्याने मारेकऱ्यांच्या तावडीत सापडला होता. शिलपत-काशासहीत सारीच माणसं जखमी होऊन जागच्याजागी पडत असल्याचे ती झुडपाआडून पठाराच्या अंधारात डोळे फाडून पुढे पाहत होती. अत्याचारी लोकांचा समूह हसत-खिदळत आता गावाच्या दिशेने निघाला होता... पालांत केलेल्या पराक्रमाची कहाणी एकमेकांना सांगत होता.

रात्र भयाण पसरली होती. सारं वस्तुजात अंधारात लुप्त झालं होतं. थंडगार वाऱ्याच्या झुळकांनी साऱ्यांना कापरं भरत होतं. आश्रयासाठी उभारलेली पालंही उद्ध्वस्त झाल्याने थरथरत्या जिवांना कुणाचाच सहारा उरला नव्हता. पोपडे

काढलेल्या लाकडासारखा धनाजी पालाबाहेर उघडाबंब पडला होता. हे भयंकर दृश्य पाहून शक्तिपात झालेली अंशी धनाजीजवळच निपचित पडली होती. सर्व जण कुडकुडतच रात्र काढू लागले... सूर्याला प्रणाम करून त्याला उबेची भीक मागू लागले.

ही जीवघेणी रात्र एकदाची संपली. सूर्याने त्यांची प्रार्थना ऐकली आणि त्याने प्रकाशाचा जाहीरनामा जगजाहीर केला. झुडपाआड बसलेल्या सईला आता सारंकाही स्पष्ट दिसू लागलं. जागोजागी विव्हळत पडलेली माणसं चेतना येऊन उभे राहण्याचा प्रयत्न करू लागले. पण जायबंदी होऊन ते जागच्याजागीच तळमळत होते. शेवटी सई आपल्या जागेवरून उठली. पठारावरचा पालापाचोळा गोळा केला, लाकडं आणली आणि उद्ध्वस्त पालांपुढे उभळा केला. एकेकाचं नाव घेऊन बोलावू लागली. राघोचा हात धरून उभळाजवळ आणलं. आणि "या रे...! समदेझनं ताप केला. या, आंग सेकाले या!"

सईने सर्वांना आवाज दिला. तसा एकेक जीव तापाजवळ येऊ लागला. कुणी लंगडत होतं, तर कुणी डोक्यावर हात ठेवून ठणकत, लंगडत तिकडे येत होता. धनाजीही अंशीचा हात धरून तापाजवळ आला. दोघेही पार गलितगात्र झाले होते. काशा-शिलपतसह पालांतील सर्वांची तीच अवस्था झाली होती; पण बोलत कुणीच नव्हतं. शेकोटीभोवती गंभीर शांतता पसरली होती. मग ती उद्ध्वस्त पालांना न्याहाळत प्रत्येक पालापुढे उभी राहून त्यातच पडलेल्या लोकांना पाहू लागली. शामा बुढ्याचा विलाप चालूच होता. तो थरथरता हात बायकोच्या डोक्यावरून फिरवत, दुसऱ्या हाताने आपले आसू पुसत होता. आणि गदगदून येत सभोवती पडलेल्या खापरांना पाहण्याचा प्रयत्न करत होता. त्याची बायको पोटाशी पाय घेऊन तिथेच निपचित पडली होती. सईने तिला आवाज देताच जोराने आक्रोश करतच ती उठून बसली. "हे काय नसिबात आलं ओ बाई, आपल्या...! कसं कर्म फुटलं ओ आपलं..." आणि ती गदगदून रडू लागली.

"चाला दोघय, तापापाशी चाला. आंग शेकून घ्या." म्हणत तिने दोघांनाही शेकोटीजवळ आणले नि पुन्हा पालांजवळ आली. पार्बतीच्या पालाजवळ गचकन थांबली आणि आतील दृश्य पाहून किंचाळली. तिच्याजवळ जाऊन हाक मारू लागली...

"पार्बते, ऊठ बाई! उभया केला. आंग सेकून घे. थंडीवाऱ्यानं सिनली असशीन. वूठ अन् चाल माह्याबरोबर!"

सई तिच्याजवळ जाऊन तिला उठवू लागली. तसे तिने कड फेरून सईकडे मिणमिणत्या नजरेने, भकासपणे पाहिले आणि हंबरडा फोडला. आता उठून बसण्याचे त्राणही तिच्यात राहिले नव्हते. तिची अवस्था पाहून सईला नवल वाटले! रक्ताने माखलेली तिची वाकळ... नखा-दातांच्या व्रणांनी ओरबाडलेला चेहरा... हरवलेली डोळ्यांतील तेजस्विता... अन् चिंधीचोळा होऊन झालेली मरणासन्न अवस्था! ते पाहून सईला हादराच बसला. तिला रात्रीचा अनुभव आठवला व स्वत:शी म्हणाली, 'राघोनं थ्या राकसाच्या मुस्काडात दगूड हानला नसता तं..." नुसत्या कल्पनेनंच तिला कापरं भरलं. म्हणाली, "आरं, वली बायतीनय नाही सोडली रे, दुस्मानायनं! कुतऱ्याच्या मौतीनं मरान, भोसडीचे हो!"

... आणि पार्बतीच्या पालापुढे पडलेल्या तुराट्या, गोवऱ्या तिच्यासमोरच पेटवून शेकोटी केली. वाकळीवरच तिला उठून बसवले. गरम फडक्याने तिला शेकू लागली. तशी ती भानावर येऊन बोलण्याचा प्रयत्न करू लागली. पण सईने तिला थांबवले. मडके फुटले होते, पण पत्र्याचे डबे शाबूत होते. त्याच्या बुडातला गूळ, हळद, खुरम तिला दिसले. त्याच उभळावर तिने पार्बतीसाठी हराळा केला. त्यात खुरम टाकली आणि तिला प्यायला देऊन पुढे निघाली. सर्वच पालांची अशीच अवस्था झाली होती. तिच्या शेजारच्या पालातील सुल्की कण्हतच जवळ आली. आखडलेलं अंग धगधगत्या उभयावर शेकू लागली. पार्बतीची अवस्था पाहून आपली वेदना विसरण्याचा प्रयत्न करू लागली. हंबरडा फोडतच तिने पार्बतीला जवळ ओढले आणि हमसून-हमसून रडू लागली.

सई आपल्या पालाच्या जागेकडे निघाली. आता पालाच्या निशाण्या तेवढ्या उरल्या होत्या. पालाच्या चिंध्या झाल्या होत्या... मडके फुटले होते... दाळदाणा मातीत मिळाला होता... राघोला व सर्वच पुरुषांना जबर मार लागल्याने ते कण्हत होते, पण जीव वाचल्याचे समाधान होते. सासरा धनाजी व सासू अंशीला वाकळ पांघरून शेकोटीजवळच लेटायला सांगितले. आता सारेच आपापल्या पालाच्या अस्ताव्यस्त अवस्थेकडे पाहून उसासे टाकू लागले. त्यातून वाचलेल्या वस्तू जमा करण्याचा उपक्रम काहींनी सुरू केला.

ते पाहून शिलपत त्यांना म्हणाला, ''आता ह्या गुवातल्या कवड्या येचनं बंद करा. पोलिसायची चौकसी आली त त्यायले हे नुकसान दिसलं पायजे. फक्त खा-प्याचं काही वाचलं असन तं घ्या अन् बायरंच सैपाकपानी करा. पोलिसायले ह्यो अन्याय दिसला पायजे अन् गुन्हेगाराइले सिक्षा झाली पायजे. राहू द्या आता थे जसंच्या तसं!''

शिलपतच्या दरडावणीने सारे गप्प बसले. बायांनी पायाला फडकं बांधून वाचवलेल्या पीठ-दाळीच्या पुरचुंड्या बाहेर काढल्या नि गायरानाच्या मैदानावर चुली पेटवून चून-भाकरी करू लागल्या. माणसांनी शेकोटीच्या बाजूलाच गोलाकार बसून विचारविनिमय सुरू केला. काशा म्हणाला, ''बहीन, आफून कोनाच्या सुतईच्या सड्यालेय हात लावत नाही. काही भेटलं तं पालात चूल पेटते, नाही तं लेकराबायासम्मेत आफून उपास काडतो; पन चोऱ्या नाही करत. शेकडो रुपयाच्या बोरूचा, मालकाले पै पै नं हिसोब देतो. अन् ह्या चोट्टयायनं आपल्यालेच अज चोर ठयरून समद्यायवर हल्ला केला. चाला आता आफून समदे बायामानसं पोलीसचौकीत जावू. दाखवू त्यायले गावकऱ्यायचा ह्यो धिंगाना... अन् इचारू कोन चोर हाये? भामटी का गाववाले थे!''

काशा तावातावात बोलत होता. त्याच्या म्हणण्याला सर्वांनी दुजोरा दिला. स्त्रियांही हातचं काम टाकून आपलं मत मांडू लागल्या. सुल्की म्हणाली, ''हो, पालावरच्या बायाइची बेअब्रू करनाऱ्यायले ठोकरीनं उडवलं पायजे. पोलिसायचे दंडे बसले पायजे, त्यायच्या पाठीवर! आद्दल घडली पायजे, भोसडीच्यायले! नाही तं एक्काबी भटक्याले सुखानं फिरता येनार नाही. चाला, पोलीसठान्यात! आमी समद्या बायाबी लेकरा बायासंगं येतो तुमच्यासंगं!''

सुल्कीच्या दमदार बोलण्याने सर्वांनाच स्फूर्ती आल्यासारखे वाटले. सर्व स्त्री-पुरुष आपल्यावर रात्री गुदरलेल्या अनुभवाची जंत्री मांडत पोलिसात तक्रारीची सिफारस करू लागले. आतापर्यंत वाकळ पांघरून शेकोटीजवळ बसलेल्या धनाजीलाही त्यांच्या बोलण्याचा अर्थ उमगला. तोही सर्वांच्या मागे बसला. शामा बुढाही तर्कातर्कांने आला नि त्याच्याजवळच ऊन खात बसला होता. त्यानेही काशासहित सर्वांचे मत ऐकले. जेवण करून पोलीस स्टेशनकडे तक्रार द्यायला जायचे निश्चित झाले. पण ज्येष्ठ म्हणून भामट्यांच्या रिवाजानुसार शामा व धनाजीला विचारण्यासाठी काशा त्यांच्याकडे पाहत म्हणाला, ''धन्या,

अन् शामा तात्या तुमचं काय मत हाये गा? राती आपल्यावर झालेल्या अन्यायाबद्दल पोलिसायले कयवाचं का मंतो?''

ते ऐकून धनाजी म्हणाला, ''बाबू रे, आता तुमीय इव्हाया जवायाचे झाले. आमी तं पिकलं पान; कदी गयून पडू याचा नेम नाही. पन इचार करून निर्नय घेत जा! आपल्यावर आत्ताच अन्याय झाला का? पाटील, वाड्यात बलावून मारपीट करते... पोलीस झडती घेते... थानं धरून बायायले जाब इचारते... ह्योच आपला न्याय. ह्या अन्यायातून तरी आपली सुटका झाली का? भेटला का आपल्याले कदी न्याय?''

''तू भलतंच चऱ्हाड लांबवत बसू नोको. रातच्या अत्याचाराबद्दल पोलीसठान्यात जाचं का नाही थे सांग आंधी!'' धनाजीचा मुलगा सताजीने सडेतोडपणे विचारले.

त्यावर शामा बुढा कळकळीने म्हणाला, ''काहून असे आगीस पडल्यावानी करून रायले गा तुमी? जरा इचारानं घ्या ना! आरं बाबा, पोलिसाचा पयलेच आपल्यावर डास हाये. भटक्या मनला का त्याले पकडलाच मनून समज. अन् भामटी तं त्याचा एक नंबरचा शत्रू... थो सरकारचे खजिने लुटते मनते... त्याच्या इरोधात लढाई करते मंते... अन् दाबते जैलात. हे समदं भोगता-भोगता माह्य आवुक्ष गेलं, बाबा! आता पोलिसाच्या भानगडीत नोका पडू. आयतेच सापडले मनन अन् दाबन जेलात, नाही तं पाठवन सेटलमेंटात! मनून मनतो, थ्या भानगडीत नोका पडू!''

''मंग आफून असाच अत्याचार भोगत रहाचा कागा?'' काशाचा भाऊ, म्हणजे सुलकीच्या नवऱ्याने तानबाने विचारले. त्याच्या बायकोला झालेली मारपीट त्याला बेचैन करू लागली. त्यामुळे तो कुऱ्यातच बोलत होता.

त्यावर धनाजी म्हणाला, ''हे पाय तानबा, अत्याचार समद्यावरच झाला, पन आपल्याले न्याय देनारच कोनी उरलं नाही. मुकी झवली हाक ना बोंब, असी आपली गती हाये. मनून पोलीसठान्यापरीस आफून पाटलाकडं जावू. आपली नोंद हाये त्याच्या दप्तेरात. थोच आपला न्याय करन. देसमुख होय थो. आपलं गऱ्हानं आयकन अन् थोच पोलिसाले कयवन. चाला, आफून आपलं गऱ्हानं देसमुखाच्या कानावर घालू.''

धनाजी व शामा बुढ्याचे बोलणे शिलपत व काशालाही पटले. 'आता पोलीसकडे जाण्याचा फंदा सोडाचा व जे झालं ते विसरून जाचं. पन पाटलाच्या कानावर हे गरानं टाकल्याबिना रहाचं नाही,' असा निर्धार करून सारे गप्प बसले. भाजी-भाकर खाऊन चावडीवर जाण्याचा विचार करू लागले.

बायामाणसांसह सर्वांची जेवणं आटोपली. जानबा व पार्बतीला सोबत घेऊन सुल्की-तानबाही जेवले आणि बाया-माणसं व लेकरांसह भामट्यांचा काफिला पाटलाच्या वाड्याकडे निघाला. दुपार झाली होती. एरणगावचा देशमुख दादोबा, नुकताच चावडीत येऊन पान चघळत बसला होता. एवढ्यात भामट्यांची सारी बाया-माणसं पायऱ्या चढून चावडीत शिरली. आताही धनाजी व त्याच्या खांद्यावर हात ठेवून चालणारा आंधळा शामा बुढाच समोर होता. सर्वांनी देशमुखाला नमस्कार केला. ते पाहून देशमुखाने विचारले, "कागा पालावरचे समदेचझनं कसे काय आले वाड्यात?"

"हजरी द्यासाठी आलो, मालक! रातच्या मारातून अन् भयंकर अत्याचारातून वाचलो. त्याचीय वर्दी द्यासाठी आलो जी! एक पोरगी तं अत्याचारानं मरनाच्या दारात पडली हाये. म्हून थे अन् तिचा नवरा नाही आले. दोन दिवसाआंदीच दुपवली थे. तरी तिच्यावर अत्याचार केला जी, गाववाल्यायनं! समद्या बाया-मानसायले अन् लेकरायले बी मरेपावतर ठोकलं जी, मालक! पालं फाडून फेकली... पालातले गाडगेमडके फोडले... दाय, जवारी सांडवून मातीत मिसयली. आता आमची खान्याची अन् रायन्याचीच बिपत झाली जी! आमाले न्याय द्या, मालक! गुनेगाराले सिक्षा द्याजी, मालक! पाया पडतो तुमच्या...!"

धनाजीने सारे एका दमात सांगितले. त्याचे बोलणे ऐकून देशमुख गंभीर झाला. त्याने दिवाणजीला जवळ बोलावले व म्हणाला, "दिवानजी, ह्या फिरस्त्यायच्या पालायवर दरूडा पडला मंते ह्या बुढा! बाया-मानसायले ठोकपीट, बायायची बेअब्रू केली मनते. तुमाले काही खबर? अन् हे कोन लोक होय? आपल्या गावचे असन असे वाटत नाही. बाहेरगावचे, नाही तं यायचेच कोनी फिरस्ती असन...! पुरानी दुस्मनी असन त्यायची...! नीट चौकसी करा अन् कयवा आमाले!"

दिवाणजींनी त्याला होकार दिला व समूहाकडे तोंड करून विचारू लागला... "कागा, गुन्हेगाराले ओयखता तुमी?"

''नाही जी! सब्बन झनायचे तोंडं दुपट्ट्यायनं बांधले होते अन् नवाडे लोकं. आमाले गाव गायरानावर उत्राले दोन दिवसय नसन झालेजी... कसे वयखू त्यायले? पन थे गावाकूनच आले अन् गावाकडंच वापस आले जी. थे आमी पायलं.''

''तसं नाही होणार. अगा, पन्नास टक्के लोक वारकरी हाये गावात. भजनपूजन, कथाकीर्तन चालूच असते गावात. आमच्या गावचे लोक असे कामं करूच शकत नाही. दुसऱ्या गावचे नाहीतं तुमच्यातल्याच हेव्यादाव्याचं हे काम होय. पत्ता काढा... तुमच्यातलेच लोक असन गा!''

''आमचे लोकं तं शेकडो कोसावर फिरते जी, मालक! थे कायले आमच्यावर हल्ला करन जी! ह्याच गावातले होय जी थे. आमी खात्रीनं सांगतो.'' काशा आत्मविश्वासानं बोलला.

त्यावर दिवाणजीही खात्रीनं म्हणाला, ''नाही आमच्या गावचे लोक असं करनं अशक्य आहे. तुमी पुरावा आना. फोडून काढू लेकायले. अन् मालकानं सांगतलं ना, इथले पन्नास टक्के लोक माळकरी हाये मनून...!''

''त मंग पन्नास टक्के मायकरी गेल्यावर, उरल्या पन्नास टक्के गाववाल्यातल्या दहा टक्क्यायचं हे काम नसन हे कसं सांगाव जी! मारेकऱ्यायचा माग ह्याच गावाकडं हाये, मालक! चौकसी केली तं तुमालेच गुनेगार सापडन.''

तुकारामचे सडेतोड उत्तर ऐकले आणि देशमुखाची तळपायाची आग मस्तकात गेली. बुडाला मिरच्या झोंबल्यासारखा तो जागच्याजागी तणतणत म्हणाला, ''भडवे हो, आमच्या गायरानावर थांबू देल्लं तं लयच तोंड फुटलं का तुमाले? आमच्या गावातल्या लोकायवर संशय घेता का? बावन गावचं पानी पेलेले लोक तुमी... तुमाले कुटच्या लाजा शरमा! मने बायायची बेइज्जत केली! अरे, तुमच्या बायाच नवनाट भोवान्या असते. धंदेवाईक असते थ्या. गावातल्या मानसायले नादी लावलं असन अन् त्यायनच बलावलं असन पालावर!''

''काय बोलता, मालक! तुमच्या माय बयनी सारक्या हावो आमी. आमी कस्ट करून पोट भरतो... धंदे नाही करत. मालक, थे काम पडद्यातल्या बायायचं. ल्हान तोंडी मोठा घास घेते मनान. न्याय कराचा नसन तं नोका करू, पन अनाचं तोंड असं सेनाले तरी नोका लावू जी!''

आतापर्यंत निमूटपणे ऐकणारी सुल्की एकाएकी भणकली. मर्यादा सोडून पाटलालाच बोलू लागली. तसा तिचा नवरा पुढे आला नि तिला घेऊन बाहेर गेला. हातून मोठा गुन्हा झाल्याच्या अपराधी जाणिवेने, शांतपणे ते पालाच्या दिशेने चालू लागले. वातावरण सुन्न झालं होतं... पाटलाकडून न्याय मिळण्याची आशा लोप पावली होती... शेवटी शिलपत उदासपणे म्हणाला, ''मालक, आता जाची परवानगी द्या!''

''हो, परवानगी हाये; पन दिवस बुडाच्या आत आमच्या गायरानातून पुढं धकाचं. सूर्य बुडाच्या आत इथून गेले पाहिजे. दिवानजी, यायचे दाखले तयार करून द्या अन् पाळत ठिवा त्यायच्यावर! अन् हे पाय शिलपत, आत्ताच निंघा गायरानावून, नाहीतं राच्च्यासारखी पुन्हा धाड पडली तं आमालेच दोस द्यान! निंघा आता!''

सारे निमूटपणे वाड्यातून बाहेर पडले.

'पाटील, देसमुख मंजे इंग्रजाच्या घोड्याचे खोगीर! त्याच्या भरोशावरच हे दाहा हात कुदते अन् गोरगरिबावर अन्याय करते.' काशा तोंडातल्या तोंडात अस्पष्टपणे म्हणाला अन् लांब ढेंगा टाकत चालू लागला. दिवाणजींनी सर्वांचेच गाव सोडण्याचे दाखले दिले होते. ते धोतराच्या पचांगीत ठेवून, सारे जण पालांवर येऊन पोहोचले. सर्वांचे शरीर वेदनेने ठणकत होते... थकवा असह्य झाला होता... पण या भूमीतील पाणीही त्यांना आता नकोसे वाटू लागले.

फाटलेल्या पालांची कापडं सर्वांनी गोळा केली. सोबत नेण्याच्या लायकीचे सामान गाठोड्यात बांधले नि पुढच्या वाटेने लागले. वाट नवखी... दुपार टळलेली... सूर्यही फार वेळेचा साथीदार नव्हता. सर्वांनी गाठोडे डोक्यावर घेऊन ते मावळतीच्या दिशेने लागले. पालांतील बरंचसं सामान गावकऱ्यांच्या धाडीतच नष्ट झाल्याने वझे कमी झाले होते; पण त्या सामानाच्या अभावाने बिऱ्हाडातील उणीव तीव्रतेने भासत होती. त्यांची खंत मनातून काही निघत नव्हती. साऱ्यांचेच विचारचक्र गतिमान होऊ लागले... कुणीकडे जावे? कोणत्या गावाच्या आधाराने थांबावे? हा एकच विचार सर्वांना घुसळून काढत होता. म्हाताऱ्याची आठवण सतावत होती. त्याच्या पालांपासून दूर जाणे कुणालाच पटत नव्हते. त्याने दिलेल्या मजुरीच्या आश्वासनावर साऱ्यांचेच काही दिवस

पुढे धकणार होते. त्यामुळे त्याच्यापासून फार दूर नाही आणि अगदी जवळही नाही, अशा बेताने थांबायचे होते.

सूर्य आता मावळतीला लागला. पण ह्यांचे चालणे सुरूच होते. आता प्रत्येकच गावपाटील त्यांच्यापुढे फडा काढलेल्या नागासारखा फुस्कारत उभा आहे असे वाटू लागले... आठवण येताच सर्वांगाला कापरं भरू लागलं, तरी चालणं काही थांबत नव्हतं. शेवटी सूर्यही एकदाचा मावळला... अंधाराची चाहूल दिसू लागली. झाडाच्या आकृत्या पाहता-पाहता लोप पावू लागल्या... तरी चालणं सुरूच होतं. आता कोणतं गाव...? तिथला अनुभव...? सारेच अनुत्तरित प्रश्न. अंधाराचा हात धरून आता थंडगार वाऱ्याच्या झुळकाही भटकंतीवर निघाल्या आहेत असे वाटू लागले. त्यांनीही उपाशी भामट्यांची टवाळी सुरू केली. अंधारात वाट शोधणाऱ्या प्रवाशांना रट्टे हाणत पुढे पिटाळू लागला. लहान मुलांचा आक्रोश कानांवर येऊ लागला. जाणती लेकरं डोक्यावरची ओझी सांभाळत मायबापामागे नाराजीनेच चालू लागली. सुल्का व पार्बतीला पुढे पाऊल टाकणेही असह्य होऊ लागले, तरी खुरी आलेल्या ढोरासारख्या ठणकतं शरीर पुढे ढकलतच होत्या, पुढे चालतच होत्या. आतापर्यंत पाचेक कोसाचा टप्पा पार झाला. अकस्मात चमकणारे गावातील दिवे त्यांना भुरळ पाडू लागले. पण एखादं पठार अथवा गावगोठाण नजरेस पडत नव्हतं. लेकरांना हुडहुडी भरू लागली... उपाशी पोटावर थंडीच्या रेहपटा बसू लागल्या... पण मायबापांकडून थांबण्याची सूचना काही मिळत नव्हती. पाय चालतच होते.

धनाजी-शिलपतसह काशा व सताजीही आता थकले होते. अंशी तर जीव मुठीत घेऊन कशीतरी पुढे निघाली होती. आधीच जगणे नकोसे झालेल्या पार्बतीला संवेदनाच हरवल्याचा भास होत होता. शरीर मुर्दाड पडल्यासारखे वाटत होते, तरी चालणे अटळ होते. चालता-चालता भामट्यांचा कारवा तळरानातून माथ्यावर आला, तसा गावाच्या खाणाखुणांनी सर्वांना हायसं वाटू लागलं. गुरांचे हंबरण्याचे आवाज, अंधारात मिणमिणणाऱ्या दिव्यांची फडफड, गावाचा गलबला कानांवर येऊ लागला. पण, 'गाव कोणते?' ते काही कळत नव्हते आणि ते फार जवळ असेल असेही वाटत नव्हते.

...आणि समोरच दिसणाऱ्या धगधगत्या उभळाने सर्वांनाच हायसं वाटू लागलं. सर्वांची पावलं त्याकडे झेपावू लागली. सर्व जण गाठोडी खाली ठेवून, उभळाभोवती गोळा झाली. वयस्कर बाया-माणसांनी तो कशाचा उभळा आहे, हे ताबडतोब जाणले. काहींच्या मनात धडकी भरली. पण कुणीच कुणाला सांगितले नाही. काशीनाथ म्हणाला, ''शिलपत, आता इथंच थांबू गड्या! रातभर ह्या उभयाच्या आश्रयानं राहू. उभया काही इझत नाही. जवडच तुराट्याचा अन् सनकाड्यायचा कवटा पडला हाये. थोड्या-थोड्या पेटवत रात काढू. लेकरायले सांगू नोका अन् भिवू नोका. इथच भाजी-भाकर करून जेवू अन् जवडच झोपून राहू.''

''हं, काहीय बोलतं काशीनाथ तू! इथं मशानात, मुरद्याच्या सरणापाशी थांबाचं मंतं! एखांदं भेदारलं तं नवीनच आफत मांगं लागन. थ्या परीस पुढं चाल! मशान हाये तं गावय हायेच.''

''अरे, वक्तावर कुठं पायसीन गाव अन् गावगोठान? पाटील, कोतवाल अन् त्याचे हालीमोवाली! थ्या परीस इथच थांबू. लागन तं तुमी झोपा... मी नं धन्यातात्या इथं जागल करतो.''

धनाजीलाही त्याचे म्हणणे पटले. बायांनी तिथेच चूल मांडून त्यात सनकाड्या, तुराट्या पेटवल्या. भाकरी केल्या. चटणी-मिठासोबत लेकरांना जेवू घातले आणि सरणाजवळच काही अंतराने फडकं अंथरून झोपून दिले. रात्रीच्या मारझोडीने ठणकणारी, चालून-चालून थकलेली लेकरं धगधगत्या सरणाच्या उबेत झोपी गेली. स्त्रिया-माणसांनीही अंग टाकले. धनाजी, काशा मात्र पेटलेल्या सरणाकडे पाहत तसेच बसून राहिले. त्यानेच त्यांच्यात भरलेली हुडहुडी दूर करून मायेची ऊब दिली होती... पक्षिणीसारखे पंखात घेतले होते जणू! आठवणींच्या उमाळांनी त्याची झोप दूर पळाली. धगधगत्या सरणाकडे काहूरभरल्या अंतःकरणातील तक्रारी मांडत आहेत असे वाटू लागले. बराच वेळपर्यंत दोघेही जागे होते. शिलपत मात्र आपल्या जागेवरच पोटाशी पाय घेऊन झोपला होता. काही वेळाने थकवा असह्य झालेला काशा पेंगाळू लागला, तेव्हा धनाजी त्याला म्हणाला, ''बाबू काशीनाथ, तूबी झोप आता! सरनापासून जराक्सा दूर झोपजो, नाही तं धोतराचा पदरगिदर उडन निखाऱ्यावर अन् थो

झोपीतच पेट घीन. संभायून रायजो जरासा. झोप. मले काही झोप येत नाही. मी जागल करतो तुमच्यावर!''

आता काशीनाथही झोपी गेला. सारा परिसर अंधाराने व्यापून टाकला. समोरचेही काही दिसेनासे झाले... रातकिड्यांच्या कर्कश आवाजांनी मशानजागर सुरू केला... कोल्ह्या-कुत्र्यांचे अंधारात चमकणारे डोळे पाहणाऱ्यांचा थरकाप उठवू लागले... धनाजीला मात्र त्यात काही वाटले नाही. तो डोळ्यांच्या पापण्याही न हलवता कालपुरुषासारखा धगधगत्या चितेकडे टक लावून पाहत होता. जगण्यामरणाच्या पलीकडे जाऊन आगळ्या उन्मनावस्थेत गेल्यासारखे वाटत होते. तो स्वत:शी म्हणाला, 'वा रे आपलं जीवन! हक्काचं गाव नाही... गावात हक्काची जागा नाही... घेऱ्यासारखं जलमभर गरगर फिरा! काही भेटलं त खां, नाही तं पडा उपाशीच! बहीन, गाववाल्यायनं समद्यायले मरे पावतर ठोकलं, बायायची बेअब्रू केली, तरी देसमुखानं आमचाच दोस दाखवला. आमच्याच बायायले सिनाल ठयरवलं. वारे न्याय! पोरं मने का पोलीस ठेसनात जाचं... गाववाल्याची तक्रार द्याची... पन देव पावला! थे गेले नाही. नाही तं पुरा बेडा अज जेलात असता...! पाटलासारखेच थेबी इंग्रज सरकारचे कुत्रेच का नाही? कायचा न्याय भेटला असता आपल्याले! थ्या परीस हे मशान बरं! गावाचा धाक नाही... पाटलाची अरेरावी नाही! तसे आफूनबी मुर्देच का नाही...! चालतेबोलते मुर्दे!'

विचारांचं वादळ धनाजीला घोळसू लागलं. तोही त्याच्याशी दोन हात करत झोंबी घेऊ लागला, त्याला साद घालू लागला. एवढ्यात हातात कंदील घेतलेल्या तीन-चार पांढऱ्या आकृत्या सरणाकडेच येत असल्याचे त्याला दिसू लागले. सुरुवातीला अंधाराला भोक पाडून मंदपणे पुढे सरकणारी पणती त्याला दिसली होती. हो, त्याच्याकडेच येत होती ती! ते पाहून शरीरभर भीतीचा काटा उठला. पण त्याने स्वत:ला सावरले. हिंमत एकवटून स्थिर नजरेने तो त्या पणतीचा अंदाज घेऊ लागला. आता पणती एकाच जागेवर थांबली. धनाजीने उभे होऊन पणतीकडे बारीक नजरेने पाहिले, तर चितेच्या उजेडात पणतीसोबतच, हातात काठ्या घेतलेल्या तीन-चार माणसांच्या आकृत्या धनाजीला दिसू लागल्या. पण त्या पुढेही येत नव्हत्या अन् मागेही जात नव्हत्या. धनाजी टक लावून पाहतच होता. सरण मस्त शिलगलं होतं. त्याच्या उबेत भामट्यांची शिणलेली बाया-

माणसं गाढ झोपली होती. धनाजीने हिंमत करून आवाज दिला... ''कोन होय? अन् येवढ्या राती इथं मशानात कायले आले?''

''तुमी कोन होय? अन् इथं सरनापाशी काय करून रायले?''

''आमी भामटी. फिरस्ती लोक हाये जी. एरनगावच्या गायरानातून आलो. लेकरं थाटुयले होते, मनून सरनाजवड तापत बसलो. तं थकल्यानं जागच्या जागीच झोपले. मंग समदे इथंच थांबलो जी. उद्या सक्काइसच पाटलाकडं नाव नोंदवाले जावू.''

बोलता-बोलता हातात कंदील घेतलेली माणसं सरणापर्यंत येऊन पोहोचली. पाहतात तर सरणाभोवती झोपलेली लेकरं अन् बाया-माणसं! ते पाहून त्यातला एक आश्चर्याने म्हणाला, ''बुढेबुवा, लेकरा-बायायले घिवून इथं सरनापाशी झोपले, राजे हो! इथून वावरभर गाव हाये. तिथं या लागत होतं. गावात कोनीय आसरा देल्ला असता. चाला, आता गावात!''

त्यावर धनाजी म्हणाला, ''नाहीजी, अजची रात इथंच काडतो. एरनगावच्या लोकायनं लय अत्याचार केला आमच्यावर. बायायची बेअब्रू केली. लेकरा-बायासहीत समद्यायले मरे पावतर मारलं जी! गावच्या देसमुखानय न्याय करन्यापरीस आमालेच दोसी ठयरून गावातून हकललं, बापा!''

''एरनगावचा देसमुख ना...! थो तसाच नालाईक हाये. उद्या आमच्या गावाच्या अधारानं थांबा. इतचा पाटील चांगला हाये.''

पण कंदीलासोबत आलेल्या एकाने धनाजीलाच दटावत विचारले, ''काहो, तुमी भामटीच होय, का सवासनी मुरद्याची कवटी, बांगड्या, मनी डोरलं पयवनारे जानते लोक होय? असं असन तं आत्ताच चाला पाटलाच्या वाड्यात... सांगतो हे लोक मशान उठवाले आले मनून!''

त्याचे बोलणे ऐकून धनाजीला थरकापच सुटला. भीतभीतच म्हणाला, ''नाही, मालक! आमाले इचवाचा मंतरय माहीत नाही. आमी थ्या नसल्या उठाठेवी नाही करत जी! आमी भामटी. मंजे बोरू मोडतो, ताग काढतो, त्याचे दावे, चऱ्हाडं बनवून इकतो अन् पोट भरतो. त्याच्यासाठी फिरतो. आमाले मशानगिशान जागवनं नाही माहीत.''

''ठीक हाये. पन तुमाले पाहून आमालेबी हागूमुतूच सुटली होती! मुर्दा नीट जयला का नाही...? तिकडं जंतरमंतरवाले लोक फिरून रायले का..? हे पाहाले

आलो होतो. पन भुतच भुतं दिसले सरनापाशी! अन् आता पयाचं मनलं तं तुमचा अवाज आला. आमचा कोतवाल गावात नाही. थोच मशानात लाकडं आनून टाकते अन् रातच्याले जागल करून मुरद्याची राखन बी करते. थ्या बदल्यात त्याले आमी प्रेतावरचे कपडे देत असतो. थे आता तुमाले दिवू. मुर्दा राखा तुमी रातभर!'' असे म्हणून तुराट्याच्या ढिगात दडवून ठेवलेले प्रेतावरचे कपडे त्याने बाहेर काढले आणि धनाजीला देत म्हणाला, ''घ्या, हे तुमची बिदागी! राखा आता मुर्दा... निंघतो आमी!''

मुरद्याच्या अंगावरील कोरे कपडे पाहून धनाजी सुखावला. मुर्दा नीट पेटत असल्याची त्याने पुन्हा खात्री केली आणि ते कोरे कपडे उघड्या अंगाशी लपेटून सरणाजवळ हात शेकत बसला. तिथे आलेली माणसं कंदील घेऊन गावाच्या वाटेने लागली. पुन्हा अंधाराला भोक पडलं. थरथरती ज्योत अंधार चिरत गावाच्या दिशेने जाऊ लागली. अंगावर पांघरलेल्या कोऱ्या कपड्याने व समोर धडधडत जळणाऱ्या सरणाने धनाजीला तरतरीत वाटू लागलं. आपल्यावरील आजवरच्या अत्याचाराचा त्याला विसर पडला नि मोठ्या हुरुपाने तो पुनःपुन्हा जळणाऱ्या प्रेताभोवती गस्त घालू लागला.

दुसऱ्या दिवसाचा लखलखता सूर्य स्मशानाचा कणकण उजळत, प्रकाशाची आवर्तने जगभर पसरवू लागला. पण सरणाच्या कोऱ्या कापडात अंग लपेटलेल्या धनाजीचे तिकडे लक्षच नव्हते. सरणाचा उभळा आता बंद झाला होता. लाकडं जळली होती, पण त्यात धगधगणारे निखारे अद्यापही आग ओकत होते. राख झालेलं प्रेत अनंतात विलीन झालं होतं, पण धनाजीची रग तशीच होती. तो अजूनही हातातील बांबू आपटत सरणाभोवती फेऱ्या मारत होता, त्याची रखवाली करत होता. ते पाहून त्याची बायको अंशीला कसेसेच वाटू लागले. पण काही वेळाने तीही नरमली.

बाया दुपारच्या जेवणाची व्यवस्था करू लागल्या... काडीकचरा गोळा करू लागल्या... पिठाचे गाठोडे हुडकू लागल्या. माणसं चावडीवर जाण्याचा विचार करत सभोवताल बसले. काहींनी आणखी पुढे जाण्याचा विचार मांडला, तर काही स्मशानातच एका कोपऱ्यात पालं उभारण्याचा विचार करू लागले. या विचाराविचारांतच सकाळ सरली. लहान लेकरं सरणाभोवतीच्या उंच ओट्यावर

बसून हात शेकू लागले. खरेतर ते ओटे नसून जमिनीत गाडलेल्या प्रेतांचे ढिगारे होते. त्यावर चढण्यात, त्यावरून उड्या मारण्यात, त्यावरच मस्ती करण्यात त्यांना मौज वाटत होती.

धनाजी आपल्याच नादात सरणाचे निखारे काठीने उखरत बसला होता. एवढ्यात हातात लांब काठी घेतलेला उंचपुरा माणूस ताडताड चालत त्याच्याजवळ येऊन पोहोचला. प्रेताच्या ढिगाऱ्यावर खेळणारी मुले, काडीकचरा गोळा करणाऱ्या स्त्रिया नि घोळक्याने बसलेली माणसं पाहून तो आश्चर्याने म्हणाला, ''कोन लोक होय गा तुमी! अन् इथं मसनखुटीत काहून जमा झाले!''

तो रागाने लाल होऊन तरतरत धनाजीकडे जाऊ लागला. धनाजी अंगावरचे कापड सावरत, हातातील काठीने सरणातील निखारे उखरत दगडावर बसला होता. तो माणूस त्याच्याजवळ जाताच त्याने त्याच्या अंगावरचा कपडा फरकन ओढला अन् ओरडला, ''ह्यो मुरद्यावरचा कापड घेनारा तू कोन टिक्कोजीराव, व्हय रं! थ्या कापडावर म्हाराचा हक्क! गावाचा कोतवाल व्हय मी. मशानात लाकडं टाकले अन् मी सरकारी कामासाठी पोलीसठान्यात गेलो, तं तुनच थे कापडं हडपले. कोन रे तू? दे थे कापडं... त्याच्यावर माहा हक्क हाये!''

अंगावरचा कपडा ओढताच धनाजीच्या उघड्या अंगावर वाऱ्याच्या थंडगार झुळकीचा मारा सुरू झाला आणि तो थरथरू लागला. कापरं भरून त्याचं सर्वांग हलू लागलं. कोतवाल समोर उभा असलेला पाहून तर त्याला धडकीच भरली. त्याच्या तोंडून शब्दही निघेनासा झाला. त्याची अवस्था पाहून शिलपत व काशीनाथ पुढे आले. आतापर्यंतची सारी हकीकत त्यांनी कोतवालाला सांगितली. प्रेताच्या कुटुंबीयांनीच धनाजीला हे कापड दिल्याचेही सांगितले, तसा कोतवाल शांत झाला. शिलपत म्हणाला, ''बा, ह्या कापडावर कोतवालाचाच हक्क असते. नेवू दे त्याले थे.''

आपले आवडते खेळणे दुसऱ्याने पळवताच हिरमुसलेल्या मुलासारखी धनाजीची अवस्था झाली. कोतवालाने त्या कपड्याची घडी करून तो काखेत दाबला नि गावाकडे निघाला.

''हे पहा लगोलग चावडीवर या अन् पुढं जाचं असन तं लवकर निंघा. अन् इथं मशानातय थांबाचं असन तरी दप्तेरात नाव नोंदा लागन. या, मी हायेच चावडीवर!''

आणि तो लांब पावलं टाकत गावाच्या दिशेने निघाला. धनाजी त्याच्याकडे उदासपणे पाहू लागला. काशा-शिलपतलाही वाईट वाटले आणि आपापले गाठोडे डोक्यावर घेऊन गावगोठाणाकडे चालू लागले.

❖❖❖

स्मशानातून त्यांचा बेडा गावाच्या दिशेने निघाला. स्मशानापासून दोन-तीन वावराच्या अंतरावरील गाव आता स्पष्ट दिसत होतं. गाव मोठं... मोठमोठ्या बैलजोड्या, गाईंची खिल्लारं, म्हशींचे कळप दिसू लागले. गावाच्या मध्यभागी चिरेदार दगडांनी बांधलेला पाटलाचा भव्य वाडा... त्याला टाळून गावाबाहेरील पांधणवाटेने पुढे निघाले. गाव संपताच गावगोठाण दिसू लागलं... अगदी गावाला लागून... तिथेच मारुतीचा पार... त्यावर मंदीर... आणि चांगली ऐसपैस शाळा! मुलांची नुकतीच वर्दळ सुरू झाली होती. सूर्य आता बराच वर आला होता. शिलपतसह सर्वांनी गोठाणापलीकडे पाहिले. विस्तीर्ण पसरलेले नदीचे पात्र... थड्यांवरील रेतीचे ढीगचे ढीग... नि त्यांना स्पर्श करत अथांग पाणी घेऊन वाहणारा जलदगती प्रवाह! नदीकडे पाण्याला जाणाऱ्या स्त्रीला अंशीने विचारले, ''बाई, हे कोनतं गाव जी!''

''आवं, हे नांदेसावंगी. पलीकडं दिसते ना, थे बजार सावंगी... उजव्या हातावरची सगम सावंगी! इथंच वरदा अन् बेंबया मायचा सगम होते. सगमावर महादेवाचं मोठ्ठ मंदीर हाये. मोठ्या बयनीले लहान बहीन भेटते इथं... दोघीच्या सगमानच पुढं रणडोह तयार झाला. त्याचं पानी भर उन्हायातबी जेवढंचं तेवढंच. आवो, साता बाजीची दोरीबी पान्याची खोली मोजाले कमी पडन एवढं भरमसाट पानी हाये, ह्या रनडोहात! पन लेकरायले संभायजा! तिकडं जावूच नोका दिवू त्यायले अन् तुमी बी नोका जावू. चालतो बापा! पानी भराचं हाये.''

तिनं घाईघाईतच माहिती दिली आणि लगबगीनं नदीच्या वाटेने लागली. भामट्यांची सारी बिऱ्हाडं आता यवतमाळ जिल्ह्यात येऊन थांबली होती. हा वराडचा सुपीक मुलूख... फिरायला सोयीचा... समृद्ध जमीनदाऱ्या! त्यांना भुलूनच ते एरणगावच्या गायरानात उतरले होते, पण हैवानाचं गाव वाटलं ते! तोही यवतमाळ जिल्हाच... बेंबळा-वरदेच्या संगमापलीकडे वर्धा जिल्हा... तो झाडीपट्ट्याच्या पिछाडीचा मुलूख; पण तोही तेवढाच सुखी समृद्ध! हत्त्याच्या

मस्तकासारखी सुपीक जमीन... बोरू-अंबाडीचं भरपूर पीक! पण आताच तिकडे जायचे नाही. इकडेच हंगाम पहायचा. पन हंगामाला तर अजून दोन महिने अवकाश होता... बोरू टोंगळटोंगळच होता... अंबाडीचं अल्लडपणच सुरू होतं. जगण्याचा प्रश्न सर्वांना सतावत होता. अशा प्रश्नांच्या ओझ्यानेच डोक्यावरचं गाठोडं जडशीळ झाल्याचा भास होत होता. विचाराविचारांतच ते गावगोठाणावर येऊन पोहोचले होते. आता पाटलाच्या वाड्यातील अनुभवाची वाट पाहत सारेच जण तिकडे जाण्याची हिंमत करत होते. आताही उघडाबंब धनाजी व आंधळा शामा बुढाच समोर होता. त्याच्यामागे शिलपतसह सारी बाया-मानसं अन् लेकरं वाड्याच्या दिशेनं निघाली. अंशी, पार्बती व शामा बुढ्याची म्हातारी तेवढ्या पालं राखत बसल्या.

सारेच जण चावडीत पोहोचले. गडीमाणसं गुरांचे शेणपाणी करत होते. दिवाणजी म्हस्क्यांनी काढलेले दुधाचे हंडे नोकराकरवी आत नेत होते. वाड्यात लगबग चालली होती. एवढ्यात धनाजीच पुढे गेला. चावडीत बसलेल्या पाटलाला वाकून नमस्कार केला. त्याच्यामागे आलेल्या सर्वांनीच त्याचे अनुकरण केले. तसा पाटील म्हणाला, ''कागा, कोन व्हा तुमी? अन् कुठून आले, सकाई-सकाई?''

तसा धनाजी म्हणाला, ''जी मालक! आम्ही बोरू मोडन्यावाले भामटी. गावोगावी फिरतो. ताग काढतो अन् थो इकून पोट भरतो. दप्तेरात नोंद करासाठी आलो जी!''

''असं असं! काल कुठं होते?''

''काल एरनगावच्या सिवत होतो जी. पन गाववाल्यायनं आमच्यावर भल्कसा जुलूम केला. बायायच्या इज्जती लुटल्या... मान्स अन् लेकरायले तं जीव जायेपावतर मारलं. देसमुखाकडं गेलो तं त्यानं आमालेच बदमास ठयरून गायरान सोडाले सांगतलं.''

''मंग?''

''मंग काय सांगू, मालक! रस्त्यानच झाक पडली... अंधार झाला... रस्ता काही दिसत नोता... लेकरंबायं थंडीनं लटलटा कापाले लागले. गाववाल्यायच्या मारानं समदेझनं आंधीच ठनकत होते. येवढ्यात मशानात सरन पेटलं दिसलं अन्

त्याच्या भोवताल बसूनच रात्र काढली. सक्काईस तुमच्या पायरीवर आलो, मालक!''

''काय सांगतं तू! मशानात रायले तुमी रातभर!''

''मंग, काय करता मालक! राजानं मारलं अन् पावसानं झोडलं तं तक्रार कोनाकडं कराची जी! पन आमी चोऱ्या नाही करत... कोनावर दरोडे नाही घालत... कस्ट करून जगतो आमी. तरी ह्यो अत्याचार भोगा लागते जी!''

बोलता-बोलता धनाजीच्या डोळ्यांत आसवं आली. आवाज घोगरा बनू लागला. आतापर्यंत शिलपत-काशासह सारी बाया-माणसं पाटील व धनाजीचे बोलणे ऐकत पाटलाच्या स्वभावाचा अंदाज घेत होते; पण बोलले काहीच नव्हते. गहिवरलेला धनाजी पाहून त्यांनाही आसू आवरणे अशक्य झाले नि आसू पुसतच पाटलाचे बोलणे ऐकू लागले.

पाटील म्हणाला, ''हो, थो देसमुख ना... थो तसाच मग्रूट हाये. तरी लेकाची अर्धी इस्टेट बाई अन् बाटलीतच गेली. जे उरली तिच्यावरबी बुचूबुचू कर्जच हाये. पन कोड्डीच अक्कड लेकाची! गोरगरिबाचा सराप भोवन अन् भिकीले लागन, भडवा!''

देसमुखाविषयी पाटलाची तिखट प्रतिक्रिया ऐकून सारेच सुखावले. तसा काशा पाटलाला म्हणाला, ''मालक, आमी थांबाचं ना जी गावगोठानावर? का धकाचे पुडं?''

त्यावर पाटील बोलला, ''रायना गा कितीकय दिवस! आमाले काय वझं हाये तुमचं! पन आमी तं बोरू पेरतच नाही गा. ताग, दावे, चऱ्हाडं इकतच घेतो आमी. उदापूरच्या शिवारात फिरते, थो जानू भामटीच दावे, चऱ्हाडं पुरवते आमाले. त्याचे मांगच्या हगामातलेच पैसे हाये आमच्याकडं अजून! अन् मागचाच लय ताग शिल्लक हाये. त्याचा पड आटत असान तं द्या आटून मना पर्मानं!''

''होजी, मालक!'' म्हणत धोतराच्या पचांगीत ठेवलेले आधीच्या पाटलाचे दाखले, सर्वांनी दिवाणजींना दिले. त्यांनी दप्तरात त्यांच्या नावाची नोंद केली. आणि धनाजीसहित सारे, गावगोठाणाकडे निघाले. जाता-जाता ताग नेण्याचे नि पड आटून देण्याचेही दिवाणजींनीच सांगितले. गावात थांबायला जागा मिळाली, तरी पोटाचा प्रश्न तसाच होता. तरी पाणी भरण्याचे आणि मजुरीची इतर कामं मिळण्याची शक्यता होती. कारण, गावापासून नदी लांब... तिच्या उंच थड्या

चढता-चढता दम भरून यायचा. स्त्रियांची तर पाचावर धारण बसायची! तरी त्यांना पाणी भरावंच लागायचं. मग सुखी कुटुंब कावडीने पाणी आणून देणाऱ्या माणसांच्या शोधात असायचे. कामाच्या शोधात शिलपत व काशाही गावात चक्कर मारायचे, पण शेतीची कामं त्यांना मिळायची नाही. मोठ्या खटल्यात सतत पाण्याची टंचाई भासायची. गाव मोठे होते, सुखी कुटुंबही अनेक होते. त्यामुळे शिलपत-काशासह पालांतील इतरही माणसं कावडीने पाणी वाहून सुखी लोकांकडे आणू लागले. दिवसभर ते पाणी वाहायचे... चार पैसे मिळायचे. पाणी भरणे झाल्यावर कुणाचे ओझे वाहायचे, सरपण आणून द्यायचे. एका गावावरून दुसऱ्या गावाला जाणाऱ्यांचे गाठोडे डोक्यावर घेऊन जायचे. बाजारातून घरी ओझे आणायला मदत करायचे. कुणाच्या बंडीत पोती भरायची असल्यास त्याचा मोबदला घेऊन सगळे जण पोते बंडीत भरायचे. कापसाचे खाचर भरायचे. लहान मुलं बंडीतील तसेच घरातील कापूस तुडवू लागायचे. त्यामुळे गावातील लोकांनाही त्यांची गरज भासू लागली. त्यांनाही थोडासा आधार वाटू लागला.

स्त्रिया गावात फिरून कुणाचे दळणकांडण आहे का, म्हणत फिरायच्या. पहाटेपासून दिवसभरच्या दळणाने थकलेल्या घरच्या बायांना भामटिणींचा मोठा आधार वाटायचा. त्या त्यांना घरचे दळण दळायला द्यायच्या. त्यांची इमानदारी पाहून खूश व्हायच्या नि शेरपसा डाळ, ज्वारी, कळना, कोंडा द्यायच्या; वर शिळेपाके अन्न, पैसा-दोन पैसेही द्यायच्या. जेवणाची रोजच गरज भासत असल्याने भामटिणींनाही काम मिळायचं. कधी-कधी तर त्या दोन-दोन तीन-तीन घरीही दळण दळायच्या. लग्नकार्य असले तर कणीक, पिठाची जास्त गरज असायची. अशा वेळी भामटिणींना दळणाचे खास निमंत्रण असायचे. त्यात माणसंही सहभागी व्हायचे नि एकमेकांच्या सहकार्याने रात्रभर दळण दळून लग्नाची बेजणी लावायचे.

धनाजी व शामा बुढा, राघो व त्याच्या भावांना घेऊन पाटलाच्या वाड्यात जायचा. तेथून दोन-तीन तागाचे पिळे मुलांच्या डोक्यावर देऊन पालात पोहोचायचे व दिवसभर पड आटत बसायचे. शामा बुढा आता खूपच थकला होता. त्याच्या डोळ्यांना काहीच दिसायचं नाही. एरणगावातील गावकऱ्यांच्या अनुभवापासून तर खचल्यासारखा वाटायचा; तरी दिवसभर पड आटत बसायचा. तर्कातर्काने पडाला तागाची लट्टी लावत वसा वाढवायचा. हातभर झाला की तो पायाला

गुंडाळायचा. पायावर पंचवीस-तीस वस्यांचा समूह जमला की लाकडी घोडीवर तो जमा करायचा. त्याचा पड आटण्याचा वेग आणि सफाईदारपणा पाहून पाहणारा अचंब्यात पडायचा नि म्हणायचा, ''वारे, शामा बुढा! डोयानं अंधया, पन काय सुंदर पड आटते, बेटा! त्याच्यात खरपूसपना नाही का बट्टेल लट्टी नाही. वा रे मतारा! याले मनते बा पड घालनं!''

असा पड पाहून पाटलाच्या दिवाणजीनेही त्याची स्तुती केली होती आणि तागाचा पड काढून देण्यास दोघांनाही सांगितले होते. दिवसभर पड आटता-आटता दोघेही थकून जायचे; पण इलाज नव्हता. पोटापाण्याचा प्रश्न पालांत तोंड वासून पडला होता. पडाच्या मोबदल्यात दोघांनाही चार पायल्या कुडवभर मनाप्रमाणे ज्वारी मिळायची, त्यामुळे संज भागायची. माणसं, पोराबाळांसोबत निरनिराळी कामे करून चार पैसे मिळवायचे. स्त्रियाही दळणकांडण करून कुटुंबाला हातभार लावायच्या. कसेतरी दिवस रेटणे सुरू होते. अधूनमधून उपवासही पडत होते, तरी लहानमोठी कामे करत चिवटपणे जीवन जगत होते. शिलपत, काशा व त्यांचे भाऊबंद फुरसत मिळाली की शेजारच्या शिवारात फिरून बोरू-अंबाडीच्या शेतांचा तपास करायचे. पण या पाच-दहा कोसांच्या शिवारात बोरूचा पेराच दिसायचा नाही. असलाच तर फार थोडा; एवढ्या बिऱ्हाडांना न पुरणारा! त्यामुळे लवकरच येथून बिऱ्हाडं हलवण्याचा विचार ते करू लागले. पण अद्याप बोरूच्या हंगामाला उशीर होता. घाई करण्यात अर्थ नव्हता.

❖❖❖

काशा-शिलपत पालापुढे बसले होते. धनाजी, भीमा बुढा पड आटण्यात दंग होते. लहान मुले लपनासिपणीचा खेळ खेळत होते. स्त्रियांनी घरचे स्वयंपाकपाणी आटोपून गावात दळण कांडणाच्या कामाची तयारी केली होती. एवढ्यात लेकरांचा गोंगाट कानांवर येऊ लागला. दोघांनीही तिकडे दुर्लक्षच केले. पण गोंगाट अधिकच जवळ येऊ लागला, तसे शिलपत कान देऊन ऐकू लागला. राघो आनंदाने ओरडत बापाच्या दिशेने झेपावत म्हणत होता, ''बा, बावाजी आले! बावाजी आले!'' करत पालांतील मुलांचा जमाव बेफामपणे बापाकडे पळत होता.

पांदीच्या वळणामुळे 'कोणता बावाजी?' याचा अंदाज दोघांनाही येत नव्हता आणि पळून फेसांडलेली मुले नीट सांगूही शकत नव्हती. एवढ्यात पांदीचे वळण संपून काठी टेकवत पालांकडे येणारा म्हातारा त्यांना दिसला. पाहताक्षणीच दोघांनीही त्याला ओळखले आणि दोघेही दुडक्या चालीने त्याला सामोरे गेले, पाया पडले आणि हात धरून त्याला पालाकडे आणू लागले. आतापर्यंत साऱ्याच पालातील बाया-माणसं बाहेर येऊन कुतूहलाने पाहत होते. आता समोरच्या म्हाताऱ्याची सर्वांना ओळख पटली. सईने पालापुढे पाण्याने भरलेली बकेट ठेवली, हात पुसायला फडकं ठेवलं. शिलपतने पालापुढे पोतं टाकलं. त्यावर म्हाताऱ्यासह काशा-शिलपतही बसले. सईने ताटलीत गूळ व पाण्याचा गडवा समोर ठेवला. म्हाताऱ्याचे गूळपाणी आटोपले.

सई अद्याप तिथेच उभी होती. म्हाताऱ्याला पाहून तिला पालावरील अत्याचाराची एकदम आठवण झाली आणि म्हाताऱ्याचे पाय धरून गदगदून रडू लागली. हजारो कोसावरचा आपला बापच भेटायला आल्यासारखे तिला वाटू लागले. तो तिच्या पाठीवरून, डोक्यावरून मायेचा हात फिरवत तिला शांत होण्याचे सांगत होता. पण ती शांत न होता अधिकच उचंबळून येत होती. शिलपत-काशासह सर्वांची तीच अवस्था झाली होती. म्हाताराही दुपट्ट्याने आपले अश्रू पुसत त्यांना समजावण्याचा प्रयत्न करत होता; पण उमाळे काही थांबत नव्हते. तिचा आक्रोश ऐकून सर्वच पालांतील बाया-माणसं शिलपतच्या पालाकडे येऊन म्हाताऱ्याभोवती गोळा झाले. उदापूरच्या पाटलाच्या चावडीत पोलिसांच्या अन्यायातून आपल्याला ह्याच म्हाताऱ्याने वाचवल्याची सर्वांना आठवण झाली. उशिरा का होईना; पण आताही तो मदतीसाठी धावून आल्याने सर्वांना धीर आला. सारे जण त्याला भेटू लागले. आपल्याच वेदनेत चूर असलेली पार्बती त्याच्या गळ्यात पडून आक्रोश करू लागली...

''बावाजी, आता मी जगाच्या लायकीची नाही रायली जी. आता मले जगाव असं नाही वाटत बापा...! गाववाल्यायनं लांडग्यावानी माहे लचके तोडले जी... तीन-चार झनायनं माही अब्रू लुटली जी... आता मी कोनाले न्याय मांगू माय...! घरचा मानूसय आता मले शी-थू करते बापा... माह्य गऱ्हानं आता कोनाले सांगू देवा...!''

पार्बतीचा आक्रोश सुरू झाला. तो ऐकून गावातील लोक गावगोठाणावर गोळा होऊ लागले... काय झाले म्हणून कुतूहलाने पाहू लागले नि तिची कहाणी ऐकून देशमुख व त्या गावकऱ्यांना शिव्याशाप देत माघारी जाऊ लागले. आपले व पार्बतीचे आसू पुसत म्हातारा तिला समजावू लागला... ''बाई, पार्बते, रडू नोको! तू गंगेसारखी पईत्र हाये. तुह्या काईबी गुन्हा नाही. तू भलता इचार करू नोको. हिमतीनं जग. जानबा, तू तिच्यावर भलते आरोप करू नोको रे बाबू! अरे थे अग्नीतून निंघाली सीता व्हय, असं समज. फालतूचा इचार करू नोको.''

म्हातारा सर्वांना समजावणीच्या गोष्टी सांगू लागला. पण त्यालाही धक्काच बसला होता; आणि आपणही गावपठारावर असुरक्षित असल्याची तीव्र जाणीव त्याला सतावत होती. तरी उसने अवसान आणून त्यांना समजावत होता आणि मनातल्या मनात म्हणत होता, 'बहीन, आगीतून निंघून फुफाट्यात पडल्यावानीच गती झाली बेट्यायची! लेकरू मेलं मनून दुसऱ्या पठाराच्या अधारानं आले, तं इथं असी मारझोड अन् बेअब्रू झाली. आता ह्या भटक्यायनं कोनत्या धरतीमायचा अधार मांगाव...? तिकडं इंग्रज हात धून पाठीमांगं लागला. गावकरी असा अत्याचार करते. कुठं लपाचं देवा! अन् हें इचवाचं बिऱ्हाड पाठीवर घिवून आता कोनत्या मुलखात फिराचं...?''

सर्वांचा विलाप थांबला. सर्व जण आपापल्या पालाकडे जाऊ लागले. शिलपत-काशा मात्र त्याच्याजवळच बसला होता. म्हातारा त्यांना म्हणाला, ''बाबू रे, पोलीसठाण्यात रिपोट देल्ला का?''

''देनार होतो; पन आमच्या मताऱ्यानं रोखलं. अखीन नवीच बिलामत मांगं लागन असं मनाले लागला थो. अन् गावचा मुखत्यार थो देसमुखच, तं कामी नाही पडला. त्यानय गाववाल्यायचीच बाजू घेतली अन् गायरानावून हकललं.''

''चांगलं केलं तुमी. पोलीसठाण्यात नाही गेले. आता जे झालं थे इसरून आपल्या कामी लागा!''

''पन ह्यो समाचार तुमाले कोनं सांगतला जी!''

''मले थो परस्परच समजला. अन् वारं आलं तं पान हालतेच ना! इथून जवडच बाभूयगाव नावाचं मोठं गाव हाये. चांगली बाजारपेठय हाये थे. तिथं आमच्या बंड्या दावे, चऱ्हाडं घिवून येत असते. बस्तरवारी मोठा बजार भरते तिथं. बजारात समदीकडं चर्चाच होती. मंग चऱ्हाड घ्यासाठी दुकानावर

आलेल्या एरनगावच्याच एका कास्तकाराले इचारलं. त्यानय भेतभेतच समदं काही सांगतलं अन् आलो तुमाले भेटासाठी! आता सई-पार्बतीचा आक्रोस आयकून खात्रीच पटली माही.''

''आंगावर ईज पडल्यावानीच झालंजी, बावाजी! थ्या मारानं आंग अद्यापय ठणकत हाये. राघोले तं लंगडंच करून टाकलं, भोसडीच्यायनं!''

''असं! कुठं हाये थो?''

म्हाताऱ्यानं त्याची चौकशी करताच आतापर्यंत त्याच्या मागे उभा असलेला राघो झटकन पुढे आला. म्हाताऱ्याला नमस्कार करून म्हणाला, ''बावाजी, गावातले चोर पालात इवून मायले धराले लागले, तसा पालातला गोटा म्या त्याच्या भोंगाडीत हानला अन् थो तनगाडत खालीच पडला. त्याचे सोबती बायरं पयाले. मायबी बायरं पयून झुडपात लपून रायली. पन मले धुंडून बेदम मारलं यायनं. आताय पाय दुखते जी. पन म्या मायले वाचवलं.''

''वा रे बहादूर! शिवाजी म्हाराजाचा सैनिक शोभला गड्या तू! हे घे त्याचं बक्षीस...!'' असे म्हणत त्याने खिशातून एक रुपयाचा कलदार काढला. त्याच्या हातावर ठेवून म्हणाला, ''राघो, तू लय बहाद्दूर माणूस होसीन बेटा! आपल्या टोईचं रक्षन करसीन अन् तिले मार्ग दाखवसीन! घे ह्यो रुपया!''

म्हाताऱ्याने दिलेल्या शाबासकीने राघोला स्फुरण चढल्यासारखे झाले. त्याच्या चेहऱ्यावर प्रसन्न हास्य उमटले. शिलपत-काशाला त्यामुळे आनंद झालाच; पण धनाजीला गगन ठेंगणं वाटू लागलं. मोठ्या प्रेमाने तो नाताचे मुके घेऊ लागला. सर्वांचा निरोप घेऊन म्हातारा परत जायला लागला. पण शिलपत-काशाने त्याला आग्रह करून थांबवले. रात्री शिरा-पोळीचा पाहुणचार केला. पाटलाला भेटून म्हातारा गावाच्या रस्त्याने लागला. जाता-जाता म्हणाला, ''ह्या गावचा पाटील चांगला हाये. पण इकडं बोरू-अंबाडीचे पेरे लय कमी असते गा. इकडले पाटील लोकं रोखीनच दावे, चऱ्हाडं इकत घेते. मीच तं देतो बऱ्याच झनायले दावे, चऱ्हाडं! हगाम सुरू झाल्यावर तिकडंच हालवा आपले बेडे! मी बोरूचे वावरं पाहून ठिवतो. जमन तं घ्या नाही तं आपली मजुरी हायेच.''

म्हातारा आल्याचा सर्वांनाच आनंद झाला. तुकाराम तर त्याच्या सोबत-सोबत असायचा. त्याच्या येण्याने सर्वांच्याच डोक्यावरचा ताण उतरला. जाता-जाता तो शिलपत-काशाकडे पाहत म्हणाला, ''बाबू रे, बाभूयगावच्या बजारात

भामट्याचे तागाच्या पियाचे बरेच दुकानं असते गा. तुमच्च्यापैकी होय का थे? पेहराव अन् बोलनं तुमच्च्यावानीच हाये. बहुतेक काया-सावया वर्नाचे हायेत. रानी उमरावती, कापरा, टाकई सलामी ह्या टापूत त्यायची पालं हाये मनते. माह्या पोरायच्च्या वयखीचे हायेत काहीक झनं!''

त्यावर काशा म्हणाला, ''हो बावाजी, आपल्याच टोयायपैकी हाये थेबी. पन दिवसेंदिवस समंधच तुटत चालले. त्यायच्च्या टोया अमरावती, यवूतमाय, अन् वर्धा जिल्ह्यात फिरते. लय मोठा कयप हाये थोबी. आपलेच लोक होय. पन पोलिसाच्च्या भेवानं अन् पोटाच्च्या आगीपायी कुनीकडच्च्या कुनीकडं रपातपा झाले.''

''हो रे, बाबू! मनून एखांदं गाव धरून राहाचं. हुईन तरास; पन गती-गती वयखीपायखी होते... गाववाल्यायचाय इस्वास बसते... जिव्हाळा तयार होते... अन् गावगाडा आपल्यालेय पत्करते. अटकल्याभटकल्यालेयबी आपला बरोबर पत्ता भेटते अन् थो जवड येते. म्हून मंतो, फिरस्ती सोडाची अन् एकाच गावात बस्तान ठोकाचं. पन माहे पोरं अन् बायका काही चालू नाही देत! तरी ह्या उदापूरच्च्या पठारावर लय वर्सापासून थांबलो मी. पन त्यायची ठुसठूस काही थांबली नाही. घरच्च्यायचा इरोद होते अन् टोईय पुढं चाला मंते. पन आयकाव जनाचं अन् कराव आपल्याच मनाचं! मी काही थे गाव सोडत नाही. तुमीबी एखांद्या गावातच थांबा. अरे गाव करे तं राव नाही करे! निंघतो आता!''

''अजी, पन तुमचं गाव लय दूर हाये इथून. रात हुईन. अन् एकटे कसे जान? नाही तं संगं येतो आमी!'' शिलपत म्हाताऱ्याला म्हणाला.

त्यावर तो उत्तरला, ''माही कायजी नोका करू तुमी. दोन पैसे भाड्यानं एक छकडंच केलं हाये उदापूरचं... आननं अन् नेनं! छकडेवाल्याची पोरगी असते इथं. तिकडंच थांबला थो. त्याले घिवून पुढं धकतो.''

आल्या वाटेने म्हातारा पुढे निघाला. त्याच्या पाठमोऱ्या आकृतीकडे सारे उदासपणे पाहू लागले आणि डोळे पुसत आपल्या कामी लागले.

❖❖❖

गावातील दळणकांडण आटोपून सई व पालातील इतर स्त्रिया नुकत्याच पालावर पोहोचल्या होत्या. आता त्यांच्या गावातही ओळखीपाळखी झाल्याने चार घरचे

कामंही वाढले होते. काम केलेल्या घरून आणलेलं भाजी-भास्पालं लेकरांना वाढून, सई पालातील भांडे घासायला बसली होती. सुल्का फाटलेल्या पालाचा कपडा तुणवण्यात मग्न होती. पार्बती गती-गती घरातील कामं करत होती. आपापल्या नेमलेल्या घरी कावडीने पाणी भरून थकलेली माणसं नुकतीच पालावर येऊन तंबाखू मळत बसले होते. अद्याप दुपार झाली नव्हती; पण सकाळही उरली नव्हती. ह्या गावगोठाणावर येऊन त्यांना आता दोन-अडीच महिने झाले असतील. जूनमध्ये पेरलेला बोरू आता फुलावर आला होता. काहींना तर झुपकेही आले होते; पण कोवळाच होता. अंबाडी मात्र हिरवीगार होती. तिला अद्याप फुलंही आलं नव्हतं; पण तिची सध्या गरजही नव्हती.

सावंगीच्या शिवारात तर बोरूचाही कायम तोटाच होता. इकडची संपूर्ण कोरडवाहू शेती... ज्वारी पऱ्हाटींनीच काठोकाठ भरलेली! तिकडे एरणगाव शिवारात मात्र त्यांना बोरूचा मुबलक पेरा दिसला होता. त्याच्या आवतीभोवतीच्या गावातही बोरूच बोरू दिसत होता. पण एरणगावचा आलेला दाहक अनुभव सर्वांच्या अंगावर काटा आणत सर्वांना भयकंपित करत होता. आता त्या शिवाराचे नावही त्यांना नकोसे वाटत होते. पण हातातोंडाशी येऊ घातलेला बोरूचा हंगाम त्यांना स्वस्थही बसू देत नव्हता. पुन्हा म्हाताऱ्याच्या आधाराने उदापूरचे शिवार गाठावे किंवा गोंधळी वडगावच्या दिशेने सरकावे, असा विचार करत काशा-शिलपत सर्वांशी विचारविनिमय करू लागले होते.

ह्याच शिवारातील भुस्कुट्याचा व आणखीही काही बोरू त्यांनी मागच्या हंगामात कापायला घेतला होता. त्या ओळखीमुळे यंदाही तिकडेच बोरू पाहायचा असा विचार ते करू लागले. पुढे अमरावती जिल्ह्यातही बोरूचा मुबलक पेरा असल्याचे त्यांना माहीत होते; पण तो मुलूख लांब, अनोळखी म्हणून तिकडे सर्वांनी दुर्लक्षच केले होते आणि म्हाताऱ्याच्या आसपासच फिरायचे ठरवले होते. शामा बुढा म्हणाला होता, ''हे पहा रे बाबू, मताऱ्याचा लय अधार हाये आपल्याले. शेकापूरच्या वाड्यात पोलिसायपासून त्यानंच वाचवलं. एरनगावले जर थो असता ना, तं देसमुखाचीय सात हात फाटली असती. पन तिथं आफून शेरपंजरी पडलो अन् जे जल्मात पाह्यलं नाही थे पहाचं नशिबी आलं. मनून मंतो, आता मताऱ्याच्या जवडपासच चाला, गडेहो!''

"शामातात्या बरोबर सांगून रायला. आता मुतात माश्या मारत बसन्यात काही अर्थ नाही. आफून लवकर निंघालो पायजे. नाहीतं हगाम सापडनं तं दूरच; मजुरीनय वावरं भेटनार नाही."

काशाने शामा बुढ्याचे म्हणणे मान्य केले. त्यावर इतरही काही बोलले नाही. एक-दोन दिवसांतच हे गोठाण सोडायचे निश्चित झाले. पुन्हा पान-तंबाखू झाला. शिलपतला तंबाखूच्या उचक्या लागल्याने पाण्यासाठी पालापुढच्या माथणीकडे जाणार; तोच पालाकडे येणारे तीन-चार माणसं त्याला दिसले. उचक्या आवरत तो त्यांच्याकडे पाहू लागला. त्यातल्या दोघांना त्याने ओळखले व जागच्याजागी कापरं भरल्यासारखा तो काशाला सांगू लागला, "बापरे! काशादादा, येरनगावचे लोक पुन्हा इकडंच इवून रायले गा!"

काशा, तुकाराम, बयाजी आदींनीही त्यांच्याकडे पाहिले... ओळखलेही; पण ते घाबरले नाही. हातातील काठ्या सरसावत मिशीला पीळ देत ते त्यांच्याकडे पाहू लागले आणि पालाजवळ येताच ठसक्यात ओरडले, "थांबा तिथंच! खबरदार पालाजवड पाय ठिवान तं! यरनगावचे लोक व्हाना तुमी? आमच्यावर हल्ला कराले अन् आमच्या पोरी बायीची अब्रू घ्याले आले का तुमी...? पन सांगून ठिवतो, आता तुमी जित्ते वापस जानार नाही. आमीय मेल्या मायचं दूद नाई पेलो. समजले!"

तुकारामच्या आव्हानाने पालाजवळ आलेले माणसं जागच्याजागीच थांबले आणि मवाळ भाषेत बोलू लागले. त्यातील पांढरे कपडे घातलेला, टोपीवाला माणूस म्हणाला, "आमी इथं मारपीट कराले नाही आलो रे, भावू! तुमची माफी मांगून तुमाले वापस न्यासाठी आलो. चाला, तुमाले देसमुखानं बलावलं हाये. तुमाले राहाले घर देतो. दाळ, गहू, जवारी काय वाटन थे देतो; पन गावाले वापस चाला!"

"तुमच्या यरनगावले...! आमच्यासाठी पूर्नाच्या पोईची पंगत ठिवली का देसमुखानं! येवढया हाम्याडोम्यानं बलावून रायला थो... काहीतरी डाव असन तुमचा! सांगा काय काम पडलं असं?"

"अरे बाबा, मालकाचाच पंचवीस-तीस एकराचा बोरू हाये. गावातल्या कास्तकारायचा समदा मिळून पन्नासक एक्कर... अवतीभोवतीचा येगया; पन बोरू काढाले भामटीच नाही." टोपीवाला म्हणाला.

त्यावर शिलपतने गुर्मीतच विचारले, ''काहून? गावातले समदे मानसं दुसऱ्याचे घरं हुडकाले गेले काय?''

''तसं काही नाही गा! पन बोरू काडनं कोनालेय जमते का? थो कापता-कापताच तं मोठ्यामोठ्यायले छक्केपंजे सुटते. मंग थो भिजवनं अन् त्याचा ताग काढनं... दावे, चऱ्हाडं करन... हे समदं आमच्या अकलीच्या पलीकडचं हाये. त्यासाठी भामट्यायचीच गरज हाये. चाला रे भावू, हात जोडतो तुमाले! आता तुमच्या केसालेय धक्का लागनार नाही.''

त्यावर कुर्ऱ्यातच तुकाराम म्हणाला, ''आता गावाची पाटीलकीय देतो मनान तरी आमी यरनगावात पाय नाही ठिवनार! पानीय नाई पेनार थ्या सिवतलं! समजले? निंघा आता; नाही तं इतच्या पाटलाकडं तक्रार करतो तुमची!''

''कोनाले पाटलाचं भेव दाखोता गा! अबे यान तं या; नाही तं समदा बोरू नागरून टाकतो खात तरी हुईन. बिवड पडन वावरात.''

''जा जा, नागरच घाला तुमी बोरूत. आमीय पाहू बोरूची मस्ती कसी आंगात येते तं!''

तुकारामसह सारे भामटी तिर्गामिर्गीवर येऊ लागले. एरणगाववालेही जिद्दीला पेटल्यासारखे करून त्यांना आव्हान देऊ लागले. समोरचा टोपीवाला म्हणाला, ''कसे येत नाही तुमी बोरू कापाले, तं मीय पाह्यतो. पोलीसठान्यात रिपोट देतो, लेकहो! आमच्या गावात डाका टाकून इकडं फरार झाले मून... अन् नेतो हातपाय बांधून चाडीवर! देसमुखाले नाही मंता का? ठान्यात नेल्यावर, मंग पाह्यतो, कोनता पाटील तुमाले वाचवते तं. चाला रे, यायची मस्ती देसमुखाच्या कानावर घालू. बांधू बांधू नेवू लेकायले अन् लावू बिगारीनच बोरू लापाले!''

एरणगाववाल्यायनं दिलेली पोलीसची धमकी अन् दाखवलेली बिगारीची भीती, यामुळे सर्वांना धडकीच भरली. तरी उसनं अवसान आणून त्यांच्याकडे रागाने पाहत तसेच उभे राहिले; तसा शिलपत व काशा धावतधावतच पाटलाच्या वाड्यात गेला. पाटील चावडीतच बसला होता. काशा-शिलपतने त्याला नमस्कार केला. पाटील म्हणाला, ''कागा, कसे काय आले?''

''जी मालक, एरनगावचे लोक लाठ्याकाठ्या घिवून हल्ला करासाठी पालावर आले जी! आमचा बोरू बिगारीत कापून द्या, नाही तं तुमाले

पोलीसठान्यात नेतो, असं मनून रायले जी! वाचवा मालक आमाले! तुमच्या पांढरीत आमच्यावर अत्याचार नोका हूॅ दिवू जी!''

पाटलाने आश्चर्याने त्यांच्याकडे पाहिले! त्याच्या नजरेत क्रोध दाटला होता. एरणगावची देशमुखी व सावंगीची पाटीलकी यात पिढ्यान् पिढ्यांपासून चाललेले वैर, यानिमित्ताने उसळी मारू पाहत होते. आपल्या गावात येऊन देशमुखांच्या माणसांनी अरेरावीची भाषा करावी, यातच पाटलाला असह्य अपमान झाल्याची खंत वाटत होते. तो डिवचल्या नागासारखा मनातल्या मनात फणा मारण्याची सज्जता करू लागला.

पाटलाची नजर समोरच खाली मान घालून उभा असलेल्या अनंद्या कोतवालावर पडली. डरकाळी फोडत सावजावर झेप घेणाऱ्या वाघासारखा तो गरजला, ''अनंद्या, पाहून काय रायला! आन भडव्यायले चावडीवर. दाखोतो कसी रायते बिगार अन् पोलिसठानं थे! गोरगरिबावर रुबाब कसता काय...? माह्या गावात इवून गावच्या लोकाइले धमकावता काय...? आन लेकायले चावडीवर... टाकतो पेवात!''

पाटलाचा आदेश होताच अनंद्या कोतवाल धावत-धावतच गावगोठाणाकडे पळाला. त्याच्या मागेच शिलपत नि काशाही गेला. पाटील धुसफूस करत चावडीतल्या चावडीत फेऱ्या घालू लागला. अनंद्या भामट्यांच्या पालावर आला, तेव्हा एरणगाववाले पालासमोरच जेठा घालून बसले होते. बोरू कापायला चलण्याविषयी तुकाराम, बयाजी व इतरांना सांगत होते. पण कुणीच ऐकत नव्हतं. त्यांचा नकारच नकार कानांवर पडत होता. त्यामुळे चिडलेली माणसं हमरीतुमरीवर येत होती, पालावरच्या माणसांना धमकावत होती. पालातील स्त्रियांना राग अनावर होत होता. त्यांच्या डोळ्यांत कसुंडी फेकून चांगली पिटाई करावी, असे साऱ्यांनाच वाटत होतं. पण त्या दिवसाची आठवण येऊन हुडकी भरल्यासारख्या पालातच अडकत होत्या.

कोतवाल पालावर येत असल्याचे पाहून एरणगावच्या माणसांची भंबेरीच उडाली. त्याच्याकडे पाहत टोपीवाला माणूस म्हणाला, ''अनंदाभावू, आमी बोरू कापासाठी मजूर पाहाले तुमच्या गावाले आलो; पन हे लोकं काही मानून नाही रायले. आता तूच त्यायले काही शानपन सांग बॉ!''

त्यावर अनंदा म्हणाला, ''मानसं बोरू कापासाठीच पायजे, का त्यायले मारझोड करून त्यायच्या बायायची अब्रू घ्यासाठी पायजे? काहून...? थ्या दिशी हौस फिटली नाही का? आता पुन्ना नाक मुठीत धिवून त्यायच्या पालायवर आले? माय बहिनी नाही का तुमाले?''

''काय बोलतं तू अनंदा भौ? अगा, आमी मायकरी! परस्त्री मातेसमान समजनारे... अन् तू भलते आरोप करून रायला!''

''मले तुमची मायगीय नोका सांगू. आंदी चावडीवर चाला. पाटील बलावून रायले तुमाले. त्यायले तुमची करनी समदी माहीत झाली. हे समदं देसमुखाचच कारस्थान हाये. आता गुमान चावडीवर चाला अन् पाटलापुढंच जाब द्या. चाला!''

''नाही, आमाले चावडीवर नोका नेवू! लागन्तं इकडूनच आमी निंघून जातो. मजुरायचाय फंदा सोडतो. भेटलं तं दुसरं मजूर पाहू, नाही तं नागरून टाकू लेकाले. बोरू कापल्यावर थ्या वावरात गहू हरबरा पेरतो आम्ही! पन यंदाची वत्तर सापडन असं वाटत नाही. अन् भामट्यायले लोनी लावता-लावता तोंडातल्या तोंडात थुका आटला, पन भामटी काही पातीजले नाही. आता तूच समजाऊन सांग भौ त्यायले!''

''हे पहा, गोस्ट नोका बदलवू तुमी! चावडीवर चाला अन् तिथच सांगा काय असन थे!'' कोतवालाने स्पष्टच सांगितले.

त्यावर टोपीवाला म्हणाला, ''नाही, भौ! एरणगावचे देसमुख अन् सावंगीचे पाटील यायच्यात पिढ्यान् पिढ्यायचं वैर हाये. एकमेकाच्या गावचे लोक दिसले का ह्या दोघायचेय पित्त खवयते अन् माराले धावते थे. आमाले तुमचा पाटील जित्त सोडन का छाटन तलवारीनं! मनून मंतो, जावू द्या आमाले परस्परच. तुमच्यावर नाही येवू देनार!''

आणि ते लगबगीने उठले. आपापले धोतरं झटकले आणि नदीच्या काठाकाठानं घाईघाईत निघाले. कोतवाल म्हणाला, ''हे पाहय काशा-शिलपत, आता तुमच्यामांगचं गंधात्र टयलं. पाटलाचं नाव आइकल्याबरोबर यरनगावचे मानसं पयून गेले, असं मालकाले सांगाचं. तुमचं माहे एक आलं पायजे. आफून हे भांडन परस्परच मिटवलं, नाहीतं दोन गावात कापाकापी झाली असती अज.''

''पन येवढी दुस्मनी काहून हायेहो ह्या पाटील-देसमुखात?'' शिलपतने भोळसटपणे विचारले.

त्यावर कोतवाल म्हणाला, ''आंदी पाटलाले, येरनगावचे मानसं तुमच्या धाकानच पयाले अशी वर्दी दिवून पालांवर वापस येतो अन् मंग सांगतो. पन थो लाखा कोंबडा देजो गड्या! तोंड जसं खुरी आल्यावानीच वाटून रायलं गा!''

आणि तो स्वतःशीच हसत वाड्याच्या दिशेने दुडूदुडू धावू लागला. शिलपतने कळपातील लाल कोंबडा पकडला. त्याच्या पायाला दोरी बांधली आणि पालाच्या उभ्या बांबूला ती अडकवून उदासपणे कोंबड्याकडे पाहू लागला. काही वेळाने कोतवाल पुन्हा पालावर आला. बांधून ठेवलेला कोंबडा पाहून त्याला मनस्वी आनंद झाला. कोंबडा आपल्या हवाली करण्यासाठी शिलपतला म्हणताच बयाजी त्याला म्हणाला, ''अनंदा भावू, कोंबडा कुठं जातेगा? थो तुह्या भाव, तुले भेटनच. गोठानावर आलो तव्हापासूनच कोंबडा पाहून तुह्या तोंडाले पानी सुटलं. पन देसमुख-पाटलाचं हाडवैर काहून पडलं थे सांगत होताना...''

''अरे बाबा, म्याय थे सांगीवांगीच आइकलं. आता लय दिवस झाले थ्या गोस्टीले. झालं काय? का, आमच्या मालकाच्या आज्याची एक बायको एरनगावच्या देसमुखानं पयवली. आता हाये थ्या देसमुखाचा थो आजा... त्याले पयल्याच दोन बायका होत्या. पन हिलेबी त्यानं नांदी लावलं. लग्नपर्संगात पायली अन् भायला लमडीचा! पयलेच त्याच्या नात्यात होती मनते. त्यायचं त्यायले ठावूक! पन घोड्यावर बसवून रातोरात नेली लेकानं! मालकाचा आजा लय झुलला, पन ताकाले तूर नाही लागू देल्ली. तिच्या नावावर शंभर-सव्वाशे एकर जमीन होती. थेबी देसमुखानच हडपली. मारके झाले, कोर्टकचेऱ्या झाल्या, पन बाई काही आली नाही. पाटलाचा आजा कट्टायला अन् फंदा सोडला. तव्हापासून ह्या दोन गावात वैर पेटलं, थे आत्ताबी चालूच हाये. दे आता कोंबडा! त्याले सुदा करतो. काशीनाथ, पैसे देनंगा मालमसाल्यासाठी!''

काशीनाथने धोतराच्या गुढ्यातून चिल्लर पैसे काढून त्याला दिले. पैसे देताना म्हणाला, ''तुह्य बरं हायेबा, कोंबडा आमचा अन् तेल-मीठबी आमचच! तू मात्र खानारा... रिठावरच्या चांदखानासारखा!'' आणि तो गदगदा हसला. काखेत कोंबडा व धोतराच्या पचांगीत चिल्लर पैसे ठेवून हसत-हसतच कोतवाल आपल्या घराच्या दिशेने जाऊ लागला.

बोरूचा हंगाम हातातोंडाशी येऊ लागला होता. इकडेच रेंगाळणे परवडणारे नव्हते. तिकडे बाभूळगाव, राणी अमरावतीच्या टापूत बोरूचा हंगाम कसा आहे, याचा त्यांना मागमूसही नव्हता; आणि तिकडे भामट्यांची बरीच कुटुंबं असल्याची माहिती आधीच म्हाताऱ्याने त्यांना दिली होती. इकडे बोरूचे पेरे नसल्यासारखे! बाभूळगाव मोठी वसती... तिथं पोलीसठाणं... पोलीस-पाटलांचे रागरंग ठाऊक नाही. आधीच एरणगावच्या अत्याचारानं तोंड भाजलेलं... ती दहशत मनावर पक्की कोरलेली! आता नव्याने तिकडेच जाण्याची कोणाचीच हिंमत होत नव्हती. काशाने शामा बुढा व धनाजीला विचारले, "आता कुनीकडं जाचं गा, काका! एरनगाव, बाभूयगावकडं सरकाचं, का जुन्याच सिवारात गोंधई वडगावच्या रोखानं निंघाचं? लवकर सांगा. एक-दोन दिसातच निंघालं पायजे."

त्यावर धनाजीच म्हणाला, "आता यरनगावचं नावय नोका घिवू. थुकला थुका हातात घेन्यात काय मतलब हाये! बाभूयगावाकडं आंदीच भामट्यायची बिराडं हाये मंते. त्याचाय फंदा सोडा अन् सर्के वडगाव गोंधईच्या सिवारात धसा. मुलूख पायनीचा हाये... लोकं पर्चेवाचे हाये... अन् मतारा बी जवडच हाये. त्याच्याच हिमती-हिमतीनं चाला. बोरू नाही भेटला तं मजुरीनं कामाला लावाचं मताऱ्यानं आंदीच सांगून ठिवलं हाये. त्याचाय अधार हुईन. मनून मंतो, आता फालतू इचार सोडा. मताऱ्यापासून जवड, गोंदई वडगावाच्या सिवारातच पुन्ना चाला. मांगच्या हगामातले सेतमालक आपल्या पर्चेवाचे हाये. थेय आपल्याले वयखन अन् अद्याप वावरं घेनं काही सुरू झालं नसन. आपल्यालेय आपला शेर भेटनच. मनून मंतो, वडगाव गोंदई सिवाराकडंच पुन्ना चाला. थे सेतमावली आपल्याले उपासी नाही ठिवनार! चाला तिकडंच!"

म्हाताऱ्या धनाजी व भीमाबुढ्याचं म्हणणं सर्वांनी मान्य केलं आणि वडगाव गोंधळीचे शिवार पक्के झाले. शामा-धनाजीने काढलेल्या पडाचा व उरलेल्या तागाचा दिवाणजीजवळ हिशेब दिला, मजुरीचे पैसे घेतले अन् सर्वांनी गाव सोडल्याचे दाखले घेऊन पालावर परत आले नि दुसऱ्या दिवशी पहाटेच गोंधळी वडगावच्या वाटेने लागले.

■■■

४

गोंधळीच्या गायरानावर भामट्यांची सारी बिऱ्हाडं येऊन पोहोचली, तेव्हा दिवस मावळू लागला होता. कलत्या सूर्याची सोनेरी किरणं झाडाझुडपांशी पिंगा घालत पुढे-पुढे सरकत होती. त्याच्या सोनेरी छटांनी धरित्रीचं हिरवं वैभव अधिकच उचंबळून आल्यासारखं वाटत होतं. त्यामुळे मातीचा काळा रंगही तजेलदार दिसत होता. हे गायरान वडगाव गोंधळी शिवारापासून जवळ... घेतलेल्या बोरू अंबाडीच्या शेतांसाठी सोयीस्कर... शिवाय, म्हाताऱ्याच्या पालांपासून मैल भराच्या अंतरावर! त्याशिवाय, बारमाही वाहणारी नदी... पिण्याच्या पाण्यासाठी नि बोरू सडवण्यासाठीही सोयीची!

गायरानावरूनच नदीचं पात्र स्पष्ट दिसत होतं. दोन्ही थड्यांना स्पर्श करत भरधाव पळणारा प्रवाह आपल्या गतिमान अस्तित्वाची जाणीव करून देत होता. पात्रातील दगडधोंड्यांवरून पुढे जाताना होणारा त्याचा घनघोर आवाज, आणि मार्गातील अडथळ्यांशी सामना करताना कानांवर पडणाऱ्या गर्जना जीवनाचा संघर्षशील अर्थ जगाला उलगडून दाखवत आहे असे वाटत होते. नदीचे विस्तीर्ण पात्र... त्यात भरलेलं अथांग काळेशार पाणी... दोन्ही थड्यांवर पसरलेला रेतीचा घनघोर ढीग... आणि काठावरची उंचचउंच झाडं! आणि या सर्वांना लपेटून बसलेला, तेथील वस्तुजातांना पिरसणारा सायंसूर्याचा निरपेक्ष प्रकाश सर्वांवर प्रेमाची पाखर घालत आहे; आणि त्या प्रेमाने उतराई होऊन सारी सृष्टी त्याला कृतार्थपणे निरोप देत, चिरंतन प्रकाशाचं वरदान मागत, आहे असे वाटत होते.

आता काही वेळेचाच सोबती असलेल्या मावळत्या सूर्याकडे मोठ्या श्रद्धेने पाहत थकलेली अंशी खाली जमिनीवर बसली होती. तिच्या डोक्यात विचारांनी

थैमान मांडलं होतं. आजपर्यंत कितीतरी सूर्यास्त तिने पाहिले असतील.... बदलत्या पठारासोबत, निसर्गाच्या वेगवेगळ्या पार्श्वभूमीवर घडणाऱ्या मावळत्या सूर्याचे दर्शन तिने घेतले असेल... कदाचित आजवर तिने तिकडे लक्षही दिले नसेल... मावळणारा आणि उगवणारा सूर्य तिच्यासाठी रोजचाच उपक्रम होता. रोजच्या धकाधकीत त्याकडे निरखून पाहण्यात तिला काही स्वारस्यही वाटलं नसेल किंवा सवडही मिळाली नसेल. आज मात्र का कुणास ठाऊक; पण मावळता सूर्य पाहून अंशी भान विसरली होती.

साऱ्या बिऱ्हाडांतील बाया-माणसं आपापल्या पालासाठी जागा साफसूफ करण्यात गुंतली होती. खुंट्या ताणून काही पालं उभीही झाली होती. नेहमीप्रमाणे सर्वांच्या पुढे चालणारा धनाजी आजही डोक्यावरचं ओझं सांभाळत, काठी टेकवत, साऱ्यांच्या पुढं गती-गती चालत इथपर्यंत आला होता. त्याने आवतीभोवतीचा अंदाज घेतला... नदीचे पात्र न्याहाळले... पाणी भरण्यासाठी सोयीस्कर थड्यांवरून नजर टाकली... आणि वारावादळाला तोंड देण्यासाठी पालाच्या दिशा निश्चित केल्या. ते सरकारी, विस्तीर्ण गायरान होतं, त्यामुळे रानगोवऱ्या व सरपणाची टंचाई नव्हती. नदीमुळे पाण्याची चिंता नव्हती. चार-सहा वावरावर वडगाव व त्याच्या दुप्पट अंतरावर गोंधळी असं गावांचं अंतर; पण बोरूच्या हंगामासाठी जवळ! तेथून मैलभराच्या अंतरावर म्हाताऱ्याचा तांडा. त्याच्या अगदी जवळ न उतरता, मुद्दामच अंतर ठेवून उतरायचे काशा-शिलपतने आधीच ठरवले होते.

'दुरूनच डोंगर चांगला दिसते. जास्त लाडावलं का आपसात इपट येते. मनून बुढ्याच्या बिराडापासून चार हात दूरच रहाचं,' असं दोघांनीही आधीच ठरवले होते. सर्वांना तो विचार पटलाही होता. धनाजीला तर ते मनापासून पटले होते. जागा निश्चित होताच सारे साफसफाईत गुंतले होते. धनाजीसोबतच त्याचे नातू राघो, विठोबा अन् शिवाही आपापल्या ताकदीनुसार तणकट उपडत होते, काडीकचरा गोळा करत होते. सारी बिऱ्हाडं आपापल्या लेकराबाळांसह कामी लागले होते. गायरानावरील गोकरू, तरोटा उपडून दहा-बारा पालांची जागा तयार झाली आणि प्रत्येक कुटुंब आपापलं पाल उभारू लागलं. मग अंगावर बसलेली धूळ साफ करण्यासाठी सारे जण मुलाबाळांसह नदीच्या पात्राकडे जाऊ लागले. स्त्रियांनी सोबत घागरी-मडके, धुण्याचे कपडे घेतले नि नदीच्या दिशेने चालू

लागले. शिलपत व काशीनाथ हातपाय धुऊन पाटलाच्या चावडीच्या शोधात निघाला. नव्या गावपांढरीच्या दप्तरात त्यांना आपल्या बिऱ्हाडांची नोंद करायची होती. जुन्या पाटलाचा चांगल्या वागणुकीचा दाखलाही तिथे सादर करायचा होता. इंग्रज सरकारचा फिरस्त्यांसाठी हुकूमच होता तसा; तो पाळणे जरुरीचे होते.

अंशी मात्र अद्याप भानावर आली नव्हती. क्षणाक्षणाला खाली जाऊ पाहणाऱ्या मावळत्या सूर्यात ती गुंतल्यागत झाली होती. तिलाही मावळतीचे वेध लागले होते जणू! त्यामुळे मावळतीच्या सूर्याला आपला सांगाती मानून त्याच्यात समरस होण्याच्या स्वप्नात स्वत:ला विसरली होती नि अद्याप भानावर आली नव्हती. तिची तब्येत बरी नसल्याने व चालून-चालून थकल्याने तिला पाल उभारण्यासाठी कुणी बोलावलेही नाही. ती तशीच मावळतीकडे पाहत बसली होती.

नदीच्या पाण्यात सूर्याची किरणं मिसळली होती. दिवसभराच्या काहिलीने हैराण झालेला तो जगपालक या थंडगार पाण्यात मनसोक्त डुंबतो आहे व सायंसंध्या करून पुढच्या प्रवासाला निघतो आहे, असे वाटत होते. मग त्याने हळूहळू आपल्या किरणांचा पिसारा आवरता घेतला. पुढे उंच टेकडी होती. पण त्याला तिचा मोह नव्हता. सजीव-निर्जीव सृष्टीचा लळा नव्हता. तृप्त परिव्राजकासारखा जगाकडे तो निष्काम दृष्टीने पाहू लागला नि पाहता-पाहता जगापासून अलिप्त झाला... मायामोहातून मुक्त झाला... आता तो नुसताच लखलखत्या सोन्याचा गोळा दिसू लागला; तशी स्थिरपद टेकडीला मरवड भरल्या जाऊ लागली.... आणि काही क्षणातच तो लालभडक सूर्यगोल किरणांच्या पसाऱ्यातूनही मुक्त झाला. आता त्याच्याभोवती कसलाही पाश राहिला नाही... सारी बंधनं तुटून पडली. दिवसभर त्याने जगाला प्रकाश दिला होता... जगाला प्रकाशमय बनण्याची दीक्षा दिली होती... त्यासाठी सर्वांगाशी आग लपेटून तो रोज जळत होता... आणि संध्याकाळी मावळण्याच्या निमित्ताने आपल्या तपाचे जगावरील परिणाम जणू त्रयस्तपणे तपासत होता....

लखलखणारं लालभडक सूर्यबिंब आता शांत, शीतल, केशरी रंगात रूपांतरित झालं आणि हळूहळू खाली जाऊ लागलं. क्षितिजाशी समांतर सूर्याचा पार्श्वभाग अंतर्धान पावला... समोरचा लुकलुकता, शांत सुवर्णगोल

टेकडीआडच्या समुद्रात खोलखोल जाऊ लागला... पाहता-पाहता मागे अर्धगोल राहिला. पण आता मागे फिरणे अशक्य होते. नव्या अज्ञात भूमीची त्याला ओढ लागली होती. त्यासाठी जगाकडे पाठ फिरवून तो निर्धारपूर्वक पुढे निघाला होता. पाहता-पाहता क्षितिजाला चिकटलेली सूर्यकोर तेवढी दिसू लागली. जाता-जाता पाय उंचावून तो दयाघन जगाकडे शेवटची नजर टाकत आहे, असे अंशीला वाटले. त्या नजरेनेच त्याने आपल्यावरही कृपादृष्टी टाकली नि आपल्यासारखेच संसाराचे पाश तोडून मागे येण्याचे, जणू आपल्याला निमंत्रण दिले, असे अंशीला एकाएकी वाटू लागले. तिने मोठ्या श्रद्धेने मावळत्या सूर्याला अभिवादन करण्यासाठी हात जोडले... डोळे मिटून सूर्यदेवाशी एकरूप झाली... ओठातल्या ओठात काहीतरी पुटपुटत काही क्षण तशीच राहिली. तिने डोळे उघडले तेव्हा सूर्य संपूर्ण मावळला होता. तरीही, त्याने दिवसभर पृथ्वीवर पेरलेला प्रकाश तसाच होता. अंधाराचे अंकुर फुटण्यापूर्वी प्रकाशाच्या साक्षीने आपापली कामे उरकण्यात सारे लोक गर्क होते. अंशी मात्र टेकडीमागे अस्तंगत झालेलं सूर्यबिंब आणि आकाशाला अद्यापही चिकटलेला रक्तिमा भान हरून पाहत होती. एवढ्यात राघो, शिवा, सावित्री या तिच्या नातवांनी तिच्याभोवती गलका केला.

सावित्री म्हणाली, ''आजी, काहून ओ अशी उदासल्यावानी बसली? बरं नाही वाटत तुले? घे पानी पे थोडक्स!'' असं म्हणून सोबत आणलेलं पाण्यानं भरलेलं मडकं समोर धरलं.

अंशीनं एका हाताचा द्रोण करून तोंडाला लावला. सावित्री त्यात पाणी ओतू लागली. तहान शांत झाली; पण तिला लागलेली मावळतीची ओढ अद्याप मावळली नव्हती. तिच्या क्षीण शरीरावर नि मावळतीच्या वाटेत रुतलेल्या मनावर त्याचा तीव्र ठसा उमटला होता. ... आणि आपणही आता मावळतीला लागलेला, हळूहळू क्षितिजाखाली सरकणारा मावळता सूर्यच असल्याची जाणीव तिला वारंवार सतावत होती. पण पोरां-नातवात आणि दरिद्री संसारात गुंतलेलं तिचं मन काही केल्या त्यातून मुक्त होत नव्हतं. उलट, अधिकाधिक गुंतत त्यातच गटांगळ्या खात होतं, तसतशी ती दमा दाटत होती, फेसांडत होती. आतापर्यंतचा भोगवटा आठवत होती.

आयुष्यभराचा पठारी प्रवास... बोरू सनकाड्यांचे नि तागाचे भारे वाहता-वाहता तागासारखीच ती आता पिकून गेली होती. सनकाडीसारखी वाळून झुर्रर

झाली होती. तरीही, आपल्या कळपासोबत मंद पावलं टाकत एका पठारावरून दुसऱ्या पठाराकडे वाटचाल करतच होती.

आता प्रकाश संपूर्णतः लोप पावला... अंधार गती-गती पुढे सरकू लागला... पालांत पणत्यांची फडफड सुरू झाली... नव्या पठारावर माणसं गप्पागोष्टी करू लागली... बायांनी दगडांच्या चुलीला सजीव केलं... बगारणीचा करपट ठसका पालापालात उठू लागला... गायरानाच्या संधिप्रकाशात लहान पोरं खेळू लागली.

❖❖❖

आता चांगलीच झाक पडली होती. पालांभोवतीचा अंधार हळूहळू गडद होऊ लागला होता. चंद्र अद्याप उगवला नव्हता; पण चांदण्या लुकलुकत होत्या. नोव्हेंबर-डिसेंबरच्या जोडावरची ही रात्र... नदीच्या थडीपासून जवळच विसावलेली त्यांची पालं... तेथूनच नदीचे पात्र दिसायचे नि तिचा खळखळाट स्पष्ट ऐकू यायचा... कानात रुंजी घालत राहायचा; पण संजोसरचीच अंगात हुडहुडी भरायची. संध्याकाळी सर्वांची जेवणं आटोपली आणि काही पालात, तर काही पालाबाहेर पोते टाकून झोपी गेले.

आपल्या पोराबाळांसह सई व शिलपत पालात झोपले. त्यांच्या शेजारीच थकलीभागली अंशी झोपली. शिलपतच्या डोक्यात उद्याच्या दिवसाने थैमान मांडले होते. उधडा व मजुरीने कापायला घेण्यासाठी गावशिवारात बोरूची वावरं शोधायची होती. त्यासाठी वडगाव गोंधळी व आसपासच्या गावात फिरायचा बेत तो मनातल्या मनात आखू लागला. विचाराविचारांतच त्याला मागच्या हंगामात घेतलेल्या भुस्कुट्याच्या बोरूची आठवण झाली आणि तो मनोमन सुखावला. त्याच ओळखीचा फायदा घेऊन यंदाही त्याच शिवारात बोरूची भरपूर शेतं पाहण्याचा व पोटाला वर्षभर पुरेल एवढी कमाई करण्याच्या विचारांनी तो आनंदून गेला. परंतु हंगामाला अजून महिनाभर तरी अवकाश होता. तरी पूर्वतयारी म्हणून विळेकोयते पाजवायला हवे होते... मजुरीचे किंवा अर्धालीचे करार आताच करणे गरजेचे होते... त्यासाठी घाई करणे आवश्यक होते... एरवी मागच्या हंगामासारखी तुटपुंजी मजुरीच पदरात पडणार याची धास्ती वाटत होती. त्याच्या व काशासारख्या बुजुर्गांनाच कामावर जाणाऱ्या स्त्री-पुरुषांच्या व

त्यांच्या कुटुंबाच्या पोटापाण्याचा प्रश्न सोडवायचा होता. त्याची बेजणी कशी करायची, या विचाराने त्याला काही केल्या झोप येत नव्हती.

मग त्याला उदापूरच्या चावडीवरील प्रकार एकदम आठवला आणि त्याला धडकी भरल्यासारखेच वाटले. त्यासोबतच पाटलाच्या चावडीवर दररोज सकाळ-संध्याकाळ हजेरी देण्याच्या आदेशाने तर त्याला अधिकच धडकी भरली. 'रोज सक्काईस हजरीसाठी जाचं, तं मंग कामावर कव्हा जावं...? अन् संध्याकाई कामावून आल्यावर हजरी कव्हा द्याव...?' शिलपतचे विचारचक्र गतिमान होऊ लागले. त्याला काही सुचेनासे झाले. गच्च मिटलेले डोळे उघडून त्याने पालात नजर टाकली. त्याच्याजवळ झोपलेला राघो बाहेर म्हाताऱ्याजवळ कधी गेला, ते त्याला कळलेच नाही. मग सईकडे त्याची नजर गेली. ती पापणीही न हलवता पालाच्या आडव्या बांबूकडे एकटक पाहत होती. तिच्याकडे लक्ष न देता कड फेरून तो पुन्हा विचारात हरवला नि डोळे गच्च मिटून तसाच पडून राहिला.

बऱ्याच रात्री उगवलेला चंद्र आता मावळतीच्या खाली झुकू लागला. सगळीकडे सामसूम पसरली... कर्कश आवाज करणारे किडे शांत होऊ लागले... अंधाराला चटावलेली वटवाघळं इकडेतिकडे घिरट्या घालू लागली...सारं वातावरण भीषण शांततेनं काठोकाठ भरलं. सगळी पालं शांत होती... त्यांची फडफड थांबली होती... त्याच्या आडोशाने झोपलेली बाया-माणसं निपचित पडल्यागत झाली होती... वाराही शांत होता... झाडांची पानंसुद्धा हलत नव्हती. अशा भीषण शांततेला गुदगुल्या करून नदीचा प्रवाह मात्र खळखळाट करत पुढे पळत होता. त्या प्रवाहासारखंच धनाजीचं बेचैन मन, त्याला स्वस्थ पडू देत नव्हतं. त्याच्या स्मृतींना ते सारखं ढवळत होतं, तसा धनाजी उचंबळून येत होता... बेचैनपणे आकाशाकडे पाहत होता.

त्याला आठवले, राघोपेक्षाही लहान होता तो तेव्हा... त्याच्याही पलीकडे गेला तो! त्याचं बालपण दुडदुडत त्याच्यापुढं उभं राहिलं... त्याही पलीकडे पाहण्याचा त्याने प्रयत्न केला. पण अंधूक, धूसर होत गेलेला काळाचा प्रचंड पट्टा; तो न्याहाळणे त्याला अवघड वाटू लागले. मग त्याने फार पलीकडे जाण्याचा फंदा सोडला नि समोर उभं राहिलेलं बालपण तो गोंजारू लागला. त्याचा जन्म कुण्या पठारावरचा; राम जाणे! मायच्या उदरातून जन्मला की आकाशातून थेट भामट्यांच्या पालातच कोसळला, तेही नाही ठाऊक! तो थेट

आठवत्या बालपणात रुजू झाला. त्याचं उघडंनागडं बालपण... उन्हा-पावसानं ओरबडलेलं... अनेक चटक्यांनी भाजलेलं... दरिद्री मायबापाच्या करंगळीला धरून तोही वारा पिऊ लागला... भिंगरीसारखा फिरू लागला. आतापर्यंत किती फिरला, देवाला ठाऊक! किती पठारं पुंजली, त्याचा हिशेब नाही. पण आठवतं तेव्हापासून त्याने भिंगूरवेढेच पाहिलेले... तिच्या परिक्रमेतच त्याची दमछाक झालेली!

कुणी विचारलेच तर त्याचा बाप सांगायचा, ''आमी तिकडचे... मुंगीपैठण, गंगाघाटचे! पूर्वीचे शिवाजी म्हाराजाचे सिपाई, सैनिक! पन थे राज्य बुडलं. इंग्रज, गोऱ्यायनं आमाले चोर ठयरवलं अन् पकडापकडी सुरू केली. जीव वाचवासाठी वाट सापडन तिकडं पयत सुटलो मंग; नं पोटासाठी गावोगाव भटकाले लागलो.''

बापाचे शब्द त्याला जसेच्या तसे आठवू लागले. पण 'आम्ही मुंगीपैठण, गंगाघाटचे' याचा अर्थ त्याला कधीच समजला नाही. तो समजून घेण्याची त्याला कधी गरजही वाटली नाही आणि भटकंतीच्या चक्रव्यूव्हात तो कुठे गळून पडला, याचे भानही राहिले नाही. तरीही, मुंगीपैठण त्याच्या मेंदूला चिकटून राहिलं. भामट्यांचा भाट, पुस्तकी बिऱ्हाडावर आला की तोही त्यांना सांगायचा, ''तुमी मुंगीपैठणचे पाटील... गंगाघाटचे रहिवासी!'' पण कुठचे मुंगीपैठण अन् कुठचा गंगाघाट, हे धनाजीला तर सोडाच; त्या पुस्तक्यालाही ठाऊक नव्हतं. तोही पोटासाठीच पसारा मांडत गावोगाव फिरायचा. पण पुस्तक्याच्या बोलण्याचे संदर्भ त्याच्या बापाने दिलेल्या माहितीशी लागायचे.

पुस्तकी म्हणजे भामट्यांचं दैवत. त्याने दिलेली आजवरची माहिती तो आठवू लागला. पण धागा नीट जुळत नव्हता. तो पुन्हा प्रयत्न करू लागला, तसे पुसटसे शब्द त्याला आठवू लागले... ''तुमी राजपूत लोक. महाराना पर्ताप नावाचा अतिशय शूर राजा झाला. त्याच्यावर अकबरानं हल्ला केला. त्यानं सारे राजपूत राजे एकत्र आनन्याचा आटापिटा केला; पन उपेग झाला नाही. शेवटी थो जीव वाचवून लढाईतून परत आला. त्याचं बरंच राज्य अद्याप बाकी होतं, लढाई चालूच होती. पन अकबर मांगं हात धून लागला होता. त्याच्यासंगं झुंज देत महाराना जंगलोजंगली फिरू लागला. त्याच्यासंगं तुमच्या भामट्यांच्या टोयाबी लढत होत्या. शूर शिपायांचे वंशज हा तुमी! मंग काई टोया शिवाजी म्हाराजांच्या

पूर्वजासंगं माहारास्टात आल्या. लढाई करनंच त्यायचा पेशा! मंग पुढं, थे सिवाजीसंगं सोराज्यासाठी लढू लागले. पुढं थेय राज्य गेलं अन् इंग्रजाचं राज्य आलं. थ्या गोऱ्या सरकारनंय तुमचा पिच्छा पुरवला... चोर ठयरवलं तुमाले! बाप चोर अन् काल जलमलेलं लेकरूय चोर-दरोडेखोर, असा त्याचा अन्यायी कायदा! चोराचं पोर चोरच हुईन, असा त्याचा समज. म्हून पोराबायासम्मेत कोंडा लेकायले, खुल्या तुरुंगात! वा रे न्याय!'' भाटाचं म्हणणं धनाजीला जसंच्या तसं आठवलं आणि पालापुढं वाघ दिसल्यासारखा खडबडून अंथरुणावर उठून बसला. भयभीतपणे इकडेतिकडे पाहू लागला. आणि आठवणींचा काफिला पुन्हा पुढे सरकू लागला. त्याला तो टक लावून न्हयाहाळू लागला.

त्याला आठवले... इंग्रजाच्या भेवापायी भामट्यायची बिऱ्हाडं जीव वाचवत वाट सापडन तिकडं पयाले लागले. कोनी कुनीकडं, कोनी कुनीकडं गेले. तरी, आमची से-दीडसे बिराडाची टोई संगमंग चालली होती. पोटासाठी कामधंदा धुंडत तिकडं गोदावरी, मुळामुठेच्या काठानं पुनं, बारामती, सोलापूर, कोल्हापूरच्या टापूत फिरत होती. गनगोत तं कदीचच दूर इकडंतिकडं पांगलं होतं. कोनाचा कोनाले पत्ता नोता. ह्या पकडापकडीत भल्कशा मायलेकरायची, भावूबंधायची ताटातूट झाली होती; पन इलाज नोता. आमची बिराडं लपतछपत गावाच्या आसऱ्यानं; पन गावापासून दूर पालं मांडून चार-आठ दिवस राहू लागली.

बोरूचा, तागाचा, दावे, चऱ्हाडाचा धंदा करू लागले... कोनी जातेपाटे टाकवण्याचे काम पत्करले... बाया दिवसभर गाव फिरून जातेपाटे टाकवून पालात तेलमीठ आनू लागल्या... काई दिसानं त्यायले 'टकारी' असंच नाव पडलं... काहीक कावडीनं घरोघरी पानी भरत तं थे 'कामाटी' झाले... काहीक लोक डोक्स्यावर कोनाचे वझे उचलून न्याचे त थे 'उचले' मनूनच वयखीचे झाले... मुयात हे समदे भामटीच. पोटाले काही भेटलं नाई तं उपासी किती दिवस रायनार? मंग पोटासाठी काहीकायनं चोऱ्या करनं चालू केलं अन् थे 'चोर भामटी' झाले. त्यायच्यामुळं अख्खी जमातच चोर मनून बदनाम झाली. पन आमी चोऱ्या नाई केल्या. पोटाले पालो बांधून उपास काढले; पन कोनाच्या सुतईच्या सड्याले लाजीम नाई रायलो.

आपल्या अंथरुणावर बसल्या-बसल्या तो डोळे मिटून आपला पूर्वेतिहास आठवू लागला. त्या धुंदीत त्याला रात्रभर झोप लागली नाही. गायरानात चौखूर

उधळलेल्या गुरांच्या कळपासारखा स्मृतींचा काफिला त्याच्या डोळ्यांपुढून भरधाव पळत होता. त्याचीच त्याला धुंदी चढली होती. एवढ्यात त्याच्याजवळ झोपलेला त्याचा नातू राघो जागा होऊन अंथरुणावर आज्याला शोधू लागला नि उशाशी बसलेल्या आज्याच्या गळ्यात पडून तसाच बसला. त्याच्या स्पर्शाने धनाजी भानावर आला. पण डोक्यात स्थिरावलेला आठवणींचा काफिला काही लुप्त झाला नाही. तो तसाच ठिणगी होऊन मेंदूत दडी मारून बसला.

धनाजीने आतापर्यंत कितीतरी गावं पाहिली होती. कितीतरी गावपठारांवर तो उतरला होता.त्याच्यासोबत नेटाची अशी आता दहा-पंधराच बिऱ्हाडं राहिली होती. त्यातलंही एखादं पोटापाई दुसरीकडं भटकायचं अथवा आवतीभोवती फिरत रहायचं. कधीकाळी एखाद्या जत्रेत किंवा जात पंचाइतीत भेटला तर ठीक; नाहीतर समुद्रात लुप्त झालेल्या मण्यासारखं कायमचं अदृश्य व्हायचं! त्याच्या प्रचंड मोठ्या जातगंगेचे आतापर्यंत किती पाट पडले, त्यात किती नाले धोडे वाहिले, कोण जाणे!

जिवाच्या भीतीने व पोटाच्या आगेपायी सारे रानोमाळ झाले. काही सोलापूर-कोल्हापूरच्या टापूत फिरू लागले... काही औरंगाबाद, परभणी, जिंतूर, वझर आदी मराठवाड्यात शिरले... काहींनी खानदेश जवळ केला. जळगाव, भुसावळ, मन्यारखेडचा आश्रय घेतला... काही आंध्र प्रदेशात शिरले... तिकडूनच चंद्रपूर गडचिरोलीच्या जंगलातून लपतछपत गाववस्तीत आले नि झाडीपट्टा, नागपूर जिल्ह्यात विदर्भाच्या भूमीत स्थिरावले... काही वऱ्हाडात उतरले. अकोला, यवतमाळ, बुलढाणा, अमरावती, वर्धा या इलाख्यात फिरू लागले; पण पुणे, सातारा, सोलापूरकडे मोठ्या संख्येने फिरू लागले. तो मुलूख म्हणजे स्वराज्याचा केंद्रबिंदू!

पुढे उमाजी नायकांचा स्वातंत्र्यलढा तिकडेच पेटला नि पुण्यातच त्यांना फाशी झाली; तरी भामट्यांच्या भरभक्कम टोळ्या तिकडेच गुजराण करू लागल्या. पुढे १८५७चे स्वातंत्र्यसंग्राम झाले. त्यासाठी झुंजार व युद्धनिपुण भटक्या जमाती तळहातावर शीर घेऊन लढल्या. त्यातही भामटी टोळ्यांचा सिंहाचा वाटा होता. पण १८७१च्या जुलमी कायद्याने या साऱ्या जमातींना गुन्हेगार ठरवले गेले नि चोर म्हणून खुल्या तुरुंगात डांबण्याचा सपाटा सुरू झाला. त्या भीतीपायी, सारे भामटी भारतभर विखुरले नि बरबाद झाले.

फिरता-फिरता धनाजी आता वऱ्हाडापर्यंत येऊन ठेपला होता. पण पोट काही भरत नव्हतं, दारिद्र्यातून सुटका काही होत नव्हती. अशा भटकंतीतच त्याचे मायबाप गेले. लग्न लहानपणीच झाले होते. आता तर तो लेकुरवाळाही झाला होता. ओझं अधिक वाढलं होतं. तरी आपल्या लोकांसोबत पुढे जातच होता. मागे राहिलेल्या किंवा आवतीभोवती वाहुटलेल्या आपल्या टोळ्यांचा, जातभाईंचा अंदाज घेत पुढे सरकू लागला. असा सरकत-सरकतच तो वराडच्या पायथ्याशी आला होता. मराठवाडा-खानदेशातून वऱ्हाडात येईपर्यंत तो पार म्हातारा झाला होता. पोरंबाळं, नातापंतांनी फुलून-फळून आला होता. पोट मात्र रिकामच होतं. ते त्याच्यासह त्याच्या कुटुंबाला व त्याच्या टोळीलाही चैन पडू देत नव्हतं. त्यांना सारखं पुढे ढकलत होतं. मग तो आणखी पुढे सरकला.

अकोला, वाशीम, अमरावती, परतवाडा हा वऱ्हाडाचा मध्यभाग! तेथील सुपीक जमीन... माणसापेक्षाही हातभर उंच वाढलेली बोरू अंबाडी... ती भिजवण्यासाठी बाराही महिने तुडुंब भरलेल्या नद्या... ताग, चऱ्हाडं विकण्यासाठी मोठमोठी बाजारगावं... अथवा वर्षभराच्या हंगामाची सगळी दावे-दोरखंडं एकटाच खरेदी करू शकणाऱ्या मोठमोठ्या जमीनदाऱ्या... तेथील समृद्ध शेतकरी... त्यांच्या आधारानेच त्यांच्या सुगीचा व पोटापाण्याचा प्रश्न मिटेल, असे धनाजीसह सर्वच भामट्यांना वाटू लागले. त्यामुळेच वऱ्हाडचा त्यांना लळा लागला व काम शोधत ते वऱ्हाडात फिरू लागले.

त्याला लागूनच असलेला झाडीपट्टा... तोही तसाच सुपीक! नद्यांचं समृद्ध खोरं... झाडी वऱ्हाड मिळूनच विदर्भ झाला. वर्धा, काटेकुर्णा, दूधपूर्णा, वैनगंगा, पैनगंगा, बेंबळा अशा नद्यांच्या आश्रयानं धनाजी व त्याच्या टोळ्या फिरू लागल्या. या भटकंतीतच पोरंपोरी मोठ्या झाल्या... लग्न होऊन लेकुरवाळ्या झाल्या... ऋणमोचन, बहिरम, कोटेश्वर, सालबर्डी या यात्रेत सर्व जण एकमेकांना भेटत. तिथेच जात-पंचायती भरायच्या. फाडेनिवाडे व्हायचे... लग्न जुळायचे किंवा फारकतीही तिथेच व्हायच्या... जुळलेली लग्ने तिथल्या तिथेच लावून आपापल्या फिरस्तीच्या मुलखाकडे सारे रवाना व्हायचे.

अकोला जिल्ह्यात पूर्णा-काटेपूर्णाच्या खोऱ्यात धनाजी खूप दिवस होता. पुढे पोरं मोठी झाली... ती आणखी पुढे निघाली... हातावर पोट घेऊन फिरू लागली. त्याचा मोठा मुलगा शिलपत आता अरद वयीचा झाला होता. त्याची

आधीची लेकरं वाचली नाही. म्हणून त्यानंतर झालेली लेकरं लहानच होती. सताजीही लेकुरवाळा होता. तुकाराम तीस-बत्तीशीतला! त्याचा मात्र आटपाट पडला होता. त्याची बायको नांदायला तयार नव्हती. ती तिकडे खानदेशात, मायबापासोबत रहायची. त्याच्या काळजीने धनाजी हवालदिल झाला व स्वतःशी म्हणाला, 'ह्या पोराचं कसं हुईन, देवा! आता तुह्याच भरोशावर समदं हाये. संभाय तूच!' म्हणत त्याने हात जोडले.

डोळे मिटून थोडासा स्तब्ध झाला. विचारात गढला की बालपणापासूनचा सारा प्रवास त्याला नेहमी आठवायचा. त्याचे चलचित्र एकतारपणे न्याहाळायचा. आजही आपला प्रवास त्याला अचानक आठवला. जीवनाच्या भटकंतीत तो रममाण झाला. आणि ही भटकंती गतिमान होऊन तिने त्याला वादळासारखे अंतर्बाह्य घुसळून काढले. त्याने आजवर किती कोसाचा प्रवास केला असेल…? आणखीही किती करणार असेल…? अवघे अनुत्तरित प्रश्न. त्यासोबतच त्याला जीवनातील प्रश्न, मान-अपमान, सुख-दुःखे आठवली. मनावरची एकेक खपली उडत होती… जखमा भळभळत होत्या… त्या जखमांनाच तो हळुवारपणे पिरसत बसायचा. असाच चाळा आजही रात्रभर सुरू होता.

शेकडो मैलांचा प्रवास करत आता तो वऱ्हाडात शिरला होता; पण भटकंती कायम होती, पोट वखवखलेलच होतं, म्हणून ते त्याला आणखी पुढे ढकलणार होतं. त्याच्या मुलांनातवांसाठी आता तीच एकमात्र रुळलेली वाट होती. तिला अद्याप विसावा मिळाला नव्हता. आणि तो मिळू शकेल असे स्वप्नही त्याने कधी पाहिले नव्हते.

अशा विचारात असतानाच उजाडलं होतं. नातूही गळ्याला बिलगल्याने त्याची तंद्री तुटली होती. एकामागून एक कोंबडेही आरवत होते. तो स्वतःशी म्हणाला, 'छा बहीन, दिवसय निंघाला वाटते. रातभर झोप लागली नाही काहून्त!' गळ्यात हात घालून पडलेला नातू तसाच झोपला होता. जवळच्या फडक्यावर त्याला टाकून, फडक्याचा अर्धा भाग त्याला पांघरूण देत, तो नदीच्या दिशेने प्रातर्विधीसाठी निघाला.

❖❖❖

सकाळचे सारे क्रियाकर्म आटोपून सर्वांनी न्याहाऱ्या केल्या. अंशीला खूपच थकल्यासारखे वाटत होते. त्यामुळे ती पालाच्या कोपऱ्यात तशीच पडली होती. तिच्या पायथ्याशी धनाजी उदासपणे बसला होता. तिची अवस्था पाहून शिलपत काळजीत पडला. पण तिच्याजवळ बसण्यास त्याला फुरसत नव्हती. गलितगात्र झालेल्या आपल्या मायवरून त्याने नजर टाकली आणि पालातून विळे-कुऱ्हाडी घेऊन तो बाहेर आला. तसे साऱ्यांनीच आपापल्या विळे-कुऱ्हाडीचे गट्ठे बांधून ते इतरांची वाट पाहू लागले. शिलपतने काशाला विचारले, ''आता कुठं जाचं गा?''

त्यावर काशा म्हणाला, ''बापा! कुठं मंजे? भुलला कागा...? आंधीच तं ठयरवलं होतं ना आफून? का वाड्यात हजरी द्याले जाचं अन् तिकडूनच बोरू-अंबाडी सवंगासाठी विळे, कुऱ्हाडी पाजवून आणाच्या पंचायापासून! गिचडखात्यायचे पालं दिसले ना गोठानावर!''

त्यावर शिलपत म्हणाला, ''होगा! बहीन भरांतच नाही रायली. इचारा-इचारापाई माही तं अक्कलच काम नाही करून रायली. सक्काइसच इये काढून ठिवले तरी भुल्ल्यावानी झालो, गड्या!''

त्यावर सताजी काळजीने म्हणाला, ''असा बिनफाल्तूचा इचार नोको करत जावू, तू दादा! जे व्हाचंसीन थे हुईन. आमी हावो ना तुह्या मांगं!'' असे म्हणून सताजी विळे घेऊन पुढे निघाला.

सर्वांनी विळ्यांचे गट्ठे डोक्यावर घेतले व ते उदापूरच्या वाटेने निघाले. उदापूरला उतरलेल्या पंचाळी-गिचडखात्यांच्या पालावर विळ्यांचे गट्ठे टाकून, त्यांना पाटलाकडे हजेरी द्यायला जायचे होते. सारे जण विचारात गढले होते. शिलपतही काही न बोलता सोबत चालत होता. मुलूख तसा नवीनच! सर्व पालांना बारा महिने जगवू शकेल असा यंदाचा हंगाम नव्हता. कामधंद्याचा भरवसा नव्हता. पाटलाच्या चावडीतील रोजचे हेलपाटे आणि पोलिसी दाटफटकार अद्याप सुटली नव्हती. म्हाताऱ्याच्या ओळखीने त्या दिवशीचा प्रसंग निभावला होता, तरी आकस्मिकपणे उद्भवणाऱ्या प्रश्नांना तोंड देणे क्रमप्राप्तच होते. म्हणून सारेच विचारात होते. चुळबुळा तुकारामही शांत होता. आज त्यालाही विचार आठवत होते व डोक्यावरचे ओझे सांभाळत तोही सर्वांसोबत पुढे चालत होता.

गिचडखात्याकडे विळे पाजवायला टाकून पाटलाकडे हजेरी द्यायला सर्व जण येऊन पोहोचले. त्या गावाच्या दप्तरात आधीच सर्वांची नोंद झाली होती.

सारे जण समोरच्या अंगणात बसले. चावडीतील गादीवर लोडाला टेकून पाटील पान चघळत बसला होता. त्याच्यासमोरच बसलेला दिवाणजी मजुरांची यादी तपासत वहीत मुंडकं घालत होता. मजुरी मागायसाठी आलेली बाया-माणसं त्याच्याकडे आशाळभूतपणे पाहत होते. दिवाणजीने आलमारीतून पैसे काढले नि एकेकाचे नाव घेऊन त्याला मजुरीचे पैसे देऊ लागला. मजुरीचा चुकारा घेऊन सारे निमूटपणे बाहेर पडू लागले. त्यांच्या चेहऱ्यावर नाराजी स्पष्ट दिसत होती; पण उजर करण्याची हिंमत नव्हती. लोडाशी टेकलेला पाटील पान चघळत प्रत्येकाकडे रोखाने पाहत होता.

गोठ्यातील बैलासारखे त्या मजुरांचे जीवन! मालक देईल तेवढे खायचे... दिवसभर मालकासाठी राबायचे... चारापाणी मालकाच्या स्वाधीन... काम मात्र मरेपर्यंत... त्यात तडजोड नाही. चालण्याचा वेग कमी झाला, वखर नांगर ओढणे कठीण झाले की बसलाच पाठीवर रट्टा...! अंगात खुपसलीच पुराणी खसकन! त्यामुळे जीव कळवळला, सर्वांगाचा थरकाप झाला तरी त्याची कोणाला दयामाया नाही. सर्वांगात उठलेली काहिली सोसत, औत ओढायचं. त्याबदल्यात डालभर कुटार, कडब्याची पेंडी... नदीचं पाणी... अन्नावाचून मरू नये नि खाऊन-खाऊन माजू नये, असा हिशेब. शोषणाचा हा कावा. तोच माणसांसाठीही अमलात आणलेला... निर्बुद्ध, गरीब लोकांचे असे शोषण गावगाड्यातील पाटील-देशमुखांनी चालवलेले!

आपापली मजुरी घेऊन चावडीबाहेर पडणारी ती गावगाड्यातील भुकेकंगाल बाया-माणसं पाहत, आपल्या भावंडांसह काशा-शिलपत समोरच बसला होता. एकेक मजूर मिळालेला चुकारा घेऊन बाहेर पडत होता. एवढ्यात कोपऱ्यात बसलेल्या एका सडपातळ माणसाच्या नावाचा दिवाणजींनी पुकारा केला; तसा तो त्याच्या समोर जाऊन उभा राहिला. त्याच्या हातात दिवाणजींनी मजुरीचे पैसे ठेवले. त्याने कोपऱ्यात बसून ते पैसे मोजले... पुन:पुन्हा मोजले अन् तो दिवाणजी समोर येऊन उभा राहिला. दिवाणजींनी त्याच्याकडे खुनशी नजरेने पाहिले. तसा तो माणूस भेदरल्यासारखा झाला व जीव मुठीत घेऊन बोलण्याचा प्रयत्न करू लागला, ''दाआजी, केवढ्या रोज तोडला जी!''

''काहून? तू माह्या मालक व्हय का?'' दिवाणजी मस्तीतच बोलला. त्याचे बोलणे ऐकून तक्क्याला रेलून बसलेला पाटीलही गालातल्या गालात हसू लागला.

तरी तो माणूस नरमाईने म्हणाला, ''तसं नाही जी! पन आमच्या घरचे पाच झनं पाच दिवस होते कामावर. मंग एक आना रोजापरमानं पाच झनाचे पाच दिसाचे ईस नं पाच आने, मंजे दीड रुपया अनं एक आना हुईन नाजी! तुमी तं सव्वा रुपयाच देल्लाजी मले. अखीन पाच आने पायजेन ना!''

सडपातळ माणूस जिवाच्या आकांतानं बोलला... बोलताना त्याच्या छातीवरील बरगड्या स्पष्ट दिसू लागल्या... त्याच्या खपाटीला गेलेल्या पोटाच्या तळातून, बेंबीची गाठ पिरगाळत शब्द बाहेर पडत आहेसे वाटू लागले... चावडीवर त्याच्या शब्दांचा तडफडाट सुरू झाला. पण त्या तडफडाटाकडे दुर्लक्ष करत दिवाणजी विजेसारखा कडाडला, ''मोठ्ठाच हिसोब्या हाये कागा तू? बहीन, येवडा चुकारा वाटला; पन कोनाचा हिसोब नाही चुकला. पन तुह्याच चुकला वाटते नाही! असे नखरे करता, मनून तं खाआले मौताद हाआ, भडवे हो!''

''अजी, पन...'' सडपातळाने नुसते ओठ उघडले. तसा दिवाणजीचा पारा अधिकच चढला व तावातावाने म्हणाला, ''होत्त का नाही चावडीच्या बायरं? का दाखवू तुले हिसोब...? बहीन, गांड खाजवाले नख नाही अन् वारा जाले भोक नाही, तरी नखरे दुनियाभरचे. पटत असन तं या पातीवर कामाले. नाई तं मरा भडवेहो उपासानं!''

मग त्या बिचाऱ्याचे काहीच चालले नाही. तो हातातील पैशांकडे दीनवाणेपणे पाहत, निर्जीव पावलं टाकत चावडीबाहेर पडला. त्याच्या पाठमोऱ्या आकृतीकडे पाहत लोडाला टेकलेला पाटील गदगदा हसू लागला. उरलेल्या मजुरांनीही निमूटपणे चुकारा घेऊन चावडी सोडली. गावगाड्यातील हा भीषण अन्याय पाहत, बाहेर बसलेली भामट्यांची माणसंही हबकून गेली. त्यांना काही दिवसांपूर्वी उदापूरच्या चावडीवर झालेला पारधी-भराड्यांवरील अनन्वित अत्याचार आठवला. आपणही त्यातलेच; पण थोडक्यात बचावलो, म्हणत सुटकेचा नि:श्वास सोडला.

''बहीन, ह्या गावचा रिवाज तं अजबच दिसते गा! आपल्या मजुरीचा हिसोबय मांगाचा अदिकार नाही वाटते मजुरायले! जिथं जावं लपाले, तिथंच येते कापाले!''

तुकाराम आपल्या लोकांना ऐकू जाईल अशा शब्दांत; पण हळू आवाजात म्हणाला. त्यावर लागलीच काशाने अभिप्राय दिला, ''अरे, ह्यो गावगाडा होय

बाबा! पाटलाच्या मर्जीनच वागा लागते इथं. येरीच साऱ्या गावभर खंडारे दिसते अन् पाटलाचा वाडा समद्यायले हासते... नदीवरचा बगला अन् मासे गियत बसला! सरकारची बी साथ हाये ह्या अत्याचाराले. ह्या पाटील-देसमुखायंच्या भरूशावरच तं गोरे लोक इथं टिकून हाये, राज्या!''

''अगा, थ्या परीस आफून चांगले! नाव नोंदलं का जंगलात मोकयं. बोरू मोडला, ताग काढला का सुट्टी!''

''सुट्टी कायची गा! थे हाये का आपल्या नसिबात... कोनत्याय पांढरीत नाव नोंदलं का थ्या पाटलाची आपल्यावर नजर... कोंबडीच्या पायाले दोरी बांधाची अन् जा मनाचं बाहीर चराले. दोरी मात्र आमच्या हातात! पाटलापासून पोलिसापावतर अवघ्यायचे हिस्के थ्या दोरीले! गावातल्यायले नसन भेटत मजुरी, त्यायले मोठे लोक पियत असन; पन पाटलाचीच तं त्यायले हिंमतय हाये. कोनी त्यायच्या केसाले धक्का नाही लावू शकत!'' सताजी कणखरपणे बोलू लागला. बोलता-बोलता आवाज वाढत असल्याची शिलपतला कल्पना आली. डोळे वटारून त्याने सर्वांना शांत केले.

तेवढ्यात कोतवाल त्यांच्यासमोर उभा राहिला व चौकशी करू लागला. काशाने कालच दप्तरात केलेल्या नोंदीची त्याला कल्पना दिली. चावडीतच बसून असलेल्या पाटलालाही नमस्कार करून सर्वांची हजेरी लावायची विनंती केली व जाण्यासाठी माघारी वळले. तोच पाटील जरबेने म्हणाला, ''हे पहा, आमच्या सिवारात मानुस्कीनं राहा लागन! चोऱ्याचपाट्या, लांड्यालबाड्या नाही खपणार! काही कमीजास्त आढूळलं तं गांडीवर हंटर बसन. पतायात लपले तरी आनतो धुंडून... समजले!''

सर्वांनी हात जोडून पाटलाचा प्रस्ताव मान्य केला आणि पाजवलेले विळे घेण्यासाठी गिचडखात्याच्या पालांकडे जाऊ लागले. गावगोठाणावर गिचडखात्यांचे दहा-बारा पालं उभे होते. त्यांची बिऱ्हाडं बैलबंडीतून गावोगावी फिरायचे. त्यांची अवजारं म्हणजे ऐरन, घन, सेंतूय, भाता, कोळशाचं गठुडं, सांडसी, कोळसे उखरण्याची सळाख वगैरे. काशा-शिलपत तिथे पोहोचेपर्यंत त्याने सर्वांचे विळे पाजवून ठेवले होते. थोडेसे बसायला सांगून समोरच्या ऐरणीवर ठेवलेल्या लालबुंद लोखंडाची कुऱ्हाड बनवण्यात तो गुंतला होता. त्याची बायको त्या तप्त लोखंडावर घणाचे रट्टे हाणत होती. तिच्या रट्ट्यासरशी

लोखंडाच्या ठिणग्या इतस्तत: उडत होत्या. पण तिला त्याचं भान नव्हतं. ती घणाचे घावामागे घाव घालून लोखंडाला आकार देण्यास नवऱ्याला मदत करत होती. पाहता-पाहता लोखंडाला आकार आला. पुन्हा भट्टीत त्याने तो गोळा टाकला. त्याची बायको आता घण खाली ठेवून भाता फुंकू लागली.

गिचडखातीही त्यांच्यासारखेच फिरस्ती... हातावर पोट घेऊन गावोगाव फिरणारे... गावपठारावर उतरणारे... ग्राम संस्कृतीच्या विकासाला हातभार लावणारे... विळा-कुऱ्हाडीपासून शेतीची सर्व अवजारं बनवणारे... त्यांना धार लावत खेड्यापाड्यांत फिरणारे... भामट्यांशी त्यांची ओळख झाली. त्यांच्या कामाचा मोबदला चुक्त झाला आणि आपल्या पालांच्या दिशेने ते पुन्हा जाऊ लागले. आतापर्यंत चांगली दुपार झाली होती. संध्याकाळी चावडीवर हजेरी लावायला पुन्हा परतायचे होते. चावडीवरच्या येरझारीचीही आता त्यांना चांगलीच सवय झाली होती. दैनंदिन जीवनाचाच तोही एक भाग असल्यासारखेच सर्वांना वाटत होते.

❖❖❖

आता लवकरच बोरू कापणीचा हंगामही सुरू होणार होता. दिवाळीनंतर भारी ज्वारीच्या कापणीचा हंगाम... तोपर्यंत बोरूला विसावा. पण त्यासाठी बोरूची शेतं पाहण्यासाठी व त्यातील उभं पीक विकत घेण्यासाठी पैसेवाल्या भामट्यांच्या शेतमालकाकडे येरझारा सुरू झाल्या होत्या. काही शेतांचे सौदेही झाले होते. काशा व शिलपतनेही त्यासाठी धडपड सुरू केली होती. पण 'सरड्याची धाव कुंपणापर्यंत' अशी त्यांची अवस्था असल्यामुळे ते रोजमजुरीने किंवा अर्धालीनेच शेतं पाहू लागले... त्यासाठीच शेतमालकांशी संपर्क साधू लागले. नेहमीप्रमाणे यंदाही म्हाताऱ्याने बऱ्याच शेतांतील उभे पीक नगदी पैशांनी विकत घेतले होते. तरीही, शिलपत-काशासाठी अजून शेतं बाकी होती. मागील वर्षीच्या भुस्कुट्यादी शेतकऱ्यांनी त्यांच्यासाठीच सौदे थांबवून ठेवले होते.

बोरू मालकांकडे आता शिलपत-काशाच्याही येरझारा सुरू झाल्या. त्यांना मजुरीनं, अर्धालीनं, किंवा उधडा बोरू कापायला घ्यायचा होता. बरेच शेतकरी आता अर्ध्या पिकासाठी भामट्यांची वाट पाहत होते. काशा-शिलपत आपल्या सहकाऱ्यांसह सुरुवातीलाच सखाराम भुस्कुट्याकडे पोहोचले. तो आटलेल्या

तागाला फिरकीने आटा भरण्यात मग्न होता. शिलपत-काशादी भामट्यांना पाहून त्याने आपले काम थांबवले. त्यांना बसायला सांगितले. बायकोला पाण्याचा गडवा आणायला सांगून त्यांच्या समोर बसला. बोलणी सुरू झाली.

''कागा, कसा घेता बोरू...? अर्धालीनं का मजुरीनं...?''

''अर्धालीनंच द्या, मालक! अर्धं पीक तुमाले, अर्धं आमाले!''

''पन तेल-मिठासाठी एखादं वावर मजुरीनं, मंजे ठोक पैशानय घ्या लागन नाजी!'' काशाने सांगितले.

तसा भुस्कुट्या म्हणाला, ''पन आमाले तं अर्धालीनंच द्याचा हाये, गड्या! नगदी पैसे कुठून आनाचे गा? पन गावात तसेय कास्तकार हाये. इथंच बलावतो त्यायले बी. आपल्याच वावराले लागून हाये त्यायचे वावरं.'' बोलता-बोलता भुस्कुट्यानं शेजारच्या शेतकऱ्यांनाही आवाज दिला. सारे आल्यावर त्यांच्याशी बोलणी करून, काही अर्धालीनं तर काही नगदी पैशांनी, बोरू काढणीचे तोंडी करार पक्के झाले. ज्वारी कापणीनंतर बोरू काढण्याचे ठरले. यंदा पंधरा-वीस एकराचा तरी बोरू त्यांना मिळाला होता. गावात आणखीही बोरूची शेतं बाकी असल्याचे त्यांना कळले होते.

शिलपत म्हणाला, ''चालता गा, थ्या वावरवाल्यालेय भेटून घिवू. सौदा पटला तं अखीन घेवू एक-दोन वावरं.''

त्याच्या बोलण्यावर सताजी म्हणाला, ''नाही गा, आता लोभात नोका पडू. वक्तावर मोठी तान्हा पाजन होते. कास्तकार घाई करते अन् आपलीच आपल्याले सुद्रत नाही. थ्या परीस आता जे भेटलं त्याच्यातच समाधान माना अन् पुढं चाला!''

सताजीचे बोलणे सर्वांनाच पटले व ते पालांच्या दिशेने जाऊ लागले. मागच्यापेक्षा यंदाच्या हंगामात बोरूची अधिक शेतं मिळाली होती. सर्व बिऱ्हाडांना रोजगार मिळणार होता, तरी पोट भरेलच याची खात्री नव्हती. म्हाताऱ्याकडे मजुरीनं जावेच लागणार होते. त्याशिवाय गत्यंतर नव्हतं. काहीशा विचारात, काहीशा आनंदात सारे जण बिऱ्हाडांवर येऊन पोहोचले.

❖❖❖

दिवाळी संपली. नोव्हेंबर जाऊन डिसेंबरची चाहूल लागली. भारी ज्वारीची कापणी-काढणी भरात आली. हलकी ज्वारी तर आधीच निघाली होती. भारी जमिनीतील भारी ज्वारीही काहींची निघून घरी आली होती. काहींची अद्याप तशीच उभी होती. कापणी झालेल्या शेतातील कणसं खुडण्याचा हंगाम जोरात आला, तसे पालातील भामट्यांच्या बायांना बसून राहावे वाटेनासे होऊ लागले. कणसं खुडून मजुरीतून मिळणाऱ्या वणीच्या कणसाच्या आशेने हातात विळा, टोपलं घेऊन गावातील मजुरामागे त्याही जाऊ लागल्या. पण, शेतात पोहोचते न पोहोचते तोच त्यांच्यावर गावातील मजुरांचा भडिमार होऊ लागला... ''कोन व्हा ओ तुमी? अन् इकडं कायच्यासाठी आल्या?''

त्यावर त्या म्हणायच्या, ''बाई, आमी बोरू मोडण्यावाले भामटी. बोरू मोडून ताग काडतो. फिरस्ती हाओ आमी. गायरानावरच उतरलो हाओ.''

''मंग इथं कुटचा आला बोरू? हे जवारीचं वावर होय! कनसं खुडाचे हाये इथं! बोरू न्हाई मोडाचा!''

''होजी, समजते आमाले बी! पन चार-दोन पायल्या जवारी हुईन सुगीची म्हून आलो खुडाले. आमाले बी लावून घ्या पातीवर अन् तुमच्यावानीच कनसाची वन द्या. शेर, पसा भेटन तं संज भागन जी गरिबाची! तुमच्यावानीच आमची बी लेकुरवायी पाटी हाये! लागू द्या पातीवर आमाले बी!''

भामटिणी अजिजी करत कणसं खुडायला लागत, तसं गावपांढरीचं मजूर त्यांच्यावर वस्कावून म्हणायचं, ''भल्या सांगता. तुमी येवड्याझनी, इथं खुडाले लागल्या तं आमी कोनाच्या कामावर जावं? आमी बी हात मजुरेच हावोत ना! आमच्या घासात तुमी तोंड नोका घालू. चाला निंधा इथून!''

मग त्यांची अजिजी पुन्हा सुरू व्हायची. हातापाई पडनं टिपेला पोहोचायचं... ''द्या, काम द्या गरिबाले! पाठीवर मारा, पोटावर नोका मारू.'' पण काही उपयोग व्हायचा नाही.

मग त्या दुसऱ्या शेताचा रस्ता धरायच्या; पण अनुभवसारखाच. त्यांचा गलबला ऐकून शेतकरी जवळ यायचा. तो तोंड टाकून बोलायचा. म्हणायचा, ''तुमी फिरस्ती लोकं. कदी आंग मोडून काम केलं तुमी? अन् भामटी होय मंता. दोन कनसं खुडान अन् चार वट्यात दाबान! नाही तं दिवसा पाहून ठिवान अन्

पालात गेल्यावर मान्सायले सांगून राच्च्याले न्यान गाठुडे बांधून पालात. थ्या परीस चालत्या व्हा इथून! मोठ्या आल्या हाये खुडनेवाल्या!''

मग साऱ्याजणी हातात आपले रिकामे टोपले, विळा घेऊन उदासपणे पालाकडे परतायच्या. सोबत हिरमुसलेले लेकरं अन् भुकेलं पोट घेऊन, गलितगात्र पावलं टाकत अपमान आठवत पुढे सरकायच्या. एखाद्या शेतकऱ्याने केलीच कृपा, लावले कामावर तर त्यांच्या मागे त्याचा खडा पहारा! त्यांच्या हालचालीवर त्याची करडी नजर... पालांकडे परतताना त्यांना ओटे, पदर सोडून दाखवण्याची सक्ती... शेतमालकाचे समाधान झाल्याशिवाय त्यांची सुटका नाही. मग उफणपाटी म्हणजे लहान टोपले भरून त्यांना वण म्हणजे मजुरी दिली जाई. साऱ्यांना तीच मजुरी... लहान टोपलंभर कणसंच देण्याचा रिवाज!

कणसं खुडण्याला वेग आला की मजूर मिळणे कठीण व्हायचे. उभ्या ज्वारीवर पाखरांचे थवेच्या थवे तुटून पडायचे. दाणेदार कणसांचा पिशा करून टाकायचे. त्यापायी शेतकरी त्रस्त होऊन जायचे व आधीच मजुरीची वाट पाहत बसलेल्या भामट्यांच्या पालातील स्त्रियांना कणसं खुडण्यासाठी घेऊन जायचे. त्या आपल्या पोराबाळांना सोबत घेऊन कामावर रुजू व्हायच्या. मुलांची अर्धी वन... तेवढाच आधार... उरोठ्याले पुरोठा!

ज्वारीच्या हंगामासाठी त्यांनी बोरू-कापणी पुढे ढकलली. पाटलाची खुडणं सुरू झाल्यावर तर साऱ्याच भामटिणी पोराबाळांसह खुडायला जाऊ लागल्या. त्यामुळे प्रत्येक पालात रोज डालंभर कणसं येऊ लागली. आपल्या कुटुंबासह माणसंही कणसं वाहायला जायची. त्यांना प्रत्येकी डालंभर कणसांची वण मिळायची. त्यामुळे पालांत आता कणसंच कणसं दिसायची. ती पालाबाहेर वाळू घालून पुन्हा खुडायला जायच्या. त्याची रखवाली करण्याची जबाबदारी पालात राहिलेल्या म्हाताऱ्यांची नि लहान लेकरांची! दोन-तीन दिवस गेले की साऱ्याजणी पहाटेच उठून, वाळलेली कणसं मोगरीने कांडून ज्वारी करायची. माणसंही मोगरीऐवजी जाड्या लांब काठीने कणसं ठोकायचे नि वाऱ्यावर उफणून पोत्यात ज्वारी भरून ठेवायचे. त्यामुळे यंदा प्रत्येकाच्या पालात पोतं-पोतं ज्वारी झाली होती. सर्वांना तो मोठाच आधार वाटत होता. विशेष म्हणजे, या निमित्ताने ओळखी झाल्या होत्या. शंकास्पदपणे पाहणारा गावगाडा आता नरमला होता. गावगाड्याशी नातं निर्माण होऊ लागलं होतं.

बोरूचा हंगाम चार महिने तरी चालणार होता. त्याची सारी विल्हेवाट लावायला पावसाळाही कमी पडणार होता. त्यामुळेही गावकऱ्यांशी सलगी, परिचय, विश्वास गरजेचाच होता. ज्वारीच्या सुगीने हाही फायदा झाला तरी अद्याप बस्तान बसले नव्हते. चावडीवरची हजेरी सुटली नव्हती. कोतवाल अधूनमधून पालावर फेऱ्या मारायचा. तोंडखुरी आल्यागत करायचा व एखादं कोंबडं घेऊन मार्गी लागायचा. सगळे जण त्याकडे दुर्लक्ष करत कोतवालाला भाव द्यायचे. तेवढ्यावर भाळलेला कोतवाल एखाद्या हजेरीकडे दुर्लक्ष करायचा व पाटलापुढे भामट्यांच्या सज्जनपणाचे तुणतुणे वाजवायचा, त्यांची शिफारसही करायचा.

जवारीची खुडणं आटोपली. संज भागवण्यापुरती सुगी झाली; पण लोभ काही सुटत नव्हता. सुगीला आधार म्हणून सई आपल्या मुलांसह, पालातील एखादी बाई सोबत घेऊन खुडण झालेल्या शेतात सर्वा पाहायला जायची. सर्वा म्हणजे, कणसं खुडल्यानंतरही कडब्याच्या पेंडीखाली राहिलेलं एखादं कणीस अथवा पाखरांनी दाणे खाल्ल्यामुळे खुडणारीने मुद्दामच टाकून दिलेली कणसं! पालातल्या जिवांना तेही नूपर जायचं. त्यासाठी त्या पेंडीभर कडबा वरखाली करून कणसाचा शोध घ्यायच्या. एखादं कानी नावाच्या रोगानं दाणे खाल्लेलं, दाण्याचा काळा कोळसा झालेलं कणीस तिला सापडायचं. त्याचे दहा-पाच दाणे शिल्लक असायचे. पण त्यांना त्याचही अप्रूप! ते कानी भरलेलं, कोळसा झालेलं कणीस ती खुडायची. त्याला जमिनीशी घासायची नि दहा-पाच दाण्याच्या आशेने टोपल्यात टाकायची व पुढे सरकायची. मळावर बसलेला मालक त्यांच्यावर नजर ठेवायचा व जवळ येऊन विचारायचा, ''कोन व्हय ओ सर्वा पायनेवाल्या?''

त्यावर त्या उत्तर द्यायच्या, ''आमीच व्हय जी, पालातले मुशाफीर!''

''असं! सर्वा पायता का? मंग अर्धी वाटनी द्या लागन. तर्थ पाहा सर्वा, नाही तं व्हा बायरं!''

त्या तशाच खाली माना घालून कामी लागायच्या. मालक आपल्या खोपडीतूनच त्यांच्यावर लक्ष ठेवायचा. त्यांच्याजवळ टोपलं-दोन टोपलं कणसं गोळा झाली, त्याचं गाठोडं बांधून ती जायला निघाली की तो दत्त म्हणून रस्त्यावर उभा राहायचा नि दरडावत म्हणायचा, ''कावो, किती झाला सर्वा...? दाखवा बरं! जशा काय मालकिनीच होय. कनसंय खुडले अन् चालल्याय ठुनूकठुनूक! द्या, अर्धे कनसं द्या!'' त्यावर त्यांची अजिजी चालायची!

''मालक, नुसत्या पिश्याच हाये जी. निवू द्या आमाले! नाईतरी ढोरं-वासरंच खाईन का नाही? थ्या परीस आमच्या लेकरा-बायायच्या तोंडी तरी लागन जी!''

त्यावर त्याचे उर्मट उत्तर, ''जास्तीच्याच पटरपटर नोका करू. आंदी कंणसं टाका अर्धे... मंग जा! नाहीतं थेय नाही देनार... सम्मजल्या?''

मालक एकेरीवर येऊन बोलायचा. त्यांच्यासोबत असलेल्या लेकरांची भंबेरी उडायची. डोक्यावरचे ओझे सांभाळत ते केविलवाण्या नजरेने शेतमालकाकडे पाहत राहायचे. शेवटी मालक सर्वांचे गाठोडे खाली उबडायला सांगायचा. कणसांचा ढीग वरखाली करायचा. चांगले दाणेदार कणसं अलग काढून उरलेले अर्धे त्यांना द्यायचा. त्यात अर्धवट खाल्लेले, पिस्कुटं अन् कानी भरल्या कणसांचाच भरणा असायचा. ते पाहून डोळ्यांत आसू आणत त्या म्हणायच्या, ''दिवसभर कस्ट केलेजी, मालक! नोका गरिबाच्या तोंडचा घास पाडू जी. द्या थे चार कनसं. आमच्या वाटनीत समद्या पिश्याच देल्ल्या जी...''

तिची अजिजी शिगेला पोहोचायची; पण कणसं पाहून तोंडाला पाणी सुटलेला मालक काही मानायचा नाही. तो अर्धे कणसं घेऊन निर्दयपणे खोपडीची वाट चालू लागायचा. साऱ्याजणी उरलेल्या कणसांचे गाठोडे डोक्यावर घेऊन पालांची वाट धरायच्या. कणसं नेल्याने रिकामी झालेली लेकरं रिकाम्या निर्जीव मडक्यांसारखी मायच्या मागं घरंगळल्यासारखी पुढे धकायची.

त्यातच एखादा माणुसकीतलाही शेतकरी भेटायचा. त्याला पालावरच्या उघड्यानागड्या लेकरांची कीव यायची. तो त्यांना सर्वा पाहू द्यायचा. त्यातील अर्ध्या कणसांतही मन घालायचा नाही. त्यामुळे सर्वांना आनंद व्हायचा व त्याच्यासाठी दुवा मागत पालातल्या स्त्रिया गायरानाची वाट धरायच्या.

सर्वा पाहता-पाहता येणाऱ्या प्रसंगांना तोंड देत, पालातल्या सर्व स्त्रियांनी यंदाची ज्वारीची सुगी केली. त्यांच्या माणसांनीही त्यांना साथ दिली. सर्व्यातून मिळालेल्या ज्वारीवर संज भागवत उरलेली ज्वारी ऊन देऊन सुरक्षित भरून ठेवली; आणि सारे भामटी काही दिवसांसाठी बिनधास्त झाले नि बोरू कापण्याचा मुहूर्त पाहू लागले. त्यासाठी एकमेकांशी चर्चा करू लागले... धनाजी, शामा बुढ्याचा सल्ला घेऊ लागले... आणि बोरूच्या हंगामाची तयारी करू लागले.

❖❖❖

अर्धालीने घेतलेला सखाराम भुस्कुट्याचा बोरू आधी कापायचे ठरले. त्यासाठी सोमवारचा दिवस निश्चित झाला. शनिवारची पौर्णिमा... इतवारपासून चंद्र घडी लागते... सोमवारी त्याची दुसरी घडी... अवसेपर्यंत पंधरा दिवस अंधार... अंधारी रात असेपर्यंत बोरू सवंगला पाहिजे; म्हणजे त्याला भिरड लागत नाही, त्याला उधळीही खात नाही, बाराही महिने टिकून राहतो, असा समज! त्यामुळे पौर्णिमा होईपर्यंत ते थांबले होते. त्या दरम्यान सर्वांनी ज्वारीची सुगी केली होती. बोरूचे गठ्ठे बांधायसाठी पिवळवेल, वासन, चिरे गोळा केले होते. आणि पौर्णिमेची वाट पाहत बसले होते.

पौर्णिमा आली आणि गेली. दोन दिवस चंद्राची घडीही सरली. तवरीक सोमवार आला. आतापर्यंत पूजापातीची व्यवस्थाही झाली होती. नारळ, शेंदूर, कोंबडीचे पिल्लू, कापूर, उदबत्ती, दहीभात यांची जमवाजमव झाली होती. नुकतेच पाजवून आणलेल्या विळ्यांवर ज्वारी खुडणाचा झालेला परिणाम तपासू लागले... बोथटला विळा खरपावर घासून त्याला धार आणू लागले... त्याच्या धारदार पात्यावरून गवताची काडी फिरवून त्याच्या तीक्ष्णतेची शहानिशा करू लागले. खरेतर ज्वारीच्या खुडणाने विळे अधिक धारदार झाले होते. गिचडखात्याने पाजवल्यावर त्याचा आधीचा बोथटपणा, झीज व जंग पार नाहीसा झाला होता. त्याच्या भट्टीतील निखाऱ्यात त्याच्यावर साचलेले अपात्रतेचे ढीग भस्मसात झाले होते... आणि आता नव्या लखलखत्या रूपात साकार होऊन भामट्यांच्या कणखर मुठींना ते हंगामभर स्फूर्ती प्रदान करणार होते. गिचडखात्याच्या भट्टीतील खवखवत्या निखाऱ्याच्या साक्षीने ते करारबद्ध झाले होते. विळ्यांच्या पात्यावरील हातोड्याच्या व्रणात्मक खुणा त्याला अजूनही साक्ष देत होत्या; तरीही, आपापले विळे बोरू कापणीसाठी सज्ज असल्याची सर्वांनी खात्री करून घेतली.

सोमवार उगवला. सर्व जण पहाटेच उठले. प्रात:कर्मे उरकली. बायांनी अंघोळ करून चुली पेटवल्या. भाजी-भाकरी केली. पूजेसाठी लहानशा गाडग्यात भात शिजवला, दही आणले. माणसांनी दुकानातून शेंदूर, कापूर, नारळ, उदबत्त्या आधीच आणल्या होत्या. सर्वांच्या अंघोळीही सकाळीच आटोपल्या होत्या. पूजापातीची सर्व तयारी झाली होती. काशाने आपल्या बेंद्यातील नुकतीच

शिरगोळी फुटलेला कोंबडा पूजेसाठी बांधून ठेवला अन् बाकी चरायला सोडले. बायांची घरगुती कामं आटोपली आणि सारे जण विळे व शिदोऱ्या घेऊन भुस्कुट्याच्या शेताकडे निघाले. काखेत कोंबडा घेऊन राघो त्यांच्यासोबत चालू लागला. काशाची पोरं कण्यां, गोविंदा नि इतर लहान मुलंही मायबापासोबत चालू लागली. त्यांच्यात आज आगळाच उत्साह संचारला होता. काशा-शिलपतसह सारी मोठी माणसं नि शामा-धन्यादी म्हातारी माणसंही यात्रेला जात असल्याच्या आनंदात पुढे निघाले होते. लेकुरवाळ्या काखेतील लेकरू सांभाळत लगबगीने त्यांच्या मागे जाऊ लागल्या. पाहता-पाहता सारी पालं रिकामी झाली. काठी टेकवत गलितगात्र अंशीही त्यांच्या मागे निघाली. आजचा बोरू कापणीचा शुभारंभ सर्वांसाठी महत्त्वाचा नि मंगलमय होता. त्यातूनच पालात लक्ष्मीचा संचार होणार, अशी सर्वांची श्रद्धा होती.

नेहमीप्रमाणे आजही धनाजी सर्वांच्या समोर होता. अंशी मात्र थकून गेली होती. सुरकुतलेल्या तिच्या चेहऱ्यावरची आता रयाच गेली होती. तरीही, काठी टेकवत, दम टाकत इतरांच्या मागे गती-गती निघाली होती. त्यांच्या जन्मजात व्यवसायाच्या वार्षिकोत्सवाला आज प्रारंभ होणार होता. त्यांच्या हंगामाचा शुभारंभ होता. वर्षभराच्या पोटापाण्याची हमी देणारा तो त्यांचा खरा हंगाम; त्याच्या स्वागतासाठी सारे भामटी पवित्र मनाने पुढे निघाले होते. बोरू कापणीची सूचना भुस्कुट्याला आधीच मिळाली होती. तोही वेळेत तिथे पोहोचणार होता.

ठार आंधळा झालेल्या शामा बुढ्याच्या डोळ्याने आता काहीही दिसत नव्हते, तरी बायकोच्या खांद्यावर हात ठेवून तर्कातर्कानं तोही बोरूच्या शेताकडे निघाला होता. त्याची बायको गयाबुढी, तीही बरीच थकली होती. पण काम करण्याशिवाय काही पर्याय नव्हता. सोबतीला कुणीच नव्हतं. एक पोरगी होती. परंतु लग्न होऊन ती नांदायला गेली होती. त्यांची बिऱ्हाडं जळगाव-भुसावळकडे खानदेशात फिरायची. आंधळा असल्यामुळे तो काम करू शकायचा नाही. पण त्याची म्हातारी गती-गती सारी कामं करायची. पालातील बायाही तिला मदत करायच्या. त्यामुळे बोरूच्या वावरात कापणीच्या वेळी तो हजर राहायचा आणि भामटीही मोठ्या माणसाएवढीच त्यालाही बोरूतील वाटणी द्यायचे. त्यावरच तो जगायचा.

पुढे गेलेल्या काशा-शिलपतने नदीतून पाच खडे आणले. सातही एकरातील बोरू भरपूर उंच वाढला होता. बुडापासून शेंड्यापर्यंत आता हिरव्या पानांचा लवलेशही उरला नव्हता. वाळलेल्या पानांचा जमिनीवर ढीग साचला होता. हिरव्या वैभवाचं उभारपण असताना दाटीवाटीने उभ्या असलेल्या बोरूतून आवभर अंतरावरचंही काही दिसत नव्हतं. पण आता सारी पानं गळून पडल्याने सारंकाही स्पष्ट दिसत होतं. तरीही, घनदाटपणाने आत शिरण्याचं धाडस कुणी करू पाहत नव्हतं. वाळून झुर्रर झालेल्या शेंड्यावरील शेंगांचे झुपके वारा लागताच छनछन आवाज करत मजेने डोलत होते... आणि कृतार्थ झालेलं आपलं परिपक्व जीवन समर्पणाच्या जाणिवेतून आनंदविभोर होत असल्याचा प्रत्यय येत होता. बोरूच्या झुपक्यातून उठणारी छमछम भामट्यांचा उत्साह द्विगुणित करत होती.

शेताच्या घुऱ्यावर असलेल्या आंब्याखाली सर्वांनी जागा साफ केली. केरकचरा, तणकट काढून टाकले... खराट्याने झाडलोट केली... सताजीने आंब्याखालील मातीचा लहानसा ओटा बनवला... त्यावर पाणी शिंपडले... स्त्रियांनी शेणामातीचा त्याला गिरबडा केला... पुन्हा त्याची सफाई केली... त्याला फड्याने झाडून काढले... देवासाठी ओटा तयार झाला. मग काशा-शिलपत आदींनी त्या ओट्यावर तुराटीचा मांडव घातला. त्यावर कडुलिंबाच्या लहान डहाळ्या अंथरल्या. नदीतून आणलेल्या पाचही खड्यांना ओट्यावरच्या मांडवात स्थानापन्न केले. त्यांना नीट धुतले... शेंदूर लावला... गुलाल, बुक्का, अक्षद, कुंकू वाहिले... त्या देवांना बोरूची फुले वाहिली. मांडवाला आधीच आंब्याच्या पानांचे तोरण बांधले होते. त्यालाही अक्षद-कुंकू लावले. देवापुढे दहीभात शिंपडला.

काशाने बोरूच्या झाडांचीही पूजा केली. त्यांना अक्षद, कुंकू, गुलाल लावला. तुकारामने दहीभाताचं पातेलं हाती घेऊन त्यातील दहीभात शेताच्या चारही दिशांना फेकला. प्रत्येक पालातील सर्व बाया-माणसांनी व लेकरांनी मांडवातील देवाची व बोरूच्या झाडांची पूजा केली. आपापला नारळ-साखरेचा नैवेद्य देवापुढे ठेवून तो सर्वांना वाटला. काशाने सोबत आणलेल्या कोंबड्याच्या सर्वांगाला पाणी लावले. त्यालाही अक्षद, कुंकू वाहिले आणि जिथे बोरूच्या झाडांची पूजा केली होती, त्याच ठिकाणी कोंबडा कापला. त्याचे रक्त शेताच्या

चारही दिशांना शिंपडले. कोंबड्याचा बुरा काढून त्याचे तुकडे केले. त्याचे दोन्ही पाय लोंबकळणाऱ्या आंब्याच्या डहाळीला बांधून कोंबड्याचे मास आंब्याखालीच शिजत टाकले. धनाजी त्याखाली जाळ लावत बसला.

मग पाचजण आपापल्या बायकांसह जोड्याने बोरूच्या पातीवर बसले. त्यांनी हातात विळे घेतले... तेही धुतले... त्यांनाही अक्षद, कुंकू वाहिलं... सर्वांनी त्यांना प्रणाम केला. धनाजी, अंशी, शामा बुढ्यानेही अक्षद वाहून प्रणाम केला. सारे देवांगण पुजले. त्यांच्या आशीर्वादाने भरपूर हंगाम होणार होता... वर्षभर पोटाला धनधान्य मिळणार होतं... बोरू कापताना सापा-विंचवाच्या संकटातून सुटका होणार होती... अरिष्ट टळणार होतं... त्यासाठी त्यांची या शुभमुहूर्तावर त्यांच्या रितीरिवाजानुसार साग्रसंगीत पूजा झाली होती.

"देवा, बरकत दे! भरपूर अनपानी दे! साऱ्याइले घोड्यावानी टनटन ठीव! ह्या अवजारांपासून, नागा-इचवापासून आमचं रक्षन कर अन् तुह्या सिवारात आमाले सुक्काचं ठीव!" असे म्हणत सर्वांनी शेतमाउलीला व आपल्या आराध्यदेवताला प्रणाम केला.

अंशी आंब्याखाली पोतं टाकून आडवी झाली. धनाजी चुलीत जाळ घालू लागला. साखर-खोबऱ्याचा तोंडात बोकणा भरलेली लेकरं आंब्याखाली गोंधळ घालू लागली. राघोसह त्याच्या वयाची मुले-मुलीही आपल्या मायबापाच्या आधारानं बोरूची पात घेऊन कापणीला सज्ज झाली. 'एक नमनगौरा पार्बती, हरबोला हरहर महादेव', 'संबूशेक महाराज की जय'चा एकच गजर झाला नि विळे सपासप चालू लागले.

शेत लांबनचं... दोन धुऱ्यांत भरपूर अंतर... त्यात मस्तावलेला, भरधाव वाढलेला बोरू... पानं गळली... फुलं जाऊन बोंड्या आल्या... त्याही आता वाळून झुर्रर झाल्या... तरीही, झाडांचं ओलसर हिरवेपण अद्याप कायम होतं. त्यामुळे तो कापायला जड जात नव्हता. कसदार मातीचा ओलावा कायम आहे तोवर तरी ती माउली अंगावर खेळणाऱ्या लेकरांना जीवनरस पुरवणार होती... आणि वय सरून प्रौढपण आलं तरी, मनातील हिरवी रसिकता जपणाऱ्या माणसासारखा आता कापणीला आलेला प्रौढ बोरू एकमेकांवर अंग झोकत लहरत होता... मस्ती करत होता. परजलेल्या विळ्यांची टोळधाड मागे लागली आहे, याचेही त्यांना भान नव्हते. ते दारात उभ्या असलेल्या मरणाच्या स्वागतास

जणू स्थितप्रज्ञासारखे सिद्ध झाले होते नि मृत्यूचा आनंद सोहळा साजरा करत आहे, असे वाटत होते.

भामट्यांच्या बिऱ्हांडातील पस्तीस-चाळीस बाया-माणसं आपल्या लेकरांसह भराभर बोरू कापत पुढे सरकू लागले. आपली पात सर्वांच्या आधी पाडण्याची सर्वांमध्ये चुरस लागली. त्यासाठी अट्टाहास सुरू झाला. डाव्या हाताच्या मुठीत गच्च पकडलेली बोरूची झाडे.. त्यांच्या बुडावरून सर्रकन फिरणारा धारदार विळा... नि क्षणार्धात धारातीर्थी पडणारे ते धीरगंभीर योद्धे! आणि जग जिंकण्याच्या महत्त्वाकांक्षेने बेभान झालेल्या जगज्जेत्या सिकंदरी फौजेसारखी बेदरकारपणे पुढे सरसावणारी बाया-माणसं!

सर्वांची पात धुऱ्यावर गेली. जे माघारले होते त्यांना इतरांनी मदत केली. आणि मघा आले त्याच्या उलट दिशेने नव्या पाथीला लागले. प्रत्येक जण इमानदारीने कामी लागला होता. कवटा जमला की पेंडी बांधत होता, पुढे जात होता. नवराबायको, मायबाप, मुलंमुली, नि शेजारचे पाथकरी एकमेकांना परिस्थितीपरत्वे मदत करत होते नि पुढे जात होते. जेवढे काम लवकर होईल तेवढी मजुरी अधिक होईल, असा हिशेब! त्यापायी ते पान-तंबाखूही विसरले. कुणी कुणाशी बोलत नव्हतं. मुठीत आवळलेला बोरू आणि हातातील विळा, एवढंच त्यांना दिसत होतं. बाकी काही नाही.

अशा तीन-चार पाथा पडल्या. पहिला उत्साह ओसरल्यागत झाला. सकाळच्या न्याहरीचे पाणी-पाणी झाले. सर्वांना दम घ्यावेसे वाटू लागले. बापाच्या दटावणीखाली निमूटपणे कामाला लागलेली पोरं-पोरीही आशाळभूतपणे विसाव्याच्या आदेशाची वाट पाहू लागले. आंब्याखाली शिजणाऱ्या कोंबड्याच्या वासाने त्यांच्या तोंडाला पाणी सुटलं. झाडाच्या सावलीत गोंधळ घालणाऱ्या लेकरांचा मत्सर त्यांच्या डोक्यात काहूर माजवू लागला. सारे जण मायबापाकडे सुटकेच्या आशेने पाहू लागले. काशा-शिलपतच्या मुरब्बी नजरेला ते समजले आणि त्यांनी आंब्याखाली चलण्याचा सर्वांना आदेश दिला.

❖❖❖

काशा-शिलपतचा आदेश होताच सारे जण खांद्याला विळा अडकवून आंब्याच्या झाडाकडे जाऊ लागले. पोरं-पोरी तर भीर्रर पळाली. जानबा-पार्बतीसारखे

तरणेताठे जीव एकमेकांची मस्करी करत, प्रौढांमागे गती-गती चालू लागले. खरेतर घनदाट बोरूच्या आडोशाने शिदोरी खाण्याची त्यांना ओढ लागली होती. पण प्रौढांचा मान राखत ते मागेमागे निघाले होते. बोरूचा हंगाम जेमतेम सुरू झाला होता. अजून दोन-अडीच महिने तरी बोरूच्या आडोशाने शिदोरी खायला मिळणार होती. पालाच्या वीतभर जागेत, दाटीवाटीने कोंबलेल्या कुटुंबीयांच्या नजरांकडे बेशरमपणे दुर्लक्ष करत चालणारे तारुण्यसुलभ चाळे... आणि बोरूच्या घनदाट एकांतात सैरभैर होणारी मनं आणि उतू जाणाऱ्या शृंगारचेष्टा... नुसत्या कल्पनेनेच तरुण मने मोहरून येत होती.

एकदाचे सर्व जण आंब्याखाली पोहोचले. सर्वांनी हातपाय, तोंड धुतले आणि आपापल्या शिदोऱ्या घेऊन गोलाकार बसले. सोबत पोरंसोरं नि स्त्रियाही बसल्या. काशाने एका ताटलीत कोंबड्याची भाजी व शिदोरीतील भाकर-भाजी घेऊन ओट्यावरील देवाला नैवेद्य दाखवला. पूजा केलेल्या बोरूच्या झाडांनाही नैवेद्य दाखवला, पाणी फिरवले. पुन्हा 'एक नमनगौरा पार्बती, हरबोला हरहर महादेव', 'संबूशेख महाराज की जय'चा गजर झाला. आतापर्यंत शिजलेला कोंबडा गंजाच्या बुडाशी विसावला होता... थंड झाला होता. काशाने भाजी ढवळून सर्वांना वाढली. स्वतः वाढून घेतले. बायको-पोरांसह तोही जेवायला बसला. आतापर्यंत गंजाच्या बुडाशी सरपण ढकलणारा धनाजी नि त्याच्याजवळ बसलेला शामा बुढाही आज्ञेची वाट पाहत हातात घास घेऊन खोळंबले होते. पण कुणीही घास घेतला नव्हता. लहान मुलांना मात्र सूट मिळाली होती. एवढ्यात सताजी-तुकारामने कोंडी फोडली.

सताजी म्हणाला, "हं, अटपलं का समदं?"

"हो, समदं अटपलं."

इतरांची साद मिळाली, तसा तुकाराम उत्साहाने उचंबळत ओरडला, "सांजी घे!" आपल्या शिदोरीतील भाजी-भाकर कोंबड्याच्या रश्श्यात बुडवून खाली शिंपडत, साऱ्यांनीच त्याला प्रतिसाद दिला.

"सांजी घे...! सांजी घे...! सांजी घे...! जितक्या पेंड्या तितक्याच खंड्या, सांजी घे!"

मग थोडा वेळ 'सांजी घे'चा गजर झाला. लहान पोरं सांजी घेताघेता गदगदा हसत होते, त्यामुळे त्यांचे मायबाप डोळे वटारून त्यांना शांत करत होते. क्षणभर

शांत झालेली पोरं पुन्हा उचंबळत होती. थोड्या वेळाने सारे शांत झाले. सर्वांनी मनातल्या मनात बरकत मागत हात जोडले.

बोरू कापण्यापूर्वी पूजाविधी करून कोंबडं-बकरं कापण्याची भामट्यांची प्रथा! बोरूच्या शेतात दयीत असतो... तो बिघडता कामा नये... त्याला राग येऊ नये... म्हणजे तो कुणाला सतावत नाही. तो प्रसन्न राहावा म्हणून त्याला कोंबड्या-बकऱ्याचा भाव द्यावा लागतो. तो प्रसन्न झाला की कोणाला काही धोका नाही. त्याच्या प्रसन्नतेने पीक भक्कम येते... तो पिकास सांजी देतो... त्यामुळे ताग-बोरूचा हंगाम भरपूर होतो. त्या आशेपायीच भाव देण्याची ही प्रथा रूढ झाली व आताही सुरूच होती. त्यानुसार यंदाही त्यांनी सारे श्रद्धापूर्वक केले.

सांजी होताच सर्वांनी जेवणं सुरू केली. तुकारामचा तोंडाकडे जाणारा घास मात्र मध्येच थांबला. तो ताटलीत टाकून तो ताडकन उठला नि गलितगात्र होऊन पडलेल्या आपली माय– अंशीजवळ गेला नि म्हणाला, ''मॉ, ओ मॉ!'' अंशी तशीच सुन्न पडलेली! त्याने तिला हलवत दोन-तीन हाका मारल्या, तशी भानावर येऊन तिने डोळे उघडले. पोराकडे प्रश्नार्थक मुद्रेने, क्षीण नजरेने पाहिले, तसा तुकाराम तिला म्हणाला, ''मॉ, चाल जेवून घे थोडक्स!''

त्यावर ती म्हणाली, ''नाही रे, बाबू! जेवनावरची वासनाच उडल्यावानी झाली माही. तोंड कसं मातीवानी हून गेलं. जा... जेवा तुमी! मले पडू द्या, इथंच!''

तरीही तुकारामने तिचे काही ऐकले नाही. त्याने पाठीखाली हात घालून तिला बसवले. डोळ्यांवर पाणी शिंपडत म्हणाला, ''चाल, पर्सांद घे थोडासा नं मंग झोप!''

ती 'नाही' म्हणत होती; पण तुकारामने तिचे काही ऐकले नाही. तो तिला घेऊन आपल्या शिदोरीजवळ आला. आपल्या मायची ही अवस्था पाहून तिच्या मुलांना फार वाईट वाटले. हातातील घास तसाच ठेवून ते तिच्याकडे पाहू लागले. धनाजीच्या डोक्यात तर विचारांचे काहूर माजले होते. त्याच्या अनुभवी डोळ्यांत कसलीशी भीती दबा धरून बसल्याची सर्वांनाच जाणीव झाली. काही न बोलताच तो तोंडातील घास चघळू लागला. पण त्यात त्याला काहीच रुची वाटत नव्हती. तोंडातल्या तोंडात घास फिरत होता आणि अतीव नाराजीने, यांत्रिकपणे घशाखाली सरकत होता.

तिची अवस्था पाहून काशाही गलबलून आला. अंशी त्यांच्या टोळीतील ज्येष्ठ व अनुभवी स्त्री होती. धनाजीप्रमाणेच तिनेही सर्वांना सांभाळले होते. हवं-नको, सुख-दुःख याची चिंता वाहणारी त्यांच्या टोळीची ती मायच होती. तिच्यामुळेच टोळीतील सर्वांचा काशावरील आरोप नरमला होता. तीच सर्वांना समजावायची. शामा बुढ्यानंतर काशाला असलेले टोळीतील वैदकीचे स्थान साऱ्यांना तीच समजावून सांगायची. वेळप्रसंगी काशालासुद्धा फटकारायची. तोही हुज्जत न घालता तिचे ऐकायचा नि तिच्या म्हणण्यावर विचार करायचा. अशी ती त्यांच्या सर्व बिऱ्हाडांवरची सर्वांची नायिका! त्यामुळे तिची अवस्था पाहून काशाला गलबलून आले. त्याने आपल्याजवळचा भाजीचा गंज व शिदोरीतील ज्वारीच्या कण्या तिच्यासमोर ठेवल्या. ते पाहून अतिशय हळवा बनलेला तुकाराम मायला घास भरवण्याचा प्रयत्न करू लागला. ती मानेनेच नकार देत होती. मग काशानेही तिला समजावले, ''जेव ओ, मोठीमाय! ह्यो रस्सा नं कण्या जेव. तोंडाले चवी यीन त्यानं. जेव अरामानं!'' असे म्हणून तो आपल्या शिदोरीतील भाजी-भाकर जेवायला लागला. तेवढ्यात बोरूकडून येणाऱ्या आवाजाकडे त्याचे लक्ष गेले. तर, सखाराम भुस्कुट्या व त्याची बायको त्यांच्याकडेच आंब्याच्या रोखाने येत होते. चालता-चालता सखाराम म्हणाला, ''झाली कागा, पूजापाती?''

''हो, मालक! रीतीपरमानं जे कराचं थे समदं केलं. दोन-तीन पाथाय पडल्या अन् आत्ताच जेवाले बसलो आमी.''

जेवणं आटोपताच ओट्यावर ठेवलेला साखर-खोबऱ्याचा प्रसाद काशा त्याला व त्याच्या बायकोला देऊ लागला. सखारामने तो घेतला; त्याची बायको मात्र प्रसाद नाकारत फणकाऱ्याने म्हणाली, ''हत बापा! तुमच्या लोकायच्या हातचं आमाले नाही चालत.''

तसा हसत-हसत काशा म्हणाला, ''अजी, पर्सादाले काही भेदभाव नसते. थो देवाचा पर्साद होय. समद्यायलेच चालते थो. घ्या अपमान नोका करू त्याचा!''

त्याने पुन्हा तिच्याकडे प्रसादासाठी विनंती केली. पण त्यामुळे भुस्कुटीन अधिकच फणकारली व म्हणाली, ''तुले नाही मंतोना गा! भलत्या जातीतलं

पानीय नाही चालत आमाले! अजपावतर जीव नाही बाटला माह्या. तूच खाय अखिन... माह्या वाटनीचायबी खाय!'' असे म्हणत तिने तोंड फिरवले.

तिच्या अशा वागण्याचा काशाला भयंकर राग आला. पण तो काहीच बोलला नाही. आपल्या हातचं वस्तीतील लोकांना काहीच चालत नाही व आपण उगीचच त्या बाईला बाटवण्याच्या भरीस पडलो, याबाबत त्याचा त्यालाच राग आला. लाल पातळ नेसलेली... गोऱ्या वर्णावर उन्हामुळे काळसर झाक उमटलेली... कपाळावर ढब्बू पैशाएवढं कुंकू लावलेली... ठुसक्या; पण आकर्षक बांध्याची भुस्कुटीन काशाच्याच नव्हे, तर साऱ्याच भामटी बाया-माणसांच्या या निमित्ताने ओळखीची झाली... आणि आपण त्यांच्यापेक्षा खालचे असल्याच्या जाणिवेत आणखी भर पडली.

सर्वांची जेवणं आटोपली. पान-तंबाखू झाला. चार घास खाऊन अंशी आपल्या पोत्यावर आडवी झाली. धनाजीने डोक्याचे फडके तिला पांघरून दिले व चिंतातुरपणे तिच्या उशाशी बसला. पुन्हा सर्व जण बोरू कापण्यासाठी आपापल्या पाथीवर बसले.

काशा शिलपतला हळू आवाजात म्हणाला, ''बाबारे शिलपत, मोठी मायचं मले काही खरं वाटत नाही. यंदाचा हगामय पुरा पाह्यते का नाही तं राम जाने!''

''होगा, मलेय तसंच वाटते. आखरीवर देव करन तसं हुईन.''

विचारातच दोघेही कामी लागले. सताजी-तुकारामही उदास वाटत होते. त्यांच्या मायची घटका आता भरत आल्याच्या जाणिवेने त्यांना आज विसकटून टाकले होते. पण पोटाची आग मायच्या दुखण्यापेक्षाही भयंकर होती. पोटाची आग अन् मायची वेदना यांच्या सरमिसळीने मनात उठणारे काहूर थोपवण्याचा प्रयत्न करत ते निमूटपणे कामाला लागले होते. धनाजीसुद्धा त्यांच्यासोबत बोरू कापायला सरसावला होता; पण सर्वांनी त्याला अंशीपाशीच थांबायला सांगितल्याने तो तिथेच बसला. तिच्याकडे लक्ष द्यायला इतरांना फुरसत नव्हती. तरीही, मायेच्या जाळ्यात अडकलेली मनं त्यातून मुक्त होत नव्हती; नि कामाशिवाय स्वस्थ बसणे तर अशक्यच होते.

दिवस मावळेपर्यंत सर्वांनी कामे केली. संध्याकाळच्या पाथीतील काही पेंड्या बांधायच्या राहिल्या होत्या. सूर्य मावळला तरी धडपड चालूच होती. मग शिलपतनेच सर्वांना पालाकडे चालायला सांगितले.

“चाला आता, पालावर! दोघंझनं सक्काईस येऊन रायल्या पेंड्या बांधून घिवू. चाला आता!”

सारे जण पालांकडे निघाले. लहान मुलांना कैदेतून सुटल्याचा आनंद झाला. तुकाराम आपल्या मायला हाताचा आधार देऊन पुढे चालू लागला. आजचा दिवस असा संपला.

❖❖❖

रात्री सर्वांची जेवणं आटोपली. दिवसभराच्या कामानं थकलेली पोरं-पोरी आपापल्या पालात जागोजागी झोपी गेली. भरभर कामं आटोपून बाया-माणसंही विसाव्यासाठी पडली. एकटाच असलेला तुकाराम शिलपतकडेच जेवला आणि मायचे हातपाय दाबत पालाच्या एका कोपऱ्यात पडला. तेवढ्यात काशाने शिलपतला पालाबाहेरूनच आवाज दिला... “झोपला कागा, शिलपत?”

“नाही गा! झोप कायची येते. मायले हराया पाजला अन् बसलो तंबाकू खात.” शिलपतने उत्तर दिले.

शिलपतशी बोलत-बोलत तो कमरेत वाकून पालात शिरला व शिलपत जवळ पोत्यावर बसला; नि अंशीला उद्देशून म्हणाला, “झोपली कावो, मोठी माय! जेवतगिवत नाही काय!”

काशाच्या आवाजाने अंशी भानावर आली. तिने डोळे उघडले अन् काशाला म्हणाली, “कोन? काशीनाथ होय का?”

“हो, तुले भेटाले आलो ना!”

“आपले कामधंदे सोडून मले काय भेटा लागते गा...! पन बाबू माह्या हिंगूय उतरला वाटते रे! शामा बुढ्यानं पाच-सहा वर्साआंदी देल्ला होता. तुह्याजवड असन्त दे मले एक डाव.”

तिच्या बोलण्यावर शिलपत म्हणाला, “हो, मोठी शायनीच हाये! तुह्यात ताकद तरी हाये कावो हिंगूय पचवाची? का भडका फुटन अन् मरसीन तडफडून... अन् तुह्याच्यानं पथपानी तरी होते कावो आता?”

आतापर्यंत शिलपतचे बोलणे निमूटपणे ऐकत असलेला काशा त्याला म्हणाला, “तुह्यय मंत्र बरोबर हाये अन् मोठी मायचय बरोबर हाये. ह्या लोकायचं हिंगुयाचं आंग हाये. लाल तोंडाची मासुयी, चीच, निंबू याचं त्याले

वावडं असते. कवाकवा तं चिचीच्या झाडाखालून जानंय त्याले बाधिक असते. अन् हिंगूय पचला पायजे... ह्या वयात मानवला पायजे. नाही तं करू गेलो काय अन् उलटे झाले पाय, असी पाई येते. थ्या परीस मी दुसरी औषिद देतो, थे घिवून पाहय सात दिवस.'' असे म्हणून त्याने धोतराच्या पचांगीत बांधलेली कापडी लहान पिशवी काढली. त्यातील धाम्मट रंगाच्या सात गोळ्या कागदावर घेतल्या नि शिलपतला म्हणाला, ''हं सक्काईस अंशापोटी देत जा बरं, सात दिवस. मंग पाहू पुढचं पुढं!''

काशाने त्या गोळ्या शिलपतच्या स्वाधीन केल्या. त्याने व्यवस्थित ठेवण्याचे व सकाळी एकेक गोळी मायला देण्याचे सांगत सईच्या सुपूर्द केल्या. मग इकडच्यातिकडच्या गप्पा झाल्या. दोघांचा आव-विचार झाला. बोरू परवडेल की नाही...? दुसऱ्या वावरांना कधी हात लावायचा...? म्हाताऱ्याच्या कामावर कधीपासून जायचे...? याविषयी चर्चा झाली. तंबाखू खाऊन तो जायला निघणार; तोच शिलपत म्हणाला, ''सकायच्या पायरी आफून दोघंझनं जावू अन् अज कापून ठिवल्या त्यातल्या काही पेंड्या बांधाच्या रायल्या थ्या बांधून घिवू. बाया भाकरी घिवून यीन वक्ता पावतर.''

त्यावर काशा म्हणाला, ''हो गा, मलेय पटलं. अन् हे पाय, शिलपत! सब्बल घेजो संगं. देव तरुट्याच्या मुया खोदून आनू. मोठी मायले वाताचीय बाधा हाये... चालतानं लंगडते... कंबर गेल्यातच जमा हाये... उतारवयात वात जोर काढते.''

शिलपतचा होकार घेऊन काशा आपल्या पालाच्या दिशेने निघाला. अंशीलाही डोळा लागला होता. तसा तुकाराम तेथून उठला व आपल्या पालाकडे जाऊ लागला. शिलपत तिथेच गोणपाट्यावर आडवा झाला. त्याच्या शेजारीच सई पोराबाळांना घेऊन झोपली. पाल तुडुंब भरला. पालाच्या दाराशीच धनाजीही झोपला. त्याच्या उघड्या अंगाला बिलगलेला राघो दिवसभराच्या कामाने थकून गेला होता. त्यामुळे आज आज्यासोबत गोष्टी सांगायच्याही भानगडीत तो पडला नाही. वाकळीवर अंग टाकताच त्याला झोप लागली.

धनाजीला मात्र झोप येत नव्हती. अलीकडे त्याला निद्रानाशाची बिमारीच लागली होती. त्यामुळे वाकळीवर पडल्या-पडल्या मरणासन्न बायकोचे श्वास जणू तो ऐकत आहे, असे वाटत होते. हळूहळू सारं पठार शांत झालं... अंधार

गडद होऊ लागला... पालांना कवेत घेऊ लागला... एखाद-दुसऱ्या पालात तेवणारी लहानशी पणती अंधाराशी झुंज देत जळत होती... सारंकाही शांत होतं. नदीचा खळखळाट मात्र अजूनही स्पष्टपणे कानांवर येतच होता नि आपल्या गतिमानतेची साक्ष पटवत होता.

❖❖❖

काशा-शिलपतची मैत्री आता सर्व पालांना चांगली परिचयाची झाली होती. दोघांचेही एकमेकांशिवाय पान हलत नव्हते. तशी काशाची सर्वांनाच भीती वाटायची. तो जंतरमंतर करतो व दुखनकऱ्याच्या घराला पिळत राहतो, त्याला काही नाही दिलं की तो बिमारी पल्टून देतो, असा त्याच्या विषयीचा समज-गैरसमज. त्यामुळे नवऱ्यासोबतची त्याची मैत्री सईलाही खटकत होती.

"काशा मंजे दो तोंड्या सर्पासारखा. थो कुनीकडं फिरन अन् डवंसं करन याचा नेम नाही. मनून त्याच्यापासून दोन हात दूरच राहावं मान्सानं!" सईनं त्याला अनेकदा समजावलं; पण शिलपतने मनावर घेतलं नाही.

अंशीलाही सुरुवातीला तसंच वाटायचं; पण नंतर तिचाही काशावर जीव जडत गेला. काशा, शिलपत दोघेही आपली मुलंच असल्यागत तिला वाटायचं. तोही तिला 'मोठी माय' म्हणून आदराने हाक मारायचा. अंशी रागावली तरी तिचं तो ऐकून घ्यायचा व तिच्या बोलण्यावर विचार करायचा. तिच्या बोलण्याने व शहाणपणाच्या सल्ल्याने पूर्वीचा उतावीळ काशा आता बदलला होता. वाढत्या वयाचाही त्याच्यावर परिणाम झाला होता. त्यामुळे आता तो मुरब्बी वाटत होता. दुसरे असे की, भाऊबंदांपासून तर समद्या बिऱ्हाडांपर्यंत, सर्वांच्या मनात असलेली त्याच्याविषयीची घृणा, त्याच्यापासून वचकून राहण्याची सर्वांची मानसिकता, नि निर्माण झालेल्या दुराव्यामुळे वाट्याला आलेला एकटेपणा, त्यालाही आता नकोसा झाला होता. आपलं बिऱ्हाड घेऊन एकटंच कुठंतरी फिरस्तीवर निघावं, असे त्याला वारंवार वाटायचे. पण या उदास अवस्थेत त्याला शिलपतनेच सांभाळले. त्याची उदासीनता निपटून काढली व त्याला हिंमत दिली. बिऱ्हाडांना सोडून न जाण्याचे सांगितले. बऱ्याच समजावणीनंतर काशा मानला व शिलपतचा मित्र झाला. त्याची बायको-मुलेही शिलपतकडे येऊ लागली. त्यांचा दोन पालांतील घरोबा वाढला. काशाचीही गुर्मी उतरली.

गर्विष्ठपणा ओसरला आणि काही दिवसांतच त्याच्याविषयीचं दुरावलेपण संपुष्टात आलं.

❖❖❖

ठरल्याप्रमाणे काशा-शिलपत सकाळीच उठले. दात घासत नदीकडे गेले. तिकडूनच अंघोळ करून आले. पालातील गुळाचा काढा घेतला. रात्रीच्या शिळ्या भाजी-भाकरीची न्याहरी केली आणि विळा, सब्बल घेऊन भुस्कुट्याच्या शेतात काल कापलेल्या बोरूच्या पेंड्या बांधायला निघाले.

पालांतील सर्व बाया-माणसं घरची कामं लगबगीनं उरकू लागली. सर्वांनी नदीवरच अंघोळी केल्या. काशाने दिलेले औषध घेऊन अंशी पुन्हा पालातल्या पोत्यावर आडवी झाली. धनाजी शामा बुढ्याकडे अंशीच्या तब्येतीची माहिती देण्यासाठी गेला. स्त्रिया स्वयंपाक करू लागल्या.

शेताच्या वाटेने निघालेले काशा-शिलपत शेताजवळ आले. शिलपतला एकाएकी पोट झोंबून आल्यासारखे वाटू लागले. तशी खांद्यावरची सब्बल काशाकडे देत तो म्हणाला, ''काशादा, भलकसं पोट झोंबून आलं. मी येतो नदीकून, तू चाल तवरीक वावराकडं!'' असे म्हणून दुडक्या चालीनं तो नदीकडे चालू लागला.

काशा सखाराम भुस्कुट्याच्या शेतात पोहोचला. काल काही बोरू कापला होता. त्याच्या पेंड्याही बांधल्या होत्या, तर काहींच्या पेंड्या बांधायच्या होत्या. तो कापलेल्या बोरूवरून नजर फिरवत उभ्या बोरूपर्यंत पोहोचला. अजून बराच बोरू कापायचा बाकी होता. त्याला लागूनच तुकाराम भुस्कुट्याचा सात एकराचा बोरू उभा होता. पण तो आधीच म्हाताऱ्याने नगदी पैशाने घेतला होता. अद्याप त्याची कापणी झाली नव्हती. दोन भावांचा तो विस्तीर्ण सर्वे नंबर होता.

मजुरीचा अंदाज घेत काशा बोरूत शिरला. त्याच्याहीपेक्षा हातभर उंच बोरू वाढला होता. बोरूचे जंगल हाताने बाजूला करत शेतात मधोमध येऊन पोहोचला व धुऱ्याकडे जाण्यासाठी पुढे सरकू लागला.

एवढ्यात दुसऱ्या पाथीकडील बोरू हलताना दिसला. त्याच्यापासून दहा-पंधरा फुटाचं अंतर... बोरूची चाळवाचाळव... नेहमीच्या येण्या-जाण्याने घनदाट बोरूतही पडलेली लहानशी पायवाट नि अरुंद भांग पडलेला...

भांगाच्या दुतर्फाचा बोरू दोन बाजूला वाकल्याने आधीच दाटलेल्या बोरूत कुडासारखी दाटी झालेली... पावलं जपून टाकली तरी वाळल्या बोंड्यांतून आवाज येत होता. सकाळच्या दवाने आलेलं चांबटपण सूर्योदयाने कमी होत होतं... घुंगूरनादसारखा कानांवर येत होता, तसे काशाचे कुतूहल जागे होऊ लागले! तो स्वत:ला लपवत पुढे चालू लागला... थेट भांगेपर्यंत येऊन पोहोचला आणि कुडाच्या दाट बुडाशी लपून बसला. कुतूहलाने पुढे पाहू लागला... आणि काही क्षणातच त्याला आवाजाचे संदर्भ कळू लागले! भांग पडलेल्या त्या बोरू-वाटेवरून धडीचं लाल लुगडं नेसलेली स्त्री पुढे चालू लागली. काशाचे कुतूहल जागे झाले. तो अधिकच अंग चोरून बसला... बोरूत दडकला. लाल पातळाची आकृती त्याच्या अगदी जवळ येऊन उभी राहिली. काशा समोर पाहू लागला. स्वत:शी म्हणाला, 'ही बाई एवढ्या घनदाट बोरूत कशाला आली असेल...! धडधाकट माणूसही बोरूत शिरायची हिंमत करत नाही...! आणि ही तर पाटील, कुणब्याची बाई! काय हरवले असेल हिचे...?'

काशाला काहीच सुचत नव्हते. ती स्त्री आवतीभोवती भिरभिर पाहू लागली. काशाने तिला ओळखले... हो, काल प्रसाद नाकारणारी सखाराम भुस्कुट्याचीच बायको होती ती!

तिच्या कपाळावरील पैशाएवढं कुंकू बोरूतून मार्ग काढताना विसकटल्यासारखं झालं होतं... डोक्यावरचा पदर खांद्यावर आडवा आला होता. ती तिथेच आवतीभोवतीचा अंदाज घेत उभी राहिली आणि जमिनीवर कोलटेकणी बसली. एवढ्यात त्याच भांगेने कुणीतरी येत असल्याची चाहूल लागली... आणि पांढरे धोतर-कुडतं घातलेला सुदृढ, काळा माणूस पुढे उभा राहिला. त्याला पाहताच भुस्कुटीन मोहोरल्यासारखी झाली. क्षणात दोघेही पागल झाले... कामातूर बनले... त्या मस्तीतच ती जमिनीवर आडवी झाली... आणि....

समोरचे दृश्य पाहून काशा अचंब्यातच पडला! त्या काळा माणसाला कुठेतरी पाहिल्याचे त्याला आठवू लागले; पण नेमके कुठे ते आठवत नव्हते. तो समोरच्या पापाकडे दुर्लक्ष करून त्याची ओळख आठवू लागला व स्वत:शी म्हणाला, 'हं... आठवलं गड्या! मांगच्या हंगामात बोरू पहासाठी भुस्कुट्याचं घर कोनतं थे सांगनेवाला अन् दोन रंगाचं लुगडं नेसून दुकानात आलती, थ्या

बाईकडं हावरटासारखा पाहयनारा, थोच ह्यो समुद्र्या दुकानदार... समुद्र्या गोंड! अन् हे सखाराम भुस्कुट्याची बायको... धुर्पती पाटलीन. नाव मोठं अन् लक्षन खोटं!'

काशा विचारात असताना धुर्पती उठून उभी राहिली. काळा बाजूला सरकला. ती लुगडे सावरून जाणार; तोच बोरूच्या झुडपातून काशा भसकन बाहेर आला आणि भुस्कुटीनच्या पुढे उभा राहून तिला म्हणाला, ''काय मालकीन, झाला का बोरू सवंगनं?''

काशाच्या बोलण्यानं ती भानावर आली. अवसान गळल्यागत झाले तिला! लाजेने चूर होऊन गेली ती! काय बोलावे तेही तिला सुचत नव्हते. बोलण्याचा प्रयत्न करू लागली, पण तोंडून शब्द फुटत नव्हते. तेवढ्यात काशाने कालच्या अपमानाची परतफेड करण्याच्या हेतूने म्हटले, ''बापा! तुमाले तं दुसऱ्याकडचं पानीय नाही चालत वाटते! जीवय नाही बाटला ना तुमचा...!''

धुर्पती काहीच बोलली नाही. तिने काशाला दोन्ही हात जोडून नमस्कार केला. 'कुणाला सांगू नको', अशी काकुळती केली अन् इंधन बांधायची दोरी व चुंबळीचं फडकं हाती घेऊन लकसपकस निघून गेली. आतापर्यंत शांतपणे ऐकणारा समुद्र्या दुकानदार त्याला जरबेने म्हणाला, ''पाहय, कोनाजवड का बकला तं माह्यासारखा खराब मानूस नाही. सांगून ठिवतो.''

त्याची धमकी ऐकून काशाचा पारा एकदम चढला आणि खांद्यावरचा विळा पुढे सरसावत म्हणाला, ''एक्का हबक्यानं मुंडकं अल्लक करतो, भडव्याचं! भेव दाखोतं, काबे! चोर तं चोर, शिरजोर लेकाचा!''

काशाचा बिघडलेला अवतार पाहून समुद्र्या ठंडाच झाला आणि काही न बोलता वाटेने चालू लागला. तसा काशा त्याला दरडावत पुन्हा म्हणाला, ''अन् हे पाहय गोंडाड्या पुन्ना का इकडं शेन खाले आला तं कुऱ्हाडीनं तुकडे करीन!''

मग मात्र काहीही न बोलता समुद्र्या तसाच पुढे चालू लागला. काशाही बोरूतून मार्ग काढत धुऱ्यावर आला. इंधनाचं ओझं डोक्यावर घेऊन साळसूदपणे गावाच्या दिशेने निघालेली पाठमोरी भुस्कुटीन त्याने दुरूनही ओळखली नि तो गालातल्या गालात हसत पेंड्या बांधायला पुढे जाऊ लागला. पेंड्या बांधण्यात गर्क असलेल्या शिलपतने त्याला विचारले, ''कुठं गेलता गा आता पावतर?''

तसा काशा गंभीर झाला. पाहिलेले दृश्य त्याने शिलपतला सांगितले. ते ऐकून तोही विचारातच पडला. गावगाड्यातील प्रतिष्ठित व स्वत:ला उच्च कुळातील समजणारे लोकही कसे व्यभिचारी असतात; तरीही ते उजागर...! फिरस्त्यांवर मात्र त्यांची करडी नजर.... त्यांना गावातही येण्याची उजागरी नाही. वाड्यात नाव नोंदवा... हजरी द्या दोन टाईम... शिलपतचे विचारचक्र सुरू झाले.

''काहून, कायचा इचार करून रायला?'' काशाने हसत-हसत विचारले.

त्यावर शिलपत म्हणाला, ''काही नाही गा! गाव तिथं गोद्री असतेच. अन् थ्या डोंबड्या गोंडापरीस सखाराम भुस्कुट्या पहाले खराब हाये का मंतो! पन वासना जाये मस्ना...! कुनबटाची आग अन् होईचा फाग, मंते थे खरंच हाये. आपल्याले काय करा लागते. आफून फिरस्ती लोक! करन थो भरन अन् दयन थो सावडन! आफून आपल्या पायरीनच राहावं, बावा! चाल, कामाले लाग!'' असे म्हणून शिलपत आपल्या कामी लागला.

काशानेही कापलेल्या बोरूच्या मुठी एकत्र करत पेंड्या बांधण्यास सुरुवात केली. पेंड्या बांधणे आटोपताच देव तरुट्याच्या मुळ्या खोदण्यासाठी दोघेही नदीच्या थडीकडे निघाले. तोपर्यंत पालांतील सारी बाया-माणसं बोरूच्या शेतात गोळा झाली. पाच-सहा वर्षांची लहान मुलंही आपल्या मायबापाच्या मदतीने आपली पाथ घेऊन कामी लागले. राघोला कालच्या कामाचा थकवा असह्य होत होता, त्याची कंबर व पाय सारखे दुखत होते, त्यामुळे त्याला रात्रभर धड झोपही लागली नव्हती. मायने त्याचे हातपाय दाबून दिले तरी ते दुखतच होते. म्हणून तो मायला म्हणाला, ''मावो, मी अज बोरू कापाले नाही येत. पालातच अराम करतो. माहे पाय भल्कसे दुखून रायले. चालनं अन् वाकनंय नाही होत माह्याच्यानं!''

त्यावर सई म्हणाली, ''असं मनून कसं चालन, बाबू! हे चार दिवसच हाये सुगीचे! अन् बसून ऱ्हायला तं पाय जास्तच अकडन ना! थ्या परीस गती-गती कामाले लागला तं आपसुक हातापायाच्या सिरा मोकया हुईन अन् कंबर बी सरकी हुईन. मनून चाल...! दुपार पावतर बरा होसीन तू!''

त्यावर तो कण्हतच म्हणाला, ''अवो, पन माह्याकून वाकनय नाही होत ना! कसा कापीन मी बोरू? तूच सांग!''

"अं, बोरू कापनं नाही झालं तं बोरूच्या पेंड्या वाह्यजो. त्याची भोवरी लावाले मदत करजो, तुह्या बापूले अन् काकाले; पन मजुरी नोको पाडू, बापा! आपल्या हिश्यावरची तेवढी वाटनी कमी होईन ना!" ती काकुळतीने म्हणाली.

तसा राघो थोड्याशा नाराजीनेच बोरू कापायला आला होता. त्याचे हातपाय नि सर्वांग प्रचंड ठणकत होते. तरीही, माय व बापूच्या मंधात आपली पाथ घेतली नि कंबर-मांड्यांच्या कळा सोसत बोरू कापू लागला. त्याची अवस्था शिलपतने जाणली. मग तो आपली पाथ कापता-कापता राघोलाही हातभार लावू लागला. दुसऱ्या बाजूने सईही मदत करू लागली. पण एक-दोन पातीतच त्याची कंबर सरकी झाली. मांड्या-पोटऱ्यांचीही ठणक आपोआप पळू लागली. खरंच दोन दिवसांत सारं दुखणं पळालं. बोरू कापणीचा हा आटापिटा तीन-चार दिवस चालला. खाण्या-पिण्याकडे दुर्लक्ष करत बाया-माणसांपासून मुलाबाळांसह सगळे जण कामाला लागायचे.

लेकुरवाळ्यांना तर लेकरू पाजायलाही सवड मिळायची नाही. सगळ्या जणी अंगावर पिणारी लेकरं सोबत घेऊनच कामाला यायच्या. आंब्याच्या डहाळीला दोरीचा पाळणा बांधून, त्यात लेकरू निजवून दिलं की कामाला लागायच्या. एक डोळा आपल्या कामावर अन् दुसरा पाळण्यातील लेकरावर ठेवत पुढे सरकायच्या. काम करण्यास अजून अवकाश आहे, अशा लहान मुलांना त्यावर लक्ष ठेवायला, झोका द्यायला सांगून जड मनाने आपल्या पाथीवर बसायच्या. अशी लहान मुलं असली तर ठीक; नाहीतर सारी लेकरं देवाच्या भरवशावर पाळण्यात पडून राहायचे. उसळी मारून लेकरू खाली पडू नये म्हणून पाळण्याभोवती पक्क फडकं बांधून त्याचं संरक्षण केल्या जाई. मग पाथ पडेपर्यंत अथवा चांगली दुपार होईपर्यंत त्याची माय तिकडे फिरकायची नाही. तोवर लेकराचं हगणं, मुतणं, रडणं, केकाटनं सारंकाही पाळण्यातच!

एवढा आटापिटा केला तरी सात एकर बोरू कापायला, पेंड्या बांधून तो जमा करायला, भोवऱ्या म्हणजे लहान-लहान गोलाकार ढीग लावायला, चार-पाच दिवस लागले. तो कापलेला बोरू सुकण्यासाठी एक-दोन दिवस तसाच पडून होता. त्या काळात मजुरीनं व उधड्यानं घेतलेली वावरं कापायचा विचार करत, एकेकाला सुरुवात करू लागले.

काशा-शिलपतच्या बिऱ्हाडांना यंदा फारसा हंगाम मिळाला नव्हता; तरीही, मजुरीनं घेतलेल्या वावरातील बोरू कापण्यास त्यांना पंधरा दिवस, तीन वार लागले. तोपर्यंत सारा बोरू कापून झाला... पेंड्या एकत्र करून त्याचे गूढ लावले... काहींच्या गंज्या तयार केल्या. बोरूची पहिली प्रक्रिया आटोपली.

त्यानंतर बोरूचे बी काढणे... पोती भरणे... कुटाराचा ढीग लावणे... त्यानंतर कापून, सुकलेला बोरू पाण्यात मुरू घालणे, सडवणे... त्याचा ओला अथवा सुकलेला ताग काढणे... तो बाजारात पिळा करून शेराप्रमाणे विकणे... अथवा दावे, चऱ्हाडं करून नगाप्रमाणे विकणे... अशी त्याची संपूर्ण प्रक्रिया. ती पूर्ण होऊन पुढच्या हंगामापर्यंत त्यांची अशी धडपड चालायची. नवा हंगाम आला की नव्याने पुन्हा कामाला लागायचे. त्यासाठी नवे गाव, नवे शिवार! तेथील बोरू-पिकांचा माग काढत पोटापाण्याची व्यवस्था लावणे... उपाशी पोटाला भाकरीचे आश्वासन देत, गावगोठाणावर पाल ठोकणे... असा त्यांच्या जीवनाचा जांगीभोवरा! तो अथकपणे त्यांना गावोगाव फिरवत होता.

काशा-लक्षाच्या बिऱ्हाडांनी मिळून मजुरीने व अर्धालीने कापण्यासाठी घेतलेला बोरू सवंगून झाला. प्रत्येकाच्या त्यातील वाटण्या आटोपल्या. सर्वांनी वाटणीवरील बोरूंचे गूढ लावले. साऱ्यांनीच त्यासाठी खूप मेहनत घेतली होती. राघो-सावित्रीपासून कर्ण्या-गोविंदापर्यंत, सारे लेकरंही मायबापाच्या मागेमागे काम करत होते. बोरूच्या पेंडीसारखं त्यांचंही भवितव्य पोटाच्या आगीने, भटकंतीशी करकचून बांधल्या जात होतं; आणि पठारावरच्या शापित, खुरट्या झुडपांसारखे वारा-वादळांचे वार सोशीत रुळलेल्या चिखलात गाडले जात होतं.

त्यांनी घेतलेल्या शेतांची कापणी आटोपली होती. बोरू सडकून, रगडून झाला होता... बियाण्यांची पोती भरली होती... आपापल्या पालांसमोरच कुटाराचे ढीग लावले होते... शेतकरी ते जागेवरूनच विकत घेत होते. पालात पै-पैसा येऊ लागला होता. आपापल्या वाट्याच्या बोरूंची काहींनी पालाजवळच गंजी लावली, काहींनी पालाभोवती कटगळासारखा उभा केला, तर काहींनी छपरासारखा पालावर मांडवासारखा शाकारला. त्याच्या पुढच्या प्रक्रियेची घाई नव्हती.

कापलेल्या बोरूची गंजी चांगली सुकेपर्यंत दुसरीकडे मजुरी शोधण्याशिवाय पर्याय नव्हता... आणि एवढ्याशा मिळकतीवर वर्षभर पोट भरणे शक्यही

नव्हते. म्हाताऱ्याने मजुरीसाठी दिलेल्या आश्वासनाची काशा-लक्षाला चांगली आठवण होती. त्यामुळे इकडून मोकळे होताच, त्यांनी एक दिवस तुकारामला म्हाताऱ्याकडे पाठवले व त्याच्याकडील मजुरीची विचारपूस करून यायला सांगितले. तो होकार घेऊन परतलाही होता. भामट्यांच्या एका टोळीचा दुसऱ्या टोळीशी मजुरीनिमित्त होऊ घातलेला जणू हा गोड मिलाफच आहे, असे काशा, लक्षादिक टोळीतील बुद्रुकांना वाटू लागले. म्हाताऱ्याचे उपकार नि त्याच्या मनाचा मोठेपणा आठवून सगळ्यांचं काळीज सुपाएवढं झालं. आणि बाया-माणसं आपापली पाच-सात वर्षांची लेकरं सोबत घेऊन म्हाताऱ्याकडे कामाला जाऊ लागली.

❖❖❖

तुकाराम मात्र एकटाच कामाला जायचा. त्याचा संसार आता तुटल्यातच जमा होता. दोन मुलांना घेऊन त्याची बायको मायबापाकडेच राहायची. ते तिकडे खानदेश, मराठवाड्यात आपल्या टोळीनिशी भटकायचे. बायको-मुलांसोबत तुकारामची अशी ताटातूट झाली होती; पण अद्याप काडीमोड झाला नव्हता.

बहिरम-ऋणमोचनच्या किंवा कोटेश्वरच्या जत्रेत; त्या-त्या परिसरात भटकत असताना भामट्यांची बिऱ्हाडंही जत्रेच्या आडोशानं उतरत. तिथेच एकमेकांच्या भेटीगाठी होत. त्यांची जात-पंचायतही तिथेच भरायची. त्यात अशा प्रकरणांचा निकाल लागायचा. भेटीगाठी व्हायच्या. महिनाभर चालणाऱ्या या यात्रा! तिथेच ते कपडालत्ता, ढुसे घोंगडे, चादर-सतरंज्या विकत घ्यायचे. दोरी-दोरखंडापासून विळे कुऱ्हाडींपर्यंत सारंकाही तिथे मिळायचं.

बोरू, ताग व दावे, चऱ्हाडांना तिथे चांगली मागणी असायची. मोठे व्यापारी भामट्यांकडून तागाची खरेदी करायचे. त्याचे दावे, चऱ्हाडं करून पैसा कमवायचे. पैशाने तुटलेले भामटी आपल्याकडे गोळा झालेला ताग अशा व्यापाऱ्यांना कमी भावात विकायचे व आपली संज भागवायचे. परंतु ज्यांना पैशाची गरज नाही, असे भामटी ताग तसाच भरून ठेवायचे. त्याचे शेराचे, दोन शेराचे, पाच शेराचे पिळे बांधायचे व जत्रेत, अथवा बाजारात जास्त भावाने विकायचे. काही भामटी त्याचे दावे, चऱ्हाडं बनवून नगाप्रमाणे किंवा वजनाप्रमाणे विकायचे. त्यापासून त्यांना मिळकतही चांगली व्हायची. त्यामुळे

प्रत्येक भामटी जत्रेपर्यंत माल तयार करण्याची धडपड करायचा. त्या धडपडीतच यात्रेत आपल्या गणगोतांना, जिवलगांना भेटण्यासाठी सारे जण आतुर व्हायचे. सासूरवाशीण मुलींना तर या जत्रा म्हणजे दिवाळसणच वाटायचा नि जत्रेच्या वाटेवर नजर रोखून मायबापाची आतुरतेने वाट पाहायच्या.

अशा जत्रेतच भटकंतीत दुरावलेल्या भामट्यांच्या टोळ्या एकत्रित यायच्या. तिथेच जात-पंचायत भरून न्यायनिवाडे व्हायचे. तडजोडी, काडीमोड, लग्न जुळवणे व पुढच्या प्रवासाची दिशा ठरवण्यापासून, बहुतेक बाबींचे निवाडे इथेच व्हायचे. भटकंतीत लुप्त झालेली टोळीतील बिऱ्हाडं अथवा एखादं कुटुंब आपल्या कळपाला शोधत इथेच यायचं नि पुन्हा त्यांच्या आश्रयाने आसपास भटकायचं.

तुकारामची बायको पोराबाळांना घेऊन तिकडे खानदेशात आपल्या मायबापांसोबत फिरायची. टोळीतल्या मुखंडांनी तिला परोपरीने समजावले; पण ती काही आली नाही. उलट, तुकारामनेच इकडे येऊन आपल्या मायबापाच्या आधाराने काम करावे, असा तिचा हट्ट होता. तुकाराम आपल्या मायबापांना सोडायला तयार नव्हता नि त्याची बायको आपल्या मायबापांना सोडायला तयार नव्हती. शेवटी हा वाद विकोपाला गेला. दोघांत दुरावा निर्माण झाला. तरीही तुकारामचं मन बायकोतून व पोराबाळांतून काही निघत नव्हतं. त्यांची आठवण आली की तो बेचैन व्हायचा. त्याचं कामात लक्ष लागायचं नाही. त्याची मन:स्थिती पाहून अंशी, धनाजी त्याला समजावायचे. म्हणायचे, ''बाबू, तुकाराम तू आमच्यात किती दिवस गुतून पडशीन? सून इकडं येत नसन्त, तूच तिकडं जा! सुक्काचा राय मंजे झालं! नाईतरी आफून वाऱ्यावरची पाखरंच हावो का नाही! ज्या मुल्कात दाना मिळंन, तिकडं उडाचं. आपल्याले का गाव हाये...का इस्टन हाये आपली? कुठंय पोटच भराचं हाये ना? जा, आपल्या लेकराबायात जा! भुलून जा आमाले आता. तुह्या कुटकाभर लेकरायसाठी तरी मनावर दगूड ठीव अन् जा तिकडं!''

पण तुकारामला ते काही पटायचं नाही. तो आपल्या मायबापाला म्हणायचा, ''नाहीओ, मॉ! तुमाले मतारपनात सोडून नाही जात मी. बायकोसाठी भावूबंदाचा अधार सोडनं मले नाही पटत. बायकोचा भाड्या बनन्या परीस मी डुकरावानी एकटाच राहीन! वांझुटाच रायलो मनीन... कमावीन नं खाईन. कोनाले सतावनार नाही. पन मले हकलू नोका तुमी!'' असे म्हणून तो गहिवरून

यायचा... रडायचा. मग चार-आठ दिवस पार विसकटल्यासारखा व्हायचा... हळूहळू भानावर यायचा... आपल्या भाऊबंदाच्या पोराबाळांत मिसळायचा... त्यांच्याशी खेळायचा... धिंगामस्ती करायचा अन् आपले दु:ख विसरायचा.

बहिरम, ऋणमोचन, सालबर्डी या वऱ्हाडातील जत्रा; तर कोटेश्वर, आंभोरा वराड, झाडीपट्टीच्या सीमेवर! तिला वर्धा नदीचा समृद्ध थडवा... तिनेच वराड व झाडीची विभागणी केली. तिची पूर्वाभिमुख थडी म्हणजे झाडीपट्टा; तर पश्चिम थडी वऱ्हाडची! पण वर्धेचा काठवा झाडीपेक्षा वराडच्याच संस्कारांनी व्यापलेला! 'वराड व सोन्याची कुऱ्हाड' ही म्हण वर्धेच्या किनारपट्टीतील भूभागानेही सार्थ ठरवलेली! वर्धा खोऱ्यातील सुपीक जमिनीने शेतकरी सुखावला. बोरूच्या घनदाट पिकांनी व नदीतील बारमाही पाण्याने झाडी-वऱ्हाडचा मुलूख भामट्यांना दिलासा देत पोटापाण्याचा आधार वाटू लागला. तसा खानदेश मराठवाडाही चांगला; तिकडेही भामट्यांच्या अनेक टोळ्या भटकायच्या. औरंगाबाद-परभणीपासून, जळगाव, भुसावळ ते थेट बुलढाण्यापर्यंत त्यांचा वावर असायचा. यातील बरेचसे तिकडेच रोजीरोटी शोधत, त्याच वर्तुळात फिरत राहिले.

काहींनी जळगाव-भुसावळ मार्गे बुलढाणा-वऱ्हाड प्रांत गाठला. पुढे सरकत-सरकत वर्धेचे खोरे ओलांडत झाडीपट्ट्यात पोहोचले. त्यातल्या काहींनी आंध्र प्रदेशाचा आसरा घेतला. ते चंद्रपूर-गडचिरोली मार्गे झाडीत शिरले. काही तिकडेच फिरत राहिले. मजुरीचा शोध अन् इंग्रजी ससेमिरा चुकवत प्रवरा-गोदावरीच्या प्रवाहासोबत वाहत-वाहत काटेकुरणा, पूर्णा, वर्धा, वैनगंगा, पैनगंगा थेट प्राणहितेपर्यंत भामट्यांची छिन्नविछिन्न टोळकी वाहुटली अन् काठावरच्या कुशानासारखी आधार मिळेल तिथे थांबत राहिली. आधार संपला की पुढे... आणखी पुढे... असे स्थिरावत, वाहुटत, भरकटत राहिली.

पण यात्रांचा हंगाम आला की सर्व जण आनंदून जायचे. गणगोत, मायबाप, लेक-जावई भेटण्याच्या कल्पनेनेच सारे सुखावून जायचे. त्यासाठी यात्रेच्या महिन्यावर नजर ठेवून भराभर हंगाम आटोपायचे आणि तागाचे पिळे, दावे, चऱ्हाडं किंवा गाठीचा पै-पैसा सांभाळत, गावे बदलवत यात्रेच्या दिशेने सरकायचे. तिथे किंवा रस्त्याने भेटीगाठी व्हायच्या... समाचार कळायचा... न आलेल्यांचे निरोप, पुढच्या जत्रेत भेटीचे आश्वासन मिळायचे.

बहिरम जानेवारीच्या पहिल्या पंधरवड्यात... पौषात... संक्रांतीच्या मुहूर्तावर! कोटेश्वर, सालबर्डी शिवरात्री पारण्याला, तर ऋणमोचन पौषात! या साऱ्या महिना-पंधरा दिवस चालणाऱ्या यात्रा... सर्वांचा थकवा मिटवणाऱ्या! सर्वांसोबत तुकारामही बहिरम, ऋणमोचनच्या यात्रेला जायचा. डोळ्यांत प्राण आणून आपल्या सासऱ्याची बिऱ्हाडं शोधायचा... त्यात आपल्या बायको-पोरांना हुडकून काढायचा... त्यांच्याशी लाडीगोडी लावायचा... पोरांना जत्रेत फिरवायचा... बायकोला विचारपूस करून तिला सोबत चालण्याबाबत विनवायचा! ती ऐकण्याच्या मन:स्थितीत असली की तिच्याशी मनसोक्त बोलायचा. तारुण्यसुलभ जाणिवेने दोघेही हुरळून यायचे... सोबत-सोबत फिरायचे... एकांत शोधायचे! पण सोबत राहण्यास दोघेही आपापली अट जपायचे नि यात्रा संपताच दोघेही आपापल्या मायबापासोबत, घोडीच्या शिंगरूसारखे चालू लागायचे. बापाच्या मायेला आसुसलेली लेकरं त्याच्या गळ्याला बिलगून आक्रोश करायची अन् माय पुढे निघाली की रडतरडत तिच्या मागे चालू लागायची. लेकरांच्या आशेने तरी तो येईल, असे त्याच्या बायकोला व सासू-सासऱ्याला वाटायचे नि लेकरांना घेऊन ते चालू लागायचे. एखाद्याने त्यांना समजावलं की त्याला ते म्हणायचे, ''आमची एकुलती एक लेक. तिले कुठं वाऱ्यावर सोडाची, बापा! परमुलखात फिरनेवाली आपली जात! त्यायची बिराडं कुनीकडच्या कुनीकडं निंघून गेले का कुठं सोधाचं त्यायले...? मंग कुठं पाहाव पोरीले...? थ्यापरीस जवायानच आमच्यासंग फिरावं.''

तर तुकारामलाही नेमकं असंच वाटायचं, 'त्यायच्यासंग फिरलो तं आफून आपल्या भावूबंदापासून तुटून एकटं पडू. मंग जातीत, समाजात आपल्याले कोन वयखन? पुढं पोराबायायचे लगनयव हाये. भटकल्या एकट्या बिराडाले कोन वयखते?'

एका अर्थानं त्याचंही बरोबर होतं. वराड, झाडी ते खानदेश मराठवाड्यात शेकडो मैलांचं अंतर... त्यात सारी पायपीट पोटासाठी... अन् इंग्रज-पोलिसांचा जुलूम चुकवत गावोगाव भटकत मुलूखगिरीवर निघालेल्या भामट्यांच्या टोळ्या... दैनंदिन जीवनात दुरावत जाणाऱ्या... अंतर वाढत-वाढत एकमेकांपासून अदृश्य होणाऱ्या... भरीसभर म्हणजे गुन्हेगारीचा जबरदस्त शिक्का कपाळावर पक्का बसलेला! आपण चोर नसल्याचे आकांत करून सांगितले तरी कुणी विश्वास

ठेवणार नाही, असा. सदैव टपलेल्या गावकऱ्यांच्या साशंक नजरा... पोलिसी अत्याचार... पाचवीला पुजलेली बिगार... गावपाटलांचा जुलूम... कोतवालाची दमदाटी... या साऱ्यांशी सामना करत, इंग्रजी लष्कराला हुलकावणी देत, भामट्यांच्या जीवनाचा जांगीभोवरा रंगात आलेला!

"या धावपळीत कुणी कुणाला, कुठं शोधायचं...? कसं शोधायचं...? त्यापरीस 'आपलं लेकरू आपल्यासंगच बरं! आपल्यासंगच वली, कोड्डी खाईन नं जगन कसीबसी!'' असे तिचे मायबाप म्हणायचे.

टोळीतील बुद्रुक पुन्हा त्यांना समजवायचे, "आरं बाबा, पोरीबाईचा लोब कायले पायजे आता! आरं, बामणाले देल्ली गाय अन् तिची आशा काय! जावू दे तिले, आपल्या मान्सासंगं...! हूँ दे त्यायचा संसार...! तरण्या जिवाचा सराप नोको घिवू, राज्या!"

तरीही, तुकारामच्या सासू-सासऱ्यावर त्याचा काही परिणाम व्हायचा नाही. चार-आठ दिवस गेले की पुन्हा त्यांना कुणीतरी समजावण्याचा प्रयत्न करायचे, "काहून बैताडपना करता गा तुमी? आरं, पोरगी मंजे जयराची पुडी...तुपाचा गोया! त्याले आस लागली का थो इतयल्याबिना थोडाच रायते? तरनाताठा जीव! आफून असे बारा सिवा घुमनारे लोक... भलाबुरा गाव भेटला... उद्या काही कमीजास्त झालं तं जीव द्याची पाई. कुठं तोंड लपवान मंग? थ्यापरीस पानी पडन्याआंदीच वयन बांधा, नं द्या पोट्टीले पाठवून जिकडची तिकडं!"

पण मायबापावर काही परिणाम झाला नाही. दोघांपैकी कुणीतरी शहाणपण धरेल व हा अडलेला तुकोबाचा गाडा मार्गी लागेल, असे धनाजीला सारखे वाटायचे. तिकडच्यांनाही तशी आशा वाटायची. म्हणून ऋणमोचन, बहिरमला दोघांचीही बिऱ्हाडं यायची... तिथे भेटीगाठी व्हायच्या... वर्षभराचा विरह विसरून दोघेही नवरा-बायको एकमेकांना भेटायचे... चार दिवस गोडीगुलाबीनं वागायचे. जास्तच लाडात आले की तिचे मायबाप तुकारामला घालूनपाडून बोलायचे, पोरीला सावध करायचे. मग ती तुकारामला म्हणायची, "बस झालं आता लाडकपन! मले मायबापासंग ऱ्हा लागते. तुमचा तं तिकडं नाय गाडला हाये. बायको पायजेन नोती तं लगनच कायले केलं? अन् आता कायले लाडाईगोडाई लावून रायले! भल्त कशानं काई झालं तं तुमाले कुठं पाहीन मी? माह्यावर कोन इस्वास ठिवन? सारेझनं माह्याच तोंडात गू घालन... थ्या परीस

पुन्ना इथं याचं नाही, बॉ! अन् मले भेटाचं नाही. नाही तं एखांद्या वक्ती काहाडीन चांगली सट्टक! मंग सांगत्ल नाही मनान! सांगून ठिवतो.''

तिचे बोलणे मनावर न घेता, तुकाराम तिच्याभोवती गोंडा घोळत रहायचा. पण तिचा हेका कायम असायचा. त्याचं मोहोरलेलं मन तिची प्रतीक्षा करत थकून जायचं. जत्रेत दोघेही असताना प्रचंड दुराव्यातच यात्रा संपायची. मग पुन्हा जड पावलांनी आणि उदास मनाने आपल्या बिऱ्हाडांसह भ्रमंती सुरू करायचा. पुढच्या वर्षी मोठ्या आशेने पुन्हा जत्रेची वाट धरायचा; पण दुरावा काही संपायचा नाही.

पण... चार-पाच वर्षांपासून खांदेशाकडील बिऱ्हाडं वराड-झाडीकडील जत्रांना आलीच नव्हती. तिकडचा काही निरोप आला नाही की हालहवालाही कळला नाही. तुकाराम त्यांची वाट पाहून थकला नि आपले दुःख पिरसत जीवन जगू लागला. भावांच्या शेजारीच आपलंही पाल मांडून एकटाच राहू लागला. आता तर जत्रेला जाण्याचेही तो टाळू लागला. आपल्या टोळीशी जुळलेलं नातं तो तोडू इच्छित नव्हता आणि भाऊबंदांच्या प्रेमापासूनही अलग होत नव्हता. बायको-मुलांशी असलेल्या भावनिक नात्यातही गुंतला होता आणि त्यातून निघणाऱ्या योग्य मार्गाची वाट पाहत कसातरी जीवन रेटत होता.

■■■

५

तुकारामसह काशा, शिलपत आदी सर्वांच्या पालातील बाया-माणसं आता म्हाताऱ्याकडील बोरू काढण्यासाठी मजुरीने जाऊ लागले. आतापर्यंत त्याचा बराचसा बोरू त्यांच्या टोळीतील मजुरांनीच काढला होता... बियाण्यांनी पोते भरून थप्पीही लावली होती... कापलेल्या बोरूचे गूढ नदी काठावर लावले होते... तरीही, त्याचा बराचसा बोरू कापायचा बाकी होता. बहिरमच्या यात्रेपूर्वी सारा बोरू कापून, ताग काढून, त्याचे दावे चऱ्हाडही तयार झाले पाहिजे, यासाठी त्यांची धडपड चालू होती. अनायसे तीस-चाळीस मजुरांचा तुंगा अकस्मात भेटल्याने म्हाताऱ्याला आनंदच झाला होता. एवढे मजूर वाढूनही बोरू कापायला पंधरा दिवस, तीन वार लागले. त्याचा चुकारा म्हाताऱ्याने सर्वांना नगदी दिला.

आता नदीच्या पाण्यात बोरू भिजवून त्याचा ताग काढण्याच्या प्रक्रियेला सुरुवात होणार होती. पण भामट्यांच्या या दोन टोळ्यांत ताग काढण्याची पद्धत वेगवेगळी! काशा-शिलपतची टोळी बोरूच्या पेंड्या नदीत भिजवायचे. तो सडल्यावर त्याला उन्हात वाळवायचे. वाळल्यावर त्याचा गूढ लावून, फुरसतीने अथवा गरजेनुसार ताग काढून त्याचे शेर-दोन शेराचे पिळे बांधायचे. व ते पिळे बाजारोबाजारी शेतकऱ्यांना विकायचे. बोरूच्या बिया पुढील वर्षीच्या पेरणीसाठी शेतकऱ्यांना विकायचे. तसा त्यांच्याकडे फारसा तागही नसायचा; कारण बहुतेक बोरू त्यांनी मजुरीनेच कापला असल्याने त्यावर शेतमालकाचाच अधिकार असे. ज्वारी, पैशांची मजुरी घेऊन भामटी मोकळे व्हायचे. पण

अर्धांलीने घेतलेल्या अर्ध्या बोरूवर मात्र त्यांचा हक्क! त्यावरच त्यांची संज भागायची. सुगी संपली की तोच त्यांचा आधार!

म्हाताऱ्याकडील पद्धत मात्र वेगळी! तो व त्याच्या टोळीतील काही जण नगदी पैशाने बोरूचे उभे पीकच खरेदी करायचे. सौदा झाल्यावर अथवा बोरू कापायला सुरुवात होण्यापूर्वी शेतमालकाला रक्कम मोजून द्यायचे. मग सनकाड्यांपासून बोरू बियांपर्यंत त्यावर त्याचाच हक्क...! त्यात झालेल्या नफ्या-तोट्याचा तोच मालक!

दुसरे असे की, पाण्यात मुरलेला बोरू ते वाळवत बसायचे नाही. बोरू सडल्यावर मजुरांमार्फत त्याचा तेव्हाच ताग काढायचे. दोन पैसे, दीड पैसा मनाप्रमाणे ताग काढायचे. तो ओला ताग दोन डेहींवर आडवा फाटा लावून वाळवायचे. वाळल्यावर त्याचे गठ्ठे बांधून ठेवायचे. ताग वाळल्यावर त्याचा पड घालून, पीळ देणारं व त्यापासून चऱ्हाडं तयार करणारं मजूर दुसरं! असे कितीतरी मजूर त्याच्या कामावर होते.

मोठमोठ्या खटल्यात, श्रीमंत पाटलांकडे वर्षभर लागणारी दावे, चऱ्हाडं म्हाताराच पुरवायचा. त्याचा पैसा पुढच्या हंगामापर्यंत उचलत राहायचा. त्यामुळे या शिवारातील बहुतेक पाटलांकडे म्हाताऱ्याची ओळख व पत होती. बोरूचा ताग काढून विकण्यापेक्षा त्याचे दावे, चऱ्हाडं करून विकण्यात त्याला नफाही भरपूर मिळायचा. पाटलांना माल देऊनही भरपूर दावे, चऱ्हाडं त्याच्याजवळ शिल्लक असायचे. ते तो बाजारोबाजारी नगाप्रमाणे अथवा वजनाप्रमाणे शेतकऱ्यांना विकायचा. त्यावर त्याला खर्च वजा जाता दुप्पट नफा मिळायचा. त्यामुळे तो म्हातारा व त्याच्या टोळीतील बहुतेक कुटुंब सुखी, समृद्ध दिसायचे. वऱ्हाड-झाडीतील त्याचे भाऊबंदही, अशा मजूरदार भामट्यांपेक्षा खाऊनपिऊन सुखी असल्याचे तो सांगायचा.

अशी ही बोरू तागाचा व्यापार करणारी हुशार भामट्यांची टोळी! तिच्याशी काशा-शिलपतच्या टोळीचा संबंध आला नि आपल्या व्यवसायातील नवीनच कौशल्याची त्यांना ओळख झाली. पण त्याची टोळी म्हणजे नखशिखान्त दारिद्र्य! ते तुणवता-तुणवताच हंगाम संपून जाई, तरी पोट रिकामचं रिकामच असायचं. ते भरण्यासाठी त्यांच्या बाया रोजमजुरीसाठी गावात फिरायच्या. मजुरी मिळाली तर ठीक; नाहीतर रिकाम्या वेळात अंबाडीची पानं ओरपून

आणायच्या, वाळवायच्या व अडीनडीसाठी मडक्यात भरून ठेवायच्या. पोटाला काही मिळालं नाही, तर तो पाला रांधून, त्यात तिखट, पीठ मिसळून अथवा तसाच सर्वांना खाऊ घालायच्या नि संज भागवायच्या. असं त्यांचं भीषण दारिद्र्य!

❖❖❖

आतापर्यंत काशा-शिलपतच्या टोळीतील सर्व बाया-माणसांची ओळख म्हाताऱ्याच्या टोळीशी झाली होती. परस्परांतील घसट वाढू लागली होती. या दोन टोळ्यांच्या पेहरावात फरक असला तरी नव्या पिढीतील मुलांमुलीत गावाच्या सहवासाने बदल जाणवू लागला होता. मराठवाडा, खानदेश, घाटाकडील त्यांच्या बोलीवर व राहणीमानावर आता वऱ्हाडचा प्रभाव पडू लागला होता. तरीही, जुन्या वळणाच्या स्त्रिया दोन रंगाचे पातळ नेसायच्या. दोन रंगांच्या पातळाला मधातून फाडून त्याचे अर्धे-अर्धे तुकडे एकमेकांना जोडून, सुईदोऱ्याने सांधायच्या व ते दोन रंगी पातळ नेसायच्या. अंगात चोळी घालायच्या... कपाळाला पैशाएवढं मोठं कुंकू लावायच्या... नाकात नथ घालायच्या... तोंड झाकले जाईल एवढा डोक्यावरून पदर ओढायच्या.

माणसं पचांगीचं, टोंगळ्यापर्यंत आखूड धोतर नेसायचे... अंगात बारकसी घालायचे... कपाळाला चंदनाचा टिळा लावायचे... काहींच्या गळ्यात तुळशीमाळही असायची. ते डोक्याला फेटा अथवा मुंडासे बांधायचे; तर काशा-शिलपतच्या टोळीतील स्त्रिया एकाच रंगाचं पातळ नेसायच्या... कपाळावर लहानमोठे, दोन्ही प्रकारचे कुंकू लावायच्या... अंगात चोळी अथवा झंपर घालायच्या. माणसं जुन्या वळणाची असली तर डोक्याला फेटा अथवा मुंडासे बांधायचे, इतर टोपी घालायचे. तशा भामट्यांच्या सर्व टोळ्या पुण्या-पैठणकडूनच सगळीकडे विखुरल्याने, जुन्या पिढीवर अजूनही तिकडच्या राहणीमानाचा प्रभाव होता. त्यांच्या बोलण्यातही तिकडचीच लकब होती. आता बदलत्या जीवनमानाने त्यांच्यातही बदल होऊ लागला होता.

❖❖❖

म्हाताऱ्याकडील तागाची काढणी आता चांगलीच वेगात आली होती. दसरा-दिवाळीपासून सुरू झालेला कापणीचा हंगाम आता काढणीवर येऊन पोहोचला होता. नदीला भरपूर पाणी असेपर्यंत बोरू भिजवून त्याचा ताग काढण्यासाठी भामट्यांचं सारं मजूर गुंतलं होतं. एवढे करूनही काही बोरू वाचलाच; तर तो थोड्या पाण्यातही सडू शकत होता. तरी नोव्हेंबर-डिसेंबरपर्यंत अर्धाअधिक बोरू सडवून, त्याचा ताग काढणे व त्यापासून दावे चऱ्हाडांचा पक्का माल बनवणे आवश्यक होते. कारण संक्रांतीपासून बहिरम, ऋणमोचनच्या जत्रा सुरू होणार होत्या. त्यासाठी माल तयार करणे आवश्यक होते. उरलेला माल महाशिवरात्रीला कोटेश्वर, सालबर्डीच्या यात्रेत विकणार होते. पण त्यांना अजून अवकाश होता. त्याशिवाय आठवडाभर चालणारे गावशिवेतील आठवडीबाजार होतेच. जुना माल आतापर्यंत पुरला होता. नव्या हंगामात त्यासाठीही मालाची गरज होती. घर चालवण्यासाठी त्यांची ती रोजची कमाई; तर जत्रा म्हणजे रोखीची पुंजी! ती सारी रोख रक्कम म्हातारा उदापूरच्या पाटलाकडे जमा करायचा नि नव्या हंगामासाठी उपयोगी आणायचा. त्यामुळेही पाटील व म्हाताऱ्याचे संबंध वाढले होते. दोघांचाही एकमेकांवर विश्वास जडला होता. म्हातारा म्हणायचा, ‘‘मालक, आमचं असं वसरीवरचं बिऱ्हाड. इथं संदूक, पेट्या, तिजुऱ्या कुठून आनाच्या? अन् पटारावरच्या पालात थ्या कुठं ठिवाच्या जी? आमचं इचवाचं बिऱ्हाड पाठीवर. एवढा पैसा घिवून कुठं फिराचं जी? पाठीमांगं तं सरकारची धाड सारखी लागली हाये ना! त्यात ह्यो पैसा सापडला तं दरोडा टाकला मनन...मरे पावतर मार खा लागन अन् जेलात बी जा लागन. थ्या परीस राहू द्या तुमच्यापाशीच. तुमचं इमान काईम असलं मंजे झालं!’’

अन् म्हातारा कलदाराची थैली खुशाल त्याच्या स्वाधीन करायचा. पाटील दिवाणजीकरवी त्याची नोंद करायचा नि त्याची रक्कम आपल्या तिजोरीत ठेवायचा. म्हाताऱ्याच्या टोळीतील इतर भामटीही म्हाताऱ्यामार्फत पाटलाकडे आपली ठेव ठेवायचे; तर काही जण व म्हातारासुद्धा काही रक्कम तांब्याच्या बरण्यात भरून, पालात गड्डा करत व ते भरणं गड्ड्यात गाडून ठेवत. त्यावर झोपायची मावची करायचे अथवा तागाचे गठ्ठे रचून ठेवायचे. हे गुप्तधन पालातील ठरावीक जणांनाच ठाऊक... बाकी सारे त्यापासून अनभिज्ञ!

म्हाताऱ्याच्या भोळ्याभाबड्या स्वभावाला हसत पाटील म्हणायचा, ''हे पहा जानोजी, मान्सानं दुसऱ्यावर एवढा इस्वास टाकाव नाही. तुमी कोन्या मुल्खातले! आमी कुटचे! अन् मी बेयमान झालो तं माह्य काय करान तुमी?''

त्यावर म्हातारा म्हणायचा, ''मालक, समदेच मान्सं अनाचं तोंड सेनाले नाई लावत जी! अन् आता साताठ वर्सापासून तुमचा आमचा परचोव हाये. म्याय तुमाले पारखलं तवाच आमच्या पोटाची भाकर तुमच्या हवाली केली. मनून तं ह्या बारा कोसाच्या गरद्यात फिरतो; पन तुमच्याच पायरीवर येतो. तुमी आमाले लेकरावानी संभायता. हे थोडं झालं का, मायबाप!''

हे सारं सांगताना म्हातारा गहिवरून यायचा नि आसू पुसत पुढे बोलायचा, ''अन् मालक, आमी फिरस्ती लोक. चोर भामटी मनून सरकार आमच्यावर पाहयरा ठिवते. चावडीवर रोज हजरी द्या लागते आमाले. कुठंय चोरी झाली का पोलीस पालाची झडती घेते. सामानाची नासधूस... ढोरासारखं बडवनं... बायकायची बेइज्जत...! तशातच जर पालात पैशाचं गाठुडं सापडलं तं आलीच बिलामत! ठयरलोच आमी चोर... पन आमी चोऱ्या नाई करत जी, मालक! कष्ट करतो आमी. अशा चोराच्या औलादी बी हाये. पोटासाठी लहानसान चोऱ्या करते थे; पन डाके नाही टाकत. खुनं नाही पाडत कोनाचे! पन त्यायनच समदे भामटी बदनाम केले अन् साऱ्याइच्या तोंडाले कायं लावलं बगा!''

त्यावर पाटीलही गंभीरपणे म्हणायचा, ''हो, खरं हाये तुमचं! आमी येवढ्या दिसापासून पाह्यतो तुम्हाले... तुमी खरंच चोर नाही. इज्जतदार लोक हा तुमी, मनून तं मी तुमची बाजू घेतो ठाणेदारापुढं! असेच कुतऱ्यावानी फिरत रायले असते तं कोनं इस्वास ठिवला असता तुमच्यावर? आता तं तुमाले मी चावडीवरय हजरी द्याले नाही बलवत. मनून मनतो, आता हे फिरस्ती सोडा. इथंच कायमचे राहा. मी समदी मदत करतो तुमाले!''

पाटील म्हाताऱ्याला विश्वासानं सांगायचा. त्यामुळे त्याला सारा शीण उतरल्यासारखे वाटायचे, त्याचा मोठा आधार वाटायचा नि त्याचे बोलणे आठवतच तो पालाकडे परतायचा.

❖❖❖

तुकाराम आपल्या वाट्याचा ताग एकटाच काढायचा. त्याला त्यात चांगली गती होती. दिवसभरात तो एकटाच अर्धा-पाऊण मण ताग काढायचा... त्याच्या सनकाड्यांची गंजी लावून ठेवायचा... धुतलेल्या तागाचा गठ्ठा बांधायचा... इतरांनाही मदत करायचा. सारे जण आपापले गठ्ठे घेऊन संजोसरचे म्हाताऱ्याच्या पालापुढे गोळा होत. घरची माणसं तागाचे गठ्ठे मोजून त्याचा हिशेब म्हाताऱ्याला सांगत. स्त्रिया आपापले गठ्ठे आपल्या माणसांच्या हवाली करून संध्याकाळच्या जेवणाची तयारी करण्यासाठी लगबगीने पालाकडे परतत.

साऱ्या मजुरांचे भारे पालावर आले की त्याच्या मोजमापास प्रारंभ होई. अडसडी, पासरी, धडा, मण असे माप. दोन अडसड्या एक पासरी... दोन पासऱ्या एक धडा... चार धड्याचा एक मण... वीस मण एक खंडी, असे कोष्टक!

पालापुढच्या डेहीला बांधलेल्या आडव्या फाट्याला दांडीची दोरी बांधून, दोन्ही बाजूला बांधलेल्या शिंदीच्या एका टोपल्यात वजन ठेवून दुसऱ्या टोपल्यात तागाचे पिळे ठेवून वजन केले जाई. ही मोजाई रात्र होईपर्यंत सुरू असायची. मोजता-मोजता म्हातारा थकून जायचा. त्याच्या मदतीला त्याची दोन्ही मुलं असायची; पण कधी-कधीच. इतर वेळी ते शेजारच्या बाजारात दावे, चऱ्हाडं विकायला गेलेले असायचे. त्यासाठी भाड्याची बैलबंडी करायचे व दोघेही भाऊ दिवसभर माल विकायचे. म्हणजे माल काढणेही सुरू अन् विकणेही सुरू, असा म्हाताऱ्याचा हिशेब!

तुकाराम तसा हुशार गडी! आपल्या कुटुंबातील व टोळीतील सर्वांच्या तागाचा हिशेब तोच करायचा. कुणाची किती मजुरी झाली, ते सर्वांना समजावून सांगायचा. त्याशिवाय ताग मोजण्यासाठीही म्हाताऱ्याला मदत करायचा... तागाचे भारे उचलून टोपल्यात ठेवायचा... गरजेनुसार गोट्यांची अदलाबदल करायचा... कुणाच्या तागाचे वजन किती, ते संबंधितांना व म्हाताऱ्यालाही जोराने सांगायचा. धड्या-मणापासून अडसडी-पासरीपर्यंत व अस्तेर पावशेर शेरापर्यंत सारा हिशेब तो तोंडपाठ करायचा व म्हाताऱ्याला सांगायचा. म्हाताऱ्याजवळ रंगीबेरंगी अनेक बटवे होते. प्रत्येक बटवा एकेका मजूर कुटुंबाच्या नावाचा! त्याला आपला बटवा ओळखीचा! त्या बटव्यात तो धडा, मणाचे खडे टाकायचा नि हिशेब ठेवायचा. म्हातारा सांगायचा, ''हं शिलपत,

ह्यो लाल रंगाचा तुह्या बटवा... काशा तुह्या काया... रुख्मे तुह्या बटवा पिवया रंगाचा... ध्यानात ठिवजो!''

सारे आपापल्या बटव्याची खूण लक्षात ठेवून आपापला ताग मोजायला प्रारंभ करी. मोजणी सुरू होण्यापूर्वी लहानमोठ्या खड्यांनी भरलेले टोपले घेऊन म्हातारा तुकाराम मोजत असलेल्या पारड्याकडे पाहायचा. तुकाराम पुकारा करायचा, ''हं! शिलपत, एक मन पासरी!''

''काशा, तीन धडे!''

''रुख्मी दीड धडा अन् पावशेर!''

वगैरे... ज्याचा माल असेल त्याचं नाव घ्यायचा. म्हातारा त्याच्या बटव्यात तसा खडा टाकायचा. मोजाई झालेला तागाचा गठ्ठा तुकारामच समोरच्या गंजीकडे सरकवायचा. मग दुसरा, तिसरा करत सर्व मजुरांचा ताग मोजायचा. म्हातारा त्याच्या नावाचा खडा बटव्यात टाकायचा. प्रत्येकाने काढलेल्या तागाचा तो खडाच साक्षीदार! असे खडे हप्ताभर गोळा व्हायचे. चुकारा देते वेळी त्याचा उपयोग व्हायचा व मजुरी चुक्त केली जायची.

म्हाताऱ्याकडे ताग काढायला रोज ५० तरी बाया-माणसं असायची. त्या सर्वांचा ताग मोजता-मोजता रात्र व्हायची. सारे जण ताग मोजून बिऱ्हाडाकडे परतायचे. एकटा तुकारामच म्हाताऱ्याला मदत करत थांबायचा. म्हाताऱ्याच्या दोन्ही बाया, नात, नातूही हातभार लावायचे. त्यांच्या टोळीतील मजूरही दिवसभर थकल्याने आपला ताग मोजून होताच पालाकडे पळायचे. तुकाराम मात्र सारं निरीपिरी झाल्यावरच पालाकडे परतायचा. आज निघालेल्या सर्व तागांचा हिशेब तो म्हाताऱ्याला सांगायचा. म्हाताऱ्याला तर ते तोंडपाठ असायचं; पण तुकारामच्या अकलेवर खूश व्हायचा नि म्हणायचा, ''तुकारामबुवा, हुशार हा हो तुमी! माह्या कामाचे दिसता बरं! मले तुमी असाच हातभार लावत जा. आंगावर नाही ठिवनार मी!''

त्यावर तुकाराम म्हणायचा, ''कायचा कामाचा जी मी! तुमच्यासारख्याले हातभार नाही लावाचा तं कोनाले लावाचा जी! थोडक्स जास्त काम केलं तं मानूस मरते थोडाच!''

त्याच्या बोलण्यावर म्हाताराही खूश व्हायचा. एखाद्या दिवशी बरीच रात्र झाली की तिथेच थांबायला सांगायचा, जेऊ घालायचा. थकलाभागला तुकाराम

तागाच्या गंजीवरच झोपी जायचा. सकाळ होताच पुन्हा कामी लागायचा. तुकाराम व म्हाताऱ्यात असे प्रेमाचे व विश्वासाचे नाते निर्माण झाले.

❖❖❖

पालातील सकाळची कामे आवरून तुकारामने स्वयंपाकपाणी आवरले. न्याहारी केली आणि म्हाताऱ्याच्या पालाकडे जायला निघाला. त्याच्याआधीच त्यांच्या पालातील बाया-माणसं नदीवर जाऊन तागही काढू लागले होते. अंगावरचं काम असल्यानं सारे जण लवकर कामी लागायचे व अंगावरच्या कामाला मजुरीही अधिक पडायची. त्यामुळे बरेच जण बाया-माणसं व लेकरांना घेऊन सकाळपासून ताग काढायला लागत. घरी थांबलेली बाई पालातील धंदापाणी आटोपून स्वयंपाक करायची व आपापल्या कुटुंबाची शिदोरी घेऊन जायची. ती येईपर्यंत प्रत्येकाचा धडाभर ताग जमा व्हायचा. सकाळची न्याहारी त्यासाठी कामी आलेली असायची. बापाच्या नजरेखाली पोरंबाळं निमूटपणे ताग सोलत राहायची. सकाळच्या प्रहरी उघड्या अंगाने थंड पाण्यात शिरताना मोठ्या माणसांचीही हिंमत व्हायची नाही. तीही थरथरत नदीत शिरायची. पोराबाळांना तर अगदी जिवावर यायचं. पण 'बापू, बेटा' करत त्यांचे मायबाप त्यांना कामी लावायचे.

''हं, ये मा पिल्ल्या झोकाझोकानं! मोठा शायना पोरगा व्हयो. काल त्यानं एकट्यानं धडाभर ताग काढला. बुढा खूस झाला त्याच्यावर... यात्रंमंदी त्याले नवं कुडतं-टोपी घिवून देतो. ये, येरे बावा!'' बापानं असं वानवलं, हरभऱ्याच्या झाडावर चढवलं की पोरगा खूश व्हायचा. अधिक जोमानं पाण्यात शिरायचा. थंडी लागण्याची, हुडहुडी भरण्याची पर्वा न करता ताग सोलू लागायचा. रुसल्याभागल्या पोराला खूश करण्याचा हा चांगला इलाज मायबापांना पाठ झालेला! तरीही, पोरगा धाऱ्यावर नाही आला, हट्ट धरून बसला तर संतापलेला बाप पाण्यातूनच ओरडायचा, ''आता लागतं कामी का दाखवू तुले देव धरम!''

तरीही, पोरगा मानला नाही, तर बोरूची ओली काडी हातात घेऊन तो पोराकडे धावून जाई अन् पोटरीवर सपकन रट्टा मारी. सकाळच्या थंडीत उघड्या पोटरीवर बसलेली ओली काडी त्याच्या सर्वांगात कळ उठवून जाई. पोरगा आसू

पुसत, थंड्या पाण्याची पर्वा न करता पाण्यात शिरायचा नि रडत-रडत कामी लागायचा.

त्याच्या रडण्याने बाप गलबलून यायचा. त्याला पोराची कीव यायची. तो मनातल्या मनात म्हणायचा, 'बहीन, हे त्याचं खेयाकुदाचं वय. पन आपल्या नाचारगती जीवनानं त्यालेय कामी लावलं. हे घानमाकड तं आपल्या जल्मालेच चिकटली!''

मग तो पोराच्या जवळ जायचा... त्याच्या पाठीवरून हात फिरवायचा. बापाच्या स्पर्शाने पोरगा अधिक गहिवरून यायचा आणि हुंदका आवरत बापाला म्हणायचा, ''राहू देनं गा! व्हय नं अल्लक! आता कायले येल पाडून रायला तं!''

तरीही बापाचा हात त्याच्यावरून फिरतच राहायचा. त्याच्या पोटरीवर बसलेल्या काठीने पालातील सारे लेकरं निमूटपणे कामी लागायचे. दुसऱ्या पालातील मायबाप त्याच काठीचं उदाहरण देऊन आपलं चुकार लेकरू तालावर आणायचे. परंतु रागाच्या भरात पोराला मारल्याच्या पश्चात्तापाने दग्ध झालेला बाप मनातल्या मनात स्वत:लाच शिव्या घालत, ताग झटकत म्हणू लागायचा, 'घेन्न लेका! आता कायले वासवास करतं...? पोटच्या लेकरालेय सुक देनं होत नोतं तं जनला कायले...? वांझुटा काहून नाही रायला?' अशा विचारात तो गढून जायचा नि दिवसभर उदास, अबोलपणे काम करत, भाकरीची वाट पाहत ताग सोलायचा.

तुकारामला सारी कामं स्वत:च करावी लागत असल्याने त्याला कामावर यायला उशीर व्हायचा. तो स्वत:च आपली शिदोरी घेऊन कामावर यायचा. आपल्या वाटणीवर आलेल्या बोरूचा ताग काढायचा. रात्री म्हाताऱ्याला मदत करायचा. मुलं बाजारात गेल्यावर म्हाताऱ्याला तागाचे भारे उचलायला, ते वाळत टाकायला, वाळल्यावर पुन्हा भारे बांधून गंजी लावायला, गंजीतील ताग, दावे, चऱ्हाडं वळणाऱ्या मजुरांना द्यायला कुणीतरी विश्वासू माणूस जवळ लागायचा. नदीवरच्या मजुरांचा ताग पालावर आल्यानंतर त्याचे वजन करून गंजी लावीपर्यंत त्याचा उपयोग व्हायचा... आणि दावे, चऱ्हाडं काढणं सुरू झाल्यावर तर कामच काम असायचं. घरच्या बाया नि लेकरंही त्यासाठी कमी पडायचे, म्हणून म्हाताऱ्याने महिनाभर तुकारामला चांगला पारखून घेतला नि मग महिन्याच्या बोलीने कामावर ठेवला. ताग काढून दिवसभर पडणाऱ्या मजुरीपेक्षा तुकारामलाही

त्यात फायदा वाटला. खरेतर म्हाताऱ्याचा शब्द तो मोडू शकला नाही. त्याचा नोकर अथवा दिवाणजी म्हणूनच तो काम करू लागला. त्याचे नदीवरचा ताग काढणे आता बंद झाले. आता तो पाण्यातील बोरू प्रत्येकाला काढायला सांगायचा. त्याच्या काढणीकडे, स्वच्छतेकडे लक्ष ठेवायचा. एखाद्याच्या तागात काडीकचरा, काळसरपणा दिसला की त्याला समज द्यायचा नि म्हाताऱ्याकडे परतायचा. तिथे कामी लागायचा... म्हाताऱ्याला मदत करायचा.

सकाळची सारी कामं आटोपून नदीवरच्या मजुरांना ताग काढण्यासाठी दिलेल्या बोरूची पाहणी करून, तुकाराम म्हाताऱ्याच्या पालावर येऊन पोहोचला; तर आज त्याला पालांसमोर वेगळीच व्यवस्था केलेली दिसली. कुतूहलाने तो जवळ जाऊन पाहू लागला, तर पालासमोर सात-आठ लाकडी चकऱ्या ओळीने मांडलेल्या! प्रत्येकीत साताठ फुटाचं अंतर... प्रत्येक चक्रीच्या पुढे पंचवीस-तीस हात अंतरावर एक उभा दांडा लावलेला... त्याला तीन आडव्या लोखंडी हुका... चक्रीच्या एका बाजूनं मूठ लावलेला हँडल... ती दोन्ही बाजूने मजबूत टेणपे गाडून त्यात फिरकी बसवलेली... फिरकीला आरपार गेलेली आस... चक्रीचा हँडल फिरताच आसही गरगरा फिरायची! त्याला तागाची लट्टी बांधून चक्री फिरवली की तागाला पीळ भरल्या जायचा.

चक्रीजवळ बसलेला माणूस सातत्याने चक्री फिरवायचा. पाठीवर तागाचा पिळा घेऊन दुसरा माणूस अथवा त्याची बायको, चक्रीच्या आसाला बांधलेल्या लट्टीला दुसरी लट्टी लावत पुढे सरकायची. तयार होणारा तो तागाचा पड! तो फिरकीच्या आसासोबत फिरत आटे घेतो व पडाची लांबी वाढत जाते. असे करत समोरच्या टेणप्यापर्यंत पड गेला की टेणप्याच्या हुकेला पडाचे एक टोक अडकवून, तसाच पड आटत तो फिरकीकडे येतो. फिरकीजवळच्या टेणप्याच्या हुकेत पडाचे टोक अडकवून पड आटत मागे फिरतो.

असे तीन पदर झाले की एक माणूस, तीन खाप पाडलेला लाकडी ठोकळा पडाच्या तीनही वस्यात अडकवून पुढे चालू लागतो. जसजसा लाकडी ठोकळा पुढे जाईल तसतसा त्याच्या मागे तीनही वस्यांना एकत्रित करत चऱ्हाड तयार होतं. अशी ही भामट्यांची चऱ्हाडं तयार करण्याची चक्री! तिलाच ते घेरंही म्हणायचे. ते पाहून तुकारामला नवलच वाटले! ते पाहत थोडा वेळ तो तिथेच

थांबला. आणखीही काही पालांसमोर त्याला अशी घेरं म्हणजे फिरक्या दिसल्या. भामट्यांनी पठारावर सुरू केलेला हा कुटीर उद्योग, तुकारामला लोभ लावू लागला.

त्या फिरक्या म्हणजे भामट्यांच्या अस्थिर जीवनाचं जणू प्रतीक! त्यांच्या गोलाकार गतीसोबत वर्षानुवर्षे फिरणारा हा मानवसमूह! तागाचा दाव्या, चऱ्हाडांचा व्यवसाय अथवा मोलमजुरी करता हाताने पड आटण्यापेक्षा फिरकीच्या घेऱ्याच्या साहाय्याने आटा भरून नि लाकडी ओंडक्याने तिन्ही पदर एकत्रित करून लांबच लांब चऱ्हाड करण्यापर्यंत त्यांच्या अशिक्षित डोक्याने मजल मारली होती. परंतु तुकारामला ते सारे नवीन होते. त्याने आजपर्यंत अशा पद्धतीने ताग आटताना कधीच पाहिले नव्हते. त्याची टोळी म्हणजे हातमजुरीवर जगणारी! शेतकऱ्यांचा बोरू कापायचा... त्याचा ताग काढायचा... बियाण्यांनी पोते भरायचे... आणि मजुरीचे पैसे घेऊन पुढच्या गावी धकायचे. जिथे हंगाम असेल ते आपलं गाव; पण कायमचं नाही. हंगाम आहे तोवरच! हंगाम संपला की दुसरा गाव... त्यासाठी दाही दिशा खुल्या...! अशी ही पोटासाठीची त्यांची भटकंती!

सुरुवातीला या घेऱ्यांचे संदर्भ त्याला काही समजले नाही. त्याने जवळ जाऊन सारे घेरे नीट न्याहाळले. पण त्याला त्यातले काहीच कळले नाही. त्याने समोर पाहिले. दिवस बराच वर आला होता. आपल्याला आज उशीर झाल्याचे त्याच्या लक्षात आले नि लगबगीने तो म्हाताऱ्याच्या पालाकडे जाऊ लागला.

तो पालासमोर येऊन उभा राहिला, तर कालच्यापेक्षा आज इथेही बदल झालेला! कालपर्यंत इथे दोन-तीनच डेहीवर आडवे फाटे बांधले होते. आज मात्र त्याची संख्या पंधरा-विसापर्यंत गेली होती. त्यात माणूस फिरू शकेल एवढे अंतर! ताग वाळवण्यासाठी केलेल्या या व्यवस्थेचे संदर्भ तुकारामच्या लक्षात आले. त्यासोबतच रोज निघणारा खंडी दोन खंडी ताग वाळवण्यासाठी केलेल्या या विस्तृत योजनेचाही अर्थ त्याला कळला.

त्याने म्हाताऱ्याच्या पालात नजर टाकली. पालाच्या कोपऱ्यात वाळून झन्न झालेली मोठी तागाची गंजी होती. त्याच्यापुढे म्हातारा पान कुटत बसला होता. त्याच्यासमोरच पाच-सहा माणसं बसली होती. तुकाराम पालापुढे उभा राहताच, पालातून तागाचे ओझे घेऊन एक ठेंगणीशी, सावळ्या; पण आकर्षक

वर्णाची स्त्री बाहेर येताना त्याला दिसली. तीही दोन रंगाचच पातळ नेसली होती. कुणालाही स्पष्ट दिसेल असे गोलाकार कुंकू तिने लावले होते. तिशीच्या आसपास आलेली ती अनोळखी बाई पाहून तुकाराम अचंब्यातच पडला! म्हाताऱ्याच्या दोन्ही स्त्रिया आज इथे दिसत नव्हत्या. पण ही नवीनच स्त्री पालात वावरताना दिसत होती. तुकारामच्या समोरूनच तिने तागाचे ओझे नेले. तिच्या पाठमोऱ्या आकृतीकडे पाहत तुकाराम तिथेच थांबला. तिने ताग वाळण्याच्या फाट्याजवळ जाऊन तागातील पिळे विलग करून त्यावर वाळत टाकले. तागाचा सारा गठ्ठाच वाळत घालून पुन्हा दुसऱ्या गठ्ठ्यासाठी पालाकडे येऊ लागली. या धडपडीत तिच्या डोक्यावरचा पदर खांद्यावर घरंगळला. अगदी जवळ येईपर्यंत तुकाराम तिच्याकडे पाहत होता. तिच्या आकर्षक सावळ्या रूपात त्याची नजर गुंतून पडली... टपोऱ्या डोळ्यांत क्षणभर विसावली. तिचं रूप तुकारामवर मोहिनी घालून गेलं. चालता-चालता तिने झुकलेली नजर वर उचलली, तसा तुकाराम ओशाळला. आपल्याकडे कुणी अनोळखी माणूस पाहतो या जाणिवेने तीही लाजली. खांद्यावरचा पदर डोक्यावर घेतला... त्याला थेट नाकाखाली ओढला आणि समोर उभा असलेल्या तुकारामकडे दुर्लक्ष करून, नवीन गठ्ठा आणण्यासाठी खालच्या मानेने पालात जाऊ लागली.

''कोन? तुकाराम व्हय का?'' कुटलेल्या पानाचा चोथा तोंडात टाकत म्हाताऱ्याने चौकशी केली.

''होजी, बावाजी! मीच होय.''

''मंग येनं अंदर! तिकडं का बा लपून रायला!''

''जी तुमच्यापुढं मानसं बसले होते. तुमी काई बोलत असान असं वाटलं. मून अंदर आलो नाही. इथंच थांबलो.'' तुकाराम नम्रपणे बोलला.

त्यावर त्याला हसत म्हातारा म्हणाला, ''अं, थे कोनी पावने पै नोहे गा! आपलेच मान्सं हाये. अजपासून त्यायच्या संगच तुह्या समंद हाये. आपल्या कच्च्या तागाचे दावे, चऱ्हाडं करनेवाले कारागीर होये थे!''

''असं असं! मले वाटलं कोन व्हय न कोन नाही.'' तुकाराम बोलायचे म्हणून बोलला.

मग म्हातारा त्यांची ओळख करून देत म्हणाला, ''ह्यो गोइंदा झोडप्या... थो काकड मिश्यावाला देवाजी सिरखंड्या... ह्यो त्याचा भावू दौलत्या... अन्

अखीन पाच-सात झन हाये. त्यायच्या लक्षुम्या अन् थे मिळून ताग आटते. चराडं, दावे करते. त्यायले तू रोज ताग मोजून देत जा. काहाडल्या दाव्या, चऱ्हाडाचं वजन करत जा अन् ज्याच्या-त्याच्या मजुरीचे खडे बटव्यात ठिवत जा.''

''होजी, बावाजी!'' म्हणत तुकारामने होकार दिला.

मग त्या माणसांकडे पाहत म्हातारा म्हणाला, ''हे पहा, गडेहो! ह्यो माहा यंदाचा दिवाणजी. आपलाच जातभाई होय. पन त्यायची शाखा दुसरी, आपली दुसरी! गरीब लोकं हाये. आपल्याकडंच मजुरी करते समदे. आता ह्याच्याकडंच तुमचा हिसोबठिसोब! तुकाराम, आता पर्तेकाले दोन-दोन घडे ताग मोजून दे. पुंजापाती झाल्यावर कामाले लागन थे. दाव्या, चऱ्हाडाची ह्या कोनट्यात थप्पी लावत जा. आता यात्रा जवडं यिवून रायल्या. त्यायच्यासाठी बक्कय माल पायजे. आता लागा आपल्या कामाले!''

असे म्हणून म्हातारा उभा झाला. वाळवून ठेवलेल्या तागाच्या गंजीकडे हात दाखवून म्हणाला, ''हं, ह्यातला ताग पर्तेकाले मोजून देत जा अन् तिकडे फिरक्या, मंजेच घेरं लावले हाये. त्यायची पुंजापाती अटपली का दावे, चऱ्हाडं वळण्याचे कामं चालू होईन. जा... घाई करा जराशी!''

असे म्हणून म्हातारा आपल्या हातातील मोठ्या आकाराच्या चंचीची घडी घालत व तिच्याच कशाने नीट बांधत घेऱ्यांकडे जाऊ लागला. तुकाराम त्यांना ताग मोजून देऊ लागला. साताठ फिरकी-घेऱ्यावरचे साताठ जण! त्याने सर्वांना दोन-दोन धडे ताग मोजून दिला आणि पालातून बाहेर जाऊ लागला. म्हाताऱ्याच्या त्या ऐसपैस पालाच्या दुसऱ्या कोपऱ्यात नदीवरून रोज येणाऱ्या तागाच्या ओल्या गंज्या लावल्या जात होत्या. तो रोज सकाळी वाळत टाकणे जरुरीचे होते. मघा पाहिलेली स्त्री एकटीच त्यातील ताग आपल्या उचलणीचे भारे बांधून बाहेरच्या फाट्यावर वाळू घालत होती. दोघांचेही एकमेकांकडे लक्ष गेले व दोघेही आपापल्या कामीही लागले. तुकाराम घेऱ्यांकडे गेला अन् ती स्त्री ताग वाळू घालू लागली.

प्रत्येकाने आपापल्या घेऱ्याची पूजा केली. त्याला अक्षद-कुंकू वाहिली. नारळ फोडले. म्हाताऱ्यासह सर्वांना अक्षद लावली व मोठ्या भक्तिभावाने घेऱ्याला नमस्कार केला. म्हाताऱ्यानेही त्याला हात जोडले. 'बर्कत दे, बापा!'

असा आशीर्वाद मागितला. ते पाहून तुकारामचे कुतूहल जागे झाले होते. फिरकी-घेऱ्याला ताग कसा लावतात... त्याला आटा कसा भरतात नि चऱ्हाड कसं वळतात... हे सारं तो कुतूहलानं पाहू लागला!

आता प्रत्येक जण आपापल्या घेऱ्याला ताग लावू लागला व घेरं फिरवू लागला, तसा लावलेल्या तागाला पीळ भरू लागला. पाठीवर बांधलेल्या फडक्यातील तागाची लट्टी हातात घेऊन फिरणाऱ्या लट्टीला लट्टी लावत त्याची बायको पुढे सरकू लागली. दुसरा एक जण तिला ताग पुरवू लागला. वसा वाढत-वाढत पुढे गाडलेल्या लाकडाच्या हुकेपर्यंत गेला. त्या हुकेत पडाचे टोक अडकवून ती स्त्री मागे फिरली. पडाचे असे आणखी दोन पदरं वेगवेगळ्या हुकेला अडकवून ती थांबली. पडाला आटा भरणारं घेरं आता आणखी वेगात आलं. समाधानकारक पीळ भरल्यावर घेरं फिरवणाऱ्या माणसाने तीन खाचे असलेला लाकडी ठोकळा हातात घेऊन पडाच्या तिन्ही पदरात अडकवला आणि त्याला ओढत पुढे सरकू लागला. तसे तिन्ही पदर एक होऊन चऱ्हाड वळल्या जाऊ लागले. पाहता-पाहता तीस हात लांबीचं चऱ्हाड तयार झालं. त्याला नीट गाठ पाडली. चऱ्हाडाची गोलाकार गुंडाळी केली. तागाच्या लट्टीनं ती मजबूत बांधली नि फिरकीसमोर ठेवली.

मग घेऱ्याला तागाचा दुसरा वसा लावला. घेऱ्यानं वेग घेतला. पड पुढे सरकू लागला. तीन पदर झाले की चऱ्हाड वळल्या जाऊ लागलं. एकेका घेऱ्यावर दिवसभरात तीस-चाळीस तरी चऱ्हाडं होऊ लागली. तुकाराम त्यांना ताग मोजून देऊ लागला, तसे खडे बटव्यात टाकू लागला. साऱ्या घेऱ्यांना ताग पुरवता-पुरवता तुकाराम थकून गेला. ताग-चऱ्हाडाची ही युक्ती पाहून तो मनोमन सुखावला. नव्या तंत्राचा त्याला लळा लागला आणि हे कसब आपल्या पालांतील लोकांना सांगण्यासाठी तो उतावीळ झाला.

एवढ्यात त्याला म्हाताऱ्याने हाक मारली, ''ओ तुक्कोबा, चाला आता तिकडं! आपल्याले आता इथं थांबाची गरज नाही. थे आपापलं काम बरोबर करते. तिकडे ताग वायू घालाचा हाये. थो वाट पाह्यते तुम्ची!''

असे म्हणून म्हातारा पुढे निघाला. त्याच्या मागे तुकारामही जाऊ लागला. दोघेही पालात येऊन पोहोचले. आतापर्यंत तागाचे ओले गठ्ठे मघाची ती स्त्री एकटीच वाहत होती व वाळू घालत होती. तीही आता पालात तागासाठी आली

होती. तिला व तुकारामला उद्देशून म्हातारा म्हणाला, ''हे पहा, अजच्या दिवस तुम्ही दोघं हे ओल्या तागाचे गट्ठे वायू घाला अन् वायले असन थे पालात आनून त्याची थप्पी लावा. ताग आटनेवाल्याइले माल पुरला पायजे. अज मोठी गेली वस्तीवर सामायन सुमायन आनासाठी! तिच्यासंगं दोन्ही पोट्ट्याय गेल्या. बाकीचे लेकरं गेले बापासंगं बजारले अन् लायनी गुतली सैपाकपान्यात. सुनाईले तं आपलंच काम नाही सुद्रत!''

असे म्हणून म्हातारा पालात शिरला. ओल्या तागाची गंजी न्याहाळू लागला. अजून बरेच गट्ठे शिल्लक होते. म्हातारा त्या बाईला उद्देशून म्हणाला, ''वच्छले, ह्यो तुकाराम भामटी. यंदाचा आपला दिवानजी अन् नौकरय. त्याच्यावरच आपली यंदाची भिस्त! थो अजच्या दिवस तुले हातभार लावन... काई लाजाचं नाई... आपल्या घरच्यावानीच हाये थो!''

म्हाताऱ्याच्या बोलण्यावर तिने मानेनेच होकार दिला. म्हाताऱ्याने तुकारामला वच्छलाचा परिचय करून दिला, ''तुकाराम, हे वच्छली! माह्या मोठ्या पोराची लक्ष्मी! तिच्या बापाकडंच होती चार मयन्यापासून. त्यायची बिराडं हाये काटेकुर्णाच्या सिवारात. मांगूय, पुनोती, पिंजर, विवरा, खेटरीकडं फिरते थे. राच्च्या पायरीच आली इथं!''

ती स्त्री म्हाताऱ्याची सून असल्याचे त्याला आता माहीत झाले. पण म्हाताऱ्याच्या दोन्ही सुनांना तो ओळखत होता. त्यामुळे ही मोठी सून आणखी कोठून आली...? असा प्रश्न त्याला भेडसावू लागला व भाबडेपणाने तो बोलून गेला, ''मंजे...? मोठ्या दादाले बी दोन लक्ष्मुम्या हाये कायजी?''

त्याच्या भाबड्या प्रश्नाने म्हातारा गदगदून हसला. तीही लाजत-लाजत हसली. थोडा वेळ थांबून म्हातारा पुन्हा बोलू लागला, ''थो तुह्या दादा माहा मोठा लेक नोहे गा! त्याच्या परीस चार-पाच वर्सानं मोठा दुसरा बी हाये. त्याची लक्ष्मुमी व्हय हे! इच्या नसिबात नुसता वनवास लेयला हाये. बम्र्याची रेघ अन् सटवीचं अक्षर काही चुकत नाही, मंते थे खरं हाये. तिच्या जिवाची मोठी कथाच हाये, बावा! सांगीन एखांद्या वक्ती!''

एवढ्या बोलण्याने म्हातारा गलबलून आला. पुढचे शब्द त्याच्याने बोलले जात नव्हते. ते ओठातल्या ओठात अडून पडत होते. आपली असहायता त्याच्या लक्षात आली. हातानेच त्यांना कामी लागण्याचा इशारा देत तो विचारात

गर्क झाला. तुकाराम व वच्छला तागाचे भारे वाळवण्यासाठी बाहेर नेऊ लागले. वजनदार भारा उचलण्यासाठी तुकाराम तिला मदत करू लागला. दोघेही आपापले भारे घेऊन बाहेर जाऊ लागले. चांगली दुपार होईपर्यंत दोघांनीही ताग वाळत घातला. परंतु एकमेकांशी कुणीच बोललं नाही. आपली मर्यादा राखत दोघंही काम करू लागले. मग ती पालात जेवायला निघून गेली. तागाच्या गंजीजवळच तुकाराम आपली शिदोरी खात बसला. विचार करतच म्हातारा नदीवरील मजुरांकडे निघून गेला.

❖❖❖

तुकारामची दिनचर्या आता बदलली होती. तो सकाळी नदीवर जाऊन सकाळचे प्रातर्विधी आटोपून, अंघोळ करून पालावर परत येई. येतानाच घागर भरून पाणी आणी. ओले धोतर वाळत टाकी व पोटापाण्याच्या तयारीला लागे. त्याच्या मायची, अंशीची तब्येत चांगली होती तोपर्यंत तीच त्याला भाजी-भाकर रांधून द्यायची. पण हंगाम सुरू झाला तेव्हापासून ती रुयीकुईच होती. आता तर तिचं तिलाच भान नव्हतं. त्यामुळे एखाद्या दिवशी तो तिला नवनव्हाळीचं भाजी-भास्पालं आणून द्यायचा. तिला प्रेमाने खाऊ घालायचा. ती बोलण्याच्या मन:स्थितीत असली तर बोलायचा, नाहीतर उदासपणे तिच्याकडे पाहत आपल्या कामाला जायचा.

आपली कामं आटोपताच तो शिदोरी घेऊन म्हाताऱ्याच्या कामाकडे निघायचा. जाताना नदीवरच्या मजुरांना ताग काढण्यासाठी नदीतून बोरू काढून द्यायचा. ताग काढलेल्या सनकाड्यांचा गूढ लावायला माणसांना सांगायचा. ताग काढताना मोडलेल्या बोरूचे तुकडे एकत्र करायला सांगायचा. तेवढ्यातच एखादा भोई यायचा तो त्याला म्हणायचा, "दिवानजी, अधल्याभराचं काडीकैचन देता? मासुया भाजासाठी पायजे. द्या चांगलं रपसप!"

असं म्हणून अधलीचं नाणं त्याच्या हातावर ठेवायचा नि कचऱ्याचा कवटा घेऊन थडीवरच मासोळ्या भाजत बसायचा. कधी-कधी असे चार-पाच भोई कवटा घेऊन जायचे. पैसे तुकारामजवळ गोळा करायचे. कधी-कधी एखादा गावकरी बोरूच्या सनकाड्या मागायला यायचा. म्हाताऱ्याने नेमून दिलेल्या किमतीप्रमाणे तो त्यांना सनकाड्याच्या पेंड्या मोजून द्यायचा. पालावर येताच

गोळा झालेले पैसे म्हाताऱ्याच्या स्वाधीन करायचा. त्याला पैशापैशाचा हिशेब द्यायचा, तसतसा म्हाताऱ्याचा त्याच्यावरील विश्वास दुणावत जायचा. नदीवरचं मजूर कामी लागलं की तो पालाकडे जायचा. म्हातारा त्याची वाटच पाहत असायचा. रात्री मोजलेला मजुरांचा ताग रोज वाळू घालावा लागायचा. त्याला तीन-चार उन्हाची गरज असायची. तो चांगला वाळला की त्याचे पुन्हा गठ्ठे बांधावे लागायचे. गंजी रचावी लागायची. तुकाराम ते सारं बरोबर करायचा.

तोपर्यंत चऱ्हाड वळणारं मजूर यायचं. त्या माणसांना ताग मोजून द्यावा लागायचा. त्याचा हिशेब तो म्हाताऱ्याला सांगायचा. त्यानुसार म्हातारा प्रत्येकाच्या बटव्यात खडे टाकून हिशेब ठेवायचा. म्हाताऱ्याची दोन्ही मुलं तयार झालेल्या दाव्या-चऱ्हाडांचे ओझे बंडीत भरून बाजारला न्यायचे. ती बंडी भरतानाही तुकाराम दाव्या-चऱ्हाडांचा हिशेब ठेवायचा. कुणाला किती दावे, चऱ्हाडं दिली? किती गठ्ठे बांधले? त्यात बैलांच्या वेसना किती? मुस्के, खोंटरं, दोर दोरखंड, याशिवाय त्यांची लांबी किती? दो पदरी किती? तीन पदरी किती? हे सारं तो म्हाताऱ्याला सांगायचा नि मालाने भरलेल्या दोघांच्याही बंड्या मार्गी लावून द्यायचा.

मग वच्छलासोबत कालचा ओला ताग बाहेर न्यायचा. वाळलेल्याची गंजी लावायचा. दुपारी धावतपळतच भाकर खायचा. काढल्या जाणाऱ्या दाव्या-चऱ्हाडांकडे फेरी मारून यायचा. तिकडे चऱ्हाडांसाठी वेगाने घेरं फिरायचे. इकडे तुकारामही घेऱ्यांसारखा इकडून तिकडे तिकडून इकडे फेरे घेत राहायचा. म्हाताराही त्याला हातभार लावायचा. वच्छला तर सतत राबत असायची. कधी-कधी म्हाताऱ्याकडील बाया-माणसही कामी लागायचे. पण सारा भार तुकारामवरच पडला होता. वच्छलाला तर विश्रांती ठाऊकच नव्हती. निराधार म्हणून म्हणा किंवा कसल्याशा आशेवर विसंबून म्हणा; ती सारखी धडपड करत असायची. सतत कामातच गुंतलेली दिसायची.

संध्याकाळ झाली की नदीवरचं मजूर दिवसभर काढलेल्या तागाचे भारे घेऊन म्हाताऱ्याच्या पालापुढे गोळा व्हायचं. घेऱ्यावरची बाया-माणसं, आटलेल्या आपापल्या चऱ्हाडांच्या गुंडाळ्या रांगेने ठेवायचे व मोजण्याची वाट पाहत बसायचे. सारी गोळा झाली की मोजाई सुरू व्हायची. हे सारं करता-करता चांगली रात्र व्हायची. थकलाभागला तुकाराम पालावर येऊन भाकरी थापायचा.

कंटाळा आला की शिळी पाती खाऊन अथवा तसाच पडून राहायचा. सारे जण दिवसभर काम करून थकल्याने तेही जेवण होताच झोपी जायचे. कोणाची खबरबात घ्यायलाही फुरसत नसायची... आणि तुकाराम पालावर येईपर्यंत सारी सामसूम झाली असायची.

❖❖❖

काशा-शिलपतच्या पालांतील सर्व बाया-माणसांनी म्हाताऱ्याकडे पंधरा दिवस, तीन वारपर्यंत मजुरीने ताग काढला. त्यात प्रत्येकाला पोटापुरती कमाई झाली. म्हाताऱ्याकडील बोरूही आता संपत आला होता. उरलेल्यासाठी एवढ्या मजुरांची गरज नव्हती. त्यांच्या टोळीतील मजूरच यासाठी पुरेसं होतं. तशी त्यांची कुरकुरही आता वाढू लागली होती. तिकडच्या स्त्रिया काशा-शिलपतच्या टोळीतील बाया-माणसांना हिडीसपिडीस करायच्या, त्यांना टाकून बोलायच्या. म्हणायच्या, ''हे मोठं, गांडीनं गांजरं उपडणारं मजूर आनलं मताऱ्यानं! आमच्या तोंडचा घास त्यायले दिवून रायला थो! जात न पात अन् कोड्डी उपात! जसी काय सोयरीकच कराची हाये आपल्याले ह्या खालताट्यायसंगं!''

सर्वांना ऐकायला जाईल अशा भाषेत त्या बडबड करायच्या. नदीच्या थडीने कुत्रे फिरताना पाहिले की इकडच्या लोकांना ऐकू जाईल अशा शब्दांत ''इवू, आकू आकू इवू!'' म्हणत त्यांच्याकडे तोंड करून कुत्र्याला बोलावण्याचं निमित्त करायच्या. त्यांच्या हाकेला भुलून एखादं कुत्रं जवळ आलं की म्हणायच्या, ''हाडं! तिच्या मायले! इकडं कायले ताग काढाले आला का? चाल पय इथून. इथंच तं सुग्रनायले वान नाही! हाडं! पयतं इथून का हानू खेटरं?''

त्यांची बोलणी काशा, शिलपत आदी सर्वांना समजायची, त्यामुळे काळजाला झरे पडायचे. तरीही, मनावर ताबा ठेवून त्यांच्या बोलण्याकडे दुर्लक्ष करत ते ताग काढत राहायचे. कुणी तर्कट घेण्याचा प्रयत्न केला तर त्याच्यावरच रागवायचे. आपल्या लोकांना गुपचूप राहायला सांगायचे. त्याला समजावत म्हणायचे, ''हं गुपचूप ऱ्हाय तू! कुत्रं आपल्याले डसलं मनून आफून डसतो का त्याले? ऑ...! पोटासाठी समदं काही सहीन करा लागते. तुमी तिकडं लक्ष नोका दिवू! कामाले लागा आपल्या!'' असे म्हणून सगळे जण कामी लागायचे. घालूनपाडून बोलणारं तोंडही हळूहळू शांत व्हायचं.

म्हाताऱ्याकडील बोरूही आता अंतिम टप्प्यात आला होता. संक्रांतीला भरणाऱ्या बहिरम, ऋणमोचनच्या यात्रा जवळ येऊ लागल्या होत्या. त्यामुळे त्यांच्या वाटणीवर आलेला अर्धालीचा बोरू भिजवून त्याचा ताग काढणे आवश्यक होते. त्याचे पिळे बांधून पैसे करणे गरजेचे होते. बहिरम, ऋणमोचन त्यांच्या मुक्कामापासून लांब होतं. पायदळ प्रवास करत, ठिकठिकाणी मुक्काम करत जायला पाच-सहा दिवस तरी लागणार होते. त्यामुळे तागाचे ओझे वाहण्यापेक्षा, तो ताग यात्रेत विकण्यापेक्षा बाजारातच त्याचा पैसा करायचा आणि तो घेऊन यात्रेला निघायचं सर्वांनी ठरवलं होतं.

बहिरमच्या पहाडालगत पलीकडे मोर्शी, अचलपूर, मुक्तागिरी शिवारात त्यांच्या टोळीतील काही बिऱ्हाडं फिरत असल्याची माहिती त्यांना मिळाली होती. तिकडे अकोला जिल्ह्यात मांगूळ, पुणोती, महान, पिंजर, पातूर, बार्शी टाकळी, विवरा इकडंही बिऱ्हाडं होती. काही बुलढाण्यापासून तिकडं भुसावळ-जळगाव, जिंतूर-परभणी, वझर इकडे पाच-पन्नास कुटुंबांसह फिरत होते. खरकटा हात झटकताच अन्नाचे कण इतस्तत: विखुरल्या जावे, तसे इंग्रजी जुलमातून जीव वाचवत भामट्यांचे टोळके जागोजागी शितडले गेले होते. तरीही, एवढे मोठे अंतर कापत ठरावीक यात्रेला हजर होत होते. यात्रेच्या निमित्ताने कुणी ना कुणी यायचे. पंधरा दिवस आधी तिच्या परिसरात भटकत यात्रा जवळ करायचे. यात्रेपेक्षा एकमेकांना भेटण्याचीच आशा अधिक! त्यानिमित्त होणाऱ्या जात-पंचायती, फाडेनिवाडे, लग्नाच्या जोडणुकी, घटस्फोट यांचे निर्णयही अशा जत्रेतच व्हायचे. त्यासाठी आपापल्या बिऱ्हाडांसह ते यायचे. कुटुंबप्रमुख आपली बाजू पंचायतीत मांडायचा. एका यात्रेतील बैठकीत निकाल लागला तर ठीकच; नाहीतर पुढच्या यात्रेवर निर्णय सोपवला जायचा व बिऱ्हाडं पुढच्या प्रवासाला निघायची.

काशाला जत्रेत तसे काही काम नव्हते. त्याच्या मुलामुलींचे लग्न आटोपले होते. पण शिलपतशी त्याचे आता घनिष्ठ संबंध निर्माण झाले होते. एकमेकांशिवाय त्यांचं पानही हलायचं नाही. शिवाय, शिलपतच्या मुलामुलींचे राघो, सावित्रीचे लग्न अद्याप व्हायचे होते. भामट्यांच्या रिवाजानुसार दोघांचेही लग्न आतापर्यंत व्हायला हवे होते. पण घरघुती अडचणींमुळे ते लांबणीवरच पडत गेलं. त्यामुळे त्यांच्या लग्नाला आता अधिक वेळ लावणे त्याला पटत नव्हते. तसे त्याच्या टोळीतील, त्याच्या नात्यागोत्यातील पोरंपोरी त्याने आधीच

पाहून ठेवली होती. आता केवळ त्यांच्या मायबापाकडे गोष्टच काढायची होती व लग्नाच्या गोष्टीमाता व्हायच्या होत्या. सईच्या भावाची मुलगी व तिच्याकडीलही नात्यातील मुलंमुलीही त्याच्या लक्षात होती. पण ते वेगळ्या मुलखात; तिकडे आकोला, पिंजर, बार्शी टाकळीकडे होते. मागील वर्षीच्या जत्रेत तिचा भाऊ भेटला होता. त्यानेच मुलामुलींचे पत्तेही आणले होते. त्यानंतर मात्र कुणाचीच भेट झाली नव्हती. आता ते नेमके कुठे आहेत, याचा थांग पत्ताही लागला नव्हता. त्यामुळे यात्रेवर नजर ठेवून सारे जण वाट पाहत होते.

❖❖❖

काशा-शिलपतच्या बिऱ्हाडातील बाया-माणसांचे म्हाताऱ्याकडे ताग काढणे आता जवळजवळ बंद झाले होते. त्याच्याच टोळीतील मजूर आता त्यासाठी राबत होतं. त्यांचाही हंगाम आता अखेरच्या टप्प्यात आला होता. त्यामुळे एवढ्या मजुरांची गरज नव्हती. काशा-शिलपतलाही आपल्या वाट्याचा बोरू भिजवून त्याचा ताग काढणे जरुरीचे वाटत होते, म्हणून सारे जण आपापला बोरू ओझे बांधून नदीत सडवायसाठी टाकू लागले. तुकारामने मात्र मजुरीतच आपला हिशेब चुकता केल्याने त्याच्याजवळ बोरूच्या पेंड्या नव्हत्या. शिवाय, म्हाताऱ्याने सारा हंगाम संपेपर्यंत आपल्याकडेच काम करण्याचा आग्रह केला होता.

तुकारामला म्हाताऱ्याचा शब्द मोडता आला नाही. तो नेहमीप्रमाणे तिकडेच काम करू लागला. म्हाताऱ्याची दोन्ही मुलं बाजाराला दावे, चऱ्हाडं विकायला जायची. आठवड्यातून चार दिवस त्यांना बाजार असायचा, त्यामुळे त्यांना फुरसतच नसायची. म्हातारा तर सतत कामावर लक्ष देण्यासाठी इकडून तिकडे फिरत असायचा.

काशा-शिलपतच्या टोळीतील बिऱ्हाडांनी आपापल्या वाट्याचा बोरू नदीत भिजायला टाकण्यास सुरुवात केली. प्रत्येकाच्या वाटणीवर दोन-दोनशे पेंड्या बोरू आला होता. पोराबाळांना घेऊन त्यांनी आपापल्या वाटणीचा बोरू भिजत घातला. त्यावर दगड ठेवले. आपापला बोरू पेंड्या ओळखू याव्यात म्हणून मधे अंतर सोडले. खुणेसाठी पेंडीला सनकाड्या खोचल्या आणि त्या मुरण्याची वाट पाहत बसले. त्या काळात आधीच भिजवून वाळलेल्या पेंड्यांचा

ताग काढण्यात सारे मग्न झाले. बोरूच्या दोन काड्या हातात घेऊन वीतभर बूड किंवा शेंडा मोडला की त्याची साल मोकळी व्हायची. मग त्या सालीचे टोक धरून तिला शेंड्यापर्यंत सोलत आणायचे. त्यामुळे सनकाडी वेगळी व्हायची, ताग अलग व्हायचा. तागाच्या अशा अनेक लट्टया गोळा झाल्या की त्याचा पिळा तयार व्हायचा. त्याचे शेरा-दोन शेराचे पिळे बांधले जायचे.

सनकाड्यांच्या पेंड्या बांधून त्या पालाभोवती उभ्या करायचे. कुणी चार ठुण्या गाडून सनकाड्या त्यावर टाकून त्याचा मांडव करायचे. त्याच्या बुडाचा कचरा भोई लोक मासोळ्या भाजण्यासाठी न्यायचे. त्याबदल्यात अधल्याचं नाणं मिळायचं. मध्येच एखादा गावकरी धावतपळत यायचा व म्हणायचा, ''भामटीबुवा, दोन पेंड्या सनकाड्या देता? घरी मयत झाली. सरण पेटवासाठी पायजे. एक पैसा देतो; पन द्या दोन पेंडके!''

मयतीचं कारण ऐकून भामटी स्तब्ध व्हायचा नि त्याला तशाच दोन पेंड्या सनकाड्या द्यायचा. एखादी पेंडी आगाऊही द्यायचा व म्हणायचा, ''हेत राजेहो! तोरणाच्या अन् मरणाच्या कामात आड नाही याव मान्सानं! हुईन तेवढी मदत कराव. आखरीवर समद्यायले एकच रस्ता हाये... पैसेगियसे नाही पायजे त्याचे!''

खूश झालेला गावकरी डोक्यावर सनकाड्याच्या पेंड्या घेऊन गावाकडे निघायचा. एखादा गावकरी पाच-पन्नास पेंड्याही घरी नेऊन ठेवायचा. पावसाळ्यात चूल पेटायची नाही. सनकाड्यांच्या साहाय्यानं ती लवकर पेटायची. त्यासाठी तर सनकाड्यांना बरीच मागणी असायची. माणूस घरी नसला की घरच्या बायाही सनकाड्या विकून संज भागवायच्या. अशा सनकाड्यांच्या पाच-पन्नास पेंड्या पाणी लागणार नाही अशा ठिकाणी गावकरी जपून ठेवायचे. काशा-शिलपतकडील थोडासा बोरू जेमतेम नदीत भिजायला टाकला होता. त्याच्या सनकाड्या व ताग काढायला पंधरा दिवस वेळ होता, त्यामुळे ताग व सनकाड्या विकणे शक्यच नव्हते.

राघो मात्र तुकारामसोबत म्हाताऱ्याकडे रोज कामाला जायचा. त्याला ताग वाळवण्यापासून वाळलेला ताग आत ठेवण्यापर्यंत मदत करायचा. तसेच चऱ्हाडाचे गठ्ठे मोजायला, त्याची थप्पी लावायला, बंडीत दावे - चऱ्हाडं

भरायला मदत करायचा. घेरं चालवणाऱ्यांना ताग पुरवण्यासाठी मदत करायचा. रिकामा असला की एखाद्या घेरंवाल्याला विनंती करून तो घेरं फिरवू लागायचा. ते फिरवताना त्याला मोठी मौज वाटायची. घेरं फिरवून-फिरवून थकलेला माणूस त्याच्याकडे खुशीने घेऱ्याची मूठ देऊन, तो पान-तंबाखू खात बसायचा. राघो मात्र हाती घेऱ्याची मूठ आली की आनंदून जायचा नि हसत-हसत घेरं फिरवू लागायचा. घेरंवालाही त्याचा उत्साह पाहून दुसऱ्या कामात लागायचा व त्याला तसंच घेरं फिरवू द्यायचा.

कंटाळा आला की म्हातारा सांगेल ती पालातील कामे करायचा. त्याच्या दोन्ही बायकाही फार चांगल्या होत्या. त्या राघोला खाऊपिऊ घालायच्या... बाजारच्या दिवशी एक पैसा भातक्यासाठी देऊन गोडधोड खायला सांगायच्या... म्हाताराही त्याला घासातला घास द्यायचा... हिशेब कसा करायचा ते सांगायचा... पन्नासपर्यंतचे पाढे त्याच्याकडून घोकून घ्यायचा; तसेच एक पैसा पावाना, दोन पैसे अर्धा आना, तीन पैसे पावून आना, चार पैसे एकाना, सोया आने रुपया, ईस मन खंडी, असे कोष्टक सांगायचा. जेवायला बसला की त्याला हाक मारायचा नि सोबत घेऊन जेवायचा.

राघोचाही म्हाताऱ्यावर भारी जीव होता. चावडीतील त्याचा रुबाब व पाटलाकडे असलेलं वजन आठवून तर तो शहारल्यासारखाच व्हायचा. त्यामुळे राघोच्या मनातील म्हाताऱ्याविषयीचा आदर दिवसेंदिवस वाढतच जाऊ लागला. काशा-शिलपतच्या तोंडून त्याच्याविषयी बरेच ऐकले होते. त्यामुळे धनाजीनंतर आता म्हाताराही त्याच्या मनात रुतून बसला. उदापूरच्या चावडीत पाटलाकडून त्याला मिळालेला सन्मान नि पाटलाने त्याच्यासाठी ठाणेदारासोबत केलेली तर्कट राघोच्या मनात म्हाताऱ्याचा आदर वाढवण्यास अधिक कारण ठरली. आता तर तो म्हाताऱ्याच्या पालातच काम करत असल्यामुळे म्हातारा अंतर्बाह्य न्याहाळण्याची त्याला संधीच मिळाली. म्हाताऱ्याचा शब्द झेलत तो काम करत राहिला. रिकामा वेळ असला की राघोसोबत म्हातारा गंमतजंमत करत बसायचा. त्याची चलाखी नि आज्ञाधारक वृत्ती यावर खूश होऊन म्हातारा त्याला भातक्यासाठी पै-पैसा द्यायचा, आपल्यासोबत जेवू घालायचा; तसा राघोही फुलून यायचा व म्हाताऱ्याच्या पुढंपुढं करायचा.

एक दिवस जेवण झाल्यावर म्हातारा व राघो पालातल्या चऱ्हाडाकडे पाहत बसले होते. म्हातारा कसल्याशा विचारात होता. विचाराविचारांतच त्याने पानाला चुना लावला. त्यावर काथ-सुपारीचा भुरका, लवंग-विलायची टाकली. राघोच्या हातावर सोप टाकली. ती चघळत राघो खाली बसला. म्हाताऱ्याने काम सांगण्याची वाट पाहू लागला. परंतु म्हाताऱ्याने त्याला काम सांगितले नाही. राघोलाही बसून-बसून कंटाळा आला. तो म्हाताऱ्याला म्हणाला, ''द्या बावाजी माह्याकडं खलबत्ता! मीच पान कुटून देतो.''

म्हाताऱ्यानेही हसत-हसत त्याच्याकडे पान-सुपारी टाकलेला खलबत्ता सोपवला नि कुतूहलाने त्याच्याकडे पाहू लागला. थोड्या वेळाने कुटलेल्या पानाचा चोथा म्हाताऱ्याच्या हातावर ठेवत राघो म्हणाला, ''बावाजी, मले बी घेरं चालवनं, चऱ्हाड वळनं, त्याची गुंडाई करनं सिकवनाजी! आमच्याकडं असा रिवाजच नाही. माहा बा अन् आजा बी तागाचे पियेच करून इकते. पन त्याच्यात जास्त पैसे नाही भेटत. कव्हा कव्हा तं पिये खपतय नाही. कास्तकार आयतेच दावे, चऱ्हाडं इकत घेते. तुमची पद्धत आवडली आमाले... सिकवनाजी!''

''मोठा हुशार हाये रे तू! पान कांडून देल्ल तं फुमटफाकट घेरं चालवनं अन् चऱ्हाडं वयनय सिकवाचं मनतं का! थे जमनार नाही रे, बाबू! घेरं सिकाचं असन तं फुकट काम करा लागन तुले... साल दोन साल. करसीन?''

म्हातारा हसत-हसत म्हणाला. परंतु राघोला त्यातला विनोद काही कळला नाही. तो शांतपणे म्हणाला, ''करीन जी, बावाजी! तुमची फुकटय सालदारी करीन. पन मले ह्यो हुन्नेर सिकवा जी! मले लय आवडली हे पद्धत.''

''अरे म्या गंमत केली तुही. ह्याच्यात काय सिकवन्यासारखं हाये? समदा नजरीचा खेल! उद्यापासून घंटाभर तुले सुट्टी! त्यात तू घेरं चालव... पड आट. चऱ्हाड वळ... अन् त्याची गुंडाई करनं बी सीक! गुनवंतराव, ह्या पोराले एक तास रोज घेरं चालवाचं अन् चऱ्हाड बनवाचं सांगत जा. मोठा झाल्यावर थोय आपल्यासारखे दावे, चऱ्हाडं तयार करन अन् पोट भरन.''

राघोशी बोलत असतानाच तयार झालेले चऱ्हाड पालात ठेवणाऱ्या गुणवंता कारागिरास म्हातारा म्हणाला. त्यानेही होकार देऊन आपल्या घेऱ्याकडे तो निघून गेला. म्हातारा उन्हात टाकलेले तागाचे गट्ठे पाहत तिकडे गेला. राघो चुलत्यासोबत तागाचे भारे वाळत टाकू लागला. दुसऱ्या दिवसापासून राघो सवड

मिळेल तेव्हा घेरं फिरवू लागला; तसेच त्यावर पड आटणे, चऱ्हाड बनवणे ही कला आत्मसात करण्याचा प्रयत्न करू लागला.

❖❖❖

शामा बुढा मात्र म्हाताऱ्याकडे कामाला जायचा नाही. तिथे त्याच्यासाठी कामही नसायचं. शिवाय, इतरांच्या मजुरीतील पै-पैसा तो घ्यायचाही नाही. तो म्हणायचा, ''गडेहो, तुमी कापता थ्या बोरूतली एक वाटणी तुमी मले देता हेच तं लय उपकार झाले, राजेहो! थे मी कोन्या जल्मात फेडीन गा! त्याच्यानंच मी गज्जी हाये. पोट तरी भरतो. नाही तं एकट्या बुढीच्या कमाईवर कसा जगला असतो, बावा!''

त्यावर शिलपत म्हणायचा, ''असं कसं बोलतं तू, तात्या! अगा, तुनं जलमभर टोईची वईदकी केली; घेतला एक पैसा तरी? टोईले समद्या दु:क्कात तुह्याच अधार होता, आता बी हाये. तूच आमाले अजपावतर मार्ग दाखवत आला अन् आता तू मतारा झाला. तुहे डोये गेले तं तुले हकलून द्याचं कागा? आपल्यात तसा रिवाज हाये का? समद्यायले संभायून घ्याचं... अडल्या नडल्याले मदत कराची... समद्या पालातला एकेक कुटका जमा केला तरी तू जगसीन. आता मन हलकं नोको करू... आमी हावोत ना!''

भीमा बुढ्याला शिलपतसह सारेच समजवायचे, तरी बोरूतील वाटणी सोडता इतरांच्या मजुरीत तोही लक्ष घालायचा नाही. पण काशाची बायको बुल्कीला मात्र ते पटायचं नाही. कापलेल्या बोरूतील त्याच्या वाटणीच्या पेंड्या पाहून तिची सारखी बडबड चालू असायची. काशा व शामा बुढ्यात असलेल्या वैदकीच्या हेव्यादाव्याचेही त्याला संदर्भ असायचे आणि ते हंगामात नेमके उचंबळून यायचे.

यंदाही तसेच कापणीसाठी मजुरीने घेतलेल्या शेतातील पैसे मिळाले आणि बुल्कीच्या स्वभावाने उचल खाल्ली. भीमा बुढ्याच्या वाटणीवर जाणाऱ्या पैशांबाबत ती सारखी कुरबूर करू लागली. त्याच्या म्हातारीला तिच्या कामाचे पैसे मिळाले होते, त्यात कुणाचा उजरही नव्हता. भीमा बुढ्याबद्दल मात्र तिच्या मनात आकस खदखदत होता. त्याच्या वाटणीच्या पैशांचा शिलपतने हिशेब सांगताच ती एकदम रागावली व म्हणाली, ''हे काय चालू केलं गा तुमी लोकायनं!

शामा बुढ्याले कायची मजुरी देता तुमी? समद्यायनं मरेपावतर काम कराचं अन् थ्या अंधयानं पालात बसल्या-बसल्या आपली वाटनी उचलाची का? काय नेट लागते त्याले? थो फुकटफाकटच आपल्या कमाईवर डल्ला मारते. आमी काम करता-करता फेसांडून जातो. 'दयते तिले कयते अन् रिकामी कोंडा घोयते' असंच झालं. आमी नाही देत आमच्या मजुरीतले पैसे अन् बोरूच्या पेंड्या बी. त्याले बसल्याजागीच पैसे अन् बोरूच्या पेंड्याय द्या. आमाले नाही पटत, बॉ! ह्या बुढा आता खाले काय अन् भुईले भार झाला अन् आफून त्याले पोसतोच पोसतो. आता बंद करा हे लाडकपन!''

बुल्की तावातावानं बोलत होती आणि तिच्या जवळच उभा असलेला शामा बुढा हे सारं ऐकत होता. शिलपत-काशासह सारे जण ते ऐकत होते. तिचे बोलणे मात्र कुणालाच आवडत नव्हते. परंपरेने चालत आलेला हा भामट्यांतील रिवाज! त्यालाच बुल्कीने आव्हान दिले होते. आपण जे बोलतो ते शामा बुढाही ऐकत असल्याचे तिला भानच नव्हते. तो अचानकच येऊन तिच्यामागे उभा झाला होता आणि टोळीतल्या एका स्त्रीचं आपल्याविषयीचं असं बोलणं ऐकून दुखावला होता. तिचे बोलणे ऐकून तो शांतपणे म्हणाला, ''बाबू रे, काशाची नवरी मंजे माही सून मना का पोरगी मना! थे जे बोलली थे खरंच बोलली. तुमच्या मजुरीवर माहा खरंच हक्क नाही. मी खरंच भुईले भार झालो आता; पन मरन यिवून नाही रायलं, त्याले मी तरी काय करू रे, बावा! टोईतला अडलानडला, अनाथ लेकरू, अंधयेपांगये जगले पायजे; त्यासाठी त्याले बाकीच्यायनं आपल्या कमाईतून थोडसी मदत केली पायजे; मनून आपल्या वाडवडलाइनं ह्यो रिवाज सुरू केला होता. आता आपल्याले त्याचं वझं होत असन तं बंद करून टाका हे पद्धत; पन असा अपमान करून पुढं तुकडे तरी टाकू नोका. मी जगीन कसातरी; पन मरे पावतर तुमची वइदकी करीन. माह्यापासी जे असन थे इमानदारीनं दीन; पन पैसा नाही घेनार त्याचा. अजवर केली तसीच पुढय सेवा करीन. आता नोक्को मले तुमची वाटनी!''

बोलता-बोलता शामा बुढ्याचे डोळे भरून आले. त्याची पांढरीफट बुबुळे पापणीतल्या पापणीत कासावीसपणे तळमळू लागली. हातातील काठी सभोवार फिरवत तो आपल्या पालाचा रस्ता शोधू लागला व चाचपडतच पुढे चालू लागला. पुढे बसलेले लोक सुन्न होऊन त्याच्या पाठमोऱ्या आकृतीकडे

पाहू लागले. सगळे जण विचारातच पडले. बाजूलाच बसलेल्या धनाजीला मात्र शामा बुढ्याचा अपमान सहन झाला नाही. तो तावातावाने बुल्कीला म्हणाला, ''बुल्के, तू हे काय बोलली! शामानं आवुक्षभर केलेल्या टोईच्या सेवेचं तुनं असं पांग फेडलं! अजपावतर शामाले कोनी बोललं नाही. माह्यापरीस लहान असून मी त्याले मोठ्या भावाचा मान देतो. अन् तुनं एक्का दमात समदच वकून टाकलं ओ बाई! तुह्या बापासारखा हाये थो. त्याच्या जाग्यावर दुसरा असता तं झिपुट्या उपडल्या असत्या तुह्या! पन तुले आपली लेक समजून त्यानं माफ केलं अन् लडत-लडत मांगं फिरला! काय मनाव ओ बाई तुले!''

''हो धन्याकाका, चुकलंच तिचं. मलेय कोनं शामा तात्याचा आपमान करनं पटलं नाही. पन दातय आपलेच अन् होटय आपलेच, असी माही गती झाली. आता तिच्यातरफे मीच शामा बुढ्याची अन् समद्या पालायची माफी मांगतो अन् तुमी द्यान थे सिक्षा दंड मान्य करतो.'' बुल्कीचा नवरा काशाने खरंच सर्वांना हात जोडले.

तसा धनाजी त्याच्या पाठीवरून हात फिरवत म्हणाला, ''बाबू रे, काशीनाथ असा मनाले लावून नोको घिवू. तिचय बरोबर हाये. शामाचा आपल्यावर काही जोरा हाये का? 'आपल्या लेकराबायायच्या तोंडचा घास ह्या रिकामटेकड्याले काहून द्याचा बॉ!' असा इचार तिले आला असन अन् बोलून गेली थे. पन इसरून जा समदं! शामा मोठ्या मनाचा हाये. तिले माफ करन थो! आफून थो जित्ता हाये तवरीक त्याची वाटनी त्याले द्याची अन् वाडवडलापासून चालत आला रिवाज पुढं चालू ठिवाचा गडेहो! अज शामा बुढा हाये उद्या कोनावरय ह्यो परसंग येवू शकते. समजले!''

बुल्की अद्यापही आपल्या जागेवरच उभी होती. सारे जण आपल्यालाच दोष देत आहेत, हे लक्षात घेऊन तीही नरमली. समोरच बसलेल्या बायांच्याही नजरा तिच्यावरच रोखल्या होत्या. शामा बुढ्याला तिचे असे बोलणे कोणालाच रुचले नव्हते. तशी बायांच्या समूहातून सई एकदम उठली व तिच्याकडे हात दाखवून म्हणाली, ''बुल्के, आता तू इव्हाया-जवायाची झाली. जरासी आव-इचार करून बोलत जानं माय! शामा मामाजी पालातले मानवाईक मानसं... त्यायचा मानपान राखत जा नं!''

''हो ओ बाई, चुकलीच मी. माह्या बोलन्यानं माह्या म्हादेवावर मापी मांगाची पाई आली. माफ कराजी मले, समदेझनं!''

''नुसत्या माफीनं नाही जमत, वयनी! दंड भरा लागते दंड...! शामा बुढ्याले पुर्नाच्या पोईचा पाहुनचार करा लागते. अन् त्याच्या वाटनीचा समदा बोरू पान्यात भिजवून, वायल्यावर पालावर आनून द्या लागन तुमाले! काशाभावूच तुमच्यावर लक्ष ठेवन... लागा उद्यापासून कामी!'' बयाजीनं हसत-हसत सांगितलं.

ते ऐकून सगळे जण दिलखुलास हसले. सर्वांच्या डोक्यावरचा ताण हलका झाला. सर्वांसोबत बुल्कीही हसली नि म्हणाली, ''मले सिक्षा मान्य हाये. शामा मामाजीचा बोरू मी एकटीच नदीत भिजू घालीन अन् वायल्यावर घरीबी आनून दीन. समजले!''

... आणि आठ दिवसांनी शामाच्या नावाचा बोरू नदीत भिजवण्यासाठी ती एकटीच जाऊ लागली; पण सर्वांनीच तिला हातभार लावला. यंदा सर्वांच्या आधी शामा बुढ्याचा वाळलेला बोरू पालाजवळच गोळा झाला. शामा बुढा तागही काढण्यात मग्न झाला. टोळीतील आनंदी वातावरण पुन्हा सगळीकडे पसरलं. रुसलेल्या शामा बुढ्याला शिलपत-काशानेच समजावले. तोही झालेला अपमान विसरून टोळीच्या सुख-दुःखात पुन्हा सामील झाला. कुणाला जडीबुटीची औषधं, कुणाला धागेदोरे देऊ लागला... कुणाचे सगोन पाहू लागला... तर कुणाचा उतारा उतरवू लागला. कधी-कधी त्यासाठी काशाचीही मदत घेऊ लागला. त्याच्या अज्ञानी अल्प बुद्धीनुसार टोळीतील प्रत्येकाची काळजी घेऊ लागला.

एक दिवस काठी टेकवत तो शिलपतच्या पालावर येऊन म्हणाला, ''बाबू रे, माह्या पालात तागाचे पाच-सहा पिये जमा झाले. थे बजारात इकून मले एक धोतरजोडी, कुडतं अन् बुढीसाठी लुगड्याची जोडी अन् चोईचे खन आनून देजो गड्या! सालचा तूच माहा ताग इकतं अन् आमाले पायजेन थे बी आनून देतं. थेच काम यंदाय ह्याच वारी करजो बा!''

शिलपत शामा बुढ्याकडे आश्चर्याने पाहत म्हणाला, ''बापा, तुह्या बोरू निंघालाय कागा, तात्या! आमचा तं अद्याप मुरालेच नाही घातला गा!''

''अगा, हे समदी बुलकाबाईची मेहरबानी! बोरू वाटल्याबरोबर तिनंच थो भिजू घातला अन् वायल्यावर पालावर बी आनून टाकला. तिले बाकीच्या

लक्षुम्यायनय मदत केली मनते, बुढी सांगत होती. बुल्की जर मले बोलली नसती तं निंघाला असता का माहा ताग? सालचा समद्यायच्या आखरी निंघते. यंदा मात्र समद्यासच्या आंदी निंघाला.'' आणि तो गदगदून हसला. आधीच भकाटीला गेलेलं त्याचं पोट हसताना आणखीच खोल गेलेलं दिसलं.

शिलपतचा होकार घेऊन तो आपल्या पालाच्या दिशेने जाऊ लागला. पण दहा-पाच पावलं चालताच गचकन थांबला आणि मागे वळून शिलपतच्या पालाच्या दिशेने चालू लागला. पालापुढे येऊन विचारातच उभा राहिला. हातातील काठी समोर धरून तिच्या आधारानं पालात बसलेल्या शिलपतकडे पाहण्याचा प्रयत्न करत, काहीतरी बोलण्यासाठी ओठ हलवू लागला. पण त्याच्या ओठातून शब्दच बाहेर पडत नव्हते... अधू डोळे सारखे पाझरत होते... शरीर थरथरत होतं...

आतापर्यंत चांगला बोलणारा हा म्हातारा असा एकाएकी गलबलून का आला असावा...! याचा विचार करत शिलपतही त्याच्याकडे काळजीने पाहू लागला. काही क्षण असेच गेले. शिलपतला काही राहवले नाही. नवरा-बायकोत काही वाद झाला असावा, या जाणिवेने तो त्याला समजावण्यासाठी पुढे आला. पण शामाची बायको चांगली बाई होती. तिने त्याची आजवर खूप सेवा केली होती. पुढेही तीच त्याची आधार होणार होती. त्याची ती खरीखुरी सहचारिणी नि निष्ठावंत पत्नी होती. त्यामुळे तिच्याविषयी काही शंका घेणेही शिलपतला अन्यायकारक वाटले. शामाचा हात धरून त्याने त्याला बसायला सांगितले. शामा खाली बसला; पण त्याच्या मनातील कल्लोळ काही शांत झाला नव्हता. उलट, शिलपतच्या स्पर्शाने तो अधिकच उचंबळून आला. थोडा वेळ तसाच गेला. त्याने स्वत:ला सावरले व मोठ्या कष्टाने एकेक शब्द उच्चारत शिलपतला म्हणाला, ''बाबू रे, तुह्या कानावर काही गोस्टी आल्या का? माह्या जवायाबद्दल? माही एकुलती एक पोरगी, जवाई अन् त्यायच्या संगच्या दहा-बारा बिराडासंगं तिकडं खानदेशात फिरते. लय दूर हाये गा थो मुलूख... कोनाची खबरमात कोनाले नाही समजत! पन माह्या कानावर एक बेक्कार खबर आली. खरी का खोटी, थे तुले इचारासाठीच आलो होतो. पन माही हिंमत काही झाली नाही अन् तसाच मांगं फिरलो. पन रावल्या गेलं नाही म्हून तसाच मांगं फिरलो.

मनलं तुले, पुसूनच घ्याव एक डाव? 'पुसे त्याचं काम नाही नासे' मंते. तसंच माहे झालं अन् मांग फिरलो."

"अगा, पन काय झालं, थेतं सांगसीन का नाही? का नुसताच लडत बसशीन? सांग काय झालं थे! तुले कोनी बोललं का...? अपमान केला का कोनं तुह्या...? सांग मले समदं काई. काकी तं काही बोलली नाही...? अन् बोललीय असन तं तिचं काही मनावर घिवू नोको... थे निर्मय मनाची हाये. बोलली तरी तिच्या मनात काही नसते गा! एकटीच्या भरूशावर दोन जीव जगवतानी मेटाकुटीले आली असन अन् चिडली असन तुह्यावर... पन तू मनावर नोको घिवू!"

तसा शामा हातातील काठीने पुढच्या जागेचा वेध घेत म्हणाला, "बाबू रे, मले कोनी बोललं नाही का कोनं अपमान केला नाही माहा! तुही काकी तं खरंच गंगेवानी निर्मय हाये. केवडी सेवा करते माही! थे माही बायको नोहे; मांगच्या जल्मातली माय होये, असं वाटते. अशी बायको भेटासाठी सात जल्माचं पुन्य पायजेन, बावा! थे पुन्य माह्या वाटनीवर आलं. धन्य झालो मी!"

"मंग असा एकाएकी कोमावल्यावानी काहून झाला तं? डोये काम्हून पाझरून राह्यले तुहे? सांग समदं... आमी काही परके नाही. आमच्यापासी आपलं मन मोकयं कर!"

"तुमी परके नाही, मनून तं आलो बापा तुह्यापासी. वाटलं, मनातली शंका तुह्याचपासी सांगाव अन् खऱ्याखोट्याचा निवाडा कराव एक डावचा!"

त्याच्या शंकेने शिलपत आणखीनच बुचकळ्यात पडला; पण काहीच बोलला नाही. प्रश्नार्थक चेहऱ्यानं त्याच्याकडे नुसता पाहत राहिला. तसा काही वेळ थांबून शामा बुढाच त्याला म्हणाला, "बाबू रे, कोटेशरच्या यात्रेतून वापस जाण्यावाली खानदेशाकडची काहीक बिराडं आपल्या पालायपाशी तीन-चार दिवस थांबली होती. पंचायतीसाठीच आले होते थेबी. पन कोटेशरले पंचाईत भरलीच नाही, मनून थे मांगच्या पावलीच आपल्या फिरस्ती मुलखाकडं निंघाले. मंधात इथंच मुक्काम झाला त्यायचा. थेबी आपल्या सग्यातलेच होते. त्यायनंच धन्यादादाजवड गोस्ट काडली मने! थो जात-पंचायतीचा पंच हाये ना! मनून त्याच्या कानावर त्यायनं खबर टाकली मने! पन त्यानं मले काही थे सांगतलं नाही. उडत-उडतच तुह्या काकीच्या कानावर बातमी आली, का माह्या जवायानं बाई ठिवली मनून...! कोलाटीन होय मनते! पन मले पक्कं माहीत नाही. इच्या

मनन्यावर माहा इस्वास काई बसला नाई. आता खरं-खोटं तुलेच पुसाव असं वाटलं. तू अन् काशा उडत्या पाखराचे पखं मोजन्यात पटाईत हा! तुमच्यापासून गोस्ट लपून नाही रायनार मनलं अन् आलो फाडानिवाडा कराले. खरी हाये का रे बाबू हे बातमी? खरंच जवायानं कोल्हाटीन ठिवली कागा? खरं असन तं पोट्टी बरबादच झाली रे, बावा! तिले तीन पोरी. मायबाप, भावूबंद त्यायले पोसता-पोसताच तं लेकाची दानादान होते. अन् आता थे बाई आनली त्यानं. उद्या तिले बी लेकरं हुईन. 'सवतीचं बाय अन् जिवाले काय' असी गती हुईन रे बाबू, पोरीची! जाऊन पाहाव मनलं तं मी अंधया मानूस... मुलूख दूरचा! कसं करू रे, बावा!''

... आणि तो टोंगळ्यात मुंडकं खुपसून गदगदून रडू लागला. त्याची अवस्था पाहून शिलपत केविलवाण्यासारखा त्याच्याकडे पाहू लागला. शामाचे सांत्वन कसे करावे हे त्याला समजत नव्हते. खरेतर ही गोष्ट त्याला व काशाला आधीच माहीत झाली होती. काशाने ती बायकोजवळ सांगितली आणि मग साऱ्या पालात पसरली. शामाच्या पालात मात्र त्याची काही खबरबात नव्हती. त्याला धक्का बसेल या भीतीने सारेच गप्प होते. पण सईने त्याच्या म्हातारीला सारी हकीकत सांगितली. तिने न राहवून रडत-रडतच नवऱ्याला सांगितले. शामाचा धीरच सुटला. खरं-खोटं करायसाठी तो शिलपतकडे आला होता नि वास्तवाची चाहूल लागताच हंबरडा फोडत होता.

शिलपतने त्याचा हात हातात घेऊन त्याला धीर देत म्हटले, ''शामा तात्या, तू असा अवसान गयल्यावानी नोको करू. आफून खऱ्याखोट्याचा तपास लावू. खरं असन तं जात-पंचायतीत आनू लेकाले! दंड करू! तरी नाही मानला तं जातीबाहीर टाकू. काय समजला थो...! कोल्हाटीन ठिवतं का? जातगंगा बाटवतं का? येवू दे पुडची पंचाईत... दाखोतो त्याले! पन तू हिंमत नोको सोडू. आता माह्या बुढ्याच्या जागेवर मीच मायजन होनार हाये. मंग पाहय माही करामत!''

शिलपतच्या बोलण्याने शामा बुढ्याला धीर आला. गालावरच्या सुरकुत्यांत अडलेले आसू त्याने धोतराच्या पदराने नीट पुसले आणि म्हणाला, ''हो, बेट्याले चांगली अद्दल घडली पायजे, असं कर. जात-पंचाइतीतच खेच त्याले; पन जातीबाहीर टाकाच्या भानगडीत नोका पडू! जातीतून हकललं का लय भोग भोगा लागते गा! 'बुवाचा फकीर झाला अन् दोनी कुयातून बुडाला' असी गती होते मानसाची. अन् पोरी हायेना त्याले... मंग कोन करन त्यायच्यासंगं लगन?

माह्या पोरीलेय पुन्ना वनवास भोगा लागन! थ्या परीस नोकोच हे झंजट! असं करा, सपाटून दंड घ्या अन् सोडा लेकाले!''

''बापा, तू आत्ताच तं मनत होता गा, जवायाले चांगली शिक्षा द्या मनून; अन् आता जातीबायरं नोका टाकू मनतं अन् जवायाचीच बाजू घेतं. मंग जात-पंचायतीचा निर्नय तुलेबी मान्य करा लागनच का नाही?'' शिलपत गालातल्या गालात हसत म्हणाला.

शामा बुढ्याची माणुसकी अन् जावयात गुंतलेलं त्याचं मन जावयास जातीबाहेर टाकण्यास धजावत नव्हतं; आणि दुसरी बाई ठेवल्याने एकटी पडलेल्या पोरीचा ळळाही सुटत नव्हता. तरी तो बोलून गेला, ''ठेवू दे दुसरी बाई ठिवली तं! राहीन दोघीय... दोघीय त्याची जिनगानी करन. अरे बाबू, लेकरू मांडीवर हागलं म्हून मांडीच नाही कापा लागत. पाठीवर थपाका हानला का बस झालं! अन् लय भामट्याय जवड दोन-दोन, तीन-तीन बाया हाये. काहीक लगनाच्या, काहीक तशाच! चार पैसे जमले का भामट्याले माज येते अन् फालतू धंदे सुचते. रग्गावल्यावानी करते थे! असी आपली जात... भयंकर दलिंदरीत जगन! पन आपली घमेंड काही सोडनार नाही, कोनाले जवड इवू देनार नाही. पन तू पक्की माहिती काढ अन् सांग मले! त्यायचं बिराड बहिरमले यात्रत आल्यावर पुढचं पाहू. आता कर तुह्य काम! अन् थे बाई बी जलमभर त्याले धरून राहीन, असं नाही वाटत. अशा बाया मनजे घोड्यावरच्या उडत्या गोमाशीसारख्या असते. एका घरची भाकर त्यायले गोड नाही लागत... सम्मजला!''

आणि तो काठी टेकवत आपल्या पालाच्या दिशेने चालू लागला. आतापर्यंत पालाबाहेरच्या दगडी चुलीवर स्वयंपाक करणारी सई दोघांच्याही चर्चा कान देऊन ऐकत होती. कधी गंभीर होत, तर कधी गालातल्या गालात हसत भाकर थापत होती.

एवढ्यात तिला काशाच्या बायकोचा, बुल्कीचा आवाज कानांवर आला, ''चालतं कावो सये नदीवर धुणं धुवासाठी?''

''हो ओ! थोडुक्सी थांब. भाजी-भाकर पालात ठिवतो अन् चालतो. लय धुनं हाये, माह्य बी!''

सई व बुल्की नदीच्या वाटेने लागल्या. सोबत आणखीही दोघीतिघी आपापलं धुणं घेऊन त्यांच्यासोबत चालू लागल्या. चालता-चालता बुल्की

सईला म्हणाली, ''सये, शामा मामाजी अन् शिलपत बापू एवढ्या कायजीनं काय बोलत होते ओ! मले तं काहीच समजलं नाही. जात-पंचाईत... जात-पंचाईत मनत होते बॉ! कोनाचा निवाडा हाये कावो? आता बइरमची यात्राय जवड यिवून रायली. कोनाचा निवाडा हाये ओ?''

''आवो, शामा मामाच्या जवायानं बाई ठिवली मनते. त्याच्यावर इचार करत होते दोघय. तुले ठावूक हाये का हे गोस्ट!'' सईने तिला उत्तर दिले.

त्यावर बुल्की म्हणाली, ''बापा बापा, थ्या गोस्टीले तं आता चार मयने झाले असन ओ! कोटेशरवून खानदेशाकडं वापस जानेवाल्या आपल्या जातभाईयचा इथं मुक्काम होता. त्यातल्याच एका बाईनं समदं सांगतलं अन् साऱ्या पालात बोंबाबोंब झाली.''

''पन जवायानं कसी गटवली ओ थे परक्या टोइतली बाई! घरीच तं रूपवान बायको अन् सोन्यासारखे लेकरं हाये. त्यायले सोडून तिकडं गोदरी चराले गेला का थो!'' सोबतच्या एकीने आपला खरपूस विचार मांडला. तशा साऱ्याजणी तोंडाला पदर लावून हसू लागल्या. सई व बुल्कीही त्यात सामील झाली.

साऱ्या शांत झाल्यावर बुल्की म्हणाली, ''अवो! 'अकातली गाय अन् काटे खाय' मनते ना, तसीच गंमत झाली. भामट्यायच्या पालाजवडच कोल्हाट्यायचे चार-पाच पालं उतरले होते. थे लोकं बाया-मानसासंगं दिवसा कसरतीचे खेल करे अन् रातच्याले तमाशा, नाचगानं कराचे. त्यायच्या बिराडातच एक देखनी इधवा बाई होती. कोल्हाट्याच्या पालासंग जवायाची घसट वाढली अन् थ्या इधवा बाईनं जवायावर जायं टाकलं. जवाईय पिघयला अन् पयाला तिच्यासंगं! सा मयने तिकडंच होता मने! शामाची पोरगी कस्ट करून पोट भराची अन् पोरीयलेय जगवाची. इकडं त्याची कोनालेच खबरमात नोती. मंग सा मयन्यानं थ्या रांडले घिवूनच थो पालात आला. शामा बुढ्याच्या पोरीनं लडून-लडून धोइंद्र केलं. जीव द्याले निंगाली मने! पन लोकायनं वाचवली. थेय लेकरात गुतली अन् भुलली समदं काई. आपल्यापासून गाव सेकडो कोस! कोनाची खबरमात कोनाले नाही... मेल्याजित्त्याची माइती नाई... आपल्याले हे कसं जीवन देल्ल ओ बाई, देवानं!''

आणि बुल्की एकदम गहिवरून आली. अबोलपणेच नदीकडे चालू लागली. चालता-चालता तिला नजरेपुढे सारखीबेसहारा झालेली शामा बुढ्याची

दुदैवी मुलगी दिसू लागली... आक्रोश करत जात-पंचायतीला न्याय मागणारी... हाका मारून थकलेली... मायबापासाठी शेकडो कोसांच्या अंतरा वरून तळमळणारं... भीषण रानात वाट चुकलेलं हंबरतं वासरू जणू....!

''हो, लेकाले जात-पंचाइतीतच हातपाय बांधून आनलं पायजे. चांगली सिक्षा देल्ली पायजे बेइमानाले! नाई तं टांगला पायजे फासीवर!''

तिच्यामागे भरधाव निघालेल्या सोबतीणीचे कणखर शब्द कानांवर पडले, तरी बुल्कीचे तिच्याकडे लक्षच नव्हतं. ती आपल्याच तंद्रीत पुढे चालत होती... साऱ्याच जणी आता अबोल झाल्यागत वाटत होत्या. सर्वांनाच आपापल्या नवऱ्याची एकदम काळजी वाटू लागली. 'आपल्यावरय अशी पाळी ईन का?' या विचाराने त्यांनाही बेचैन केलं. एक विषारी लकेर मनाला ओरखडा पाडून गेली.

तशातच त्या नदीवर पोहोचल्या. पाण्याच्या खळखळत्या प्रवाहात आपल्या शंका-कुशंका दूर वाहून गेल्याची त्यांना जाणीव होऊ लागली. पाण्याच्या थंडगार स्पर्शात मनावर दाटलेलं शेवाळं पार विरघळून गेलं आणि स्वच्छ पाण्याच्या तळाशी विसावलेला जमिनीचा निरागस तळ दिसावा, तसा आपापल्या घरधन्याविषयीच्या विश्वासाने त्या मोहरून आल्या नि लगबगीने धुणं धुऊन पालाच्या वाटेने लागल्या. चालता-चालता सईने तोच विषय पुन्हा काढला. त्यामुळे सर्वांचा अबोलपणा पुन्हा ढवळल्या जाऊन सईचे बोलणे त्या कान देऊन ऐकू लागल्या. त्यांच्याशिवाय कुणी ऐकणार नाही अशा बारीक आवाजात ती म्हणाली, ''बाई ओ, जवायानं बाई ठिवली थे खरं हाये. समद्यायले समजलं थे! पन एक सांगू का...! कोल्हाटी हे आपल्यापरीस खालची जात, तरी जवाई थ्या बाईत गुतला. पन त्यानं आपला जीव बाटू देल्ला नाही.''

''मंजे ओ! असं काय केलं त्यानं!'' एकीनं कुतूहलानं विचारलं.

त्यावर सई तडकाफडकी म्हणाली, ''आवो, सहा मयने थो तिच्यासंगं रायला. मंग आपल्या पालातय आनली तिले. पन तिच्या हातचं अनपानी न्हाई घेतलं त्यानं. सोता पानी भराचा... भाकर-भाजी कराचा... सोता जेवाचा अन् तिलेबी जेवू घालाचा... पन सा मयन्यात तिच्या हातचं खाल्ल नाही का पानी पेला नाही! आता तं शामा बुढ्याची पोरगीच समदं करते. आपल्या जातीची आब राखून जवायानं तिले संभायलं; पन तिच्या हातच्या अनपान्यानं जीव नाही बाटू देल्ला!''

''होओ! मोठा नाकाचाच हाये थो! 'सरपं पानबुड्या, हिंडते दोनी थड्या'... तिच्या हातचं खात नाई मनतं, तं मंग नुसतं संगं झोपासाठीच ठिवली कावो त्यानं...? तेवढीच जातीची लाज काहून राखली मंग...? लाजंचा मेला अन् दुर्गंदी ठिवून गेला!''

आतापर्यंत अबोलपणे सारंकाही ऐकणाऱ्या बुल्कीचा राग अनावर होऊन भसकन बाहेर पडणाऱ्या तप्त वाफेसारखी ती बोलून गेली नि झपझप पावलं टाकीत सर्वांच्या पुढं चालू लागली.

❖❖❖

शामा बुढ्याने शिलपतला जावयाविषयी टोकाची भूमिका न घेण्याचे सांगितले. जावई व पोरीतही त्याचा जीव गुंतला होता. तरी पोरीवर आलेल्या संकटाची आठवण होताच तो बेचैन व्हायचा. त्याची बायको त्याला परोपरीने समजवायाची. तोही थोडा वेळ गप्प बसायचा आणि पोरीच्या आठवणीने पुन्हा उचंबळून यायचा. बायकोला म्हणायचा, ''अवो, असं बाहीरचं वारं लागलं का मानसाचं काई खरं नसते. थो घरादारावर, बायको-लेकरायवर पानी सोडते. 'लग्नाची गेली वाया अन् ठिवलीच्या लागे पाया' असी गत्ती होते त्याची! मंग मले आपल्या पोरीची चिंता नाई वाटनार तं काय हुईन, ओ! कसी जगत असन पोरगी... कसी पोसत असन लेकराइले...? जाऊन पाह्यतो मनाव तं गाव सेकडो कोस दूर... फिरस्ती जीवन... जाचं तं कुठं जाच...? सोधाचं तं कुठं सोधाचं...? अन् मी भोकना... कोनाच्या अधारानं जाचं मंतो!''

''मंग असी चिंता करत बसल्यानं हुईन का? अशानं आपलंच आवूक्ष कमी करान तुमी अन् धक्क्यानच मरून जान. थ्या परीस हिंमत धरा! देवच मार्ग दाखवन अन् बयरमच्या यात्रत कोनी नाही कोनी तरी ईनच. तव्हाच भेट हुईन पोरीसंगं अन् जवायासंगबी! आफून नाही गेलो तरी शिलपत बापूच आपली बाजू मांडन! तसे अधिकार दिवू त्यायले अन् पंचायतीचा पर्मूख परसराम खानदेशातच फिरते. त्यालेच समदी बाईनवार माहिती असन... तुमी आता गप बसा!''

शामा बुढ्याच्या म्हातारीने त्याला समजावले, तरीही त्याचं बेचैन मन दूर देशी असलेल्या पोरीभोवतीच घिरट्या घालत बसायचं. त्याला आवरता-आवरता त्याची दमछाक व्हायची. तो बायकोला म्हणायचा, ''आवो, बयरमची

जत्रा तरी जवड हाये का! ह्या गोस्टीलेय आता उनपुरं वरीस होत आलं. पन कोनं घेतली का आपली बाजू...? माह्यापासून तं अजपावतर समदं लपूनच ठिवलं तुमी लोकायनं. पन वारा आला तं पान हालतेच ना, तसं मलेय समजलं अन् माहा धीरच खसला ओ! मी तरी काय करू? 'इकडं आड तिकडं इहीर' असी गत्ती झाली माही. पन एक डाव पोरीले भेटाव मनतो... तिकडं जानेवाला कोनी सोबती भेटला त जावू दोघय!''

''हो, मलेय तसंच वाटते. आमी मुद्दामच तुमाले अजपावतर सांगतलं नाही. तुमाले त्याचा धक्का बसन असं वाटलं, मून नाई सांगतलं. पन आता मलेच राह्यनं न्हाई झालं अन् टाकलं तुमच्या कानावर; तं तुमी धीर सुटल्यावानीच करून रायले! पन आता राहू द्या समदं... आंग धुवा... जेवून घ्या... अन् तागाचे पिये हाये त्याचा पड आटत बसा. कामात गुतलं का कायचीच आठोन येत नाही.''

त्याची बायको त्याला समजावू लागायची. तोही तिच्या म्हणण्यानुसार वागायचा. पण अंग धुतलं, जेवण झालं की बाहेरच्या रस्त्यावर येऊन बसायचा. पड आटण्यात त्याचं मन काही रमायचं नाही. ते सैरावैरा धावत थेट कोसो दूर असलेल्या पोरीला भेटायला निघायचं... तिचं सांत्वन करायचं... तिच्या डोक्यावरून हात फिरवायचं! रस्त्याने जाणाऱ्याने हाक मारली की त्याची तंद्री तुटायची. आवाज ओळखीचा वाटला की त्याला विचारायचा, ''का रे बाबू, तिकडं जयगाव खानदेशाकडं जानारं कोनी हाये का लक्षात? आमी बुढाबुढी संगं जाचं मनतो. आमची पोरगी असते तिकडं. जात असन तं सांग, गड्या!''

त्यावर तो माणूस म्हणायचा, ''नाही गा, तात्या! तिकडं जानारा कोनी तं नाही भेटला. अन् भेटला तं तुले जरूय सांगीन. पन असं उपलान्यावानी कोनी कायले जाईन गा? कोनाच्या गनगोताचं लगनयव, मरन असन तं जाईन. नाही तं येवढ्या दूर कायले जाईन कोनी?'' आणि तो लगबगीने पुढे निघून जायचा.

असेच काही दिवस गेले. आता शामा बुढ्याच्या प्रश्नाचाही लोकांना कंटाळा येऊ लागला... ते त्याला टाळू लागले... रस्त्यावर बसला असला तरी वळसा घालून पुढे जाऊ लागले. शामा बुढा कंटाळला की पालात येऊन पडून राहायचा. आपल्याच तंद्रीत सभोवतीचा अंधार ढवळत बसायचा. त्या गुडूप अंधारात त्याला कधी पालापुढे खेळणारी आपली मुलगी दिसायची... कधी

ती आपल्या आंधळ्या बापाला काठीच्या आधाराने पुढे नेत असल्याचा भास व्हायचा... कधी बापाला घट्ट मिठी मारून आक्रोश करायची... शामा बुढा त्यातच हरवून जायचा नि आसू पुसत तासन्‌तास पडून राहायचा. पालाच्या अंधाराशी त्याच्याही जीवनाचा अंधार एकजीव झाल्यासारखे वाटायचे.

असेच काही दिवस गेले. हळूहळू शामा बुढाही सावरला. जावयाकडून झालेल्या चुकीची त्याने उदारमनाने क्षमाही केली. पण मुलीची आठवण आली की तो कासावीस व्हायचा... स्वत:तच हरवून बसायचा. यादरम्यान जवळपासच्या जत्रेत भामट्यांच्या जात-पंचायतीही भरल्या नाहीत. ज्या लहानसहान भरल्या त्यात जुजबी निवाड्यांचे निकाल लागले. शामाच्या जावयाबद्दल तक्रार मात्र कुणीच मांडली नाही. पंचायतीचा मुखत्यार असलेला परसराम भामटी तिकडेच खानदेशात फिरत होता. पण त्याच्याकडेही याबाबत कुणी बोललं नव्हतं आणि पंचायत भरवण्याचा आग्रहही कुणी धरला नव्हता.

आता सारे बरोबर झाले असावे... जावयाने ठेवलेली बाई त्याला सोडून निघून गेली असावी... अथवा त्यांच्यात काही तडजोड झाली असावी... अशी समजूत करून शामाही गप्प बसला. त्याशिवाय त्याच्याकडे दुसरा पर्यायच नव्हता. मुलीच्या आठवणीची भळभळती जखम मात्र अद्याप वाहतच होती... तिला विसावा नव्हता... अधूनमधून ती पाझरायची... त्यावरील खपली उडाली की ठणक असह्य व्हायची. मग चार-आठ दिवस म्हातारा-म्हातारी बेचैन व्हायचे व पुन्हा आपल्या कामाला लागायचे.

■■■

६

आपल्या मालकीचा बोरू सडेपर्यंत काशा-शिलपतला फुरसतच होती. त्यामुळे वेळ काढण्यासाठी धनाजीने भिजवून, वाळवून ठेवलेल्या बोरूचा ताग काढत, सगळे जण पालापुढे बसायचे. धनाजीने व त्यांनी मिळून आतापर्यंत काढलेल्या तागाचे दहा-बारा पिळे पालात जमा झाले होते. काशा, बयाजीकडेही पिळे जमा झाले होते. ते घेऊन सारे जण बाजारात जायचे. एखाद्या जागी पिळे मांडून बसायचे. दाव्या-चऱ्हाडासाठी शेतकरी ते विकत घ्यायचे. त्यासाठी घासाघीस करायचे. शेतकरी भाव पुसायचे, ''कागा काय भाव ठिवला तागाचा?''

''दोन पैसे.'' भामटी भाव सांगायचा.

''किती शेराचा हाये?''

''ह्या हाये सेराचा अन् ह्यो मोठा दिसते ना थो दोन सेराचा!''

भामटी आपला पिळा उकलून दाखवायचा. त्याला हलवून तो कसा निकोप आहे हे सांगायचा. गिऱ्हाइकाला पटले तर तो नगदी पैसे देऊन पिळा घेऊन जायचा किंवा पुढे सरकायचा. काशाच्या, शिलपतच्या, बयाजीच्या नि जवळपास बसलेल्या इतर भामट्यांच्या पिळांवरून नजर टाकायचा. पटेल तिथला घ्यायचा. कधी सारे पिळे विकले जायचे, तर कधी एखादाच पिळा खपायचा. पण रिकाम्या हाताने कुणीच परतायचं नाही. शेतकऱ्यांचं पीकपाणी चांगलं असलं की तागही चांगल्या भावानं खपायचा. आलेल्या पैशांतूनच सारे जण सामानसुमान घ्यायचे आणि उशिरा रात्री पालावर परतायचे. मग डोक्यावर तागाचे पिळे घेऊन आठवडाभर जवळपासचे बाजार करायचे. आठवडाभराचे

जमा झालेले पैसे कुणाच्या नकळत थालीत म्हणजे गडव्यात अथवा गाडग्यात ठेवून ते गाडगे पालाच्या एका कोपऱ्यात गाडून ठेवायचे. त्यावर ओळखीचा दगड ठेवून आपल्या कामाला लागायचे.

त्या दिवशी बाजार नसल्याने व मुरू घातलेला बोरू काढायला अवकाश असल्याने, शिलपत आपल्या पालापुढे घरच्या बोरूचा ताग काढत बसला होता. सई व धनाजीही ताग काढत होते. सावित्री अंशीला कढण पाजत होती. विठोबा खेळासाठी बाहेर पळाला होता, तर राघो व तुकाराम म्हाताऱ्याकडे कामावर गेले होते.

एवढ्यात शिलपतच्या पालासमोर एक धष्टपुष्ट माणूस उभा राहिला. त्याच्या काखेत कसलेतरी चौकोनी आकाराचे गाठोडे होते. धोतर-कुडतं, डोक्याला जरीचा पटका, पायात जोडा, ओठांवर जाडजूड मिश्या असा त्याचा वेश! त्याच्यामागे त्याची बायको उभी होती. तिच्या कपाळाला भलंमोठं कुंकू... पातळ, चोळी घातलेली... पायात वहाणा! दोघेही शिलपतच्या पालापुढे येऊन उभे राहिले. ताग काढण्यात गुंतलेल्या शिलपतचे त्यांच्याकडे लक्षच नव्हते. तो माणूस समोर येऊन उभा राहिला नि त्याने शिलपतकडे पाहत म्हटले,

''रामराम गा शिलपत...! धन्यादा रामराम!''

त्याच्या आवाजाने तागात खुपसलेली शिलपत-धनाजीची मान वर उचलली गेली आणि दोघांही बापलेकाने त्याच्याशी आदराने रामराम घेतला. पण तो माणूस धनाजीला एकदम ओळखता आला नाही. वयोमानानुसार त्याची नजर आता कमी झाली होती. त्यामुळे अगदी जवळचा माणूसही ओळखणे त्याला कठीण जायचे. मग हळूहळू अंदाजाअंदाजाने तो त्याच्याशी बोलू लागायचा. आताही तसेच झाले होते. शिलपत व सईने मात्र त्या दोघांनाही ओळखले आणि हातातले काम बाजूला सरकवून दोघांनीही त्याच्या पायावर डोके ठेवले. त्याने ओठातल्या ओठात काहीतरी पुटपुटत त्यांना आशीर्वाद दिला. शिलपत बाजूला होताच त्याने धनाजीला, पोरांना व सर्वांना ऐकू जाईल अशा शब्दांत सांगितले, ''देव आले! मॉ, बावा देव आले गा पालावर! अन् पयल्यांदा आपल्याच पालावर थांबले. यजमानाचा मान देल्ला आपल्याले देवानं... नसीब आपलं!''

मग धनाजीलाही त्याची ओळख पटली. तसा तो त्याच्या आधीच परिचयाचा होता. त्याला आता उजळा मिळाला. मग धनाजीनेही आपल्या हातातील बोरूची काडी बाजूला करून त्या नवरा-बायकोच्या पायांवर डोकं ठेवलं. सावित्री, विठोबा, सताजी, बयाजीसह त्याच्याकडील मुलाबाळांनीही त्यांच्या पायावर डोके ठेवून देवाला नमस्कार केला. शिलपतने त्याच्याजवळील चौकोनी गाठोडे आपल्याकडे घेऊन ते पालातील देवाजवळच्या पाटावर ठेवले. गाठोड्याला नमस्कार केला. सईने घरातून लाकडी पाट आणून त्यावर ताट ठेवले. समोर पाण्याने भरलेले मातीचे गंगाळ ठेवले. त्या गृहस्थाने ताटात पाय ठेवताच, शिलपत थाळीने त्यावर पाणी ओतू लागला. सई हाताने ताटातच त्याचे पाय धुऊ लागली. असे त्यांनी त्यांचे दोन्ही पाय धुतले. आपल्या पदराने पुसले. ताटात गोळा झालेलं पाणी बाजूला नेऊन टाकलं. मग त्याच्या बायकोचेही पाय त्याने तशाच पद्धतीने धुऊन काढले. नंतर पालाबाहेर घोंगडं अंथरून त्यावर बसायला सांगितलं. पालात गलितगात्र होऊन पडलेल्या अंशीलाही देव आल्याचे कळले. तिने तेथूनच त्याला हात जोडले व डोळे मिटून पडून राहिली.

शिलपतने टाकलेल्या घोंगड्यावर देव व त्याची बायको बसली. सईने त्यांना गूळपाणी दिले. गुळाचा खडा खात ते शिलपतसोबत बोलू लागले... समाचार विचारू लागले... ''कोन्त्या मुल्कातून आले, देवा?''

त्यावर देव म्हणाला, ''खांदेस, मराटवाडा करत-करत आता वराड-झाडीच्या जोडावर इवून पोहोचलो.''

''वराडात कव्हापासून फिरता?''

''सा-सात मयने झालेसीन! बुलठान्यापासून वराड सुरू होते. त्याच्या पलीकडं खानदेस.... सा मयने तिकडं होतो. खामगाव, आकुलं, बार्शीटाकही, महान, पिंजर, मांगूय, पुनोती, मोर्चापूर, तिथून खालच्या आंगानं निंघालो. उम्रावती, बडनेर, सुर्जीअंजनगाव, आकोट, एलिचपूर! एलिचपुरात तं पंधरा दिवस होतो. भामट्यायची लय बिराडं हाये तिथं! पैसेवालेबी हायेतं. ह्यो डोक्शावरचा फेटा दिसते ना; थो एलिचपूरच्या भामट्यानच देल्ला. तांब्याचे हांडे, सुवर्णदान, भरभक्कम भेटलं तिथं! पंधरा दिवस पुरणाच्या पोईचा पाहुनचार! खाता-खाता सेलसांड झाली आमची! मंग तिथून बयरमच्या सिवारात सिरलो.''

बहिरमचं नाव घेताच सईला आपल्या भाऊ-भावजयीची आठवण झाली. त्या परिसरात तिच्या भाऊबंदांची व जातभाईंची दहा-पंधरा बिऱ्हाडं फिरत होती. मागच्या वर्षी यात्रेत तिला ते समजले होते. पण त्यानंतर ते कुठे वाहुटले याचा त्यांना थांगपत्ता नव्हता. अनायासे हा फिरस्ती देव पालावर आल्याने भाऊबंदांचा समाचार समजेल, या आशेने सईने त्याला मध्येच विचारले, ''देवा, सुरेभान भामट्याचं अन् चंद्रभान, रायभान, संभ्या भामटी, उंद्र्या भामटी अन् त्यायच्या संगची बिराडं आता कोन्या मुलकात हायेजी?''

सईच्या बोलण्याने देवाच्या प्रवासाचे वर्णन तिथेच थांबले आणि सईच्या प्रश्नाला उत्तर देण्यासाठी तो सुरेभान भामट्याच्या बिऱ्हाडांची आठवण करत म्हणाला, ''हं..., तू सई, म्हणजे सुरेभान भामट्याची बहीन... गंभिऱ्या भामट्याची पोर्गी... मंजे नायकाची लेकबाळ होय ना तू!''

''होजी! मी नायकाची लेकबाय!'' सईने नम्रपणे उत्तर दिले.

तसा तो पुढे म्हणाला, ''सुरेभान, चंद्रभानचे अन् त्यायच्या संगचे बहुतेक बिराडं, बईरमच्या पहाडपट्टीतच फिरून रायली. थे समदे पहाडाच्या अलीकडच्या आंगानं, सूर्यामुखी मुलखातच हाये. संभ्या, चंद्र्या, बिसन्या हे डेहनकार! नाईक, चांदूरकर, बजारे पजई, लाटकर ह्या कुयाचे बिराडं हाये त्याच्यात... समदे भेटले. त्यायच्या पोरा-बायायची, नव्या सुनायची, जलमल्या लेकरायची, दुसऱ्या कुयात देल्ली असन थ्या पोरीयची नावं पुस्तकात लेयली. समद्यायले पुस्तकात बसवलं... पन उंद्र्या भामटी नाई दिसला. त्याच्यासंगं अखीन एकदोन बिराडं गेली मने! त्यायचीय एकमेकासंगं भेट नाई मनें. कुनीकडं भटकले देव जाने!'' फेटेवाल्या देवाने माहिती दिली.

तशी सई पुन्हा म्हणाली, ''देवा, सुक्काचे हाये समदे?''

''हो, सुक्काचे हाये. पन रायभानचं काही खरं नोतं. त्याले दमाची सिकाईत हाये. छाती भरून येते मने! निऱ्हा झोपल्या झोपून रायते... खान्या घेन्यावरबी वासना नाही त्याची... पिवयासूट पडला.''

''असं!'' आतापर्यंत शांतपणे ऐकत बसलेला धनाजी आश्चर्याने बोलला.

''काहून असा झाला थो? मानगीनं हाये का?''

"हो, मानगीनच हाये. करनी कौटायाची बाधा हाये त्याले. औषिद काई लागत नाई... खाल्लं थे पचत नाही. एवढा हत्त्यासारखा माणूस; पन सनकाडीवानी निऱ्हा सोकून गेला."

देवानं सांगितलेली रायभानची माहिती ऐकून धनाजी काळजीत पडला. शिलपतलाही धक्का बसला. रायभान म्हणजे धनाजीचा मावसभाऊ. त्याची माय नं धनाजीची माय सख्या बहिणी. धनाजीपेक्षा तो बराच लहान; पण धनाजीवर त्याचा खूप जीव होता. वर्षातून एखादे वेळी भेटायचे, सर्वांची विचारपूस करायचे आणि चार-दोन दिवसांत आपापल्या वाटेने निघून जायचे. जाताना दोघेही एकमेकांच्या गळ्यात पडून ढसढसा रडायचे आणि आसू पुसत वाटेला लागायचे. धनाजी आवंढा गिळत त्याला समजावयाचा; पण डोळ्यांतले आसू काही थोपवू शकायचा नाही. डोक्यावर गाठोडे घेऊन पुढे निघालेल्या पाठमोऱ्या रायभान व त्याच्यासोबतच्या बिऱ्हाडांकडे उदासपणे पाहत राहायचा. त्याचं मन आठवणींच्या वावटळींनी झपाटून निघायचं नि तसाच आपल्या पालाची वाट धरायचा.

रायभानचा बाप धनुक्शा भामटी; तागाचे वावरं शोधत आपल्या दहा-बारा बिऱ्हाडांसह बुलढाण्याच्या पलीकडे, पण खानदेशात भटकायचा. खानदेशाचीही जमीन पिकाऊ! माणूस-दीड माणूस बोरू वाढायचा. विस्तीर्ण पसरलेले बोरूचे शेकडो वावरं दिसायचे. बोरू कापला की गहू, हरभरा, वाटाण्याचं पीक शेतकरी घ्यायचे. त्या बोरूवर धनुक्शासह भामट्यांची बिऱ्हाडं भाळली आणि तिकडेच ते फिरू लागले. तो मुलूख हैदराबादच्या निजामाच्या मालकीचा; पन इंग्रजांचीच त्याच्यावर हुकमत! भटक्यांच्या धरपकडीत एक दिवस त्यांच्या पालावर पोलिसांची धाड पडली. जीव वाचवत बाया-मानसं वाट सापडन तिकडं पयाले. काही दाट बोरूच्या वावरात लपले, काही काट्याकुट्यांच्या झुडपात गेले, तर काहीक नदी पोहून पलीकडे गेले. त्यायच्यासंगं आठ-नव वर्षाचा रायभानही जीव घेऊन पळाला. त्याची माय साता दिसाची बायतीन होती. लहानसं लेकरू घिवून ती काही पळू शकली नाही. तिच्यासाठी धनुक्शाय पालाजवडच घुटमयत रायला. बाकी अंधारात गडप झाले. बॅटरीच्या उजिडात धनुक्शा दिसला. त्याला अन् त्याच्या बायकोला इंग्रज सिपायायनं बेदम मारलं. त्यायच्या लोकायचा

पत्ता विचारला. पन त्यानं काही सांगत्ल नाही. शेवटी त्या दोघा नवरा-बायकोले लहान लेकरासंगं गाडीत बसवलं अन् दामटली गाडी!

त्यायले कुठं नेलं, काही पत्याले पत्ता नाही. सेटलमेंटात कोंडलं, असे काईक लोक सांगाचे. पन नक्की पत्ता नाही लागला. अन् एवढ्या दूर पाई फिराची कोनाची हिंमत झाली नाही. दुसऱ्या दिवसी दिवस निंघाच्या आंदी सारे बिराडं बुलठान्याच्या जवड येऊन पोचले. आठ-नव वर्साचा रायभानबी त्यायच्या मांगंमांगं चालत रायला. मायबापाची आठवन काढत आक्रोस करत रायला. पुढं चुलत्यानंच त्याचा संभाय केला. लगनयेव केलं. आता तो तीस-चाईस वर्साचा झाला असंन. मायबाप गेले; थे काही वापस आलेच नाही. असा थो रायभान... नुसात्या जीव! त्याच्यासाठी धनाजीचा जीव तुटायचा. पण आता ही बातमी ऐकून तर तो गलबलून आला.

❖❖❖

हा देव म्हणजे भामट्यांचा भाट... पुस्तकी! भामटी जमातीत त्याला फार महत्त्व. भामट्यांच्या मुळापासूनची त्याला माहिती. ही जात मुळात कुठली? कोणत्या वंशाची? ती महाराष्ट्रात कशी आली? ती कोणती कामे करायची? ते भटकंतीवर का निघाले? याची सगळी माहिती त्याच्या पुस्तकात लिहिलेली... भामट्यांच्या इतिहासाचा, त्यांच्या वंशाचा, बऱ्यावाईट कर्तृत्वाचा तो राखणदार... प्रत्येक कुळातील जन्म-मृत्यूची त्याच्या पुस्तकात नोंद... प्रत्येकाच्या लेकी-सुनांची त्याला माहिती... कोणत्या कुळातील मुलगी कोणत्या कुळात दिली? कोणत्या कुळातील सून कुणाच्या घरी आली? येथपासून तर कुणी परक्या जातीतील, वेगळ्या टोळीतील बाई ठेवली? कुण्या बाईचे पोट आले? कोण कोणाबरोबर पळाली? कोणी चोऱ्या, दरोडे घातले? कोणी कितीदा जेल भोगला? कोन सज्जन? कोण चोर? या साऱ्यांची त्याचेजवळ काटेकोर माहिती!

त्यामुळे आपले व आपल्या कुटुंबातील प्रत्येकाचे नाव त्याच्या पुस्तकात असावे, यासाठी प्रत्येक जण धडपड करे. जन्मलेल्या नवजात शिशूपासून घरात आलेल्या नव्या सुनेपर्यंत साऱ्यांनी पुस्तकात बसावे; म्हणजे भाटाच्या पुस्तकात त्याची नोंद व्हावी, म्हणून सारे जण भाटाची पूजा करत... त्याची मनधरणी करत... त्याला देव मानत... आणि भरपूर बिदागी देऊन त्याला संतुष्ट करत.

त्यामुळे तो मागेल ते दान देणे भामट्यांना भाग पडायचे. न दिल्यास त्या कुटुंबाची बदनामीकारक माहिती तो आपल्या पुस्तकात लिहून ठेवी. त्यांची आडनावे बदलवी. कुणाला 'हीन कुळाचे', तर कुणाला 'अस्सल कुळाचे' अशी नोंद करी. त्यातूनच भामट्यांत उच्च-नीच टोळ्यांचा उदय होई... परस्परांत दुरावा निर्माण होई... खालताट्या, वरताट्या असे भेदाभेद हा भाटच समाजात निर्माण करी.

भटकंतीत एखादं कुटुंब भरकटलं, त्याचा आपल्या टोळीशी संपर्क तुटला, आणि पिढ्या-दोन पिढ्या भाटापासून ते कुटुंब किंवा ती टोळी अंतरली, तर तो झालाच वेगळा... झालाच तो खालताट्या! त्याला आपल्या पुस्तकात घ्यायला भाट काही केल्या तयार नसायचा; नि पुस्तकातील नोंदीशिवाय भामटीही त्याच्याशी सोयरीक-संबंध करायला तयार नसायचे. मग पोराबाळांच्या लग्नासाठी अडून बसलेले एकाकी कुटुंब भाटाची मनधरणी करून आपली व आपल्या कुटुंबाची नोंद पुस्तकात करून घेई. त्या बदल्यात त्याला पैशाअडक्यापासून सोन्या-चांदीपर्यंतचे दान देई. जवळची गाय, म्हैस, घोडा देऊन त्याला संतुष्ट करत.

असा तो भामट्यांचा देव... भाट! त्याच्या पुस्तकात भामट्यांच्या टोळ्या बंदिस्त पडलेल्या! त्याच्या कडेकोटात भामट्यांच्या वंशवेली आपापले अस्तित्व टिकवत, भाटाची जुलूमशाही परंपरेनुसार जोपासत होत्या. त्यात त्यांना काहीही अनुचित, वावगं वाटत नव्हतं. उलट, भाट हा आपला व आपल्या समाजाचा 'रक्षणकर्ता देव' म्हणून सारे त्याची पूजा करत व त्याच्या तालावर नाचत असे.

भाटही साऱ्या मुलखात फिरायचे. भामट्यांप्रमाणे तीही भटकी जमातच. भामट्यांच्या कोणत्या टोळ्या कुठे आहेत? त्यात कुणाकुणाची बिऱ्हाडं आहेत? याची त्यांना बाईनवार माहिती असायची. त्यांच्या पालांवर जाऊन तो त्यांच्या जन्म-मृत्यूची नोंद करायचा व त्याचा मोबदला घेऊन दुसऱ्या बिऱ्हाडाकडे धकायचा. अशा अनेक जातींची ते भाटगिरी करायचे. त्यांच्या घराण्याचा इतिहास, वंशावळ जपायचे व त्यावरच आपली गुजराण करायचे. त्यासाठी त्यांची अखंड भटकंती चालायची.

❖❖❖

संध्याकाळी सईने सर्वांसाठी भाजी-भाकरीचा स्वयंपाक केला. जेवणं आटोपली. तोपर्यंत सर्व पालांत पुस्तकी आल्याची वार्ता पोहोचली होती. काही बाया-माणसं आपापल्या पोराबाळांसह त्याला नमस्कारही करून गेले होते. तुकाराम म्हाताऱ्याकडे कामाला असल्यामुळे त्याला लवकर परतण्याचा निरोप पाठवला होता. तोही राघोसह पालावर पोहोचला. जेवणं होताच, सताजी-बयाजी-काशा आदी समद्या पालातील बाया-माणसं पुस्तक्याच्या आवतीभोवती दाटीवाटीने बसले. निरनिराळ्या मुलखात फिरस्तीवर असलेल्या आपल्या गणगोतांची माहिती पुस्तक्याला विचारली. तुकारामनेही आपल्या बायको-पोरांची माहिती विचारली. सारे आटोपल्यावर सताजीने गोष्ट काढली... "देवा, भामटी जात कुठून आली? तिले चोर-भामटी काहून मंते? आमी तं चोऱ्या करत नाही. आमच्या बापजाद्यानय चोऱ्या केल्याचं आठवत नाही. आमी बोरू काडतो... त्याचा ताग करतो... थो इकतो अन् पोट भरतो. ताग नाई भेटला तं रोज मजुरी करून जगतो. त्याच्यासाठी ह्या गावून थ्या गावी भटकतो."

सताजीचे बोलणे चालू असतानाच जानबा म्हणाला, "हो ना देवा! कोनाच्या सुतईच्या सड्याले आमी कदी हात नाई लावला. पन आमच्या मांगं पोलीस हात धुवून लागते. कुठय चोरी झाली का आलंच आमाले चावडीवर बलावनं... झालीच दाटफटकार सुरू... आमच्या नसिबातली बिगार काही टयत नाही अन् कपायावर पक्का बसला थो चोरीचा डाग काही जात नाही. काहून असं हाये, देवा...! आमचा काय अन्याव हाये...! अन् ह्याच्यातून सुटका हाये का आमची.? ऑ...!"

बोलता-बोलता जानबा भावनाविवश झाला. आतापर्यंतच्या बिगारी, त्यातील हालअपेष्टा, पोलिसी अत्याचार, चावडीवरचे बोलावणे, रोजच्या हजेऱ्या, पाटील-कोतवालाची मनधरणी, नि त्यांना दिला जाणारा कोंबड्या-बकऱ्याचा निवद; या साऱ्यांचा त्याला वीट आला होता. सर्वांचीच तशी अवस्था होती. पण तोंडातून शब्द काढण्याची कोणाची हिंमत होत नव्हती. आल्या प्रसंगाला निमूटपणे तोंड देण्याशिवाय कुणाजवळच अन्य पर्याय नव्हता. जानबाचा आवेग वाढू लागला. त्याने निर्माण केलेल्या प्रश्नाच्या भोवऱ्यात सारेच आदमुसे होऊ लागले. बोलता-बोलताच तो थांबला... त्याला पुढचे शब्द आठवेनासे झाले... तो तसाच पुस्तक्याकडे स्तब्धपणे पाहू लागला. त्याची

अवस्था पाहून पुस्तक्याने त्याला खुणेनेच शांत बसायला सांगितले आणि सर्वांना उद्देशून तो म्हणाला, ''तुमचा भामटी समाज राजपूत वंशाचा. राजपूत राज्यायचं थे सइन्य. अकबर बादशानं राजपूत राजे जिकतले. त्यायचं राज्य खल्लास झालं. मंग सइन्य रिकामं पडलं. मंग थे राजपूत सरदारायसंगं मुसनमान राज्यायवर लपूनछपून हल्ले करत रायलं. असं करत-करत थे महारास्टात घुसले. लढाई करत-करत सिवाजी म्हाराजाच्या पूर्वजासंग इकडच्या मुलखात आले.''

''मंजे... आपले लोक राजपुताचं सइन्य होय मंता!'' सताजीने भाबडेपणानं विचारलं.

त्यावर भाट म्हणाला, ''हो सईन्य होय तुमी जुन्या कायचे! लढाई करनेवाली जात हाये तुमची!''

''असं! मंग असा वनवास काहून आला आमच्या नसिबात?'' काशाने चिंताग्रस्तपणे विचारले.

तसा भाट म्हणाला, ''आरं बाबा, कर्माचा भोग कोनाले चुकला? पारधी, रामोसी ह्यासारख्या अजच्या चोर गुन्हेगार जमातीय पूर्वीच्या लढावू जाती होये. अज इंग्रज सरकारनं त्यायले चोर, डाकू ठयरवलं. ह्या भटक्यातल्या बहुतेक जाती मोठ्या लढावू जाती होत्या. त्यायनं शत्रूले जर्जर केलं. आपल्या राज्यासाठी लढता-लढता थे लोक बरबाद झाले अन् राज्य गेल्यावर सिपायायले कोन पुसते गा! ऑ...!''

भाटाने दीर्घ श्वास घेत सुस्कारा सोडला व पुढे बोलू लागला, ''गती-गती समद्या हिंदुस्थानभर मुसलमानी राज्य पसरलं. मंग राजपूत अन् मराठे सरदारही त्यायची चाकरी करू लागले. त्यायचेच सरदार, सैनिक झाले थेबी. त्यायच्या सैन्यातय भामट्यायचा भरना होता. लहानमोठ्या सरदारापासून रावूत अन् पयदल सिपाया पावतर भामट्यायनं कामगिरी केली; तस्याच ह्या भटक्या टोयायनंबी मोठमोठ्या लढाया गाजवल्या. काहीयनं हेरगिरी केली अन् आपलं राज्य राखलं.''

आपल्या शूर समाजाचा इतिहास ऐकता-ऐकता सारे जण मंत्रमुग्ध झाले! पूर्वजांची लोप पावलेली कामगिरी... काळाच्या निर्दय टाचेखाली चिरडलं गेलेलं त्यांचं शौर्य... आणि आज देशोधडीला गेलेलं त्यांचं जीवन... वाट्याला

आलेली बरबादी... त्या साऱ्यांना विचारात पाडू लागली, तसतसे कानात प्राण आणून पुस्तक्याचे बोलणे ते ऐकू लागले.

''एका मुसनमान राजाचा पक्ष घेऊन दुसऱ्या मुसनमान राजा इरुद्ध मराठे सरदार लढत रायले. कहीक दीस अस्या लढाया चालल्या. मुसनमान राज्यासाठी भावूच भावाले ठार मारू लागला. गनगोता-गनगोतातच कापाकापी सुरू झाली. मंग सिवाजी राजाचा जल्म झाला. थो पर्त्यक्ष शंकराचा अवतार! त्याले माय भोवानी पर्सन्न! त्यानं आपलं राज्य उभं केलं... मावये गोया केले. रामुसी, गारधी, पारधी, बयरुपी, भामटी ह्या जातीनं सिवाजी राजाले लय मदत केली. त्यायच्यासाठी तयहातावर सीर घिवून लढले थे!''

''पन आमाले आता ह्यो भोग काम्हून भोगा लागून राह्यला मंतो, देवा! आमी कोनाचं काय घोडं मारलं?''

शिलपत तिरीमिरीत येऊन बोलला. त्याला थांबवत जरा जरबेच्या भाषेत काशा म्हणाला, ''तू गुपचूप बसनं गा थोडुक्सा! आपलीच पटरपटर नोको लावू.'' मग भाटाकडे पाहत तो म्हणाला, ''सांगा देवा, भामट्यायचा समदा इतिहास सांगा अज!''

आपण सांगत असलेला भामटी समाजाचा इतिहास, सारे जण लक्षपूर्वक ऐकत असल्याचे पाहून पुस्तकीही धन्य झाला. तो इतिहास सांगण्याची त्याची लयबद्ध आवेगशील पद्धत, त्यातील चढउतार, बारकावे, त्यांचे गुणदोष... या साऱ्यांचे बारीकसारीक वर्णन करताना साधली जाणारी त्याची एकाग्रता, वर्णनातील नाट्यात्मकता, भावूकता, त्याच्या भाटगिरीचा प्रत्यक्ष साक्षात्कार घडवू लागला. तो पुढे सांगू लागला...

''सिवाजी म्हाराजाचं भामटीबी सइन्य. त्यातून पाटील, सरदारकी पावतर गेले थे अन् थेच पुढं पाटील भामटी झाले. घोडदयात रायले थे रावूत भामटी झाले. रावूत मंजे घोडेस्वार! काईक पैदलच्या लढाईत भरती झाले. पोटासाठी मना का आपल्या राजासाठी मना; पन भामटी लढत रायले. सिवाजी राज्यानं थापलेल्या सोराज्यासाठी पऱ्यान द्यासाठी, तयहातावर सीर घिवून थे लढासाठी सज्ज झाले!''

''मंग...!''

कुणीतरी न राहवून विचारले. त्यावर भाट म्हणाला, ''मंग, काय इचारता? इंग्रज बायदुराचं राज्य आलं. त्यानं मुसनमान राज्य बुडवलं... मराठयायचं राज्य गियलं. समद्यायची दानादान झाली. पुन्यात पेसवाई हुती. सातारं, कोल्हापुरातय मराठ्यायचच राज्य होतं. पन गोऱ्या लोकायनं समद्यायले जिकतलं. राजे मांडलिक झाले. त्यायले सइन्य ठिवाचा अधिकार नाही. इंग्रज मनन थे पूर्वदिशा!''

''आरे आरे, देवा! मंग राजाच गेल्यावर त्याच्या पर्जेचं अन् सइन्याचं कसं झालं असन, देवा!'' काशाची बायको बुल्की चिंतातुर शब्दांत बोलून गेली.

''थेच तं खरी गंमत हाये बुल्काबाई! इथूनच तं तुमची कर्मकायनी सुरू झाली! अन् 'धाव चंभारा सात गेली नं जोडे सिवाले रात झाली' मंते ना, तसी गती झाली मंग भामट्यायची!''

पुस्तकी– भाट सांगत होता. सारे जण ऐकत होते. धिंगामस्ती करणारे लेकरं अन् काम करून थकलेल्या बायाही, ते भामटीपुराण एकाग्रतेने ऐकत होते. राघो तर देहभान विसरला होता. सरदाराच्या रूपातील तो जानू म्हातारा नि हातात तलवार घेतलेला आपला आजा धनाजी, शत्रूच्या मागं धावता-धावता रानावनात वाट चुकला व तसाच पिसाटासारखा रानोमाळ हिंडत सुटला आहे, असे त्याला वारंवार वाटू लागले. एक अनोखा, चित्रमय समरप्रसंग त्याच्या हृतपटावरून पुढे सरकू लागला. अशा विचारांच्या तंद्रीत असतानाच भाटाने आपल्या विवेचनास सुरुवात केली.

भाट म्हणाला, ''मराठ्यायचं राज्य बुडलं... राजा सरला... अन् त्याचं सइन्य, माय मेल्यावर लेकरायचं होते ना, तसं बेअधार झालं. पारधी, रामुसी, भामटी, बयरुपी, बंझारा समदेच्या समदे उघडे पडले. जे वस्ताद जातीचे सरदार-पाटील होते; त्यायनं नव्या राजोटीसंगं हातमियवनी सुरू केली अन् गुपचूप बसले. इंग्रजायनं त्यायच्या पुढं पाटील-देसमुखीचे, इजारदार, जमिनदारीचे तुकडे टाकत त्यायले चूप बसिवलं. पन हातावर पोट घिवून सोराज्यासाठी लढनाऱ्या सैनिक-जाती मात्र उघड्या पडल्या. थ्या इंग्रजावर लपूनछपून हल्ले कराले लागल्या... त्यायचे खजिने लुटाले लागल्या... अन् इंग्रजायचा जोर वाढला का जंगलात गायप व्हाले लागल्या. इंग्रजायले फेसांडून सोडल... हैरान केलं त्यायनं!'

“असं...! बरं झालं! मंग पुढं काय झालं, देवा!” राघोने अधीरपणे विचारले.

तसा भाट गंभीरपणे म्हणाला, “काय हुनार, बापा! सत्तेपुढं शानपन नाही चालत. ह्या लढनाऱ्या सैनिक-जातीची इंग्रजायनं धरपकड सुरू केली... कईकझन बंदुकीनं डागले... कईक फासीवर लटकवले... सरकारवर हल्ले करनारे, सरकारी खजिना लुटनारे सैनिक दरोडेखोर ठयरून त्यायले ठार मारल्या जावू लागले. कईक दिवस असी दडपशाई चालली. ह्याच कायात उमाजी नायकानं इंग्रजाइरुद्ध डरकाई फोडली. आपल्या सोतंत्र्याची पयली लढाई त्यानं सुरू केली. इंग्रज थर्रावले. इंग्रजाचं शीर आननाराले लाखाचं बक्षीस त्यानं जाहीर केलं अन् आपलं स्वतंत्र राज्यच जंगलपट्टीत सुरू केलं. आफून त्याचं सइन्य होतोच! गोरा सायेब बेजार झाला अन् उमाजीले पकडून त्याले पुन्याच्या शुकीरवार पेठंतल्या पिपयाच्या झाडावर लटकून फासी देल्ली. आता बी थो हिरवागार रुक्ष कायम हाये. उमाजी फासावर गेला; पन लढाई सरली का? नाही. थे तं चालूच रायली. ह्या सैनिक-जाती चोरून, लपून इंग्रजावर हल्ले करतच रायल्या, त्यायचे खजिने लुटतच रायल्या, तसी इंग्रजायची दडपशाई बी वाढतच रायली. थेबी कईक दिवस चालली. मंग तिथून काहीक दिसानं मंजे पंचवीस वर्सानं; १८५७ साली पुन्हा बंड झालं. त्याले स्वातंत्र्ययुद्ध मनल्या जाते. त्याच्यात बी आफूनच सइन्य होतो. लढाई करनाऱ्याच जाती भारतभर होत्या. थ्या कदी रोजंदारीनं तं कदी करारानं लढाई कराच्या. थे लडाई बी आफून हारलो. पन आता इंग्रज पूर्न सावध झाला. हे असंच चालत रायल तं इथं राज्य करनं आपल्याले शक्य हुनार नाई, असी त्याले खात्री पटली अन् गुन्हेगारी कायदा केला. मंग सेटलमेंट बांधले. तारेच्या कुंपनात अशा लडनाऱ्या जाती, फिरस्ती टोया बंदिस्त केल्या. समद्या सैनिक जमातीयले गुनेगार ठयरून तारेच्या खुल्या कैदीत बंदी बनवले. जे त्यातून निसटले थे जिवाच्या भीतीनं रस्ता सापडन तिकडं पयाले. समदे दानादान झाले अन् हिंदुस्थानभर भटकाले लागले.”

“पन देवा, भामट्यायले चोर काम्हून मंते, थें नाही समजलं बॉ!”

जानबाने न राहवून विचारले. त्यावर भाट म्हणाला, “आरं बाबा, पारधी, रामुसी, भामटी, लभान मंजे बंझारा हे समदेच पुढं चोऱ्याचपाट्या कराले लागले. त्यायले तलवार चालवता येत होती... मनगटात ताकद होती... लडाईचा

सरावय होता... मंग थे कायले सेतीवाडीचा धंदा कराले जाते गा! अन् केलाय एखांद्यानं शेतीचा धंदा, तं त्याच्यावर पडलाच गोऱ्याचा छापा... उगवलाच सूड... केलीच समद्या पिकापान्याची नासाडी... घरदार अन् जवडच्या समद्या वस्तूची केलीच नासधूस! थ्या परीस थ्या समद्यायनं पोटासाठी चोरीचेच धंदे उचलले मंग. बापाचा धंदा पोरानं पुढं चालू ठिवला. पुढं थोच धंदा वंशपरंपरेनं चालत रायला अन् भामट्यायले चोर-भामट्यायची पदवी भेटली.''

''पन आमच्यात तं कोनीच चोऱ्या करताना नाही पाह्यलं जी! माहे मायबाप भावूबंदय चोर नोते, तरी आमच्या मस्तकावरबी थोच डाग बसलाना जी!''

धनाजी न राहवून म्हणाला, ''आरं बाबा, जसे समदेच ईर नोव्हते, तसेच समदे चोरय नसन. कदाचित पयल्या एक-दोन पिढ्यात झाले असन थे धंदे; नाही तं नसनय झाले. पन सर्कारपासी तं वलंय जयते अन् वायलय जयते. मनून तं सारे फिरस्ती लोक त्यायच्या कुटुंबकबिल्यासह मोटारीत भरूभरू नेले अन् सेटलमेंटात कोंडले. भोवताल ताराचं कुंपन... पोलिसाचे पहारे... गजाच्या मजबूत गेटबायरं कोनी जावू शकत नाही! पुनं, सोलापूर, बारामती, मुंडवा, गोकाक, अशा बावन ठिकानी थो कैदखाना हाये मंते! सम्मजले!''

सगळ्यांनी होकारार्थी मान हलवली. आपल्या व तशाच इतर अठरा भटक्या जातींभोवती घातल्या गेलेल्या तारेच्या कुंपणाची, त्या जिवंत नरकाची कल्पनेनेच त्यांना शिसारी आली. सर्वांच्या चेहऱ्यावर भयग्रस्तता दिसू लागली. त्यांची ती अवस्था ओळखून पुस्तकी म्हणाला, ''थ्या धरपकडीच्या अन् इंग्रजाच्या भेवापाई भामट्यायच्या टोयाच्या टोया मुंगीपैठण गंगाघाटातून मराठवाडा, खानदेश, वराड, झाडीपावतर सुसाट निंघाल्या. काही आंध्रात घुसल्या अन् अधार भेटन तिथं पोट भरत रायल्या. दानाफान झाले समदे! बोरू कापून ताग काढण्याचा त्यायच्याजवड हुन्नेर होता, थो त्यायचा पिढीजात धंदा! थ्या भरोशावर काहीक लोक सुखी झाले.''

''मंग भामट्याईत आता कोनीच चोऱ्या करत नाही का जी?'' आतापर्यंत शांतपणे ऐकणाऱ्या सईने विचारले.

त्यावर भाट म्हणाला, ''कर्ते ना! अजूनय काईजनं चोरीचा धंदा करते. पोटासाठी त्यायचा थोच उद्योग हाये. माय बाप त्यायले लहानपनीच चोरीचं शिक्षण देते. चोरी नाही केली तं पोरायचे लगन नाही होत त्यायच्या!''

"पन थ्या समद्या भामट्यायच्याच टोया होय का!" सई पुन्हा कुतूहलाने म्हणाली.

तसा भाटही उत्तर देण्यास सरसावला, "हो ना! ह्या समद्या मूळच्या भामटी टोयाच होय. पन आता थ्या सोतंतर जातीच बनल्या हायेत. जसे, घंटीचोर, उचले, टकारी, कामाटी, पेरकी हाये ना तसे! पन इकडं मराठवाडा, खांदेस, वराड, झाडीपट्टा इकडचे भामटी चोऱ्या नाही करत. थे रोज मजुरी, सेतीवाडी करून गुजरान करते."

भामट्यांची कहाणी सांगता-सांगता आता बरीच रात्र झाली होती. चंद्र मावळण्याच्या अवस्थेत आला होता. लहान मुलं कुणी मायबापाच्या मांडीवर, कुणी पोत्यावर, तर कुणी खाली जमिनीवर झोपी गेले होते. राघो मात्र अद्याप झोपला नव्हता. तो एकाग्रपणे आपल्या जातीची पार्श्वभूमी ऐकत होता. भामट्यांच्या सैनिकी पराक्रमापासून चोऱ्यांच्या काळ्याकुट्ट डागापर्यंत; नि पाटलाच्या वाड्यात हजेरी लावण्यापासून बिगारीपर्यंतच्या विचारचक्रात तो गटांगळ्या खात होता.

"घंटीचोर अन् उचलेयबी भामट्यायपैकीच होय का जी?" सुल्कीने न राहवून विचारले.

तसा गालातल्या गालात हसत पुस्तकी म्हणाला, "पाहय सुल्काबाई, समद्यामंदीच साडेबारा जाती असते, तशा तुमच्यातय हाये. तिकडं पुनं-कोलापुराकडं तं पुनेरी भामटा चोरीच्या बाऱ्यात मोठा अस्कारला हाये. पन भामटी दरोडा नाही घालत, घरफोड्या नाही करत. थो पोटासाठी भुरट्या चोऱ्या करते... साधूचं सोंग घिवून लोकायले फसवते... एका रुपयाचे पाच रुपये करतो, मनून सांगते... एका आंगठीच्या पाच आंगठ्या करतो मंते! लोभात पडला मानूस त्याले भुलते अन् ह्यो ढोंगी साधू त्याले लुटून पय काढते. बजारात, जत्रेत, मोठ्या शयरात थे अशा चोऱ्या करते. खिसेमारीपासून तं खिसे कापन्यापावतर थे हातचलाखी करते. पन हे समदे तिकडचे! इकडचे भामटी चोऱ्या नाही करत. माहेबी आता कायाचे पांढरे झाले! साठ-पासट उन्हाये-पावसाये पायले म्या! अजपावतर भामट्यायची भाटगिरी केली. जे पाह्यलं थे सांगतो."

असे म्हणून त्याने आकाशाकडे नजर फिरवली आणि सर्वांना उद्देशून म्हणाला, ''झोपा आता! लय रात झाली. चंद्र बुडून रायला अन् आफून गप्पाच छाटत बसलो. उद्या घट मांडाचा हाये. जा झोपा आता!''

शिलपतने पालाबाहेरच भाटासाठी वाकळ अंथरली. त्याच्या आवतीभोवती इतरांनीही आपापले पोते, घोंगडे पसरवले. भाटाच्या बायकोला घेऊन सई पालात झोपली. काही आपापल्या पालांकडे गेले, तर काही तिथेच आडवे झाले. आतापर्यंत सर्वांना खिळवून ठेवणारी भामट्यांच्या इतिहासाची नदी तिथेच थांबली... विसावली. तिच्या आधाराने वावरणारे जीव तिच्याच काठाशी शांत झाले....

❖❖❖

दुसऱ्या दिवशी सगळे जण सकाळीच उठले. नदीवरून तोंड धुऊन, अंघोळ करून आले. सईने ओल्या कपड्यानिशी घागर भरून पाणी पालात आणले. घागरभर पाणी गरम करून भाटाच्या बायकोला न्हाऊ घातले. नवे पातळ नेसायला दिले; जे मागच्या जत्रेत तिच्या भावाने तिला नेसवले होते. गावाकडे परत येताना एकदा ते ती नेसली होती. नवे घेण्याची ऐपत नसल्याने आता तिने ते भाटाच्या बायकोला अर्पण केले होते. बहिणीची चोळीबांगडी करून तिचा भाऊ उजाडण्यापूर्वीच दाही दिशांच्या प्रवासाला कुटुंबासह निघून गेला होता. त्याने दिलेल्या पातळावर अक्षद-कुंकू वाहून भाटाच्या बायकोला ते देण्यापूर्वी तिला भाऊ-भावजयीची एकदम आठवण झाली. तसे डोळ्यांत टचकन पाणी आले! भाटाच्या बायकोला ते दिसू नये म्हणून मागे फिरत चुलीला फुंकर मारू लागली नि आसू पुसून लगबगीने भाटीणला ते पातळ देऊ लागली. ते देताना काळजाचा तुकडाच कापून देत असल्याच्या तिला वेदना झाल्या. तिच्या त्यागाने गहिवरलेला शिलपतही आसू पुसतच काशाच्या पालाकडे मंद पावले टाकत चालू लागला.

सगळ्यांच्या अंघोळी झाल्या. भाटाने सईला सुमारे तीन फूट लांबी-रुंदीची जागा सारवायला लावून त्यावर रांगोळी काढायला सांगितली. सईने तसे केले. मग पाट धुऊन सारवलेल्या जागेवर ठेवला. त्यावर ते चौकोनी गाठोडे ठेवले. ते गाठोडे म्हणजे भूर्जपत्रावर लिहिलेला भामट्यांच्या वंशावळीचा इतिहास होता.

त्यावर भाटाने अक्षद-कुंकू शिंपडून, देवाचे नाव घेत ते तो सोडू लागला. पुन्हा अक्षद-कुंकू वाहत नमस्कार करू लागला. त्याच्या आवतीभोवती बसलेल्या सर्व भामटी बाया-माणसांनी आपल्या वंशावळीच्या इतिहासावर अक्षदा टाकून नमस्कार केला. धनाजी, शामा बुढा, काशा, शिलपतसह सारे भामटी बाया-माणसं त्याच्याभोवती हात जोडून गोलाकार बसले. राघो, विठोबा, सावित्रीही त्यांना खेटूनच बसले.

'ओम केशवाय नमः माधवाय नमः' करत तो लयबद्ध सुरात गाऊ लागला...

नमन करतो पंढरपूरच्या इठोबाला... नमन जेजुरीच्या खंडोबाला,
नमन न्यानेशोर, तुकाराम बुवाला... नमन महादेवाला,
नमन तुयजाभोवानीला... माहूरच्या रेनुकेला,
उम्रावतीच्या अंबिकेला... नमन समद्या देवाइला,
नमन स्वर्गीच्या पितराला... नमन थोरामोठ्याईला!
भामट्याईचा मी भाट, वंशावई मांडितो
दानसुराचे हे लेकं, भाटा दान हे वाढिते, अवघ्या पुर्थवीभर हिंडते
दान कर्नानं वाटलं, दान पांडवानं केलं
दानी धुर्पता मावली, दानी रखुमाई सती
अशा भामट्यायच्या बाया पतिवर्ता अन् सोवया
भाग्यवंताच्या लेकी हो... शिरीमंतांच्या सुनाहो... दान करा मावल्या हो!
दान पाचाही बोटानं, दान सुपाच्या कोनानं,
दान भरल्या पायलीनं, दान करा मावल्यांनो!
दान सुवर्णाचं... दान चांदीचं, पैशाचं.
दान धनधान्याचं... दान भर्जरी कपड्याचं.
भामट्याईनं धर्म केला... भाट खुशीमंदी आला.
त्यायच्या कर्तुकीचे पोवाडे भाट सांगे सर्वीकडे!

भाटाचं लांबलचक चऱ्हाड सुरू झालं. मग त्याने धनाजीची वंशावळ सांगायला सुरुवात केली. त्याचे पूर्वज कोण? कुठून आले? का आले? ते सांगितले. त्यातील बरचसं त्याने रात्रीच सांगितलं होतं; पण आज पुन्हा सांगितलं.

'संभाजीचा लेक धनाजी नामवंत... त्याले सिल्पा, सत्या, बया, तुक्कोबा लेक सोबला... येल मांडवावरी गेला...' आपल्याजवळील भूर्जपत्रातील मजकूर वाचत तो एकेक पान पलटवू लागला व त्यातील माहिती सांगू लागला....

"तुमी मुंगीपैठणचे पाटील. मुंगीपैठन गंगाघाटकडून तुमची बिराडं इकडं मराठवाडा, वराड, झाडीपावतर आली." पुस्तकातील मजकूर वाचता-वाचता आजवर त्याच्या पूर्वजांनी भाटाला कोणते दानधर्म केले, तेही सांगू लागला. 'धनाजी अन् त्याचे लेकबी दानात मागे नाही,' अशी स्तुतीही त्याने केली. मग त्याच्या कुटुंबातील नवजात बालकांपासून आजवर पुस्तकात नोंद न झालेल्या मुलामुलींच्या नोंदी तो करू लागला. नवीन आलेल्या सताजीच्या सुनेची नोंद त्याने केली. पण बयाजीच्या एका सुनेची नोंद करताना मात्र तो अडला व रागावून त्याला म्हणाला, "हे तुही सून आपल्या भामट्यांपैकी नाही. तिचं नाव मी पुस्तकात घेत नाही. खालताट्या भामट्याची पोरगी तुमी आनली. जातगंगा बाटवली तुमी!"

त्याचे बोलणे ऐकून बयाजी चिंतातुर झाला. भाट त्याच्याकडे लाल डोळे करून वटारून पाहू लागला, तसा बयाजीला घाम फुटला. तो हात जोडून भाटाला विनवत म्हणाला, "देवा, आमचं काही चुकलंसीन तं माफ करा! चूक पोटात घाला. लेकराले माफी करा, देवा! लेकरू मांडीवर हागलं, म्हून मांडी नाई कापा लागत! माफ करा देवा आमाले!"

सुनेचे नाव भाटाच्या पुस्तकात न येणे म्हणजे जातीतून बहिष्कृततेची सुरुवात... मग तिच्यापासून होणारी मुलंही बहिष्कृत! त्यांचीही पुस्तकात नोंद नाही. भाटाच्या पुस्तकात नोंद नाही, म्हणजेच ते या कुळाचे, या जातीचे नाही. ते खालताटे अथवा पर जातीचे! त्यामुळे भाटाचे बोलणे ऐकून बयाजी ठंडागारच झाला. काहीतरी बोलावेसे त्याला सारखे वाटत होते. पण बोलण्याची हिंमत काही होत नव्हती. आपण बोललो, काही शंका विचारल्या तर भाट अधिक भडकेल, त्याची आपल्यावरील मर्जी संपेल, तो आपल्या व आपल्या कुटुंबाविषयी बदनामीकारक काहीबाही मजकूर लिहून ठेवील व वंशपरंपरेसाठी असा काळाकुट्ट डाग पडेल, या भीतीने तो शांतपणे आतल्या आत धुमसत भाटाचे बोलणे ऐकत होता. आणि भाटाच्या मर्जीखातर त्याच्याविरुद्ध बोलून, बयाजीची बाजू मांडण्याची हिंमतही कुणी करत नव्हता. सगळे जण भाटाचे

बोलणे हवालदिलपणे ऐकू लागले. भाटाची बडबड सुरूच होती. बयाजीही सुनेच्या मायबापालाच मनातल्या मनात दोष देत होता. ते 'खालताटे', 'जातीबाहेर टाकलेले' म्हणून हिणवत होता. सारे निमूटपणे ऐकत असल्याने भाटाची भीड चेपत होती. त्यामुळे बयाजीवर तो तोंडसुख घेत होता. ते पाहून आतापर्यंत गप्प असलेला धनाजी, भाटाला हातानेच थांबायला सांगत बोलू लागला, ''देवा, बयाजीची सून कोनाची लेकबाय होय?''

''हरन्या भामट्याची... लाटकर कुयातली!'' भाटाने धनाजीच्या प्रश्नाला उत्तर दिले.

त्यावर धनाजी पुन्हा म्हणाला, ''मंग हे लाटकर खालताटे कव्हापासून झाले? माही माय लाटकराचीच लेकबाय होय... माही चुलती लाटकराचीच... थ्या कुयासंगं समद्या भामट्यायचे पिढ्यान पिढ्याइचे संमंध... अन् हरन्या भामटी आता एकाएकी खालताट्या कसा झाला, बॉ!''

धनाजीच्या बोलण्याने भाट अधिकच धुसफूस करू लागला. आपल्या पुस्तकातील पानं वरखाली करू लागला. आता तो धनाजीलाही काहीतरी बोलणार, त्याच्यावरच उखडणार, अशी सर्वांना भीती वाटू लागली. खरेतर तो सर्वांच्या मनातीलच बोलला होता. आपल्या सोयऱ्याविषयीची वस्तुस्थिती त्याने सांगितली होती. पण, त्यानेही भाट डिवचल्यासारखा झाला आणि तो धनाजीकडे नाराजीने पाहू लागला. आतापर्यंत बयाजीवर रोखलेले डोळे आता धनाजीवर स्थिर होऊ लागले! सगळे जण भाटाकडे प्रश्नार्थक मुद्रेने पाहू लागले. धनाजीजवळच बसलेला शामा भामटी आता ठार आंधळाच झाल्याने भाटाची हालचाल त्याला काही दिसत नव्हती. पण धनाजीचे व त्याआधीचेही भाटाचे सारे बोलणे त्याने ऐकले होते, त्यामुळे आता त्यालाही सणक आली... आणि भाट धनाजीवर वसकावण्याआधी शामा बुढा भसकन बोलून गेला., ''ह्या खेपीनं तं नवंच शास्तर मांडलं गा पुस्तक्यानं! ऑ...! रावज्या पुस्तक्याचे लेक व्हा ना तुमी? थो मोठा देवच तं आमचं भाटपन करत आला अजपावतर! आता थो मेला, तं पुस्तकय मेलं का भामट्यायचं...? का रावज्या पुस्तकी संगं घिवून गेला समदं...?''

शामा बुढा गुर्मीतच बोलला. त्याचे डोळे कामातून गेले होते, गात्र थकले होते; पण आपल्याच टोळीतील, पोटासाठी दुसरीकडे भटकणाऱ्या एका

कुटुंबावर खालताटेपणाचा काळाकुट्ट डाग लागू देणे त्याच्या मनाला पटले नाही. आणि हरण्या भामट्याशी तोही नातेसंबंधाने बांधला होताच की! सारेच भामटी एकमेकांत वेलासारखे गुंतले होते. त्यामुळे हरण्या भामटी तिथे प्रत्यक्षात नसूनही त्याची बाजू मांडण्याची व त्याच्या लेकीला, बयाजीच्या सुनेला पुस्तकात बसवण्याची अपेक्षा सगळे जण बाळगत होते. धनाजीने मुद्द्यालाच हात घातला होता; पण शामा बुढा त्याच्या मर्मालाच भिडला होता. आपल्या टोळीची त्याने आयुष्यभर वैदकी केली होती. सर्वांना आपल्यापरीने औषधपाणी, मंतरजंतर केले होते. सर्वांच्या सुख-दु:खात तो सामील झाला होता. आयुष्यभर तो धनाजीला सोबत घेऊन आपल्या टोळीच्या पुढे चालत राहिला. त्यासाठी मुलूखभर फिरला आणि म्हणूनच भाटाच्या तोंडून टोळीतील एका कुटुंबाविषयी भलतंसलतं ऐकून त्याला सन्नक आली नि टोळीतील एकाला खालताटे ठरवणाऱ्या भाटाला तो जाब विचारू लागला.

आता काशा-शिलपतनेही धनाजी व शामा बुढ्याने मांडलेला प्रश्न उचलून धरला. हळूहळू सारेच भाटाला जाब विचारण्यासाठी चुळबुळ करू लागले. पण आपल्या नावाची व कुटुंबाची भलतीसलती नोंद हा पुस्तकात करील व कुटुंबाच्या नावाला कलंक लागेल, या भीतीने ओठातल्या ओठातच शब्द अडखळू लागले... ते बाहेर पडण्यास थबकू लागले. शेवटी काशाने शब्दांत शक्य तेवढी नरमाई आणून बोलायला सुरुवात केली...

''खरंच देवा, हरन्या भामटी खालताट्या कसा झाला? थो तं आमच्याच देठाचा! मंग आमीय त्याच्यावानीच असन. नाही का! तं मंग आमचे समद्यायचे नावं काहून हाये पुस्तकात...? तुमच्या बापजाद्यानं त्यात आमचं नाव टाकलं, तव्हा काहून नाही बाटलं तुमचं पुस्तक...? अन् हन्र्याच्या पोरीचं नाव टाकतानीच तुमच्या पुस्तकाले इटाय का म्हून होते, बॉ...!''

काशाने प्रश्नांची सरबत्तीच केली. त्यामुळे सारे जण आपापल्या परीने भाटाला याबाबत विचारणा करू लागले. ते पाहून बयाजीलाही धीर आला. सर्वांचा नूर बदललेला पाहून भाटही आता नरमाईने बोलू लागला. पण त्याच्या मनातील हन्र्या व त्याच्या मुलीविषयीची शिसारी काही गेली नाही. जरा खालच्या सुरात; पण गुर्मीतच भाट बोलू लागला, ''हं... तुमाले ठावूक हाये का, हन्र्या भामटी कमसेल काहून झाला तं?''

''नाही बॉ! तुमी सांगान, तव्हाच समजन का नाही समदं!''

''तं मंग, 'येय ना वखत अन् धरली गधी बसले ठोकत' असे बिनफाल्तूचेच पटरपटर काहून करून रायले मंघापासून?'' भाट खोचकपणे सर्वांना उद्देशून बोलू लागला.

तसा शिलपत त्याला पुन्हा म्हणाला, ''पन काय गोम हाये थेतं समजू द्या आमाले. असं ताकाले जाचं अन् गाडगं काम्हून लपवाचं बॉ! सांगा गुन्ना सांगा हरन्याचा अन् लाटकराच्या घरान्याचा!''

शिलपतचे बोलणे ऐकून भाटाने हातातील भूर्जपत्राची पानं मागेपुढे केली आणि ताल सुरात पुन्हा गाऊ लागला...

हर्न्या भामट्याचं कूय लाटकर... त्याले भावू चारझनं.

त्याचा बाप शालिकराम... त्याले जातीमंदी मान.

त्याले गाइत्री, साइत्री, कलावती तिघी पोरी.

गाइत्री, साइत्री झाल्या दोघी जावा... पन कलावती गेली वाया.

थे परदेसी झाली... परक्या बिराडाचं, खालताट्याचं घर निंघाली.

जातगंगा बाटवली... तव्हा पंचाईत भरली.

भामट्याइनं सिक्षा देल्ली... मायजनाले राग आला.

शालिकराम जातीतून हकलला... जातीबाहीर टाकला.

सारे लाटकर झाले कमसेल... त्याची रोटीबेटी बंद केली.

पंचाइतीनं सजा देल्ली... तव्हापासून लाटकरासंग भामट्याचा दुरावा.

त्याच्यासंग जो समंद ठिवन त्यालेही थोच दंड द्यावा.

पंचायतीचं हे सांगनं, ऐका लक्ष देऊन...

''आईकलं...? धन्याकाका, शामाकाका, आइकलं...? लाटकरायचं पाप! त्याच्या कुयाले जात-पंचायतीनं जातीबाहीर टाकलं. त्याची पोरगी दुसऱ्या टोईतल्या भामट्याचं घर निंघाली, म्हून थो खालताट्या झाला.''

भाटाचे बोलणे ऐकून धनाजीची तळपायाची आग मस्तकात गेली. शामा बुढाही जागच्या जागी तगमग करू लागला. पन मोठ्या संयमाने धनाजी बोलू लागला, ''देवा, ह्यो फयसल्ला झाला तव्हा मीच धा वर्साचा असीन. शिलपतचा जल्मच नोता झाला... तुमचा तं पत्ताच नसन. तुमच्या बापाच्या कायातली गोस्ट हाये हे! ज्यायच्या घरात शालक्या भामट्यानं पोरगी देल्ली, थे टोई

परकी होती का, राजेहो? का आमच्या पैकीच होती? धरपकडीच्या भेवापायी, रानोरान हिंडता-हिंडता थे टोई किती दिवसांपासून गडप झाली होती. अन् एक डाव यवूतमाय जिल्ह्यातल्या बाभूयगावच्या सिवारात आमच्या पालाजवडच त्यायचेय पालं अचानक उतरले. वयक निंगता-निंगता जुन्या आठोनी आल्या अन् आमी एकाचे एकच निंघालो. पंधरा दिस संगसंगच होतो. आपले संमंध पुढं चालू राहाव मनून शालिकरामनं आपली पोरगी थ्या टोईतल्या पोराले देल्ली. पुन्ना आमी जवड आलो, तं भाडखावू पंचाइतीनं त्यायले खालताटे ठयरवलं. शालिकरामले एक पैसा दंड अन् इटाय मंजे समद्यायले जेवन द्या लागलं. पंच परमेशोर मनून थे देल्ल त्यानं! बकऱ्याच्या कलिजीची पंगत देल्ली तव्हा जातीत घेतलं पंचाइनं! समजले? ह्या जात-पंचाइतीले तुमचा बापय हजर होता. पन अस्या धरपकडीत किती टोया एकमेकांपासून दुरावल्या अन् पुढं बेपत्ता झाल्या, याचा हिसोब नाही.''

धनाजीने माहिती दिली. ती ऐकून शामा बुढा म्हणाला, ''बापा, थे तं लय जुनी गोस्ट हाये गा! आता थ्या शालक्या भामट्याचं अन् कलावतीचं हाडूकय नाई रायलं, तं तुमी जुनी गोस्ट उकरून काडली. आता आमच्यात फूट पाडाचे, कोनाले 'वरताट्या', तं कोनाले 'खालताट्या' मनाचे धंदे बंद करा, देवा!''

''कोन...? आमी पाडतो का गा फूट...? कसा बोलतं शामाकाका तू! तू पिकला, पन सिकला नाही अजून!'' भाट पुन्हा सनकला.

तसा शामा बुढा म्हणाला, ''देवा, तुमी जोडाचं काम कराव का तोडाचं? शालिकरामनं तुमच्या बापाले दक्षना नोती देल्ली त्याले जातीत घेतल्यावर! थो त्याले सोन्या-चांदीचं दान मांगे. कुठून दीन थो? म्हून पुस्तक्यानं त्याले खालताटे ठयरवलं. समद्या भामट्यायचा एकच भाट होता तव्हा! मंग तुमच्या भावूबंदकीत वाटन्या झाल्या. आमचे पुस्तकय वाटले त्याच्यात... तव्हापासून आमच्या एकाच टोईत तुमी तुकडे पाडून रायले. भामटी तुमच्या भरूशावर! त्याले लेयता नाई येत अन् वाचता नाई येत. तुमी सांगान तसी थो मान डोलवते. खालताट्याची पोरगी व्हय मंते! बया भामट्यानं काढून आनली का पोरगी? जातगंगेचं लेकरू हाये थे! पुस्तकात तिचं नाव लेहा लागन तुमाले. तुमच्याय परीस जास्त उनाये-पावसाये पायले आमी. माहे केसं उनीनं नाही पिकले, आनभवानं पिकले... सम्म्जले!''

आंधळा शामा पाहता-पाहता निर्वाणीला आला. भाटामुळे भामट्यांत पडणारे भेदाभेद... तो त्यांना देत असलेल्या बऱ्या-वाईट पदव्या... त्यातून जन्मास येणारी जातीयता, उच्च-नीचता... भामट्यांत वाढलेले भाटाचे अमर्याद प्रस्थ... त्याच्याकडून होणारी गोरगरीब भामट्यांची अमानुष पिळवणूक... सारी वस्तुस्थितीच शामा बुढ्याच्या तोंडून बाहेर पडली. त्यामुळे भाटही गारद झाला. शामाच्या बोलण्याने सारेच भारावून गेले. बयाजी तर मनोमन सुखावला व त्याचे आभार मानू लागला!

आता शामा बुढ्याच्या बाजूने सारे भामटी बोलू लागले. बयाजीची सून जातीतीलच लेकबाळ असल्यामुळे तिचे व तिच्यापासून होणाऱ्या मुलांबाळांचीही नावं पुस्तकात असली पाहिजेत, असे सगळे जण बोलू लागले. त्यांचे बोलणे ऐकून भाटही नरमला व म्हणाला, ''बलवा थ्या पोरीले घटाजवड. बयाजी, ह्या गोस्टीले सोबन असी दक्षना देत अससीन तं तुह्या सुनीले बसवतो पुस्तकात; नाहीतं राहू दे तसंच!''

भाटाने दिलेल्या होकाराचा बयाजीला आनंद झाला. पण त्याने केलेल्या दक्षिणेच्या मागणीने मात्र तो विचारातच पडला नि भीतभीतच म्हणाला, ''काय दक्षना द्या लागन, देवा!''

''दक्षना...? थेय सांगा लागते कागा? सुवर्ण दान दे... पावशेर चांदी दे... गाय दान कर... पैसा दे...!'' भाट पाय पसरू लागला, तसतसा बयाजी हताश होऊ लागला व हात जोडून म्हणाला, ''आमच्यासारख्या कंगालांजवड कुटचं सोनं-चांदी, देवा! मी कुडंभर जवारी देतो... तुमचा अहीर करतो! सोडा आमाले आता!'' असे म्हणून तो त्याच्या पाया पडला. भाट ज्वारी नको म्हणू लागला. सोन्यावरून घसरत-घसरत तो पितळेच्या भांड्यापर्यंत येऊन पोहोचला. काशा-शिलपत बयाजीच्या वतीने भाटाशी घासाघीस करू लागले. शेवटी बयाजीने घरच्या वापरातील पितळी हंडा भाटापुढे ठेवला. आपली दक्षिणा स्वीकारून सुनेचे नाव पुस्तकात लिहिण्याची विनंती करू लागला!

भाटाने बयाजीच्या सुनेला अक्षद-कुंकू लावले. आपल्या दप्तरावरही तिच्या नावाने अक्षद टाकली. पितळी हंड्याला अक्षद-कुंकू लावले. ओठातल्या ओठात काहीतरी पुटपुटला तिचे नाव आपल्या पुस्तकात लिहिले. तिने भाटासह

सर्वांना नमस्कार केला. भाटाने तिचे नाव आपल्या पुस्तकात लिहून घेतल्याचे जाहीर केले... आणि आतापर्यंत निर्माण झालेला तिढा सुटला.

दुसऱ्या दिवसापासून भाटाने प्रत्येक पालातील नवीन नावाची नोंद करणे सुरू केले. त्यात त्याचे तीन-चार दिवस गेले. सगळ्यांकडे पाहुणचार झाला. काशाने त्याला व त्याच्या बायकोला नवे धोतर, पातळ, टोपी, दुपट्टा आदी कपड्यांचा आहेर केला. गोळा झालेली ज्वारी त्याने पालातच विकून टाकली अन् रोख पैसा व धातूची भांडी घेऊन जाण्याच्या तयारीला लागला. पण त्याचे पाय काही तेथून निघत नव्हते. तोसारखा घुटमळत होता, तसा काशाच त्याला विचारू लागला... ‘‘काय झालं, देवा! काही रायलं का? आमच्याकून सेवेत काई कसर झाली का? तसं असन्त सपस्ट बोला. मन हलकं नोका करू. आमी लेकरं हावो तुमचे... अपराध पोटात घाला!’’

त्यावर भाट निर्लज्जपणे म्हणाला, ‘‘काशीनाथ, तू मलेच बोलाले लावतं अखीन? अरे बाबा, ज्या घराले उतरन्याचा म्या पयला मान देल्ला, थ्या धनाजीतात्या अन् शिलपतची दक्षना तं अजूनय पदरात पडलीच नाही, बापा! तिथून बांधल्या तोंडानं कसा निंघू? तूच सांग.’’

भाटाचं बोलणं ऐकून शिलपतला दरदरून घामच फुटला. चार-पाच दिवसांपासून त्याची व त्याच्या बायकोची सरबराई करता-करता त्यांचे आधीच टाके ढिले झाले होते. पाण्यात सडू घातलेल्या बोरूतील ताग निघण्यापूर्वीच शेतमालकाकडे त्याने तो विकला होता. त्यावरच त्याच्याकडून उसनवार पैसे आणले होते. ते पैसे फिटवण्याच्या चिंतेने तो आधीच त्रस्त झाला होता. तागाच्या किमतीपेक्षाही पैशांचं ओझं अधिक झाल्याचे त्याला जाणवत होते. पण भाटाला काही कमी पडू नये यासाठी तो सारखा जपत होता. भाटाच्या आवडीप्रमाणे रोजचे पुरणपोळीचे जेवण, मटण मुर्गी, दारूचा त्याचा पाहुणचार, त्यांच्या अंघोळीला साबण... अत्तर, त्याची पूजा, या साऱ्या खर्चापायी शिलपत मेटाकुटीला आला होता. त्यातच शेतमालकाकडील सारी उसनवार रक्कम खर्च झाली होती. पुढच्या हंगामावर भिस्त ठेवून तो जीवन रेटत होता. तरी भाटाला नवीन कपडे राहिलेच होते. त्याच्या बायकोला मात्र सईने आपल्या भावाकडील चोळीबांगडीचे पातळ, चोळी, बांगड्या सारेकाही तिलाच अर्पण केले होते. तरी

भाटाला लोभ काही सुटत नव्हता... आणि त्याची इच्छा अपूर्ण ठेवून त्याला वाटेने लावणे शिलपतला अवघड जात होते. पण आता त्याचाही काही इलाज नव्हता. खिशात दमडीही उरली नव्हती. बिराडात संध्याकाळचीही सोय नव्हती... आणि भाट तर अडून बसला होता! सारे बळ एकवटून तो भाटाला म्हणाला, ''देवा, आता कुरपा करा...! गरिबाले अधिक सतावू नोका! माह्याजवड तं आता जहर खालेय पैसा नाही. संध्याकाईच पोराबायायले काय खावू घालू, असा इचार हाये माह्यापुढं. मी काईच दक्षना नाई दिवू सकत आता. आता पावतर जेवडी सेवा झाली, थेच गोड माना अन् आमाले ऋनातून मोकयं करा!''

शिलपतचे बोलणे ऐकून भाट रागाने लाल झाला. जागच्या जागी थयथयाट करत म्हणाला, ''वा गा वा! हेच परीक्षा केली का तुमी भाटाची? त्याले बांधल्या तोंडानं माघारी पाठवाचा रिवाज हाये का तुमच्यात? शिलपत, वाडवडलाच्या नावाले कलंक लावला बाबा तुनं! आता मी कोनती नोंद करू तुह्या नावापुढं ...? आमी तुमची वंशावय जतन करून ठिवतो... तुमच्या लेकरायची नोंद करतो... अन् दक्षना द्याच्या वक्ती तुमची चार हात फाटते. राहू द्या आता! सोडा पिच्छा! निंगतो तसाच बांधल्या तोंडानं!''

असे म्हणून भाटाने आपले गाठोडे तावातावतच उचलून डोक्यावर घेतले. तसा रडवेला चेहरा करून, हात जोडत शिलपत त्याचे पाय धरण्याचा प्रयत्न करू लागला. पण भाटही इरेस पडून रागाने पुढे चालू लागला. शिलपत गयावया करत म्हणाला, ''थांबा, देवा! करतो काहीतरी घडमोड... देतो तुमची दक्षना! थांबा थोडक्से!''

अन् हात जोडून तो त्याच्या पुढंपुढं चालू लागला. पन भाट काही थांबला नाही. एवढ्यात सईचा आवाज कानांवर पडला...

''थांबा, देवा! हे तुमची दक्षना घ्या अन् पुढं जा!''

ती दुडक्या चालीनं भाटाजवळ येऊन पोहोचली. तिच्या एका हातात अक्षद-कुंकवाची ताटली होती, तर दुसऱ्या हातात पाण्यानं भरलेलं गाडगं! ते सांभाळत ती भाटापुढे येऊन उभी राहिली. दक्षिणेच्या आशेने भाटही गचकन थांबला. डोक्यावरचे ओझे खाली ठेवले. सईने त्याच्या पायावर पाणी ओतले. त्यावर अक्षद-कुंकू टाकले. दप्तराला अक्षद-कुंकू लावले. त्याच्या व त्याच्या बायकोच्याही कपाळाला अक्षद-कुंकू लावले. पाया पडली अन् लुगड्याच्या

ओट्यातून लेकराची चांदीची जिवती काढून त्यावर पाणी सोडले. अक्षद-कुंकू वाहिले व म्हणाली, ''घ्या देवा तुमची दक्षना! माह्या लहान लेकरासाठी बयरमच्या यात्रेतून घेतली होती हे जिवती! मांगच्या पठारावरच थो देवाघरी गेला. आता ह्या जिवतीचं मी काय करू? थ्या परीस त्याच्याच नावानं हे दक्षना पुस्तकात लेहा अन् ॠनातून मोकयं करा आमाले!''

आपल्या मृत लेकराची जिवती भाटाला दक्षिणा देऊन सईने भाटाच्या ॠणातून कुटुंबाची सुटका केली. ते पाहून शिलपत गदगदून आला नि काशाला मिठी मारून ओकसाबोकशी रडू लागला. काशा त्याच्या पाठीवरून हात फिरवत त्याचे सांत्वन करू लागला. सारं वातावरण सुन्न झालं होतं. सई आसू आवरण्याचा प्रयत्न करत पालाकडे निघाली होती. राघो मात्र अबोल झाला होता. त्याचा खिन्नपणा पाहून धनाजीने त्याला कवेत घेतलं व विचारू लागला, ''देव गेले म्हून वाईट वाटलं का रागोबाले?''

तसा राघो उसळून म्हणाला, ''कायचा गा थो देव? खेटरं मारा लागत होते, भडव्याले!''

नाताच्या निर्भीड बोलण्याचे धनाजीला कौतुक वाटले. त्याला लाडाने उराशी कवटाळले अन् त्याच्या खांद्यावर हात ठेवून दोघेही पालाकडे जाऊ लागले. डोक्यावरचे ओझे सांभाळत भाट वस्तीच्या दिशेने भरधाव निघाला होता. वाऱ्यावर उडणारा नव्या लुगड्याचा पदर सांभाळत त्याची बायको लगबगीने त्याच्या मागे दुडक्या चालीने चालत होती; नि भाटाला निरोप देऊन सगळे जण आपापल्या पालाकडे परतत होते.

❖❖❖

भाटाच्या भोवऱ्यात सापडलेले भामटी, त्याच्या आदरसत्कारात चार-पाच दिवस आदमुसे होऊन गेले व आपापल्या परीने त्याला खूश करून पुढच्या कामाचे बेत आखू लागले. भिजत घातलेला बोरू आतापर्यंत चांगला मुरला होता. तो बाहेर काढून वाळत घालायचा व वाळल्यावर त्याचा ताग काढायचा होता. भाटाच्या आगमनामुळे सर्वांचेच पाच-सहा दिवस वाया गेले होते. यादरम्यान कुणीही कामावर गेले नव्हते. त्यातच रोज आभाळ भरून यायचं. गार वारं सुटायचं. अधूनमधून पावसाच्या सरीही यायच्या. नदीत बोरू भिजत

पडल्याने, पूरपाण्याच्या भीतीने सारेच काळजीत पडायचे. हात जोडून देवाला प्रार्थना करायचे... "देवा महादेवबुवा, पूरपानी नोको येवू देवू बापा! आमची पोटाची भाकर नदीत बुडवून ठिवली हाये. लेकरा-बायायच्या तोंडचा घास हिस्कून नोको घिवू. कुरपा कर आमच्यावर!"

सगळे जण देवाला प्रार्थना करायचे आणि उद्यापासून पाण्यात टाकलेल्या आपापल्या बोरूचे भारे नदीकाठाच्या उंचावर आणून टाकायचे बेत रचत पालापुढे चिंतातुर बसायचे.

भाटाला निरोप देऊन सगळे जण नदीकडे पळाले व पाण्यात टाकलेला बोरू उंचावर आणून टाकायच्या कामी लागले. दुपारपासून संध्याकाळपर्यंत जमेल तेवढा बोरू सर्वांनी सुरक्षित जागी आणून ठेवला. आपापल्या बोरूचे वेगवेगळे ढीग लावले. सर्व बोरू पाण्याबाहेर काढण्यास प्रत्येक कुटुंबाला चार-पाच दिवस तरी लागतील, असा सर्वांचा अंदाज होता. तरीही थोडा बाकी राहीलच असे वाटत होते. आणि तो ओला, पाण्यात मस्त मुरलेला, वजनी बोरू वाहून उंचावर आणणेही महाकठीण काम होतं. भाट आला नसता तर आतापर्यंत तो काढून वाळतही पडला असता. पण भाटाने वेळ वाया गमावला व आतापर्यंतची मजुरी त्याच्या मढ्यावर घालावी लागली, असे बहुतेक जण आपापसांत कुजबुजू लागले.

मांजरझाक पडल्यावर सगळे जण आपापल्या पालावर परतले. जेवणं आटोपली आणि एकाएकी आभाळाचा नूरच बदलला. पाण्याचे मोठमोठे थेंब पालाच्या कापडावर बदबदा कोसळू लागले. ते पाहून दारापुढच्या बोरूचा ताग काढलेल्या पेंड्या, पालाभोवती लावण्याचा, तर काही वर अंथरण्याच्या कामी सारे लागले. पण पाण्याचा वेग वाढतच गेला... टपोऱ्या थेंबांसह विजांचा कडकडाट होऊ लागला... वादळी वारेही सुरू झाले... ते जमीन घुसळत वर झेपावू लागले... पालात घुसून तो अध्धर उचलू लागले... पाण्याची सर पालात झेपावून आतल्या सजीव-निर्जिवांना भिजवू लागली... त्यावर झेपावत्या वाऱ्याचा भडिमार झाल्याने सर्वांना आतल्या आत कापरं भरू लागलं. म्हातारे थरथरू लागले... लहान लेकरं किंचाळत मायबापाला बिलगू लागली... घटकाभर किंकाळ्यांनी पठार व्यापलं. परंतु दुसऱ्या क्षणीच वादळाच्या पोलादी

टाचेखाली सगळं दडपलं गेलं... ओरड, हुंकार, किंकाळ्या पालाच्या पोटाशी तशाच निपचित पडल्या... आणि गारठलेल्या पिलांनी एकमेकांत मुंडके खुपसून पडावे, तसे सर्व जण आपापल्या पालाच्या आश्रयाने, जागा मिळेल तिथे दाटीवाटीने बसून राहिले.

वादळ आडवेतिडवे घोंगावत होते... फट मिळेल तेथून पालात घुसत होते...पाल वर उचलत खाली आदळत होते... त्या खाली बसलेल्या जिवांचा थरकाप उडत होता! शिलपत व धनाजीने पालाची दोरखंडं आपल्या हातात पकडून जमिनीत गाडलेल्या खुंटीला आधार दिला; तरीही वारा काही आवरत नव्हता. राघो व त्याच्या भावंडांनी बोरूच्या पेंड्यांखाली आश्रय घेतला. तिकडे शामा बुढ्याच्या अस्पष्ट आरोळ्या कानांवर येत होत्या. आधीच गलितगात्र झालेली अंशी जमीन कवटाळत वाकळीला बिलगत होती. सगळे ओलेचिंब झाले होते.

वादळी पाऊस वैरी बनून कोसळू लागला. अंधार गडद झाला. कुणी कुणाला दिसत नव्हतं. गाववस्ती तेथून लांब... लपायला जागा नाही. आणि गडद अंधारात वाटही दिसत नव्हती. नुसता कोसळणारा घनघोर पाऊस... बेफाम झालेलं वादळ... आणि त्याच्या तडाख्यात सापडलेली पठारावरील भामट्यांची बिऱ्हाडं... त्यात गारठलेली भुकेकंगाल बाया-माणसं... मायबापाला बिलगलेली भयभीत लेकरं... नि वळवळणारे निपचित म्हातारे जीव! सर्वांनी डाळ, ज्वारी, सामानसुमान यांच्या रक्षणाची आशा सोडलेली; तरीही त्यांना झाकदडप करण्याचे प्रयत्न सुरूच होते. पालातील दिव्यांचा वारावादळाने बळी घेतलेला... चुलाण्यावर पावसाच्या धारा थयथया नाचत विकट हास्य करत, पालातील पीठकूठ भिजवत, मोकाट गुरांसारख्या पालभर हुंदडत होत्या!

चांगला तास-दीड तास निसर्गाचा तांडव सुरू झाला... त्यात तडजोड नाही. समेट नाही, की मर्यादा नाही! पाच वर्षांतील पावसाचे उच्चांक मोडत तो कोसळू लागला. काळ्याकुट्ट अंधारात काही दिसत नव्हते; पण जाणवत होते. पावसाच्या नि वादळाच्या भयंकर रूपाची कल्पना येत होती. आल्या परिस्थितीला तोंड देत सारे भामटी आपल्या लेकराबाळांसह, त्या निर्जन पठारावर जीव मुठीत घेऊन पडले होते. तास-दीड तास झाला; पण पाऊस काही थांबत नव्हता. उलट, त्याचा जोर अधिकच वाढत होता.

...आणि एकाएकी वीज कडाडली. तिच्या प्रचंड आवाजानं सगळ्यांनाच कापरं भरलं... पोराबाळांनी बोरूच्या पेंडक्यात मुंडकी खुपसली... मायबापाजवळ असणारांनी त्यांना घट्ट मिठी मारली... आभाळच तुटून खाली पडत असल्याचा सर्वांना भास झाला. धनाजीने हाताने चाफलत पालातून विळा शोधून काढला आणि पालाबाहेरील अंगणात फेकला. तेवढ्यात पावसाचा रपरप आवाज जाऊन, थाडथाड असा आवाज कानावर पडू लागला. गोफणीने कुणी दगडांचा मारा करतो आहे, असे वाटू लागले.

काही वेळाने वारा थांबला... पाऊसही येईनासा झाला... आणि वारा-पावसाऐवजी दगडासारख्या गारांचाच वर्षाव होऊ लागला. बोरूच्या पेंड्या पालावर झाकल्याने बचाव होऊ लागला. एरवी कापडी पालांना भोकं पडून, गारांनी आतल्या सजिवांचा जीवच घेतला असता! तरीही जागा मिळेल तेथून एखादी गार पालात पडायची. तिच्या थंडगार स्पर्शाने आधीच भयभीत झालेले जीव भेदरून जायचे आणि पालावर अंथरलेल्या बोरूच्या पेंडीत आडोसा शोधण्याचा प्रयत्न करायचे... पालात पडलेली गार उचलून हातात घ्यायचे... अंधारातच तिला एका हातावरून दुसऱ्या हातावर खेळवत तिच्या जाडीचा अंदाज घ्यायचे आणि आश्चर्याने ओरडायचे...

''बापा बापा, हे गार होय का काय होय...! आंब्याएवढी गार...! डोक्शावर पडली का मानूस मेल्याबिगर नाही रहात!'' म्हणत बोरूच्या पेंडीत आडोसा शोधायचे. तरीही एखादा टप्पूरा पायावर, नाहीतर पाठकाडात बसायचाच. गारा सुरू झाल्या, तसे एकमेकांना ते साद घालू लागले...

''पाह्यजो गा, शिलपत! गारपीट हून राह्यलं. संभायून रे, काशा! शामातात्या, बोरूच्या पेंडीखाली दडक! पोट्याबाट्टायले बाह्यरं नोका येवू दिवू गा! पक्के राहा... हिंमत नोका सोडू... देवाचं नाव घ्या... काही नाही होत! 'एक नमन गौरा पार्बती हरबरा हरहर महादेव...!'''

सगळे जण एकमेकांना हिंमत देऊ लागले. खरेतर गारांच्या या वर्षावात कुणाचेच कुणाला ऐकू येत नव्हते; तरीही, नुसते हुंकारत ते पालातल्या पालात एकमेकांना साद घालण्याचा प्रयत्न करतच होते. सुमारे दहा मिनिटांपर्यंत गारांचा असा भीषण वर्षाव सुरू होता. काही वेळाने कमी होत-होत तो थांबला. वारा व पाऊसही आता शांत झाला होता; पण आभाळ भरूनच होतं. चांदण्या काही

दिसत नव्हत्या. नदीचा वाढलेला खळखळाट गंभीरपणे कानांवर येत होता. तो ऐकून धनाजी व शिलपतप्रमाणेच इतर भामट्यांनाही धक्का बसत होता. पण कुणीच कुणाशी बोलत नव्हतं.

बोरूच्या पेंडक्यात दडकलेला राघो आदमुसा झाला होता. त्याच्या भावंडांचीही तशीच अवस्था झाली होती. पण त्यातून बाहेर पडण्याची कुणालाच हिंमत होत नव्हती. आधीच गलितगात्र झालेली अंशी तर पार गारठून गेली होती. पण अंधारात काही दिसत नव्हतं आणि तिच्याकडे लक्ष देण्याच्या मन:स्थितीतही कुणी नव्हतं.

पालाचा पडदा बाजूला करून घनाजी बाहेर आला. त्याची राघोला चाहूल लागून तोही आज्यामागे बाहेर आला. पण पाला बाहेर पाय ठेवताच तो जोरात किंचाळला, ''आबा, ठंड ठंड काय लागते गा पायाले?''

उघड्या पायांना जाणवणाऱ्या थंडगार स्पर्शाचा धनाजीलाही अंदाज येत नव्हता. म्हणून त्याने आणखी दोन पावलं पुढं टाकली आणि ओरडला...

''बापा बापा, हे गारपीट होय का काय होय! जमिनीवर जसा काय गाराचा तडवच हातरल्यावानी वाटून रायला!''

मग ओणवा होऊन तो खालची जमीन चाफलू लागला, तसतसा त्याचा हात दाटीवाटीने पसरलेल्या गारांच्या तडवावरून फिरू लागला अन् आश्चर्याने ओरडला... ''छ्या बहीन! उभ्या जल्मात असं गारपीट नाही पाह्यलं बॉ!''

असं म्हणत अंदाजाअंदाजानं तो सनकाड्यांच्या ढिगापर्यंत गेला. सनकाड्यांतून अद्यापही पाणी निथळत होतं. त्यात अडकलेल्या गारा त्याला आपली जाणीव करून देत होत्या. पण आतापर्यंतचे गारपीट अन् वारा-वादळाशी सामना करता-करता त्याच्यात आता विचित्र प्रतिकारकता संचारल्यासारखे वाटत होते. त्याच्यामागे गेलेल्या उघड्याबंब राघोला मात्र कापरं भरलं होतं. तरीही, तो त्याच्या मागं आला. समोरच सनकाड्यांचा ढीग पडला होता. धनाजीने ढिगातील सनकाड्यांचे एक-दोन थर बाजूला केले. आतल्या सनकाड्या मात्र कोरड्याच होत्या. त्याने त्यातले पाच-सहा पेंडके बाहेर काढले. दोघांनीही त्याचं ओझं पालासमोर आणलं.

आता अंधार निथळल्यासारखा वाटत होता. समोरचे अंधूक-अंधूक दिसत होते. पायांना गारांचा स्पर्श जाणवत होता. पालासमोरच्या गारा व चिखल पायाने

दूर सारून, मुंडाशात खोचलेली चकमक धनाजीने बाहेर काढली. कोसल्यातून पराचा कापूस काढून चकमकीवर ठेवला, तसा दोन-तीन ठोक्यातच पराने पेट घेतला. पेटलेला पर सनकाड्यांच्या पेंडीवर ठेवून त्याला हलकेहलके शिलगवू लागला. थोड्या वेळातच सनकाड्यांनी पेट घेतला. त्या उजेडात पठारभर पसरलेली गारांची विस्तीर्ण चादर त्याला दिसली. राघोला तर हे काय आहे, ते घडीभर कळलेच नाही! मग मात्र त्याने ओरडून सर्वांनाच सनकाड्यांच्या उभळ्याजवळ बोलावले.

आता या शेकोटीजवळ सारेच आले. त्याचे पाहून इतर बिऱ्हाडांतील बाया-माणसांनीसुद्धा शेकोटी पेटवून ते थंडीला सामोरे जाऊ लागले. काहींनी मोठे खोड ढकलत आणून त्याच्याखाली सनकाड्यांची पेंडी पेटवली नि पेटत्या खोडाभोवती रात्र जागवत बसले. सनकाड्या धगधगू लागल्या, तशा त्याच्या उजेडात ठिबकणारी पालं हिमाच्छादित टेकड्यांसारखी वाटू लागले. उभळा थांबला की अंधारात गडप होऊ लागले. उभळा वाढला की आपले अस्तित्व पुन्हा दाखवू लागले. जणू अंधार-उजेडाचा पाठशिवणीचा खेळच सुरू झाला. शामा बुढ्याला काही जणांनी धरून त्या पेटत्या खोडाजवळ आणलं. थंडीने अखडलेला शामा हळूहळू गरम होऊ लागला. एवढ्यात अंशीलाही दोघांनी उचलून तिथे आणले. ती थंडगार पडली होती. आधीच गलितगात्र झाल्याने तिच्यात त्राण उरले नव्हते. त्यात वादळी वारा, बेफाम पाऊस अन् गारपिटीने ती मरणासन्न होऊन गेली. तिला त्या जाळाजवळच सनकाड्यांच्या पेंडीवर झोपवले. उभळा वाढू लागला. उभळाजवळ फडक्याची घडी गरम करून शिलपत तिला शेकू लागला.

अंशीची अवस्था पाहून राघो गलबलून आला. आपल्या या वनवासी जीवनाचा त्याला उबग येत होता. गाववस्तीतील घरे त्यातील ऊब... घराच्या गर्मीत विसावणारी बाया-माणसं... त्याच्या वयाची गोंडस लेकरं... हे सारेच त्याला आनंदी जगाचे घटक असल्याचे जाणवू लागले; नि मनातल्या मनात आपल्याही मालकीचे गाव, त्यातील घर तो कल्पनेतच रंगवू लागला. त्याच्या त्या कल्पनेतील गावाचा धनाजी पाटील... बाकी त्याचे हालीमोवाली!

राघो असा कल्पनेतील गावात रममाण व्हायचा; पण प्रत्यक्षातील जीवनाचे चटके भोगताना त्या स्वप्नांचा पार चुराडा होऊन जायचा. आताही तसेच झाले.

कोसळत्या पावसात, घनघोर वादळात नि गारांच्या वर्षावात आज सर्वच भामट्यांनी प्रत्यक्ष मृत्यूशीच सामना केला होता. तसा वारा-वादळाशी चालणारा संघर्ष ही काही त्यांच्यासाठी नवीन बाब नव्हती. दर वर्षी एखादंतरी वादळ त्यांना घोळसून जायचंच... पावसाळा तर त्यांचा चार महिन्यांचा पाहुणा...! ऊन-वारा-थंडीशी त्यांचे ऋणानुबंध पक्के झालेले... भटकंतीची भिंगरी तर त्यापेक्षाही वेगवान... भुकेच्या तालावर ती सर्वांना दाही दिशांत फिरवायची! एखाद्या पठारावर ती थोडी स्थिरावली की भिंगरीचा दुसरा चक्कर सुरू व्हायचा. मग दुसरे गाव... दुसरे पठार, अशी अव्याहत परिक्रमा चालू असायची. त्यामुळे भामट्यांची सारी कुटुंबं वारा-वादळाचेच सांगाती झाले होते.

आजचं वादळ मात्र भयंकरच होतं. धन्या-शिलपत-काशासह टोळीतील कर्ती माणसंही त्याला घाबरली होती... सारेच गंभीर झाले होते... स्त्रिया तर भीतीने झपाटल्यासारख्या वाटत होत्या... लेकरांना थरकाप सुटला होता... ते सगळेच निर्वासित जीव, त्या निर्जन पठारावर वळवळत पडले होते; पण मेले नव्हते. निर्माण झालेल्या या प्रचंड आपत्तीतून ते सहीसलामत बाहेर पडले होते. तोच त्यांचा विजय होता. अशा प्रसंगांना तोंड देण्यासाठी बोरूच्या वाळलेल्या सनकाड्या त्यांच्या मदतीसाठी धावून आल्या होत्या. त्या नेहमीच त्यांना ऊब द्यायच्या. आणि वातावरण निवळल्यावर, निसर्गाचा कोप थांबल्यावर सारी बिऱ्हाडं पुढच्या प्रवासाला निघायची. जिथली हालअपेष्टा तिथेच पुरून नवी भूमी जवळ करायचे.

आपल्या आजीची मरणासन्न अवस्था पाहून राघोला धक्काच बसला. तो डोळ्यांतील आसवं लपवत तिच्या उशाशी बसला. सावित्री, विठोबा, शिवा तर हुंदके देत आजीकडे पाहू लागले व थंडीची रेहपट बसताच उभळ्याकडे सरकू लागले. त्यातच अर्धीअधिक रात्र सरली. आता पाऊस थांबला होता. वादळी वारा पुढच्या प्रवासाला निघून गेला होता. पठारावर अंथरलेली गारांची चादर मात्र अद्याप तशीच होती. ती वरून वाहणारे भुरभुरते वारे, थंडीची लाट पसरवत, भामट्यांच्या पोराबाळांसह सर्वांना कापरं भरवत होती. अंधाधुंद पावसाने सारी पालं चिंब भिजली होती. आतील दाणापाणी, कपडेलत्ते ओले झाले होते. पालभर चिखल साचला होता. तिथे अंग टाकायला गहूभरही कोरडी जागा उरली नव्हती. बाहेर बर्फाची विस्तीर्ण चादर... सभोवती गडद अंधार... गाववस्ती

हाकेच्या पलीकडे दूर... तीही अंधारात गडप झालेली! पुढे खळखळणारा नदीचा भीषण प्रवाह... क्षणाक्षणाला रौद्र रूप धारण करणारे त्याचे भीषण ध्वनी... आणि पोटाची भाकर नदीमायच्या पात्रात दडवून ठेवल्याने, वाढणाऱ्या खळखळाटासह चिंतातुर होणारी भामट्यांची बाया-माणसं... थंडीच्या, वारा-वादळाच्या आघातापेक्षाही भयंकर वाटणारी... आता चिंता करणेच त्यांच्या हाती होते. बाकी उपाय गारेसारखेच गोठलेले... समोर पसरलेल्या विस्तीर्ण चादरीतील तेही थंडगार बर्फ होऊन पडलेले... उरलेली रात्र सर्वांनी पेटत्या सनकाड्यांच्या आश्रयानेच काढली. आणि देवाला वारंवार हात जोडत, दिवस उगवण्याची वाट पाहत बसले.

पहाटेचे गार वारे सुरू झाले. नदीच्या खळखळाटाने चिंतातुर झालेले भामटी नदीकडे जायला उतावीळ झाले होते. काशा, बयाजी तर तिकडे निघालेही होते.

शिलपत मात्र अद्यापही आपल्या गलितगात्र म्हाताऱ्या आईतच गुंतला होता. सनकाड्यांच्या पेटत्या उभळ्यावर फडक्याची घडी गरम करून तो तिला शेकतच होता. पण अंधार लोप पावताच म्हातारीला धनाजीच्या स्वाधीन करून तोही घाईघाईने नदीच्या दिशेने जाऊ लागला. थडीच्या टेकड्यापर्यंत तो पोहोचला. कालच त्यांनी नदीच्या पाण्यातून काढलेली बोरूची पेंडके रात्रीच्या गराडानं अस्ताव्यस्त उडाली होती. काशा, बयाजी, जानबा त्या टेकड्यावरून नदीच्या पात्राकडे पाहत उभे होते. शिलपत तिथे पोहोचला तरी त्यांना त्याचे भान नव्हते. शिलपत त्यांच्याजवळ जाऊन उभा राहिला आणि नदीकडे पाहत डोक्यावर पहाड कोसळल्यासारखा ओरडला...

''आरे माह्या बापा, लेकरायच्या तोंडचा घासय नेला रे या मावलीनं! बारा मयन्याची समदी मेहनत वाहात गेली रे, बापा...! आता कायच्या भरोशावर पोट भराव आमी...? कसं जगाव रे बावा आता!''

असे म्हणून नदीकडे पाहत तो गदगदा रडू लागला. त्याच्यासारखीच इतरांचीही अवस्था झाली होती. नदीत भिजत घातलेला सर्वांचाच बोरू नदीच्या पुरात वाहून गेला होता. दोन्ही थड्या भरून, खळखळाट करत नदी सुसाट वेगाने वाहत होती. नदीच्या उंच थड्या वाढलेल्या पाण्याने समांतर पातळीवर आल्या होत्या. त्यात लाटांचे साम्राज्य पसरले होते. आणि किनाऱ्यांना धडका मारत गतिमान प्रवाह सुसाट पळत होता. चार-आठ दिवसांपूर्वी ज्या ठिकाणी त्यांनी

बोरू भिजत टाकला होता, तिथं आता भरधाव पळणारं अथांग पाणी दिसत होतं. रात्रीच्या वारा-वादळापेक्षाही निसर्गाचा हा कोप सर्वांसाठीच भयंकर होता. त्यामुळे आता त्यांच्यापुढे वर्षभराची उपासमार थयथया नाचू लागली. सारे गर्भगळीत होऊन दीनवाण्या दृष्टीने नदीचा प्रकोप पाहत, कपाळ ठोकत खाली बसले.

शिलपतने खिन्नपणे काशा व आपल्या भाऊबंदांकडे नजर टाकली. शिलपतसह त्यांनीही बोरूचे काही पेंडके नदीतून उंच जागी आणले होते. पण आता ते वादळाने अस्ताव्यस्त झाले होते. काही पुन्हा नदीत उडले होते. त्यांची आशा सोडण्याशिवाय पर्याय नव्हता. पण इकडे अस्ताव्यस्त पडलेले बोरूचे पेंडके जमा करण्याच्या व त्याचे पुन्हा पेंडके बांधण्याच्या कामात सारे जण गर्क झाले होते. शिलपतने त्यांच्याकडे पाहिले. आपल्या उडालेल्या पेंड्यांवरून नजर टाकली आणि त्याचा राग अनावर झाला. तो आपल्या जागेवरून उठला आणि अस्ताव्यस्त पडलेल्या बोरूच्या पेंड्यांकडे जाऊ लागला. आतापर्यंत इतरांनी आपापल्या उडालेल्या पेंड्या एकत्र करून, एकमेकींच्या आधाराने उभ्या करण्यास सुरुवात केली होती. शिलपतने त्यांच्याकडे पाहिलेही नाही. तो सरळ आपल्या उडलेल्या बोरूच्या गह्याट्याकडे गेला. त्याचा कवटा गोळा केला. त्यातल्याच ओल्या सनकाडीने तो बांधला आणि ते पेंडके डोक्यावर घेऊन तो नदीच्या थडीवर आला. तेथून दहा-पंधरा हात खोल नदीच्या प्रवाहाकडे त्याने नजर टाकली. नदीचा वेगवान प्रवाह दोन्ही थड्यांना ललकारत, त्यांना धक्के मारत वेगाने पुढे पळत होता. थड्यांना आव्हान देत होता.

शिलपतने त्याची मस्ती पुन्हा डोळे भरून पाहिली आणि डोक्यावरील बोरूचे ओझे हातात घेऊन प्रवाहात झरकन फेकून दिले. मग पुन्हा त्या अस्ताव्यस्त गह्याट्याकडे गेला. पुन्हा त्याचा भारा बांधला आणि नदीत भिरकावला. मग त्याने असाच उपक्रम लागोपाठ सुरू केला. अस्ताव्यस्त उडालेल्या बोरूचे भारे बांधायचे आणि नदीत फेकायचे. आणि तो भारा नदीत फेकताना रागाने म्हणायचा, ''घे, ह्योच कायले ठिवतं? ह्योय घे, तूच! घे, अखीन घे! समदा तुलेच देतो. अन् मीय येतो त्याच्याच मांगं!''

शिलपत बेभान झाला होता. नदीत बोरूचे ओझे फेकत होता. पुराला उद्देशून बोलत होता म्हणून त्याला सारे आस्थेने समजावत होते...

''असं पिसाटावानी काहून करून रायला तू? पोरंबायं थडीवर पाडतं का? अन् तुह्य एकट्याचच नुकसान झालं का? समद्यायचच झालं. मंग कोनं कोनं जीव द्याचा? वा रे, बहाद्दर मानूस!''

त्याला सगळे जण समजावू लागले. आतापर्यंत धनाजीही पुराची खबरबात पाहावी म्हणून तिथे आला होता. राघोही त्याच्यासोबत होता. धनाजीने कमरेभोवती धोतराचं फडकं गुंडाळलं होतं, बाकी उघडाबंबच होता. शिलपतच्याही अंगात काही नव्हतं. टोंगळ्यापर्यंत धोतर तो नेसला होता. डोक्याला फडकं गुंडाळलं होतं. आणि काशा व बयाजीच्या पकडीतून निसटण्याची तो सारखी धडपड करत होता. धनाजी व राघोने त्याला दुरूनच पाहिलं. नदी फू फू करत वाहत होती. सारा बोरू पुरात वाहून गेला होता. शिलपतची अवस्था पाहून आतापर्यंतची संकटं धनाजीला आठवली. झालेल्या नुकसानीमुळे पोरांचा धीर सुटला नि त्याचे संतुलन बिघडल्याचे त्याने ओळखले. पोराची अवस्था पाहून धनाजी धास्तावून गेला आणि त्याच्याकडे आश्चर्याने पाहत तो जागच्या जागीच गचकन थांबला! राघोला मात्र राहवले नाही. बापाची अवस्था पाहून तो हुंदके देत रडू लागला. त्याच्याकडे केविलवाण्यासारखा पाहू लागला.

राघोने बापाची असहाय अवस्था पाहिली... त्याचा आक्रोश ऐकला... आणि हंबरडा फोडत त्याच्या गळ्यालाच बिलगला... नि गदगदून रडत त्याला म्हणू लागला, ''बॉ, असं नोको मनू गा बॉ! काहून असा करतं गा..! माह्यासंगं बोलनं गा बॉ! शांत व्हयनं गा थोडुक्सा!''

राघोची बाळमिठी शिलपतच्या गळ्यात पडली. त्याच्या विव्हळण्याने तो भानावर आला नि त्याच्यातला बाप पोराला साद घालू लागला. काशा-बयाजीच्या पोलादी मनगटांना जो उन्माद आवरता आला नाही; तो राघोच्या प्रेमाने खाडकन ओसरला. लेकराच्या स्पर्शाने त्याचं वात्सल्य ओथंबून आलं. त्याला उराशी कवटाळून तो गदगदून रडू लागला नि तसाच पुढे चालू लागला. चिखलाने माखलेली राघोची पावलं त्याच्या उघड्या अंगाला घासू लागली... ती घट्ट माती त्याच्या अंगाला चिपकू लागली. आपल्या हातून आज कोनते आक्रीत घडले असते, या पश्चात्तापाने तो उचंबळून येत होता नि चिखलभरल्या रस्त्याने पालाकडे ताडताड चालत होता. धनाजीसह त्याचे सोबतीही हातची कामं टाकून त्याच्या मागं निघाले.

आता सूर्य बराच वर आला होता. गारठलेले जीव उबेसाठी उन्हाच्या आश्रयाने येत होते. गारपिटीने झोडपलेली झाडं निष्पर्ण झाली होती... त्यांच्या बुडाशी मेलेले पक्षी चोची फाडून, पंख उभारून निपचित पडले होते... गहू-हरबऱ्याच्या शेतावरून रोलर फिरवल्यासारखे वाटत होते... उभे पीक जमीनदोस्त झाले होते... कौलारू घरांवर खापरंच खापरं दिसत होती... मोठमोठी झाडं उन्मळून पडली होती... वादळ व गारपिटीने सारी सृष्टीच ओरबडून टाकली होती. अस्ताव्यस्त झालेली भामट्यांची पालं सूर्याच्या प्रकाशात स्पष्ट दिसू लागली. त्याभोवती लावलेल्या बोरूच्या पेंड्या अर्ध्याअधिक उडल्या होत्या... बाकी कशातरी तग धरून होत्या! त्यांच्या बुडाशी दडलेल्या गारा अद्यापही तशाच थंडगार पडल्या होत्या... रात्रीच्या शेकोटीची राख झाली होती... सनकाड्यांचा गह्याटा उबेची हमी देत ऊन खात पडला होता... आणि भामट्यांची बाया-माणसं उद्ध्वस्त पालांच्या पुनर्बांधणीला लागली होती; पराभूत योद्ध्यांनी पुन्हा युद्धाची तयारी करावी तसे...!

नवऱ्याची वाट पाहत न बसता मुलांच्या मदतीने सईनेही आपले पाल उभे केले. ओली झालेली ज्वारी, डाळ उन्हात वाळू घातली. कपडेलत्ते, हातरूण-पांघरूणं पठारी झुडपांवर टाकली. पालातील चिखल निपटून काढला. रात्रीच्या शेकोटीवर पाणी गरम केले. पोरांबाळांसह तिनेही अंघोळ केली आणि पालातील दगडांची चूल पेटवण्याचा प्रयत्न करू लागली. पण खालची ओलीगच्च जमीन नि ओल्याच सनकाड्या काही केल्या पेट घेईनात! फुंका मारून-मारून ती दमून गेली. मग रात्रीच्या शेकोटीतच तीन दगड मांडून, त्यावर तवा ठेवला नि भाकरी थापू लागली.

भाकरी थापता-थापताच राघोला उराशी कवटाळून पालाकडेच येणारा शिलपत तिला दिसला. त्याच्या मागोमाग येणारी माणसंही तिने पाहिली. आणि 'काय झाले असेल?' अशा प्रश्नार्थक मुद्रेने ती समोर पाहू लागली. माय दिसताच राघो बापाच्या मिठीतून अलग झाला नि तिच्या दिशेने पळत सुटला. स्वयंपाक करत असलेल्या सईजवळ त्याने नदीवर घडलेला सारा प्रकार सांगितला.

"माओ, बा का नाही अज पिसायल्यावानीच करत होता, काहून तं! आपला समदा बोरू नदीच्या पुरात वाहून गेला. थडीवर ठिवला होता थोय गेला अन् पान्यात सडाले टाकला होता थोय गेला. थे पाहून, बानं काल बायरं काढला

होता थोय बोरू नदीत फेकला अन् सोतःय पुरात कुदाले पाहे थो! काशा अन् बया काकानं त्याले पक्क घरून ठिवलं, म्हून वाचला थो. नाही तं जीव देल्ला असता त्यानं अज!'' असे म्हणून तो पुन्हा अश्रू ढाळू लागला. त्याची भावंडंही मुसमुसू लागली.

पण सईने त्यांना समजावले... ''हे पाहय, आता लडाचं नाही, नाही तं त्यायले अखीन धक्का बसन! त्यायले आठोनय नाही हूँ द्याची त्याची!''

असे म्हणून ती आपल्या कामी लागली खरी; पण दाटून आलेल्या भावना ती रोखू शकली नाही. तिचे डोळे सारखे पाझरू लागले. समोरच्या पिठावरून हात यंत्रवत फिरू लागले. त्यातील संवेदनाच गेल्यागत तिला वाटत होते. डोळ्यांत दाटलेल्या आसवांमुळे तिला काही दिसत नव्हते. ते पाहून लहानगा विठोबा तिला बिलगत म्हणाला, ''माॅ, तू काहून ललतं? तुले माल्ल का कोनं? मले सांग कोनं माल्ल तं! मी थोकतो त्याले!''

असे म्हणत आपल्या हाताने तो मायचे आसू पुसू लागला. सईने त्याचा मुका घेत त्याला कवटाळले नि पदराने आसू पुसत म्हणाली, ''नाही रे, बाबू! मी कायले लडू? हे इंधन पेटून न्हाई रायलं. फुका मारता-मारता पानी यिवून रायलं डोयात.''

मायचे बोलणे ऐकून विठोबाने चुलीकडे पाहिले. ती चांगली शिलगली होती. उभळा तव्याभोवती गोलाकार झेपावत होता. एवढी चूल पेटूनही माय का रडत आहे, हे कोडं त्याला काही उलगडत नव्हतं.

शिलपत पालाजवळ येऊन पोहोचला. कमालीचा उदास वाटत होता तो. जमिनीत गाडल्या गेलेल्या गहू-हरबऱ्याप्रमाणे आपणही जमीनदोस्त झालो आहोत... पंख उभारून चोच वासून पडलेल्या पाखरांगत आपलेही मनसुबे मरून पडले... आणि झाडांप्रमाणे आपणही उन्मळून नामशेष झाल्याची जाणीव त्याला सारखी सतावत होती. पालापुढील खोडावर बसून वादळ व गारपिटीने केलेला चराचराचा संहार तो उदासपणे पाहत होता. त्या संहाराच्या प्रत्येक दृश्यात त्याला स्वतःचं, भाऊबंदांचं आणि समस्त भामट्यांचं प्रतिबिंब उमटलेलं दिसत होतं.

पाहता-पाहता सर्व पालांत ती बातमी पसरली. सारे जण शिलपतकडे गर्दी करू लागले. पण काशाने सर्वांना चूप राहण्याचा इशारा केला. सईने गुळाच्या काढ्यात

हळदीची भुकटी टाकून उकळलेला चहा त्याला प्यायला दिला. काही वेळाने शामा बुढा चाफलत-चाफलत तिथे पोहोचला. त्याने शिलपतची नाड पाहिली. सईने पाण्याचा प्याला त्याच्या हातात दिला. शामा बुढ्याने पानी मंतरून शिलपतला प्यायला दिले. त्याने त्याच्या डोळ्यांवर मंतरलेल्या पाण्याचा शिडकावा मारला. अंगावरून उतरवून पाणी बाजूला फेकले. शामाच्या आंधळ्या प्रेमाने शिलपत गदगदून आला. धोतराने आसू पुसत तो त्याचा हात पिरसू लागला नि म्हणाला, ''शामा काका, मले का भूतखेत लागलं का गा!''

''मंग काहून असा येड्यावानी करून रायला तं?'' शामा म्हणाला.

त्यावर शिलपत उत्तरला, ''माह्य अवसानच फाकल्यावानी झालं गा! माही अक्कलच काम करून नाही रायली!''

शिलपत हवालदिलपणे म्हणाला, तसा धनाजी त्याला समजावू लागला, ''आरं बाबा, मनून का जीव द्या लागते का...? त्याच्यासाठी नदीत कुदा लागते का...? आरं ज्यानं आपल्याले चोच देल्ली, थोच दानाय दीन! हिमतीनं जगाव मानसानं! आल्या पर्संगाले तोंड द्याव. चालतच असते हे! अन् बरू वाहयला तं काय मोठं धन गेलं तुह्य? हातमजुरीच गेली ना? हात तं सलामत हाये तुहे? मर्दासारखा मर्द तू अन् असा भेकाडावानी करून रायला!''

मग आपापल्या परीने त्याला सर्वच ज्येष्ठांनी समजावले आणि आपापल्या पालांकडे निघून गेले. शिलपतने अंग धुतले... जेवण केले... आणि सनकाड्यांच्या वाळलेल्या चार पेंड्या पालात पसरवून त्यावर तो पडून राहिला.

या अनुभवापासून राघो सतत त्याच्यासोबत राहू लागला... त्याच्यावर लक्ष ठेवू लागला... हळूहळू तो भानावर आला आणि सारे विसरून कामाला लागला.

❖❖❖

गारपिटीच्या थंडगार वाऱ्याने अंशी झपाटून गेली होती. पालापुढे ठेवलेल्या पेटत्या खोडापुढे ती दिवसभर पडून असायची. शामा बुढ्याने तिला जडीबुटीची, झाडपाल्याची दवाई दिली; पण मान काही पडला नाही. जंतरमंतर झाले... देवदेव झाले... सईने गावाकाठच्या भोवानीची पूजापाती केली... हेलबोणे वाहिले; पण आराम झाला नाही. तिचं सारं शरीर आक्रसल्यासारखं झालं.

तुकाराम तिला रोज गरम फडक्याने शेकून काढायचा... गरम पाण्याची शिशी तिच्या अंगावरून फिरवायचा... पेटलेल्या खोडाभोवती सनकाड्या लावून उभ्या करायचा. त्यामुळे तिला गर्मी आल्यासारखे वाटायचे आणि ती पुन्हा तशीच पडून राहायची. जबरदस्तीनेच अर्धी कोर खायची. बोलणे मात्र कणखर होते. रागारागाने धनाजीला म्हणायची, ''तुमचा समदा जल्म असाच वाया गेला. ह्या गावून थ्या गावले, फिरता-फिरताच मतारे झाले तुमी; पन सुकाची भाकर कव्हा भेटली नाही. आंगात कुडतय नाही पायलं कव्हा! सदानकदा डोक्शावर बिराड... लेकायच्या कायात तरी चांगले दिवस दिसन असं वाटलं होतं; पन जो निंघते थो दिवस सारखाच!''

ती सारखी बडबड करत राहायची. थकली की अंथरुणातच लुंडमुंड पडायची. कधी-कधी धनाजी तिची गंमत करत म्हणायचा, ''तू असी पिसायल्यावानी काहून करून रायली...! सपन पडते का तुले! जलमभर अनंदानं सौसार केला... कव्हा रुसवा, फुगवा पाह्यला नाही. अन् आता शेवटची घडी जवडं आल्यावर असी कावरीबावरी काहून हून रायली बॉ? तुले काई गंधात्र दिसून रायलं का?''

''माह्य मन्न तुमी मनावर घिवू नोका... मनात इचार येते. शिलपतचं तंतर बिघडलं होतं मनते अज. इचाराइचारानं थो येडा झाला. 'इकडं आड, तिकडं इहीर' असी गती झाली त्याची. अन् त्याले हातभार लावाचा तं मीच रुईकुई हून पडली. कोनत्यातरी देवाचा कोप हाये आपल्यावर! शामा बुढ्याच्या हातानं सगोन तरी पाहा लागत होता. थो जानता हाये ना; नाही तं काशाले सांगा लागत होतं. मांगं कोनाचा चक्कर हाये, थे तरी समजन!''

त्यावर ओठातल्या ओठात हसत धनाजी म्हणायचा, ''आवो, काही चक्करगिक्कर नाही. मनाचे खेल समदे! देवाले आफूनच दिसतो का? त्याले का बाकीचे कामं नाही...! सारी धरतरी संभाया लागते त्याले! एकटं धन्या भामट्याचंच बिराड थोडंच पाहा लागते त्याले...! तू झोप आता. यंदा राघोचं लगन हाये. गोरा साहेब त्याले पोरगी देतो मने! मंग थो तुले मोटारीत बसून त्याच्या देशात नेनार हाये मने... तू रानीची इहीन! मंग काय कमी आपल्याले? तूय रानीच होशीन, तवरीक मात्र पठारावरच्या पालातच झोप!''

धनाजीच्या विनोदाने पेटत्या लाकडाभोवती बसलेले सताजी, तुकाराम, गदगदा हसायचे. लहान मुलं राघोची गंमत करत 'सायबाचा जवाई' म्हणत त्याला चिडवायचे. ही गंमत बऱ्याच वेळपर्यंत चालू असायची. धनाजीही त्यात सामील व्हायचा; पण रात्री अंथरुणावर पडल्या-पडल्या आपल्या फिरस्ती जीवनाचा गंभीरपणे विचार करायचा. मग ते विचार त्याला काही झोप येऊ द्यायचे नाहीत. विचारा-विचारातच त्याला अंशीचे शब्द आठवायचे...

'बिराडामांगं कोन्यातरी देवाचा चक्कर' असल्याची त्यालाही खात्री पटायची... आणि येणाऱ्या शनवारी, नाही तं मंगळवारी शामा बुढ्याला सगोन पाहायला सांगण्याचा निर्धार करून कड फेरायचा... सारे शांत झोपलेले असायचे. पात्रांतील दगडांशी संघर्ष करत पुढे पळणाऱ्या नदीच्या प्रवाहाचा खळखळाट तेवढा कानांवर यायचा... बाकी सारं शांत असायचं. काशाच्या हातानं सगून पाहायचा, की शामा बुढ्याच्या, या विचारात तो आदमुसा व्हायचा. निर्णय काही व्हायचा नाही.

❖❖❖

बाभूळगावच्या बाजारात भामट्यांची नवी टोळी भेटली होती. त्यांना भेटण्यासाठी बस्तरवारी म्हाताऱ्यासोबत गेलेले शिलपत-काशा अद्याप पालावर पोहोचले नसल्याने घरच्यांना चिंता वाटू लागली. धनाजीने तुकारामला त्याबाबत विचारायला सांगितले. त्यानेही ते सुखरूप असल्याचा निरोप आणला. पण अंशीची ठुसठुस काही थांबली नव्हती. आपल्या पालावर कुणाचातरी कोप झाला, अशा समजुतीने ती झपाटल्या गेली. रात्री-बेरात्री ती उसनून उठायची. नाताच्या मृत्यूपासून तर शिलपतच्या नदीत कुदण्याच्या वेडापर्यंत, आणि तिच्या गलितगात्र अवस्थेपर्यंत ती त्याचे संदर्भ लावू लागली. तिच्या ठार अशिक्षित डोक्यात या विचारांनी थैमान मांडलं. आणि नेमकं काय असेल, याचा शोध घेण्यासाठी शामा बुढ्याकडून सगून पाहण्याचा धनाजीकडे तिने हट्ट धरला. धनाजीलाही आता तिचे म्हणणे पटू लागले... आणि त्याने शामा बुढ्याला सगून पाहण्यास प्रवृत्त केले. शामा म्हणाला, "पाहय धन्यादादा, जात्याचा नाहीतं पाट्याचा सगून असते. त्याची पूजापाती, अक्षद, कुंकू, नारळ, पाच रुईचे पानं,

त्याच्यावर सुपाऱ्या बलावून घे कोनाच्या हातानं! उद्याचाच शनवार हाये... राच्च्या पायरी पाहून घिवू सगून!''

ठरल्याप्रमाणे शगुनाची सर्व तयारी झाली. रात्रीचे दहा-साडेदहा वाजले असतील. शामा बुढ्याच्या सांगण्यावरून तुकाराम व बयाजीने शगुनाची पूजापाती मांडली. रुईची पाच पानं धुऊन त्यांवर धुतलेल्या सुपाऱ्या ठेवल्या. त्यांना अक्षद-कुंकू वाहिले. जात्यालाही धुऊन अक्षद-कुंकू वाहिले. शामा बुढा आसनावर कोलटेकणी बसला. जात्याला व रुईच्या पानांनाही त्याने नमस्कार केला. ओठातल्या ओठात काहीतरी मंत्र पुटपुटला. जात्याची वरची पाऊ जमिनीवर उभी केली आणि त्याला विचारू लागला, ''सांग धनाजीच्या घरात काय गंधात्र हाये! बरोबर सांगजो! करनी कवटाय, भूत भानामती, देवधरम, पितर कोनाचा कोप असन तं तसं सपस्ट सांग! कोनावर अपजाल नोको घिवू! त्यायच्या मांगं संकटावर संकटं काहून यिवून रायले...? मांगच्या पठारावर लेकरू काहून मेलं...? अंशी अशी खंगत काहून चालली...? थ्या दिवसी शिलपत पिसायल्यावानी काहून करून रायला होता...? सांग, समदं खरंखरं सांग!''

असे जात्याला विचारत दोन्ही हाताने जातं पकडून त्याला डावी-उजवीकडे फिरवू लागला, तशी गती येऊन ते कधी डावीकडे तर कधी उजवीकडे फिरू लागलं. शामा बुढा त्याला हाताच्या नेटानं गती देत विचारू लागला...

''सांग ह्यो भोग काहून लागला धनाजीच्या कुटुंबामांगं...? कोनाची करनी होय...?'' जातं तसंच इकडेतिकडे डोलू लागलं.

''करनी नोय मंतं? मंग देवाधर्माचं, नाही तं कोन्या पितराचं असन!'' तरी जातं तसंच डोलत रायलं.

मग शामा बुढा म्हणाला, ''बापा, करनी नोहे, देवाधर्माचं नोहे, पितराचं बी नोहे, तं मंग कायचं होय हे...! काहून शिलपत पिसायल्यावानी करत होता...? सईचं लेकरू काहून मेलं...? अंशी असी रुईकुई काहून झाली...? सांग. अन् दे डावी-उजवी गुडी! तुले भोवानीची आन हाये! बयरमबुवा, भिवसनबुवाची आन हाये तुले...! खरंखरं सांग कोनावर खोटे आरोप नोको करू.''

शामा बुढा जात्यापुढं आपलं गाऱ्हाणं मांडू लागला. जातंही डोलू लागलं. घटका झाली; पण जातं काही निर्णय देत नव्हतं. जडशीळ जातं सांभाळताना त्याचे हात दुखून आले... अधू डोळे थकल्यासारखे वाटू लागले. रात्र वाढू

लागली. पठारावरील निर्जन भीषणता अधिकच भेसूर जाणवू लागली. लेकरं जागच्या जागी झोपी गेले. शगुनाजवळ आता फक्त धनाजी, अंशी, सई, तुकारामच राहिले. बयाजीही पालाकडे निघून गेला. पण शामा बुढाच्या प्रश्नाचं उत्तर काही ते देत नव्हतं. तेच प्रश्न तो जात्याला पुन:पुन्हा विचारू लागला. पण जातं नुसतच इकडून तिकडं फिरू लागलं. शेवटी त्यानं निर्वाणीचंच विचारलं... ''मग हे गंधात्र कोन्या देवाधर्माचं, भुताखेताचं, करनी कवटायाचं, पितराचं नोय मनता; तं मंग असंच आंगरोगाचं, मनातलं असन?''

आणि जातं फिरता-फिरता खटकन थांबलं. तशी शामा बुढ्याच्या चेहऱ्यावर एकदम प्रसन्नता उमटली. गालातल्या गालात हसत तो धनाजीला म्हणाला, ''धन्यादादा, काहीच नाही गा! समदे आपल्या मनाचे खेल! तुमाले कोनच धरलं नाही. भूतखेत, देवधरम काही काही नाही गा!''

''खरं बोलतो ना मी...? मनाचेच खेय होयना समदे...? तं मंग दे... डावी-उजवी गुडी दे!'' शामाने जात्याला आज्ञा केली. तसं जातं एकदा डाव्या बाजूनं, तर दुसऱ्यांदा उजव्या बाजूनं गरकन फिरलं आणि स्थिर झालं. शामाने ते जागच्या जागी अध्धर उचललं नि जमिनीवर ठेवलं. शगून संपला. धनाजी व अंशीच्या मनावरचा तणाव उतरला. तुकारामने शामा बुढ्याला त्याच्या पालापर्यंत नेऊन सोडलं. अनेक दिवसांपासून अंशीच्या मनात ठाण मांडून बसलेली दहशत शगून पाहिल्याने आपोआपच दूर पळाली.

दोन दिवसांनंतर काशा-शिलपत आपल्या पालावर परतले. आपल्या टोळीपासून भरकटलेली भामट्यांची एक टोळी आपल्याला अनेक वर्षांनंतर अचानक सापडली, याचे समाधान वाटले. अद्याप आपल्यात मिसळायचे तिने नाकारले असले तरी भविष्यात वाढणाऱ्या गरजेनुसार सारे नक्कीच एक होतील, अशी आशा दोघांनाही वाटू लागली.

काशा म्हणाला, ''अरे बाबा, सगम झाल्यावर दोन नद्याचं पानीय एकदम मिसयत नाही. काहीक दूर आपापला अहंकार दाखवत, थ्याय वाहात रायते. जात गंगेचय तसंच हाये!''

आणि नवं जग भेटल्याच्या आनंदात ते आपापल्या पालांकडे जाऊ लागले.

■■■

७

बहिरमची यात्रा जवळ येऊ लागली. तीळ संक्रांतीपासून महिनाभर चालणारी ती भलीमोठी यात्रा! तिथे सर्व प्रकारच्या उलाढाली चालायच्या. काठेवाडी घोड्यांपासून गाई-म्हशी, बैलबंड्यांपर्यंत सर्वकाही मिळायचं. शेतीची औजारं फास, विड्या, वखर, नांगर, जू-जुवाडे, रेंग्या, छकडे, दावे, चऱ्हाडं ही कास्तकारींची साधनसामग्री शेतकरी तेथूनच खरेदी करायचे. एकेका इसऱ्याची शेकडो दुकाने तिथे लागलेली असायची. त्यात गरीब-श्रीमंत शेतकऱ्यांची गर्दी दाटलेली. तमाशे, जलसे दंढारी, वग रामकथी यांचे फड दिसायचे. दुरून दिसणारे सर्कसचे तंबू, त्यातील जनावरांचे आवाज तर दहा कोसांवर ऐकू यायचे, तसतशी लोकांची लोंढीच्या लोंढी यात्रेकडे जाताना दिसायचे. हौशे-गवशे-नवशे साऱ्यांचा ओढा यात्रेकडेच असायचा.

गावोगावी उतरलेली निरनिराळ्या जमातींच्या भटक्यांची बिऱ्हाडं; कुणी गाढवावरून, तर कुणी डोक्यावर गाठोडे घेऊन भीक मागत मुलूखगिरी करत यात्रा जवळ करायचे. तिथे आपले कसरतीचे खेळ, सोंग, माकडाची गंमत, सापाचे दर्शन लोकांना दाखवत पोटाची तजवीज लावायचे. यात्रेतच त्यांच्या गणगोतांच्या भेटीगाठी व्हायच्या... लग्न जुळायचे... जात-पंचायती भरायच्या... कुणाचे मागच्या वर्षीचे, मागच्या जत्रेत अपूर्ण राहिलेले निवाडे मार्गी लावण्याचे प्रयत्न होई. कुणाची सोडचिठ्ठी, लग्नाची जोडमोड, पाट मोहतीर सारेकाही जत्रेतच व्हायचं. एखादा जातीतून बहिष्कृत व्हायचा, तर एखाद्याला जातीत घेतल्या जायचं. जातीत कुणी लांडीलबाडी केली... कुण्या बाईचं

पोट आलं... कुणी कुणासोबत पळालं... कुणी परजातीतील बाई ठेवली... ते सारंकाही जात-पंचायती समोर यायचं. त्यांच्यासमोर सगळे आपापल्या गुन्ह्याची कबुली द्यायचे. पंच त्यांना दंड ठोकायचे... जातीबाहेर टाकायचे... दंड भरला की पुन्हा जातीत घ्यायचे... असा रिवाज! यात्रेच्या निमित्ताने त्यांचीही एक यात्राच भरल्यासारखी वाटायचे आणि यात्रेचा आनंद लुटत जात-पंचायतीतही सहभागी व्हायचे. निरनिराळ्या मुलखात पांगलेली भामट्याचीही बिऱ्हाडं आठ-दहा दिवसांपासूनच यात्रेच्या वाटेने लागत. ज्या मोसमात ज्या भागातील यात्रा असेल तिकडे त्यांचा मोहरा वळायचा. गावोगावी मुक्काम करत ते यात्रेला पोहोचायचे.

पाहता-पाहता बहिरमची यात्रा आठ दिवसांवर आली. पुंजाजी म्हाताऱ्याने भाड्याने तीन बंड्या सांगितल्या. त्यात दावे-चऱ्हाडांचा माल खच्चून भरला. चऱ्हाडांनी भरलेल्या दोन बंड्यांत, त्याचे पोरं, सुना व लेकरं बसवली. तिसऱ्या बंडीत म्हातारा त्याची एक बायको, चऱ्हाडं मोजायचा तराजू, वजनं, चिल्लर पैशांचा खुर्दा, रिकाम्या पिशव्या, आठ दिवस पुरेल एवढी अन्नसामग्री, एवढा ऐवज सोबत घेऊन तो बहिरमच्या दिशेने निघाला.

वच्छला व तिची मोठी सासू, तसेच त्यांच्या पालातील आणखीही एक-दोन बाया-माणसं मात्र पालातच थांबली. पालात थप्पी लावून पडलेल्या तागाची दावे, चऱ्हाडं आटणे अद्यापही चालूच होते. पुढच्या वर्षीचा हंगाम सुरू होईपर्यंत म्हाताऱ्याकडील ताग पुरेल एवढा माल त्याच्याजवळ शिल्लक होता. दिवस उगवल्यापासून मावळेपर्यंत घेरं फिरत होती... पड आटला जात होता... चऱ्हाडं तयार होत होती... तयार झालेल्या चऱ्हाडांची तुकाराम पालातच गंजी लावत होता. आठवणीने ज्याच्या-त्याच्या नावाचे खडे त्यांच्या बटव्यात टाकत होता. वच्छलाही त्याला मदत करत होती.

बहिरमच्या यात्रेला जाण्याची तुकारामला आता इच्छाच राहिली नव्हती. यात्रेत येणारी त्याच्या सासऱ्याकडील बिऱ्हाडं व त्यांच्यासोबतच येणारी त्याची बायको-पोरं यांना समजावता-समजावता तो अगदी उदास झाला होता. पण ते आपला हेका सोडत नव्हते. बायको त्याच्यासोबत नांदायला काही येत नव्हती. शेवटी तो कंटाळला व यात्रेत जाण्याचा नि बायकोला समजावण्याचा फंदा त्याने सोडून दिला. त्यामुळे यंदाही यात्रेला जाण्याचा विचारच त्याने केला

नाही. म्हाताऱ्यालाही तेच हवं होतं. तुकारामसारख्या विश्वासू माणसावर माल काढण्याची सर्व जबाबदारी त्याने सोपवली आणि तो निश्चिंतपणे बंड्या भरलेली दावे, चऱ्हाडं विकायला यात्रेच्या वाटेने लागला होता. हा माल खपल्यावर पुन्हा नवा माल बोलवायचा होता. त्यासाठी सातत्याने घेरं फिरणे, चऱ्हाडं निघणे आवश्यक होते. म्हातारा व त्याची दोन्ही मुलं यात्रेत गुंतल्यामुळे इकडची पंचायतच झाली असती. पण तुकाराममुळे म्हाताऱ्याला चिंता नव्हती. आतापर्यंतच्या त्याच्या अनुभवाने, प्रामाणिकपणा व हुशारीने म्हातारा त्याच्यावर खूश होता. त्यामुळेच इकडची सारी जबाबदारी त्याने तुकारामवर टाकली होती.

म्हाताऱ्याच्या तीन बंड्या व त्याच्याच तुंग्यातील इतर भामट्यांच्या पाच-सहा बंड्या मिळून सारे सोबतीने निघाले होते. चोरा-चिलटापासून संरक्षण व्हावे म्हणून एका मागोमाग निघाले होते. संध्याकाळ होताच सगळे जण एकाच ठिय्यावर मुक्काम करायचे, भाकर-भाजी रांधायचे, बैलांचे चारापाणी करायचे, नि पहाटेच पुन्हा वाटेने लागायचे. असा त्यांचा आठ दिवसांचा प्रवास मजल दरमजल करत सुरू झाला.

यात्रेच्या परिसरात शक्य तेवढ्या लवकर पोहोचून दुकानासाठी योग्य जागा निश्चित करायची होती... दुकान मांडायचं होतं... पालं उभारून दावे चऱ्हाडांच्या गुंडाळ्या दुकानात मांडायच्या होत्या... ग्राहक आकर्षित होईल अशा पद्धतीने माल लावायचा होता. जानोजी म्हाताऱ्याचा व्याप इतरांपेक्षा मोठा! त्याच्याजवळ इतरांपेक्षा भरभक्कम दावे, चऱ्हाडं... इतरांच्या तुलनेत त्यांचा मालही उजळ... डोळ्यांत भरणारा व गॅरंटीचा!

काही लोक त्या चऱ्हाडातही काही अच्चक-दुच्चक करायचे. घेऱ्यावर पड आटतानाच त्यात जुना, पाणी लागलेला ताग मिसळायचे. व्यवस्थित न धुतलेल्या काळसर तागाच्या लट्ट्या चांगल्या तागाच्या लट्टीत बेमालूमपणे मिसळायचे व त्याचे दावे, चऱ्हाडं करायचे. घेऱ्याच्या वेगात आटल्या जाणाऱ्या पडाच्या वस्यात ते काही माहीत व्हायचं नाही. त्याचा काळसरपणा चांगल्या धामट-पांढुरक्या तागात दडून बसायचा. नीट न धुतल्यामुळे त्या तागावरील मळसाल तशीच राहायची. त्यामुळे दाव्याचे वजन वाढायचे. कुणाचा ताग वाळून खन्न झाल्यावर पावसाच्या पाण्यात ओला झालेला असायचा व काळा पडून सडू लागायचा. लागलीच वून तापली तर तो ओला ताग वाळत टाकला जायचा. एरवी

तो तसाच पोटात पाणी घेऊन आतल्या आत सडू लागायचा. त्याच्या बुडाला उधळी लागायची व हे सारं नुसतंच पाहत बसण्याखेरीज भामट्यांजवळ अन्य पर्याय नसायचा. कसातरी एका जागेवरून दुसऱ्या जागेवर सरकवत तागाला जपण्याचा तो प्रयत्न करायचा व त्याची अवस्था पाहून हवालदिल व्हायचा. मग घेरे सुरू झाले, नवा ताग निघाला की पावसाने खराब झालेला, मुदत संपलेला ताग नव्या तागाच्या पडात ते मिसळून द्यायचे. त्याचे दावे, चऱ्हाडं वळायचे व गिऱ्हाइकाला विकायचे. त्याची किंमत कमी आली तरी त्यांना चालायचे. वाया जाणाऱ्या तागाचा पैसा झाल्याच्या समाधानात हरखून जायचे. चऱ्हाड स्वस्त मिळाल्याच्या आनंदात शेतकरीही सुखावून जायचा नि गालातल्या गालात हसत वाटेने लागायचा.

पण अशा तागाची चऱ्हाडं काही टिकायची नाही. जत्रेतून गावी परतलेला शेतकरी, नव्या चऱ्हाडाचा जुफण्यात समावेश करायचा. जुफणं म्हणजे, वखर नांगर बांधायची साधनं. त्यात चऱ्हाड वार्ती फास, विड्या... बैलांच्या गळ्याला जुवाच्या आधाराने बांधायच्या बेड्ड्या... लोखंडी इळत घातलेला त्याचा तुत्या, म्हणजे बांबूची काठी... पुराणी लावलेली! त्या काठीत जुफणं अडकवून आपल्या बैलांच्या मागे चालणारा शेतकरी, जुफण्यातील नव्या चऱ्हाडाची शहानिशा करायला औत जुंपायचा. वखरावर मोठा दगड ठेवायचा, अथवा वखरावर उभा राहायचा नि बैलांना चालण्याचा इशारा द्यायचा. काळ्या मातीचे पापुद्रे भेदत वखर जमिनीत घुसायचा. दांडी टोपणाच्या फटीतून माती वर यायची. बैलांची ताकद पणाला लागायची. असा उपक्रम पंधरा दिवस चालला की चऱ्हाडातील कुजका ताग ताण बसताच खांडायला लागायचा. त्याच्या दशा बाहेर यायच्या आणि हळूहळू त्याचे तुकडे व्हायचे. फसगत झालेला शेतकरी भामट्याला शिव्या देत स्वतःलाही दोष द्यायचा. म्हणायचा, ''छ्या बहीन, फसवलं लेकानं! चोर भामट्यानं! पन मीय लोभात पडलो ना! सस्त भेटलं मनून, चांगलं सोडून भलत्याच्याच मांगं लागलो. मनून तं मंते, सस्ती भाजी हागोनीले काय!''

असे म्हणत तुटलेल्या चऱ्हाडाचे तुकडे एकमेकांना सांधत, पुढच्या यात्रेपर्यंत त्या चऱ्हाडावरच उदीम करायचा. पण नव्या तागाचे चऱ्हाड चार-चार पाच-पाच वर्षे टिकायचं. सहा बैलांच्या लोखंडी नांगरापासून, कडब्याचं

भट्ट बांधण्यापर्यंत त्याच्या सर्वच कामात ते यायचं व पुन्हा अशाच गॅरंटीच्या व्यापाऱ्याकडे शेतकरी धाव घ्यायचे.

जानोजी म्हाताऱ्याकडील दावे, चऱ्हाडं अशी मजबूत, गॅरंटीची असायची. तो भावही इतरांपेक्षा ताणून घ्यायचा नि गिऱ्हाइकाला म्हणायचा, ''भावू, हे न्या चऱ्हाड! तीस हात हाये. कोनत्याय कामी लावा. दोन सालाच्या आंदी तुटलं त वापस आनून द्या. अनाचं तोंड सेनाले नाही लावनार! तीस-चाईस सालापासून ह्या वराडच्या जत्रेले येतो.''

त्याचे बोलणे ऐकून ग्राहकाचा त्याच्यावर विश्वास बसायचा व त्याचा मालही लवकर खपायचा. यात्रा संपेपर्यंत दोन-तीनदा तरी पठारावरील पालातून पुन्हा माल आणावा लागायचा.

काशा, शिलपत व त्यांच्या तुंग्यातील इतरही बिऱ्हाडांनी यात्रेला जायची तयारी सुरू केली. आवश्यक सामानसुमानाचे गाठोडे बांधले. मायबापासोबत लहान मुले-मुलीही हरखल्या. अंशीची प्रकृती फारच खालावल्याने तिच्या देखभालीसाठी धनाजी पालातच थांबला. तुकारामही यात्रेला गेला नव्हता. धनाजीला त्याची हिंमत होतीच. सताजी-बयाजीनेही कुटुंबासह यात्रेची तयारी केली. काशा व त्याचे भाऊबंदही तयारीला लागले. जानबा-पार्बती, शामा बुढा-त्याची म्हातारी व आणखीही एक-दोन बिऱ्हाडं पठारावरच थांबली. वडगाव गोंधळी शिवारापासून बहिरम पन्नास-साठ कोसावर... मधल्या मार्गानं गेलो तर दहा-पाच कोस कमी; पण तो रस्ता आडवळणाचा, झाडाझुडपांनी वेढलेला! तरी सारे जण त्याच रस्त्याने यात्रेला निघाले. निघण्याच्या आदल्या रात्रीच सर्वांनी पोलीस-पाटलाकडून दाखला आणला. सोबत जाणाऱ्या बाया-माणसांची, लेकरांची त्यात नोंद होती. परत कधी फिरणार, मुक्काम कुठेकुठे करणार, याची माहिती पाटलाच्या दप्तरात नोंदली गेली. परत येताच मुक्कामाच्या गावपाटलांकडे नोंद करत पुन्हा आपल्या दप्तरात नोंद करण्याची व रोज हजेरी लावण्याची गावपाटलाने तंबी दिली. सर्वांनी हात जोडून होकार दिला. दाखल्याचा कागद धोतराच्या पचांगीत बांधून सारे वाटेला लागले.

सारे जण दिवसभर चालत असायचे. लहान पोरं-पोरी आपापले ओझे सांभाळत मायबापामागे लुटूलुटू धावायचे. नदी लागली की पाणी प्यायचे. सोबत

आणलेली भाजी-भाकर खायचे. पुन्हा सारे वाटेने लागायचे. संध्याकाळ झाली, वाट दिसेनाशी वाटली की एखाद्या गावाच्या आसऱ्यानं, उघड्या पठारावर अथवा गावगोठाणावर मुक्काम करायचे. पुन्हा गावाकाठी उतरल्याची नोंद, गाव सोडतानाची नोंद असं करत पुढचा रस्ता धरायचे. गावातून तेल-मीठ आणायचे. भाजी-भाकर करायचे अन् उजाडण्यापूर्वीच वाटेला लागायचे. असा क्रम आठ दहा दिवस चालू राहिला.

मजल दरमजल करत मोर्शी, चांदूर बाजार, रिद्धपूरवरून आणखी पुढे निघाले; पण गावात थांबण्याच्या भानगडीत सहसा पडले नाही. आडरानानेच चालत राहिले. ही मोठी गावं सदैव गजबजलेली... तिथे पोलीस-पाटलाचा दरारा... पोलीसठाण्याचा पहारा... तेथून जवळच परतवाडा... तिथे गोऱ्या सायबाची नेहमीसाठी छावणी पडलेली... या साऱ्यांची नेहमीच्या भटकंतीने त्यांना माहिती झाली होती. त्याचा फायदा घेऊन, गोऱ्यांची नजर चुकवत, नसल्या झंझटी टाळत, त्यांना बहिरमला पोहोचायचे होते. म्हणून आडराआडराने, खेड्यापाड्यातून वाट काढत बहिरमच्या आसपास ते येऊन पोहोचले.

बहिरम आता नजरेच्या टप्प्यात आले. दुरून डोंगर दिसू लागले... यात्रेचा गोंगाट कानांवर पडू लागला... तमाशातील ढोलकी तुणतुणी आपले अस्तित्व दाखवू लागले... सर्कशीतील वाघांच्या डरकाळ्या, त्याची घुर्रघुर्र कानांवर येऊ लागली... चालता-चालताच सर्वांनी बहिरमबुवाला नमस्कार केला... आणि आणखी पुढे निघाले. तसा काशा म्हणाला, "थांब ना गा एवढ्यातच! यात्रा तं इथून जवडच हाये. इथूनच आपल्या जातभाईच्या बिराडायचा अंदाज घिवू अन् यात्रेतय जात जावू."

त्यावर शिलपत म्हणाला, "नाही गा, अखीन पुढं चाल थोडुक्सा! यात्रीपासून वावरभर अंतरावर थांबलो तरी चालते."

बोलत-बोलत दोघेही यात्रेत येणाऱ्या आपल्या लोकांचा अंदाज घेऊ लागले.

एवढ्यात त्यांना दूरवर एक मनुष्यसमूह दिसला. काही वेळातच तो त्यांच्याजवळ येऊन पोहोचला. त्यांनी एकमेकांशी रामराम घेतला. डोक्यावरचे गाठोडे खाली ठेवले. काशाने त्यांना पाय धुवायला पाणी दिले. सर्वांना गुळाचा खडा व पाणी दिले. एकमेकांचा समाचार विचारत, मागे पालावरच थांबलेल्या

लोकांचीही ख्यालीखुशाली विचारली. तेवढ्यात कचरीने आपल्या मायबापाची चौकशी केली. ती शिलपतला म्हणाली, ''दादा, माय नं बावा नाही दिसून रायले. थेय गेले का यात्रीमंदी?''

''नाही ओ, बाई. थे कसे जाईन यात्रीत? थे दोघय नाही आले यंदा. मायची तब्येत चांगली नोती. तिच्यानं इतक्या दूर काही चालनं होत नोतं. मनून माय नं बावा वडगाव, गोंदईच्या सिवारातल्या पालातच थांबले.''

''माय लयच झाली कागा? पाच-साहा सालापासून तिची माही भेट नाही. लय थकली असन आता...! नाही?''

''अं, मतारं मानूस हाये. ह्या गावून थ्या गावले भटकता-भटकता चांगला मानूसय फेसांडून जाते. त्याच्यात मताऱ्यायचे हाल! आंदीचाच त्यायचा जीव त्यायले भारी अन् खा-प्याची बिपत!''

दोघा-बहीण भावाच्या गोष्टीमाता सुरू झाल्या. कचरी ही शिलपतची बहीण. तिकडे वराडात वरच्या अंगानं बुलढाणा, खामगावच्या परिसरात आणखी काही बिऱ्हाडांसह भटकायचे. ती शिलपतच्याच पाठची... लेकुरवाळी; पण मायच्या आठवणीने पिळवटून गेली. त्यांच्या सोबतचे काही बिऱ्हाडं आता बहिरमच्या यात्रेला आले होते. त्यांच्यासोबतच खानदेशाकडून आलेलीही काही बिऱ्हाडं होती. त्यांचीही ख्यालीखुशाली त्यांनी विचारली. समाचार घेतला. तुकारामची बायको, तिचे मायबाप व त्यांच्या सोबतची खानदेशातील बिऱ्हाडं, आपल्या पुढेच आल्याचे त्यांनीच सांगितले.

मग शिलपतने आपल्या दुसऱ्या बहिणीची, चिंधीची चौकशी केली. त्याची दुसरी बहीण चिंधी. त्यांची बिऱ्हाडं अकोला जिल्ह्यात बार्शी टाकळी, मांगूळ, पुनोती, पिंजर, मूर्तिजापूर परिसरात भटकायची. त्यांच्यासोबत पंधरा-वीस बिऱ्हाडं होती. त्यांच्यातील मात्र कुणीच दिसत नव्हते. तिकडे घाटाकडील म्हणजे, परभणी, जिंतूर, वझर या भागांत फिरणाऱ्या बिऱ्हाडांपैकीही अद्याप कुणीच दिसत नव्हते. उद्या त्यांचा शोध घ्यायचा होता... जात-पंचायतीची व्यवस्था करायची होती... सोयरीक-संबंधाच्या गोष्टी करायच्या होत्या... सर्वांच्या भेटीगाठी घेऊन आपल्या फिरस्तीच्या मुलखात परतायचे होते... असे बेत आखीत सारे जण आपापली बिऱ्हाडं मांडू लागली.

यात्रेत गेलेले सताजी-बयाजीसह सारी बाया-माणसं बऱ्याच उशिरा आपल्या बिऱ्हाडांवर परत आले. यात्रेत फिरताना त्यांना तुकारामची बायको पंचफुला, तिची माय व तिकडची बाया-माणसं भेटली. तुकारामचा सासरा सहा महिन्यांपूर्वीच मरण पावल्याचेही त्यांनीच सांगितले. ते ज्या ठिकाणी उतरले होते तिथला पत्ता दिला. बयाजीने चिंचेच्या झाडाकडे हात दाखवून आपलेही ठिकाण सांगितले.

जात-पंचायतीतील एक सदस्य धनाजी आला नव्हता. 'आपल्या जागेवर आता शिलपतला घ्यावे. तो आता आपल्या घराण्यातर्फे मायजनकी करील,' असे एक-दोन पंचायतीत त्याने सांगितले होते. पंचांनी ते मान्यही केले होते. यंक्या भामटी, खानदेशातील परशा भामटी, गणा भामटी, घाटाकडील सदा व गोविंदा भामटी, शिलपतचा बाप धनाजी, झाडीपट्ट्यातला तुकोजी अशी सात जणांची भामट्यांची जात-पंचायत. त्यातील काही येऊन पोहोचले होते, तर काही वाटेने होते. एक दिवस त्यांची वाट पाहायची आणि पंचायतीला सुरुवात करायची असे शिलपत व यंक्या आपसात बोलू लागले. त्यांचे बोलणे ऐकत सर्वांनी त्यांच्याभोवती पलखट मांडली. स्त्रिया एकमेकींशी गप्पा करण्यात रमल्या. लेकरं धिंगामस्ती करत यात्रेतील गमती एकमेकांना सांगू लागले.

खूप दिवसांनी एकमेकांना भेटलेलं गणगोत, आपापल्या जीवनाच्या कहाण्या बऱ्याच रात्रीपर्यंत एकमेकांना सांगत, मनं हलकी करत होते. अर्धी रात्र उलटली तरी त्यांना त्याचं भान नव्हतं. रात्र चढत होती; पण शब्द थकत नव्हते. आवेग ओसरत नव्हता. उलट, त्याला अधिक उधाण येत होतं. यात्रेच्या गलबल्यापेक्षाही मोठा गलबला त्यांच्या मनात उसळला होता. त्याला थोपवता-थोपवता सारे हैराण होत होते. कित्येक दिवसांपासून भेटलेल्या मायलेकी एकमेकींना पिरसत होत्या... बहीण-भाऊ मनं मोकळी करत होती... सगेसोयरे आव-विचारात गढले होते... कुणी आपल्याच विचारात गर्क होऊन स्मृतींना उजळा देत पुढचे बेत आखत होते... आणि सगळे जण त्या अनोळखी धूळ-मातीत दाटीवाटीने पसरले होते. बहिरमच्या पहाडावरील निर्जीव दगडांना जीव फुटून ते इथे इतस्तत: विखुरले आहेत; आणि आपापल्या शिलीभूत जीवनाची कहाणी एकमेकांना सांगत आहे, असे वाटत होते.

❖❖❖

अंशी आता फारच अशक्त झाली होती. धनाजी दिवसभर तिच्या उशाशी पड आटत बसायचा. तागाच्या लट्टीचं टोक पायाच्या अंगठ्याला बांधून, त्याला हाताने पीळ भरत तिला दुसरी लट्टी जुळवत, पडाचा धागा लांबवायचा. हात-दोन हात धागा लांबला की तो तसाच अंगठ्याशी ठेवून, तळपायाच्या खालून टाकेला वळसा देत, पुन्हा अंगठ्यात अडकवायचा. असे पडाचे पदरामागून पदरं अडकवत पड आटता-आटता, धनाजी अंशीकडेही लक्ष ठेवायचा. तिला पाणी पाजायचा. ज्वारीच्या पिठाचं पातळ कढण तिच्या तोंडात टाकायचा. पण कढण काही गळ्याखाली उतरायचं नाही. मग तिचा गळा हलकेहलके चोळत कढण पोटात ढकलायचा. तोंडात पाणी टाकून त्यासोबत गिळायला सांगायचा. परंतु घास गिळण्याचेही त्राण आता तिच्यात राहिले नव्हते. ती 'नाही नाही' म्हणत मान हलवायची. 'आता नको' म्हणत हाताने खुणवायची. बोटात कढण भरलेला धनाजीचा हात बाजूला करण्याचा प्रयत्न करायची. तरीही धनाजी तिला बळेबळे चारण्याचा प्रयत्न करायचा. कप-दीड कप कढण गिळायला तिला अर्धा-पाऊणतास लागायचा. पण धनाजी तिला कढण पाजल्याशिवाय राहायचा नाही. ती 'नाही' म्हणायची, मानेला झटका द्यायची, ओकाऱ्या आल्यागत करायची. कधी-कधी घशात घास अडकल्यासारखा व्हायचा. तोंडात बोकणा भरायचा, तसा धनाजी तिच्या तोंडात तर्जनी घालून, तोंडात साचलेला सारा घास बाहेर काढायचा. तोंडात पाणी सोडायचा. कप-अर्धा कप पाणी पाजायचा. आपल्या डोक्यावरच्या फडक्याने तिचे तोंड पुसायचा आणि अंगावर वाकळ पांघरून तिला झोपायला सांगायचा.

बिऱ्हाडातील पोरंबाळं होती तोपर्यंत धनाजीला हे सारेकाही करण्याची गरज नव्हती. सई आपल्या सासूचं सारेकाही करायची. तिला हवं-नको पाहायची. मुलेही आजीची देखभाल करायची. पण आता सगळेच यात्रेला गेल्याने अंशीची सारी जबाबदारी धनाजीवरच आली होती. तोही तिची सारी सेवा करायचा. हाताला धरून पालाबाहेर शौचाला न्यायचा... गरम पाण्याने अंग धुवायला सांगायचा... तिच्यासाठी कढण करायचा... पाजायचा! सुरुवातीचे दोन दिवस बरे गेले. अंशी सर्वांसोबत ठणकावून बोलायची. गती-गती पालातल्या पालात काहीबाही करत राहायची. पण थोड्याशा हालचालीनेही तिला थकवा जाणवायचा व ती सात्री कवटाळत पडून राहायची. थोडी हुशारी वाटली की

पुन्हा उठायची, धडपड करायची. कधी-कधी बसत-उठत शेजारच्या पालापर्यंत जायची. धनाजी तिला मनाई करायचा. म्हणायचा, ''असी बिनफाल्तूची काहून फिर्त? एकतं तुह्या जीव तुले भारी हाये. दोन पावलं चालली का तुले अंधारी येते. एखांद्या वक्ती तनगाडून पडसीन, तं कंबरगिंबर मोडून बससीन अन् माह्या मांगं नसली आफत आनसीन. पोरं-सुना मनन का, आठ दिवसय बुढ्यानं बुढीकडं लक्ष देल्लं नाही. पालातल्या पालात पडून राहात जा!''

त्यावर अंशी म्हणायची, ''पोरं काय लहान हाये आता? इव्हाया-जवायाचे झाले. त्यायले समजत न्हाई का? ऑ...! निरानबंधाचा जोडा व्हय आपला! आफून जलमभर एकमेकाले साथ देल्ली...! आता भरल्या कपायानं तुमच्या खांद्यावर न्या अन् आपल्या हातानं मले मूठमाती द्या, मंजे झालं!''

अंशी धनाजीला अशी समजावत गती-गती पालाकडे निघून जायची. असेच चारी दिवस गेले अन् अंशीनं अंथरूण धरलं. ती दिवसभर पडून राहायची. खाण्यापिण्यावरची तिची वासनाच उडून गेली. खाल्लेलं काही पचायचं नाही. वर नजर लावून तासन्तास पडून राहायची. काही दिलं तर हातानेच 'नाही' म्हणायची. आपल्याच विचारात गर्क होऊन सईला, शिलपतला, तर कधी राघो-सावित्रीला हाक मारायची. तिच्याजवळ कुणीही बसलं तरी तो तिचा नातू, पोरगाच आहे, असे समजून त्यालाच पिरसायची. थकली की डोळे मिटून पडून राहायची. तिच्या अशा वागण्यानं धनाजी विचारात पडायचा. त्याच्या मुरब्बी नजरेला तिची अवस्था समजायची आणि विचारमग्न होऊन, तिच्या मस्तकावर हात ठेवत तिला धीर द्यायचा नि मनातल्या मनात म्हणायचा, ''समदेझनं तिकडे जत्रेले गेले अन् इकडे हे तंती लागल्यावानी करून रायली. भल्त कशानं काई झालं त मी एकटा मतारा मानूस काय करीन, देवा...!''

पण अंशीनं अंथरूण धरलं. तिला जोरदार हगवण लागली. थोडं खाल्लं तरी धार लागायची. ती दिवसभर चालू राहायची. अंशी उठायचा प्रयत्न करायची अन् पुन्हा अंथरुणावर पडायची. धनाजी तिचे लुगडे बदलवायचा. ते धुऊन आणायचा. दुसरं धडूतं तिला नेसवून द्यायचा. पण अर्ध्या तासातच तेही भरायचं. पालात दुर्गंधी सुटायची. शामा बुढ्याकडून तो काही जडीबुटी आणायचा; पण आराम व्हायचा नाही.

तुकारामवर म्हाताऱ्याच्या ताग-चऱ्हाडांची जबाबदारी! तिकडे त्याच्याशिवाय कोनी नाही. वच्छली व तिची सासू हातभार लावायच्या. पण सारी भिस्त तुकारामवरच. कधी-कधी तो बऱ्याच रात्री पालावर यायचा. बापासोबत बोलायचा, मायची विचारपूस करायचा व उजाडण्यापूर्वीच आपल्या कामावर निघून जायचा. फिरत्या घेऱ्यासारखं त्याचं मन मायभोवती गरगरा फिरत आहेसे वाटायचं. त्याच्या मनातून निघणारा मायच्या प्रेमाचा वसा तिच्यापर्यंत जायचा. सारं लक्ष तिच्यातच हरवलेलं असायचं व तो चऱ्हाडाच्या गुंडाळ्या मोजता-मोजता गहिवरून यायचा. डोळ्यांतील आसवं पुशीत स्वत:तच हरवल्यागत एकतार पाहत राहायचा.

त्याची अवस्था पाहून डोक्यावरचं चऱ्हाडांचं वझं खाली ठेवून वच्छला म्हणायची, ''तुमचं कुठं लक्ष हाये, तुकारामबुवा! माह्या जावूची आठोन आली का? आ! गेले काहून नाही मंग,जत्रेले? वाट पाहत आसन्ना!'' आणि ती गदगदून हसायची.

तिच्या बोलण्या-हसण्याने तुकाराम भानावर यायचा नि म्हणायचा, ''नाही वयनी, तिची आठोन नाई आली. आता थे माह्यासाठी मेली. आता उरावर दगूड ठिवून मी असाच जलम काढीन.''

एवढं बोलला की त्याला भडभडून यायचं. पुढचे शब्द तोंडून बाहेर पडायचे नाहीत. मग धोतराच्या पदराने आसू पुसत मटकन खाली बसायचा नि वच्छलाचे प्रेमळ शब्द त्याचे सांत्वन करायचे... ''मंग काहून इचारात पडले तं...! लेकरायची आठोन आली...!''

त्यावर तुकाराम म्हणायचा, ''नाही वयनी, लेकरायचीय आठोन नाही आली. पालात माय, आता घडीची सोबतीन हाये. बुढा एकटाच हाये. नं समदे जत्रेले गेले. मले तं भाकर खाचीय फुरसद नाही. चार-आठ दिसात बंड्या ईन. त्यायची भर्ती हुईन येवढा माल निंघाला पायजे. बावाजीनं इस्वास टाकला माह्यावर. मी इकडं गुतलो अन् मतारी तिकडच्या तिकडच मरून गेली त कसं हुईन...? इथं असून माह्या हातचं पानीय नाई पडनार तोंडात. तिचे समदे पोरं तिकडे जत्रेत... अन् थे पोरायच्या हातच्या पान्यावाचूनच देवाच्या घरी जाले निंघाली तं 'पाचा पुताची माय अन् वयनी वास्या परान जाय,' असी खिसा हुईन. मनून इचार पडला माह्यापुढं!''

''खरं हाये तुमचं. अंधामंधात जाऊन येत जा. भेटत जा मतारीले. मताऱ्या मानसाचं काई खरं नसते. माहे मन्न मनावर नोका घिवू. म्या येरीच गंमत केली तुमची!'' वच्छला काकुळतीनं म्हणायची.

त्यावर तुकाराम बोलायचा, ''वैनी, तुमचं बोलनं मी मनावर कसा घीन? मले तं मोठा अधार वाटते तुमचा. आफून दोघय नुसाते जीव! आपापलं दूक एकमेकाले सांगाव नं मन हलकं कराव. आखरीवर असाच वयनीवाशा परान जाईन माहा. पन बुढा-बुढीत जीव गुतते. भावूबंदायले सोडाव नाही वाटत जी...!'' असे म्हणून तुकाराम आपल्याच तंद्रीत कामाला लागायचा.

तुकारामच्या बोलण्याने वच्छलाच्या मनावरील खिपल उडून तिचंही दुःख भळभळू लागायचं. मग कुणीच कुणाशी न बोलता आपलेच दुःख पिरसत कामात गर्क व्हायचे. कामातून थोडी सवड मिळाली की तुकाराम मायकडे धाव घ्यायचा... तिच्या उशाशी बसायचा... तिच्या विष्ठेची दुर्गंधी पालात पसरलेली असायची. धनाजीच्या मदतीने तो तिचे पातळ बदलवी... तिचे अंग पाण्याने साफ करी... तिला दुसऱ्या जागेवर झोपवी.

आपल्या बरोबरीच्या पोराने आपली घाण साफ करावी, त्याने आपले ढुंगण धुवावे, आपल्या शरीराची लाजीरवाणी अवस्था आपल्या मुलाला दिसावी, याबाबत तिला मनस्वी वाईट वाटायचे. ती स्वतःच्या नशिबाला दोष देत, धनाजीलाही बोल लावायची. म्हणायची, ''तुमी एकटेच माहा पदर अल्लक काहून नाही करत? तुमी माहे म्हादेव हाआत! तुमच्यापासून काय लपून रायलं? लगन होते त्याच दिसी नवरा-बायको एकमेकांत मिसयते. थेच निरानबंधाची गाठ! बाईचा जल्म थ्या गाठीत पक्का बांधला असते. म्या तुमची सेवा कराची, तं तुमच्याकूनच सेवा घ्याचं माह्या नसिबी आलं. व्वारे कर्मा! अन् त्याच्यातय तुमी पोराले माही आबरू दाखोता? गया पिचकून मारून टाका थ्या परीस!''

असे म्हणून ती गदगदून रडायची. त्यामुळे तिचं सर्वांग वादळातील झाडासारखं खलखला हलायचं. पिकल्या पानांसारखी भळभळा आसवं गळायची. आपल्या असहायतेने हवालदिल झालेली अंशी देवाला हात जोडून मरण मागायची नि गलितगात्र होऊन पडायची. तिची अवस्था पाहून धनाजी तिला समजवायचा, ''मी का मुद्दाम करतो तसं! माह्याच्यानं तुले उचलनं होत नाही... एकट्याकून लुगडं बदलवनं जमत नाई... अन् लुगडं नाई बदललं तं

वास चालते... आंगाले पानी उबजते... सालपटं निंगते आंगाचे... मंग समद्या आंगावर त्याचे खांडकं होते... किडे पडते त्याच्यात! असं भलतं गंधात्र दाखवू नोकां देवा! थ्या परीस पोराची मदत घेनं काही वाईट नाही. पोरगच होय आपलं... असी मनाले लावून घिवू नोको.''

धनाजी तिला शहाणपणाच्या चार गोष्टी सांगायचा. अन् 'आता शामाच्या बुढीले बलवत जाईन' असे म्हणून आपल्या कामी लागायचा. अंशी पोटाशी पाय घेऊन पांघरुणात दडकून झोपायची. पंधरा दिवस असेच निघून गेले. अंशी जमिनीच्या जमिनीला जिरून गेली, अन्नपाणी घेईनाशी झाली; पण हगवण काही थांबत नव्हती. धनाजी तिचे फडके बदलवू-बदलवू मेटाकुटीला यायचा. आता तर लुगड्याऐवजी नुसतं फडकंच तिच्या अंगावर असायचं. फडक्याचा ओलावा दिवसभर अंगावर असायचा.

आता ती आपल्याच तंद्रीत पडायला लागली. अंगावर माश्या घोंगावू लागल्या... ती निचेष्ट पडलेली... समोरचा माणूसही ती ओळखेनाशी झाली. एकाच कुशीवर पडून राहायची. कड फेरण्याचेही त्राण तिच्यात उरले नव्हते. आपापल्या पालात मागे राहिलेली बाया-माणसं तिला पाहायला यायचे. शिजलं-भिजलं आणायचे, तिला चारण्याचा प्रयत्न करायचे; पण ती काहीच खायची नाही. आणि तिच्याभोवती तुडुंब भरलेल्या दुर्गंधीने आदमुसी होऊन, भेटायला आलेली बाया-माणसं हुल्या देत बाहेर पडायची. संवेदनाहीन झालेला धनाजी तरीही तिच्याजवळ बसलेला असायचा.

अंशी आपल्याशीच अस्पष्ट बोलत राहायची. धनाजी तिच्या ओठांवर कान ठेवून तिचे शब्द ऐकायचा. काही वेळाने ती शांत व्हायची नि पुन्हा ग्लानीत पडून राहायची. शुद्धीवर आली की पुन्हा पुटपुटायची. तिचे बोलणे ऐकून धनाजी हवालदिल व्हायचा. जवळ बसलेल्या शामा बुढ्याला सांगायचा, ''पोरं जत्रेले जात नाही मने. शिलपत अन् सईचा जीव तं बुढीत गुतला होता. आंदीच थे रुईकुई होती. गारपिटीच्या सपाट्यानं अखीनच झाली; पन बचावली. थेच मने पोराइले, जत्रेले जा मनून. मले नातसून दाकवा मने... नातजवाई दाकवा मने! अन् तिनंच पाठोलं पोराइले जत्रेत!''

त्यावर शामा म्हणायचा, ''तिचय बरोबर हाये, धन्यादा! तुहे नातू-नात लगनाची हाये. कवरीक ठिवान त्यायले? धा वर्साचे झाल्यावर करता का लगन? काही रीतभात हाये का नाही!''

''होना गा! मनून तं म्याय मोडा नाही घातला. दोनी लगनं जोडूनच या मनलं. काई निवाडेय होते. मी मायजन हावो जातीचा; पन आता शिलपत कडच देल्ला म्या अधिकार. तुकारामच्या बायकोचाबी निकाल लावाचा होता. त्याचय मोहतीर लावाचं हाये. कवरीक हातानं भाकरी थापन थो.'' धनाजी शामा बुढ्याच्या मनन्यावर मत मांडायचा.

''आता लगोलग निरोप धाडून दे जत्रेत. अंशीचे लक्षनं काही धड नाही. थे कव्हा जाईन नेम नाही.''

''पन निरोप कोनापाशी पाठवाचा गा? आता थे कोन्या मुलखात हाये अन् कोन्या नाही. अन् येवढ्या मोठ्या जत्रेत कोनाले कुठं धुंडाचं? पन बुढी आत्ताच मरन असं वाटत नाही मले!''

धनाजी म्हणाला त्यावर शामा लागलीच बोलला, ''भल्ल सांगतं! मताऱ्या मान्साचं काई सांगता येत नाही. थे वाचली, तं मयनो गनती वाचन; नाही तं घटक्यात मरन. तिची नाडी लय खोल गेली आता. अन् अशा अपेस्टा होन्या परीस, लवकर ने मना देवाले!''

शामाच्या बोलण्यातील पीळ धनाजीला समजला. तो उदासपणे म्हणाला, ''हो, खरं हाये तुह्य. पन निरोप तरी कसा धाडाव गा? तुकाराम त्याच्या कामात गुतून पडला. इकडं याले त्याले फुरसद नाही. अन् मी तिले सोडून जावू शकत नाही. मी तिकडं गेलो; अन् कुतऱ्या-कावयानच तोडलं तिले, तं कायं लागन तोंडाले!''

धनाजीने मांडलेला मुद्दा शामाला पटला. तो लागलीच म्हणाला, ''तू असं कर, धन्यादा! आमी ठिवतो अंशीवर लक्ष. तू तुकारामले निरोप द्यासाठी तिकडं जा. थो तिकडं निरोप पाठवाची येवस्था करन, नाही तं जाईन थो लगोलग!''

त्यावर धनाजी म्हणाला, ''हो गड्या! मलेय तसंच वाटते. तू लक्ष ठीव इच्यावर. लागन्त तुह्या बुढीले अन् जानबालेय सांगून ठिवतो.''

असं म्हणत धनाजीने पालापुढूनच शामाच्या बुढीले व जानबाला हाक मारली व अंशीकडे लक्ष ठेवायला त्यांना सांगून तो म्हाताऱ्याच्या पालाकडे

निघाला. काही वेळातच तो तिथे येऊन पोहोचला. तुकाराम दावे-चऱ्हाडांची थप्पी लावण्यात मग्न होता. वच्छला त्याच्याजवळ चऱ्हाडांच्या गुंडाळ्या द्यायची, तो त्या मोजून रचून ठेवायचा. दाव्यांची, तीस हात - पंचवीस हात लांबीच्या चऱ्हाडांची वेगवेगळी थप्पी लावायचा. वच्छलाची सासू बाहेरच्या घेऱ्यांकडे ताग नेऊन द्यायची. म्हातारा नसतानाही सारी कामं कशी व्यवस्थित चालू होती.

धनाजी पालाच्या समोर उभा राहिला, तशी वच्छलाची नजर त्याच्यावर पडली. तिने धनाजीला ओळखले. खांद्यावर घसरलेला पदर डोक्यावर घेतला आणि धनाजीकडे बोट दाखवून म्हणाली, ''तुकारामबुवा, तुमचा मतारा आला. पहा बरं काय निरोप हाये तं...! तुमी दोन-तीन दिसापासून तिकडं गेले नाही. बुढी फार तं नसन!'' तसा तुकाराम चऱ्हाडाच्या थप्पीवरून खाली उतरला नि प्रश्नार्थक चेहरा करून बापापुढे उभा राहिला.

धनाजी त्याला म्हणाला, ''बाबू रे, तुह्या मायचं काही खरं नाही. कोनापासी निरोप धाड बहिरमकडं, नाही तं तू जा तिकडं लगोलग!''

तसा तुकाराम विचारात पडला व म्हणाला, ''मीय तिकडंच गेलो तं अधिक पंचाईत हुईन. तू कसा करसीन गा मंग? थ्या परीस एक-दोन दिसांत माल न्यासाठी बइरमकडून बंड्या ईनच. त्यायच्यापासीच निरोप धाडतो. भेटनच कोनी ना कोनी! एखांद्याले कयलं तरी बस हाये. समदं गनगोत उतरलं असन जत्रेत... आपोआप समजन समद्याइले! तू व्हय पुढं, मी येतो तुह्या मांगंच!'' असे म्हणून त्याने धनाजीला वाटेने लावले.

तेवढ्यात वच्छलाची सासू तागासाठी तिथे आली. तिनेही सारे ऐकले होते. ती तुकारामला म्हणाली, ''तुकाराम, तू जा पालावर. पैसेगियसे लागन तं सांगजो!''

असे म्हणत तिने कमरेची पिशवी काढली. तुकारामच्या हातावर काही पैसे ठेवले नि त्याला निघण्यास सांगू लागली. तशी वच्छला तिला म्हणाली, ''आकाबाई, मीय जावू का तुकारामसंगं? मतारीले भेटून येतो एक डाव!''

''हो जा! ये भेटून! थोडसं दूध नेजो संगं. पिईन तं पाजजो अन् दिवस बुडाच्या आंदी वापस येजो. जा आता! मी उद्या जाईन. अशा वक्ती एकमेकाच्या कामी पडाव. समद्यायले एकच रस्ता हाये माय!''

तुकाराम व वच्छला दोघेही पालावर येऊन पोहोचले. तुकारामची आपल्या मायवर नजर जाताच त्याला भडभडून आले. तिच्या अंगावर माश्या घोंगावत होत्या... अंगावरची सालटं निघाल्याने अंग लाललाल दिसत होतं... लज्जारक्षणासाठी पातळ कपडा कमरेवर टाकला होता... डोक्याचे केस काटेरी झुडपासारखे तिच्या मेंदूला चिपकल्यागत वाटत होते... डोळे बंद होते. ते उघडण्याचे त्राणही तिच्यात नव्हते... हातपाय सनकाडीसारखे झालेले... अस्थिपंजर शरीर... क्षीण श्वासोच्छवासानं वरखाली होणारं... आणि ती आपल्याच तंद्रीत पडलेली... पालभर दुर्गंध पसरलेला... दम घेताच ओकारी येणारा! तरीही तुकारामला त्याचं काही वाटलं नाही. तो 'मॉ मॉ' करत पालात शिरला. त्याच्या मागेच वच्छलाही गेली. तिच्या नजरेसमोर बसली. तुकारामने मायच्या डोक्यावर हात ठेवला व तिला हलवत आवाज देऊ लागला... ''मॉ, ओ मॉ! मी तुकाराम आलो ना! बोल नं माह्यासंगं!''

तुकारामचे बोलणे ऐकून अंशीने मोठ्या प्रयासानं डोळे उघडले. पालातल्या पालात तिची नजर भिरभिरू लागली आणि तुकारामवर स्थिर झाली. आपला उजवा हात उचलून तिच्याजवळच बसलेल्या पोराला थरथरत्या हाताने पिरसू लागली. तिच्या स्पर्शाने तुकाराम गहिवरून आला. आसवे ढाळू लागला. तिचा डोक्यावरचा हात बाजूला करून, मायचा आवेग थोपवण्यासाठी त्याने तिच्या पाठीवर थोपटल्यासारखे केले; तर काय! हातावरच रक्ताचे ठसे उमटले... ते पाहून त्याच्या डोळ्यांतील आसू कुठल्या कुठे पळून गेले... अचंब्यात पडला तो! मग तिच्या केसांचे झुडूप तो तपासू लागला. एकमेकात गुंतलेले केस अलग करू लागला नि आश्चर्याने ओरडला... ''बापा बापा, इच्या डोक्शात किती खांडकं झाले...! उवा अन् कोंड्यानं डोक्स पार बुजून गेलं...! आरे, आरे काय गती झाली ओ मॉ तुही! चार पोरं असून कसी वैनीवास्यासारखी झाली ओ तू!''

असे म्हणत त्याने हंबरडा फोडला. मायच्या उघड्या शरीराकडे हवालदिलपणे पाहू लागला. तीही आपल्याच तंद्रित आवतीभोवती पाहू लागली. बोलत काहीच नव्हती. नुसती कासावीस नजरेने काहीतरी शोधत होती. काहीवेळपर्यंत तिची नजर तशीच भिरभिरत राहिली आणि समोरच बसलेल्या वच्छलावर स्थिर झाली. काहीतरी बोलण्यासाठी ओठांची चाललेली धडपड

तुकारामने पाहिली. आतापर्यंत इतर पालातील बाया-माणसंही तिच्याजवळ येऊन बसली होती. त्यांनाही अंशीच्या पुटपुटण्याचा गूढार्थ उलगडत नव्हता. हलणाऱ्या ओठांतून ती काहीतरी सांगण्याचा प्रयत्न करत असल्याचे तुकारामने जाणले. त्याने तिच्या ओठांजवळ कान नेला. वच्छलाला तिने जवळ बोलावले. तिला थरथरत्या प्रेमळ हाताने पिरसले व बोलू लागली, ''बाई... पंचफुला, ये! माह्या जवड बस! आपल्या महादेवावर असं रुसाव नाही... त्याले टाकून, टोचून बोलाव नाही... रागो-मैनावानी एकमेकांत जीव घालाव. एकमेकाले सात द्याव माय! शायनी माही बाई! आलीच आखरीवर...! आता आपला संसार अनंदानं संभाया...! माह्या तुक्याले जीव लाववो बाई! लय दु:क्की झाला थो. म्या तयहाताच्या फोडावानी संभायला त्याले! आता तूच त्याचा अधार...! त्याले दूर नोको करू!''

वच्छलाला पाहून आपल्याच तंद्रीत पडलेल्या अंशीला भ्रम झाला की, आपली सून, तुकारामची बायकोच आपल्यासमोर बसली आहे... सारा राग विसरून आपला हेका सोडून पंचफुलाने अखेर समजदारी घेतली आहे नि नव्याने संसार मांडण्यास ती सज्ज झाली आहे... तिच्यासाठी तळमळणाऱ्या तुकारामला आता आनंदाचे दिवस दिसतील... सुखी हुईन तो!

सून परत आल्याच्या नि पोराचा विसकटलेला संसार आता नव्या गतीने सुरू होणार या आनंदात अंगावरच्या जखमांचे, गलितगात्र अवस्थेचे, हगवण घाण, दारावर उभा असलेला मृत्यू या साऱ्यांचाच तिला विसर पडला. या आनंदात ती सई, शिलपत, राघो, सावित्री व इतर मुला-नातवांनाही विसरली. आणि वच्छलाला मोठ्या प्रेमाने, कृतकृत्य समाधानाने पिरसू लागली.

अंशीच्या प्रेमळ स्पर्शाने वच्छलाही गहिवरून आली. आपल्यासारख्या अभागी जिवावर प्रेमाचा व वात्सल्याचा वर्षाव होत आहे, असे तिला वाटले. शिळेला स्त्रित्वाचे वरदान मिळताच कृतकृत्य झालेल्या अहल्येसारखी ती मनोमन सुखावली. अंशीच्या थरथरत्या हातांनी आतापर्यंत अपंग होऊन पडलेल्या, तिच्या सर्वांगातील चैतन्यात अनोखे स्फुल्लींग पेरून गेले! आजवरच्या आपल्या एकाकी जीवनाला भक्कम आधार मिळाला आणि कुण्यातरी समृद्ध वटवृक्षाच्या सावलीत आपण विसावलो आहोत... त्याच्या पारंब्यांच्या हिंदोळ्यावर झुलत, आपला संसार सजवण्याचं, फुलवण्याचं, कधीही न तुटणारं, न विसकटणारं

स्वप्न पाहत आहोत, असे तिला वाटले... आणि ती गदगदून आली! अंशीच्या पायांना कवटाळत ओकसाबोकशी रडू लागली. तिच्या स्पर्शाने अंशीचे मातृत्व, मोहरून आले. ती तिच्या डोक्यावरून हात फिरवू लागली. रागाने हट्टाने दूर गेलेली मुलगी-सून परत येऊन आपल्या पुढ्यात विसावली आहे, असे तिला वाटले नि ती अस्पष्टपणे पुटपुटू लागली... ''बाई पंचे, पंचफुला... आता...''

अंशीचे शब्द वच्छलाच्या कानांवर पडले आणि गदगदत्या स्वरात ती बोलण्याचा प्रयत्न करू लागली... ''मी तुही पंचफुला नोहे ओ माॅ! मी तं बुव्हारी, वनवासी सीता व्हय ओ...! भरम हून रायला माॅ तुले!''

पण तिच्या तोंडून शब्दच फुटत नव्हते. शब्दांऐवजी हुंदकेच ओसंडत होते... आणि ओठातल्या ओठात तसेच लुप्त होत होते. म्हातारीच्या उघड्या पायांना ती नुसतीच पिरसत होती.

तुकारामसारखेच पालातील इतरही लोक म्हाताऱ्याकडे कामावर असल्याने वच्छलाशी त्यांचा परिचय होता. सईसोबत कधी-कधी ती त्यांच्या पालावरही यायची... गप्पागोष्टी करायची... त्यांच्याकडील भाजी-भाकर खायची... म्हाताऱ्याच्या नि त्यांचा असा घरोबाच निर्माण झाला होता. वच्छलालाही त्यांच्याविषयी जिव्हाळा वाटायचा. गदगदणाऱ्या वच्छलास जानबाच्या बायकोने, पार्बतीने हात धरून बाजूला केले... तिचे आसू पुसले... तिला प्यायला पाणी दिले.

वच्छला पालाच्या एका कोपऱ्यात अंशीवर नजर खिळवून गंभीर मुद्रेने बसली. हळूहळू अंशीचे डोळे बंद होऊ लागले. आतापर्यंतच्या प्रयासाने ती थकली होती. त्यामुळे तिला ग्लानी येऊन ती निपचित पडली. तिचा अस्थिपंजर देह क्षीणपणे धपापू लागला. तुकारामने लुगड्याच्या फडक्याने तिचा उघडा देह झाकला. बाकी लोक आपापल्या पालांकडे निघून गेले.

तुकारामने धनाजीला पैसे दिले व म्हणाला, ''बा, तू वस्तीवर जा. अस्तेरक तूप आन. थोडक्स खोबऱ्याचं तेल अन् सामायन सुमायन आन. येता-येता हिंगनभेटाचे पाच-सहा फयं आनजो. मी तिचे फडकेफुडके धुवून टाकतो. पानी तपवून आंधोय घालतो. तिच्या आंगाले कच्चे तूप लावा लागते, मंजे जकमा बऱ्या हुईन. अन् आंग नरम राहीन. रस्त्यात भेटला तं आवयीचा पाला आनजो थो भाजून, खोबऱ्याच्या तेलात लावला का जकम भरून येते. जा आता तू!''

धोतराचा पालव पटक्यासारखा डोक्याला गुंडाळून धनाजी गावाच्या दिशेने जाऊ लागला. तुकारामने पाणी तापवण्यासाठी पालाबाहेरच जाळ केला. त्यावर पाण्याने भरलेलं मडकं ठेवलं. पाणी तापू लागलं तसा तुकाराम वच्छलेला म्हणाला, ''वैनी, पानी तपेपावतर तुमाले मी तुमच्या पालावर नेवून देतो अन् वापस येतो. मी काही कामावर येत नाही अज. अज मायले कडक पान्यानं आंघूय घालतो. तिचे कपडे साफसूफ करतो.''

तशी वच्छला म्हणाली, ''आत्ताच काही घाई नाही. मंग जाईन. मतारीले मी बी आंघूय घालू लागतो. तिचे कापडं धुवून काडतो नं मंग जातो. किती दिसानं माह्या आंगाहून पिरमाचा हात फिरला. माही मायच मले पिरसून रायली असं वाटलं मले! तिले वाटलं का माही सूनच आली. 'आता सुक्कानं सौसार करा' असं मनलं तिनं! माह्या नसिबात कुटचाजी सौंसार..! मी तं घानीले जुतल्या बैलावानी कस्ट करतो, तव्हा दोन घास खाले भेटते. मी असी फुटक्या कपायाची जी...!'' असे म्हणून वच्छला मुसमुसू लागली.

तुकारामने सांत्वनासाठी तिच्या डोक्यावर हात ठेवला, तशी ती अधिकच उचंबळून आली. आपले दोन्ही हात तिने तुकारामच्या खांद्यावर ठेवले नि त्याच्या छातीवर मुंडकं ठेवून रडू लागली. तुकाराम तिला थोपटू लागला. पालात कुणीच नव्हतं. गलितगात्र माय निपचित पडली होती. तिला कशाचच भान नव्हतं. तुकारामच्या छातीवर वच्छला विसावली होती. तिच्या पाठीवरून फिरणारे सांत्वनाचे हात स्थिर होऊन घट्ट होऊ लागले, तशी वच्छलाही त्याच्या मिठीत सामावू लागली. त्याला घट्ट बिलगण्याचा प्रयत्न करू लागली. तिचं आयुष्य पार करपून गेलं होतं. आजपर्यंत पुरुषी स्पर्शाचा त्याला गंधही नव्हता. तिचा मोहोर आतल्या आतच करपला होता, भावना मेल्यागत झाल्या होत्या. जनलज्जा आणि स्त्रीभोवतीची पोलादी कुंपणं यांनी तिची ज्वानी आतल्या आत धुमसत राख होण्याच्या अवस्थेत आली होती.

तुकारामला स्त्रीसुखाचा अनुभव होता; पण साताठ वर्षांपासून तोही त्या सुखापासून दुरावला होता. तरी त्याने आपला तोल ढळू दिला नाही. वच्छला तर त्या सुखापासून अलिप्तच होती. धड चेहराही न आठवणाऱ्या नवऱ्याच्या आठवणीतच तिने आपल्या शरीरसुखाची राख विसर्जित केली होती... आणि आज एकाएकी पालाच्या निवांतपणात आपापल्या दुःखाची भळभळती जखम

पिरसताना परस्परांच्या स्पर्शाने आजवर निकराने दाबलेल्या भावनांचा स्फोट झाला. कोसळत्या पावसाच्या पार्श्वभूमीवर विजेचा प्रचंड कडकडाट होऊन वीज चमकावी आणि त्या दिव्य प्रकाशाने सृष्टीचे अंग-प्रत्यंग शिलगून उठावे; आणि त्या मीलन सोहळ्यात आपली असोशी, काहिली, भोगातूर अतृप्ती, घोंगावणाऱ्या वादळासोबत दूर कुठेतरी भिरकावल्या जावी, तसे वाटू लागले. पण लवकरच दोघेही भानावर आले. वच्छला त्याच्या नजरेला नजर भिडवत म्हणाली, ''तुकारामबुवा, घ्यान मले पदरात! खरंच आपला सौंसार उभा हुईन!''

तुकाराम काहीच बोलला नाही. तिच्या प्रश्नाचे त्याच्याजवळ काहीच उत्तर नव्हते. तरी तो कसातरी बोलून गेला... ''वैनी, जे आपलं नाही, त्याच्यासाठी झुराव नाही. आफून आपल्याले संभायलं पायजे... तोंडाले कायं नाही लागलं पायजे दोघाच्याय!'' असं म्हणून तो तिच्यापासून दूर झाला.

धडधडणारी चूल विझत आली होती. सनकाड्यांचे निखारे विझून काळसर दिसत असले तरी ठिणग्या अद्याप तशाच होत्या. पाणी मात्र झन्न तापलं होतं; तरी तुकाराम चुलीतील राखेशी चाळा करत कसल्याशा विचारात गुंग झाला होता.

वच्छलाने अंशीचे घाणीने भरलेले फडके, पातळ बाहेरच्या रांजणाजवळ नेले. हिंगनभेट लावून पाण्याने स्वच्छ धुतले. त्या फळांच्या फेसाने अंशीच्या लुगड्या-फडक्यावरील डाग निघून ते स्वच्छ झाले. पालाशेजारच्या सनकाड्यांच्या ढिगावर वाळत घातले.

आतापर्यंत अंशी सावध झाली होती; पण डोळे मिटून पडली होती. बऱ्याच दिवसांपासून अंगाला पाणी न लागल्याने तिची शिसारी आल्यागत वाटायची. तुकारामने तिचे डोके मांडीवर घेतले नि गुंतलेल्या, रंधारक्ताने लडबडलेल्या केसांचा बुचका हातात घेऊन कैचीने कापू लागला... सारे केस कापून झाले... सदसदलेली खांडकं उघडी पडली... कापलेल्या केसांत उवा तरतरू लागल्या... त्याच्या मांडीवरील फडक्यावर तुरूतुरू धावू लागल्या... तसे मांडीवर असलेले तिचे डोके त्याने दूर केले. केसांनी व उवांनी भरलेल्या फडक्याचे चारही टोकं धरून बाहेर घेऊन गेला. ते सनकाड्यांच्या पेंडीवर ठेवले नि केसांसह उवांना भडाग्नी दिला.

आतापर्यंत धनाजीही तिथे येऊन पोहोचला होता. दोघा बापलेकांनी तिला उचलून बाहेर आणले व कडक पाण्याने अंघोळ घातली... जखमा धुऊन काढल्या... कोरड्या फडक्याने पुसल्या... अंग कोरडे केले... वच्छलाने तिच्या कमरेला फडके गुंडाळले. लालभडक झालेल्या, सोललेल्या जागेवर कच्चे तूप लावले... डोक्यावरच्या जखमेत भाजलेल्या आवळीच्या पाल्यासह खोबरेल भरले... सर्वांगाला खोबरेल चोपडले आणि स्वच्छ केलेल्या पालाच्या दुसऱ्या कोपऱ्यात तिला झोपवून दिले.

वच्छलाने सोबत आणलेलं दूध तिला पाजलं. तिची वाकळ व उरलेले कपडे पुन्हा धुऊन काढले. तुकारामने शेणामातीने पाल सारवले. त्यावर रॉकेल शिंपडले. हे सगळं करताना वच्छला त्याला मदत करत होती. त्यामुळे धनाजी अचंब्यात पडत होता! ते कोडं त्याला काही उलगडत नव्हतं. तो तिला काकुळतीने म्हणत होता... ''बाई, हे समदं तू कायले करतं मॉ! तुहे हे रीन आमी कसं फेडाव ओ!''

वच्छला मात्र काही न बोलता आपले काम करत राहिली. गरम पाण्याची अंघोळ, डोक्यावरचा उतरलेला भार, आणि बदललेले कपडे यांमुळे अंशीला तरतरी वाटू लागली. दूध पिल्याने ताकद आल्यासारखे वाटू लागले. तिच्या अंगावर पातळ कपडा पांघरला. अंशीला लागलीच झोप आली, तसा तुकाराम धनाजीला म्हणाला, ''बा, वैनीले त्यायच्या पालावर नेवून दे! आता लय उशीर झाला हाये.''

धनाजीने त्याला होकार दिला नि वच्छलाच्या पुढंपुढं तिच्या पालाच्या दिशेने चालू लागला. वच्छला विचारात मग्न झाली होती. आपण आपल्या माहेराहून सासरकडे– सासरपणाचा लेप घेऊन, आपले आयुष्य कुजवणाऱ्या वज्रलेपी थडग्याकडे जात आहोत, असे तिलासारखे वाटत होते. ते थडगं फोडून नव्या संसाराचं आपलं स्वप्न खरंच साकार होईल...? जातगंगा जीवनाच्या नव्या वळणाला खरंच मान्यता देईल...? की त्याच थडग्यात पुन्हा कोंडून काट्याकुट्यांच्या आवरणात बंदिस्त करील...? आणि जातगंगेच्या भीषण चिखलात पुन्हा गाडून टाकेल...? अशा अनेकानेक प्रश्नांच्या वादळात आदमुसी होत, संथपणे धनाजीच्या मागे चालत होती.

दोन दिवसांनी चऱ्हाडं नेण्यासाठी बहिरमवरून बंड्या आल्या. तुकारामने घेरे चालवणाऱ्या माणसांच्या मदतीने तिन्ही बंड्यांची दाव्या-चऱ्हाडांनी भरती केली. बंड्या बहिरमच्या वाटेने लागताच तुकाराम त्यांना काकुळतीने म्हणाला, ''भौ, जत्रेत आमची बिराडं गेली, त्यायले निरोप सांगजा... 'मतारी आता बेजाच झाली मना. तिचं काही खरं नाही. आता घडीचीच सोपतीन हाये थे! जेवा तिथं नं हात धुवा इथं,' मना! आमची बिराडं, वढ्याकाठच्या चिचीच्या झाडाखालीच असते. नाहीतं कोनीतरी यीनच तुमच्या पालावर, एवढी बातमी सांगजा, भौ! हात जोडतो तुमाले!''

बंडीवाल्यांनी तुकारामची विनंती मान्य केली नि बैलांना इशारा केला. बंड्या धूळ उडवत चाकूल वाटेने लागल्या.

चार-सहा दिवस असेच गेले. अंशीला पूर्वीपेक्षा तरतरी वाटू लागली. ती भेटायला येणाऱ्यांशी बोलू लागली; पण पडूनच होती. आता ती पोरं यात्रेवरून परत येईपर्यंत जीव धरून राहील, असे धनाजीला वाटू लागले. वच्छलाला पाहिल्यापासून तर तिच्या चेहऱ्यावर वेगळेच समाधान दिसत होते. हगवणही कमी झाली होती. तुकाराम रोज पालावर यायचा. तिची भेट घ्यायचा. तिच्याशी बोलायचा व आपल्या कामावर निघून जायचा. बदलत चाललेली तिची अवस्था पाहून सर्वांना समाधान वाटायचं. धनाजी मात्र काही बोलायचा नाही. तो आपल्याच विचारात गढलेला दिसायचा. बहिरमच्या वाटेकडे डोळ्यांत प्राण आणून पाहत राहायचा... मनात उठणाऱ्या वादळाचा अर्थ मात्र कुणाला उलगडून दाखवायचा नाही.

नेहमीप्रमाणे तुकाराम दुपारी पुन्हा कामावर गेला. जाण्यापूर्वी त्याने मायला दूध पाजले... सोलून निघालेल्या अंगाला तूप लावले... डोक्यातील जखमांत तेल भरले... तिच्याशी बोलला. तिने डोळे उघडून त्याच्याकडे पाहिले. ती ओठातल्या ओठात काहीतरी पुटपुटली नि तुकाराम आपल्या रस्त्याने लागला. म्हाताऱ्याच्या पालात काम करू लागला. काल तयार झालेली दावे, चऱ्हाडं, मोजून त्याची थप्पी लावू लागला. कालच बंड्या भरून माल नेल्याने जागा रिकामी झाली होती, ती भरू लागली. त्यावर दावे, चऱ्हाडं पुन्हा जमा होऊ लागले. वच्छला व तिची सासू थप्पीवर चढलेल्या तुकारामजवळ चऱ्हाडांच्या

गुंडाळ्या देऊ लागल्या. थर वाढू लागला. एवढ्यात पालाच्या पुढे जानबा येऊन उभा राहिला. धावतपळत आल्याने तो दमा दाटल्यासारखा झाला होता. पालापुढं येताच तो तुकारामला म्हणाला, ''तुकारामदा, चाल लवकर! मोठी माय कसनुसी करून रायली. तिच्या तोंडात तुह्या हातचं पानी पडू दे!''

जानबाचे बोलणे ऐकून तुकारामला धक्काच बसला. तो चऱ्हाडाच्या गंजीवरून खाली उतरला आणि जानबासोबत आपल्या पालाच्या दिशेने चालू लागला. पालावर येऊन पोहोचला तेव्हा शामा बुढ्यापासून त्याच्या म्हातारीपर्यंत, पालांत थांबलेली बाया-माणसं, अंशीच्या उशा-पायशाशी बसलेले त्याला दिसले. धनाजी तिचे डोके मांडीवर घेऊन बसला होता. तिच्या डोक्याजवळ मातीची दिवनाल तेवत होती. अंगावर तुकारामने पांघरलेलं फडकं अद्याप तसंच होतं. तुकारामने तिच्याकडे पाहिलं आणि हंबरडा फोडला...

''मॉ, माह्या मांगच निंघून गेली ओ तू! माही वाटय नाही पाह्यली, ओ जराक्सी...! एक डाव माह्याकडं पाहयनंव मॉ...!''

तुकारामचा आक्रोश सुरू झाला. अंशीसाठी पार्बती व शामाची म्हातारीही रडू लागली. अंशी पालातील वयस्कर बाई होती. आपल्या परीने ती सर्वांच्या उपयोगी पडायची. सर्वांना शहाणपण सांगायची. सर्वांच्या सुख-दुःखात सहभागी व्हायची. सोबत असलेल्या प्रत्येक बिऱ्हाडांतील लहानमोठ्यांवर तिचा जीव होता. सर्वांचं पालकत्वच जणू तिनं स्वीकारलं होतं. त्यामुळेच तिच्यासाठी सगळेच मुसमुसत होते. धनाजीसारखा मुरब्बी माणूस; पण त्याच्याही डोळ्यांत आसवांनी गर्दी केली होती. पोराच्या आक्रोशाने ती ओसंडत बाहेर पडू लागली. गालांवरच्या सुरकुत्यांचे अडथळे ओलांडत खाली टपकू लागले. काही वेळपर्यंत आक्रोशच आक्रोश पालभर घुमला. पठाराच्या मर्यादा ओलांडून त्यांचा गलबला आवतीभोवतीच्या शेतात पसरू लागला. तिथे काम करणारी बाया-माणसं अचंब्यात पडली नि भामट्यांच्या पालाच्या दिशेने जाऊ लागली.

तुकाराम आता भानावर आला होता. त्याचा आक्रोश थांबला, तरी डोळ्यांतून आसवं वाहतच होती. खांद्यावरच्या दुपट्ट्याने अश्रू पुसत तो बोलू लागला...

“अगा शामा काका, म्या आत्ताच तिले दूध पाजलं, आंगाले तूप लावलं, डोक्श्यातल्या खांडकात तेल भरलं अन् जातो मनून सांगत्ल, तं तिनं डोये उघडून माह्याकडं पाह्यलं. मले वाटलं मायची तब्येत सुद्रून रायली आता!”

पालातल्या स्त्रिया म्हणायच्या, “अवो बाई, मरनेवाल्या मानसाचं तसंच असते. थो चरात्न दाकवत असते. तेल सरत आल्यावर दिव्याची जोत आपसूक मोठी होते का नाही! जोत मोठी झाली का दिवा इझलाच मनून समजाव. मान्साच्या जिवाचय तसंच रायते.”

म्हातारीच्या प्रेताकडे एकटक पाहत तुकाराम सर्वांचे बोलणे ऐकत होता. आता त्याच्या डोळ्यांत आसवं नव्हती. पण डोक्यात आठवणींच्या वावटळी उसळल्या होत्या. आठवणींचे चलचित्रच त्याच्या डोळ्यांपुढून सरकत होते. त्यातच तो गर्क झाला होता. अशा विचारात असतानाच, म्हाताऱ्याच्या पालातील बाया-माणसं तिथे येऊन पोहोचली. हातची कामं सोडून घेऱ्यावर ताग आटणारे व चऱ्हाडं वळणारेही तिथे येऊन पोहोचले. वच्छला व तिची सासूही त्यांच्यासोबत आली. अंशीचे प्रेत पाहून वच्छलाने हंबरडा फोडला...

“मले नुसातीले पिरसलं ओ तुनं... मले ‘सुक्काची राय’ मने ओ! माह्या नसिबात सूक हाये कावो माय!” असे म्हणून ती रडू लागली.

तिच्या सासूने तिला समजावले. बाजूला नेले नि तुकारामला म्हणाली, “तुकाराम, सदगत कव्हा कराची?”

त्यावर धनाजीच बोलला, “जत्रेत निरोप धाडला. पन थो भेटला का नाही, देव जाने! अन् भेटलाय असन तं त्यायले यालेच आठ दिवस लागते. तवरीक ठिवता यीन काजी!”

धनाजीच्या बोलण्यातील काहिली सर्वांना कळली आणि वाट पाहण्यापेक्षा सदगत उरकून टाकायची, असे सर्वांनी ठरवले. तुकारामने जानबाला जवळच्या मोठ्या गावात पाठवले. लुगड्या-बांगड्या-मडक्यापासून मयतीचे सारे सामान आणायला सांगितले. तो पाटलाकडे गेला व म्हणाला, “मालक, आमची मतारी देवाघरी गेली. तिचं नाव आता हजरीतून मोकयं करा. थे आता हे हजरी, पोलीस, बिगार अन् दरिद्री जगन्यातून सुटली. आता तिच्या मयतीसाठी लाकडं अन् गवऱ्या द्या, मालक! तुमच्या सिवारात अजपावतर रायलो. मनलं मालकाले

एक सबद इचारून पाहाव. झाली मदत तं द्याव अग्नी; नाही तं माती हायेच आखरीवर!''

त्यावर पाटील म्हणाला, ''तुही माय व्हय!''

''होजी!''

''अगीन असते कागा तुमच्यात...? तुमाले परोडते कागा अगीन देनं...? थ्या परीस मातीच काहून नाही देत गा!''

''मातीय देते, मालक! पन अगीन बरी! मुर्दा उकराचं भेव नसते. आमी फिरस्ती लोक दुसऱ्या पठारावर गेलो तरी इकडे, थ्या मुरद्याचं भलतं काई होन्याची चिंता नसते. मून आलोजी तुमच्या पायापासी. द्या मालक, गवऱ्या अन् लाकडं! तुमच्या सिवारचं मढं तुमच्याच सिवारात जयलं पायजे जी!''

त्यावर पाटील म्हणाला, ''हो, आमच्या सिवारात उतरले तं तुमाले मदत केली पायजे. तोरनामरनात एकमेकांच्या कामी पडाव मानसानं!''

असे म्हणून समोरच बसलेल्या कोतवालाला पाटील म्हणाला, ''कोतवाल, याले लाकडं अन् गवऱ्या काढून दे! अन् आपल्याच बैल-बंडीनं मशानात पोहोचूनबी दे. चांगले लोक हाये हे! पोटासाठी ह्या गावाहून थ्या गावाले फिरा लागते बिचाऱ्यायले!''

पाटलाच्या माणुसकीने तुकाराम गहिवरून आला नि त्याच्या पायावर डोकं ठेवून म्हणाला, ''मालक, मोठे उपकार झाले तुमचे! समदेच पाटील सारखे नसते जी! तुमी पर्तेक्ष देव हा मालक!''

ते ऐकून पाटील म्हणाला, ''आरं बाबा, हुईन तेवढं लोकायच्या कामी पडाव मानसानं. आखरीवर समद्यायले एकच वाट हाये. संगं थोडच न्या लागते गा! जा आता कामाले लागा.''

अंशीची अंत्ययात्रा सुरू झाली. शामाच्या म्हातारीने पालापुढे गोवऱ्या रचून त्यावर पाण्याने भरलेलं मडकं ठेवलं. पाणी तापताच शामाची म्हातारी, पार्बती, वच्छला व तिची सासू यांनी अंशीला अंघोळ घातली. तिचा वाळून झुर्रर झालेला देह, त्यावर पडलेल्या जखमा, पाहून साऱ्याजणी हळहळू लागल्या. मग त्यांनीच तिला हिरवं पातळ नेसवलं... हातात हिरव्या बांगड्या भरल्या... कपाळाला कुंकू लावलं. धनाजीने तिरडी बांधली... त्यावर सनकाड्या अंथरल्या... त्या

तागाच्या लट्टीनं बांधल्या... त्यावर अंशीचा मृतदेह निजवला. सूर्यामुखी तोंड करून ती शांतपणे झोपली आहे, असे सर्वांना वाटू लागले. मग इतरांनीही तिला अक्षद-कुंकू वाहिलं. ''बुढी मोठी नशिबवान...! भरल्या कपाळानं गेली!'' अशा बाया म्हणू लागल्या तिच्यावर अक्षद-कुंकू फेकू लागल्या... तिला पदराने वारा घालू लागल्या. धनाजीने बटव्यातला ढब्बू पैसा काढून तो धुतला. त्याला अक्षद-कुंकू लावले व तिच्या कपाळाला चिकटवला. तोंडात ठेवायला सोन्याचा मणी नव्हता. मग तिच्याच गळ्यातील एक काळा मणी काढला नि तिच्या ओठात ठेवला. तोंडात पानाचा विडा ठेवला. धनाजीने बहिरमच्या वाटेकडे आशाळभूत नजर टाकली. पण अद्याप कुणाचीच चाहूल लागत नव्हती. निराश होऊन त्याने तुकारामकडे पाहिले. दोरीने बांधलेल्या त्रिकोणी कमच्या, त्यावर धुपत्या गोवऱ्यांचं मडकं ठेवलं. ते दोरीने शिक्यासारखं बांधून, तुकारामने ते अध्धर उचललं. मायला पुन्हा नमस्कार केला आणि सूर्याकडे तोंड करून तो मागच्यांची वाट पाहू लागला.

चौघांनी तिरडी खांद्यावर घेतली. धनाजी पुढे... त्याच्या बाजूला जानबा... मागे म्हाताऱ्याच्या टोळीतील दोघे. तिरडी नदीच्या दिशेने निघाली. त्या मागे येणाऱ्या स्त्रिया पदराने वारा घालत, तिरडीवर अक्षदा फेकत, मागे चालू लागल्या.

नदीवर लाकडं आणि गोवऱ्या टाकून कोतवाल निघून गेला होता. साऱ्या भामट्यांनी पाटलाच्या माणुसकीबद्दल त्याचे आभार मानले. त्याच्या मोठेपणाची वाहवा करत सरण रचू लागले. सरण रचण्यापूर्वी त्यांनी जमीन झाडून ती शेणाने सारवली... मग त्यावर गोवऱ्या रचल्या... प्रेत तिरडीपासून अलग केले... तुकारामने नदीत अंघोळ केली. आपला दुपट्टा ओला करून, पाण्याचे थेंब तिच्या तोंडात टाकले आणि गवऱ्यावर अंशीला झोपवले... भोवताल सनकाड्या लावल्या... त्यावर लाकडं रचली... सरण कलंडू नये म्हणून दोन्ही बाजूने लाकडांचा आधार दिला. तुकारामने मूठभर सनकाड्या हातात घेऊन त्या धुपत्या गाडग्यातील मडक्यावर पेटवल्या... आणि चारही बाजूने चिता पेटवली. लाकडांनी पेट घेतला. दुसरे कोरे मडके घेऊन तुकाराम पुन्हा नदीत शिरला. बुडी मारून पाण्याने मडके भरले... पेटत्या सरणाजवळ आला... जानबाने त्या मडक्याला बारीक छिद्र पाडले, तशी पाण्याची धार उसळू लागली. ते मडके

खांद्यावर घेऊन तुकाराम सरणाभोवती प्रदक्षिणा घालू लागला. प्रदक्षिणा पूर्ण होताच खांद्यावरचे मडके खाली सोडले... आवाज होऊन ते धाडकन फुटले.

चिता धडघडत होती. सारे जण गंभीर चेहऱ्याने त्याकडे पाहू लागले. काही वेळाने फडफड आवाज झाला. ''टिकूरी फुटली. आता पंच लकडी करा.'' कुणीतरी सांगितले. तशी आतापर्यंत स्तब्ध बसलेली माणसं, हातात सनकाड्यांच्या काड्या घेऊन सरणात फेकू लागले व नमस्कार करून पालाच्या वाटेने लागले.

जानबाने परत येताना कडुलिंबाचे डाखळे सोबत आणले होते. त्याची बायको पालापुढेच उभी होती. जानबाजवळचा लिंबाचा पाला तिने पाण्याच्या बादलीत टाकला व प्रत्येकाच्या हातावर पाणी घालू लागली. सर्वांनी गुळणा केला व आपापल्या पालाच्या दिशेने निघून गेले. आता धनाजी व तुकाराम दोघेच पालात उरले. धनाजीला कमालीचे एकाकी वाटत होते. तो उदासपणे पालात बसला. तुकारामने अंशीचा जीव गेला होता त्या जागेवर दिवा लावला आणि तोही गंभीर मुद्रेने बापाजवळ बसला. अंधार वाढू लागला... पालांना कवेत घेऊ लागला.

काही वेळाने शामा बुढा तर्कातर्कानें पालात आला. त्याच्या हातात शिदोरी होती. त्याच्या मागेच जानबा व उरलेल्या इतर पालातील माणसं आपापल्या पालातील भाजी-भाकरीच्या शिदोऱ्या घेऊन धनाजीकडे आले. धनाजी व तुकारामला सोबत घेऊन ते जेवण करू लागले. दुसऱ्या दिवसापासून मग तसेच चालू राहिले. दसव्यापर्यंत तरी मयताघरी चूल पेटू द्यायची नाही. त्यांना घेऊन साऱ्या जातभाईंनी जेवावं, त्यांच्या दु:खात सहभागी व्हावं, असा रिवाज!

धनाजी रोज कासावीस नजरेने बहिरमच्या वाटेकडे पाहायचा. नाही मयतीला, तर राख सावडायला तरी मुले येतीलच; या आशेवर डोळे लावून तो तासन् तास एकटक पाहत राही. त्या वाटेने कुणीही येताना दिसलं की आपलेच पोरं येत असल्याचा त्याला भास होई. आणि पालाकडे न येता सरळ निघून गेला की तोही भ्रमनिरास होऊन आपल्या पालाकडे परत जायचा. असाच त्याचा दिनक्रम सुरू झाला. परंतु तिसऱ्या दिवसालाही कुणी आलं नाही. धनाजी सारखा हिशेब जुळवीत पालापुढे बसायचा.

''इथून आठ दिवस त्यायले जाले लागले असन. पाच दिवस बंड्या याले अन् पाच दिवस जाले. चराडायच्या बंड्यायसंगं निरोप धाडला ना! पुन्ना आठ दिवस गेले त्याच्यात... दोन हप्ते तीन वार झाले. लगोलग समजलं असन तं याले पुन्ना आठ दिवस... तिसरा हप्ता गेला, मंजे दसवा, तेरवीय गेली.''

बोटाच्या कांड्यांवरून अंगठा फिरवत धनाजी हिशेब करायचा नि पोरं येतील या आशेनं तिकडे पाहत राहायचा व स्वतःशी म्हणायचा... 'पोरायले फाल्तूच पाठवलं जत्रेत. लगन व्हाचे हुईन. निवाडे काय जलमभरच पुरनार हाये! पन गेला जीव वापस ईन का? चार पोरं असून दुसऱ्याच्या खांद्यांवर जा लागलं तिले. बरं झालं तुकाराम होता म्हून... 'पाचा पुताची माय अन् वैनीवास्या परान जाय' असीच गत्ती झाली इची, बहीन!'

यात्रेला गेलेल्या पोरं-सुनांची व तिकडूनच येणाऱ्या लेकी-जावयांची वाट पाहून सगळे थकले. तिसऱ्या दिवशी राख सावडून नदीत शिरवली. दहाव्या दिवशी तुकारामने केस काढले... पिंड दिले. तेराव्या दिवशी कण्या-भाकरीचा स्वयंपाक करून खांदकऱ्यांना व पालातल्या बाया-माणसांना जेवू घातले. अंशीचा असा शेवट झाला.

तुकारामचे आता कामातून लक्षच उडल्यासारखे झाले होते. तो म्हाताऱ्याकडे कामाला जायचा; पण आपल्याच तंद्रीत असायचा. मायच्या आठवणीने तो बेचैन व्हायचा. बायको-पोरांची आठवणही त्याला सतावत राहायची. वच्छला त्याची गंमत करण्याचा प्रयत्न करायची. त्याच्या हाताला जाणीवपूर्वक स्पर्श करायची. त्याच्याकडे एकतार पाहत राहायची. नजरानजर झाली की गालातल्या गालात हसायची. झाडाला लटकलेल्या पोवळ्यातून मधाचे थेंब तोंडात पडल्यागत दोघांचीही अवस्था व्हायची. आणि भानावर आले की स्वतःला सावरत कामाला लागायचे.

तुकाराम स्वतःला काबूत ठेवण्याचा प्रयत्न करायचा. वच्छलाही वाईट चालीची नव्हती. पण नैसर्गिक वादळाची दोघांनाही चाहूल लागत होती. मायच्या मृत्यूसोबतच हे वादळही त्याला आव्हान देऊ लागलं. कधी-कधी हे काम सोडून जावसं त्याला वाटायचं. पण म्हाताऱ्याचा शब्द, त्याने टाकलेला विश्वास, त्याला पुन्हा तिकडे खेचत आणायचा. वच्छलापासून दूर जाण्याचा, दुसरी

कामं करण्याचा तो प्रयत्न करायचा. तिला टाळायचा नि झपाटल्यासारखा पुन्हा तिच्याकडेच ओढला जायचा. तरीही, मनाला आवरत, दोघेही एकमेकांत गुंतत जायचे नि नव्या संसाराचे स्वप्न पाहत आत्ममग्न व्हायचे. अंशीच्या मृत्यूनंतर तर त्याचा हा आत्ममग्नपणा वाढतच गेला... विचारचक्र गतिमान होऊ लागले.

❖❖❖

भामट्यांची बहुतेक कुटुंबं आता बहिरमच्या यात्रेत दाखल झाली होती; तरीही, अटकल्याभटकल्या बिऱ्हाडांसाठी त्यांनी जातपंचायत दोन दिवस पुढे ढकलली. त्या दिवसांत सारे जण यात्रा पाहायला जायचे. यात्रेत सगळीकडे फिरत... आपापल्या परीने मौज मजा करत... आणि संध्याकाळ झाली की चिंचेच्या झाडाखाली विसावा घेत. तमाशा-जलशाचे शौकीन पोरंबाळं झोपल्यावर, बायकोची नजर चुकवून यात्रेकडे निघून जायचे.

शिलपत मात्र यात्रेत आला तेव्हापासूनच आपल्या कामी लागला होता. घाट-खानदेशापासून, वऱ्हाड-झाडीपर्यंत फिरणाऱ्या त्यांच्या टोळ्यांतील बहुतेक भामट्यांची बिऱ्हाडं आली होती. त्यातील मुले-मुली काशाच्या मदतीने तो पाहू लागला. त्यांच्या मायबापांशी संपर्क साधू लागला. त्यातील अनेक बिऱ्हाडं, आपापल्या पोरा-पोरींची लग्ने जुळवायलाच यात्रेत आली होती. त्यांनीही आपली लग्नाची मुलं-मुली सोबत आणली होती आणि कळत नकळत संपर्क-विचारपूसही सुरू केली होती.

शिलपतच्या वतीने काशा मुलामुलींच्या बापाशी संपर्क साधत होता. त्यांची विचारपूस करत होता. शिलपतचा मुलगा राघो व मुलगी सावित्री यांच्याविषयी गोष्ट काढत होता. निवांतपणे शिलपतशीही विचारविनिमय करत होता. अशातच काशाने शिलपतच्या बहिणीच्या म्हणजे कचरीच्या पोरापोरींसंबंधीच गोष्ट काढली.

रात्री सारे जण चिंचेखाली बसले होते. माणसांची जेवणं उरकली होती. लेकरं गोणपाटावर झोपली होती. माणसं पान तंबाखू खात एकमेकांना यात्रेतील गमतीजमती सांगू लागले. बायाही एकमेकींना चुन्या-तंबाखूची देवाणघेवाण करत गप्पांत रंगू लागल्या. काही वेळ असाच गेला आणि काशाने दोन्ही कुटुंबाचा मध्यस्त म्हणून लग्नाची गोष्ट काढली. त्याने यंक्या व कचरीला हाक मारली.

तसे ते समोरच बसले होते; पण निमित्त म्हणून तो म्हणाला, ''हं यंक्यादाजी, झोपले का? का गेले गुपचीप नाचनेवालीचा जलसा पाहाले?''

''नाई! तुमची बहीन सोडन तव्हाच जाईन का नाही!'' यंक्यानेही तसेच उत्तर दिले.

त्यावर पुन्हा काशा म्हणाला, ''नाही, थ्या तुमच्च्या बयनी, तिकडे नाचून रायल्या, तं गेले असान मनलं बॉ!''

काशाने केलेल्या यंक्याच्या गमतीला सगळे जण हसले. थोडा वेळ असाच गेला. पुन्हा पान-तंबाखू झाला. आता काशाने विषयालाच हात घातला. तो म्हणाला, ''मंग, दाजी होता का शिलपतचे इव्हाई?''

त्यावर यंक्या म्हणाला, ''तुमच्च्या बयनीलेच इचारना आंदी. थे तयार असन तं आफून बी तयार हाये.''

मग काशाने कचरीला विचारले, ''कावो बाई... कचरे, काय इचार हाये तुह्या... सांगून टाक आत्ताच!''

काशाचे बोलणे ऐकून, तंबाखू तळहातावर घेऊन तो घोटण्यात मग्न असलेली कचरी भानावर आली. हातावरच्या तंबाखूवर थाप मारून सईपुढे हात करत ती म्हणाली, ''अं माह्य मन्न असं हाये... का आपलं उष्ट आफूनच खाव, मंजे आतो घरी भासी कराव!''

''बस येवडंच, का अखीन काई?'' काशाने शंका विचारली.

त्यावर कचरी म्हणाली, ''अखीन काय? दादा अन् वयनी तयार असन, तं आमची पोरगी तुमच्च्या राघोले द्याची अन् तुमची आमच्या पोरासाठी कराची. मंजे साटंवाटं कराचं!''

कचरीचे बोलणे ऐकून आतापर्यंत शांत बसलेली सई म्हणाली, ''बापा, हे नातं उलटं नाई होनार का? आतोच्या घरी भासी चालन; पन आतोची पोर्गी कसी बनन पोराले...? त्याची आतो आमच्याच कुयाची, तं तिची पोरगी बहीन हुईन ना पोराची!''

''अं, आता समदंच तं चालून रायलं! आतोची पोरगी नाई चालत बरोबर हाये सईबाईचं; पन मले तं त्याच्यात काई खोट नाई दिसत बॉ!''

यंक्याने सईच्या बोलण्यावर उत्तर दिले. त्यावर सताजी म्हणाला, ''भेटतच नसन पोर्गी तं आतोची पोरगी सून कराव. मनच हाये, नितातल्याच्या शिरी अन् नातू दाल्ला करी!''

सताजीनं एक रट्टा दोन तुकडे, या न्यायानं एका वाक्यातच कचरीचे म्हणणे धुडकावून लावले व म्हणाला, ''पोराचे मायबाप मनत असन, थे राजी असन तं सोयरीक पक्की करा. आपलेच होट अन् आपलेच दात हायेत!''

''मंग शिलपत, तुहे काय मत हाये गा?'' काशाने विचारले.

त्यावर शिलपत म्हणाला, ''तुमाले, जातगंगेले चालत असन, तं मी बी राजी हाये. पन मले साटंवाटं नाही पटत बॉ! आपली पोरगी त्याच्या पोराले द्याची अन् त्यायची आपल्या पोराले कराची, हे नाई पटत मले! इकडे सुनीले काही मनलं का तिकडे पोरीले हडहड...! बहीन देनंघेनं झाट नाही अन् भल मान्साइले खोट नाही.''

''मंग...? नाई पटत मंतं?'' काशाने पुन्हा विचारले.

त्यावर शिलपत म्हणाला, ''पटत कसं नाई मनतं? माई पोरगी कचरीच्या पोराले देल्ली; पन थ्या बदल्यात तिची पोरगी नाही करत. साटंवाटं नाही पटत मले!'' शिलपतने निर्वाणीचेच सांगितले.

सावित्रीचा विवाह मात्र कचरीच्या मुलासह निश्चित झाला. देवाणघेवाणीची बोलणी सुरू झाली. भावाच्या पोराला आपली मुलगी देण्याची कचरीची मनापासून इच्छा होती. पण शिलपतनं आटंसाटं करायचं साफ नाकारलं. त्याला सईनेही दुजोरा दिला. त्यामुळे कचरी मनातल्या मनात खिन्न झाली. तरीही, वरवर समाधान ती दाखवत होती. तिची समजूत सताजीने काढली...

''पाय ओ बाई, तू मनाले लावून नोको घिवू. आखरीवर आमची पोर्गी तुह्या घरी देल्ली. तुह्या मान मोठा झाला. आता येवड्या अनंदाच्या वक्ती तू नाराज नोको हूँ. आता काय असन थे द्या-घ्याचं बोला अन् सक्काईस पोरापोरीले कुकू लावून घ्या.''

सताजीच्या बोलण्याने कचरीची खिन्नता लोप पावली आणि भावांना उद्देशून ती म्हणाली, ''मनाले नाही लावून घेत मी. अन् आमी तुमच्या मन्न्यापलीकडय नाई जात. आता पुडचं बोलनं करा.''

बहिणीचं बोलणं ऐकून शिलपतला आनंद झाला. तो म्हणाला, ''बस्स! आता असंच पोरीले संभायून घ्या, मंजे झालं! आता पुढचं बोला!''

त्यावर यंक्याने विचारले, ''हं पोरीचे पैसे किती द्या लागन?''

''हेट बापा! पोरीचे पैसे नाही लागत आमाले. थ्या परीस पोरापोरीचे कपडे, भांडेकुंडे करा तुमीच.'' शिलपतने आपले मत मांडले.

त्यावर यंक्या म्हणाला, ''न्हाई, जो रितीरिवाज हाये थो तं कराच लागन!''

''थे तुमी तुमच्या मनानं करा. चिंधी आनली तरी आम्ही थे मानानं पत्करू. काई गरसूय आना... आमाले मान्य हाये. पन लगनाची तीथ माह्या पोराचं लगन जुडल्यावर काढू.'' शिलपतने सगळं स्पष्टच सांगितलं.

सर्वांना त्याचे म्हणणे पटले. सावित्रीचा विवाह यंक्या व कचरीच्या मुलाशी, संभाशी पक्का झाला. सईने सर्वांना कुंकवाचा टिळा लावला. हे सारं होईपर्यंत भावी पती-पत्नी आपापल्या बिऱ्हाडापुढे टाकलेल्या पोत्यावर गाढ झोपले होते. चिंचेच्या काळ्याभोर सावलीचा अंधार त्यांच्याभोवती गडदपणे पसरला होता. अंधाराला साक्षी ठेवूनच त्या अश्राप जिवांच्या विवाहगाठी बांधल्या गेल्या. एका अंधाराचा दुसऱ्या अंधाराशी संयोग झाला जणू!

सावित्रीचे लग्न पक्के झाल्याने शिलपतच्या मनावरील ताण जरासा हलका झाला. आता राघोच्या विवाहाचे विचार त्याच्या डोक्यात घुमू लागले. तशा तीन-चार पोरी त्याने आतापर्यंत पाहिल्या होत्या; पण अद्याप बोलणी झाली नव्हती. काही पोरींच्या बातम्या काशामार्फत त्याच्यापर्यंत आल्या होत्या. पण काहीबाही कारणं सांगून त्यानं त्या पोरी नाकारल्या होत्या. सताजीच्या बायकोकडून दूरच्या नात्यातील एक पोरगी त्याला आवडली होती. नायकाच्या कुळातील ती मुलगी. त्याच्या कुळातील बहुतेकांना ती मनापासून पसंत होती. त्या बाबतच्याही गोष्टीमाता उद्या उरकून टाकू असा विचार करत तो अंथरुणावर पडला होता... आणि आकाशातील चांदण्यांकडे पाहत विचारांच्या वावटळीत गरगरा फिरत होता.

आपली पोरगी भावाने आपल्या मुलासाठी केली नाही, ही नाराजी झटकून भावाची पोरगी सून म्हणून केल्याच्या आनंदात कचरी हरखून गेली. सई व कचरी, तसेच तिच्या साऱ्या भावजयी आता तिच्या विहिणी तर सारे भाऊ व्याही

झाले होते. त्यामुळे यंक्या व त्याचे भाऊ कचरीची गंमत करू लागले. सताजी व बयाजीसह काशीनाथही यंक्याची गंमत करू लागले, तसतशा हास्याच्या कारंज्यांनी सारं शिवार उचंबळून आल्यासारखं वाटू लागलं. बऱ्याच रात्रीपर्यंत त्यांच्या गप्पा रंगात आल्या होत्या. शिलपतला मात्र त्याचे काही भान नव्हते. पोरापोरीच्या लग्नाची तडजोड... आणि त्यानंतर वर्षभर जीवन जगण्याचे प्रश्न; यामुळे उठलेल्या वादळात तो कस्पटासारखा भिरकावल्या जात होता नि अंतर्बाह्य घुसळून निघत होता....

❖❖❖

सकाळचा दहाचा सुमार असेल... शिलपत, काशीनाथ, सई, कचरी गप्पा करत बसले होते... लहान पोरं यात्रेच्या दिशेने पळाली होती... आवतीभोवतीच्या बिऱ्हाडातील बाया दगडाच्या चुलीत कैचन घालून त्यावर भाकरी थापत होत्या... यात्रेचा गोंगट कानावर येत होता... बहिरमबुवाच्या टेकडीवरून शीर कापलेल्या बकऱ्याचे धड बांबूत अडकवून खाली उतरणाऱ्या लोकांची रांग जशी दिसत होती, तशीच जिवंत बकऱ्यांना ओढत-ओढत टेकडीवर नेणाऱ्या लोकांची रांगही दिसत होती... अगदी पायथ्याशी बकऱ्याचे कातडे सोलणारे, त्याचे तुकडे करणारे, गंजात टाकून फोडणी देणारे बाया-माणसांचे कळपचे कळप दिसत होते. मसाला वाटणाऱ्या बाया, पुंजापातीचे ताटं घेतलेल्या, अंगारेधुपारे करणाऱ्या यांनीच टेकडीचा सबंध पायथा व्यापला होता. भक्तांचा हा उपक्रम रात्रंदिवस चालू होता... आणि अद्याप त्याला ओहोटी लागण्याची शक्यता नव्हती. भामट्यांच्या बिऱ्हाडांवरून हे सारं दिसत होतं.

सामानाच्या गाठोड्याला टेकून शिलपत बसला होता. त्याच्यासमोरच कचरी, यंक्या व त्याचे भाऊबंद बसले होते. सई भाकरी करता-करता त्यांच्या गोष्टीही कान देऊन ऐकत होती... विनोदाला हसत होती... अधूनमधून एखादा शब्दही बोलत होती. राघो, सावित्री व तिची भावंडं यात्रेकडे पळाले होते. सारे लेकरंच यात्रेकडे पळाल्याने पालं शांत होते. एवढ्यात सताजी इकडेच येताना दिसला. त्याच्यासोबत आणखीही दोघेजण येत होते. त्यांच्या मागे एक काळीशी, ठुसकी बाई आपल्या सहा-सात वर्षांच्या पोरीला घेऊन येत होती. यंकोबाने त्या सर्वांना ओळखले. आता ते सर्व शिलपतच्या पालापुढे येऊन

पोहोचले होते. सताजीसह सर्वांनी काशा, शिलपत व सर्वांसोबत नमस्कार घेतला. पालावर पाहुणे आल्याचे पाहून कचरीने समोर पाण्याची बकेट ठेवली. पाहुण्यांनी पाय धुतले. समोरच पोत्यावर बसले. सईने सर्वांना गूळपाणी दिले. इकडच्या तिकडच्या गोष्टी संपल्या, तसे शिलपतने सताजीला विचारले, ''कोन पावने व्हय गा, सताजी? अन् कशापाई आले तं समजलं नाही बॉ!''

तसा सताजी म्हणाला, ''बापा! तुमी यायले वयकलं नाही! हे लाल फेटेवाले मंजे आमच्या घरवालीचे चुलत मामे... अन् हे दुसरे त्यायचे इव्हाई. आपल्या तुकारामच्या नवरीचे मावसे होय थे.''

''अस्सं! मले तं थे वयकूच नाई आले गा! म्या मनलं असन कोनीय यात्रेकरू! कोनत्या मुल्कात असता आता?''

''आमी तिकडं जिंतूर, परभनी, हनवतखेडकडं फिरतो. दहा-पंधरा बिराडं हाये संगं. सताजी बुवानं आमच्या पोरीसाठी गोस्ट काडली होती. मनलं, आपली पोरीची बाजू हाये. जाऊन पाहाव पालापावतर!''

लाल फेटेवाल्यानं आपले येण्याचे कारण सांगितले नि सोबत आलेल्या स्त्रीला उद्देशून म्हणाला, ''हे आमची लक्षुमी अन् थे पोरगी! तिचच लगन कराचं हाये. शिलपतबुवाच्या पोरासमंदी आलो आमी!''

''असं असं! मराटवाड्यात फिरता तुम्ही...? कसा हाये तिकडे हगाम?''

''यंदा आमच्याकडं चांगला हगाम होता; पन तिकडं भलकसी धरपकड सुरू हाये. गोऱ्या सरकारनं रामुसी, पारधी, गारोडी, मांग गारूडी, भामटी, टकारी, उचले अशा समद्या भटक्यायवर धाडीमांगं धाडी टाकनं सुरू केल्या. आमी जीव मुठीत घिवून जंगलाच्या आडुशानं, त्यायचा डोया चुकवत कसातरी दिवस रेटून रायलो.''

पाहुण्यानं एका दमात सांगून टाकले. तसा आतापर्यंत सारेकाही निमूटपणे ऐकत असलेला बयाजी त्याला कुतूहलाने विचारू लागला, ''काहून आपली धरपकड करते जी...! काय घोडं मारलं आफून त्यायचं...! अन् धरून कुठं लढाईवर नेते काजी...!''

''अहो, लढाईवर नेलं अस्तं तं परोडलं अस्त एक डावचं! रनात मरनं बायदुरीचं काम हाये. तिथं गेल्यावर मरू, नाहीतं वाचू! पन हे लालतोंडे वान्रें भटक्यायले धरते अन् सेटलमेंटात दाबते, मंते!''

लाल फेटेवाल्यासोबत आलेल्या दुसऱ्या माणसानं माहिती दिली. त्यामुळे बयाजीचे कुतूहल अधिकच जागे झाले. त्याने पुन्हा विचारले, ''थे सेटलमेंट मंजे जी...!''

''कोनाले नाही भेटाव थो नर्कुडा! तिकडं सोलापूर, पुणे, बारामतीकडं हाये मंते थो. फिरस्त्यायले धरलं का दाबते मंते त्याच्यात! शे-दोनसे एकराच्या जागेभोवती ताराचा कूप घातला हाये मंते... त्याले मोठमोठे गेट... तिथं बंदूकवाल्या पोलिसायचा खडा पायरा... थो भटक्यायचा जित्तेपनीचा नरक... असे सेटलमेन बावन जागी हाये मंते!''

''त्याच्यात ठिवते काजी, आपल्या लोकाइले मरे पावतर!'' सईने मध्येच विचारले.

त्यावर तो लाल फेटेवालाच बोलला, ''हो बाई, त्याच्यात ठिवते. अन् मरेपावतरच नाही; पिढ्यान पिढ्या... कायमचं! तिथच जलम अन् तिथच मरन! बाप गुन्हेगार अन् त्याचा आजा, अन् अज जलमला असन थो पोरगा-पोर्गीय गुन्नेगार... चोर... डाकू! बायरं जाचं इचारून जा...! आले तं हजरी द्या...! रातची हजरी दिवसाची हजरी... दरिद्री, उपास, सिक्शा, अपमान रोजचेच...! आपलेय लोक हाये मंते त्याच्यात! अन् आझून नेनं चालूच हाये. साऱ्या हिंदुस्थानात जागोजागी हाये मंते असे सेटलमेंट! कुनीकडचे लोक कुनीकडं निवून कोंडते कुटुंबासहीत!''

पाहुण्याने दिलेल्या माहितीने सगळे अचंब्यातच पडले. थोडा वेळ असाच गेला. मग सताजीनेच मुख्य विषयाला हात घालत म्हटले, ''आता राहू द्या थे! त्याले आपल्या कर्माचा भोग समजा. पकडलो तं गेलो अन् रायलो तं भेटू एकमेकाले! दादा, आता काय इचार हाय, थे समजू द्या एकमेकाले! अन् समंद काही नवा नाही... आपल्यातले आफूनच हावो. सपस्टच सांगून टाका समदंकाई!''

सताजीचे बोलणे ऐकून सारेच खूश झाले. मग शिलपतने काशालाच विचारपूस करायला सांगून तो संवाद ऐकू लागला. काशा पाहुण्यांना उद्देशून म्हणाला, ''काहो, तुम्ही कोनत्या कुयाचे?''

''आमी नाईक!''

''पोरीचं मामकूय कोनतं?''

''डेहनकार!''

''अस्सं! हे कुटचे डेहनकार?''

तसा पाहुणा ओठातल्या ओठात हसत काशाला म्हणाला, ''कुटचे मंजे? भामट्यायचे वतनाचे गावं थोडेच असते जी! थो मंजे फिरत्या जात्याचा खुटा... जात्यासंगं त्याचय गरगरा फिरनं! खुटा फिरते म्हून पीठ गयते. पन त्याले काय भेटते त्यातलं? ऑ...!''

पाहुणा एकाएकी गंभीर होऊन बोलू लागला. त्याच्या शब्दाशब्दांतून अनुभव पाझरत असल्याचे जाणवत होते. त्यामुळे बोलताना जीवनाचे तत्त्वज्ञानच सांगत असल्यासारखे वाटू लागले. त्याचे बोलणे ऐकता-ऐकता काशाच त्याला म्हणाला, ''खरं हाये तुमचं! भामट्यायले कुठचं गाव? पन हे कोन्या मुलखातले डेहनकार होय, मंतो?''

''थे घाटात फिरते. वझर, जिंतूर, परभणी, हनोदखेड ह्या मुलखात हाये त्यायचे पाच-पंचवीस बिराडं!'' पाहुणा बोलून गेला.

बोलता-बोलता त्याने आपल्या डोक्यावरचा फेटा काढून, फेट्याच्या पदराने अंगावरचा घाम पुसू लागला; तसा त्याच्या बारकसीचा कसा सुटून, गळ्यातील तुळशीमाळ स्पष्ट दिसू लागली. त्या माळेकडे श्रद्धेने पाहत शिलपत म्हणाला, ''तुमी माळकरी हा वाटते!''

''हो, माळकरी हावो आमी! सोया वर्साचा होतो, तव्हापासून पंढरीची वारी करतो. आता साठ वर्साचा झालो; पन वारी नाही चुकली. पोरं-पोरी लेकुरवाया हाये. हे एकच पोर्गी लग्नाची रायली थे तुमच्या घरी द्याव मंतो. बाकी इठ्ठलाची कुरपा!''

लाल फेटेवाल्या माणसानं आपलं मन मोकळं केलं आणि बाजूलाच बसलेल्या बायकोला म्हणाला, ''पोरीले इकडं बलाव...पाहू दे सर्वांले! भोक्नी हाये का, मुकी बहिरी हाये, तं ध्यानात आलं पायजे.''

असे म्हणत त्याने पोरीला हाक मारली, ''तुयसा, इकडं ये बरं, माह्या जवडं! मामाजी बलावते तुले!''

खेळण्यात मग्न असलेली तुळसा बापाकडे येऊन त्याच्या मांडीवर बसली. तसा तो तिला म्हणाला, ''हे पाहय बाई, हे पुढं बसले हाये ना, थे तुहे मामाजी. त्यायच्यासंगं बोल. मंग थे तुले भातकं देते.''

बापाचे बोलणे ऐकून तुळसा खूश झाली नि त्याच्या गळ्यात हात अडकवून गालातल्या गालात हसू लागली.

शिलपतने तिला विचारले, "काय नाव हाये बाई तुह्य?"

"तुयसा!"

"तुह्या वडलाचं?"

"आण्णा!"

"होब्बा, हुशार पोर्गी हाये. आता आपलं कूय सांग बरं!"

शिलपतच्या या प्रश्नाने तुळसा गोंधळल्यासारखी झाली. बापाच्या व मायच्या तोंडाकडे पाहू लागली. तसा सताजी तिच्या पाठीवरून हात फिरवत म्हणाला, "तू कोनाची पोरगी होय मंते थे!"

त्यावर तुयसा झटकन म्हणाली, "कोनाची मंजे? मी माह्या अन्नाची पोरगी होय! नाई काजी, आन्ना!"

तिच्या बोलण्याला सगळे जण हसले. शिलपतने चंचीतून एक पैसा काढला नि पोरीच्या हाती दिला. खूश झालेली तुळसा मायकडे पळाली व मिळालेला पैसा तिला दाखवू लागली. एवढ्यात यात्रेतून परतणाऱ्या पोरांचा गोंगाट कानांवर आला. धुळीने पांढरेफट झालेली पोरंपोरी, खिशातील मुरमुरे-शेवाचा बोकणा तोंडात भरून एकमेकांशी मस्ती करत होते. त्यांच्यासोबत राघोही आला होता. त्याला पाहताच बयाजीने त्याची गंमत केली.

"ओ राघोबा, कुठं गधे राखाले गेल्ता का! इकडं ये, एक गोष्ट सांगतो."

पण राघो त्याच्याजवळ गेला नाही. तो तसाच आपल्या मायजवळ गेला व म्हणाला, "थे फेटेवाले कोन होय ओ, मॉ? अन् कायच्यासाठी आले इथं...? अन् हे नवाडी पोर्गी कोन होय...?"

तुळसा व पाहुण्यांकडे पाहून त्याने चौकशी केली. सईने नुकतीच तुळसाला भाजी-भाकर वाढून दिली होती. तुळसा जेवत होती. राघोने तिच्याकडे पाहिले. ती मात्र जेवणात गुंग होती. तशी सई राघोला म्हणाली, "हे पाहय राघो, तुले पाहाले पाव्हने आले. चांगले हातपाय धूय अन् पाहुन्यात जाऊन बस. थे इचारन तं बरोबर उत्तर देजो; नाही तं पोरगं बयताड हाये, मनन थे!"

तसा राघो रागानेच म्हणाला, "राहू देओ. मी नाही जात पाहुन्यात! मले जेवाले दे आंदी... खुब्बच भूक लागली."

असे म्हणत त्याने बादलीतील पाण्याने हातपाय धुतले. फडक्याने पुसून काढले आणि तुळसाजवळच मांडी घालून बसला. मायनं भाजी-भाकर वाढून देण्याची वाट पाहू लागला. सई त्याला पाहुण्यात जायला वारंवार सांगत होती. आणि राघो मात्र जेवणासाठी हट्ट करत होता. होणाऱ्या बायकोशेजारीच तो बसला होता. अद्याप लग्नाचे संदर्भच त्याला ठाऊक नव्हते. सईने पुनःपुन्हा सांगूनही तो पाहुण्यांत जायला तयार नव्हता. उलट, जेवणासाठी हट्ट करत होता. ते पाहून सई त्याला चिडवू लागली. ''वारे वा! गध्याचं लगन अन् अड्डा सबन!''

'गध्याचं लगन' ही कल्पनाच भाजी-भाकर जेवत असलेल्या तुळसाला मोठी मजेशीर वाटली. आणि 'गध्याचं लगन... गध्याचं लगन' असे ओरडत गदगदा हसू लागली. तिची माय तिला डोळे वटारून थांबायला, चूप बसायला सांगत होती. पण ती न थांबता अधिकच हसू लागली. नि 'गध्याचं लगन अन् अड्डा सबन' असा नारा लावत हात धुवायला बाहेर गेली. त्यामुळे तुळसाची माय व सई दोघीही एकमेकीकडे पाहून हसू लागल्या.

राघोला मात्र भयंकर राग आला. आपल्याला हसणाऱ्या या नवाड्या पोरीच्या झिपुट्या उपडाव, असे त्याला वाटू लागले. किंवा पाठकाडात चांगला रट्टा हाणून तिला अद्दल घडवण्याचा तो विचार करू लागला. एवढ्यात फेटेवाल्यासोबत आलेला दुसरा पाहुणा सईला म्हणाला, ''बाई, आदुगर त्यायले जेवाले द्या. लेकराची जात हाये. बायहट्ट मोठा खराब! जेवल्यावर यीन बैठकीत!''

पाहुण्याच्या बोलण्याने राघोला आनंद झाला व चिडवणाऱ्या नव्या पाहुणीनकडे दुर्लक्ष करून सईने वाढलेल्या ताटलीतील भाजी-भाकर खाऊ लागला. पाहुणीनवरील राग काही गेला नव्हता. राघो खालच्या मानेने जेवण करू लागला. पाहुणे पाणी प्यायले... पान सुपारी घेतली... कचरी व सई पाहुण्यांसाठी भाजी-भाकरीचा स्वयंपाक करण्यात गुंतल्या. पुन्हा इकडच्या तिकडच्या गप्पा सुरू झाल्या... विजयी चमूने टाईमपास करावा तसे!

राघोचे जेवण आटोपताच काशाने त्याला लाडेलाडे जवळ बोलावले. संध्याकाळी यात्रेत जायचे, अगास पाळण्यात बसायचे आमीष दाखवू लागला आणि बोलत-बोलत पाहुण्यात येऊन बसला. लाल फेटेवाल्या माणसाने राघोला सूक्ष्म न्याहाळले... त्याची रुंद कपाळपाटी, काळा वर्ण, डोळ्यांतील बाणेदारपणा दाखवणारी त्याची तीक्ष्ण नजर, मजबूत शरीरयष्टी! आपल्या पोरीला शोभणारं

त्याचं व्यक्तिमत्त्व पाहून पाहुणा मनातल्या मनात सुखावला. त्याने त्याला हळूच विचारले, ''काय नाव तुमचं?''

''आमचं नाव राघो.''

''तुमच्या वडिलाचं नाव?''

''शिलपतराव!''

''कूय ठावूक हाये का?''

''कूय भामटी!''

''थे जात झाली आपली. पन कूय सांगा बा!''

राघोला ते काही कळले नाही. तो थोडा वेळ विचार करत गप्प राहिला. मग म्हणाला, ''आपल्याले नाही बा कूयगीय माहीत!''

''बरं बरं नाही तं नाही. बरं, तुमचे मामकूय तरी हाये का ठावूक?'' पटकेवाल्याने विचारले.

त्यावर राघोने नकारात्मक मान हलवली. पावणा पुन्हा म्हणाला, ''बरं बरं, मामे कोनते होय तुमचे?''

''आमचे मामा मंजे; सदा मामा, बुधा मामा अन् पांडू मामा. थे तिकडे लयदूर रायते.'' राघोने पाहुण्यांच्या प्रश्नाला खाडखाड उत्तरे दिली. पन कूय अन् मामकूय त्याला काही समजले नाही. तसा सताजी म्हणाला, ''पोराचे कूय वटाने अन् त्याचं मामकूय नाईक!''

पाहुण्यायनं मान हलवत समजल्याचा निर्वाळा दिला.

''अखीन काही इचाराचं असन तं इचारा!''

शिलपतने पाहुण्यांना सूचना केली. पाहुण्याने आता 'काही नाही' म्हणत समाधान व्यक्त केले. मग त्याने गळ्यातील माळ श्रद्धेने हातात घेऊन कपाळाला लावली. ओठातल्या ओठात काहीतरी पुटपुटला. विठ्ठलाची प्रार्थनाच केली जणू! मग शिलपतला नम्रपणे म्हणाला, ''आम्हांला पोरगा पसंत हाये. आता तुमचा इचार सांगा.''

''आमालेय पोरगी पसंत हाये. आता रितीरिवाजापरमानं पुडचं बोला.''

''काय बोलाचं हाये! आपल्यात पोरीचे पैसे घ्याचा रिवाज हाये. आमी पैसे घेतले नसते. कन्यादानच कराचं हाये आमाले; पन रिवाजापरमानं तुमीच ठरवा. तिचे पैसे तिच्याचसाठी खर्स करू आमी!''

त्यावर शिलपत म्हणाला, ''आमी पाच रुपये दिवू!''

''नाईजी! अकरा रुपये तरी द्या. आमालेच समदा खर्स करा लागन ना!''

पोरीच्या बापाने पाय पसरले. पण शिलपत ठाम होता. तो म्हणाला, ''नाई, ध्या परीस जास्त पैसे द्याची आमची ऐपत नाही.''

शेवटी पाहुण्यानेही जास्त घसघस केली नाही. पोरीचे पाच रुपये घेण्यास तो तयार झाला. त्या बदल्यात पोराचे कपडे, चांदीची अंगठी त्याने द्यायचे ठरले; तर पोरीचे कपडे, कारलं-डोरलं, पायातले रूळ, जोडवे, चांदीच्या पाटल्या करायच्या शिलपतने मान्य केले. पोरा-पोरीचे लग्न एकाच दिवशी यात्रेतच करायचे ठरले. अनायसे सारं गणगोत वराडात यात्रेसाठी उतरलं होतं. पुन्हा आपापल्या फिरस्तीच्या मुलखात वापस जाऊन लग्नाला परत येण्यापेक्षा, इकडेच रोज मजुरी करून पोट भरायचे व लग्न उरकून आपापल्या वाटा शोधायच्या, असे ठरले. साऱ्या गोष्टीमाता पक्क्या होताच काशाने गंध-अक्षदाचा द्रोण तयार केला. सर्वांना टिळा लावला. मुलामुलींना सर्वांच्या पाया पडायचे सांगून बैठक संपली.

त्या दिवशीची सर्वांची जेवणं शिलपतच्या बिऱ्हाडावरच झाली. तोपर्यंत चांगली दुपार झाली होती. चिंचेच्या थंडगार सावलीत दोन कुटुंबांचा लग्नसोहळा ठरला. शिलपतची मुलगी सासरी जाणार होती, तर तिच्याऐवजी सून घरी येणार होती. पहिली सून म्हणून सई सुखावली व आपल्या घरी येताच तिचे 'लक्ष्मी' असे नामकरण करण्याचे मनातल्या मनात निश्चित करून टाकले.

पाहुणे आपल्या बिऱ्हाडावर जायला निघाले. नव्या व्याह्यांनी एकमेकांना ऊरभेट दिली. सईने तुळसा व तिच्या आईला हळद-कुंकू लावून निरोप दिला. पोरा-पोरीचे लग्न जुळल्याने शिलपतच्या मनावरील एक काळजी संपली... आणि आता तिची जागा लग्नाच्या काळजीने घेतली. तो आता खर्चाच्या जुळवाजुळवीचा विचार करू लागला. यातच दुसराही दिवस संपला.

■■■

८

संध्याकाळ होताच यंक्या, परशा आणि गणा भामटी, शिलपतच्या बिऱ्हाडावर आले. त्यांच्या मागे काही वेळाने सदा, गोविंदाही दाखल झाले. तुकोजी यात्रेकडे गेल्याने तिथे आला नव्हता. ही भामट्यांची जात-पंचायत. यात्रेला येऊन आता आठ-दहा दिवस झाले होते. आता माघारलेल्या बिऱ्हाडांची वाट पाहण्यात अर्थ नव्हता. लग्नाचे पोरं-पोरी असणाऱ्यांनी एकमेकांशी संपर्क साधणे सुरू केले होते. काहींचे बोलणे आटोपून लग्नही पक्के झाले होते. काही त्या मार्गावर होते. बहिरमची यात्रा संपेपर्यंत बहुतेक लग्न जुळतील. काही जण तिथेच पोरा-पोरींची लग्ने लावून पुढच्या भटकंतीचा बेत आखू लागले. यात्रा संपेपर्यंत अवकाश होता. तरीही, ज्यांचे नाहीच जमले, ते महाशिवरात्रीला होणाऱ्या सालबर्डीच्या यात्रेवर नजर ठेवून वराडातच भटकणार होते.

निवाड्यासाठी आलेले लोक मात्र अगदी उतावीळ झाले होते. बहिरमला भरणाऱ्या जात-पंचायतीत आपल्या तक्रारी मांडून न्याय मिळण्याची ते अपेक्षा करत होते. त्यासाठी त्यांनी आपापल्या भागातील ओळखीच्या पंचाच्या कानांवर आपले गाऱ्हाणे घातले होते. मागच्या जत्रेत अपूर्ण असलेल्या निवाड्यांचाही निकाल लावणे जरुरीचे होते. त्यामुळे जात-पंचायतीचे सदस्य शिलपतच्या बिऱ्हाडावर विचारविनिमयासाठी आले होते. आल्या-आल्या परशाने विषय काढला. तो सर्वांना उद्देशून म्हणाला, ''मंडयी, पंचाईत कव्हा भरवाची? समदेच तं मायजन इवून गेले जत्रेत. अन् आता पावतर आपापल्या मुल्कातून शे-सव्वाशे बिराडय आले असन! तं पंचाईत घ्याले काई हरकत नाई मंतो बॉ!''

त्यावर यंक्या म्हणाला, ''हो गा, परशा भौ! मले बी तसंच वाटते.''

''आफून समदेच तयार हावो ना! मंग जागा पहाले चाला. टेकडीच्या पलीकडं एक वडाचं झाड हाये. त्याच्याखाली यंदाची पंचाईत भरवू. जागा भक्कम हाये. यात्रंच्या गलबल्यापासून दूर हाये. पोलिसाच्या भेवाचीय चिंता नाही.'' गोविंदाने आपला विचार मांडला.

त्याच्या म्हणण्याला दुजोरा देत सदा भामटी म्हणाला, ''मंग उशीर कायले लावता? अंधार पडाच्या आंदी जागा पाहून येवू. वडाच्या खाली जमत असन तं तिथं, नाही तं दुसरी जागा पाहू. अन् उद्याच जागेची साफसफाई, पुंजापाती करून पंचाईत भरवू. अज रातीच समद्या बिराडायले इतल्ला दिवू!''

सदा भामट्याचे बोलणे सर्वच पंचांनी मान्य केले आणि लागलीच टेकडीच्या काठाकाठाने, मागच्या भागाला असलेल्या वडाच्या झाडाकडे जाऊ लागले. त्याच्यासोबत काशा-शिलपतसहित आवतीभोवतीच्या बिऱ्हाडातील काही जाणती माणसंही निघाली. राघो व त्याचे सोबतीही त्यांच्या मागेमागे चालू लागले. टेकडीच्या दुसऱ्या बाजूला, हिरवीगार विस्तीर्ण झाडे उभी होती. आंबा, पिंपळ, मोह, महारुख, साग, कडुलिंब अशी कितीतरी विशाल वृक्ष दाटीवाटीने उभी राहून सातपुड्याच्या वैभवाची साक्ष देत होती. तेथून आत शिरलो की जंगलाची भीषणता सर्वांगाचा थरकाप उडवत होती. दूरवरपर्यंत आकाशाला भिडणाऱ्या डोंगराच्या उंचउंच रांगा दिसत होत्या. आपल्या फिरस्त्या जीवनाप्रमाणेच त्यांच्या नजराही, पहाडाच्या एका रांगेवरून दुसऱ्या रांगेवर भ्रमंती करू लागल्या. सारा जंगल हिरवागार होता. पानगळती अन् त्याचे वैभव गिळणारा उन्हाळा अजून बराच दूर होता.

भामट्यांची जात-पंचायत भरवण्यासाठी, निश्चित केलेला वटवृक्ष टेकडीच्या मागील बाजूस खंबीरपणे उभा होता. बहिरमबुवाच्या पिछाडीच्या सैन्याचे जणू तो नेतृत्व करत आहे, असे वाटत होते. त्याचा प्रचंड बुंधा दोन माणसांच्या गोलाकार कवट्यात मावणार नाही एवढा! त्यावर त्याच्या वयस्कपणाच्या खपल्या अन् गाठी दिसत होत्या. त्याकडे राघोने पाहिले व तो आश्चर्याने ओरडला, ''बापा, बापा! हे झाड व्हय का, काय होय! किती वर्साचं असन हे? ह्याच्या केवढाल्या डांग्या हायेत...! थ्या डांगीच्या अधारासाठी तिच्यातूनच निंघून जमिनीत खोल पावतर मुई गेली. थ्या मुईवर येवडी वजनदार

डांगी तोलली बॉ! अन् अशा मोठ्यामोठ्या डांग्याच डांग्या... अन् थ्या डांग्याइले अधार देत, मोठ्या होत गेल्या ह्या मुया! पाटलाच्या दिवानखान्यात, नाहीतं धर्मशायेत खांबच खांब रायते का नाही... तसंच दिसते बॉ हे!''

राघोने सोबत्यांजवळ आपले कुतूहल व्यक्त केले. तसे त्याचे मित्रही 'हो'ला 'हो' लावत झाडाच्या विस्तीर्ण छायेत फिरू लागले. काहींनी लोंबकळत्या पारंबीला धरून झोके घेण्यास सुरुवात केली. काहींनी पारंबीला पारंबी बांधून पाळणा तयार केला. त्यावर बसून ते एकमेकांना झोके देऊ लागले. झाडाच्या घनदाट सावलीमुळे त्याखाली गवतही उगवले नव्हते. त्यामुळे खालची जागा साफसूफ व कोरडी होती. त्याच्या आवतीभोवती मात्र दाट गवत व बोराटी-चिलाटीची झुडपंच झुडपं पसरली होती. त्यामुळे वटवृक्षाच्या सभोवती काटेरी झुडपांची मजबूत भिंतच उभारल्यागत वाटत होते. त्यातून मार्ग काढत जात-पंचायतीचे महाजन वटवृक्षाखाली येऊन पोहोचले. तिथेच त्यांची पंचायत भरणार होती. आतापर्यंत बहिरमच्या बहुतेक पंचायती त्या विस्तीर्ण वृक्षाखालीच भरल्या होत्या. पंचायतीच्या न्यायालयाला त्याने आपले समृद्ध आशीर्वाद देऊन, आपल्यासारखीच जनकल्याणाची प्रेरणाच जणू त्यांच्यात भरली होती. आणि पारंबी-पारंबीने पुढे सरकत भामट्यांतही जणू तो गतिमानता रुजवू पाहत होता.

सर्वांनी मिळून वडाखालचा काडीकचरा साफ केला. झाडझूड केली. त्यावर पाणी शिंपडले. आणि उद्यापासून तीन दिवस तिथेच जातपंचायत भरवण्याचे निश्चित करून आपापल्या बिऱ्हाडाकडे परत आले. जात-पंचायतीची वेळ व ठिकाणाची माहिती साऱ्या बिऱ्हाडांवर पोचती केली.

दुसऱ्या दिवशी सकाळपासूनच वडाच्या दिशेने भामट्यांची वर्दळ सुरू झाली. जागेच्या साफसफाईसाठी साऱ्यांनीच हातभार लावला होता. सर्वांसाठी ते एक धर्मक्षेत्रच होतं. दहा वाजेपर्यंत सर्व महाजन वटवृक्षाखाली गोळा झाले. दूरदूरच्या मुलखातून बहिरमला आलेली बिऱ्हाडं; बाया-माणसं, लेकराबाळांसह तिथे दाखल झाली. वडाच्या बुंध्याला लागून दहा-पंधरा लोक बसू शकतील एवढा लांब-रुंद ओटा तयार केला होता. त्याला सारवून स्वच्छ केले होते. त्याची पूजापाती झाली... नारळ फोडले... अक्षद, कुंकू, बेलफूल वाहिले... कापूर बाळला... सर्वांनी पूजाविधी केलेल्या ओट्याला श्रद्धापूर्वक नमस्कार केला...

सर्व पंच महाजनांनाही अक्षद-कुंकू लावले. त्यांनीही सर्वांना नमस्कार केला. आता ते त्यांच्यासाठी नुसते सांसारिक माणसं राहिले नव्हते; तर जातगंगेतील न्याय-अन्यायाचा, भल्याबुऱ्याचा हिशेब मांडणारे, व त्यानुसार न्याय देणारे कर्तव्यकठोर न्यायधीश झाले होते. जातगंगेचे पावित्र्य, तिची नीतिमत्ता, त्यातील प्रथा, परंपरा अबाधित राहून, प्रत्येकाला न्याय देण्याचा आणि अपराध्याला शिक्षा करण्याचा त्यांनी जणू विडाच उचलला होता. त्यासाठी जवळचा-दूरचा, शत्रू-मित्र, आप्त-परका या मर्यादा ओलांडून न्यायासनावर ते प्रविष्ट झाले होते. प्रत्यक्ष न्यायदेवताच झाले होते.

पंच म्हणजे महाजन. परशा भामटी हा त्यातील वयस्क व अनुभवी माणूस! तो धनाजीपेक्षाही वर्षभराने मोठा... सर्वांवरच त्याचा रुबाब... त्याच्या शब्दावर सर्वांचा विश्वास... न्याय देताना पोटच्या पोराचाही त्याने कधी पक्ष घेतला नाही. 'न्यायाच्या निकशावर जे सत्य असेल ते टिकेल; एरवी नष्ट होईल,' असा त्याचा बाणा! म्हणून अनेक वर्षांपासून तोच भामट्यांच्या जात-पंचायतीचा प्रमुख होता. त्याबद्दल कुणाचीच तक्रार नव्हती. सदा भामटी, यंक्या भामटी, तुकोबा हीसुद्धा वयस्कर माणसं! अनाचं तोंड सेनाले नाही लावाव, या न्यायाने तेही न्यायदानात भाग घेत. त्यांच्या तुलनेत शिलपत नवखा, गणा थकून गेलेला, तर गोविंदा त्याच्या बापाच्या मृत्यूनंतर पंचायतीत आला होता. तोच सर्वांत तरुण पंच महाजन होता. त्यामुळे सर्वांपेक्षा त्याच्यात जास्त रग होती. झटपट निर्णयक्षमता नि बेडरपणा होता. अनेकदा परशालाही न सुटणारं कोडं, तो झटक्यासरशी सोडवी. 'एक घाव दोन तुकडे' असाच त्याचा स्वभाव होता.

ठरल्याप्रमाणे अकराच्या सुमारास जात-पंचायत सुरू झाली. ही पंचायत म्हणजे जातगंगेचे सुरक्षाकवच! तिचे पाविष्य जोपासणे हे पंचांचे काम; म्हणून त्यांच्याकडून न्याय मिळण्याची सर्वांना अपेक्षा! तिकडे खानदेशात हनमंता मते नावाच्या भामट्याने आपली पोरगी, भामट्यांच्या दुसऱ्या टोळीत, पोटजातीत दिली होती. तेव्हा वराडातील सालबर्डीच्या यात्रेत जात-पंचायत भरली होती. आणि त्या जात-पंचायतीने हनम्या भामट्याला त्याच्या कुटुंबासहित जातीबाहेर टाकले होते. त्याचेशी रोटीबेटी व्यवहार थांबवला होता; तर त्या टोळीतील जात-पंचायतीने हनमंत्याच्या टोळीला हलके ठरवून त्याची पोरगी टोळीत केल्याबद्दल हनम्याच्या सोयऱ्याला कुटुंबासह जातीबाहेर टाकले होते. दोन्ही कुळं असे

बहिष्कृत जीवन अनेक वर्षांपासून जगत होते... अगदी मेटाकुटीला आले होते. तेव्हापासून हनम्या भामटी प्रत्येक जात-पंचायतीत हजर राहून 'आपल्याला कुटुंबासह जातीत घ्यावे', अशी पंचपरमेश्वराला विनंती करत होता. पण त्याच्याकडे सारे दुर्लक्षच करत होते. परशासारख्या मुरब्बी माणसाचेही इतर पंच ऐकत नव्हते.

यंदाही तो आला होता. गोविंदाला भेटून आपली सारी कहाणी सांगितली होती. हनमंत्याला कोणीही कार्यप्रसंगात, तोरणामरणात बोलवायचे नाही. त्याच्या बिऱ्हाडावर कोणी येत नव्हते. त्याच्याकडील अन्नपाणी इतरांना वर्ज्य झाले होते. रोटीबेटी व्यवहार बंद झाला होता. तरीही, लंगड्या ढोरासारखा आपल्या कळपाच्या मागे तो फिरत असायचा. आशाळभूतपणे त्यांची मनधरणी करायचा नि अपमान गिळून त्यांच्यात शिरण्याचा प्रयत्न करायचा. पाच वर्षांपासून असे भोग त्याच्या वाट्याला आले होते. आता त्याचे दुसरीही मुलं-मुली लग्नाला आले होते. पण त्याला कुणीच आधार देत नव्हते. उलट, सारे जण त्याची खिल्ली उडवत, त्याला चिडवत होते, तसा तो मनाने अधिकाधिक खचत होता; नि यात्रेयात्रेत भरणाऱ्या जात-पंचायतीपुढे हजर राहून त्यांना हात जोडत होता. म्हणत होता, ''मायबाप, मी तुमचं जातगंगेचं लेकरू! चुकलंसीन तं अपराध पोटात घाला अन् मले पदरात घ्या! आता पावतर झाली थे सिक्शा लय झाली. माफी करा मले! अजी, लेकरू मांडीवर हागलं मनून मांडी थोडीच कापा लागते! अन् लेकराले तरी फेकून देतो का आफून? तसं मी आपलं लेकरू! घ्या, मले, पदरात घ्या, मायबाप!''

असे म्हणून हनम्या भामटी गदगदून रडायचा. पण पंचायतीला त्याची दया यायची नाही. परशाही जात-पंचायतीपुढे कठोर झाला होता. त्यातच चार-पाच वर्षे गेली. हनम्या मेटाकुटीला आला. तशातच त्याला गोईंदाच्या रोखठोक स्वभावाची कुणीतरी माहिती दिली. त्यानुसार त्याला तो बहिरमला भेटला. गोविंदानेच त्याला आपली बाजू मांडायला सांगितले. आताही काही पंचांनी त्याला नकार दिला. गोविंदा मात्र खंबीरपणे त्याच्या पाठीशी राहिला. हनम्याने आतापर्यंतच्या यातनांची यादीच पंचापुढे मांडली. पोरगी दुसऱ्या टोळीत दिल्याचे व ते आपल्या अज्ञानापोटीच झाल्याचे तो सांगू लागला. तसा गोविंदा, पंचांना व पंचांचा मुख्य परशाला उद्देशून म्हणाला, ''पंच मंडयी, हनम्या भामट्याले अन्

त्याच्या कुटुंबाले पुन्हा जातीत घ्या. आता पावतरच त्याले लय सिक्षा झाली. आता माफ करा त्याले!''

तसा यंक्या म्हणाला, ''नाही मंडयी, मले नाही पटत हे! त्यानं अनाचं तोंड सेनाले लावलं... पैशाच्या लोभापायी त्यानं आपली पोरगी परजातीत इकली. भामट्यायले कलंक लावला त्यानं! त्याले अद्यल घडू द्या... राहू द्या तसाच सडत!''

त्याचे बोलणे ऐकून हनम्याने हुंदका आवरत पंचांना पुन्हा हात जोडले. काहीतरी बोलण्याचा तो प्रयत्न करू लागला. पण शब्दांऐवजी हुंदकाच फुटत होता. शेवटी तो पंचांपुढे उपडा झोपला नि दोन्ही हात जोडून त्याने पंचांना दंडवत घातला. ओट्यावर बसलेले यंक्या, गणा, सदा हे पंच मिशीतल्या मिशीत त्याला हसू लागले. कुणीतरी म्हणालं, ''असंच समद्यायनं केलं, तं आपल्या टोईतल्या पोरा-पोरीयचे लगनं कसे हुईन? अस्सच राहू द्या त्याले... तव्हाच समद्यायले अक्कल यीन!''

त्यावर गोविंदा मात्र खंबीरपणे बोलला... ''आता, जातीचा गू चिवडनं बंद करा! त्याच्यापरमानं आपल्यालेय लेकीबाई हाये. आफूनयबी पोटी पाटी पिकलो. त्याची एक पोरगी दुसऱ्या टोईत गेली. आता उरल्यासुरल्याय तशाच पाठवता का? आफून असेच निवाडे केले, तं उद्या खेटरं मारतीन ना लोक आपल्याले! अन् एक सांगा, ज्या टोईत हनम्यानं पोरगी देल्ली, थे बी भामट्यायचीच टोई होय ना? पन तुमी त्यायले खालताटे मनता. तुमी वरचे थे खालचे समजता. पन समदे मान्सच होये. 'भटकता-भटकता एखांदी टोई, नाहीतं कुटुंब वाहूटलं, अन् वर्सगनती आपल्या टोईपासून दुरावलं का झाला थो खालताट्या!', असा आपला समज आफून डोक्शातून काढून टाकला पायजे. सोडा आता ह्यो इचार! अन् घ्या हनम्याले अन् त्याच्या कुटुंबाले जातीत!''

गोविंदाच्या बोलण्याने यंक्या, गणा खजील झाले. परशा मात्र त्याचे बोलणे शांतपणे ऐकत होता. वटवृक्षाच्या सावलीत बसून निवाडा ऐकणारे सारे भामटी गोविंदाच्या हिमतीला दाद देत होते; तर काही मनातल्या मनात त्याला शिव्याही मोजत होते. शेवटी गोविंदाच खाली उतरला. दंडवतासाठी उपडा पडलेल्या हनमंताला त्याने बसते केले नि आपल्या जागेवर येऊन बसला. जात-पंचायतीला

उद्देशून म्हणाला, ''मंडयी, जातीतलं मढं जातीतच जयते आखरीवर. घ्या, त्याले जातीत घ्या! आपल्या चुकीबद्दल अज पावतर त्यानं लय सोसलं.''

गोविंदा हनम्याची बाजू घेऊन पोटतिडकीने बोलत होता. पण यंक्याने त्याला मध्येच रोखले. तो कुर्‍यात म्हणाला, ''नाही! असं होनार न्हाई, मंजे न्हाई!''

तसा गोविंदाही इरेस पडला व तेवढ्याच रोखाने म्हणाला, ''हुईन, हे असंच हुईन! हनम्याले पुन्ना जातीत घ्या लागन तुमाले!''

पंचापंचातच एकाएकी जुंपली. यंक्याची बाजू घेऊन सदा बोलू लागला. गोविंदाच्या बाजूने गणा व तुकोजी बोलू लागला. शिलपत मात्र गप्पच होता. यंक्या त्याचा जावई व नवा इव्हाई होता, आणि हनम्याबद्दलही त्याच्या मनात सहानुभूती होती. त्यामुळे त्याने गप्प बसणेच पसंत केले. निवाडा भलत्याच संघर्षावर येऊन पोहोचला होता. आता निर्णय परशावर अवलंबून होता. यंक्याने त्याला विनंती केली. तो म्हणाला, ''मंडळी, असे आपल्यातच भांडनं चांगलं नाही. थ्या परीस आपला मुखंड मनन तसं आफून मान्य करू.''

यंक्याचे म्हणणे सर्वांनी मान्य केले आणि परशाच्या निर्णयाची सर्व जण वाट पाहू लागले. हनम्या कानांत प्राण आणून त्याच्याकडे आशाळभूतपणे पाहू लागला. ओट्यावर बसलेली पंचमंडळी आणि समोरचे भुकेकंगाल भामटी निर्णय ऐकण्यास आतुर झाले. तसा परशा सर्वांकडे पाहत शांतपणे म्हणाला, ''मंडयी, हे जात-पंचाईत हनम्या भामट्याचा अपराध आता माफ करत हाये. आता त्याच्या अन् त्याच्या कुटुंबासंगं तुमी रोटीबेटीचे अन् समदे येव्हार करू शकता.''

जात-पंचायतीच्या मुख्य महाजनाने अनपेक्षितपणे दिलेल्या निर्णयामुळे यंक्याच काय; सारेच अचंब्यात पडले! पन यंक्याचा राग अजून शांत झाला नव्हता. तो तसाच कुर्‍यात म्हणाला, ''मंडयी, हनम्याले जातीत घ्या, मुखंडाचा निर्णय मान्य करा; पन दंड घ्या त्याच्यापासून! समद्या समाजाले पूर्नाच्या पोईचं जेवन दे मना त्याले!''

यंक्याचे बोलने ऐकून परशा गदगदून हसला व म्हणाला, ''अगा यंकोबा, ज्याले एक टाईमची भाकरय धड भेटत नाई, थो समद्या भामट्यायले पुर्नाच्या पोईचे जेवन कसा दीन गा? त्यासाठी कुठून आनन थो पैसा?''

परशाच्या बोलण्यानं सारेच हसले. हनम्याही गालातल्या गालात हसला. परशा पुढे म्हणाला, ''मंडयी, तसी त्यानं पाच वर्सं लय सिक्षा भोगली. आता आपला त्याच्यावर काही जोरा नाही.''

त्यावर गोईंदा म्हणाला, ''बरोबर हाये पंच परमेशोराचं! आता त्याच्यापासून कोनताच दंड न घेता त्याले जातीत घ्या. करा त्याले ह्या नरकातून मोकया!''

त्याचे बोलणे ऐकून तुक्या-सदा ही पंचमंडळी उसळून म्हणाली, ''असं कसं मंता, देवा! गुन्हा घडला, त्याले काईतरी सिक्षा झालीच पायजे. म्हून मंतो, बयरमची यात्रा सरेपावतर कवाबी बयरमबुवाच्या नावानं त्यानं बकरा कापाव अन् यात्रंत हजर असल्या समद्या भामट्यायले जेवू घालाव. अन् अजच्या बैठकीचा खर्स पाच रुपये नगदी जमा कराव!''

सदा, यंक्यादी अनुभवी पंचांनी मांडलेला प्रस्ताव जात-पंचायतीचा मुखंड असलेल्या परशाने मान्य केला. हनम्या भामट्यानेही त्यास होकार दिला नि एका प्रलंबित निवाड्याचा असा शेवट झाला. गूळपाणी झाले.

आता दुसरा निवाडा सुरू झाला, तो घाटाकडील महादेव भामट्याचा. अलीकडे तो दारू काढू लागला होता. दारूही पीत होता. दारू पिऊन भांडणंही करायचा. त्याचा प्रश्न घाटाकडीलच एका विधवा बाईने मांडला. दारू पिणे ही भामट्यांत निषिद्ध बाब! त्याचा सर्वांना मनस्वी राग होता. महादेवला पंचापुढे उभे करण्यात आले. तो परशासहित यंक्या, सदाचाही आप्तेष्ट! पण त्याच्या बाजूनं कोणीच बोललं नाही. महादेव पंचांना हात जोडून विनंती करत होता... त्यांची माफी मागत होता... 'आता दारूचा धंदा नाही करनार... दारू नाही पिणार...' असे म्हणत होता. पण त्याचे कुणीच ऐकले नाही. शेवटी जात-पंचायतीचा मुख्य महाजन परशा उभा राहिला. त्याचे डोळे रागाने लाल झाले होते. अंगावर पडलेला कचरा झटकावा अशा तिरस्काराने पाहत तो म्हणाला, ''तू दारू काडतं अन् पेतंबी! समदीकडं तुही बोंब हाये. भामट्यांत दारू नाई चालत, हे ठाव हाये ना तुले?''

तसा महादेवने मान हलवून होकार दिला. ते पाहून मायजनाचा राग शिगेला पोहोचला नि महादेववर हल्ला करत म्हणाला, ''भडव्या, तुले ठावूक हाये तं मंग काहून आपली माय कोनापुढं घालतं...? काहून जातगंगा बाटवतं...? दुसऱ्याचे कुटुंब काहून बरबाद करतं...? तू गोदरीत लोय. साऱ्या लोकायचा गू खा! अन्

आपल्या बिराडापासून मैलभर दूर पाल ठोकून राय! तुले लेकरंबायं, मायबाप बी भेटनार न्हाई. अन् भेटले तं त्यायले बी पंचायतीपुढं उभं करा! अन् आता इथं पंचापुढंच याच्या दाढी-मिशा-भोवरीचे केस काढा...! अन् सालभर वाह्यना नाही घालाच्या तुनं... कुटंबाले भेटाचं नाही! सालभर तुह्यात बदल झाला, तं तुले पुन्हा जातीत घिवू; नाही तं कायमचा जातीबाहीर टाकू. सम्मजला! आरे, तुनं भामट्यायच्या चोवीस पिढ्या बाटवल्या रं, बाबा! आता तुले कोनती सिक्षा द्याव? कोनतीय सिक्षा तुह्यासाठी कमीच हाये, बावा!''

अन् परशाचा गळा भरून आला. धोतराच्या पदरानं तो आपले आसू पुसू लागला. त्यासह अंगातील बारकसी वर सरकून खपाटीला गेलेलं पोट अन् छातीचा झालेला सापळा सर्वांना स्पष्ट दिसला. वाट्याला आलेलं अफाट दारिद्र्य अन् पोलिसी ससेमिरा यांच्या भयंकर चक्रव्यूहातही त्याची नैतिकता शाबूत होती आणि आपल्याच एका जातभाईने जातीला लावलेला कलंक त्याला असह्य झाला होता. ते ऐकूनच त्याला गलबलून आले... त्याचे डोळे पाणावले.

महादेवही आसू पुसतच हात जोडून उभा राहिला व म्हणाला, ''पंच परमेशोरानं देल्ला थो निर्णय मले मान्य हाये! तुमी माहे केसं कापा. मले जातीबायरं टाका. पन देवा, आमी जगाचं कसं, थेतं सांगा? आमच्या फिरस्तीच्या भागात तीन-चार सालापासून दुस्काय हाये. अन्न भेटत नाही. बोरू तं अवसीदालेय सापडत नाही. मोहाच्या फुलावर, टेंभुर्नीच्या फयावर किती दीस जगाचं आमी? अन् पोलिसाची नजर तरी किती दिवस चुकवाची? उपाशापोटी कुठवर पयाचं मंतो! म्हून पोटासाठी काडतो दारू. थे इकून कुटुंब जगवतो. नाहीतं समद्यायले ईख दिवून माराचं का मंतो!''

तो काकुळतीनं बोलत होता. पण मुखंडाजवळ त्याच्या प्रश्नाचं उत्तरच नव्हतं. ते ऐकून तोही गहिवरून येत होता. पण दिलेला निर्णय मागे घेणं त्याला मान्य नव्हतं. एवढ्यात, हातात वस्तरा-पाणी घेतलेली दोन माणसं महादेवपुढे उभी राहिली. त्यांनी परशाकडे प्रश्नार्थक नजरेने पाहिले. परशाने मानेनेच त्यांना होकार दिला. मुखंडाचा अंतिम निर्णय अमलात येऊ लागला. त्या दोघांनी महादेवचे दाढी-मिशीसह भुवयांचेही केस काढले आणि त्या केसांची गाठुडी त्याच्याच डोक्यावर देऊन नाल्याच्या दिशेने रवाना झाले. तिकडूनच आता तो आपल्या समूहाला शेवटचा निरोप देणार होता. वर्षभरासाठी बहिष्कृत जीवन

जगणार होता. पहिल्या दिवसाची जात-पंचायत इथे थांबली. उद्या व परवा ती पुन्हा इथेच भरणार होती. तरी निवाडे शिल्लक राहिले तर जात-पंचायतही पुढे चालणार होती. पहिल्या दिवसाचा निवाडा संपताच पंचासह सारे भामटी, आपापल्या बिऱ्हाडाकडे, टेकडीच्या पायथ्या-पायथ्याने चालू लागले. ते पाहून साऱ्या श्रमजीवी मुंग्या आपल्या वारुळाच्या दिशेने निघाल्या आहे, असे वाटत होते.

दुसऱ्या दिवशी ठरल्यावेळी पुन्हा बैठक सुरू झाली. चिंत्या गुढेकार म्हणजे चिंत्या भामट्याने मुस्क्या भामट्याची बायको पळवल्यामुळे मुस्क्याने त्याच्यावर खटला दाखल केला होता. आपली बायको आपल्याला मिळावी, अथवा बायकोच्या बापाला लग्नाच्या वेळी दिलेला पैसा व लग्नाचा खर्च चिंत्याने त्याला परत करावा, असे त्याचे म्हणणे होते. पण चिंत्या काही पंचायतीत आला नव्हता. तो कुणीकडे भटकतो याचा ठावठिकाणाही कुणाला नव्हता. परिणामी, त्याची तक्रार पंचांनी पुढच्या बैठकीपर्यंत राखून ठेवली.

मागील वर्षी सालबर्डीच्या यात्रेत झालेल्या जात-पंचायतीत मुस्क्या भामट्याने केलेल्या तक्रारीवर पंचांनी दोन्ही पक्षांची विचारपूस केली होती. तेव्हा चिंत्या, त्याची बायको, तसेच मुस्क्यासुद्धा आपल्या कुटुंबासह हजर होता. सर्वप्रथम मुस्क्याने पंचायतीपुढे बयान दिले.

तो म्हणाला, ''देवा, तिकडे पुणे, बारामती शिवारात फिरत होतो, तव्हा आमच्या पालायवर गोऱ्यायची धाड पडली. आमची पन्नासक बिराडं होती. समदी जीव मुठीत घिवून अंधारात पयाले लागले. माहा बाप कौतिक्या भामटी मराच्या वाटंवर होता. त्याले तसाच टाकून मी बी पयालो; पन बापातच जीव गुतला होता. पयता-पयता एका झाडावर चढून लपलो. अंधार गडप होता. पाल अन् पालातला बापबी दिसत नोता. पन मनाचं समाधान मनून मी पालाकडं पाहू लागलो अन् बॅटरीच्या उजिडात पोलिसाले दिसलो. त्यायनं झाडावून खाली उत्राले लावलं अन् माही खूब पिटाई केली. बाकी जातभाई अंधारात वाट सापडन तिकडं पयाले. पोलिसायनं तसाच अर्ध्यामेल्या अवस्थेत मले गाडीत टाकलं अन् हकलली गाडी! म्या गाडीतच मेल्याचं सोंग घेतलं. थे पाहून पोलिसायले धडकी भरली अन् मले गाडीतून खाली टाकून त्यायनं पय काहाडला. रात्र तिथंच

तडफडत काहाल्ली. पन आमच्या पालायपासून गाडी शेकडो मैल दूर आली होती.

"दुसऱ्या दिवसापासून तसाच मांगं फिरलो. बापाची अन् कुटुंबाची, तसीच संगच्या पालायची बी आशा सोडली होती. पन बापात मन गुतलंच होतं. थे निंघता निंघत नोतं. मनून भीक मांगत कसातरी जगत दहा-पंधरा दिसानं पाला जवड आलो; तं बुढा पालातल्या पालात मरून पडला होता. म्या पालातल्या लोकाइची, संगच्या पालाइची चवकसी केली; पन काही पत्ता नाही लागला. त्यायची पालं, कपडालत्ता, सामानसुमान तिथंच टाकून समदे वाट सापडन तिकडे पयाले. कोनाचा कोनाले पत्ता नाही लागला. कोनी मने पुन्यात हाये... कोनी मने बारामतीतच हाये... कोनी सोलापुरात सांगे. तसा मी त्यायचा सोध घेत राह्यलो. पन पत्त्याले पत्ता लागला नाही. मंग म्याय फंदा सोडला. बापाले तिथं पालातच माती देल्ली अन् निंघालो मुलूखगिरीवर! भिक्षा मांगत, जत्रेजत्रेत गनगोताले धुंडू लागलो. पन कोनीच नाही भेटलं. माह्य लगन हून पाच-सहा वर्सं झाले होते. आमी दोघंबी जवानीत आलो होतो. पन बायको आपल्या मायबापासंगं निंघून गेली असन, असं मले वाटलं. पन काई खबरमात नोती. आता पावतर भटकत-भटकत मी मराठवाडा, खानदेशातून वराडात उतरलो होतो. इकडंच काही भामट्यायची बिराडं भेटली. काही दिवस त्यायच्या संगय फिरलो पन बायकोचा अन् कुटुंबाचा अन् आमच्या संगच्या पालायचा काई पत्ता नाही लागला."

आपली माहिती सांगता-सांगता मुस्क्या गदगदून रडत होता. थोडासा शांत झाला की पुन्हा सांगत होता... आसू पुसत होता... नि आवंढा गिळून आपली कर्मकहाणी सुरू करत होता. ती ऐकता-ऐकता जात-पंचायत अन् जातीतील लोक अवाक् होत होते...! अनेकांच्या डोळ्यांना धारा लागल्या होत्या... प्रत्येकाचंच गणगोत, सगेसोयरे पोलिसी धाडीच्या भीतीने इतस्तत: विखुरले होते. कुणाचा कुणाला पत्ता नव्हता. जे गेले ते गेलेच... वाहुटलेच कायमचे! अशी त्यांची अवस्था झाली होती. मुस्क्या भामटी या निमित्ताने आपलीच कहाणी सांगत आहे, असे सर्वांना वाटत होते.

खांद्यावरच्या फडक्याने मुस्क्याने आपले आसू पुसले नि पुढची कहाणी सांगू लागला, "अन् मायबाप, सालबड्डीच्या जत्रेतच चिंत्या अन् बुल्की

अचानक दिसली. दोन दिवस त्यायच्या पालाचा दुरूनच माग घेतला अन् एक दिवस त्याच्या पालावरच गेलो. ह्या घटनेले आता पंधरा-सोया वर्सं झाले असीन. बुल्कीचा तीन-चार वर्साचा पोरगा पालातच खेयत होता अन् बुल्की पुन्ना सा-सात मयन्याची गर्भार होती. मी साडसूड पालातच जाऊन बसलो. पन दोघानयबी मले वयखलंच न्हाई. म्याच वयक देल्ली.

'''चिंतोबा, अजूनबी वयखलं न्हाई गरिबाले? अगा, मी मुस्क्या भामटी... बुल्कीचा नवरा. बारामतीच्या धाडीत हारपला होता थो... माह्या बायकोले न्यासाठी आलो मी... आता पाठव तिले माह्यासंगं!'

''त्यावर चिंत्या हमरीतुमरीवर येत म्हणाला, 'वा गा मुस्क्या भौ! आता थ्या गोस्टीले पंधरा-ईस वर्सं झाली असन! अन् आता तुले बायकोची आठोन झाली? धाड पडली तव्हा तिले टाकून तू सोताचा जीव वाचवून पयाला. पयता-पयता माही बायको अन् हे, दोघीय इहिरीत पडल्या. त्यातच माही बायको मेली, हे वाचली. म्या तिले अधार देल्ला. इंग्रज सिपायायनं समदे जातभाई धरून सेटलमेंटमंदी कोंडले होते. आमी दोघंच उरलो होतो. तव्हा लहानच होती थे... न्हातीधुतीबी नोती झाली. पाटच्या बयनी सारकी वागवली तिले! गावोगावी भीक मांगत जगलो. मंग काही दिसानं थे हुशार झाली. आमी मंदिरात हार घालून लगन केलं. आता आमाले चार वर्सांचं पोरगं हाये अन् थे अखीन गर्भार हाये. तरी ह्या लेकरासम्मेत ने तिले; माही ना नाही. तुह्या हक्कच हाये तिच्यावर; पन तिच्यासाठी लेकरायचं वन नोको करू.'

'''हे, काहीय बोलतं तू! चिंत्या, आरं तुहे लेकरं हाये थे. आता तूच पोस त्यायले. मी माही बायको घिवून जातो.'

'''असी कसी नेता तुमी बायको! त्यायनं माहा जीव वाचवला... अधार देल्ला. अन् आता तुमी माह्यावर अदिकार सांगून रायले! हे कुटकाभर लेकरं वनवासी करून, संगं चाल मन्तानं लाज न्हाई वाटत तुमाले! मी नाई येनार तुमच्यासंगं! चिंत्या भामट्याचीच जिंदगानी करीन मी... काय समजले तुमी!'''

मुस्क्याच्या बायकोने, बुल्कीनेच त्याला खणकावत सांगितले, त्यामुळे मुस्क्या ठंडाच झाला! मग त्याने जात-पंचायतीचा मार्ग धरला होता. मागच्या वर्षी सालबर्डीलाच झालेल्या पंचायतीत चिंत्या, मुस्क्या अन् त्यांची बायको बुल्कीही हजर होती. तिघांनीही आपली बाजू मांडली होती. निवाडा फारच

गुंतागुंतीचा अन् भावनेचा झाला होता. पंचांनी सर्वांचे म्हणणे ऐकल्यावर अंतिम निवाडा बहिरमच्या यात्रेतच करण्याचे सांगून तेथील पंचायत थांबली होती. त्यानुसार पुन्हा तिघेही पंचायती समोर हजर झाले. तिघांचेही म्हणणे पंचांनी पुन्हा ऐकून घेतले.

चिंत्या भामटी म्हणाला, ''देवा, बुल्कीचा नवरा तिले सोडून जीव वाचवत पयाला. बुल्की अन् माही बायको दोघीबी लहान होत्या तव्हा...! मी बी काही खूब मोठा नोतो. पन म्या बुल्कीले वाचवलं. त्यातच माही बायको मेली, पन लडत नाही बसलो. अनाथ बुल्कीले म्या अधार देल्ला... लगन केलं तिच्यासंगं! आता तिले लेकरं हाये. थे सोडून बुल्की मुस्क्यासंगं कसी जाईन, देवा! गाय-वासराची ताटातूट नोका करू, मायबाप!''

''होना, देवा! ज्यानं अधार देल्ला थो नवरा, का जो सोताचा जीव वाचवत पयाला थो नवरा? तुमीच सांगा, देवा! लेकरायचा सराप नोका घिवू. मी चिंत्यासंगच जिनगानी करीन... त्याचाच वंश चालवीन. आता मुस्क्यानं माह्यावरचा हक्क सोडून द्याव. त्याच्याकडं मी नांदनार नाही, देवा!'' बुल्कीने ठामपणे सांगितले.

ते ऐकून मुसक्या जागच्या जागीच तणतणू लागला... ''मंग लग्नाचा खर्स, इच्या बापाले, माह्या बापानं पोरीचे देल्ले थे पैसे मले वापस कराव; अन् दुसऱ्याची बायको ठिवल्याबद्दल चिंत्याले दंड कराव, असी माही इनंती हाये!''

जात-पंचायतीने सर्वांचे बोलणे पुन्हा लक्षपूर्वक ऐकले आणि निर्णय दिला. पंचायतीचा मुख्य महाजन परशा आपल्या जागेवर उभा राहिला. समोर बसलेल्या जातभाईंना आदरपूर्वक नमस्कार केला आणि निकाल देत म्हणाला, ''मंडयी, आपल्यापुढं मोठा इचार निर्मान झाला हाये. पन मानुसकीचा इचार करून मी असं सांगतो की, यात तिघाचंबी काहीच चुकलं नाही. परिस्थितीच तसी निर्मान झाली. पोलिसाच्या भीतीनं समदेच जीव लपवत पयाले. चिंत्या, मुस्क्याय पयाला. बुल्की अन् चिंत्याची बायको पयता-पयता इहिरीत पडल्या. त्यातच चिंत्याची बायको मेली, पन बुल्की वाचली. लहानच होती तव्हा थे. कोनाचाच पत्ता नोता, तं चिंत्यानच तिले संभायलं. तिच्यासंगं लगन केलं. आता थे लेकुरवाये हाये. अन् आता पंधरा-ईस वर्सानं मुस्क्या तिच्यावर आपला हक्क सांगून रायला. मंडयी, हे गलत गोस्ट हाये. बुल्की जल्मभर चिंत्यासंगच

संसार करन... आपल्या लेकरायचा संभाय करन... गाय-वासराची ताटातूट नाही होनार! मुसक्यानं तिच्यावरचा आपला हक्क सोडून द्याव... अन् चिंत्यानं मुस्क्याले दोन पैसे लग्नाचा अन् तिच्या बापानं घेतल्या पोरीच्या पैशासह, मुस्क्याले पंचायतीपुढंच वापस द्याव. अन् निर्मान झालेल्या बिकट परिस्थितीनं बुल्की-चिंत्या एकत्र आली असन, तरी दुसऱ्याच्या बायकोसंगं लगन केल्याच्या गुन्ह्यात चिंत्याला पुढच्या जात-पंचायतीचा एक दिवसाचा खर्स, त्याची त्या दिवसाची सर्व देखभाल, अन् एक पैसा दंड आकारत हाये. थो दंडबी त्यानं पुढच्याच बैठकीत चुक्त करावा. मुस्क्याला मात्र पंचायतीच्या शेवटच्या दिवसापर्यंत ह्याच जात-पंचायतीत त्याची रक्कम त्याले वापस कराव, असा हे पंचायत निर्णय देत हाये.''

टाळ्या वाजवून सर्वांनीच निर्णयाचे स्वागत केले. चिंत्या पैशाच्या जुळवणीसाठी निघून गेला. मुस्क्यावर आभाळ कोसळल्यागत होऊन तोही पालाच्या दिशेने हळूहळू चालू लागला.

अद्याप बराच दिवस बाकी होता. त्यामुळे पंचायत पुढे चालू राहिली. त्यात चोरीचपाटी, एकमेकाला शिवीगाळ यांसारख्या किरकोळ तक्रारी संबंधितांनी पंचायतीत मांडल्या. गुन्ह्याप्रमाणे कुणाला अधला, कुणाला पैसा दंड, कुणाला बैठकीच्या जागेची साफसफाई, बैठकीचा एक दिवसाचा खर्च करण्याचे पंचप्रमुखाने आदेश दिले. असे किरकोळ खटले आटोपल्यावर तुकारामच्या बायकोने आपली बाजू मांडली. ती म्हणाली, ''मायबाप, मी तुकाराम भामट्याची बायको! धा-बारा वर्सापासून मायबापासंगच रायतो. माहा मालक इकडं येत नाही. आता माहा बापबी मेला. मले कोनाचा अधार नाही, मनून मले नवऱ्याकून खानादेना भेटला पायजे. नाही तं त्यानं मले काडीमोड तरी देल्ली पायजे, असी माही तक्रार हाये, देवा!''

तुकारामच्या बायकोची तक्रार ऐकून शिलपतने आपला जावई यंक्याकडे पाहिले. तोही पंचायतीचा एक महाजनच होता. त्यालाच तुकारामची बाजू मांडायला खुणेनेच सांगितले, तसा यंकोबा तिला विचारू लागला, ''बाई, तुकाराम तुले नांदवाले तयार नाही का?''

''थो नांदवतो मंते जी! पन मले आपले मायबाप सोडाचे नाही. त्यानच माह्या मायबापाजवड यिवून राहाव, इकडंच पोट भराव, असं आमचं मन्न हाये; पन थो तयार नाही.'' तुकारामची बायको म्हणाली

तसा दुसरा पंच सदाशिव म्हणाला, ''नवऱ्याच्या घरी बाई नांदाले जाईन, का नवराच पोरीकडं यीन नांदाले? थो तुले नांदवाले तयार हाये मंतं, तं मंग त्याचा काही अन्याव नाही. पोटगी कसी भेटन तुले?''

''तं, मंग मले काडीमोड द्या... मोकई करा मले!'' तुकारामची बायको निर्वाणीचच बोलली. तसा सभेचा मुखंड परशा तुकारामच्या नावाचा उल्लेख करून त्याला हाक मारत आपली बाजू मांडायला सांगू लागला. त्यावर सताजी पंचायतीपुढे हात जोडून म्हणाला, ''देवा, यंदा तुकाराम जत्रत नाही आला जी! आपला निवाडा हाये, असं बी त्याले माहीत नोतं. अन् थोच न्हाई तं सोडचिठ्ठी कसी हुईन, देवा!''

''हो, बरोबर हाये तुमचं! थ्या परीस आता दोन मयन्यानं सालबड्डीच्या यात्रंत दोघय हजर राहा. तुमचा निवाडा तवरीक राखून ठिवतो. तिथय दोघापैकी एक गईरहजर रायला, तर पुढं ॠनमोचनच्या जत्रत हजर व्हा. तिथंच निवाडा हुईन. तरी एकझन नाही आला, तं एकतर्फी निकाल देवू अन् ह्या खटल्याचा निकाल लावू.''

प्रमुख महाजनाचे म्हणणे सर्वांनी मान्य केले व त्या दिवसाचे कामकाजही आटोपले. सारे जण आपापल्या बिऱ्हाडाकडे जाऊ लागले.

तिसऱ्या दिवशीच्या पंचायतीसाठी फार निवाडे उरले नव्हते. एक-दोन लहानसहान तक्रारी होत्या. कोणी पोरीला सासुरवास असल्याचे, तर कोणी पोरीला मायबाप नांदायला पाठवत नसल्याचे सांगत होते. दोन्हीकडील लोकांना पंच समज देत होते. विसकटणारे संसार त्यामुळे मार्गी लागत होते. सासुरवाशिणींना मायेचा आधार मिळाल्याचा आनंद होत होता. जात-पंचायतीनेच त्यांच्या मायबापाची भूमिका पार पाडल्याचा अनुभव येत होता.

दुपारपर्यंत पंचायतीचे असे कामकाज चालले. मग पंचायतीचा मुखंड असलेल्या परशाने सर्वांना शहाणपणाच्या चार गोष्टी सांगितल्या...

“दारू पिवू नोका, दारू काढूबी नोका. चोरी करू नोका. आपला ताग -चऱ्हाडाचा धंदा इमानदारीनं करा. मजुरीसाठी गावोगाव भटकनं आपल्या नशिबी आलं हाये; पन इमान सोडू नोका. आफून छत्रपती शिवाजी म्हाराजाचं सइन्य हावो. त्यायच्या नावाले बट्टा लागन असं कोनतय वर्तन करू नोका. काई झालं तरी आपलं इमान सोडू नोका. आपल्या मांगं लागलेला पोलिसी पहारा, बिगार अन् धरपकड या समद्यायसंगं सामना करत, जीव वाचवत पुढं चाला. इमान मात्र सोडू नोका. हे मी पुनःपुनः सांगतो, कारन त्यातच जय हाये!”

असे म्हणून त्याने सर्वांना प्रणाम केला साऱ्या पंचांनीही सर्वांना नमस्कार केला. तसेच ‘हनम्या भामट्याकडून जात-पंचायतीसंगच साऱ्या जातभाईंयलेबी, अज जेवन हाये. त्यासाठी सारे हजर राहा!’ पंचांनी साऱ्यांना जेवणाचे निमंत्रण देऊन पुन्हा नमस्कार केला. जमलेल्या लोकांनीही त्यांना नमस्कार केला. सारे एकमेकांना ऊरभेट देऊ लागले. एकमेकांच्या अनेक दिवसांच्या भेटीने डोळे पाणावत होते. भरल्या डोळ्यांनीच एकमेकांना निरोप देऊ लागले.

यानंतर यात्रेसाठी एकत्रित आलेली जातगंगा पोटासाठी पुन्हा वेगवेगळ्या मार्गाने वाहूटणार होती... पोटाच्या आगीसह वाऱ्यासारखी दिशाहीन प्रवासाला निघणार होती. आता पुढची भेट; जगलो वाचलो तर पुढच्या यात्रेत... पुढच्या जात-पंचायतीत! तिथेच तोरणामरणाच्या बातम्या... बाकी भिंगरीसारखे अथक फेरे...! सारे अनिश्चित... बेभरोशाचे! लहानगा राघो हे सारे पाहत होता आणि आसवं गाळत मायबापामागे लुकूलुकू चालत होता.

❖❖❖

पंचायत उठताच हनम्या भामटी आपल्या कुटुंबासह पंगतीच्या कामी लागला. त्यांनी जागेची झाडलोट केली. तोवर वडाखालची मंडळी आवतीभोवती उभी राहिली. पत्रावळी-द्रोण मांडले. पंचांसाठी ओट्यावरच जेवणाची व्यवस्था केली होती. पंगतीत आधी पुरुष-मंडळी व लहान लेकरं जेवायला बसली. रिवाजानुसार त्यानंतर स्त्रिया बसणार होत्या. पत्रावळीवर कण्या-भाकरी अन् द्रोणात बकऱ्याचे मटण वाढले होते. चार-पाच वर्षांपासून जातीबाहेर असल्याने त्याच्याशी कुणी सोयरीक-संबंध केले नव्हते. त्याची दुसऱ्या नंबरची पोरगी आता बारा-तेरा वर्षांची झाली होती. भामट्यांच्या रिवाजानुसार तिच्या लग्नाला खूप उशीर झाला

होता. तिचं वाढलेलं वय आणि कुटुंबावरील बहिष्कृतता यामुळे योग्य वर मिळणे अगदी कठीण होऊन बसले होते. त्या चिंतेने तो खंगून गेला होता. सुदैवाने या जात-पंचायतीने त्याला पुन्हा जातीत घेतल्याने त्याचा एक प्रश्न सुटला होता. पण जातीला बकऱ्याचे मटण जेऊ घालण्याच्या चिंतेने आता मेटाकुटीला आला होता. त्यासाठी त्याने जंगजंग पछाडले होते; पण पैशांची बेजणी काही होत नव्हती. अशातच जात-पंचायत संपण्याचा दिवसही जवळ येत होता. हा दिवस टळला की पुन्हा पाच वर्षांची बहिष्कृतता अटळ होती. विचाराविचाराने वेडे होण्याची साऱ्या कुटुंबावर पाळी आली होती. पैशांसाठी साऱ्या पालांवर, गणगोतात तो फिरला होता. पण पंचांच्या व समाजाच्या बोकड-जेवणाची तरतूद काही केल्या होत नव्हती.

अशा विचारात असतानाच, भय्या चांदूरकर नावाच्या झाडी-पट्ट्यातील भामट्याचा त्याला निरोप आला. तो इतर भामट्यांपेक्षा परिस्थितीने बरा होता. तागाचा व दावे-चऱ्हाडांचा त्याचा चांगला व्यवसाय होता. त्याची बायको मागील वर्षी आजाराने मरण पावली होती. त्याला तीन मुली व दोन मुलेही होती. दोन मुलींचे लग्न होऊन त्या आपल्या घरीही गेल्या होत्या. एका पोराचे लग्न आटोपले होते. एक सहा वर्षांची मुलगी व तिच्या पाठचा भाऊ लग्नाचा होता. भय्या तसा रंगेल माणूस! जवळ पैसाअडका असल्याने समाजातही तो मस्तावल्यासारखाच वागायचा. अरेरावी, गुंडपणा व बाईलवेड्या सवयीमुळे तो सर्वांच्या टिकेचा विषय झाला होता. आता दुसरी बायको करण्यासाठी तो सारखा धडपडत होता. पण त्याला त्याच्या वयाची दुसरेपणी बायको काही भेटत नव्हती.

नव्या बायकोच्या शोधातच तो यात्रेत आला होता. मुलींच्या बापाशी संपर्क साधत होता. पण त्याच्या स्वभावामुळे त्याला मुलगी द्यायलाही कुणी तयार होत नव्हते. अशातच हनम्याला जातीत घेतल्याने, जात-जेवणासाठी तो पैशांच्या शोधात आहे; नि पैसा काही जुळत नसल्याची वार्ता त्याच्या कानांवर आली. आणि जातीला हा दंड दिल्याशिवाय त्याच्यावरची जात-बहिष्कृतताही उठू शकत नाही, हेही भय्याला ठाऊक होते. आणि ही वेळ टळली तर कुटुंबासह जीवनभरची ही बहिष्कृतता अटळ आहे, या कल्पनेनेच हनम्याला कापरं भरत होतं. ते जाणून भय्याने फासे टाकण्यास सुरुवात केली... मध्यस्थाकरवी त्याला निरोप धाडला...

''हनम्या भामटी जर मले आपली पोरगी देत असन, तं मी थ्या बदल्यात त्याले ईस रुपये देतो अन् दोही परती लगनय करतो. ईस रुपयातून त्यानं जात-जेवन द्याव अन् उरले पैसे सोतासाठी खर्स कराव!''

गरिबीने कावलेल्या हनम्या भामट्यावर पैसेवाल्या इरसाल भामट्याने डाव टाकला. भय्या पस्तिशी-चाळिशीतला, तर हनम्याची पोरगी बारा-तेरा वर्षांची..! त्या वयाच्या त्याला पोरी; पण भय्याला त्यात काहीच वाटले नाही.

मध्यस्थाने मांडलेला प्रस्ताव ऐकून हनम्याला त्याचा मनस्वी राग आला. जातच आपल्यावर कसा सूड घेत आहे, याची त्याला जाणीव झाली. तरी काहीही न बोलता तो चूप राहिला. दारिद्र्याने त्याच्यावर लादलेल्या भोगवट्याच्या भीषण माऱ्याने तो आधीच मेटाकुटीला आला होता. आता या वयस्कर व रंगेल माणसाशी पोरीचा सौदा करण्याचे आमीष लोक त्याला दाखवू लागले. तीही त्याच्या दारिद्र्याचीच देण होती. चार दिवस विचार करायचे सांगून मध्यस्थ निघून गेला होता. लवकरच जात-पंचायतही संपणार होती. ती संपण्याआधी समाज-जेवणाची तयारी आवश्यक होती. या चार दिवसांत त्याने पैशांसाठी आटोकाट प्रयत्न केले. घरातील भांडीकुंडी विक्रीला काढली... जातीतील सुखी लोकांची मनधरणी केली... त्यांच्याकडे वर्षभर फुकट काम करण्याचे आश्वासन दिले; पण त्याचे गाऱ्हाणे कुणीच ऐकले नाही. बहिरमची यात्रा आता फक्त पाच दिवस राहिली होती. एकेक बिऱ्हाड आपल्या फिरस्तीच्या वाटेने लागण्यास सुरुवात झाली होती, तशी हनम्याची तगमगही शिगेला पोहोचत होती.

शेवटी त्यानं मन पक्क केलं आणि आपली बारा-तेरा वर्षांची मुलगी चाळीस वर्षांच्या प्रौढ बिजवराला देण्यास तो तयार झाला. आपल्या बहिष्कृत जीवनातून जातीत पुन्हा येण्यासाठी त्याला आपल्या अजाण लेकीचा हकनाक बळी द्यावा लागला. पोरीला उराशी कवटाळून तो म्हणाला, ''माहे चिमणे, म्या इकली ओ तुले! कसाबाच्या दावणीले बांधली ओ म्या! जातीसाठी माती खाल्ली ओ बाई! पन मी तरी काय करू बॉ! जातीबिना मानसाचं पान नाई हालत, बेटा! जातीत हाये तं समदंकाई हाये! नाही तं पोराबायायलेय बाटल्यावानी राहा लागलं असतं...'' हनम्या असा आक्रोश करू लागला आणि गदगदून रडू लागला.

शिलपत पोरीच्या लग्नाची अक्षद द्यायला त्याच्या पालावर गेला, तेव्हा त्यानेच त्याला हंबरडा फोडून ही हकीकत सांगितली नि म्हणाला, ''पोरीचं जावू

दे. न्हाईतरी थे दुसऱ्याचच धन हाये. पन तुमी मले जातगंगेत घेतलं, ह्यातच मले अनंद हाये! थ्या नर्कुंड्यातून तुमी मले बाहीर काडलं... उपकार झाले बावा तुमचे! आता एक-दोन दिसातच जातवाले जेवू घालतो. हो बकऱ्याचीच पंगत देतो.'' असे म्हणून त्यानं शिलपतचे पाय धरले.

त्याचे सांत्वन करून शिलपत आपल्या राहुटीकडे निघाला होता. पंगतीत जेवता-जेवता शिलपतला हे सारं आठवलं अन् हातातून घास खाली पडला. हनम्याच्या पोरीच्या जागी त्याला आपली लेक सावित्रीच दिसू लागली. आणि त्याचे डोळे भरून आले. तोंडातल्या तोंडात घास फिरू लागला; पण तो घशाखाली काही उतरत नव्हता. शेवटी तो पात्रावरून उठला आणि बाहेर विचार करत बसला.

माणसांची व लहान मुलांची पंगत उठली. बायांची पंगत बसली. जेवणंही सुरू झाली. आणि बाहेर विचार करत बसलेल्या शिलपतचे वडाबाहेरच्या सावल्यांकडे अचानक लक्ष गेले. तसा तो जागच्या जागीच थरथरू लागला. 'पो... पो...' करत तिथल्या तिथेच नाचल्यागत करू लागला. पण तोंडातून शब्द बाहेर पडत नव्हता.

जेवण आटोपताच ओट्यावर पान-तंबाखू खाऊन लेटलेल्या परशाला तोंडात गोळा झालेली पिंक बाहेर टाकाविशी वाटली आणि तेवढ्यातच आत शिरलेल्या पोलीस जमादाराशी त्याची नजरानजर झाली. बाहेर पाहतो तो भोवताली पोलिसांचा वेढा पडलेला...! कमरेला बंदूक... हातात लांबसडक बेताच्या काठ्या...! स्त्रिया खाली माना घालून शांतपणे जेवण करत होत्या. हनम्या व त्याची बायको त्यांना वाढत होते. राघोसह लेकरं पाणी वाढत होते. पोलिसांचा वेढा जवळ येऊन खुनशी नजरेनं त्यांच्याकडे पाहत होता. तोंडातील पिंकही बाहेर फेकणे परशाला जमले नाही. त्याने ती तशीच पोटात गिळून आरोळी ठोकली...

''आरं पया, पोलिसाची धाड पडली. संभाया आपल्याले अन् लेकरा-बायाईले... पया!''

परशा जिवाच्या आकांतानं ओरडला; पण तोपर्यंत पोलीस जवळ आले होते. दोन पोलीस हातातील दंडा उगारून ओट्यावर लेटलेल्या परशा व इतर मायजनांकडे गेले नि काही विचार न करता बेसावध माणसांवर बेताचे सपासप

रट्टे हाणू लागले. ते गुरासारखे ओरडत सांगू लागले, ''सरकार, आमाले काहून मारता? काय गुन्हा केला आमी? इथं आमची जात-पंचाईत भरली होती दोन-तीन दिवसापासून...! अजच अटपली जी! त्याचच एकाझनानं समद्या बिराडायले जेवन देल्ल... मानसं अन् लेकरं आत्ताच जेवली. आमी जेवून इथिसा लेटलो. बाया आत्ताच जेवाले बसल्या होत्या जी! धड जेवल्याय नाई बिचाऱ्या; तं तुमची धाड आली. अन् उपाश्यापोटीच जीव घिवून पयाले लागल्या... तं तुमच्या गराड्यात सापडल्या. आगीतून निंघून फुफाट्यात पडल्यावानीच गत्ती झाली जी त्यायची!''

पोलिसाचे रट्टे चुकवत, भेदरलेला मायजन कण्हत-कुथत कसातरी बोलून गेला. पन पोलीसला त्याची दया आली नाही. उलट, हातातील बेत उगारत त्यालाच दरडावू लागला...

''साले, एका जागी जमा होता अन् एकमेकाच्या मदतीनं जत्रेत लूटमार करता... अन् वरतून शावजोगासारखे बाताय करता! तीन दिसाआंदीच सुगावा लागला आमाला... चाला पोलीस ठान्यात! तुमाले अजून मजा दाखवतो. भरा रे समद्या बाया-मानसायले गाडीत... अन् न्या ठान्यात! तिथं मोठ्या सायबापुढंच न्याय हुईन यायचा.''

पोलिसाची नजर चुकवून, जिवाची पर्वा न करता आतापर्यंत काही जण पळून गेले होते. पण अनेक स्त्रिया त्या सापळ्यात अडकल्या होत्या. वय झालेला, पंचायतीचा मुखंडही पोलिसांच्या मारहाणीतून सुटला नव्हता. त्याची पाठ, कंबर अकडल्यासारखी होऊन तो सारखा विव्हळत होता. तरीही, तो तेथून पळून जाण्याच्या भानगडीत पडला नाही. आपल्या जागेवर उभा राहून घाबरलेल्या लोकांना धीर देत होता... पोलिसांनाही सांगत होता....

''सरकार, आमी चोर नोहे जी, मायबाप! फिरस्ती जरूय हाये. तिकडं भुसावय जयगावकडं फिरतो. जात-पंचायतीसाठी आलो. मायजन हावो मी जातीचा. रोज ठान्यात तीन डाव हजरी देतो. आमचे लोकय हजरी चुकवत नाही. तरी आमालेच सतावता, मायबाप!''

तो कण्हतच पण बेडरपणे बोलला. तसा जमादार त्याच्यावर नजर रोखत म्हणाला, ''जादाही पटरपटर कर रहर स्साला! याले आंदी मोटारीत टाका रे!

त्याच्या मांगं समदे झनय बसवा गाडीत. उरलेले हकलत आना ठान्यावर... चाला रे!''

त्याने आपल्या पोलिसांना हुकूम दिला. त्याच्या हुकमाप्रमाणे काहींना गाडीत बसवले, तर काही बाया-माणसांना पोलिसांसोबत ठाण्यात चलण्याचा हुकूम दिला. पण आतापर्यंत तिथे दहा-पंधराच बाया-माणसं उरली होती. परशाचा आवाज ऐकताच नि पोलिसांची चाहूल लागताच अनेक जण भरधाव पळाले होते. काही यात्रेच्या गर्दीत घुसून दिसेनासे झाले होते, तर काही दाट जंगलात पसार झाले होते. पळताना बोराटी-चिलाटीच्या काट्या ओरबडत होत्या... पायात काटे मोडत होते... निमूळत्या रस्त्याने धावताना काट्यांत धोतर अडकून ते टराटर फाटत होतं... अंगातून रक्त वाहत होतं; पण त्याची तमा न बाळगता सारे जीव घेऊन पळू लागले. पळता-पळता काही डोंगराच्या घाटमाथ्यात शिरले. तेथून पोलीसचा अंदाज घेऊ लागले. एकमेकांना विचारू लागले...

''कागा, आता कवरीक पयाचं? बस झालं ना आता. आता थांबू गड्या इथंच अन् रात झाली का जावू पालायवर!''

''हो, मलेय तसंच वाटते. पन समदे मियून नाही जाचं. एकेकट्यानं अंदाज घेत-घेत घुसाचं जत्रेत अन् गर्दीत मिसयाचं... समजला!''

''पन कागा भावू, समदे पोलीस तं आपल्याच मुलखातले वाटले गा! तरी भोसडीचे आपल्याच लोकाइवर दातओठ काढून खात होते गा! त्यायच्यात तं एकय गोरा नोता, तरी लमडीचे आपले कुतऱ्यावानी लचके तोडत होते.''

''अगा, असं वागलं का सायेब त्यायले वानवते... शाबासकी देते... बडती बी भेटते, अशा वागन्यानं! मनून तं थे सायबाच्या पुढंपुढं करते.''

''होगा, बरोबर हाये तुह्य! अन् आता थांबा इथंच. पोलिसाचं भेव नाही, का कोनाचा उजर नाही. रात होये पावतर थांबा इथं!''

जंगलात पळालेल्यांचा इरादा पक्का झाला. पोलीसठाण्यात हाकलत नेलेली भामटी बाया-माणसं मोठ्या सायबाची वाट पाहत यात्रेतच उभारलेल्या ठाण्यापुढे चिंताग्रस्त बसले. 'आता नसिबात काय वाढून ठिवलं देवा...!'' असा प्रश्न विचारत पुढं पाहू लागले. लेकरं-स्त्रिया रडूनरडून बेजार झाले. काशा-शिलपत पोलिसांची चाहूल लागताच कुटुंबासह यात्रेच्या गर्दीत लुप्त झाले होते.

पण पोलीसठाण्यात नेलेल्या साऱ्यांच्या बिऱ्हाडातून त्याने दाखले गोळा केले नि पोलीसठाण्याबाहेरूनच त्यांच्यावर लक्ष ठेवू लागले.

चांगली झाक पडल्यावर मोठ्या सायबाची जीपगाडी गेटमधून आत शिरली. सायबासोबत सहा-सात गोरे अधिकारी जीपमधून बाहेर आले नि ऑफीसकडे जाऊ लागले. मोठा साहेब मात्र तिथेच थांबला. तसा मघाचा जमादार व काही पोलीस सायबाला सॅलूट ठोकत सायबासोबत पुढे चालू लागले. चालता-चालता सायबाने जमादाराला विचारले, ''क्यूॅ जमादार, आजतक कोई चोर, लुटेरे नही मिले क्या? आप लोग ड्युटी करते हो या सो रहे हो? यात्रीकरू लोगों की कितनी सारी कंप्लेंट है और आना शुरूच है. चोरों को जल्दी पकडो ओर हमारे सामने पेश करो!''

तसा जमादार हसत-हसत पुढे झाला. साहेबाला पुन्हा एकदा सॅलूट ठोकून प्रसन्न मुद्रेने म्हणाला, ''सरकार, चोरायची मोठी टोळीच गिरफ्तार करून आनली आज! टेकडीच्या पलीकडे जंगलात, वडाच्या झाडाखाली त्यायची खलबतं चालू होती. चोरी दरुड्याचे डावपेच रचत असतानाच आमी छापा टाकला अन् मोटारीत भरून आनले ठान्यात! थे पहा पुढंच त्यायचे बाया-मानसं बसले हाये.''

''शाब्बास!'' खूश झालेल्या सायबाने जमादाराची वाहवा केली. ''माझ्यापुढं समद्यायले पेश करा!'' असे सांगून पुढे चालू लागला.

जमादार आपल्या जागेवर उभा राहिला. तीच संधी साधून परशा लगबगीने सायबासमोर गेला आणि जमिनीवर झोपून त्याचे पाय धरू लागला. गयावया करत म्हणाला, ''साहेब, मी परशा भामटी. रोज आपल्या लोकासह ठान्यात तीन डाव हजरी देतो. तुमी जळगाव ठान्याले होते, तव्हापासून वयख हाये आपली! इथं परतवाडा छावनीतय आपल्या भेटीले नेयमी येतो. लय जुनी वयख हाये आपली! हे आमच्या बिराडातली बाया-मानसं... लय अत्याचार केला जमादार अन् पोलिसायन आमच्यावरं! मानसं, बाया, लेकरं समद्यायले त्यायनं झोडपून काढलं जी! काही बेसूद पडले... काहीक लंगडे, लुले झाले... काइकायले फरफटत ठान्यात आनलं. बायायलेय बी नाई सोडलं जी! मताऱ्यायले तं मरे पावतर झोडपलं. हे पहा माही पाठ हिरवीनिळी झाली जी, सरकार!''

असे म्हणून हंबरडा फोडतच त्याने सदरा वर केला नि पाठीवरचे वळ, जखमा सायबाला दाखवू लागला. बॅटरीच्या उजेडात तो त्याच्या पाठीची

अवस्था पाहू लागला आणि रागाने लाल होऊन जमादाराकडे पाहू लागला. तिथेच खुर्ची बोलावून तो बसला. बॅटरीच्या उजेडात तळमळणाऱ्या बाया-माणसांना निरखू लागला. त्याने जमादाराला समोर बोलावून विचारले, ''जमादार, हेच चोर आनले का तुनं? अबे, ह्यो परसराम भामटी भुसावय-जयगावकडचा फिरस्ती... इथं यात्रीले आला असन! गरज पडली तं पोलिसायलेय चोर-दरूडा सोधाले मदत करते थो. पोलिसाचा इस्वास हाये त्याच्यावर... इथंबी आपल्या बिराडासंगं रोज हजरी देते अन् त्यायले काम्हून आनलं रे, बावा?''

''अजी, थे पाच पन्नासझनं मियून दरोडा घालाचा इचार करत होते, जंगलाच्या आडोशानं. त्याचा आपल्या शिपायायनं माग काडला अन् टाकली धाड... रट्टे लावत आनले ठान्यात!'' जमादाराने माहिती दिली.

त्यावर साहेब म्हणाला, ''मंग काही मुद्देमाल सापडला असन ना? सापडला असन तं दाखव अन् ठान्यात जमा कर!''

''मुद्देमाल नाही मिळाला... पन समदी बाया-मानसं एकत्र जमून दरोडा घालाचाच इचार करत होते. थ्या बिना जंगलात कोनी कायले जमा हुईन जी!''

जमादाराचे बोलणे ऐकून साहेबही विचारातच पडला व परशाला म्हणाला, ''परशराम, कायच्यासाठी जमले होते गा तिथं? आता तूबी हे धंदे कराले लागला का? समदं खरंखरं सांग, न्हाईतं माज्याशीन गाठ आहे.''

साहेबाचे बोलणे ऐकून परशा हवालदिल झाला; पण घाबरला नाही. तो हिमतीने म्हणाला, ''सरकार, आमची जात-पंचायीत होती. त्यासाठी येगयेगया मुलखातून भामट्यायची बिराडं आली होती. कोनाच्या तक्रारी, निवाडे असन तं थे पंचायतीत मांडते. पंच त्यावर इचार करून निवाडा देते. मी पंच पर्मूख अन् सातझनं पंच असते. त्यायले मायजन किंवा नाईक मनते. अशा पंचायती मोठ्या यात्रीमंदीच भरते. कोरटात नाई जात आमी... पंचायतीतच निवाडे करतो. पंचाचा न्याय समदे मान्य करते. तं थ्या पंचायतीसाठी जमलो होतो, जी मायबाप! तं पोलिसायनं धाड टाकली... मारझोड केली. आता तुमीच न्याय करा, सरकार!''

परशाने पुन्हा सायबाला हात जोडले नि केविलवाण्या नजरेने त्याच्याकडे पाहू लागला. सायबाने पुन्हा त्याला आपादमस्तक न्याहाळले व म्हणाला, ''परशा, तू जातीचे निवाडे करतं... त्यायचे तंटेबखेडे सोडतं... चोरी, दरूडे,

दारूपानी याले आवर घालतं... गुन्हेगाराले शिक्षा अन् चांगल्याले पोटासीन धरतं.... च्यांगलं काम करतं तू, परशा! तू दरूडा नाई टाकू शकत. जा तुमी!''

परशा नुसता मान हलवून सायबाच्या प्रश्नाला होकार देत होता. सायबाचा आदेश होताच परशासह सारे भामटी बाया-मानसं सुटकेचा निःश्वास टाकून पालाकडे जाण्यासाठी वळले. तसे सायबाने त्यांना थांबण्याचा इशारा करून जमादाराला समोर उभे राहायला सांगून त्याला विचारू लागले, ''जमादार, तुह्या बापाचं वय किती?''

''साठ वर्स हाये जी!''

''परसराम, तू किती वर्साचा असशीन?''

''मी तिऱ्याहात्तर वर्साचा हाये, सरकार!'' परशाने उत्तर दिले. त्यावर साहेब म्हणाला, ''मंजे जमादार, परशा तुज्या बापापेक्षाय तेरा वर्सानं मोठा हाये. अन् तुनं त्याले निरदयपनानं मारलं! तू इंडियन असून इंडियातल्या लोकायवर जुलूम करतं... चोर सोडून सावाले पकडतं... आताच तुह्य डिमोशन करतो अन् दुसऱ्या चौकीत पाठवतो.''

सायबाचा निर्णय ऐकून जमादार गयावया करू लागला... हात जोडू लागला. तसा साहेब गरजला, ''अबे, मले काय हात जोडतं? ह्या परसरामले हात जोड अन् त्याची माफी माग! तुनं चोर पकडलेच नाही. अन् चांगल्या लोकायले शिक्षा देल्ली. हात जोड त्याले!''

परसरामला नमस्कार करण्यासाठी जमादार खाली वाकला. तसा सायबाचा राग अनावर झाला. यात्रेतील चोरीचपाटीच्या रोजच तक्रारी येऊनही जमादाराने काहीच केले नाही, यामुळे तो भयंकर चिडला व नमस्कारासाठी वाकलेल्या जमादाराच्या गुबड्यावर बुटाभरली लाथ मारली. त्यामुळे जमादार भेलकांडत खाली कोसळला. ते पाहून लेकरांनी हसण्याचा गडगडाट केला. स्त्रियाही तोंडावर पदर ओढून हसू लागल्या.

साहेब परशाला म्हणाला, ''परसराम, जात-पंचायतीसाठी जमले तरी पोलीसठान्याले कळवा लागतेच, बाबा! तसं सांगतलं असतं तं मीबी आलो असतो, तुमचे निवाडे पहासाठी! पन पुढं लक्षात ठीव...! जा समदेझनं!''

सायबाला मुजरा करून सारे आपल्या बिऱ्हाडांकडे दौडू लागले.

❖❖❖

काशा-शिलपत आदी भामटी जात-पंचायत संपेपर्यंत यात्रेतसुद्धा गेले नव्हते. आता तीन-चार दिवसांपासून मात्र सामानसुमान खरेदी करत, खिशातील पैशांचा अंदाज घेत, एकेक वस्तू विकत घेत होता. लग्नासाठी आवश्यक बाबी स्वस्त दरात मिळतील या आशेने संबंधित ओळीत फिरत होता. मात्र पोरीचे, तिच्या बापाला द्यायचे पाच रुपये, हा मोठाच प्रश्न त्याच्यापुढे उभा राहिला. एकदा काशाला उद्देशून तो म्हणालाही, ''पाहय काशीनाथ, यंक्या भामट्यापासून आफून पोरीचा एक पैसाही नाही घेतला. पन थो पटकेवाला नाईक; त्याच्या गयात एकसेआठ मन्याची माय... पन त्यानय पाच रुपये मांगतले पोरीचे! वारे, मायकरी! थ्या परीस तं आफून चांगले गा!''

त्यावर त्याला काशा म्हणाला, ''गयात माय हाये मनून मतलब कोनं सोडला, बावा! अन् माईवर नोको जावू. थे लोकं 'गोगलगाय अन् पोटात पाय' असे असते. तू एक बयताड बाप दिसला बॉ, पोरीचे पैसे नाई पायजे मननेवाला!''

शिलपतने त्याचे बोलणे निमूटपणे ऐकून घेतले व शांतपणे म्हणाला, ''हो ची बहीन, बयताडच हावो मी! पन पोरीचे पैसे घेनं मंजे तिची भाड खानच हाये! मले नाही पटत थे!''

''तं... तुह्य शास्तर कोन आइकते? पोरीचे पैसे घिवून कितीक भामटी मालदार बनले. सम्मजला!'' काशाने त्याला उत्तर दिले.

मग शिलपत त्याला गप्प करत म्हणाला, ''बरं बरं आता गुपचिप बस अन् तागाच्या वयीकडं चाल. बुढ्याची भेट घिवू. जत्रेत त्याचं दावे-चऱ्हाडाचं मोठ्ठ दुकान असते मनते. चाल बरं पाहूनच घिवू एक डाव!''

असे म्हणून ते तागाच्या ओळीकडे निघाले. सईही आपल्या हातातील गाठोडे सांभाळत त्यांच्या मागेमागे चालू लागली. राघो, सावित्री, शिवाही मायबापाच्या मागोमाग दुडूदुडू धावत चालू लागले. यात्रेतील गोंगाट-गर्दीतून वाट काढत, एकेक ओळ मागे टाकत सगळे जण दावे-चऱ्हाडाच्या ओळीत येऊन पोहोचले. यात्रेतील चार-पाच रांगेत नुसती ताग-चऱ्हाडांचीच दुकानं होती. त्या दुकानांपुढे गरीब-मध्यमवर्गीयांपासून श्रीमंत शेतकऱ्यांची गर्दीच गर्दी दिसत होती. दुकानदारांना इतरांशी बोलायलाही फुरसत नव्हती; तर काहींच्या दुकानात तुरळकच गिऱ्हाईक दिसत होतं. काही लोक दावे-चऱ्हाडांची खरेदी

करत होते; तर काही नुसतेच दाव्या-चऱ्हाडांवर नजर टाकत, इकडून तिकडे फिरत होते.

काशा-शिलपत दुकानदारांचे चेहरे निरखत पुढे चालू लागले. सुरुवातीच्या एक-दोन ओळी मागे पडल्या आणि पुढे दिसणाऱ्या कडुनिंबाच्या रोखाने ते चालू लागले. पाच-पंचवीस पावलं पुढे गेले असेल नसेल; तोच उंच दिवालीची टोपी घातलेला, भारदार मिश्यांचा गोराभराळ म्हातारा दुकानातील चऱ्हाडांच्या थप्पीजवळ बसलेला त्यांना दिसला. तसे सगळे जण म्हाताऱ्याच्या दुकानाकडे वळले. त्याच्या दुकानापुढे ग्राहकांची गर्दी लोटली होती. त्याचे दोन्ही पोरं त्यांना चऱ्हाडं मोजून देत, म्हाताऱ्याला पैसे घ्यायला सांगत होते. आलेले पैसे म्हातारा पेटीत टाकत होता.

एवढ्यात राघो त्याच्यासमोर गेला व जमिनीवर डोके ठेवून त्याने म्हाताऱ्याला नमस्कार केला. सावित्रीनेही त्याचे अनुकरण केले. तशी ग्राहकांवर खिळलेली म्हाताऱ्याची नजर राघोकडे वळली. समोर पाहतो तर काशा, शिलपत व सईही आलेली! सर्वांनीच म्हाताऱ्याला नमस्कार केला. त्याच्या नमस्काराचा स्वीकार करत म्हातारा म्हणाला, ''यारे बाबू, बसा थ्या चऱ्हाडाच्या गुंडाईवर. सये, तू पालाच्या मागे जा. तुही सासू अन् जावाय हाये तिथं. बस त्यायच्या पाशी!''

पालाच्या मागील बाजूने उभारलेल्या गोणपाटाच्या दुसऱ्या पालाखाली म्हाताऱ्याकडील बायामंडळी बसली होती. त्यांच्यात सईही जाऊन बसली. म्हाताऱ्याने राघोच्या हाती तिकडूनच पाण्याचे मडके मागवले. पाणी प्यायल्यावर इकडच्या-तिकडच्या गप्पा गोष्टी झाल्या. शिलपतने पंचायत आटोपल्याची, व मुला-मुलींचे लग्न जुळल्याची बातमी म्हाताऱ्याला सांगितली. आता त्या निमित्तानेच सामानसुमान, कपडालत्ता घेत असल्याचेही तो म्हणाला. ते ऐकून म्हाताऱ्याने आनंद व्यक्त केला. काही वेळाने गूळपाणी झाले आणि म्हाताऱ्याने शांतपणे विचारले, ''का गा शिलपत, तिकडचा काई निरोपगिरोप न्हाई आल्ता का?''

''निरोप कोन आनन जी! बिराडावून निंघाले पंधरा-दीस झाले असन!'' शिलपतने उत्तर दिले.

ते ऐकून म्हातारा म्हणाला, ‘‘पाच-सहा दिसाआदुगर चऱ्हाडाच्या बंड्या आल्या. त्यायच्या पासी तुकारामनं निरोप धाडला होता.’’

‘‘तुकारामनं निरोप कायच्यासाठी धडला, बॉ!’’

शिलपतचे कुतूहल जागे झाले! म्हाताऱ्याकडे प्रश्नार्थक नजरेने पाहू लागला. मग म्हाताऱ्यानेही अधिक न ताणता स्पष्टच सांगितले, ‘‘तुमची माय लय झाली मने. आता घडीची सोबतीन हाये. ‘जेवा तिथं अन् हात धुवा इथं! मांगच्या पावलीच निंघून या!’ असा त्यानं निरोप धाडला होता. पन तुमचा ठावठिकाना नाही सापडला आमाले! लय पायलं... मोठं पोरगं अन् बंडीवरचा मानूस रोज दहा वाजेपावतर तुमचा माग काढत हिंडत होता. पन तुमचा पत्त्याले पत्ता नाही लागला अन् अज तुमीच इवून पोचले दुकानावर!’’

म्हाताऱ्याने दिलेला निरोप ऐकून शिलपत विचारातच पडला. मनातल्या मनात म्हणाला, ‘बुढी लयच झाली असन. थ्या बिना निरोप नसता धाडला त्यानं. देवा बयरमबुवा! आमी येतपावतर थांबून ठीव मायले. तिले आवुक्ष दे तवरीक!’ असे म्हणून शिलपतने टेकडीच्या दिशेने हात जोडले.

म्हाताऱ्याने सांगितलेला भावाचा निरोप ऐकून तो उदास झाला होता. सुरू असलेल्या गोष्टीत त्याचं मन काही केल्या लागत नव्हतं. बापाची अवस्था पाहून राघोच्या डोळ्यांत पाणी आले. गलबलून आलेल्या मनाला सावरत शिलपत आपल्या जागेवरून उठला. सईला चालण्यासाठी आवाज देऊन, म्हाताऱ्याला नमस्कार केला आणि रस्त्याने लागला. राघो मात्र थोडासा थबकल्यासारखा झाला. त्याने पुन्हा म्हाताऱ्यावर नजर टाकली. दावे-चऱ्हाडांनी तुडुंब भरलेलं त्याचं दुकान... समोरची ग्राहकांची दाटी... पेटीत पडणारे पैसे... म्हाताऱ्याचा रुबाब... तो आपल्या डोळ्यांत साठवत आहे, असे वाटू लागले.

विचारात गढलेल्या राघोच्या खांद्यावर त्याच्या मायनं हात ठेवला, तशी त्याची एकाग्रता चाळवली गेली. तो भानावर आला. मायने त्याला पुढे चालायला खुणेनेच सांगितले. आणि कुणाशी न बोलता त्याने आपल्या पालाचा रस्ता धरला. आपल्या बिऱ्हाडावर येताच शिलपतने माय आजारी असल्याची बातमी सर्वांना सांगितली. जावई यंक्या व बहीण कचरी यांनाही ती कळली. सताजी, आणि त्याचं जे जवळचं गणगोत होतं; त्या सर्वांना त्याने ही बातमी सांगितली. बयाजीला मात्र याबाबत काहीच कळले नव्हते. पंचायत संपल्यानंतर

मोठ्या पहाटेच, आपले सासू-सासरे व काही बिऱ्हाडांसह घाटाच्या म्हणजे परभणी-जिंतूरच्या दिशेने तो रवाना झाला होता. तशी माहिती पंचायतीतून बाहेर पडल्यावर त्याने शिलपतला दिली होती. बायको-मुलांसह तो पालावरही आला होता व म्हणाला होता, ''दादा, मी आता तिकडं घाटाकडंच जातो. तिकडय आपल्या वयकीपायकीचे लोक हाये... गनगोतय हाये. त्यायच्या अधारा-अधारानं पोटा पान्याचं पायतो.''

त्यावर शिलपत म्हणाला होता, ''नाही गा बयाजी, आफून समदे भावूबंद एकोप्यानं एकाच मुलखात फिरू. पोट हाये तं फिरस्तीवर जाच लागन. आपल्याले का गावगाडा हाये... का इस्टन हाये आपली, मनून बसून खाले भेटन!''

''पन इकडं पोट नाही भरत, दादा! मेटाकुटीले आलो मी. इकडं मनाव तसी मजुरीय नाही अन् तागा बोरूचे हगामय नाही, मनून जातो मंतो तिकडं. तू अडंगा नोको आनू मले!''

त्यावर शिलपत म्हणाला, ''मी तुले अडंगा नाही आनत. पन कुठय गेला तरी पयसाले पानं तीनच हाये. हातावर आननं अन् पानावर खानं, असी आपली जिनगानी. तिकडं जाऊनय काय फरक पडन गा? अन् एक डावचा तू भटकला का एकमेकाले कव्हा भेटसीन...? संचितात असन तं भेट; नाही तं तू तुटला आमच्यापासून!''

एवढे बोलताना शिलपत गदगदून आला होता... त्याच्या पापण्यांवर आसवं लटकली होती... गळा भरून आला होता. समोर बसलेल्या सताजीलाही आसवे आवरता आली नाही. बयाजीने तर हंबरडाच फोडला. राघो आणि त्याची भावंडं रडतरडत उदासपणे चुलत्याकडे पाहत होते. आपल्या व आपल्या कुटुंबीयांच्या वाट्याला आलेल्या या भयंकर भोगवट्याचा अर्थच त्यांना काही केल्या कळत नव्हता. ते डोळ्यांतील आसवं पुसत, मुसमुसत होते. राघो-सावित्रीप्रमाणेच बयाजी-सताजींच्या मुलांची अवस्था झाली होती. तेही नुसते रडत होते. बायामंडळी एकमेकींना समजावत, गळ्यात गळे घालून रडत होत्या.

शेवटी सर्वांना शांत करत शिलपत म्हणाला, ''आता तुह्या मनातच जानं हाये, तं जा! पाखरू खोप्यातून उडलं एक डावचं का दान्याच्या सोधात भटकाव त्यानं! गरिबाले समदा मुलूख सारखा! पोटाले घालन तवरीक आफून त्याचे

पावने... हगाम हाये तवरीकच त्याचा आपल्याले अधार... हगाम सरला का आफून दुसरा मुलूख सोधाचा... पुढं धकाचं!''

शिलपतचे बोलणे सारे जण निमूटपणे ऐकत होते. भरल्या डोळ्यांनीच होकारार्थी मान हलवत होते. तो त्याला सुचवत होता, ''जा पन संभायून ऱ्हायजो! तिकडं धरपकडीचं भेव जास्त हाये मनते. पोरा-पोरीच्या लग्नाले येजो. यात्रंमंधी येत जा. तिथंच आपल्या भेटीगाठी होते... मेल्याजित्त्याचा समाचार समजते, मनून येतजा जत्रेले... नाई जमलं तं निरोप पाठवत जा!''

आपल्या भाऊ-भावजयांचा निरोप घेऊन बयाजी आपल्या बिऱ्हाडाकडे परतला. इतर बिऱ्हाडांसह भल्या पहाटेच घाटाच्या वाटेनं निघून गेला नि पहाटेच्या अंधारात गडप झाला. चारांपैकी एक भाऊ पोटाची खळगी भरण्यासाठी परक्या मुलखाकडे गेला आणि भटकंतीच्या कराल अंधारात अदृश्य झाला. सकाळ होताच शिलपत त्याच्या पालाकडे गेला. पण तेथील दहा-पाच पालं आता दिसेनाशी झाली होती. बयाजीच्या पालाची जागाही उजाड वाटत होती. आता तिथे दिसत होते, नुसते खुंट्यांचे छिद्रं... दगडांची चूल... आणि तागाच्या बेवारस लक्ट्या! ते पाहताच शिलपतचा गळा भरून आला. हातांच्या पंजात मुंडकं खुपसून तो गदगदा रडत म्हणाला, 'माह्या पाठीवर पाय दिवून आला. अजपावतर संगंमंगं रायला अन् आता एकाएकी वनवासातच गेला रे, बाबू...! आता कव्हा भेट हुईन, देव जाने! अन् भेट हुईनच याचंबी काई खरं न्हाई. पन जिथं रायशीन तिथं सुक्काचा राय, मंजे झालं! बस इतकंच!'

आणि उगवत्या सूर्याला वंदन करून तो आपल्या पालाकडे परत आला. त्याच्या आठवणीने शिलपत सारखा रडत होता. त्याच्या वाटेकडे उदासपणे पाहत होता. त्याच्या मनावरचा ताण उतरावा म्हणून काशानेच त्याच्या कुटुंबासह यात्रेत चलण्याचे त्याला सांगितले होते. त्यातच म्हाताऱ्याच्या भेटीचे व त्याला पोरापोरीच्या लग्नाचे निमंत्रण द्यायचेही कारण होते. तिथेच त्याला मायच्या आजाराचा निरोप कळला होता. पण बयाजी तिकडे गेल्यामुळे त्याला मायचा निरोप कळला नव्हता. ज्याची मुलगी राघोसाठी मागितली होती त्या नायकाला; आणि आपला जावई व बहिणीला म्हणजे, यंक्या व कचरीला आपल्या पालावरच पोरापोरीचं लग्न लावायचे त्याने सांगितले. तशा सर्वांना अक्षदाही दिल्या. ''लग्नाच्या आठ दिवस आंदी या. तवरीक आपल्या फिरस्तीच्या

मुलखात जावू नोका. इकडंच पोट भरा,'' असेही सांगितले. म्हाताऱ्यासह सर्वांना निमंत्रण दिले. नुकतेच जातीत घेतलेल्या हनम्या भामट्यालाही त्याने लग्नाचे निमंत्रण दिले. त्याने गहिवरून येत निमंत्रण स्वीकारले. आणि पंचायतीचे पुन्हा आभार मानून आपल्या कामाला लागला.

❖❖❖

यात्रा अजून आठेक दिवस तरी संपणार नव्हती. लग्नानिमित्त लहानसहान अशा बऱ्याच बाबी अद्याप घ्यायच्या होत्या. पण अचानक भेटलेल्या निरोपाने शिलपतने सामानसुमान घेणे थांबवले. आता त्यात त्याचे मनच लागेनासे झाले. तो आपल्या सामानाच्या बांधाबांधीला लागला. मायची आठवण त्याला बेचैन करू लागली. इतर बिऱ्हाडांनाही त्याने तसे सांगितले. आणखी एक दिवस तरी थांबण्याची त्याला सर्वांनी विनवणी केली. सर्व बिऱ्हाडं एकोप्यानं गेलेली बरी! असा विचार करून काशा-शिलपत यात्रेतील पोलीस चौकीकडे जाऊ लागले.

यात्रेच्या परिसरात उतरताच प्रत्येक बिऱ्हाडाने आपापल्या नावाची नोंद पोलीसचौकीत केली होती. त्यात प्रत्येक कुटुंबातील बाया-माणसं, मुले यांची माहिती देऊन गावपाटलाचा दाखलाही दिला होता. पोलीस पाटील, पोलीसठाणे या सर्वांची नोंद झाल्यावर प्रत्येकाने चौकीत रोज हजेरी देण्याचे सांगितले होते. त्यानुसार ते रोज हजेरीही देत होते आणि आता गावाकडे परतताना पुन्हा दाखला घेण्यासाठी सारी बिऱ्हाडं पोलीसचौकीकडे गेली आणि आपापला दाखला घेऊन बिऱ्हाडाकडे परतीच्या प्रवासासाठी निघाली होती.

तो दिवस त्यातच गेला. दुसऱ्या दिवशी काशा-शिलपतसह सोबतची सारी बिऱ्हाडं परतीच्या प्रवासाला लागली. अजून पुरतं उजाडलं नव्हतं. अंधारच होता. पहाटेच्या वातावरणात तर तो अधिक गडद झाला होता. पण त्याची कुणीच पर्वा केली नाही.

''शियानी शियानी निंघालं पायजे. मंग उन होते अन् लेकरा-बायायले चालाचं जिवावर येते. थ्या परीस झालं तेवढं चालत राहाव अन् अंधारातून चालत रायलं का अंधार निथयते... मंग आपुआप वाट दिसाले लागते.''

असे म्हणून काशा-शिलपत पुढे निघाले. त्यांच्या मागं बाकीची बाया-मानसं, इतर बिऱ्हाडांतील मुखंड नि चिल्लेपिल्ले चालू लागली. डोक्यावर

गाठोडे, काखेत, खांद्यावर लेकरं अन् काठोकाठ भरलेला रस्त्यावरचा अन् आयुष्याचा अंधार! सारा बेडाच परतीच्या प्रवासाला लागला होता. त्यात आता बयाजी व त्याच्या कुटुंबाची उणीव भासत होती. तो आता तिकडे घाटाकडे, परभणी-जिंतूरकडे वरच्या अंगानं निघून गेला होता. सुमारे पन्नास-साठ कोसाचा प्रवास. मजल दरमजल करत सारे चालू लागले. सगळे जण दिवसभर चालत राहायचे. थकले की एखाद्या झाडाखाली विसावा घ्यायचे. भाजी-भाकरी थापायचे. जेवले, ऊन कमी झाले की पुन्हा चालू लागायचे. चालता-चालता शिलपत मनातल्या मनात हिशेब करायचा...

'घरून यात्रेपावतर जाचे आठ दिवस... आठ दिस पंचाईत अन् जत्रा पायन्यात गेले. दोन-तीन दिस असेतसे... मंजे दोन हप्ते अन् तीन-चार दिस झाले... गेले पंधरा दिवस! आता वापस जाले आठ दिवस लागन. पंधरा-ईस दिस तरी होईन तवरीक. मंजे आफून पोहचू तवरीक निरोपाले इसक दिवस तरी हुईन. तवरीक तिकडची काई खबरमात न्हाई. मतारीचं कसं असंन, देवा! हात पडन आपले...? का आपल्या मांगच माय चालली जाईन...?'

विचारांच्या वादळाने शिलपतची दमछाक होऊन जायची. तो त्या अवस्थेत असतानाच आपल्या बिऱ्हाडासह सोबत असलेली त्याची बहीण कचरी एकाएकी गलबलल्यासारखी करायची अन् हंबरडा फोडत म्हणायची, "मॉ, माह्यामांगं जावू नोको बरं! माह्या भेटीसाठी थांबजो! चिंधीनं, तुह्या लहान लेकीनं तुह्या समाचार आनाले सांगतलं होतं. आमच्यावर लडाची वक्ता नोको आनू, बापा! निरोप समजल्याबरोब्बर निंघालो ओ आमी... थांब आमच्यासाठी जराक्सी...तुह्या नाता-नातीचं लगन तरी पाह्यजो ओ मॉ...!"

असे म्हणत मायच्या आठवणीने कचरी रस्त्यानेच ओकसाबोकशी रडायची. यंक्या, सताजी, सई तिला समजावत पुढे चालत राहायची. मायच्या आठवणींनी ओसंडून वाहणारी आसवं थोपवता-थोपवता तिच्या नाकी नऊ यायचे. गालावरून वाहणारी आसवं उन्हाच्या तडाख्यानं तशीच सुकून जायची... नि आटलेल्या नदीच्या ओसाड पात्रासारखी तिच्या गालावरची रेष मनातील जिव्हाळाची खूण दाखवत रहायची. मग नि:शब्द होऊन आपल्याच विचारात चालायला लागायची, त्यामुळे तिच्या चालण्याचा वेग कमी व्हायचा.

तेवढ्यात तिच्या जिवलगांचा थवा पुढे निघून जायचा... मग तीही आठवणींच्या दगडांवरून लांब ढेंगा टाकत त्यांच्या मागे पळायची.

परतवाड्याची इंग्रजी छावणी, मार्गातील मोठी गावे यांना वळसा देऊन ते आडवाटेने, झाडी-पट्ट्याच्या रोखाने निघाले. त्यांची बिऱ्हाडं होती ती झाडी व वराडची सीमा...! पलीकडे वराडचा शेवट तर झाडीची सुरुवात! अशा खेड्यांत त्यांनी यंदाचा हंगाम केला होता. मायच्या भेटीसाठी कचरी, आपल्या नवऱ्यासह भावाबरोबर आली होती. आता पोरा-पोरीचं लग्न उरकूनच ती माघारी जाणार होती.

सातआठ दिवसांच्या प्रवासानंतर त्यांची बिऱ्हाडं, वडगाव-गोंधळीच्या शिवारात येऊन पोहोचली. पठाराजवळ येताच सभोवती बोरूच्या पेंड्या लावलेली भामट्यांची पालं दिसू लागली, तसा चालण्यातील वेग वाढू लागला. लहान मुलं आपल्या पालांच्या रोखानं पळू लागली. राघो तर सर्वांच्या पुढे सुसाट पळाला नि आपल्या पालापुढे येऊन उभा राहिला. पालात बसून धनाजी पड आटण्यात मग्न होता. अंगठ्याला बांधलेल्या व पायाभोवती गुंडाळलेल्या पडाच्या पदरात तागाची लट्टी खोचून त्याला आटा भरत होता. पडाचा धागा हात-दीड हात झाला की तो पायाला गुंडाळून धागा पुन्हा वाढवत होता. गावातील शेतकऱ्यांनी आणून दिलेल्या तागाचा पड आटून देण्याचे काम आता धनाजी करायचा, त्याचा त्याला मोबदला मिळायचा. दिवसभरात पोटापुरती कमाई करायचा. शामा बुढातर डोळ्यांनी काहीच दिसत नसतानाही तागाचा पड आटायचा व त्यावरच गुजराण करायचा.

प्रचंड दाढी वाढलेला, उघडाबोडका धनाजी हाडांचा नुसता सापळा झाला होता. त्याचे पाठपोट एक झाले होते. श्वासोच्छ्वास चालू असल्याने तो जिवंत असल्याचे जाणवत होते, एवढेच! राघो त्याच्यापुढे जाऊन उभा राहिला. पण धनाजी आपल्याच तंद्रीत गुंग होता. हातातील तागाच्या पडाशिवाय त्याला अन्य कशाचच भान नव्हतं. शेवटी राघोनेच त्याला 'आबा' म्हणून हाक मारली. आणि तसाच त्याच्या उघड्या अंगाला बिलगला. पंधरा-वीस दिवसांपासून दूर गेलेला नातू अचानक गळ्यात पडल्याने धनाजीला अत्यानंद झाला.

"आरे, राघो! कव्हा आला रे माहा बाप!" असे म्हणून त्याने नाताचे चटाचट मुके घेतले. त्याला किती लाडवू अन् किती नाही, असे धनाजीला वाटू लागले. राघोच्या अंगाला लागलेली धूळ धनाजीलाही भुस्ती करू लागली. पण त्याचे धनाजीला काहीच वाटले नाही. तो त्याला मनमुराद पिरसू लागला. एवढ्यात विठोबा, सावित्री, सताजी तसेच कचरीचेही पोरं-पोरी धनाजीभोवती गोळा होऊन यात्रेतील गमतीजमती सांगत आरडाओरड करू लागली. आतापर्यंतची पालातील भकास शांतता, मुलांच्या आगमनासरशी दूर पळाली आणि बालबोलांनी पठार निनादून उठलं.

आता सर्वच जण पालावर येऊन पोहोचले होते. कचरी धावतच आपल्या बापाजवळ गेली आणि आपल्या म्हाताऱ्या कृश बापाला लहान मुलासारखी पिरसू लागली. तोही तिच्या पाठीवरून हात फिरवू लागला. एकमेकांपासून कितीतरी दूर अंतरावर त्यांची बिऱ्हाडं भटकत होती, त्यामुळे कित्येक वर्षांपासून तिची मायबापासोबत भेट नव्हती. यात्रेत अचानक मायच्या आजाराचा निरोप कळला होता; म्हणून ती आली होती. तिची माय अंशी मात्र तिला कुठे दिसत नव्हती. तिची कासावीस नजर तिला पालभर शोधू लागली, पालाच्या कानाकोपऱ्यांत भरकटू लागली; पण माय काही तिच्या नजरेस पडली नाही. शेवटी तीच थकली अन् तिने बापाला विचारले, "बॉ, माय नाही दिसून रायली गा...!"

धनाजीच्या मुरब्बीपणाने तिच्या शब्दांतील काहिली ओळखली. तो शांतपणे म्हणाला, "तुमची माय नदीवर आंघुइले गेली. हातपाय धुवा. पानीगिनी प्या. ईनच तवरीक!"

कचरीला बापाचे बोलणे खरे वाटले. शिलपत, सताजी मात्र गंभीर झाले. सईने यंक्या व कचरीला पाय धुवायला पाणी दिले. सर्वांनी हातपाय धुतले. गूळपाणी झाले. तेवढ्यात जानबा व त्याची बायको पार्बती तिथे आले. आपल्या म्हातारीच्या खांद्यावर हात ठिवून शामा बुढाय आला. आल्याआल्याच तो म्हणाला, "तुमी गेले, नं अंशी गलपटल्यासारखीच झाली. अनपानीच सोडलं तिनं. धन्या, तुकारामनं लय सेवा केली तिची!"

"मंग आता नदीवर कायले गेली थे?" कचरीने मध्येच विचारले.

त्यावर शामाची म्हातारीच म्हणाली, "कायले गेली मंजे? चौघाच्या खांद्यावर बसून गेली... भाग्याची झाली... तिच्या मांगचा भोग टयला आता!"

“मंग आमाले काहून तसं सांगतलं गा...!” म्हणत कचरीने हंबरडा फोडला. तसे सर्वच जण रडू लागले. आपले हात पडले नाही ह्याचे सर्वांनाच वाईट वाटत होते. अंशीची एकेक आठवण करत ते आक्रोश करत होते.

मग धनाजीने घडलेली सारी हकीकत सांगितली. काही वेळाने तुकारामही आपल्या कामावरून आला. त्याला पाहून पुन्हा एकदा रडारड सुरू झाली. तुकारामला सारखे भडभडून येत होते. आपली बहीण कचरीच्या गळ्यात पडून तो सारखा रडत होता. धनाजी सर्वांचे सांत्वन करण्याचा प्रयत्न करत होता. पण भावनेचा आवेग कुणालाच थोपवता येत नव्हता.

अंशीचे पोरंपोरी आता आपल्या पालावर एकत्रित आले होते. तिची लहान पोरगी चिंधी मात्र यंदा यात्रेत आली नव्हती. त्यामुळे तिला निरोपही कळला नव्हता. दूर मुलखात तिकडे परभणी जिल्ह्यातील हनवतखेड, जिंतूरकडे ती भटकत होती. ती आता नेमकी कुठे आहे हेही सांगणे कठीण होते. त्यामुळे आपल्या मायच्या मरणाचा निरोप तिला कळणे अशक्य होते. पुढे सालबर्डीत भरणाऱ्या जात-पंचायतीत ती आली, किंवा सांगीवांगीच्या निरोपाने शिलपतच्या पोरापोरीच्या लग्नात आली, तरच मायच्या मरणाची बातमी तिला कळणार होती.

बयाजीही पोट भरण्यासाठी सर्वांना सोडून खानदेशाकडे गेला होता. आता तो तिकडेच भटकणार होता. त्यालाही माय मेल्याचा निरोप कळणे शक्य नव्हते. आतापर्यंत पोरापोरीची उणीव धनाजीला बेचैन करत होती. त्यांच्या वाटेकडे तो कासावीस नजरेने पाहत, मनातल्या मनात झुरत होता. पण आता जे यायचे ते सर्व आले होते, त्यातच त्याला समाधान होते. काही वेळाने सारे शांत झाले. आणि नदीच्या दिशेने जाऊ लागले. कचरीही त्यांच्यासोबत आली.

नदीवर पोहोचताच सर्वांनी अंघोळ केली... अग्नी दिल्याच्या जागेवर पाणी शिंपडले... ती जागा शेणाने सारवली... गोवऱ्याचं जगरं पेटवलं... त्यावर लहान गडव्यात मूठभर तांदूळ शिजायला टाकले. ते शिजत असतानाच यंक्याने सताजी व शिलपतचे केस काढले... ते फडक्यावर पकडून दोघांनीही नदीच्या धारेत सोडले... पाण्यात बुडी मारली. मग शिजलेला अर्धा भात मोहाच्या पानांवर ठेवून सारवलेल्या जागेवरील रेतीच्या पिंडीपुढे नैवेद्य ठेवला... पुढे उदबत्ती लावली... पाणी फिरवले... सर्वांनी श्रद्धापूर्वक नमस्कार केला. उरलेला भात पत्रावळीवर ठेवून समोरच नेऊन ठेवला. सर्वांनी आकाशाकडे डोळे लावून पुन्हा

नमस्कार केला. खाली ठेवलेल्या पत्रावळीवर कावकाव करत लागलीच कावळे येऊन पडले. पिंड सार्थकी लागल्याचा सर्वांना आनंद झाला. कावळे उडताच ते पात्र, नैवेद्य व रेतीची पिंड शिलपत, सताजी व तुकारामने गोळा करून नदीच्या प्रवाहात शिरवून दिली. पुन्हा बुडी मारून सारे वाटेने लागले.

हे सारे सोपस्कार तुकारामने आधीच केले होते. पण आता सताजी व शिलपतनेही केले नि मायला निरोप दिला. अंशीला सर्वांनी अशी श्रद्धांजली वाहिली. दोन-तीन दिवस मनावरचा ओरखडा ठसठसत होता. तो हळूहळू शांत होऊ लागला.

अंशी नावाचं एक पर्व संपलं होतं. त्या पर्वाच्या आठवणी तेवढ्या शिल्लक राहिल्या... आणि महत्त्वाचं म्हणजे धनाजी असेपर्यंत ते पर्व पूर्णांशानं संपणारही नव्हतं. त्याच्याभोवतीच ते रिंगण घेत फिरणार होतं. अंशी नावाचा एक कष्टकरी जीव मात्र कायमचा शांत झाला होता. ती जन्मली कुठे? धनाजीशी तिचे ॠणानुबंध कुठे बांधले गेले? आयुष्यभर ती कशी, कुठे फिरली? काहीएक ठावठिकाणा नव्हता. हातावर पोट घेऊन ती आयुष्यभर वाऱ्यासारखी पळत, भटकत राहिली. धनाजीचा संसार फुलवत राहिली. आता मात्र ती शांत झाली... कायमची!

❖❖❖

गोंधळी वडगावच्या पठारावर राघो-सावित्रीच्या लग्नाची तयारी करण्यात शिलपत गुंग झाला. त्याची माय मेल्याने वर्षभर तरी लग्नाचा विचार करता येत नव्हता. पण सव्वा महिन्यात अंशीचे अकरमासे करायचे व मार्ग मोकळा करायचा, असा विचार धनाजी व शामा बुढ्याने मांडला. फेब्रुवारीच्या अखेरच्या हप्त्यात अंशीच्या नावाचे पात्र टाकले. सवाशीण जेऊ घातली आणि सुतकातून ते व त्याचे कुटुंब पूर्णपणे मुक्त झाले.

राघोसाठी ज्याची मुलगी मागितली होती, तो पोरीचा बाप आता गोंधळी शिवारात येऊन पोहोचल्याचा निरोप आला. त्याच्यासोबत आणखीही तीन-चार बिऱ्हाडं होती. पोरीला कुंकू लावायचे त्याने कळवले होते; म्हणजे पोरीचे पैसे– पाच रुपये देणे आवश्यक होते. असेच त्याच्या निरोपाचे संदर्भ होते. त्या पैशातूनच पोरीचा बाप लग्नाचा खर्च करणार होता. त्या पाच रुपयाची बेजणी

लावता-लावता शिलपत हैराण झाला. शेवटी तुकारामने त्याला उसनवार पैसे देण्याचे कबूल केले. म्हाताराही आतापर्यंत यात्रेतून परत आला होता. तुकारामची आतापर्यंतची मजुरी त्याच्याकडे शिल्लकच होती. त्यातूनच काही मदत करण्याचे त्याने आश्वासन दिले. पोरीचा बाप आपल्या बिऱ्हाडांसह शिलपत थांबला होता त्या पठारावर येऊन पोहोचला... आणि त्यांच्या बिऱ्हाडांपासून सुमारे शंभर फुटांवर त्यांनी आपली पालं उभारली नि लग्नाच्या तयारीला लागले.

लग्नाच्या आठ-दहा दिवसाआधी देव-देवस्की सुरू झाली. महादेव हे शिलपतचे कुलदैवत! त्याची पूजापाती करायचा दिवस ठरला. त्यासाठी शंख वाजवणारे गोसावी म्हणजे नाथ गोसावी हवे होते. त्यांनाच 'जंगम' असेही म्हणत. तीही एक भटकी जमात! दारात उभे राहून ते शंख वाजवतात व भिक्षा मागतात. त्यांची ती भिक्षा शंकराच्या नावाने असते. तो शंकराची काव्यमय कथा सांगतो... गातो... शंखध्वनी करतो. त्याची पूजा करून, गोडधोड खाऊ घालतात. तो गाण्यातून शंकराची कथा सांगत रात्रभर जागरण करतो.

अशा जंगमाच्या शोधात शिलपत या पठारावरून त्या पठारावर दोन दिवस फिरला, तेव्हा त्याला येरणगाव, नायगावच्या गोठाणावर असा जंगम सापडला. त्याने शिलपतच्या पालापुढे रात्रभर जागरण करून महादेव-पार्वतीची कथा गायली. भगव्या कपड्यांवर देव ठेवले ते दगडांचेच होते. शेंदूर लावू-लावू त्यांचं दगडपण झाकलं होतं. एक शंकराची पिंड होती. बाकी आतापर्यंतच्या मृतांच्या नावाचे सोनाराने छाप मारलेले तांब्याचे व चांदीचे टाक-पत्रे होते. मातीचा लहानसा ओटा करून त्यावर अंथरलेल्या भगव्या कपड्यावर हे सारे देव ठेवले होते.

सर्वांनी देवाची पूजा केली. राघो व सावित्रीनेही केली. गोंधळीच्या सोनाराकडे अंशीच्या नावाचा टाक करायला टाकला होता, तोही आणला. त्याचीही पूजा केली आणि देव्हाऱ्यात त्याला स्थान दिले. इतर देवांसोबत आता अंशीही देव्हाऱ्यात बसली... आता ती देवच झाली. मग शिलपत, काशा, बयाजी व सभोवतालच्या पालातील बाया-माणसं राघो-सावित्रीला सोबत घेऊन शिवारातील देवीदेवतांच्या पूजेला निघाले. आई, आसरा, मरीमाय, मारुती या साऱ्यांची पूजापाती उरकली. आई-आसरादी देवींना अंघोळ घालून त्यांना हळद-कुंकू वाहिलं. त्यांची खणानारळानं ओटी भरली. हिरव्या बांगड्या

व हिरवा कापड देवीला वाहिला. दहीभाताचं बोनं वाहिलं. सर्वांना अंगारा दिला. मारुतीला अंघोळ घालून शेंदूर लावला, रुईची माळ घातली, नारळ फोडले व देवादेवी आटोपली.

त्यानंतर काशा, जानबा, सताजींनी पोरीच्या बिऱ्हाडावर जाऊन पोरीला कुंकू लावले. त्याच दिवशी व्यंकोबाकडील लोकांनी सावित्रीलाही कुंकू लावलं. शिलपतप्रमाणेच यंक्या व नायकानेही आपल्याकडील देवदेवस्की केली. नाईक माळकरी असले तरी त्यांचे कुलदैवत मात्र तुळजापूरची भवानीच होती. तिच्या नावाने त्यांनी रात्रभर गोंधळाचा कार्यक्रम घेतला. दुसऱ्या दिवशी भवानीच्या नावाने बोकड कापला नि आपल्या कुलदैवताची पूजा केली. सारी बिऱ्हाडं जेवू घातली. यंकोबाकडे मात्र दम साहेब हे मुस्लीम दैवत होते. त्यांच्या देव्हाऱ्यात लाकडांचे देव! त्यालाही त्याने बोकड बळी दिला. पूजेच्या दिवशी नवरा, बायको व नवरदेव मुलासह पाच घरी भिक्षा मागितली. त्यासाठी या तिघांसह त्याच्या कुळाच्या बाया-माणसं इतरांच्या पालांसमोर उभे राहून 'दम दम, दम साहेब..' असे पाच वेळा म्हणायचे. पालातील स्त्री-पुरुष त्यांना दम साहेबाच्या नावाने भिक्षा वाढायचे. पूजा झाल्यावर दम साहेबाच्या नावाने बोकड कापून त्यांनीही सर्वांना जेवू घातले.

दोन्ही पक्षाकडील देव-देवस्की आटोपली. पोरा-पोरीला आपापल्या पालात हळद लावली गेली. शिलपतकडे एकाच वेळी मुलामुलीचे लग्न होते. पण यंक्या, नाईक व शिलपत यांची बिऱ्हाडं एकाच पठारावर असल्यामुळे हळद लावण्यापासून पोरा-पोरींना कुंकू लावेपर्यंतचे कार्यक्रम एकदमच पार पडले. वडगावचे मांग लग्न वाजवायला आले होते. चौघडा व सनई सकाळपासूनच सुरू झाली. ते प्रसंगानुरूप एकेका पालापुढे उभे राहून सनई वाजवायचे. पोरीला कुंकू लावण्यापासून हळद लावण्यापर्यंत त्यांनी सनई-चौघडा वाजवला.

सकाळी लग्न होते. शंकराचा दिवस म्हणून सोमवार नक्की केला होता. देवादेवीच्या दिवसापासून बाया गाणे म्हणत होत्या. लग्नाच्या दिवशीही त्या तालासुरात गाऊ लागल्या. शिलपतच्या पालापुढे मांडव घातला होता. त्यावर जांभळीच्या डहाळ्या अंथरल्या. दोन्ही नवरदेवांना नवे धोतर, टोपी, शर्ट, पायात वहाणा घालायला दिल्या आणि गळ्यात हळकुंड बांधलेली पिवळी पट्टी! राघोला

जानबाच्या पालात, तर यंक्याच्या मुलाला सताजीच्या पालात बसवून ठेवले. दोघांच्याही कपाळावर दोन तुरे... त्यातला एक नवरीसाठी! दोघींनाही मांडवात आणले गेले. कुंकू लावण्याचा, नवे कपडे घालण्याचा सोहळा आटोपला. पातळ, झंपर, पायात जोडवे, रूळ, पाटल्या, नाकात नथ असा नवरीचा साज!

दोन्ही नवरदेवांना चौघडा-सनईच्या नादात मांडवात आणले. त्यांच्यासोबत एकेक सवाशीण हातात पूजेचे ताट घेऊन आली होती. नवरदेवांना त्यांच्या माम्याने खांद्यांवर घेऊन मांडवात आणले. सनई-चौघडा वाजतच होता. मांडवाला प्रदक्षिणा घालून दोन्ही नवरदेव मांडवात दाखल झाले. पिवळ्या केलेल्या ज्वारीच्या अक्षदा सर्वांना वाटल्या. काशाने दुपट्ट्याला कुंकवाचे बोट लावून नवरदेव-नवरीच्या मध्ये धरायला सांगितले व आठवेल त्या देवाची नावे घेऊन 'लगन लागलं, शाबिदान' असे पाच वेळा म्हटले. सर्वांनी हातातील अक्षद नवरदेव-नवरीकडे फेकली. अंतरपाट बाजूला झाला. दोन्ही नवरदेवांनी आपापल्या नवरीच्या गळ्यात काळी गरसूळ बांधली.

राघो-सावित्रीचे लग्न पार पडले. न पेलणारे लुगडे सांभाळत दोन्ही नवऱ्या आपापल्या नवरदेवामागे चालू लागल्या. मायबाप व ज्येष्ठ मंडळींना दोन्ही जोडप्यांनी नमस्कार केला. पुंजाजी म्हातारा आपल्या कुटुंबासह लग्नाला आला होता. वच्छला व त्यांच्या टोळीतील काही बाया-माणसंही आली होती. त्या सर्वांना त्यांनी नमस्कार केला.

लग्नाची धामधूम सुरू झाली तेव्हापासूनच सगळी बाया-माणसं दळण दळत होते. आतापर्यंत त्यांनी पाचेक कुडव ज्वारी दळली होती. काही कण्याही भरडल्या होत्या. त्या पिठाच्याच बायांनी लग्नात भाकरी केल्या... कण्या वरल्या... मुंगाच्या डाळीचे वरण केले. धनाजी व शामा बुढ्याने मोहाच्या पानाच्या पत्रावळी व द्रोण तयार केले. त्यावर जेवण वाढलं. साऱ्या वऱ्हाड्यांच्या पंगती उठल्या... जेवणं आटोपली. म्हाताऱ्याने नवरदेव-नवरीला एकेक पैसा दिला आणि ते आपल्या पालाकडे रवाना झाले. संध्याकाळी दोन्ही नवऱ्यांना निरोप दिला. आता मामांनी आपापल्या नवरी-भाचीला कडेवर उचलून घेतले. नवरदेवांच्या मामांनी नवरदेवांना खांद्यांवर बसवून त्यांच्या बिऱ्हाडाकडे निघाले. चौघडा-सनई पुन्हा वाजू लागली, तसा सईने हंबरडा फोडला...

"साइत्रे, आता तू पाहुणीन झाली ओ बाई...! आता आपल्या संसाराची झाली ओ तू!"

तसाच दुसऱ्या नवरीच्या आईनेही गळा काढला. आपल्या भावाच्या कडेवर बसलेल्या लेकीला कुरवाळत ती रडू लागली. शिलपत-सताजीप्रमाणेच नायकांकडील बाया-माणसंही पोरीला निरोप देताना मुसमुसू लागली. नवरींना मात्र त्यांच्या रडण्याचा मथितार्थ काही उलगडत नव्हता. आपापल्या मामांच्या कडेवर बसून त्या आनंदाने हसत होत्या.

पालांभोवती प्रदक्षिणा घालून दोन्ही नवरदेव आपापली नवरी घेऊन आपापल्या पालात आले. राघो-सावित्रीचा विवाह पार पडला.

साताठ दिवस असेच गेले. एक दिवस संध्याकाळी, तुळसाची माय म्हणजे राघोची सासू आपल्या नवऱ्यासह शिलपतच्या बिऱ्हाडावर आली. तिने आपल्यासोबत काशाची परात आणली होती. त्यासोबतच खण, हिरव्या बांगड्या व हिरवंच पातळ आणलं होतं. आल्या-आल्याच ती सईला म्हणाली, "इहीनबाई, मी तुमचे पाय धुवाले आली."

त्यावर सई म्हणाली, "बापा, येवडी कायची घाई हाये! दिवाई पावतर लान हाये अजून! पयल्या दिवाईले इहिनीचे पाय धुवा लागते; तं तुमी आत्ताच आल्या!"

त्यावर राघोची सासू म्हणाली, "हो थे खरं हाये; पन आमी निंगतो आता आमच्या फिरस्तीच्या मुल्काकडं... दिवाईले कायचं येनं होते; मनून मनलं आत्ताच पाय धुवाचं उरकून घ्याव. तुमचा मान मोठा! तुमी पोराची माय हाये... मंग कव्हा भेट हुईन राम जाने!"

असे म्हणून तिने जवळची नवी परात काढली. त्यात खण, बांगड्या अन् पातळ ठेवलं. सईला कुंकू लावलं. नमस्कार केला. मग ते पातळ व खणानारळाचं ताट घेऊन ती तुकारामच्या रिकाम्या पालात गेली आणि नवं पातळ नेसून पालात परत आली. राघोच्या सासूने नव्या परातीत तिचे पाय ठेवले व गडव्याने तिच्या पायावर पाणी ओतून ते धुतले. आपल्या पदराने पुसून काढले. पाया पडली. दोघींनीही एकमेकींना हळद-कुंकू लावले. आणि ती आपल्या बिऱ्हाडाकडे जायला लागली... तसा तुळसाने तिच्यासोबत येण्याचा हट्ट धरला. ती मुसमुसून

रडू लागली. तशी तिला समजावत ती म्हणाली, ''असं लडाव नाही, शायन्या लेकरानं! आता तू ह्या घरची झाली. आमाले इसरून जा आता! आत्याबाई सांगन तसं वागाचं... लडाचं नाई... एकमेकासंगं भांडाचं नाई... शायनी माही बाई!''

असे म्हणून ती पोरीला पिरसू लागली. तशी तुळसा स्फुंदून-स्फुंदून रडू लागली... मायला बिलगू लागली. मग सईने तिला जवळ ओढले. तिच्या पाठीवरून हात फिरवला, ''माई, लक्षीमी होय तू! आता हेच तुह्य घर. आता जलमभर इथंच रहाचं.''

''नाई, मले नाई राहाचं इथं. मले गमत नाई. मॉ, मी तुह्यासंगं येतो. मले घिवून चाल! आण्णा मले इथं टाकून जावू नोका जी... आण्णा!''

तिने पुन्हा आक्रोश सुरू केला. पण तिचे कुणीच ऐकले नाही.

''बरं बरं, आमी तुले टाकून कुठं बी जात नाई. तुह्यासंगच रायतो आमी बी. तुले मामाजीनं नवे कपडे घेतले ना! तुले पाटल्या, जोडवे अन् रूळ, गरसूय देल्ली ना त्यायनं! अखीन बी दीन. मी बी दिवाईले नवे कपडे आनीन तुले. पन तू लडू नोको. इथंच राय!''

''नाई, मले नोको हे कपडे अन् दागिने. मले तुमीच पायजे... माय अन् आण्णाच पायजे मले!''

''बरं बरं, आमी बी कुठं नाई जात. हे आपलं पाल जवडच तं हाये! लागन्तं, थोडा वेळ चाल संगं अन् मांगच्या पावली आत्याबाईकडं वापस ये!''

सर्वांनी तिची समजूत घातली. आपल्या पालाकडे तिला घेऊन गेले. संध्याकाळी तिला पालावर पुन्हा आणून दिले. ती शंकेने मायबापाकडे पाहू लागली. सई तिला समजावू लागली. पण त्याचा तिच्यावर काहीच परिणाम झाला नाही. मायचा पदर हातात घट्ट धरून तिथल्या तिथेच झोपी गेली. तिला झोप लागताच तिची माय हळूच उठली, तिच्या हातातून आपला पदर सोडवला अन् आपल्या पालात परत गेली.

सकाळी उठताच तुळसा मायबापाला पाहू लागली... पुन्हा त्यांच्यासाठी आक्रोश करू लागली... दाव्याने बांधलेल्या वासरासारखी मायबापासाठी हंबरडा फोडू लागली... त्यांच्यासाठी तगमगत हरवल्यागत पाहू लागली... तिच्या मायबापाच्या पालाची जागा आता ओस पडली होती... तिचे चुलते

काका, मामे, मायबाप सारेच आपल्या पोटभराच्या, भटकंतीच्या मुलखाकडे निघून गेले होते... आकाशाच्या विस्तीर्ण पोकळीत आता लुप्त झाले होते. ती मात्र इकडे एकटीच राहिली होती. तिचं सारं आयुष्य जीवनाच्या नव्या भोवऱ्याच्या हवाली करून, मायबापांनी आपली वाट पकडली होती. व्यंकोबाचे बिऱ्हाडही आपल्या नव्या सुनेसह म्हणजे सावित्रीसह भटकंतीला निघणार होतं. कचरी तिची सासू... सईची विहीण! ती मुलाची माय म्हणून तिचा मान मोठा! सईनेही नव्या परातीत विहिणीचे पाय धुतले... तिला नवे पातळ नेसवले... हिरवा खण, बांगड्या दिल्या... ओटी भरली आणि त्यांचेही बिऱ्हाड सावित्रीला घेऊन, भल्या पहाटेच अंधारवाटेनं लुप्त झालं. बालपणातच डोक्यावर गच्च बसलेलं संसाराचं गाठोडं घेऊन, तीही नव्या दिशाहीन प्रवासाची पांथस्थ झाली. मायबाप, बहीण भाऊ यांचं कल्पनाचित्र आसू भरल्या डोळ्यांनी पाहत लहानगी सावित्रीही सासू-सासऱ्यामागे धावू लागली.

❖❖❖

शिलपतच्या मुला-मुलीचे लग्न आटोपले. त्याची पोरगी सावित्री सासरच्या वाटेने निघून गेली आणि तिची जागा राघोच्या पत्नीने तुळसाने घेतली. आता तिचे तुळसा हे माहेरचे नाव मागे पडले आणि लक्ष्मी नावानेच साऱ्यांना परिचित झाली.

लग्नाची धामधूम आटोपताच शिलपत तागाच्या शोधात निघाला. कास्तकारांकडे अजूनही शिल्लक असलेला ताग हप्त्याच्या उधारीवर घेऊन तो बाजारात विकू लागला... आठवडा भरला की जुने पैसे चुक्त करून नवा खरेदी करायचा... त्यात आलेल्या नफ्यातून आपला संसार चालवायचा, असा उपक्रम त्याने सुरू केला. राघो म्हाताऱ्याकडे चऱ्हाडांचे ओझे वाहायला जायचा. तुकाराम तर तिकडेच कामाला होता. धनाजी पालात बसल्या-बसल्या पड आटत राहायचा. गावातील शेतकऱ्यांनी दिलेल्या तागाचा पड आटायला, दावे करायला दिले असायचे. पिळ्याच्या वजनाप्रमाणे मेहनत घेऊन तो ते काम करायचा. शामा बुढ्याच्या डोळ्यांनी दिसत नव्हते, तरी तो तर्कातर्कानें चांगला पड आटायचा. त्यावरच कशीतरी त्याची संज भागायची. ज्यांच्याजवळ पैसा

असायचा ते नगदी पैशांनी ताग विकत घेऊन तो बाजारात विकायचे. दुसरे काम काही मिळायचे नाही. आता हीच साऱ्या भामट्यांची दिनचर्या झाली होती.

एक दिवस राघो नेहमीप्रमाणे आपल्या कामात मग्न होता. तिकडे घेऱ्यांवर तयार झालेली चऱ्हाडं तो पालात आणून देत होता. तुकाराम त्याची गंजी लावत होता. वच्छला चऱ्हाडांचे पिळे बंडीत भरायला आपल्या दिरांना मदत करत होती. एवढ्यात राघोला म्हाताऱ्याने हाक मारली, ''अरे राघो, इकडे ये जरासा! तोंड, हातपाय धूय अन् माह्यासंगं चाल बरं!''

म्हाताऱ्याने त्याला आज्ञा केली. तसा हातपाय धुवून तो पुढे उभा राहिला. तागाच्या दोरीने करकचून बांधलेले, धोतराच्या फडक्याचे एक गाठोडे त्याच्याजवळ दिले. ते वजनदार गाठोडे कशाचे असावे, ते काही राघोला समजत नव्हते. राघोच्या डोक्यावर गाठोडे देऊन म्हातारा त्याच्यामागे चालू लागला. राघो निमूटपणे चालू लागला. काही वेळ चालल्यावर तो उदापूरच्या वाटेने लागला नि पाटलाच्या वाड्यात येऊन पोहोचला. पाटील चावडीतच बसला होता. दिवाणजींशी कसलासा विचारविनिमय करत होता. तेवढ्यात तिथे म्हातारा जाऊन पोहोचला. पाटील व दिवाणजींशी नमस्कार करून राघोच्या डोक्यावरील गाठोडे आपल्याजवळ घेत पाटलापासून काही अंतरावर बसला. त्याच्याजवळच राघोही बसला.

दिवाणजीसोबतचे बोलणे आटोपताच पाटील म्हाताऱ्याची गंमत करत म्हणाला, ''हं... काय शावकार, कशी रायली यंदाची यात्रा!''

''यात्रा बेस रायली जी! दोन-अडीचशे रुपयाची कमाई झाली यंदा. थे ठिवासाठीच आलो तुमच्याकडे!''

असे म्हणून म्हाताऱ्याने गाठोड्याचे तोंड सोडले नि त्यातील कलदार त्याच्या समोर उघडले. एवढे पैसे पाहून राघोला नवलच वाटले! काही न बोलता तो म्हातारा व पाटलाकडे आगींपागींनि पाहू लागला. पाटलाच्या सांगण्यावरून दिवाणजींनी पैसे मोजले... ते तीनशे रुपये भरले. दिवाणजींनी रजिस्टरमध्ये तशी नोंद केली आणि म्हणाला, ''आता तुमचे समदे मिळून नवशेपन्नास रुपये जमा झाले. समजले का!'' म्हाताऱ्याने होकार दिला.

तसा पाटील म्हाताऱ्यास म्हणाला, ''हे पहा पुंजाजी, आता हे वनवन फिरणं सोडून द्या.''

''बापा...! मालक, फिरलो नाही त पोट कसं भरन जी आमचं? उपासानं हातपाय घासून मरा लागन ना आमाले!''

''तुमी उपासानं मेले नाही पायजे असा इलाज सांगतो.''

''सांगा जी!''

''तुमी आता ह्याच गावचे रयवासी व्हा! मी तुमाले राहाले जागा देतो. दहा एक्कर वावर देतो. तुमचे पैसे माह्या पासीच हाये. तितक्यात घर नं वावर होते. असेच फिरत राहान तं पोलीस तुमाले चोर समजत राहीन... मांगची बिगार चुकणार नाही. गाव धरून राहान तं तुमचा अपमान सिवा, मारपीट टयन! हक्काची गावपांढरी भेटन... आता सोडा हे फिरस्तीपन... मी अधार देतो तुमाले!''

पाटलाचे बोलणे ऐकून म्हातारा विचारातच पडला. पाटलानं सुचवलेलं शहाणपण स्वीकारावं... भटकंतीच्या भिंगरीला थोपवावे... की वाडवडिलांनी दिलेला हा वारसा तसाच चालू ठेवावा... आणि आपल्या वारसदारांनाही त्यातच पुन्हा लोटून द्यावे... अशा विचारांनी तो हैराण झाला आणि विचार करत पाटलाकडे पाहू लागला. द्विधा मन:स्थितीत सापडला तो! पाटील त्याच्या उत्तराची प्रतीक्षा करत त्याच्याकडे प्रश्नार्थक दृष्टीने पाहू लागला. पण म्हातारा काहीच बोलला नाही. विचारांचं जबरदस्त वादळ त्याच्या सर्वांगात भिनू लागलं... त्याचं उभं जीवनच वेठीस धरलं त्यानं! एवढा तो शहाणा हिंमतबाज माणूस; पण तोही 'हो-नाही'च्या चक्रव्यूहात सापडला नि नव्या आव्हानास सामोरे जाण्यास कचरू लागला.

त्याची ही अवस्था पाटलाने जाणली. तो म्हणाला, ''हे पहा जाणोजी, मी तुम्हाला बदसल्ला नाही देणार. तुमच्या हिताचच सांगतो. अन् आमच्या गावात नसन रहाचं तं नोका राहू. पन कोनत्याय गावपांढरीच्या अधारानं राहा... काई घाई नाही. पोरायचा, तुमच्या लक्षिम्यायचा सल्ला घ्या, नं मंग सांगा मले!''

असे म्हणून पाटील चावडीतून उठून आत गेला. जाणोजीही उठून उभा राहिला आणि राघोच्या खांद्यावर हात ठेवून आपल्या पालाच्या दिशेने चालू लागला. त्याच्या डोक्यातील विचारांचं वादळ अद्याप शांत झालं नव्हतं. उलट,

ते त्याला आता नव्या जोमानं अधिक धुमसू लागलं. 'हो-नाही'च्या बुरजावरून त्याला अंधाराच्या तळापर्यंत नेऊ लागलं. पण...

'असेच फिरत रहान तं पोलीस तुमाले चोर समजत राहीन... मांगची बिगार चुकनार नाही. गाव धरून राहान तं अपमान शिवा, मारपीट टयन... हक्काची गावपांढरी भेटन... आता सोडा हे फिरस्तीपन!' पाटलाचे हे वाक्य, त्याचे बहुमोल शहाणपण, म्हातारा व राघोच्याही बालमनावर दगडावरच्या रेघेसारखे कोरले जात होते. त्या शब्दांची आठवण करत राघो म्हाताऱ्यासोबत दुडक्या चालीने चालत होता. 'सोडा हे फिरस्तीपण... सोडा हे फिरस्तीपण...' हे एकच पालुपद त्याच्या मनात रुंजी घालत होतं. या पालुपदाने त्याच्या डोक्यात अक्षरशः गोंधळ घातला होता. संध्याकाळी पालावर येताच त्याने आज्याला, धनाजीला सारी हकीकत सांगितली.

"आबा, आफूनबी हे फिरस्तीपण आतातरी सोडाले पायजे गा!" अशी आज्याला गळ घालू लागला. नाताच्या तोंडचे हे शब्द ऐकताच धनाजीचे हृदय भरून आले. नाताला उराशी घट्ट आळवत म्हटले, "माह्या तं बापा जल्म गेला फिरस्तीपनात. आता तूच सोडजो हे फिरस्तीपन! अन् थांबजो एखांद्या गावपांढरीत... कायमचा!"

नाताच्या डोक्यावरून हात फिरवत धनाजी म्हणाला आणि त्याच्या मनात स्वप्नांची अंकुरं पेरत नातवाला थोपटू लागला.

■■■

१

म्हाताऱ्याकडे काम करताना तुकारामचा वच्छलासोबत परिचय झाला होता. त्याचे रूपांतर पुढे एकमेकांच्या प्रेमात झाले... एकमेकांत गुंतले ते! आवतीभोवती कुणी नसलं की दोघंही मन मोकळं करायचे. आपला संसार थाटण्याचे स्वप्नं पाहायचे. त्यांचं हे प्रौढपणातील प्रेम; पण दुरावलेल्या सुखामुळे ते एकमेकांशी बांधल्या गेले आणि स्वत:ला एकमेकांत हरवून बसले. मात्र, दोघांनीही मर्यादा सुट्टू दिली नाही. आपापली आब राखूनच ते स्वप्न रंगवत राहिले.

''आमचा मतारा आल्यावर त्याच्याकडं गोस्ट काढा. थो देव मानूस हाये! थोच माह्या मायबाप... ह्या गोस्टीले न्हाई मननार नाही थो. संसार बसून दे मना आमचा अन् असीरवाद दे मना आमाले!'' वच्छला तुकारामला सांगायची.

तसा तुकाराम तिला म्हणायचा, ''नाही वयनी, माह्या नसिबात सुक लेहलच नाही. तुमी ह्यो इचार मनातून काढून टाका. आपल्या जातीत परक्या टोईसंगं समंद नाई होत. तुमचे लोक आमाले खालताटे समजते. आमाले हाडंहाडं करते थे.''

''करू केलं तं; पन मताऱ्याकडं सब्द टाकून तं पाहा! मंग पुडची पुढं...''

वच्छला तुकारामचा असा संवाद चालायचा. आपले दु:ख सांगता-सांगता ती भावनावश व्हायची नि डोळ्यांत पाणी आणून हरवल्यागत पाहत राहायची. भावनावेग ओसरला की पुन्हा बोलू लागायची.

''तुकारामबुवा, आता मी मताऱ्याकडच्या बिगारीले कट्टायून गेली जी... जलमभर मले त्याचीच ताबेदारी करा लागन का जी! माह्या मालकाची वाट

पाह्यता-पाह्यता माह्य अर्ध आवुक्ष सरलं. पन थे काही आले नाही. आता थे येतीन याचा भरूसा नाही मले!''

''असा कुठिसा गेला जी थो? मले तं काहीच पत्ता नाही.'' भावनाविवश झालेल्या वच्छलाला एकदा तुकारामने विचारले.

त्यावर ती म्हणाली, ''तव्हा मी लय लहान होती... न्हातीधुती बी व्हाचीच असन... तिकडं परभनी, जिंतूर, वझर या मुलखात आमी फिराचे... वझराच्या गायरानात रामुशी, पारधी, मांगगारुडी अन् भामट्यायची बिऱ्हाडं उतरली होती. थे आपापले कामं करत जगत होते. एवढ्यात पालाभोवती पोलिसाचा गराडा पडला. 'आरे, पया धाड आली' मनत लोक अंधारात पयाले लागले. आमीबी जीव घिवून पयाले लागलो... काहीक पालातच दडकून रायले... लेकरं-बाया किकया फाडत पयत सुटले अन् पुढच्या डोंगरात लपून बसले. जे सापडले, थे पोलिसायनं दोन-तीन मोटारीत भरले अन् दामटली मोटार...!''

''अन् कुठं नेलं त्यायले?'' तुकारामने मध्येच विचारले.''

''त्यायले तिकडं सोलापूरकडं नेलं मंते. तिथं ताराच्या कुपाआड बंदोबस्तात ठिवते मंते, भटकयायले...! तिथून मंग त्यायची जल्मभर सुटका नाही. असी कुटुंबची कुटुंबं हाये मंते तिथं... तिथच जल्म अन् तिथच मरन!'' वच्छला सांगू लागली.

त्यावर तुकाराम म्हणाला, '' पन भावूले तिकडं पकडून नेलं असं कसं मनता जी?''

''नाई कसं? त्यायले नेलं अन् आमच्या संगच्या बिराडातल्या काहीले तं कुटुंबासहित नेलं जी...! मताऱ्यानं आपल्या डोयानं पायलं मोटारीत ढकलताना... अन् पोरासाठी थो लडाले लागला. थे तवा बारा-तेरा वर्साचे असन. नवरा गेला तं गेलाच गेला! अज ईन उद्या ईन करता-करता येवढे वर्स झाले. वाट पाहून थकलो अन् भटकत-भटकत गोऱ्या सायबाच्या भेवानं इकडच्या मुलखात यिवून पोहोचलो. त्यायची वाट पाह्यता-पाह्यता आता मी अरद वयीची झाली; पन थे काही आले नाही... अन् आता यीन असं वाटतय नाही. त्यायची वाट पाहून-पाहून मी थकून गेली जी...!'' असे म्हणून वच्छला गदगदून रडू लागली.

तिची अवस्था पाहून तुकाराम हवालदिल झाला आणि तिला तो समजावू लागला, ''वहिनी, अशा लडू नोका. देव तुमचं गऱ्हानं आयकन अन् थोच बरोबर करन समदं!''

तुकाराम कसेतरी बोलून गेला. वच्छलाची कहाणी ऐकून त्याला तिच्याबद्दल सहानुभूती वाटू लागली... तिच्याशी गांधर्व विवाह करायचा विचार त्याने मनाशी पक्का केला. आणि एक दिवस त्याने काशाजवळ आपला विचार मांडला, ''काशादा, एक गोष्ट सांगू तुले?''

''सांगनं बा!'' काशा

''वच्छलासंगं पाट कराचा इचार हाये माहा. तू सतादा अन् शिलपतदाले घिवून जा, मताऱ्याकडं अन् इचार त्याले वच्छलीइषयी!''

तुकारामचे बोलणे ऐकून काशा विचारातच पडला व म्हणाला, ''तू भानावर हाये का नाही, तुकाराम! थे कोन नं तू कोन...? त्यायच्यासाठी आफून खालचे; अन् थे आपल्या परीस सुक्की लोक!''

''पन आफूनय भामटीच हावो ना! असन आफून गरीब म्हून काय झालं? समदेच भामटी पोटाले पालो बांधून हिंडते अवघ्या मुलखात!'' तुकारामने रोखठोकपणे काशाला उत्तर दिले.

त्यावर काशा त्याला समजावत म्हणाला, ''डोक्शात असं भूत घालून घिवू नोको. वच्छलीचं अन् तुह्य गांधर्व हूॅ नाही शकत.''

''पन काहून गा? काहून नाही हूं शकत...? मान्सं नोय का आफून...?''

''हो, मान्सच होय आफून बी... पन पाचय बोटं सारखे असते का? देवानं जाती तयार केल्या, तशा जातीजातीत पायऱ्याय पाडून ठिवल्या. पर्तेकानं आपापल्या पायरीनं राहाव. एक पायरी वर चढला तरी भेव अन् खाली उतरला तरी भेव...! आंदीच आफून गरीब... मांगं पोलिसी पायरा... हातावर पोट घिवून गावोगाव भटकनं... आपल्या पाठीसीन कोनी नाही... अन् आता तुनं हे भलतीच झंजेट मांगं लावून घेतली.''

काशाने त्याला समजावण्याचा प्रयत्न केला. पण तुकाराम काही मानत नव्हता. तो म्हणाला, ''तुमी शायने मान्सं! तुमच्या मन्न्या पल्याड मी जानार नाही. पन एक डाव मताऱ्याकडं शब्द तं टाकून पाहा. मतारा तयार झाला तं पाट लावू; नाही तं थे कुटचे अन् आफून कुठचे!''

त्यावर काशा म्हणाला, ''मले भरूसा नाही वाटत. पन तू जिद्दीच पेटला हाये, तं शिलपतले घिवून जातो अन् गोस्ट काढून पायतो मतार्‍याकडं!''

असे म्हणून काशा उठला व आपल्या पालाकडे चालू लागला. चालता-चालताच शिलपतला हाक मारली. पालात बसल्यावर शिलपतला त्याने तंबाखू दिला. काही जुजबी गोष्टी झाल्यावर त्याने शिलपतजवळ गोष्ट काढली, ''शिलपत, तुकाराम वच्छलासंगं पाट लावतो मंते! मतार्‍याकडं इचारपूस कराले सांगत्ल त्यानं.''

''काय बोलतं गा तू...! तू शायनासुरता मानूस अन् बयताडावानी काहून करून रायला!''

''मी नाही करून रायलो. तुकारामनच सांगतलं मले. म्या लय समजावलं. पन थो जिद्दीच पेटला हाये. अन् कितीक दिवस थांबन गा थो बायको वाचून...? त्याची बायको तं सोडचिठ्ठीसाठी धडपडून रायली. मनून मंतो, दोघाचय मन असन तं आफून कायले मोडा घालाव?''

त्यावर शिलपत म्हणाला, ''मी मोडा नाही घालत. पन त्यायची टोई येगई. अद्याप त्यायचे आपले समंद नाही. अन् आता करन असं वाटत नाही. अखीन एक गोस्ट ध्यानात ठीव... मतार्‍याचे लय उपकार हाये आपल्यावर! त्याले हे आयकूनच खराब वाटन. मले नाही पटत हे!''

''मंग का त्याले असाच फकिरावानी ठिवतं का? मायबाप अन् भावूबंदासाठी त्यानं आपल्या जिनगानीवर पानी सोडलं... आता आपल्याले शब्द टाकाले काय हरकत हाये बा!''

काशाने जरा वरच्या आवाजातच त्याला समजावले. त्यानंतर बराच वेळ दोघांत विचारविनिमय चालला. सताजीलाही बोलावले. त्यालाही तुकारामचा विचार सांगितला आणि काशानेच म्हातार्‍याशी बोलून बैठकीचा दिवस ठरवायचा, यावर सर्वांचे एकमत होऊन ते आपापल्या कामाला लागले.

ठरल्याप्रमाणे एक दिवस ते म्हातार्‍याच्या पालावर गेले. काशाने म्हातार्‍याकडे गोष्ट काढली. थोडा वेळ तो काहीच बोलला नाही. पण वच्छला-तुकाराममध्ये दिवसेंदिवस वाढत चाललेल्या जवळीकीबद्दलची कुणकुण आता म्हातार्‍यापर्यंत गेली होती. त्याच्या मोठ्या बायकोने त्याला ते सांगितले होते... आणि आता

एकदम पाट लावायचाच प्रस्ताव ऐकून तो गंभीर झाला. धाडीत पकडून नेलेला मुलगा आता परत येत नाही, अशी खात्री होताच त्याने वच्छलाचा अन्यत्र विवाह करण्याचे बरेचदा प्रयत्न केले होते. पण तिने त्यास स्पष्ट नकार दिला होता. एक ना एक दिवस नवरा परत येईल, या आशेवर ती जगत होती. म्हाताऱ्यानेही तिच्यावर लेकीसारखे प्रेम केले. पण आपल्यानंतर तिचे काय होणार? या प्रश्नाने हल्ली तो बेचैन होत होता. अशा विचारात असतानाच काशाने त्याला तुकाराम-वच्छलाच्या पाटाविषयी विचारले, त्यामुळे म्हातारा सुखावला. डोक्यावरचं ओझं हलकं होत असल्याचा त्याला भास झाला. पण तो लगेच भानावर आला...

तुकारामची टोळी...? त्यांच्याशी संबंध करायचा...? समाज काय म्हणेल...? पंचायत गुन्हेगार ठरवील... सोयरेधायरे बोल लावन...! या विचारांनी तो हैराण झाला. पण वच्छलाचा संसार उभा राहणार या आनंदात टोळीटोळीतील उच्च-नीचता तो विसरून गेला नि काशाला बैठकीचे निमंत्रण दिले व म्हणाला, ''तुकारामच्या भावूबंदाले, गणगोताले घिवून या तुम्ही. थ्या दोघाच्याय मनात असन तं आफून कायले मोडा कराव... नाही!''

ठरल्याप्रमाणे म्हाताऱ्याच्या पालावर मीटिंग भरली. म्हाताऱ्यासह त्याची दोन्ही पोरं अन् त्यांच्या टोळीतील दोन बुद्रुक माणसं; तर तुकारामकडील काशा, शिलपत, सताजी आले होते. शुभकार्यासाठी तिघं जावू नये म्हणून राघोलाही सोबत आणले होते. सोबत तुकारामही होताच.

बोलणी सुरू झाली. प्रस्ताव काशानेच मांडला...

''हे पहा मंडळी, आमी तुमच्या वच्छलाबाईले तुकारामसाठी मांगनी घालाले आलो. तुमचा इचार सांगा.'' ते ऐकून म्हाताऱ्याकडील एक माणूस म्हणाला, ''हं... काहीय बोलतं का गा! तुमच्या आमच्यात समंध झाले का कोन्या राजात...? आमी कुटचे... तुमी कुटचे?''

त्याचे बोलणे ऐकून काशा म्हणाला, ''नाई... आता पावतर नाई झाले. पन आता कराले काय हरकत हाये? ह्या निमतानं आफून जवड इवू ना!''

ते ऐकून बैठकीतील दुसरा बुद्रूक म्हणाला, ''हो, मोठा जवड येनेवाला हाये. दुसऱ्या टोईत पोरगी देन्यापरीस तिले घरातल्या घरात पेटवून दिवू आमी; पन अशा गुधाडीत मुंडकं नाही खुपसनार!''

त्या माणसाचे बोलणे ऐकून काशा-शिलपतला धक्काच बसला. ते केविलवाण्यासारखे म्हाताऱ्याकडे पाहू लागले. आता त्यांना म्हाताऱ्याचाच आधार उरला होता. आपल्या टोळीतील त्या माणसाचे बोलणे म्हाताऱ्यालाही आवडले नाही. तो म्हणाला, ''असं कसं बोलता गा तुमी! थे आपल्या घरी पावने म्हनून आले, तं त्यायचा आफून असा अपमान कराचा का? तुमाले पटन तं पोरगी द्या. त्यायची जबरदस्ती थोडीच हाये?''

त्यावर पहिला बुद्रुक म्हणाला, ''मंग तुह्या इचार काय हाये, जानूदा?''

''माहा इचार तं पक्का झाला... वच्छीचा पाट लावून द्याचा तुकारामसंगं! मीच तिचं कन्यादान करतो.''

''तं मंग गोस्टच सरली. तूच त्यासाठी तयार हाये, तं मंग आमी इरोद करनेवाले कोन होतो? कर तुह्या मनात यीन तसं...' असं म्हणून तो तेथून निघून गेला. त्याच्या पाठोपाठ दुसराही गेला.

म्हाताऱ्याने वच्छलाचा पाट तुकारामसोबत लावण्याचे नक्की केले. दोन्ही पक्षाने आपापला खर्च करायचा आणि आठ दिवसांनी म्हाताऱ्याच्या पालावरच कार्यक्रम उरकायचे निश्चित झाले. तुकाराम-वच्छलाचा संबंध पक्का झाला. दोन्ही कुटुंब आपापल्या कामी लागले... आणि दुसऱ्या दिवसापासून म्हाताऱ्यासोबत असलेलं एकेक बिऱ्हाड, काहीबाही कारण सांगून पुढच्या प्रवासाला जाऊ लागलं. आतापर्यंत दोन-तीन बिऱ्हाडं आसपासच्या खेड्याकडे निघूनही गेले. म्हाताऱ्याने तिकडे काणाडोळाच केला.

वच्छला-तुकारामचे गांधर्व आता दोन दिवसांवर आले होते. म्हाताऱ्याने मुलांच्या मदतीने सारी तयारी केली. आपली लेकच सासरी जात आहे, अशा आनंदात तो तिच्या निरोपाची तयारी करू लागला. तिच्यासाठी नवे पातळ-चोळी आणले. तिच्या आधीच्या लग्नातील नथ-मंगळसूत्रापासून तिचे सर्व अलंकार तिलाच दिले. कुटुंबातील सर्वांना कपडालत्ता केला. तुकारामसाठीही धोतर शर्ट, टोपी, जोडा म्हाताऱ्यानेच घेतला आणि गांधर्वाच्या दिवसाच्या स्वागतास तो सज्ज झाला.

आपल्या कुटुंबासह गप्पा करत तो बसला होता. वच्छलाही समोरच बसली होती. एवढ्यात त्या दिवशीच्या बैठकीतील दोघेही माणसं पालापुढे येऊन उभे

राहिले. पण ते काहीच बोलत नव्हते, म्हणून म्हाताराच बाहेर आला. त्याच्यामागे पालातील सारेच जण आले. पाहतात तर काय; त्या दोन माणसांसोबत सगळ्या बिऱ्हाडांतील बाया-माणसं, आपापल्या सामानांची गाठुडी डोक्यावर घेऊन त्याच्या पालापुढे उभी होती. आतापर्यंत समोर दिसणाऱ्या त्यांच्या पालांची जागा रिकामी पडली होती. पालांच्या खुंट्या उपटल्याने जमिनीवरील खुंट्यांचे छिद्र स्पष्ट दिसत होते. अकस्मात उठलेल्या वादळाने भामट्यांची तमाम पालं विसकटली गेली. त्यांच्या तीक्ष्ण खुंट्या आपल्या सर्वांगात आरपार घुसल्या आहेत... आणि त्या पालांच्या मजबूत दोरखंडाने गळा आवळून ते वादळ आपल्याला दूरवर भिरकावत आहे, असे म्हाताऱ्याला वाटले. गर्भगळीत होऊन तो एकेकाचा खांदा हलवत विचारू लागला, ''समदेच झनं चालले कागा मले सोडून...? तुमी समद्यायनं माह्यावर बइस्कार टाकला कारे, बावाहो...!''

असे म्हणून म्हातारा एकेकाला विचारू लागला. पण कुणी काहीच बोलले नाही. तसा म्हातारा आणखी भावनाविवश होऊन येथून जाण्याचे कारण प्रत्येकाला विचारू लागला. शेवटी एकाने त्यालाच विचारले, ''जानूदा, थ्या खालताट्या भामट्याच्या टोईत, तू आपल्या सुनीले देनार हाये मंते, थे खरं हाये का?''

''हो, खरं हाये थे!'' म्हाताऱ्यानं उत्तर दिलं. त्यावर समूहातून पुन्हा आवाज आला...

''मंग आमच्यासंगं आता तुह्य काय नातं रायलं...? तू रेसमाच्या पैठनीले घोंगड्याचं ठिगय लावाले निंघाला. समद्या भामट्यायचं पानी गमावलं तुनं!''

''अरे बावा, काय बोलून रायले तुमी!'' म्हाताऱ्यानं काकुळतीने विचारले.

त्यावर समूहातून तितकाच उर्मट आवाज कानावर आला... ''बरोब्बर बोलतो आमी. तू मोठा मानूस... तू मायजन... मनून आमी बोलली नाही. तुमी दुसऱ्यायचा न्याय करता अन् सोतः अनाचं तोंड सेनाले लावता...! मनून आमीच आता तुमाले सोडून चाललो. अजपासून तुह्य घर आमाले सरलं. आता आमी तुले जातीबाहीर टाकतो...! सम्मजला!''

''ऑ...! काय बोलता तुमी...! मंजे आमाले अन् आमच्या कुटुंबाले जातीबायरं टाकलं कागा तुमी!''

''हो, आमी तुले नं तुह्या कुटुंबाले जातीबाहीर टाकलं... तुही सात सोडली आता आमी!''

साऱ्या भामट्यांनी एकच गलका केला आणि आपापली ओझी सांभाळत झपझप पुढे चालू लागले. म्हातारा एकेकाच्या पुढे जाऊन त्यांना अडवण्याचा प्रयत्न करत होता... त्यांची आर्जवं करत होता... पण त्याचे कुणीच ऐकत नव्हते. समोर उभे राहून आर्जवी करणाऱ्या म्हाताऱ्याला वळसा घालून ते पुढे पळत होते. पाहता-पाहता त्यांची सगळीच बिऱ्हाडं समोरच्या पायवाटेने निघून गेली आणि दिसेनाशी झाली.

वच्छला-तुकारामचा विवाह तोंडाशी आला असतानाच त्याच्या टोळीत उठलेल्या वादळाने म्हातारा बेचैन झाला. त्या विस्तीर्ण पठारावर आता त्याचे एकट्याचेच बिऱ्हाड होते. दिवसभर घरघरणारे घेरे बंद झाले होते... बाया-माणसांची वर्दळ थांबली होती... सारं वसान-वसान वाटत होतं. म्हातारा एकाच जागी बसून आपल्या विखुरलेल्या कळपाकडे पाहत राहायचा... चिंताग्रस्त अवस्थेत स्वत:ला हरवून बसायचा... त्याची बायकापोरं त्याला हिंमत द्यायची. त्याची अवस्था पाहून वच्छलाही गहिवरून आली.

एक दिवस म्हातारा खूपच उदास झाला. विचार करू लागला... त्याचे कशातच लक्ष लागत नव्हते. उद्याच गांधर्व विवाह होता. परक्या टोळीशी संबंध केल्याने समाजाने त्यालाही जातीबाहेर टाकले होते. वास्तविक पाहता म्हाताऱ्याचे साऱ्यांवरच उपकार होते... तो सर्वांच्याच उपयोगी पडायचा... सर्वांची अडनड भागवायचा... गरजूंना काम द्यायचा... सुखदु:खात सामील व्हायचा. पण दुसऱ्या टोळीशी संबंध करायच्या विचारानेच सर्वांनी त्याच्यावर पुत्कार टाकायला प्रारंभ केला नि त्यालाच बहिष्कृत करण्यापर्यंत त्यांची मजल गेली. त्याच्यासारख्या सज्जन माणसाचीही जातीने अशी माती केली.

म्हातारा सारखा विचार करत राहायचा. त्याच्या मनात कसलीशी प्रचंड घालमेल सुरू होती. समाजाविरुद्ध बंड पुकारावं, की जातीला शरण जाऊन दोन जिवांचे जुळलेले संबंध तोडून टाकावे...? त्याचा काहीच निर्णय होत नव्हता. आणि जात-बहिष्कृततेत संपूर्ण कुटुंब टाकण्यासही तो राजी होत नव्हता. विचार करायलाही वेळ नव्हता. ताबडतोब निर्णय घेणे आवश्यक होते. पालातील चऱ्हाडांच्या गठ्ठ्यांना तो टेकून बसला होता. त्याच्यासमोर त्याची मोठी बायको

बसली होती. म्हातारा प्रचंड थकल्यागत वाटत होता. तेवढ्यात तिथे वच्छला आली. म्हाताऱ्याला तिने हाक मारली. दोन-तीन दिवसांपासून बदललेलं वातावरण पाहून तिलाही धक्का बसला होता... आपल्यामुळे संपूर्ण कुटुंबच जातीबाहेर पडणार, याची अपराधी जाणीव तिला हैराण करत होती. आपला संसार बसवण्याची भयंकर शिक्षा बापासारखा असलेल्या आपल्या सासऱ्याला नि त्याच्या कुटुंबाला मिळणार, या कल्पनेनेच तिची घाबरगुंडी उडाली होती. आपल्या उपेक्षित जीवनापेक्षाही तिला ते वेदनादायी वाटत होतं.

म्हाताऱ्याच्या चिंताग्रस्त अवस्थेने तिला हुंदका आवरणे कठीण झाले. त्याच्या पायावर डोकं ठेवून ती रडू लागली. तिला सगळे जण शांत करू लागले... रडण्याचं कारण विचारू लागले... तशी ती आणखीच स्फुंदू लागली. काही वेळाने ती शांत झाली आणि म्हाताऱ्याला निर्धारपूर्वक म्हणाली, ''मामाजी, मले हे लगन नाही कराचं आता. मोडून टाका थे अन् आपली बिराडं मागं वापस बलवा. आखरीवर जातीबिना गती नाही. माह्यासाठी पुडच्या पिढीचा अन् कुटुंबाचा बई नोका दिवू. तोडा ह्यो समंध...!''

तिचे बोलणे ऐकून म्हाताराही गहिवरला नि तिच्या डोक्यावरून हात फिरवत म्हणाला, ''नाई, बेटा! असं कसं करता यीन? सब्द देल्ला म्या त्याइले! सब्दाले कलंक नाही लागला पायजे. मंग जीव गेला तरी चालन!''

''आमी तुमाले सब्दातून मोकयं करतो. आता माह्य का लगनाचं वय रायलं...? माह्या नसिबाचा दोस हाये थो!'' वच्छलाने निर्धारपूर्वक सांगितले.

म्हातारा व त्याची बायको तिला परोपरीने समजावू लागली. पण ती काही केल्या ऐकत नव्हती. शेवटी म्हाताऱ्याने तिचे बोलणे मान्य केले आणि संध्याकाळी वच्छला, तिची सासू व म्हातारा शिलपतच्या पालांकडे जायला निघाले.

त्यांच्या पालावर येताच सर्वांचे लक्ष त्याच्या उदासपणाकडे गेलं. म्हाताऱ्याला सोडून त्यांची बिऱ्हाडं गेल्याची व आपल्यासोबत संबंध केल्यामुळे त्यांच्या टोळीत संघर्ष सुरू झाल्याची वार्ता आतापर्यंत त्यांच्याही कानांवर आली होती. काय बोलावे हे कुणालाच काही कळत नव्हतं. गूळपाणी झाल्यावर शेवटी काशानेच विषय काढला, ''कसे काय आले जी अंधामंधात?''

त्याला उत्तर म्हणून म्हातारा मोठ्या कष्टाने एकेक शब्द उच्चारू लागला, "बावा, शिलपत- काशीनाथ आपला समंध आता नाही हूँ शकत. थ्या पाई आमाले समदे बिराडं सोडून गेले. त्यायनं आमच्यावर बइस्कार टाकला. आता एकट्या बिराडानं कसं जगाव गा? जात हाये तं समदं हाये... तिले नाई सोडू शकत मी! मले माफ करारे, बाबू! सब्दातून मोकयं करा मले! वच्छला-तुकारामचा पाट आता तुटला... माफ करा मले!"

असे म्हणून म्हातारा गदगदून आला. त्याच्या डोळ्यांत आसवांनी गर्दी केली. त्याची अवस्था पाहून सारेच गहिवरून आले. तुकारामला तर हुंदका दाटून आला. त्याला समजावत वच्छला म्हणाली, "तुकारामबुवा, आपल्याले एक सपन पडलं, असं समजा. थ्या सपनात आफून सोताले इसरून गेलो... सपन पायता-पायता पहाडावरच्या राकेसानं किकाई फाडली... अन् दोघालेयबी अंधाऱ्या दरीत फेकून देल्लं त्यानं. पन आता इसरा समदं! आपल्या लेकराबायात जा अन् सुक्कानं राहा. जातो आमी!"

असे म्हणून म्हाताऱ्याचा हात पकडून ती आपल्या पालाकडे जाऊ लागली. आता रात्र होऊ लागली. डोळ्यांत दाटलेली आसवं पुसत तिच्या मागोमाग म्हाताराही निघाला. चालताना तो सतत अडखळत होता नि वच्छलाच्या आधाराने पुढे चालत होता. त्याची बायकोही त्यांच्या मागे निमूटपणे निघाली होती. सारे निःशब्द होते... पठार भयानकपणे अस्ताव्यस्त पसरलं होतं... त्यात रुळलेल्या वाटेवरून त्यांची पावलं आपल्या खुराड्याकडे मंद गतीने चालली होती... अंधार गडद होत होता...आज तो अधिकच काळाकुट्ट नि भीषण वाटत होता....

❖❖❖

एप्रिल-मे संपला. गावातील शेतकऱ्यांकडे आता ताग राहिला नव्हता. ज्या मोठ्या शेतकऱ्यांकडे होता त्यांनी पावसाळ्यात झड लागून पडली की नोकरांना पड आटण्याच्या कामात गुंतवून ठेवण्यासाठी राखून ठेवला होता. त्यामुळे काशा-शिलपतसह सर्वच भामट्यांपुढे मजुरीचा प्रश्न निर्माण झाला होता. घरच्या भाकरीवर जगण्याशिवाय इलाज नव्हता. गोंधळी वडगाव, उदापूर आणि त्याच्या पंचक्रोशीत सगळ्यांचे पोट भरू शकेल एवढा बोरूचा पेराही नसायचा. यंदाचा

हंगाम त्यांनी कसातरी रेटला होता. म्हाताऱ्याने साथ दिली म्हणून पोटापाण्याचा प्रश्न काही दिवस मिटला होता. आता पुढचा प्रश्न पुढे उभा होताच. तरीही, एप्रिल-मेचा कडक उन्हाळा त्यांनी कसातरी ढकलला.

तुकारामने म्हाताऱ्याकडे जाणे आता बंद केले होते. राघो मात्र अद्यापही त्याच्याकडे कामाला जायचा. आपल्या पालावर आला की तिकडचे हालहवाल सांगायचा. वच्छला-तुकारामचा पाट रद्द होताच म्हाताऱ्याने निघून गेलेल्या बिऱ्हाडांना पुन्हा माघारी आणले होते. त्यामुळे मध्यंतरी बंद झालेले घेरे पुन्हा सुरू झाले... तागाचे भारे वाहणे, चऱ्हाडांच्या गुंडाळ्या रचून ठेवणे ही कामे म्हाताऱ्याकडे पुन्हा सुरू झाली. त्यासाठी तुकारामचीही गरज भासत होती. पण तो तिकडे आता फिरकलाच नाही. त्याला आता कशातच रुची वाटेनाशी झाली होती. तो कुण्या कामाधंद्याला न जाता आपल्या पालातच पडून राही. नदीवर अंघोळीसाठी गेला की काठावर बसून प्रवाहाकडे एकतार पाहत बसायचा. नदीच्या थडीवर, जिथे ताग काढण्याचा हंगाम सर्वांनी केला होता... म्हाताऱ्याचाही ताग त्यांनी तिथेच काढून दिला होता... ते सारं दृश्य त्याला डोळ्यांपुढे दिसायचं. त्यातच ओल्या कपड्यांनिशी पाण्यात ताग काढणारी वच्छला त्याला हैराण करायची... आणि तिच्या आठवणीत तो स्वत:ला हरवून बसायचा. तिच्यासाठी टाहो फोडायचा....

आता मे महिना संपत आला. सात जूनपासून मृगाला प्रारंभ होणार... पावसाला सुरुवात होणार... पेरणीला प्रारंभ होणार... आणि त्यातूनच बोरूचा पेरा कोणत्या शिवारात किती, याचीही माहिती मिळणार... या जाणिवेनेच सारे आनंदित होत होते. गोंधळी वडगावच्या शिवारातून पुढे जाताना, आडव्या येणाऱ्या लहानमोठ्या नद्या आणि मुक्कामाचा वेध घेत पुढे निघालेला भामट्यांचा काफिला...! किमान वर्षभराच्या पोटापाण्याचा प्रश्न सोडवण्याचे आश्वासन देणाऱ्या मुलखाच्या शोधात होता. पण नेमके कोणत्या दिशेने जायचे, याबाबत निर्णय होत नव्हता. अकोला, बुलढाणा, अमरावती, यवतमाळ हा वराडचा मुलूख... पूर्णा, काटेकुर्णा, वर्धा, अडाण, पैनगंगा बेंबळा यांसारख्या मोठ्या नद्यांनी तो मुलूख समृद्ध केलेला... बारमाही वाहणाऱ्या आणि प्रचंड जलसाठा

सांभाळत, आपल्या खोऱ्याची सुपीकता वाढवणाऱ्या त्या लोकमाता... त्यांच्या बळावरच तर 'वऱ्हाड नि सोन्याची कुऱ्हाड' अशी म्हण पडली होती.

बुलढाण्यापासून अकोला-अमरावती शिवारातून भ्रमंती करत-करत, ते आता झाडीपट्ट्याच्या सीमेलगत येऊन धडकले होते; पण अद्याप झाडी-पट्ट्यात दाखल झाले नव्हते. त्यांच्यापैकीच एक-दोन समूह दहा-दहा, विसा-विसाच्या बिऱ्हाडानिशी तिकडे चंद्रपूर, भंडाऱ्याकडे फिरत होते. नागपूर, वर्धेकडेही काही बिऱ्हाडं फिरत होती. काशा-शिलपतची बिऱ्हाडं मात्र त्यांच्यापासून लांब होती.

खानदेश आणि झाडी-पट्ट्याच्या मधोमध विसावलेला वराड प्रांत... पूर्वी निजाम, मराठे यांच्यात विभागलेला... आता सगळीकडे इंग्रजी राजवट आल्याने त्यांचेच एकछत्री राज्य... ठिकठिकाणी दिसणारे, जुन्या राज्याचे वंशज आता इंग्रजी पिंजऱ्यात जेठा मारून बसलेले... तेही आता इंग्रजांचेच मांडलिक होते. त्यांनाही इंग्रजी सत्तेच्या संरक्षणाचीच चिंता लागली होती.

पाटील-देशमुखादी गावकामगार इंग्रजी सत्तेचे हस्तक... स्वत:चा स्वार्थ साधत गोरगरिबांच्या शोषणाला चटावलेले... अन्याय अत्याचाराचे मूर्तिमंत प्रतीक असलेले... वराडात त्यांचे प्रमाण मोठे! तिथे मोठ मोठ्या जमीनदाऱ्या... आणि त्यांच्यात मुरलेला जन्मजात रगेलपणा... इंग्रजी राजवटीने अभय देत त्यांना मस्तावून सोडलेले... भटक्याभुटक्यांना धारेवर धरणारे... त्यांना वेठबिगारीस जुंपणारे... त्याशिवाय पोलिसी धाकदपटशा मागे होताच! त्यांनाही या पाटीलकीची साथ होतीच! त्यामुळे अशा प्रवृत्तीपासून त्रास होणार नाही, याची खबरदारी बाळगत गावाच्या आश्रयाने उतरायचे होते. पाटलाची रहनसहन, त्याची माणुसकी अथवा मग्रुरी, त्याचा बाईलवेडेपणा, व्यसनी स्वभाव याची प्रवासातच आगाऊ माहिती काढायची. पटले तर त्या शिवारात थांबायचे, एरवी धकायचे पुढे! पण त्यासाठी धावपळ नको... पावसाची भीती नको... नद्यांचे पात्र माणसाला पुढे जाण्यास मदत करणारे असावे, म्हणून मृग आठवड्याच्या अंतरावर असतानाच पुढे जाण्याचा सर्वांनी मनसुबा केला.

काशा, शिलपत, धनाजी व शामा बुढा या सर्वांचा आता कुणीकडे जायचे, यावर विचारविनिमय सुरू झाला. अकोला, बुलढाणा करत पुन्हा खानदेशात घुसायचे काही जण म्हणाले. पण पुन्हा पिछाडीवर जाण्यास अनेकांनी नकार दिला; तर काहींनी यवतमाळ, वणी पांढरकवडा करत आंध्रात घुसायचा विचार

मांडला. आंध्र वगैरेकडे ते गेले नसले, तरी चंद्रपूर, गडचिरोलीकडे फिरणाऱ्या त्यांच्यापैकीच काही टोळ्यांनी त्यांना हा मार्ग सांगितला होता. इंग्रजी धरपकडीने आणि त्यांच्या भीतीने दानाफान झालेल्या भामट्यांच्या काही टोळ्या आंध्रातून चंद्रपूर, गडचिरोली भागात उतरल्या होत्या आणि त्यांचाही मोहरा वराडाकडेच होता. पण हे सर्व अंतर कापण्यास एक पिढी तरी गारद होणार होती. मुख्य म्हणजे पोटाला दाणापाणी मिळणे महत्त्वाचे! मुलूख कोणताही असो; त्यांच्यासाठी दाही दिशा सारख्याच! शेवटी वडगाव गोंधळीची नदी ओलांडून पुढे जाण्याचे ठरले. आणि सर्वांनी आपापल्या सामानाची बांधाबांध सुरू केली. पालाच्या खुंट्या उपटल्या... पाल गुंडाळले... गाठोडी तयार झाली... आणि वडगावची लाडकी नदी ओलांडून पुढे जाण्याच्या तयारीला लागले. आजची रात्र या पठारावर काढून पहाटेच पुढे धकायचे ठरले.

सर्वांनी पालं गुंडाळली, तरी तुकाराम मात्र तसाच निश्चल होता. त्याने आपला पालही गुंडाळला नाही की सामानासुमानाचे गाठोडेही बांधले नाही. तो अजूनही घुम्यासारखा बसूनच होता. नेहमीसारखा आपल्याच विचारात मग्न होता. काशा-शिलपतने त्याला समजावले, तरी तो त्यांच्याशी काहीच बोलला नाही. आपापली बांधाबांध आटोपल्यावर काशा-शिलपत त्याला पुन्हा समजावू लागले. त्याचे पाल उपटण्यापासून सामान बांधण्यापर्यंत सारेकाही त्यांनीच केले. आणि पहाटेची वाट पाहत जमिनीवर आडवे झाले.

पहाट होताच तुकाराम सर्वांच्या आधी उठला. प्रातर्विधी आटोपले... काशा-शिलपतलाही त्यानेच आवाज दिला... पोराबाळांना जागे केले... सर्वांचे प्रातःकर्म आटोपले... आणि आपापले गाठोडे डोक्यावर घेऊन निघणार; एवढ्यात तुकाराम आपले गाठोडे डोक्यावर घेऊन त्याच्यापुढे उभा राहिला. आणि सर्वांना ऐकू जाईल अशा शब्दांत धनाजीला म्हणाला, ''बा, आता मी तुमच्यासंगं नाही येत.''

तुकारामचा एकाएकी बदललेला विचार ऐकून धनाजी अचंब्यात पडला आणि त्याला म्हणाला, ''मंजे...! तू कुठं जातं एकटा!''

''मी जातो आपल्या लेकराबायात. तिकडंच पोट भरतो मी आता.'' तुकारामने स्पष्ट सांगितले.

“अगा, पन एवढ्या दूर तू एकटा कसा जाशीन? उद्या हात हाये, पाय हाये अन् दूरचा परवास हाये. कसा करसीन तू?”

शिलपतने त्याला समजावले. सताजीही सांगू लागला. पण तो काही ऐकण्याच्या मन:स्थितीत नव्हता. शेवटी, “तू आपल्या पोराबाळांत जातो मंतं, तं खुशाल जा! आमी मोडा नाही घालत. पन त्यायची बिराडं कुठं हाये... काय हाये... हेतं आंदी पहा लागत होतं. असं उपलान्यावानी कुठं फिरसीन परमुलखात?”

धनाजीच्या या प्रश्नावर तुकाराम म्हणाला, “त्याचं काय हाये गा! चार-सा मयन्यात जाईन तिकडं. पोट भरत-भरत खानदेशापावतर पोहचीन. जळगाव, भुसावळ, मन्यारखेडच्या टापूत त्यायची बिराडं हाये मंते... भेटनच कव्हातरी!” तुकारामने उत्तर दिले.

त्यावर धनाजी म्हणाला, “मंजे! तू बी चालला आता? मांगंरोजा बयाजी गेला... आता तूय जा. सारं भोंडंभोंडच करून रायले गा तुमी! चौघाच्या खांद्यावर जाची माही वक्ता! थेय पोरायच्या हातचं पानी न पेताच गेली. आता माहीय तसीच गती करता कारे, बाबू!”

आणि तो हमसून हमसून रडू लागला. तुकाराम त्याचा सर्वांत लहान मुलगा... त्यांच्या लाडाकौतिकाचा! पन त्याच्या वाट्याला असा वनवासच आला होता. बायको त्याच्यासोबत नांदायला तयार नव्हती. तिला मायबापाचाच लळा! दोघांच्याही सहमतीने जुळलेला पुनर्विवाहही समाजाच्या विरोधामुळे तुटला होता. त्यामुळे तो खजील झाला... अवसान गळल्यागत झाले त्याचे...आणि त्याने आपल्या बायकोकडे जाण्याचा निर्णय घेतला. धनाजीला ते पटले नव्हते. पण इतर भावांनी त्याला समजावले. शिलपत म्हणाला, “जाऊ द्या त्याले. मोडा नोका घालू. फक्त संभायून राय! पान्यावर काडी मारली म्हून पानी फाकत नाही. तुहे बायकोपोरय तुले इसरले नसन. आता आमची आशा सोड अन् नींघ इथून!”

शिलपतने त्याला जणू परवानगीच दिली. तरी धनाजीला काही राहवत नव्हते. तो विव्हळत म्हणाला, “आरे, पन तुमच्या खांद्यावर मले न्याचं, तं तुमी दूरदूर चालले रे, बाबू! आता माह्या ह्या वयीत तुमी दूर जाऊन कसं चालन गा...!”

''जाच लागते. आखरीवर पोटासाठी तं भटका लागनच का नाही? अन् तिकडं नाही भरलं पोट तं समद्यायले घिवून इकडे वापस यीन ना! तू मनाले लावून नोको घिवू गा!''

त्याने बापाला समजावले. आणि जायला वळणार, तोच शामा बुढा म्हणाला, ''तुकाराम तू चालला ना थ्या मुलखात; तं आमीय येतो तुह्यासंगं. पोरीची कहीक वर्सापासून भेट नाही गा! मराच्या आंदी एक डाव भेटाव मंतो तिले. तुह्या सासू-सासऱ्यासंगच माह्या जवायाचं बिराड बी फिरते. चाल आमाले घिवून... अन् नाही दिसले तं तुही सासू सांगनच पत्ता. मनून मंतो घिवून चाल आमालेबी... येतो तुह्या मांगंमांगं! पोरीसंगं आमची आखरीची भेट तरी हूँ दे एक डाव!''

त्यावर तुकाराम म्हणाला, ''शामा तात्या, तू भलतच नोको बोलू. आंदीच तुह्या जीव तुले भारी हाये... त्याच्यात तू अंधया! काकी कवरीक तुह्या संभाय करन? थे तुले पाहीन का तुमच्या पोटापान्याची सोय लावन...? अन् थेय तं मतारीच हाये. थ्या परक्या मुलखात काय करन थे? अन् दूरचा परवास... पान्यापावसाचे दिवसं तोंडावर हाये. वादय, पान्यात सापडलो आफून तं मराची निशानी! थ्या परीस तुमी दोघय आपल्या पालायसंगच राहा. तुह्या पोरीलेच इकडं लगोलग पाठवून देतो. राहीन चार-आठ दिवस अन् जाईन वापस. माह्य आयका तुमी!''

तो काकुळतीने सांगू लागला. पण म्हाताऱ्याला ते काही पटलं नाही. त्यावर तो म्हणाला, ''नाही रे, बाबू! आता माह्या काही भरोसा नाही वाटत. पोरीची मले लय आठोन येते गा... एखांद्या दिसी पटकन मेलो, तं इच्छा अपुऱ्या राहीन रे! अन् तिची वाट पायन्या परीस मलेच घिवून चाल एक डाव! मले काही होत नाही. तू माही कायजी नोको करू.''

आणि म्हातारीला घेऊन तो त्याच्याही पुढे निघाला. शेवटी तुकारामचाही नाइलाज झाला नि तोही त्यांच्या मागेमागे चालू लागला.

आयुष्यभर सोबत राहिलेला... त्यांच्या टोळीची वैदकी करणारा, धनाजीचा जिवाभावाचा सोबती! त्याचा समवयस्क साथीदार, शामा बुढा पोरीला भेटायच्या निमित्ताने वराडातून खानदेशाकडे जायला निघाला होता. शेकडो मैलावर फिरस्ती जीवन जगणारी त्याची एकुलती एक पोर; आयुष्याच्या

अंतिम पर्वात त्याला बेचैन करत होती. तिच्या भेटीसाठी दोघेही नवरा-बायको आतुर झाले होते. पण तिकडे जाणारा कुणी सोबतीच त्यांना आतापर्यंत मिळाला नव्हता. अनायसे तुकाराम आपल्या कुटुंबाकडे जायला निघाल्याने शामा व त्याच्या बायकोलाही आनंद झाला. आणि त्यांनी तुकारामसोबत जाण्याचा निर्धार केला.

तुकारामने सर्वांना नमस्कार करून वाट धरली. शामा बुढ्यानेही सर्वांचा निरोप घेतला. धनाजीने त्याला ऊरभेट दिली व म्हणाला, ''जगलो वाचलो तं यीन गडेहो वापस! धन्यादा, लक्ष ठीव समद्यायवर! काशीनाथ, तूच संभाय आता समद्यायले. काई चुकलं भुल्ल असन्तं माफ करजा, गडेहो!''

आणि तो पुढे जायला निघाला. पण पाय काही उचलत नव्हते. आपल्या टोळीशी जुळलेले त्याचे आयुष्यभराचे ॠणानुबंध काही अलग होत नव्हते. जिव्हाळाचा गुंताळा तुटता तुटत नव्हता. शेवटी मन मोठं करून, डोक्यावर गाठोडं घेतलेल्या बायकोच्या हातातील काठीचे दुसरे टोक आपल्या हातात घेऊन तो तिच्या मागोमाग चालू लागला. तुकाराम पुढे आणि ते मागे!

पहाटेच्या संधिप्रकाशात कळपाच्या विरुद्ध दिशेने सरकणाऱ्या तीन आकृत्या लहान होत-होत दिसेनाशा झाल्या. सगळे जण हवालदिलपणे त्यांच्याकडे पाहत होते. धनाजीचे डोळे गच्च भरून आले होते. डोळ्यांतील आसवे पुसत पुढे सरकणाऱ्या त्या आकृत्या पाहून तो गहिवरत होता. त्याच्यापासून त्याचा दुसरा मुलगा आता दूर चालला होता. आयुष्यभर खांद्याला खांदा लावून पुढे झेपावत राहिलेला आणि आपल्या टोळीच्या भल्यासाठी धडपडणारा एक वयस्क आंधळा; बायकोसह पुढे निघाला होता. परत येण्याच्या त्याच्या आश्वासनावर आता त्याचा भरवसा नव्हता. पठारी वृक्षाचं ते पिकलं पान कुठे नि कधी गळून पडेल याचा नेम नव्हता. म्हणूनच धनाजीला आता त्याची जागा रिकामी झाल्यासारखी वाटत होती. पानं गळताच झाड उजाड भासावं तसं धनाजीला आज वाटत होतं....

आता धनाजी व त्याच्या सोबत उरल्यासुरल्या बिऱ्हाडांनाही आपला रस्ता गाठायचा होता. कुठे जाणार, ते निश्चित नव्हतं; पण जाणं निश्चित होतं. कोणत्या मुलखात जाणार ते कुणालाच ठाऊक नव्हतं; पण भटकणं अटळ होतं.

''हं, उचला आपापलं वझं अन् लागा गती-गती मार्गानं!''

उरावर दगड ठेवून धनाजीने सर्वांना आदेश दिला. आणि नाताचा, राघोचा हात धरून तो आपल्या कळपापुढे चालू लागला. काशा, शिलपत, सताजींसह सर्वांनीच त्याच्या आदेशाचे पालन केले आणि अंधारातून वाट शोधत पुढे चालू लागले. अंधार अद्याप गडदच होता... तांबडं फुटायला खूप अवकाश होता... सूर्य अजून क्षितिजावरही आला नव्हता....

वडगाव गोंधळीच्या शिवाराने त्यांना खूप दिवस जगवलं होतं. दुसऱ्या शिवारातून तिकडे ते अनेकदा परत आले होते. सारा मुलूख ओळखीचा झाला होता. राघोला तर ते आपलंच गावशिव वाटत होतं. पण पोटापाण्यासाठी आता तो मुलूख कमी पडत होता, त्यामुळे गाव सोडणे अनिवार्य वाटत होते... आणि संसाराचं ओझं डोक्यावर घेऊन पुढच्या प्रवासाला निघत होते.

❖❖❖

वच्छलाचा तुकारामशी ठरलेला गांधर्व विवाह तुटला. पोटजातीतील भेदाभेद त्याला कारण ठरले. त्यासाठी म्हाताऱ्यासही बहिष्कृत करण्यास जातभाईंनी मागेपुढे पाहिले नाही. त्याची अवस्था पाहून वच्छलानेही नकार दिला होता. पण आता हा एकटेपणा तिला नकोसा वाटू लागला... आणि तुकाराम आपली बिऱ्हाडं सोडून बायकोकडे गेल्याचे कळताच ती अधिकच बेचैन झाली. 'तुकाराम तुकाराम' करत ती आक्रोश करू लागली... तिच्या आक्रोशाने म्हातारा गलबलून येऊ लागला... तिला पोटाशी घेऊन सांत्वन करू लागला... पण वत्सलाचा आक्रोश काही थांबत नव्हता. ती एकटीच नदीवर जाई... रेतीत पाय पसरून दिवसभर बसून राही... जेवणाकडेही दुर्लक्ष करायची. दोन-दोन दिवस उपाशी राहायची. मग तिची मोठी सासू व म्हातारा तिला शोधत-शोधत नदीकडे यायचे. तिला समजावत पालावर घेऊन जायचे. अंघोळ करायला सांगायचे... जेवू घालायचे... झोपवून द्यायचे. पण तिची झोप तर कधीचीच उडाली होती. पालाच्या आडव्या बांबूकडे तासन्‌तास टक लावून पाहत ती रात्रभर जागी राहायची.

''माह्या नसिबात हे काय आलं ओ माय! नवरा गेला अन् तुकारामबी गेला ओ...! मी असी बुव्हारी, भुईले भार झाली ओ... आता जगून तरी काय

फायदा! मामाजी, मले माह्या नवऱ्याजवड नेवून द्याजी... त्यायच्याकडे पाहात दिवस काढीन मी... पन एक डाव त्यायले पाहू तरी द्या जी!''

आता तीही नवऱ्यासाठी रडू लागली. काही समजत नव्हते, एवढ्या बालपणातच तिचे लग्न झाले होते. नवऱ्याशी जेमतेम ओळख होऊ लागली... यौवनाच्या झुळकीने सर्वांगावर शहारे उठू लागले... आणि नवरा आयुष्यभराच्या कराराने सेटलमेंटमध्ये कोंबला गेला. आता त्याचा पुसटसा चेहराही तिला आठवत नव्हता. पण तो आहे... कधीतरी परत येईलच, या आशेवरच ती आजवर जगत होती. तो आता काही परत येत नाही, हे लक्षात येताच सर्वांनीच त्याची आशा सोडली. त्या वियोगात असतानाच तिला तुकाराम भेटला. त्याच्यात तिला आपल्या दुःखाचा विसर पडला. आणि नव्या जीवनाचे स्वप्न रंगवत असतानाच कडेलोट व्हावा, असा विरह तिच्या वाटेला आला. त्यामुळे ती खचून गेली... मनाने उद्ध्वस्त झाली.

आता तिला कशाचंच भान राहिनासं झालं. तासन्‌तास आपल्याच नादात बसून राहायची, किंवा नदीच्या थडीवर बोरूचा कचरा गोळा करून म्हणायची, ''तुकारामबुवा, या! आफून का नाही, इथंच बोरूच्या पेंड्यायचं झोपडं बांधू. अन् राहू दोघंच! गावातय नाही जावू आता! थे तुमाले खालताटे मनते ना...! मनू द्या. इथं नदीमायच्या थडीवर काईच भेदभाव नाही... आता खुश्शाल राहा इथं!''

आणि ती गदगदा हसायची. थडीवर उभी राहून तुकारामला हाक मारायची, ''तुकाराम, या! आंदी जेवून घ्या बरं! मंग काढा ताग. या लवकर! नाही तं मतारा ईन अन् रागावन दोघावरबी!''

आणि त्याला जोरजोराने हाका मारायची. तिला वाटायचं, तिकडे दूर, नदीच्या पात्रात तुकाराम बोरूचा तागच काढत आहे. हाका मारून ती थकून जायची आणि पुन्हा बोरूचा कचरा गोळा करून झोपडं उभं करण्याचा आटापिटा करायची. कधी-कधी तर चांगली रात्र झाली तरी ती नदीवरच्या झोपड्यातच मग्न असायची. मग म्हातारा किंवा त्याची बायको तिला समजावत पालाकडे घेऊन जायचे. तिची अवस्था पाहून जातीतील बिऱ्हाडंही हळहळू लागायचे. आपल्याकडून भयंकर पाप झाल्याचा त्यांना पस्तावा व्हायचा आणि ते म्हाताऱ्याला समजावत म्हणायचे, ''जाणूदा, वच्छली आता लयच

पिसाटासारखी करून रायली गा! एखांद्या दिवसी भलती बिलामत आली तं जहर खाची पाई ईन बरं! थ्या परीस तिले तिच्या मायबापाकडं निवून दिवू... नाही तं तिचा नवरा कुठं हाये थे पाहू... अन् जमत असन तं पाठून दिवू तिकडंच!''

त्यावर म्हातारा म्हणायचा, ''भला सांगतं गा तू! जवरीक थे चांगली होती, तवरीक तिच्याकडून कस्ट करून घेतले. अन् आता तिची तब्येत बिघडली तं मायबाप आठोते तुमाले! अन् मायबापासाठी येडी झाली का थे...? का तुमी लोकायनं तिचा पाट मोडून जकमी केलं तिले! तव्हा तुमच्या नाकावर पालवं येत होते... जातगंगा बाटत होती तुमची! अन् आता कायले पालिसी लावता...? अरे, मुक्या गाईवर वार केला रे तुमी! नुसात्या लेकराचं जीवन एका थडीले लागलं असतं रे, बावा!''

वच्छलाची अवस्था पाहून म्हाताराही हादरल्यासारखाच झाला. तिच्यासाठी वैद पाहू लागला. जडीबुटी, जंतरमंतर सारंकाही केलं. दूरदूरून वैद, मांत्रिक आणले. पण वच्छला काही सुधरायचे चिन्ह दिसत नव्हते. मग एक दिवस त्याच्या मोठ्या बायकोने गोष्ट काढली. ती म्हणाली, ''काहो, थे शटलमेंन का काय मंते तिथच जाऊन आपल्या पोराचा तपास केला तं...? तिथय कुटुंबासहित लोकं रायते मंते. थो दिसला तं वच्छलीलेय पाठून दिवू तिकडंच. अन् वापस आला तं इकडंच त्यायचा संसार मांडून दिवू. पन जाऊन पाहा तुमी! पाहून तं या अखीन एक डाव!''

''आवो, गेलो नाही का मी अज पावतर? तीन-चार डाव गेलो. पन काही पत्त्याले पत्ता नाही लागला. अन् थ्या ताराच्या अंदर तरी आपल्याले जाता येते का? तिथं बंदूकधारी पायरेकरी... मोठेमोठे गेट! पायल्याबरोबर थरकाप सुटते मान्साले! अन् एकच सेटलमेन हाये का? असे बावन हाये मंते. कुठं-कुठं सोधाव त्याले? तरी वच्छलीच्या सुखासाठी अखीन एक डाव जाऊन पाह्यतो. सोलापूरचं सेटलमेन समद्यात मोठं हाये. तिकडंच पुणं, बारामती, मुंडवा, इकडं गोकाक, विजापूर... पन जाचं कसं? मोठ्ठा इचार हाये. अंतर तीन-चारशे कोस. पैदल दोन मयने जाले अन् दोन मयने याले लागते.''

''तरी वारकरी लोक सालचे जातेच का नाही...? पैदलच जाते ना...? का हत्ती घोडे हाये त्यायच्या जवड?''

म्हाताऱ्याच्या मोठ्या बायकोने रागाने; पण स्पष्टच सांगितले. ते ऐकून म्हातारा विचार करू लागला. मनातल्या मनात जाण्याचा बेत आखू लागला. त्यालाही तिचे पटत होते. त्याचाही पोरात जीव गुंतला होता. पण काहीच इलाज नव्हता. पोलिसी धाकदडपशाहीमुळे त्याचाही एक पाय जेलात असल्यासारखाच होता. कधी धाड पडेन व कुटुंबासह आपल्यालाही सेटलमेंटमध्ये कोंडेन याचा भरवसा नव्हता. आणि आता तर पोरासाठी जाणूनबुजून इंग्रजी अजगरांच्या तोंडात शिरण्याची वेळ त्याच्यावर आली होती. तरी त्याने मनाचा पक्का निर्धार केला. वारकऱ्यांच्या पंढरपूर वारीसोबत जाण्याचे ठरवले.

उदापूरच्या देवळातून तुकाराम महाराजांची पालखी पंढरपूरच्या विठ्ठल दर्शनाला दरसाल जायची. पंढरपूर सोलापूरपासून जवळ... तिथेच सर्वांत मोठे सेटलमेंट... एक हजार एकराच्या मैदानात पसरलेले... त्याच्याविषयी बरेच काही त्याने ऐकले होते. मुलाच्या शोधात दोन-तीनदा त्याने तिथे जाण्याचा प्रयत्नही केला होता. पण अपयशी ठरून माघारी आला होता. तेव्हा तो तरुण होता, अंगात रग होती. पण आता म्हातारपण आलं होतं, थकवा येत होता. तरी वच्छलाच्या प्रेमापोटी पुन्हा एकदा सेटलमेंटकडे जाण्याचा त्याने निर्धार केला.

राघो आता पंधरा-सोळा वर्षांचा झाला होता. त्याच्यात अनुभवानेच प्रौढपण आलं होतं. त्यांची टोळी गोंधळी वडगावच्या शिवारातून आठ-दहा मैलावरच्या नीमगाव या वर्धा नदीच्या काठावरच्या गावपठारावर थांबली होती. पण राघो म्हाताऱ्याकडे तेथूनच कामावर यायचा व रात्र होण्यापूर्वी पालावर परतायचा. म्हाताऱ्याने आपल्या टोळीतील एका माणसासह राघोलाही सोबत चालायला सांगितले. तसा धनाजी, शिलपत व सईलाही निरोप पाठवला होता. म्हाताऱ्याचे शब्द ते काही मोडू शकले नाही. राघोही हुरळला व पंढरपूरच्या तयारीला लागला.

पंढरपूरची आषाढी यात्रा आता तीन महिने होती. एप्रिल संपून मेही अर्धा झाला होता. ताग काढून त्याच्या गंज्या पालात जमा होत होत्या, तरी काही ताग निघणे सुरूच होते. पावसाळा लागण्याआधी तोही काढून पालात आणण्याची लगबग चालली होती. म्हाताऱ्याने सारी जबाबदारी मोठा मुलगा व मोठ्या बायकोवर सोपवली. मजुरीच्या चुकाऱ्याची व्यवस्था केली. घेरेवाल्यांना आवश्यक त्या सूचना केल्या आणि वारकऱ्यांच्या भेटीसाठी गावात, म्हणजे

उदापूरला जाऊ लागला. पाटलाचीही भेट घेतली. इठ्ठलाच्या दर्शनासाठी पंढरपूरला जात असल्याचे सांगितले. पैशांची बेजणी केली. पालखीवाल्या वारकऱ्यांना भेटला आणि वारीच्या तयारीला लागला. आता त्याला कशातच गुंतायचं नव्हतं. सारखा विठ्ठलाचाच ध्यास लागला होता. वच्छलालाही त्याने तसंच सांगितलं...

"बाई वच्छला, मी जातो पंढरपूरले इठ्ठलाच्या दर्शनासाठी! तिकडूनच सदाशिवले मंजे तुह्या मालकालेबी संगच घिवून येतो. मंग तुमाले नवं घर बांधून देईन. तिथं सुखानं राहा. आता तू कामधंदा करत जा. ताग-चऱ्हाडावर लक्ष ठीव! सासूबाईले मदत कर! नदीवर नोको जात जावू!"

म्हाताऱ्याचे बोलणे ऐकून वच्छलाही आनंदित झाली. नव्या स्वप्नांचा मोहोर तिच्या सर्वांगात सुगंध पेरून गेला. ती पुन्हा पालात रमली. कामं करू लागली. वेडावेडातच तागाचे भारे व चऱ्हाडाचे ओझे वाहू लागली. त्याची गंजी रचू लागली.

'नवरा परत येणार' या आनंदात वच्छलाही कामी लागली. वेडाच्या भरातच ती दिवसभर काम करायची. हाती घेतलेलं कामच करत राहायची. तिला दुसऱ्या कशाचीच शुद्ध नसायची. मग तिची सासू तिला भानावर आणायची. जेवण, अंघोळीची सूचना करायची. काम थांबवायला सांगायची. त्यावर ती म्हणायची,

"नाही, सासूबाई! आता लवकरच थे पालावर वापस येनार हाये. त्यायले कामाचा रांधा नाही दिसला पायजे. जेवतच रायली तं काम थांबन ना! मामाजी रागावन ना! तुमी जेवून घ्या तवरीक! मी थे आल्यावरच जेवीन. त्यायच्या आंदी कसी जेवू जी मी?"

तिची वेदना पाहून सासूबाईला वाईट वाटायचं. तिला समजावत म्हणायची, "हे पाहय वच्छले, थो याले टाईम हाये अद्याप. तवरीक जेवन, अंघोळ करा लागन का नाही! त्याले तू असी येड्यावानी नाही दिसली पायजे. नाहीतं थो पुन्ना वापस जाईन... तुह्या राग यीन त्याले! चाल आता आंग धून घिवू, जेवन करू अन् मंग अखीन कामाले लागू...! चाल लवकर!"

आणि ती अंघोळ जेवण करायची. पुन्हा कामाला लागायची. पण एखाद्या दिवशी कोणतेच काम करायची नाही. नुसते टक लावून वाटेकडे पाहत राहायची.

कोणाशी बोलायचीही नाही. कोणी बोलले तर त्याच्यावरच रागवायची... मारायची... धमकी द्यायची. मग तिची सासू तिला समजावत म्हणायची, ''शायन्या बाईनं असं येड्यावानी वागाचं का...? कोनावर रागवाचं का...? नाही ना! तं गंग, ऊठ आपल्या कामी लाग; नाही तं पालात झोपून राय. अराम कर!''

त्यावर ती म्हणायची, ''भल्या सांगता तुमी, सासूबाई! मी झोपून रायली अन् थे आले, तं कसं माहीत होईन? थे मले इकडंतिकडं धुंडन. अन् नाही दिसली तं रागानं जाईन वापस. थ्या परीस मी नाही झोपत. चेतीच रायतो अन् आले मंजे तुमालेय सांगतो. जा तुमी!''

तिच्या या लहरीपणाने साऱ्यांना चिंता वाटायची. या नादात कुठे निघून गेली तर भलती बिलामत मागे लागेल, या भीतीने सारे जण तिच्याकडे लक्ष ठेवायचे. तिला कामात गुंतवून ठेवण्याचा प्रयत्न करायचे. तीही लवकरच आपला नवरा येणार असल्याच्या आशेने लुटूलुटू काम करत राहायची.

पंढरपूरच्या वाटेने लागलेली दिंडी, ठरलेल्या गावात मुक्काम करत, पुढे चालत, मजल दरमजल करत, विठ्ठलाच्या नामघोषात, एकादशीच्या आदल्या दिवशी पंढरपूरला पोहोचली. गावोगावच्या वारकऱ्यांशी म्हातारा व त्याच्या सोबत्यांच्या ओळखीपाळखी झाल्या. एकमेकांचे समाचार कानांवर पडू लागले. मार्गाने चालता-चालता त्या वारीत गावोगावचे भक्त मिसळल्याने उदापूरच्या दिंडीला व्यापक स्वरूप आले होते. त्यामुळे इतर माहितीसोबत पंढरपूर-सोलापूरच्या प्रवासाचीही माहिती मिळू लागली. तिकडून आलेल्या वारकऱ्यांच्या दिंड्या त्यांना तशी माहिती देऊ लागल्या. झालेल्या ओळखीतून सोबत घेऊन चालण्याचेही आश्वासन मिळू लागले, तसा म्हातारा सुखावू लागला नि मनातल्या मनात विठ्ठलाला वंदन करत पोराच्या भेटीचे मागणे मागू लागला.

महाराष्ट्राच्या कानाकोपऱ्यांतून आलेल्या वारकऱ्यांच्या दिंड्या चंद्रभागेच्या वाळवंटात गोळा झाल्या. कथा-कीर्तनाच्या नादात सर्वांना संसाराचा विसर पडला. सर्वांच्या काया-वाचा-मनातून विठ्ठलनामाचे निनाद उठू लागले. म्हाताऱ्याचे व त्याच्या सोबत आलेल्या सोबत्यांचेही त्या अनुपम सोहळ्यात भान हरले. राघोला तर घरची आठवणही येईनाशी झाली. तारुण्याच्या उंबरठ्यावर

नुकतेच पाऊल ठेवलेला राघो...! घरी त्याची आतुरपणे वाट पाहणारी, त्याची रूपवान बायको! पण आता त्याला तिचीही आठवण येत नव्हती. मायबाप, आजा धनाजी या साऱ्यांचाच त्याला विसर पडला होता. गळ्यात अडकवलेला टाळ निरपेक्षपणे, शुद्ध मनाने वाजवत पुढे चालत होता.

एकादशीच्या दिवशी म्हाताऱ्यासह सर्वांनी सकाळी उठून चंद्रभागेत स्नान केले. रांगेत उभे राहून विठ्ठलाचे दर्शन घेतले... प्रसाद वाटला... दिवसभर चाललेल्या कथा-कीर्तनात सामील झाले... आणि दुसऱ्या दिवशी एकादशी सोडून पोहा परतीच्या वाटेला लागला. गावच्या लोकांनी म्हाताऱ्याला परत चलण्याविषयी विचारताच तो म्हणाला, ''नाही भावू, आमचं तीर्थ अद्याप पूर्ण व्हाचं हाये. आमी सोलापूरच्या दिंडीसंगं तिकडं जातो. आमचे नातेवाईक, जातभाई तिथं असते. त्यायले भेटून गावाकडं वापस येतो.''

ते ऐकून दिंडीतील वारकरी आपल्या मार्गाने लागले. म्हाताऱ्यासोबत आलेले सोबतीही आपले गाठोडे घेऊन पुढे निघाले. तसा म्हातारा त्यांना आश्चर्याने म्हणाला, ''बापा, रगुनाथ, सोमाजी तुमी कुठं चालले! आपल्याले सोलापूरकडं जाचं हाये ना...! सेटलमेंटात सदाशिवचा तपास करनार होतो ना आफून? मंग आता काहून माघारी फिरले गा? या इकडं या! आता आफून सोलापूरच्या दिंडीसंगं तिकडं जावू! या इकडं वापस!''

म्हातारा गयावया करू लागला. पण रगुनाथ, सोमाजी काही मागे फिरले नाही. म्हातारा त्यांना विनवत दहा कदम त्यांच्यासोबत गेला; पण ते परतले नाही. उलट, म्हाताऱ्यालाच म्हणाले, ''जानूदा, तू पोरापाई येडा झाला! पिसं लागलं तुले... अन् समजूनउमजून तू वाघाच्या जबड्यात मुंडकं दिवून रायला... अन् आमालेबी त्याच्यात चाल मनतं. आता पावतर तिकडं जे गेले थे वापस येतानी पाह्यले का तुमी...? आमाले बी पोरंबारं हाये. तुले वाटन तं तू जा. आमी नाही येत. आमी इथपावतर आलो... इठ्ठलाचं दर्शन घेतलं... आता दिंडीसंगच वापस जातो. आमचा फंदा सोड आता!''

सोबत्यांचे बोलणे ऐकून म्हाताऱ्याचा राग अनावर झाला. पण तो काहीच बोलला नाही. इठ्ठलाला हात जोडून माघारी फिरला. आपलं गाठोडं डोक्यावर घेतलं व सोलापूरकडे जाणाऱ्या दिंडीसोबत चालत राघोला म्हणाला, ''चाल राघो, गती-गती! आता इठ्ठलच आपला मायबाप... थोच आपला सोबती! अरे

बाबा, उसन्याचे गहू पावन्याच्या कामी नाही पडत. हे बेभरोशाचे लोकं! पोरासाठी अन् त्याची बायको वच्छलासाठी माह्य काईज तुटून रायलं. तू परक्याचं लेकरू, तरी तू माही सात नाही सोडून रायला! अन् हे; आमच्या रक्ताचे असून दूर पयून रायले. काय कागाचे हे...? केवड्या इस्वासानं आनलं होतं त्यायले. मले थे हिंमत दीन मनलं. पन सिकारीचं कुत्र वक्तावर हागूटते मंते, तसंच झालं रे, बाबू! पन तू तरी संगं रायजो वापस जाये पावतर!''

त्यावर राघो म्हणाला, ''तुमाले सोडून मी कुठंच जानार नाही जी, बावाजी! आखरी पावतर सात करीन तुमची. अन् दोघय गावाले सुकरूप वापस जावू. चिंता नोका करू!''

''व्वारे पठ्ठा! सिवाजी म्हाराजाचा खरा सैनिक सोबतं गड्या तू! नाही तं थे पाद भेकाड रघ्या न सोम्या भामटी... गांडीत पुस्ट घालून पयाले गावाकडं! चाल आता गती-गती दिंडीसंग मुक्कामाच्या गावा पावतर! आता तिथच जेवन अन् अराम! इठ्ठलाचं नाव घेत चाल पुढं!''

दिंडी पुढे निघाली *दळीता कांडिता। तुज गाईन अनंता। न विसंबे क्षणभरी। तुझे नाम गा मुरारी।।* दिंडीतील कुण्या माउलीचे भक्तीत चिंब झालेले आर्त स्वर कानी पडले. राघो व म्हाताऱ्यानेही तिचे पालुपद ओढले. आता परतीचा प्रवास सुरू झाला होता. वारकऱ्यांना घराची ओढ लागली होती. पण म्हातारा तर घराची आस सोडून दुरावलेल्या पोराच्या शोधात पुढे चालत होता. त्याचं विरही मन त्याच्या भेटीसाठी आतुर झालं होतं. पण तो दिसत नव्हता. पंचवीस-तीस वर्षापूर्वी इंग्रज पोलिसांनी बिऱ्हाडांतील काही लोकांसोबत दहा-बारा वर्षांच्या त्याच्या पोरालाही सेटलमेंटकडे नेलं होतं. तेव्हापासून तो त्याच्यासाठी तळमळत होता... विठ्ठलाच्या भेटीसाठी आतुर झालेल्या तुकारामासारखा टाहो फोडत होता... मनातल्या मनात जळत त्याची वाट पाहत होता... आता त्या जळण्यात वच्छलाच्या आक्रोशाचीही भर पडली होती. तिचं उद्ध्वस्त उजाडपण त्याच्यापुढे थयथया नाचत त्याला ओरबाडत होतं... बेचैन करत होतं. त्या विचारातच तो पुढे चालत होता. टाळ आपोआप वाजत होते... पालुपद पुढे सरकत होतं.

❖❖❖

तुकाराम आपल्या बायको-मुलांच्या ओढीने, लांब पावले टाकत पुढे निघाला होता. त्याच्या डोक्यावरचं ओझं मानेवर बसंल, मान दुखू लागली की एखाद्या झाडाच्या सावलीत क्षणभर थांबायचा. तेवढ्या वेळात मागे राहिलेला शामा बुढा व त्याची बायको लगबगीने त्याला येऊन मिळायची. दोघेही घटकाभर थांबायचे. पाणी प्यायचे, कोरकुटका खायचे नि सोबत-सोबतच पुढं चालू लागायचे. तुकारामसोबत चालताना ते थकून जायचे. दोघांत अंतर पडायचं. मग तुकाराम त्यांची वाट पाहत बसायचा. त्यांना सोबत घेऊन चालायचा. रात्र झाली की एखाद्या गावात देवळाच्या आश्रयानं किंवा शाळेच्या पडवीत थांबायचे. भाजी-भाकर करायचे... जेवायचे नि पुढे निघायचे... थांबायचे नाही. पण दिवसभरच्या चालण्याने थकवा असह्य व्हायचा... अंग ठणकू लागायचं. तुकाराम शामा बुढ्याचे हातपाय दाबून द्यायचा... हळदीचा चहा करून दोघांनाही पाजायचा... स्वत: प्यायचा व ठणकत्या पायांनिशीच सर्वांसोबत पुढे चालू लागायचा.

असे सात-आठ दिवस ते चालत राहिले. आता सर्वांनाच थकवा असह्य झाला. तिघांच्याही जवळ गावपाटलाचे दाखले होते, त्यामुळे अडचण नव्हती. पण जवळचे पीठकूट आता संपले होते. मुलूख अनोळखी... गावात कुणी ओळखीचे नाही. तुकारामजवळ म्हाताऱ्याकडील मजुरीचे पैसे होते. त्यातून तो सर्वांसाठी तेलमीठ आणायचा. पण शामा बुढ्याला ते चांगले वाटायचे नाही. तुकारामकडून खाणे त्याला अपमानास्पद वाटायचं. पण काय करणार? लाचारीपोटी दोघेही त्याच्या जेवणात सहभागी व्हायचे व विचार करत पुढच्या प्रवासाला लागायचे.

त्यातही चार-आठ दिवस गेले... आणि मृगाच्या सरींनी सारा मुलूख ओलाचिंब होऊ लागला. गावात असले तर कोणाच्या आश्रयाने वा देवळात विसावा! एरवी ओल्या कपड्यानिशी पुढे चालू लागायचे, त्यामुळे हुडहुडी भरायची. शामा बुढा तर थरथर कापत शेकोटीची वाट पाहायचा. पण वेळेवर शेकोटीही भेटायची नाही. मग तुकारामलाच त्याची दया यायची. तो गाव जवळ करायचा... काडीकचरा गोळा करून शेकोटी पेटवायचा... म्हाताऱ्यांना ऊब मिळायची... तुकारामलाही गर्मी यायची आणि मुक्कामाचा विचार करत सोयीची जागा पाहण्यास एकटाच गावात चक्कर मारायचा किंवा कुणाला विचारायचा.

गावकऱ्यांच्या बोलण्याने तुकारामला हुरूप यायचा. तो खुशीने धर्मशाळेत मुक्काम करायचा. शामा बुढा व त्याच्या बायकोलाही धर्मशाळेच्या गर्मीत हुशारी वाटायची. तिथेच स्वयंपाक करण्याचा विचार करायची. पण गाठोडं तर रिकामं झालेलं... जवळचा पैसा संपलेला... मग तुकारामच काही सामान आणायचा. म्हातारी सर्वांसाठी जेवण तयार करायची.

चालता-चालता आठ-दहा दिवस झाले. वडगाव गोंधळीच्या शिवारातून बाभूळगावपर्यंत आले. थकवा असह्य झाल्याने तिथेच झाडाखाली दोन दिवस मुक्काम केला नि पुढे निघाले. नांदुरं मागं टाकून मुक्काम करत, पुढं चालत धामणगावला येऊन पोहोचले आणि प्रचंड पावसाला सुरुवात झाली. जुन्या देवळाच्या आश्रयाने थोडा वेळ थांबले. भाकरी खाल्ली. देवळात थांबण्याची मनाई होती. पाऊसही चांगलाच बरसत होता, म्हणून ते धर्मशाळेकडे निघाले.

धामणगावची ती प्रचंड मोठी धर्मशाळा... कुण्यातरी संताने बांधलेली! धर्मशाळेत मुसाफिरांची गर्दी होऊ लागली. सारेच मुसाफीर पावसापासून रक्षण करण्यासाठी धर्गशाळेचा आसरा घेऊ लागले. त्यांच्यासाठी हेच एक हक्काचं ठिकाण होतं. निरनिराळ्या जातींचे भटके लोक, आपापल्या जगण्याच्या निशाण्या सोबत घेऊन धर्मशाळेच्या आश्रयाने थांबले होते. धोधो पावसात त्यांचा तो एकमेव आधार होता. त्यात आपले अस्वल घेऊन आलेले दरवेशी होते... माकडवाले होते... सरोधी, गोसावी, भराडी, नंदीवाले, गारोडी असे अनेक भटके आपल्या बिऱ्हाडांनिशी थांबले होते. पाऊस थांबला की गावात खेळ दाखवत, पोटापाण्याची व्यवस्था लावत. पाऊस आला किंवा रात्र झाली की धर्मशाळेत मुक्काम करत. तिथेच स्वयंपाकपाणी, खाणे पिणे. त्या अवाढव्य धर्मशाळेने सर्वांना आश्रय देऊनही बरीच जागा शिल्लक होती.

धर्मशाळेत सारा भुकेकंगालांचाच अड्डा! म्हातारी बाहेर भीक मागायला गेली की शामा बुढ्यासमोरच एखादा शेजारी भटक्या, तिच्या गाठुड्यातील एखादी वस्तु पळवायचा. फडक्यात बांधून ठेवलेली भाजी-भाकर खाऊन घ्यायचा. शामा बुढ्याला काही दिसायचे नाही. त्याला वाटायचं गाठोडं सुरक्षित आहे... सकाळच्या न्याहरीसाठी भाकर-भाजी जवळ आहे. पण म्हातारी गेली रे गेली; की टपून बसलेला शेजारी ती खाऊन टाकायचा आणि साळसूदपणे

म्हाताऱ्याशी गप्पा करत बसायचा. म्हातारीने बाहेरून मागून आणलेली भाजी-भाकर संध्याकाळसाठी राखून ठेवण्याच्या विचारात असताना न्याहरीची भाकर दिसेनाशी व्हायची. शामाला 'जेवले का?' म्हणून विचारायची. पण त्याने 'नाही' म्हटले की धनद्रव्य हरवल्यासारखे तिला दु:ख व्हायचे.

''खाल्ली कोन्या दुस्मानानं... तोंडचा घास नेला रे, बापा! म्या चार घरं मांगून आनली होती. पोटाच्या आगीपायी पान्यापावसात गेली. मतारा जेवन मन्ल... गाठुड्यातली भाकर राखन मन्ल... पन थो भोकना! त्याले कायचं दिसते? मांगतली असती तं म्या देल्ली नसती का? पन हे चोराची अवलाद! उजागरीचं कायचं पचते त्याले?''

त्यावर शामा बुढा म्हणायचा, ''आता तुही बडबड बंद कर. नेली असन कोनाले भूक आवरनं कठीन झालं असन तं! पोटाची आग लय खराब. त्याच्यासाठी मानूस चोऱ्या करते, खुनं पाडते. खावू दे बिचाऱ्याले! उद्यापासून एक भाकर जास्तीची मांगत जा, अशा उपासी लोकायसाठी! तेवढंच समाधान!''

''हो, तुमचं बरं हाये. बसल्या-बसल्या तरंग तोडता तुमी! दयते तिले कयते अन् रिकामी कोंडा घोयते!''

त्यावर शामा बुढा काही बोलायचा नाही. ती मात्र मनातल्या मनात झुरत विचार करत बसायची. कामावरून आलेल्या तुकारामला घडलेली कहाणी सांगायची. तोही हसण्यावारी नेत म्हणायचा, ''मनून मंतो, भीक नोका मांगू तुमी. मी पोसतो ना तुमाले. खावू दे खाल्ली तं! असी तं आपल्याकून कोनाले भाकर देनं होत नाही. तेवढंच पुन्य भेटन... संकटात कामी यीन थे!''

आणि तो गदगदा हसायचा. शांत झाल्यावर म्हणायचा, ''आपल्याले का इथं जलमभर राहाचं हाये? पानी पावूस थांबला, चार पैसे जवड आले का निंघू आफून आपल्या मार्गानं. जावू दे...! पस्तावा नोको करू!''

दोघांनाही तुकारामच्या भरवशावर जगणं पटत नव्हतं; आणि कुणाचे कामही त्यांच्याकडून व्हायचं नाही, म्हणून त्यांनी हा भिकेचा मार्ग निवडला होता. तुकाराम धर्मशाळेत येण्याआधीच म्हातारी चार घरं मागून परत येई. तुकारामसाठी भाजी-भाकर करून ठेवी.

सुरुवातीला त्याने भीक मागण्यासाठी मनाई केली. पण नंतर तोही स्वस्थ बसला. तुकाराम दिवसभर एखाद्या घरी काम करायचा... लाकडं

फोडायचा... दळण दळायचा... दुकानात हमाली करायचा... भरलेली पोती एका ठिकाणावरून दुसऱ्या ठिकाणी वाहून न्यायचा... बंड्यांची भरती करायचा... मिळालेल्या पैशातून सामानसुमान आणायचा. बाकी तसेच जमा ठेवायचा. धर्मशाळेत आल्यावर म्हातारीला म्हणायचा, ''अखीन किती दिवस चाला लागते, देवाले ठावूक! आपल्याले हे काय आवुक्ष भेटलं असन? नदीत तरंगत्या लाकडासारखं; धड ह्या थडीले नाही का थ्या थडीले नाही! नदी नीन तिकडं नुसतं वहात जाचं. बायको आपल्याले टायते, नांदत नाही मनते. तिले आपल्यात काहीच समाधान नाही, तरी आपल्याले तिचा वढा! कातीनसारखं तिच्यातच गुतत जाचं. 'कातीनबाई कातओ तुह्या संसार त्यात ओ,' असी गती! पन लेकरं...? त्यायले तं बापाची आठोन येत असन ना...? का थेय भुलले असन आपल्याले...? पाहू तं खरं...! भेट तं हुईन! मंग पुडची पुढं....''

''असी हिंमत सोडून कसं जमन रे, बाबू! पान्यावर काडी मारली म्हून पानी फाकते थोडंच. तिनं मांगतलीय असन सोडचिठ्ठी; पन बाईचं मन समुद्रासारखं असते. आपल्या मानसासाठी तिचं मन हेलकावते. अन् सुक-दुकाच्या लाटा पोटात साठून थे इचार करत बसते. मन हलकं नोको करू! तुही वाट पाहून कट्टायली असन अन् मांगतली असन सोडचिठ्ठी! पन मले खरं नाही वाटत थे!'' म्हातारी त्याला समजवायची. मग पोतं अंथरून सारे झोपी जायचे.

आता पावसाचा जोर ओसरला होता. मृग संपून आश्लेषाही अर्ध्या झाल्या होत्या. तरी तीन-चारच्या सुमारास आभाळ भरून यायचं आणि पाऊस कोसळू लागायचा. शेतात गेलेलं मजूर पावसाला शिव्या देत ओलेचिंब होऊन घराकडे परतायचं... डवरे डुंडे घराकडे परतायचे... शेतात तणकट माजल्यानं शेतकरी चिंतातुर असायचे. त्यात पुन्हा पावसाचा जोर... मालापेक्षा तणकटच वाढलेलं... ते निंदण्याच्या खर्चापायी शेतकरी मेटाकुटीला आलेला... पण आता तो रोज यायचा नाही. कुठे यायचा कुठे यायचाही नाही. त्यामुळे तुकारामने धर्मशाळा सोडून पुढे निघण्याचा निश्चय केला. रीतीनुसार शामा बुढ्याचा विचार घेतला.

''शामा तात्या, आता तं पावूस थांबल्यावानी वाटते गा! आफून निंघाले काही हरकत हाये का?''

''काहीच हरकत नाही रे, बाबू! आमीय आता ह्या धर्मशायेले कट्टायलो. रोज कोनाचं ना कोनाचं सामायन चोरी जाते. माह्य नं तुकारामचं धोतर, बुढीचं लुगडं चोरी गेलं. आमची भाकर तं रोजच हातोहात पयवते, कोन होय तं? बुढी बायरकडय नाई जानार का... तेवढ्या मानात भाकर लंपास होते. कोनाच्या नावानं बोंबलाव! थ्या परीस गती-गती रस्त्यानं लागू!''

दोघांनीही आपले गाठोडे नीट केले. धोतर, पातळ चोरी गेल्याने तिघांचीही मोठीच पंचाईत झाली होती. कमरेला फडकं गुंडाळून ते अंघोळ करायचे. धोतर लुगडं वाळेपर्यंत तसेच ओल्या अंगानं कुडकुडत बसायचे. आज लवकरच त्यांनी निघण्याची तयारी केली. गाठोड्यात सामान बांधून पुढे निघणार तोच 'मावशी, मावशी' असा आवाज कानांवर आला. म्हातारीने समोर पाहिले आणि आश्चर्याने पाहतच राहिली....

एक अपंग मुलगा तिला हाक मारत, तिच्या दिशेने येत होता. त्याचे दोन्ही पाय निकामी झाले होते. हात मात्र शाबूत होते. हाताच्या आधारानेच पाय ओढत तो चालत होता. समोर येऊन तो तिच्यापुढे कोलटेकणी बसला. खिशातून तीन-चार ढब्बू पैसे काढले व तिला देत म्हणाला, ''मावशी, हे पैसे घे. तुमच्या गाठुड्यातली भाकर मीच खात होतो. चार-पाच वर्साआंधी माहे मायबाप मले इथं सोडून निंघून गेले, तव्हापासून मी भीक मांगून जेवतो. पन ह्या पावसानं रस्त्यात चिकूल झाला... त्याच्यात मले चालता येत नोतं... भुकय धरली जात नोती... तुमच्या गाठुड्यातून मले भाकरीचा वास आला अन् खाल्ली म्या भाकर! मंग रोज हेच चालू झालं. काल पानी उघडला, तसा बायरं गेलो. भीक भेटली. तिकडंच जेवलो. हे पैसेय भेटले. घे हे... तुमच्या कामी पडन!''

त्या अपंग मुलाची दानत पाहून तिघेही गहिवरून आले. डोक्यावरचे गाठोडे खाली ठेवून म्हातारीने त्याला पिरसले. गाठोड्यातील भाजी-भाकर त्याला देत म्हणाली,

''बरं झालं, तू जेवला तं! आता हे भाकर-भाजीय घे. जेव पोटभर! तुहे पैसे नाही पायजे मले! तूच सुखाचा ऱ्हाय मंजे झालं.''

तिच्या डोळ्यात गरकन पाणी आलं. तुकारामनेही डोळ्यांच्या कडा पुसल्या. समोरचा अपंग मुलगा उदासपणे त्यांच्याकडे पाहू लागला. डोक्यावरचं गाठोडं सांभाळत तुकाराम पुढे निघाला. त्याच्या मागे डोक्यावर गाठोडं घेतलेल्या,

बायकोच्या हातातील काठीचे दुसरे टोक हाती घेऊन शामा बुढा तिच्या मागोमाग तर्कातर्कानं चालू लागला. धामणगाव मागे पडलं...

दुपारपर्यंत दोन-तीन कोस चालणं झालं असेल. पाऊस नव्हता; पण रस्त्यावर चिखलच चिखल दाटला होता. गाढवाटेवर गाडीबैलांच्या नि गुराढोरांच्या जाण्या-येण्याने, रस्त्यावरून चालणे कठीण झाले होते. म्हातारा चालताना सारखा तनगाडत होता... पाय घसरून पडतही होता... पुन्हा उभा राहून पुढे चालत होता. अशा पडण्या-चालण्याने त्याचे पाय दुखू लागले, टोंगळे फुटू लागले, तरी जीव मुठीत घेऊन ते चिवटपणे चालतच होते. कुणाच्याच पायात वहाणा नव्हत्या, त्यामुळे चालताना काटे चुकवून चालावे लागायचे. तरी एखादं खुबूट कोणाच्यातरी पायाला टोचायचच. त्यामुळे जीव कळवळायचा. खुबूट टोचलेला पाय हातात घेऊन तो जागच्या जागी थयथया नाचायचा. आग शांत झाली की लंगडत, कळ दाबत पुढे निघायचा.

मधोमध चिखलभरला मार्ग... त्याच्या काठाने लहानशी पायवाट पडलेली... त्या पायवाटेने मग ते गती-गती निघायचे. पाऊस गेल्याने पायवाटेवरची ढेकळं टणक, अणकुचीदार बनून अनवाणी पायांना टोचायचे... त्याची वेदना मस्तकापर्यंत पोहोचायची. मग तो थोडासा तिथेच थांबून, पुढे निघायचा. हा अनुभव तिघांपैकी कुणालातरी अधूनमधून यायचा, तरी चालणं थांबायचं नाही. थकवा असह्य झाला की एखाद्या विहिरीजवळील झाडाच्या आश्रयाने थांबायचे.

निघण्यापूर्वी तुकारामने चार पायल्या ज्वारीचे पीठ व बेसन जात्यावर दळून सोबत आणले होते, ते आता कामी येऊ लागले. म्हातारी चून-भाकर करून दोघांनाही जेवायला द्यायची. स्वत: जेवायची. शामा बुढा व म्हातारीला ते पटायचं नाही. ते दोघंही दोन घरं भीक मागण्याची तयारी करायचे. पण तुकाराम त्यांना मनाई करायचा. म्हणायचा, ''मोठी माय, तुमी ह्यो नसला आटापिटा नोका करू. कोनाले माहीत झालं तं माह्या तोंडात सेन घालन टोइत्ले लोक! संगं पीठकूठ आनलं ना म्या... जेवू सबन झनं!''

पण त्यांना ते पटायचं नाही. ते म्हणायचे, ''एखांद्या दिशी चालन रे बाबू असं! आता तं हे रोजचच झालं हाये. तू कवरीक पोससीन आमाले?''

आणि त्याचं न ऐकता दोघही भिक्षेची वाट धरायचे. शामाची अवस्था पाहून त्यांना भीकही मिळायची. पण अधिक लोभात न पडता दोन्ही संज पुरेल एवढी भिक्षा घेऊन दोघेही मुक्कामाच्या ठिकाणी परतायचे. तोवर तुकाराम आपली चून-भाकर करायचा किंवा म्हातारी करून द्यायची. मग सर्व मिळून जेवायचे. असे करत, ठिकठिकाणी थांबत, पंधरा-वीस दिवसांनी चांदूरला येऊन पोहोचले. पण आता पुढे चालणे शामा व त्याच्या म्हातारीलाही अशक्य होऊ लागले. तरी एकेक पाऊल पुढे टाकण्याचा प्रयत्न चालूच होता. भिक्षेचे अन्न खाऊन जगणे सुरूच होते. तुकाराम म्हणायचा, ''मोठी माय, आफून असेच चालत रायलो त लेकराबायात जाले अन् तुमाले पोरीले भेटाले एक जलमय कमी पडन, असं वाटते.''

''हो रे, बाबू! खरं हाये तुह्य! पन आमी सेरपंजरी पडल्यावानीच झालो गा! आंगात चालन्याची ताकदच नाही रायली... मोठ्ठीच चूक झाली आमची! पोरीच्या लोभात पडलो अन् निंघालो तुह्यासंगं... तं सारा पर्वास बोकांडी बसल्यासारखाच झाला गा! आता असं कर, आमाले इथंच सोडून तू पुढं निंघ. लेकरायले अन् सूनबाईले भेटून इकडं वापस आला तं आपल्या बिराडाकडं घिवून चाल...! तवरीक जगतो आमी भीक मांगून! खुश्शाल जा तू!''

शामाच्या या बोलण्याने तुकारामला सणक यायची. तो म्हणायचा, ''भला सांगतं, तात्या तू! अशा वक्ती सोडून जावू का तुमाले...? जावूच जावू... कायची घाई हाये? मांडोसी पावतर लान हाये. तवरीक पानी पावूसय जाते अन् सुगीय सुरू होते. कायजी नोका करू तुमी!''

तुकारामने दोघांनाही हिंमत दिली आणि वस्तीतील शाळेच्या दिशेने सर्व जण चालू लागले. काही दिवसांपासून शाळा बंद पडली होती. तिथे फारशी गर्दी नव्हती. तिघेही तिथेच थांबले. पोते टाकून आराम करू लागले. तीन-साडेतीन वाजले असतील. म्हातारीचे एकाएकी पोट झोंबून आले. डबा घेऊन धावतच बाहेर पळाली. मग लागोपाठ डबा घेऊन पळू लागली. तेवढ्या वेळात पाच-सहादा तरी गेली असेल ती! लागोपाठ होणाऱ्या हगवणीने ती गळल्यासारखी झाली. गाठोड्यातील काही जडीबुटी काढून शामाने तिला पाजली. तिची नाडी पाहिली... मंतरलेलं पाणी दिले... पण आराम झाला नाही. काही वेळाने तर गलितगात्र होऊन ती तशीच पडून राहिली. शामाला तिची चिंता वाटू लागली.

तो म्हणाला, ''बाबू रे... तुकाराम, इची नाडी लय खोल गेली गा! अन् आंगय कसं ठंडं पडलं... मले इचं काही खरं वाटत नाही, बावा! चार घरचं भिकीचं अन्न तिले पचलं नाही रे! त्यानं हागोन लागली... अन् हे रोजचं चालनं, सोसलं नाही तिले. त्याच्यानं थे गह्यटली... अन् हे गेली तं मी कसा जगीन गा! तिच्या आंदी मी जाले पायजेन रे, बाबू! अन् हे तं आंदीच तयारीले लागली. कसं हुईन गा माह्य?''

आणि तो टोंगळ्यात मुंडकं खुपसून गदगदून रडू लागला. ते पाहून तुकारामलाही धक्का बसला. म्हातारी तोंड वासून पडली होती... डोळे बंद होते... श्वास मंद झाले होते. तिच्या नाडीवरून बोटं फिरवत शामा बुढा हवालदिलपणे जवळ बसला होता. रात्र झाली तरी दोघेही तिच्याजवळच बसले होते. प्याल्यात हात बुडवून थेंबथेंब पाणी तिच्या तोंडात टाकू लागले. तिची अवस्था पाहून शाळेत जमलेल्या भटक्यांच्या बिऱ्हाडांतील बाया-माणसं गोळा झाली. त्यांच्या सोबतच तेही जागरण करू लागले. म्हातारीचा श्वास खोलखोल जाऊ लागला आणि सकाळी पाचच्या सुमारास बंद झाला. शामा बुढ्यालाच नाडीवरून ते कळले.

''आता काही नाही उरलं रे, बाबू! गेली थे मले सोडून... आता मी कोनाच्या भरूशावर जगीन, देवा! कसं हुईन माह्य...!'' म्हणत तो टाहो फोडू लागला. सकाळ होताच तिथे उतरलेल्या बिराडांतील माणसांनीच वर्गणी गोळा करून म्हातारीचा अंत्यविधी केला. तिथल्याच स्मशानभूमीत माती दिली. वर्गणीच्या पैशातूनच शाळेत जमलेल्या बिऱ्हाडांना जेवू घातले. म्हातारीचा असा शेवट झाला.

म्हातारीच्या मृत्यूनंतर शामाच्या जगण्याचा मोठाच प्रश्न निर्माण झाला. त्याला सोडून तुकाराम जाऊ शकत नव्हता. मग गावातच तो काम पाहू लागला. स्वयंपाक करून त्याला जेवू घालू लागला. पण म्हातारीच्या मृत्यूनंतर त्याने अन्नपाणीच वर्ज्य केले आणि आठ दिवसांनी आपलीही तयारी केली. म्हातारीच्या मागोमाग तोही मरण पावला. मरताना म्हणाला, ''बाबू रे, तुकाराम! तुनं लय सेवा केली आमची. आता तिच्याशेजारीच मलेबी माती देजो... पोरीले आमी गेल्याचं

सांगजो... सुखाची राय मना! एवड्या दूर तुले भेटाले नाही येनं झालं, मनून सांगजो.''

तुकाराम होकारार्थी मान हलवत डोळ्यांतील आसवं पुसू लागला. त्यानंतर लवकरच शामा बुढाही गतप्राण झाला. म्हातारीसारखीच पुन्हा वर्गणी करून त्याचाही अंत्यविधी झाला. म्हातारीच्या शेजारीच त्यालाही माती दिली. शाळेत उतरलेल्या भटक्यांच्या बिऱ्हाडांनीच गणगोतासारखे त्याचेही क्रियाकर्म केले.

आता तुकाराम एकटाच राहिला. त्याला सारखं उदास-उदास वाटू लागलं. कोणाजवळ निरोप पाठवाचीही सोय नव्हती. म्हाताऱ्याचे आपल्या टोळीवरील उपकार आठवून त्याला गहिवरून येत होतं... जेवणातही मन लागत नव्हतं... गजबजलेली शाळाही भकास वाटू लागली, म्हणून त्यानं पुढे निघण्याचा विचार केला. शामाचे गाठोडे सामानासहित पेटवून दिले आणि पहाटेच रस्त्याने लागला. आता त्याला बडनेरा, मूर्तिजापूर, अकोला, तेथून जळगाव, भुसावळ असा लांबचा प्रवास करायचा होता. सोबतीला कोणीच नव्हते; तरीही पोरांच्या, बायकोच्या ओढीने तो झपझप निघाला होता. पोहोचायला सहा महिने लागतील की वर्ष, याचा हिशेब नव्हता. चालणे तेवढे महत्त्वाचे होते.

❖❖❖

इठ्ठलाचं दर्शन घेऊन सोलापूरच्या वारकऱ्यांसोबत निघालेले म्हातारा व राघो पुढे चालू लागले. मुक्कामाच्या गावात रात्रभर विसावा करत सकाळीच रस्त्याने लागायचे. पुढे, आणखी पुढे करत गाव जवळ करू लागले. दिंडीतील वारकऱ्यांशी ओळखी होऊ लागल्या. पान-तंबाखूची देवाणघेवाण वाढू लागली, तसा परिचयही घट्ट होऊ लागला. एकमेकांच्या सुख-दुखाची, तिकडच्या पीकपाण्याची चौकशी करत वारकरी पुढे निघाले. निरनिराळ्या गावचे तीन-चार वारकरी म्हाताऱ्याचे चांगले मित्र झाले होते. ते एकमेकांच्या गाठोड्यावर लक्ष ठेवायचे.

सोलापूरच्या दिंडीचे विसर्जन झाले. लोकांनीच गावकऱ्याच्या दिंडीसाठी महाप्रसाद केला. सारी भक्तमंडळी तृप्त होऊन आपापल्या गावाच्या वाटेने लागले. म्हातारा व राघो दिंडीत भेटलेल्या सोबत्याच्या पालाकडे जाऊ लागले.

आता चार-आठ दिवस त्यांचा तिथेच मुक्काम होणार होता. एक दिवस आराम करून दुसऱ्या दिवशी सकाळीच म्हातारा, राघो, व ते दोन सोबती सेटलमेंटकडे जायला निघाले. म्हाताऱ्याच्या मनात सारखी हुरहूर दाटली होती. राघोही नव्या अनुभवाने आपल्याच विचारात सोबत चालत होता. वाट अनोळखी होती. कुणीच कुणाशी बोलत नव्हतं. दुरूनच सोबत्यांनी बोट दाखवून सांगितले, ''आबाजी, थे पुढं दिसते ना थेच होय सेटलमेंट! आता तिकडंच जाचं हाये आपल्याले!''

तसे म्हातारा व राघोनेही पुढे पाहिले तर सेटलमेंटच्या कार्यालयाची दगडी इमारत दिसली. तारेच्या कुंपणाचे दगडी पिलर... त्याला लटकलेले लोखंडी मजबूत गेट... नि हातात बंदुका घेतलेले, उंचपुरे गोरे शिपाई दिसले. त्यांच्या पायात कातड्याचे बूट, डोक्यावर टोपी, अंगात शिपायाचा गणवेश हे पाहूनच म्हाताऱ्याला घाम फुटला. राघोचीही पाचावर धारण बसली. पण सोबतच्या सोबत्याच्या हिमतीवर पुढे चालू लागले. त्यांना मात्र त्यात काही वाटत नव्हते. ते निर्धास्तपणे पुढे चालत होते. चालता-चालताच त्यांनी खिशातील आपापले दाखले बाहेर काढले. राघो व म्हाताऱ्यालासुद्धा आपले दाखले काढायला सांगितले नि पुढे चालू लागले. चालत-चालत गेटसमोरील पोलीस चौकीजवळ आले. तिथल्या जमादाराला नमस्कार केला. तसा जमादार म्हणाला, ''अरे उरकुडा भामटी, आनं ह्या त्याचा साला, बहोत दिसानं आले रे तुमी! कुठं डाका टाकाले गेले होते काय रे!''

तसा उरकुडा तडकाफडकी म्हणाला, ''आमी चोऱ्या करनाऱ्या औलादी नोहे सरकार! कस्ट करून पोट भरतो. पंढरपूरले गेलो होतो दिंडीसंगं... रातच्यालेच आलो. मनलं हजरी देऊन याव अन् आपल्या कामाले लागाव. दिंडीतच हे आमचे पावने भेटले. त्यायचा पोरगा ईस वर्साआंदी सेटलमेंटात आनला मंते... त्याले भेटाले आले थे. पहा सरकार, इथंच हाये, का दुसरीकडं पाठवला थे सांगा... हे त्यायच्या गावच्या पोलीसपाटलाचे दाखले!''

''राघो व म्हाताऱ्याच्या दाखल्यांवरून जमादार नजर फिरवू लागला. आणि नाराजीने मान हलवत म्हणाला, ''नाही, ह्या नावाचा मनुक्ष सोलापूर सेटलमेंटात नाही. अन् आता थ्याले ईस साल झाले मनतं... पाच वर्सानं एका

सेटलमेंटातून दुसऱ्या संटलमेंटात गुन्हेगाराची बदली होते... टान्सफर रजिस्टर पाहून सांगा लागन.''

''मंग पहा ना सरकार रजिस्टर! अन् सांगा कुठं हाये थे!''

उरकुडा काकुळतीने म्हणाला. तसा त्याच्यावर डोळे वटारत जमादार रागाने म्हणाला, ''उरकुडा, ह्यो खुला जेल होय! इथं एक डाव कैदी आला रे आला, का मेल्याबिना त्याची सुटका नाही. दुसऱ्या सेटलमेंटात नेला तरी त्याची नोंद पहा लागते... त्याले टाईम लागते... फुरसदनं पाहा लागते थे. चलो निकलो! तुमचा टाईम खतम झ्याला आता. जा तुमी!''

''नाही, सरकार! असं नोका मनू जी! लांबून, वराड-विदर्भातून आले जी, दोघय. त्याच्या पोराची माहिती द्या, सरकार!''

असे म्हणतच त्याने मुंडाशाच्या घडीतून एक कलदार काढून मुठीत ठेवला. मूठ बांधूनच त्याच्या खुर्चीजवळ सरकला आणि कुणी पाहत नसल्याची खात्री करून रुपया ठेवलेल्या मुठीचा हात खुर्ची खालून त्याच्याकडे घातला. त्यानेही तो मुठीतील रुपया खालूनच घेऊन खिशात घातला व म्हणाला, ''उरकुडा, जा आता! मोठ्या सायबाच्या राउंडचा टाईम झाला. त्यास दिसले तं अंदरच करन बरं! दोन दिसानं या. पाहून ठिवतो थो कुठं हाये तं...! पन इथं नाही बरं. रोज कैद्यायची सकाय संध्याकाय मीच हजरी घेतो. सदाशिव जानू भामटी हे नावच आइकलं नाही म्या!''

एवढ्यात गेट उघडण्याचा 'करकर' असा आवाज आला. सर्वांनी तिकडे पाहिले. पन्नास-पन्नासच्या तुकड्यांतील कैदी हातात कुदळ, फावडे, टोपले घेऊन गेटमघून निघू लागले. अशा पाच-सहा तुकड्या त्यांच्यासमोरूनच गेटमधून निघाल्या व रस्त्याने लागल्या. त्या पुढे जाताच स्त्रियांच्या तशाच तुकड्या पुढे जाताना दिसू लागल्या. या सर्वांच्याच मागेपुढे बंदूकधारी पोलिसांचा खडा पहारा होता. दुसऱ्या गेटमधूनही काही तुकड्या बाहेर जाताना दिसत होत्या. बंदुकीच्या धाकावर सारेच निमूटपणे पुढे जात होते. कैद्यांच्या त्या समूहात म्हातारा कासावीस नजरेने आपल्या मुलाचा चेहरा शोधू लागला. पण त्याला तो काही दिसला नाही. एकतर वीस-पंचवीस वर्षांच्या दीर्घ अंतराने आता त्याचा चेहरामोहराच बदलला... म्हाताऱ्यातही वयोमानानुसार फरक झाला...

पण त्याची मुलाविषयीची माया काही संपत नव्हती. तो आशाळभूतपणे पुढे सरकणाऱ्या कैद्यांच्या समूहाकडे पाहत होता.

आता कैद्यांच्या तुकड्या बाहेर येणे थांबले होते; तसा उरकुडा सर्वांना पालाकडे चालण्यास सांगू लागला. ताराआडचे प्रवासी निघून गेल्याने त्यांच्या झोपड्या ओस पडल्या होत्या. लहान मुलांचेही आवाज कानांवर येत नव्हते. चालता-चालता राघोने सोबत्याला, उरकुडाला विचारले, ''काकाजी, थ्या लोकायले असं बंदोबस्तात कुठं नेलं जी?''

''अरे बाबू, थे सेटलमेंटचे कैदी हाये. जल्मभराच्या करारानं, कुटुंबासहित ठिवले इथं, गोऱ्या सरकारनं! तं त्यायले फुकट थोडेच पोसनार हाये! नेलं त्यायले सरकारी कामावर. कुठं पूल बांधासाठी, सरकारी इमारती बांधासाठी, रस्ते तयार करासाठी... अशा ढोरमेहनतीसाठी ह्या कैद्यायले कामी लावते.''

''अन् हे पुडची बंगलोरी कवलाची इमारत कायची होय हो?''

म्हाताऱ्याने उरकुडाला विचारले. तसा तो म्हणाला, ''अहो, शाया होय थे. कैद्यायच्या लेकरायसाठी इंग्रजायनच काडली.''

''हे लय चांगलं झालं, बेटं! कैद्यायचे लेकरं सिकले तं भलकसी जागृती हुईन राजेहो! बाप दरोडेखोर असन, तं त्याचे लेकरय थोच धंदा करन, असे इंग्रज जे मनते, थे हे लेकरं शिकल्यावर खोटं ठयरवन... अन् कपायाचा गुनेगारीचा कलंक मुसला जाईन हो!''

म्हाताऱ्यानं शाळेविषयी आपला अभिप्राय दिला आणि उरकुडाच्या पालाकडे चालू लागले. सेटलमेंटकडे जाताना जमादाराला देण्यासाठी, उरकुडाने म्हाताऱ्याकडून दोन रुपये घेतले होते. त्यातला एक रुपया त्याला देऊन उरलेला एक रुपया त्याने म्हाताऱ्याला परत केला व म्हणाला, ''बावाजी, 'दाम करे काम अन् बिबी करे सलाम' मंते थे काही खोटं नाही! एक रुपया भेटल्यावर मिठ्ठू कसा खडखड बोलाले लागला. तुमचा पोरगा कोनत्या सेटलमेंटात हाये हे बी थो उद्या सांगनच. आमी नेयमी पैसे दिवूनच आपलं काम काडून घेतो. मनून म्या आंदीच दोन रुपये घेतले तुमच्यापासून! जमादार मानला नसता तं दुसरा रुपया सरकवत होतो. आता दोन दिवस वाट पाहू. चाला आता पालावर!''

सर्व जण पालावर पोहोचले. जेवणं झाली. सेटलमेंटपासून लांब असलेल्या सभोवतीच्या गावातील भामट्यांच्या वस्त्या पाहायला ते जाऊ लागले. भामट्यांची

बरीच कुटुंबं इंग्रजांनी सेटलमेंटमध्ये कोंडली, तरी बरीच कुटुंब अद्याप बाहेर होती. पकडापकडीही सुरूच होती. खेड्यापाड्यात पसरलेल्या भामट्यांच्या अफाट झोपड्या पाहून म्हाताऱ्याला नवलच वाटले. सारेच अंगमेहनतीची कामे करून जगायचे... काही भीक मागायचे... अमर्याद दारिद्र्य, आणि अज्ञान, अंधश्रद्धा यात नखशिखान्त बुडलेल्या टोळ्या! त्या पाहता-पाहता म्हाताऱ्याने उरकुडास विचारले, "काहो भावू, हे लोकं तं कस्ट करून जगते ना...? तरी थे गुन्हेगार कसे काय ठयरले बॉ...! काहून जेलात टाकले त्यायले?"

"अहो, चोऱ्या करनारेय लोक हाये. भामटीच होय थे बी! पोटाची आग लय भारी असते, राजेहो! त्याच्यासाठी थे चोऱ्या कराले लागले. कोनी उचले झाले... कोनी घंटीचोर... कोनी पितईचं सोनं करतो मनून लुटाले लागले; पन दरोडा नाही घातला. पोटासाठीच करते हो समदं!"

उरकुडानं माहिती दिली. चालता-चालता म्हाताऱ्यानं विचारलं, "काहो, तुमची आडनावं कोनती?"

"आमच्यात दोनच आडनावं असते. जाधव अन् गायकवाड. ह्या दोघांतच सोयरीक-समंध होते. तुमची कोनती आडनावं हायेत?" उरकुडानं प्रतिप्रश्न केला.

त्यावर म्हातारा म्हणाला, "आमच्यात तं भलकसे अडनावं असते ना! पजई, डेहनकार, बेलखुडे, श्रीखंडे... अखीनय लय अडनावं हाये आमच्यात!" म्हाताऱ्याने माहिती दिली. बोलत-बोलत सारे जण उरकुडाच्या पालावर पोहोचले.

दोन दिवसांनी पुन्हा सेटलमेंटमध्ये आले. इंग्रज जमादार त्यांची वाटच पाहत होता. ते दिसताच तो म्हणाला, "ये उरकुडा, दोन दीश तुज्या पावन्याच्या पोराचा रजिस्टरमंदी सोद घेतला; पन पत्ता नाही लागला. सोलापूर, पुनं, बारामती, मुंडव्याच्या सेटलमेंटमंदी तुमचा पोरगा नाई बुढेबुवा! अन् थो वराडातून पकडला मंता; तं त्याले तिकडं गोकाक, हुबली, बिजापूरच्या सेटलमेंटात पाठोलं असन. तिथपावतर चालनं हुईन का तुमच्यानं... का रस्त्यातच मरान? आता थो फंदा सोडा तुमी अन् जा वापस गावाकडं! इदर्भातला, मराठवाड्यातला भामटी चोऱ्या

करत नाही, असं मनते. तिकडच्या भामट्यायवर धाडीय पडनं बंद झाल्या आता.''

जमादाराचा एकेक शब्द शिशाचा तप्त रस होऊन कानात पडत आहे, असे म्हाताऱ्याला वाटले... सारे शरीर थरथर कापू लागले... घेरी येऊन आपण कोसळतो की काय; असे वाटून तो गचकन खाली बसला. उरकुडाने हात धरून त्याला उभे केले आणि आपल्या पालाच्या दिशेने चालू लागले.

दुसऱ्या दिवशी म्हाताऱ्याने राघोसह गावाकडे परतण्याची तयारी केली.

''लय उपकार झाले भावू तुमचे...! लय उपकार झाले! तिकडच्या मुलखात आले का या पालावर! निंघतो आमी. पोराची निदान भेट झाली असती तरी समाधान वाटलं असतं हो! आता आमच्या सूनबाईले काय सांगू... थे पयलेच तं पिसायल्यावानी करून रायली. अन् आता तं अभायच पडन तिच्यावर! पन जानं भाग हाये. ह्या पोराचे मायबापय वाट पाहत असन... बरं, चालतो दादा!''

आणि म्हाताऱ्याला हुंदका आवरणे कठीण झाले. उरकुडाच्या गळ्याला मिठी मारून तो ढसढसा रडू लागला. उरकुडाही आपले आसू पुसत त्याला समजावू लागला. म्हाताऱ्याने आपलं गाठोडं डोक्यावर घेतलं आणि आसू पुसतच रस्त्याने लागला. त्याच्या मागे राघोही निघाला.

पालावरून निघून आता त्यांना दीड महिना झाला होता. परत जायला दीड महिना लागणार होता. वाट पुसत, गावोगावी मुक्काम करत, पुढे चालत होते. असे करत सुमारे तीन महिन्यांनी ते पालावर पोहोचले. त्यांना पाहून सर्वांना आनंद झाला. वत्सला मात्र भिरभिर पाहत नवऱ्याचा शोध घेऊ लागली. सासूला विचारू लागली, ''सासूबाई, आमचे घरवाले नाही दिसून रायले जी! मारुतीच्या देवयात थांबले का? पालावर काहून नाही आले? मी वाट पाहून रायली ना त्यायची... आमाले मामाजी नवं पाल उभारून देतो मने ना... आमचा संसार बसून देतो मने ना... तावा, सराटा, भांडेकुंडे आनाले गेले असन...! यीनच येवड्यात!''

आणि त्याची वाट पाहत ती तासन्तास पालाबाहेर बसून राहायची. जेवायचीही नाही. या मानसिक ताणाने तिचं वेडेपण अधिकच वाढू लागलं. चार दिवस तिला काहीतरी सांगत सर्वांनीच वेळ मारून नेली.

''वच्छला, थो लवकरच येनार हाये. पाटलाच्या वाड्यात थांबला थो. दप्तेरात नाव नोंदाचं हाये ना त्याचं? ईनच एवढ्यात... तू आपल्या कामाले लाग!''

वेड वाढू नये म्हणून तिला कामात गुंतवून ठेवायचे. पण ती थोडा वेळ थांबायची नि आपलाच नाद पुन्हा सुरू करायची. एक दिवस तिने म्हाताऱ्यालाच विचारले, ''मामाजी, हे कुठं थांबले जी! मी त्यायची वाट पाहून थकली आता. त्यायच्याबिना माह्याच्यानं रायनं नाही होत जी! सांगा, कुठं हाये थे?''

तिचे दु:ख ऐकून म्हातारा हवालदिल झाला आणि मनावर दगड ठेवून त्याने सारी हकीकत तिला सांगितली.

''बाईओ वच्छले, त्याच्यापाई हारलो ओ मी. आमी त्याले भेटाची लय खटपट केली. इथून पंढरपूर... पंढरपूरून सोलापूर... तितचं मोठ्ठचं मोठ्ठ सेटलमेन पायलं. गोऱ्या सायबानं रजिस्टर धुंडले. पन पत्याले पत्ता नाही लागला त्याचा. तिकडं गोकाक, बिजापूरच्या सेटलमेंटात असन मने सायेब. तिथं नाई जावू शकत मी. मी पार थकून गेलो, ओ बाई! तुह्या मालक गेला आता कायमचा. माह्य पोरगं मले कायमचं अंतरलं, ओ बाई!''

आणि वच्छलाला जवळ घेऊन तो ढसढसा रडू लागला. पण वच्छलाच्या डोळ्यात पाणी नव्हतं. ती एकटक पाहत बाजूला बसली व स्वत:शीच म्हणाली,

''मंजे, आता नवरा गेला अन् तुकारामबी गेला. सासूबाई, माह्या जल्म असाच वाया गेला जी...! आता ह्या जगण्यात तरी काय राम उरला जी!''

आणि तिला वेडाचा जोरदार झटका आला. त्या झटक्यात ती अंगावरचं पातळ फाडू लागली... डोकं जमिनीवर आपटू लागली... पालातील सामानाची फेकाफेक करू लागली. म्हाताऱ्याची मुलं-सुना तिला पकडू लागल्या; पण ती त्यांना चावा घेऊ लागली... पळण्याचा प्रयत्न करू लागली. शेवटी तिला समोरच्या ताग वाळू घालण्याच्या डेहीशी बांधले. तिथे ती तशीच निपचित पडून राहिली. तिने खाणेपिणे वर्ज्य केले. आपल्याच नादात हरवून तासन्तास बसून राहायची. सोडले तरी विचार करत बसायची.

एक दिवस ती नदीकडे गेली. थडीवर बसून तुकारामला जोरजोरात हाका मारू लागली... कचरा गोळा करून झोपडं उभारू लागली.

''तुकाराम, या ना! आपलं झोपडं बांधून झालं. इथं आफून सुक्कानं राहू. या लवकर! आफून नवा संसार बसवू आपला!''

आता असे रोजच सुरू झाले. तिची सासू तिच्यासाठी शिदोरी घेऊन यायची... तिला जेवू घालायची... आपल्या पालावर सोबत घेऊन जायची. तिला अंघोळ घालायची. पण दुसऱ्या दिवशी ती पुन्हा नदीकडेच जायची... तुकारामला शोधायची... कचरा गोळा करून झोपडं उभं करायची.

...आणि एक दिवस तिला वेडाचा तीव्र झटका आला. त्या झटक्यातच तुकाराम डोहातील खोल पाण्यात बोरूचा ताग काढत असल्याचा तिला भास होऊ लागला... त्याला हाक मारत ती डोहाच्या दिशेने धावू लागली... नि 'तुऽकाऽऽरामऽऽ' अशी दीर्घ किंकाळी फोडून, उतावीळपणे डोहात उडी घेतली... पाण्यात क्षणभर खळबळ झाली. थोड्या वेळाने वर्तुळामागून वर्तुळे उठू लागली आणि शांत झाली... संपली. सारे बाजारला गेले होते. तिच्या सासूनं अंधार होईपर्यंत तिला शोधले. अंधार झाल्यावर पालाकडे परत आली. माणसं घरी आल्यावर त्यांना ही माहिती कळली. बऱ्याच रात्रीपर्यंत त्यांनीही तिचा शोध घेतला, पण ती दिसली नाही. सर्वांनी रात्र काळजीतच काढली.

सकाळी गावातील काही लोक नदीकडे प्रातर्विधीसाठी गेले असता वच्छला पाण्यात बुडून मेलेली दिसली. तसा निरोप पालावर आला. सर्वांनी आक्रोश केला. गावपाटलाने 'वेडी स्त्री' म्हणून पंचनामा केला. नदीच्या काठावरच तिला अग्नी देण्यात आला. इंग्रजी जुलूम आणि जाती, पोटजातीतील उच्च-नीचता यापायी एका निरपराध जिवाचा असा बळी गेला.

❖❖❖

राघोसाठी बिऱ्हाडावरील सारेच बेचैन झाले होते. धनाजी तर तीन-चारदा म्हाताऱ्याच्या पालावर येऊन गेला होता. पण दोघांचाही पत्ता न लागल्याने उदासपणेच परत गेला होता. या तीन महिन्यांच्या काळात राघोला अनेक अनुभव आले होते. वेगळा मुलूख पाहण्यात आला होता. माणसांचा स्वभाव कळला होता. दुसऱ्याला मदत करणारे आणि संकटांची चाहूल लागताच दूर पळणारे लोकही त्याने पाहिले होते. आणि या सर्वांशी सामना करत पोटच्या पोरासाठी धैर्याने पुढे जाणारा बापही त्याने पाहिला होता. त्यामुळे म्हाताऱ्याविषयी त्याच्या

मनातील आदर दुणावला होता. म्हाताऱ्यानेही त्याच्यावर लेकरासारखेच प्रेम केले. तिथेच काम दिले. घेरे चालवण्यापासून दावे, चऱ्हाडं बनवण्यापर्यंत आणि ती विकून त्याचा पैसा करण्यापर्यंत; सारेकाही त्याने तिथेच आत्मसात केले. म्हाताऱ्याकडेच काम करता-करता आता तो वीस वर्षांचा झाला; पण कुटुंबातील दारिद्र्य काही संपलं नव्हतं... भटकंती काही थांबली नव्हती.

म्हाताऱ्याने आता याच पठारावर थांबण्याचा निर्धार केला होता. घरच्यांची कुरबूर चालूच होती. त्याला न जुमानता म्हातारा स्थिरपद झाला होता. तिथेच त्याने कुडाचे घर बांधले... गाई पाळल्या... पाटलाकडून दहा एकर शेतही घेतले. तागाचा, दावे चऱ्हाडाचा धंदाही चालूच होता. तो म्हणायचा, ''गाई म्हणजे शेतीले जोडधंदा असते ना, राजेहो! अन् दावे, चऱ्हाडं ह्या नगदीचा धंदा... त्याची तं खेतीवाडीले नेहमीच गरज पडते अन् पैसाय होते आपल्याले. शेतीचं समदं उत्पन्न शिल्लकच रायते ना! अन कास्तकारी केली तं एका जागी थांबाच लागन का नाही?''

राघोला त्याचं सगळं पटायचं आणि आपणसुद्धा एखाद्या गावात स्थिर व्हावे, दावे चऱ्हाडांचा व्यवसाय करावा असे त्याला सारखे वाटायचे. पण बाप काही चालू द्यायचा नाही. त्याला सारखा विरोध करायचा. खिन्न झालेला राघो आज्याजवळ आपले मनोगत व्यक्त करायचा. म्हणायचा, ''आबा, मताऱ्यासारखे आफून बी एखांद्या गावात कायमचा मुक्काम कराव गा! आता मले गावोगाव फिराचा कट्टाया आला. आता सोडून द्याव हे फिरस्तीपन!''

त्यावर धनाजीचे केविलवाणे शब्द कानांवर पडायचे...

''मले तरी फिरन्यात कुठं राम हाये रे, बाबू! पन हे हीतभर पोट भरता भरत नाही ना! सारा घाम त्याच्यातच जिरते. कितीकय कस्ट केले तरी थे रिकामचं रिकामच... मारवाड्याच्या मशीसारखं! कितीबी घातलं तरी तिचं बोंबलनं चालूच असते का नाही? तसीच पोटाची भूक... थे थांबता थांबत नाही. अन् तू एकाच गावात थांबाचं मनतं.''

आज्याचे बोलणे ऐकून राघो हिरमुसला व्हायचा. कुणाशी बोलायचा नाही. आपली शिदोरी घेऊन म्हाताऱ्याकडे कामाला जायचा. अधूनमधून तिथेच थांबायचा. धनाजी व त्याची बायको वाट पाहत बसायचे. मायबाप आपल्या

कामाला गेले तरी त्यांचं सारं लक्ष राघोतच गुंतलेलं असायचं. पालावर परत आला की आज्याकडे पुन्हा तेच गऱ्हाणं मांडायचा.

धनाजीही आता बराच थकला होता. त्याला सारखी दूरदेशी गेलेल्या मुलाची बयाजीची, दूर राहणाऱ्या पोरीची– चिंधीची आठवण यायची. आणि दोन महिन्यांपासून बायको-पोरांत जायला जळगाव-खानदेशाकडे गेलेल्या तुकारामची आठवण यायची. त्यांच्या आठवणींनी मनात उठलेली काहिली थांबता थांबायची नाही. मग तो उदासपणे पालाकडे येणाऱ्या निर्जन पायवाटेकडे एकतार पाहत बसायचा. त्यात त्याला राघोचाच मोठा आधार वाटायचा. अलीकडे मात्र राघोचा एखाद्या गावात स्थिर होण्याच्या हट्टापायी त्याला आता त्याचाही कंटाळा यायचा आणि एकटाच विचार करत कुठेतरी बसून रहायचा. हे दुष्टचक्र संपता संपेनासं व्हायचं. पण म्हाताऱ्याच्या संगतीने राघोत मनस्वी चिवटपणा भरला होता. परिश्रम, निर्धार, बेडरपणा याची त्याला जोड मिळाली होती. त्यामुळे बापालाही शहाणपण सांगण्यास तो कचरत नव्हता.

❖❖❖

शामा बुढा व त्याची म्हातारी मेल्यावर तुकाराम एकटा पडला. त्याला सारखं भणंग वाटायचं. आधार तुटल्यासारखं वाटायचं आणि एकटाच विचार करत बसायचा. त्यातच मुलांच्या आठवणींनी हुरूप आल्यासारखे वाटून पायात बळ येऊ लागायचे. बायकोच्या आठवणीनेही तो मोहरून यायचा. मनातल्या मनात तिला सांगायचा, ''हे पाहय पंचफुला, तू आली नाही. पण आता मीच तुह्याकडं येतो. आखरीवर तूच जिंकली, मी हरलो. आता मांगचं समदं इसरून आफून नव्यानं संसार मांडू... लेकरायले मोठं करू... मांगचं समदं इसर आता... सोडचिठ्ठीचा फंदा सोड... आता आफून गुन्यागोईंदानं राहू!''

आणि डोक्यावरचं वझं सांभाळत विचाराविचारातच तो चालू लागायचा. थकला की थांबायचा... पुन्हा चालायला लागायचा. रात्र झाली, अंधार पडला की गावाच्या आधारानं एखाद्या देवळात मुक्काम करायचा. भाजी-भाकर रांधायचा... तिथेच झोपायचा... सकाळी पुन्हा चालू लागायचा. जवळचे पीठकूठ संपले, खिसे खाली झाले की गावात काम शोधायचा. अड भागली की पुढच्या प्रवासाला लागायचा. असे करत तो एकदाचा मूर्तिजापूरला येऊन

पोहोचला. धर्मशाळेत मुक्काम केला. गाठोड्यातील दाळदाणा संपला होता. गावात काम धुंडणे गरजेचे होते, म्हणून काम शोधण्यासाठी गावात निघाला. दुपार होईपर्यंत फिरला. पण काम काही भेटले नाही. निराश होऊन धर्मशाळेकडे जाऊ लागला. एवढ्यात गावगोठाणाकडे त्याचे लक्ष गेले. गोठाणावर भटक्यांची दहा-बारा पालं दिसत होती. त्यांच्याच पालांसारखी लुगडे-धोतर ताणून बांबूवर उभी केलेली, ती दोपाखी पालं पाहून त्याला नवलच वाटले.

'हे तं आपल्या भावूबंदासारखेच पालं! कोन असन बा हे लोक...? अन् इथं कसे काय उतरले असन...?'

त्याचे कुतूहल जागे झाले आणि तो पालांच्या दिशेने चालू लागला. काही दूर गेल्यावर त्याला ओळखीचे चेहरे दिसू लागले. आपल्या पालात बसल्या-बसल्या काहींनी त्याला ओळखलेही! हातचे काम सोडून स्त्रिया त्याच्याकडे येऊ लागल्या. तोही पालांवर पोहोचला आणि एकच गलबला झाला...

''अरे, तुकाराम... अन् एकटाच इकडं कुठं!'' म्हणत त्याच्याभोवती स्त्री-पुरुष गोळा होऊ लागले. काहींनी त्याला पाय धुवायला पाणी दिले. पालात नेऊन पोत्यावर बसवले. गूळपाणी झाले आणि हळूच एकाने गोष्ट काढली.

''तुकाराम, इकडं कुठं निंघाला गा...! अन् एकटाच. बिराडं मांगं यिवून रायली का?''

''मांगं कोनीच नाही. मी एकटाच सासुरवाडीकडं चाललो. शामा बुढा अन् त्याची बायको संगं होती. थे दोघय रस्त्यानच मेले. आता मी रस्त्यानं एकटाच निंघालो. आता तिकडं सासूच्या सेजारीच राहून पोट भरीन मनतो.''

''असं, असं!'' म्हणत इतरांनी प्रतिसाद दिला. परंतु अद्याप काही त्यांनी इतर बाबी उघड केल्या नाही. जेवणखावण झाल्यावर बाकीची चर्चा करू असा बेत रचून गप्पच बसले.

ही बिऱ्हाडं म्हणजे अकोला जिल्ह्यात पुणोती, मांगूळ, पिंजर, महान या परिसरात फिरणारी तुकारामच्या सोयऱ्याधायऱ्यांपैकीची, सग्यातलीच बिऱ्हाडं होती. यात्रेत सर्वांच्या भेटी व्हायच्या. समाचार कळायचा. पण तुकारामकडील कुणीच सालबर्डी, ऋणमोचनच्या यात्रेला गेले नव्हते. तिकडचेही बहिरमला आले नव्हते. त्यामुळे बऱ्याच दिवसांपासून भेटीगाठी नव्हत्या. एकमेकांचा समाचारही कळला नव्हता. त्यामुळे तुकारामला त्यांनी आग्रहानेच दोन दिवस

ठेवून घेतले. आपण इकडे कायच्यासाठी आलो हेही त्याला सांगितले नाही. आपल्याला माहीत असलेली महत्त्वाची बातमी आरामानं सांगायचा बेत करून सारे गप्पच बसले.

दोन दिवस गप्पागोष्टीत गेले तिसऱ्या दिवशी तुकारामने त्यांना विचारले, ''तुमी इकडं कुठीसा गेले होते हो! तुमी तं तिकडं आकुला, पुनोती, बार्शी, टाकईच्या मुलखात फिरता. मंग इकडं कसे भटकले? अन् आता तं बरसादय सुरू झाली. आपल्या मुलखात जात नाही का?''

त्यावर त्याच्यातल्या एका वयस्क माणसाने सांगितले, ''तुकारामजी, आमी समदे गेलो होतो ॠनमोचनच्या यात्रेले! थे यात्रा तीळ संग्रांतीपासून मयनाभर भरते. तिथंच आपली जात-पंचायत होती. सालबड्डी अन् बइरमले काई जानं झालं नोतं. आमचा आपसातल्या भानगडीचा एक खटला होता. थो काही मिटता मिटत नोता. तं मंग दोनी पार्ट्या जात-पंचायतीत गेलो. तिथंच झाला निवाडा अन् गावं करत-करत, पोट भरत आपल्या मुलखाकडंच निंघालो आता. तुमच्याकडचं तं कोंनीच आलं नोतं ॠनमोचनले!''

''आमच्याकडचे काय ईन मंता? ॠनमोचन वराडच्या एका कोनट्यात अन् आमचं रायनं दुसऱ्या कोनट्यात! लांबचा फैसला... त्याच्यातच मायचं मरन... मोठ्या दादाच्या पोरा-पोरीचं लगन... अन् पोट भराची धावपय... म्हून लय दिसापासून ॠनमोचन सालबड्डीले गेलोच नाही आमी. मी तं बयरमलेय नाही गेलो लय दिसचा!''

तुकारामने सारंकाही सांगितलं. त्यावर तो वयस्क माणूस पुन्हा म्हणाला, ''मंग तुमच्या बायकोनं सोडचिठ्ठीसाठी जात-पंचाइतीत निवाडा मांडला, थेय तुमाले ठावूक नसन हो! का मुद्दामच नाही आले तुम्ही...? भेले बायकोले!''

''नाही. भेलोगिलो नाही. पन सोडचिठ्ठीनं निवाडा होते का? का घरातलं मढं घरातच जाया लागन. मी चुकलो, सासूच्या शेजारी जा लागत होतं; पन नाई गेलो. मायबापालेच धरून बसलो. पन आता मलेय लेकरा-बायायची आठोन येते... आफूनच त्यायच्यात जाव वाटते... आपला अंडसंडपना सोडाव वाटते... त्यासाठीच मी आता तिकडंच निंघालो. आता बायकोपोरात ऱ्हाव मनतो.''

तुकारामने सारेकाही स्पष्टच सांगितलं. तशी पालातील स्त्री एकदम म्हणाली,

‘‘तुकारामबुवा, आता लय उशीर झाला जी...! लय उशीर झाला. तुमी दोन-तीनय जातपंचाइतीत हजर झाले नाही. मंग जात-पंचाइतीनं तिच्याच बाजूनं एकतर्फी निकाल देल्ला. तिची सोडचिठ्ठी मंजूर केली. मोकई केली तिले! आता कोनाकडं जानार जी तुमी? चाला आमच्या संगच वापस!’’

‘‘काय सांगता तुमी! माह्या बायकोची सोडचिठ्ठी जात-पंचाइतीनं मंजूर केली मनता...? अन् लेकरायचं काय... थे कुठं राईन?’’

‘‘थेय तिच्यासंगच राहीन. गाईमांगं वासरू! आता जा तुमी आपल्या पालावर, नाही तं आमच्यासंगं चाला. पन तिकडं नोका जावू आता.’’

‘‘पन एक डाव लेकरायले तरी भेटून येतो. आले तं घिवून येतो संगं, नाहीतं राहीन तिच्याच संगं... वयनीवास्यासारखे... इकडचे ना तिकडचे! काय झालं हे...! भरला संसार बुडला रे, बापा! आता कुठं न्याय मांगू रे, देवा!’’

कपाळावर हात मारत तुकाराम खाली बसला. गदगदा रडू लागला आणि विचार करतच बसून राहिला. सोबत चलण्याविषयी त्यांनी खूप समजावले; पण त्याने नकार दिला.

दुसऱ्या दिवशी रात्री सारे झोपले असताना कोणाला न सांगताच आपले गाठोडे घेऊन वाटेने लागला. कुठे गेला...? कुणीकडे गेला...? याचा थांगपत्ताही कुणाला लागू दिला नाही. साऱ्या वाटा निर्जन होत्या... वाराही वाहत नव्हता... पक्ष्यांची किलबिलही अद्याप सुरू झाली नव्हती... रात्रीच्या गारव्याला चिरत एक प्रवासी मात्र अज्ञात वाटेने निघाला होता....

■■■

१०

बऱ्याच वर्षांपासून सावित्रीची भेट झाली नव्हती, त्यामुळे तिला भेटावेसे सई व शिलपतलाही सारखे वाटत होते. त्यांची बिऱ्हाडं आता परभणी - जिंतूरकडे फिरायची. सावित्री आता लेकुरवाळी झाली होती. पण नातांचे तोंडही त्यांनी पाहिलं नव्हतं; आणि अनेक दिवसांपासून इकडचं कुणी बहिरम, ऋणमोचन, सालबर्डीच्याही जत्रेला गेलं नव्हतं. शामा बुढ्यासह खानदेशाकडे बायको-मुलांच्या भेटीला गेलेल्या तुकारामचा तर काहीच पत्ता नव्हता. बयाजीला जाऊनही बरीच वर्षं झाली होती. त्याच्याही भेटीसाठी धनाजी तळमळत होता. पण लाचारगती संसारामुळे यात्रेला जाणं काही शक्य होत नव्हतं. यंदा मात्र शिलपतने बहिरमच्या यात्रेला जायचा निर्धारच केला. तसे त्याने काशालाही सांगितले. तो म्हणाला, "हे पहा काशीनाथ, लय दिसापासून पोरीची आठवन इवून रायली, गड्या! चाल, यंदातरी बयरमले जावू. दोघंच जावू. बिऱ्हाडं काही संग नाही न्याची. मंजे मानूस मोकयं रायते. मताऱ्याच्या दावे चराडाच्या बंड्या सालच्याच जाते, आफूनबी जावू त्यायच्यासंगं. सांग, चालतं का? समद्यायचा समाचार तरी समजन. चाल, एक डाव समद्या गनगोताले भेटून येवू."

त्याच्या म्हणण्यावर काशाही तयार झाला आणि यात्रेची वाट पाहत दोघेही पैसे जमवू लागले. तीळसंक्रांत सुरू होताच म्हाताऱ्याच्या दावे-चऱ्हाडाच्या बंड्यांसोबत त्यांनीही तयारी केली आणि पाच-सहा दिवसांनी बहिरमला येऊन पोहोचले. यात्रेत आलेल्या भामट्यांच्या बिऱ्हाडांचा शोध घेऊ लागले. खानदेश - परभणीकडील काही बिऱ्हाडं आली होती; पण त्याच्या जावयाचं म्हणजे

सावित्रीचं बिऱ्हाड काही दिसलं नाही. तुकाराम व त्याच्या सासूचे बिऱ्हाड तर अनेक वर्षांपासून यात्रेत येत नसल्याचे त्यांनीच सांगितले. सकाळपासून संध्याकाळ होईपर्यंत दोघेही रोज फिरायचे नि निराश होऊन मागे परतायचे. असेच एक दिवस यात्रेपासून लांबच्या शेतात उतरलेल्या भटक्यांच्या बिऱ्हाडांची चौकशी करताना ओळखीचा आवाज कानावर आला.

''अहो शिलपतराव, अहो काशीनाथजी, इकडं या... डाव्या आंगानं चिचीच्या झाडापाशी!''

आवाजाच्या रोखानं दोघंही पाहू लागले; तर दहा-पंधरा हातांच्या अंतरावर दगडावर उभा राहून त्यांनाच हात दाखवणारा वाघ्या भामटी त्यांना दिसला. त्याची मजबूत शरीरयष्टी... उंचपुरा देह... गोरापान वर्ण! दोघांनीही वाघ्याला ताबडतोड ओळखले आणि हात उंचावत प्रतिसाद देऊन त्याच्या रोखाने चालू लागले. जवळ येताच रामराम घेतला. वाघ्याच्या बायकोने पाय धुवायला पाणी दिले. गूळपाणी झाले. त्याच्या सोबत आलेल्या बिऱ्हाडांतीलही बाया-माणसांनी त्यांचे स्वागत केले. गोष्टीमाता सुरू झाल्या.

हा वाघ्या भामटी म्हणजे, अकोला जिल्ह्यातील मांगूळ, पुनोती, पिंजर, बार्शीटाकळीकडे फिरणाऱ्या भामट्यांच्या टोळीतील! तोही आपल्या गणगोताला भेटण्याच्या निमित्ताने दोन-तीन बिऱ्हाडांसह बहिरमला आला होता. त्याचे मूळ नाव मारोती; पण तो पोटासाठी वाघाचे सोंग काढायचा. नाचायचा, विनोद करायचा. त्यामुळे मूळ नाव 'मारोती' हे मागे पडले आणि 'वाघ्या' असेच नाव रूढ झाले. आता दोघांनीही त्याला 'रामराम हो वाघाजी!' म्हणूनच नमस्कार केला. त्यानेही मोठ्या आनंदाने त्याचा स्वीकार करत, त्यांचे स्वागत केले नि त्यांना विचारले, ''तुमी एकटेच कसे काय आले...? बिराडं मांगच सोडली... का रस्त्यानं हाये?''

''नाही. बिराडं रस्त्यानं नाही. आमी दोघंच आलो. पंचायतीत तुकारामच्या बायकोबद्दलय इचाराचं होतं. पोरीलेय लय दिसापासून भेटलो नोतो... अन् काशाचा इव्हाई आता लय थकला, म्हून समजलं. तं त्यालेय आखरीचं भेटाव, म्हून आलो जत्रंत; तं तुमी भेटले. चांगलं झालं!''

''पन यंदा पंचायतीचा तं रागरंग दिसून नाही रायला. दोन सालाआंदी जुना नाईक मेला. त्याच्या जाग्यावर दुसरा बसला नाही. पन पंचाईत तं भरली पायजे

ना, राजेहो! तुमी बी त्याच्यात हा. पुडाकार घ्या तुमीच! अन् तुकाराम कुठं हाये? थो संगं नाही आला का?''

वाघ्या भामट्याने विचारले. पण शिलपत गप्पच होता. काय बोलावे हेच त्याला सुचत नव्हते. शेवटी काशाच त्याला म्हणाला, ''तुकाराम तं पाच-सहा वर्साआंधीच बायको पोरांयमंदी गेला हो! आता थो तिकडंच असते. त्याच्या संगच शामा बुढा अन् त्याची बुढीय गेली पोरीपाशी!''

''मंजे...! तुकाराम तुमच्या पालावरय नाही आला...? मंग कुठं गेला थो? आमच्या बिराडावून जाऊन तं त्याले कयीक वर्स झाले हो! त्याच्या संगं होते तव्हाच शामा बुढा अन् त्याची बुढीय मेली. आमाले थो मूर्तिजापूरले भेटला होता. दोन दिवस बिराडायवर थांबला. ऋनमोचनच्या जात-पंचायतीत तुमी कोनीच आले नोते, मून त्याच्या बायकोची एकतर्फीच सोडचिठ्ठी झाली अन् तिनं दुसरा नवरा केला, हे तुकारामले आमीच सांगतलं. अन् आमच्या नकयत तुकाराम अध्यानमध्यान राती एकटाच निंघून गेला. कुठं गेला... काय गेला... देवाले ठावूक!''

तुकारामची बातमी ऐकून शिलपत विचारातच पडला. काशालाही धक्का बसला. आणि दोघेही गावावरच्या पालांवर लगोलग परत आले. आल्या-आल्याच सारी माहिती धनाजींसह साऱ्या पालांना कळली. बातमी ऐकून धनाजी दु:खावेगाने आक्रोश करू लागला...

''बाबू रे... तुकाराम, कुठं गेला रे बावा! मरता खेपी मले तुनं दुक दाखोलं रे. आता ह्या अंधया डोयानं कुठं सोधू, बावा...? इकडं वच्छली गेली, बायकोय गेली, मनून तुनं आपलं बरं-वाईट तं नाई केलं रे, बापा...! ये, मा आपल्या पालात वापस ये... मले भेट... माह्या तोंडात आखरंचं पानी टाक... मले खांद्यावर ने रे, बाबू! बयाजी गेला... तुकारामय गेला... माही चिंधी अन् कचरी तं किती दिवसापासून भेटली नाही रे! तुमची मायय मले सोडून गेली... आता मी एकटाच पठारावर भुतासारखा उरलो, बापा!''

आणि तो गदगदा रडू लागला. त्यासोबतच त्याला शामा बुढ्याचीही आठवण होऊ लागली. त्याचेही नाव घेऊन तो रडू लागला.

''शामा दादा, तुले जावू नोको मनलं, पन तुनं आइकलं नाही गा! बरसादच्या तोंडावरच तुले पोरीची आठोन झाली अन् मरन मांगतल्यावानी निंगून गेला

गा! बिराडायची लय सेवा केली तुनं... माह्या साथीदार गेला रे! आता मीच कायच्यासाठी जगु गा...!''

धनाजीला आता तुकाराम, बयाजी, शामा बुढा अन् मुलींच्या आठवणी त्रस्त करू लागल्या... त्याने अन्नपाणी सोडले... रात्री-बेरात्री उठून पोरापोरींसाठी आक्रोश करू लागला... त्याच्या आक्रोशाने सारी बिऱ्हाडं बेचैन झाली. आठ-दहा दिवस असेच गेले आणि धनाजीने अंथरूण धरले. राघो सदैव त्याच्या उशाशी बसून असायचा... त्याला पाणी पाजायचा... कढण पाजण्याचा प्रयत्न करायचा... पण तो ते घ्यायचा नाही. आणि एक दिवस पठारावरच्या पालातच त्याचा मृत्यू झाला. सारी बिऱ्हाडं दुःखात बुडाली.

भटकंतीच्या या भिंगरवेढ्यात व पठारावर धनाजीने देह ठेवला होता. तसा तो अंशीच्या मृत्यूपासूनच खचला होता. त्याचा खराखुरा आधार गेल्याने त्याला सारखे उदास वाटायचे. एकटेपणाची जाणीव सतावायची. तेव्हापासूनच खाण्या-पिण्यावरचेही त्याचे लक्ष उडाले होते. त्यात भर म्हणजे, तुकारामचे जुळलेले गांधर्व लग्न तुटले होते... आणि आता त्यांची साथ सोडून दूर मुलखात तो निघून गेला होता. त्याचा दुसरा मुलगा बयाजीही पोटासाठी भटकला होता. त्यांच्या भेटीचं आता काही खरं नव्हतं. कारण पायांना विसावा नव्हता आणि पोटाला चैन नव्हती. पोटाच्या आगीसोबतच पायांची गतीही वाढत होती... आणि त्या गतीसोबतच मुलखामागे मुलूख मागे पडत होते.

पोरांच्या आठवणीने धनाजी खूपच बेचैन व्हायचा. त्यांच्यासाठी आक्रोश करायचा. समोरून कुणी येताना दिसले की आपलीच मुले येत असल्याचा त्याला भास व्हायचा आणि त्यांची नावे घेऊन तो हाक मारत सुटायचा. यातच त्याचा भ्रमिष्टपणा वाढत गेला... मन-बुद्धीवरचा ताबा सुटला... खाणेपिणे थांबले. त्यातच त्याला हा निरोप कळला आणि त्याचे अवसानच गळाले... नि तो अनंत भिंगरवेढा आपल्या वारशांच्या हवाली करून अज्ञाताच्या प्रदेशात निघून गेला.

मृत्यूनंतर त्याच्या अंत्यविधीचा प्रश्न उभा राहिला. अंशीच्या मयतीला उदापूरच्या गावपाटलाने लाकडं व गोवऱ्या दिल्या होत्या, ह्याची शिलपतला आठवण झाली. आता त्यांनी ते गाव सोडून बरेच दिवस झाले होते. आता ते वराडातच; पण तेथून बरेच लांब यवतमाळ जिल्ह्यातील पाचखेड, दहेगाव परिसरात फिरत होते. तिथेही समृद्ध जमीनदाऱ्या होत्या. भामट्यांची कुटुंबे

त्यांचाही बोरू काढायला घेत होते. दहेगावच्या हद्दीत धनाजींचा मृत्यू झाल्यामुळे दहेगावचा पाटीलही म्हाताऱ्याच्या मरणाला गोवऱ्या व लाकडं देईल, अशी त्याला आशा वाटू लागली... आणि शिलपत, पाटलाच्या दरवाजात जाऊन उभा राहिला.

एक-दोन आवाज दिले; पण कुणीच बाहेर आले नाही. म्हणून शिलपत दारातून आत डोकावला. आणि पाहतो तर काय; पाटील दारूच्या नशेत तर्र झाला होता! सोबत दोन-तीन बाया घेऊन मौजमजा करत होता. खिशातील कलदार रुपये त्यांच्यावरून ओवाळत चाळे करत होता. हे पाहून शिलपत तिथेच थबकला. पुन्हा पायरीवर येऊन बसला. त्याच्या सोबत असलेला राघो त्याला तेथून चलण्यास सांगत होता. पण बापाला अग्नी देण्याच्या विचारात असलेला शिलपत तेथून हलत नव्हता. तिकडे पालात बापाचं प्रेत पडलं होतं; आणि विलासात हरवलेला पाटील त्याची मैफील सोडून बाहेर येण्यास तयार नव्हता.

शेवटी, तीन-चारच्या सुमारास तो बाहेर आला; तर त्याला दारात राघो व शिलपत बसलेला दिसला. तसा तारवटलेल्या डोळ्यांनी पाटील त्यांना विचारू लागला, ''का गा? कोन व्हा तुमी? अन् इथं कायच्यासाठी आले?''

त्यावर हात जोडून शिलपत म्हणाला, ''जी मालक! आमी बोरू मोडन्यावाले भामटी... तुमच्या पठारावर उतरलो.''

''हं, मंग?''

''तं रातच्या पायरी आमचा बाप मेला...! त्याले अगीन द्यासाठी गवऱ्या अन् लाकडं पायजे होते जी...!'' शिलपतने हात जोडून विनंती केली.

पण त्याचे शब्द ओठांतच घरंगळत राहिले आणि पाटील भल्कसा गरजला, ''तुमच्या समद्या फिरस्त्यायचे बाप पेटवाचे ठेके घेतले का आमी? बहीन, गावचा न सिवचा, चाल्ला इंधन गवऱ्या मांगाले! अज इंधन मांगता, उद्या वाडा मांगान माह्या...! चाल्ता व्हय इथून! इंधनगिंधन नाही भेटत!''

पाटलाचे बोलणे ऐकून शिलपत हवालदिल झाला. पण उसने अवसान आणून, हात जोडून पुन्हा विनंती करण्यासाठी तो पाटलाशी बोलणार; तोच राघोची तळपायाची आग मस्तकात गेली. मस्तावलेल्या पाटलाकडे त्याने तुच्छतापूर्वक पाहिले आणि नमस्कारासाठी जुळू पाहणाऱ्या बापाच्या हाताला हिसका मारून तो त्याला पालाकडे ओढू लागला व म्हणाला, ''अग्नीच देल्ली

पायजे असं कुठं हाये गा? मातीय देता येते! अन् गरिबाइले धरनीमायच्या कुसीतच झोपवलं पायजे. आता चाल इथून!''

राघोचे बोलणे ऐकून शिलपत भानावर आला नि खिन्नपणे वाड्यातून बाहेर निघू लागला... बापाला मूठमाती देण्याचा विचार करू लागला. शिलपत त्या विचारात असतानाच पाटील पुन्हा गरजला...

''अन् अखीन ध्यानात ठिवजो! तिकडं नदीच्या खालच्या आंगानं गाडजो त्याले; इकडं आमच्या मसनखुटीतच गाडान नाहीतं! तसं काही दिसलं तं मुर्दा उपसून फेकीन बरं!''

पाटलाच्या या धमकीनं तर दोघांही बापलेकांना धडकीच भरली. शिलपत गालातल्या गालात म्हणाला, ''छ्या बहीन! साडे-तीन हात जमिनीवरय हक नाही का रे आपला...? आखीरची इश्रांतीय नाही भेटत का गा आपल्याले...?''

आणि त्याचे डोळे गच्च भरून आले. डोळ्यांतील आसवं शर्टाच्या बाहीने पुसत, पोराच्या खांद्यावर हात ठेवून तो पालांच्या दिशेने जाऊ लागला. संध्याकाळी नदीच्या खालच्या थडीवर धनाजीला माती दिली गेली. त्याचा अंत्यविधी पार पडला. पण धनाजीने राघोच्या डोक्यात निर्माण केलेली हलचल... आणि त्याच्यात पेरलेली नव्या जीवनाची पहाट... त्याची सदैव सोबत करू लागली.

''माह्या तं जलम गेला फिरस्तीपणात. आता तूच सोडजो हे फिरस्तीपन. अन् थांबजो एखांद्या गावपांढरीत...!'' धनाजीने त्याला सुचवलेल्या शहाणपणात त्याच्या पिढ्यांची सुखं समाविष्ट झाली असल्याची जाणीव त्याला होऊ लागली. आणि परिवर्तनाची पणती त्याच्या डोक्यात वणवा पेटवू लागली.

त्या वणव्यात, पालासह भटकंतीची राख करायची... या भिंगरीचे फेरे घेणाऱ्या जिवांना आता यातून मुक्त करायचे... आपल्यासह या सर्वांना एखाद्या गावपांढरीत आता पाय रोवायला सांगायचे... माजलेल्या बोरूसारखे भटकंतीचे प्रमत्त वेढे, त्या वेढ्यांना आता निर्धाराच्या दोरखंडाने आवरायचं... आणि मुठीत गच्च आवळलेल्या बोरूला तीक्ष्ण विळ्याने कचकन कापून दूर फेकावे तसे फेकून द्यावे.... धनाजीच्या मृत्यूने राघो असा शिलगला... पेटला... आणि परिवर्तनाच्या जाणिवेने बेचैन झाला. मग अशा बेचैनीतच एका गावाहून दुसऱ्या गावाकडे बिऱ्हाड हलवू लागला.

❖❖❖

काशा-शिलपतनेही आता साठी ओलांडली होती. धनाजीचा मृत्यू झाला होता; तर राघो पंचविशी-सव्वीशीत आला होता. त्याच्या ओठांवरचा काळा पट्टा आता मिशीत रूपांतरित झाला होता. बापापुढे आपले मत मांडण्याएवढी समज त्याला आली होती. प्रसंगी बापाशी हुज्जतही घालू लागला होता. धुसफूस अन् आपल्या टोळीचे नेतृत्व करण्याची रग त्याच्यात वाढत्या वयानुसार येऊ लागली होती. शिवा-विठोबाचेही लग्न होऊन आता तेही लेकुरवाळे झाले होते. आता तिघेही भाऊ एकत्र बसून विचारविनिमय करायचे. टोळीतील इतर तरुण मुलांनाही तो एकत्रित करून विचारविनिमय करायचा. आपले म्हणणे त्यांना पटवून देण्याचा प्रयत्न करायचा. पुढच्या प्रवासाचे मार्गही आता तेच ठरवायचे. बोरूच्या मजुरीपासून तागाच्या विक्रीपर्यंत साऱ्या जबाबदाऱ्या आता नव्या पिढीने आपल्या खांद्यांवर घेतल्या होत्या.

राघो मोठा हिकमतीचा... महत्त्वाकांक्षी व कष्टीक तरुण... तसाच हेकेखोर! एखादी गोष्ट डोक्यात शिरली की ती पूर्ण केल्याशिवाय त्याला चैन पडायची नाही. त्यामुळे बापलेकात सतत मतभेद होत राहायचे. शिलपत जुन्या वळणाचा... जुनं ते सोनं मानून रुळलेल्या वाटेने चालणारा; तर नवीन काही करायचे... आव्हानं स्वीकारायची... स्वप्न पाहायची... आणि ती पूर्ण करण्यास धडपडायचे, असा राघोचा स्वभाव!

म्हणूनच त्याने आता नुसत्याच मजुरीवर राहणे सोडले होते. आता तो अर्धालीनेच बोरू कापायचा. म्हणजे, मजुरीऐवजी त्यांनी कापलेल्या अर्ध्या पेंड्यांवर त्यांचा अधिकार! ताग काढण्याबाबतही तसेच; तो स्वतः तागाचे पिळे बाजारात विकायचा. त्याचे त्याला चांगले पैसे मिळायचे. तिघांही भावांना घेऊन तो धंदा करायचा. प्रत्येक कामाबाबत बापाला विचारायचा; निर्णय मात्र स्वतःच घ्यायचा. आपल्या बरोबरीच्या सर्व तरुणांना तो हेच सांगायचा.

लहानपणी त्याने पाहिलेला तो जाणोजी म्हातारा त्याच्या मनात अद्यापही घर करून बसला होता. आता तोही ऐंशी-पंच्चाएंशी वर्षांचा झाला होता नि उदापूरला पाटलाच्या गावातच स्थाईक झाला होता. पण रुबाब तसाच! त्याचा करारीपणा... त्याची बेदरकार वृत्ती... त्याची ऐट... तागाचे चऱ्हाडं करून विकण्याची त्याची पद्धत... त्यातून त्याच्याजवळ जुळत असलेला पैसा... गावपाटलाकडेही असलेली त्याची पत... मान सन्मान! आणि त्यामुळेच पाटलाने

गावात स्थाईक होण्याचा त्याला दिलेला सल्ला... आणि त्याच्या आज्याने, धनाजीने त्याच्यात भरलेली उमेद, जिद्द व ताठरपणा! या पार्श्वभूमीवर त्याचं व्यक्तिमत्त्व घडत होतं. पण अजून तरी भटकंतीशिवाय इलाज नव्हता.

वराडात फिरत असताना त्याला जशा भामट्यांच्या टोळ्या अधूनमधून भेटायच्या, तशाच झाडीतही भेटू लागल्या. सारेच पोटासाठी वणवण भटकणारे, भुकेकंगाल जीव! बोरू-अंबाडीपासून ताग काढायचा, तो विकायचा आणि पोट भरायचे. पण पोटापायी एकमेकांच्या उन्यावर असायचे. आपल्या मजुरीत दुसरे कुणी सहभागी होऊ नये यासाठी त्यांची सतत कुरबूर चाललेली असायची. त्यामुळे एकमेकांपासून अंतर ठेवून ते मजुरीच्या शोधात फिरायचे.

राघोही आतापर्यंत तसाच फिरला... पुढेही तसाच फिरत राहणार होता. पोट आहे तर फिरण्याबद्दलही त्याची काही तक्रार नव्हती. पण त्यात येणाऱ्या संकटांनी तो भयभीत झाला होता. हे सगळं बेभरवशाचं जीवन... त्याला कुणाचा आधार नाही... कुणाची हिंमत नाही! ज्या गावाच्या हद्दीत बिऱ्हाडं उतरतील तिथल्या पाटलाची 'हांजी हांजी' करा... दप्तरात नाव नोंदवा... रोज चावडीत हजेरी द्या! घोड्याच्या खोगिरासारखा उडणारा त्याचा कोतवाल... तो गावातील मेलेली ढोरं ओढील... त्याचं मास खाईल... उष्ट्या अन्नावर जगेल. वरिष्ठांना त्याच्या सावलीचाही विटाळ! घरात न मावणारं दारिद्र्य; पण त्याचाही ताठा काही औरच! पठारावरच्या मुसाफिरांना तो असा काही दटावतो; जसाकाही पंचम जॉर्ज सातासमुद्रापलीकडून गुलामांना दरडावतो आहे. कोतवाल म्हणजे खरेतर पाटलाच्या कुत्र्यापेक्षाही शूद्र! पण त्याने आपला स्वाभिमान गाडलेला... पाटलाने 'शिवू रे' म्हटलं की लागला तो भुंकायला.

त्यानंतर न चुकणारी वेठबिगार... पोलिसी ससेमिरा... या साऱ्या भोगवट्यात एकटा सापडलेला त्याचा समाज... त्याचा वांझोटा आक्रोश... गावकऱ्यांच्या संशयी नजरा... त्यांना ना गावाचा आधार; ना गावकऱ्यांची हिंमत! पठारावरच्या झुडपासारखे त्यांच्यावर मोकाट गुरांचे हल्ले... येणाऱ्या-जाणाऱ्यांचे वार... वारावादळाचे हेलकावे.... तरीही पठाराशी निष्ठा बाळगत चाललेला त्यांचा प्रवास... मरण यातनांचा सिरपेच लेवून ढकलला जाणारा प्रत्येक दिवस....!

राघोला दिवसेंदिवस आता हे जगणेच नकोसे वाटू लागले. स्वत:चीच शिसारी येऊ लागली... आणि तो विचार करत तासन्तास एकाच ठिकाणी बसू लागला. त्याची बायको लक्ष्मी त्याची समजूत काढायची. लाडेलाडे त्याच्या गळ्यात पडायची. त्याच्या तारुण्याला आव्हान द्यायची. मग तोही डोक्यातील विचार झटकून तिची मस्करी करायचा. जिवावर आले की ती ओरडायची. किंकाळी फोडण्याची धमकी द्यायची. राघोही त्यामुळे भानावर यायचा. मस्करीचा लगाम आवरायचा आणि जिंकल्याच्या आनंदात त्याला पुन:पुन्हा चिडवत लक्ष्मी तेथून धूम ठोकायची. पण कधी-कधी तो पार विसकटल्यासारखा व्हायचा. त्याचे कशातच मन लागायचे नाही. त्याचा बाप त्याला बाजारात ताग विकायला जाण्यासाठी त्याच्या मागे भुणभुण लावायचा. माय त्याच्या चिंताग्रस्त मन:स्थितीवर रागवायची. मग तोही उसळून आवाज वाढवायचा. त्याचा बिघडलेला अवतार पाहून लक्ष्मी तेथून निघून जायची; नि तागाचा भारा डोक्यावर घेऊन, दम टाकत त्याचा बाप बाजारच्या वाटेने लागायचा.

आजकाल राघोची मन:स्थिती काही ठिकाणावर नसायची. तो आपल्याच विचारात गुंतून पडायचा. कुठल्याशा वादळाने तो झपाटत असल्यासारखे वाटायचे. पण त्याचा अंत कुणालाच लागायचा नाही. नि तो आपल्याच विचारात असला की वसकावून धावण्याच्या भीतीने त्याच्याशी कुणी बोलायच्याही भानगडीत पडायचे नाही. या विचारात धनाजीच्या आठवणींनी तो बेचैन व्हायचा. त्याच्यात गुंतलेलं राघोचं मन काही केल्या मोकळं व्हायचं नाही. उलट, विचारांच्या वेगासरशी त्याला ते अधिक गुंतवत सुटायचं. आज्याच्या स्मृतींशी निगडित त्याच्या मनावरचे ओरखडे अधिक ठणकू लागायचे. त्याच्या आठवणींनी तो ढसढसा रडायचा... नि कालसागरात लुप्त झालेली एखादी बहुमोल वस्तू शोधावी तसा तो दूर अनंतात उदासपणे पाहत राहायचा.

गावं बदलत होती... अनुभवांची वर्तुळं विस्तारत पाण्यात लुप्त होत होती... पुन्हा उसळत होती; पण किनाऱ्याला लागत नव्हती. आपल्याला आधार देईल अशा गावच्या शोधात तो फिरत राही. सारी बिऱ्हाडं सवयीप्रमाणे गावं बदलायची. हंगाम संपला की पुढच्या दिशेने चालू लागायची. राघोही पुढे चालतच होता. पण, त्याच्या डोक्यातील वादळ आता शिलगू लागलं. त्या

वादळी अशांततेतच आज्याचा अंत्यविधी त्याने पाहिला... आणि त्याच्या अनेक आठवणी त्याला घुसळू लागल्या... त्याला अंतर्बाह्य सतावू लागल्या.

त्यातच उदापूरच्या पाटलाने जानोजी म्हाताऱ्याला दिलेला सल्ला त्याला बेचैन करू लागला. भटकंती सोडून स्थिर होण्याचं त्यानं त्याला बहाल केलेलं स्वप्न... त्याने भटक्यांच्या पालात परिवर्तनाची ठेवलेली पणती... त्या पणतीने म्हाताऱ्याच्या मेंदूत शिलगलेले विचार, व कुणाचेही न ऐकता गावात स्थिर होण्याचा त्याने घेतलेला निर्णय... त्या विचारानेच त्याच्यातही संचारलेला दृढनिश्चय... त्यामुळे येणारी बेचैनी त्याला चोळामोळा करायची. बेचैन करणारे आपले विचार तो कधी आपल्या बापाला सांगायचा. मायच्या कानाशी लागायचा. म्हणायचा, ''मॉ, मी नाही भटकत आता! कट्टाया आला मले ह्या जीवनाचा! मी एकच गाव धरून रायतो आता. अन् आता तुमीबी कोनीच भटकू नोका. एखांदी गावपांढरी आफून जवड करू अन् थांबू तिथंच!''

आपले विचार तो सर्वांना सांगायचा. त्याचे फायदे पटवून द्यायचा. सुरुवाती-सुरुवातीला त्याच्या विचारांना सगळे हसायचे. विनोद समजून त्याची मजा घ्यायचे. पण त्यामुळे राघो अधिकच बेचैन व्हायचा. एखाद्या गावची सुगी संपून पुढे जायची सर्वांनी तयारी केली की राघो अड मारून बसायचा. गाठोडे बांधून पुढे जाणाऱ्या बिराडांपुढे आडवा होऊन साऱ्यांना हात जोडत म्हणायचा, ''आफून आता इथंच थांबूना गा... कायमचं!''

पण त्याचं कुणीच ऐकायचं नाही. उलट, सारे जण त्यालाच शहाणपण सांगायचे.

''हे पाहय राघो, असं पिसाटावानी नाही कराव. एका गावाच्या भरूशावर आपलं पोट कसं भरन, बावा! कोनती गावपांढरी कायमचं पत्करन आपल्याले...? चार गावं फिरू तव्हा दोन घास खाले भेटते समद्यायले? एका गावाच्या भरूशावर मरा लागन पाय घासून!''

त्यावर तो त्यांना म्हणायचा, ''हे पाहय बावा, तुमी समदे जलमभर फिरले. कोन्या मुंगीपैठनहून निंघालो मंते आफून! तव्हापासून पिढ्यान्‌पिढ्या आफून फिरतच हावो. गावाकाठी उतरलो का शी, थू करते समदे झनं! पाटील, पोलीस चोर समजून संशय घेते, तरी आपलं फिरनं थांबलं का...? पोट भरलं का आपलं...?''

''तं मंग एका गावाच्या भरूशावर भरन का पोट...? राहू का जित्ते आफून...? थ्या परीस चार गावं हिंडाव, मजुरी पहाव. हगाम सरला का पुढं धकाव.''

त्यांच्या टोळीतील काशा, सताजी, शिलपतसारखे वयस्क माणसं त्याला समजवायचे आणि बिऱ्हाड बांधून गोडीगुलाबीने त्याला सोबत घेऊन जायचे. त्यात आणखीही वर्ष-दोन वर्षं लोटली... आणि त्याच्यातील बंडखोराने आपल्या परंपरेविरुद्ध बंड पुकारले. भटकंतीच्या गतिमान जीवनाला निर्धाराचा बांध घालून थांबण्याचा मनाशी संकल्प केला.

आता त्यांची बिऱ्हाडं झाडी आणि वराडच्या परिसरात फिरत होती. तागाच्या शोधात वर्धेचा काठवा त्यांच्यासाठी वरदान ठरत होता... तारुण्याच्या उंबरठ्यावरून त्याची पावलं पक्वतेच्या दिशेने वळू लागली होती... निर्णयक्षमता नि आत्मविश्वास त्याच्यात संचार करू लागला होता... आता तो तागाचे गठ्ठे विकून त्यावर गुजराण करत होता... कनवटीला पैसा बांधू पाहत होता... शेतमालकांचा विश्वास संपादन करू पाहत होता... गावपाटलाशी ओळखीपाळखी वाढवू पाहत होता... त्यांचे प्रेम - जिव्हाळा संपादन करू पाहत होता... तरी भटकंती काही अद्याप सुटली नव्हती.

असाच फिरत-फिरत तो वर्धेकाठच्या गोकूळसऱ्याला येऊन पोहोचला. सगळीकडे पसरलेली सुपीक, सखल, काळीभोर जमीन! त्यात दगडाचा खडाही नजरेस पडत नव्हता. आणि पन्नास-शंभर एकराचा एकेक सर्वे नंबर... त्यात माजलेले बोरू-अंबाडीचे तांडेच्या तांडे... तूर पऱ्हाटी गच्च बसलेली... पुरुषापेक्षाही हातभर उंचीची भारी ज्वारी... मनगटासारखा तिचा धांडा... पायलीएवढं कणीस... गावात मोठमोठाली खटले... गाईगुरांचे कळप... दूध दुभत्याची चंगळ... गावाला लागून वर्धामायचं विस्तीर्ण पात्र... त्यात खळखळणारं काळंभोर पाणी... वखवखत्या उन्हाळातही दोन्ही थड्या तुडुंब भरलेल्या...!

राघो आपल्या बिऱ्हाडांसह गोकूळसऱ्याच्या गोठाणावर उतरला. गोठाण गावालाच लागून... गावातील गाईगुरांचे कळप तिथे थांबायचे. गोठाणाला लागूनच नदीचा खळखळता प्रवाह! गावाच्या शेतजमिनीने नि अथांग पाण्याने

भरलेल्या नदीने त्याला या गावाचे वेगळेच आकर्षण वाटू लागले. तो स्वतः पाटलाकडे नाव नोंदवायला गेला. सोबत काशा - सताजीच्या पोरांनाही नेले. पाटील चावडीतच बसला होता. सर्वांनी त्याला नमस्कार केला. राघो म्हणाला, ''जी, आमी बोरू मोडणारे भामटी! काम द्या, मालक! इमानदारीनं ताग काढून दिवू!''

पाटलाने शांतपणे त्यांच्याकडे पाहिले व म्हणाला, ''भामटी होय मंता?''

''जी!'' राघोचे उत्तर.

पाटील पुढे म्हणाला, ''इमानदारीनं राहान तं सालभर काढान येवढा बोरू देतो.''

त्याच्या एका शब्दात राघोला सारे संदर्भ कळले आणि तो नुसता 'हो'ला 'हो' लावत पाटलाकडे पाहू लागला. आता हंगाम तोंडावर आला होता. तो येताच त्याने आपल्या बांधवांसह बोरूची उभी पिकं काढायला घेतली. काही अर्धालीनं केली. एका शेतातील बोरू उधडाच काढायला घेतला. सर्वांनी जीव तोडून काम केले. परिणामी, सर्वांना हंगामही बऱ्यापैकी झाला. त्यामुळे भाऊबंदही सुखावले आणि आवतीभोवतीच्या परिसरातही बोरूचा शोध घेऊ लागले.

भामट्यांची बिऱ्हाडं उतरली होती, त्या गोठाणाला लागूनच सरकारी शाळा होती. मुलांची तिथे दिवसभर वर्दळ दिसायची. हातात पाटी-पुस्तक घेतलेली वस्तीतील मुलं पाहून त्याला आपल्या बिऱ्हाडांतील लेकरांची कीव यायची... आणि हातातील पुस्तक फाडफाड वाचणारी ती शाळाकरी मुलं पाहून त्याला आश्चर्य वाटायचं! फुरसत मिळाली की तो शाळेच्या ओसरीवर जाऊन बसायचा. खांबाला पाठ लावून, मास्तरचे शिकवणे, पोरांचे पाढे, कविता यासोबतच त्यांचा घनघोर गोंगाटही मनसोक्त ऐकायचा; नि तृप्त झाल्यासारखा, आपल्या बिऱ्हाडाकडे प्रसन्न मुद्रेने परतायचा.

त्याची बायको लक्ष्मी पहिल्या मुलानंतर आता पुन्हा गरोदर होती. त्याचे दोन्ही भाऊही आता लेकुरवाळे झाले होते. त्याच्या टोळीतील नव्या पिढ्यांचे संसार आता फुलून आले होते. पण, पालांतील लेकरांकडे पाहिले की त्याला समोर हातात पाटी-पुस्तक घेतलेली गावातील मुलं दिसायची. त्यांचा गोंधळ राघोच्या मनात नव्या युगाचे पडघम वाजवत सुटायचे आणि राघोचं विचारचक्र गतिमान व्हायचं... त्याला वाटायचं, आपल्या मुलांच्या नशिबात कुठली

शाळा...? त्यांची जीवनं तर जन्मापासूनच अस्थिरतेशी करारबद्ध झालेली... दारिद्र्य नि उपवासाच्या पडात मजबूत आटलेली... आपलं हे जीवन म्हणजे, गरगर फिरणाऱ्या घेऱ्यासारखं... तागाच्या लट्टीसारखं पीळ भरत ते गरगर फिरत राहतं. त्याला विसावा ठाऊक नाही. ते थांबलं की वसाही थांबला... मग मेलाच भामटी... संपलंच सगळं!

सालाबादप्रमाणे यंदाचाही हंगाम संपला. मजुरीचा हिशेबटिशेब घेतला आणि पावसाळा सुरू होण्यापूर्वी पुढच्या प्रवासाचा विचार ते करू लागले. शिलपत, काशा, सताजीनेही त्याला याबाबत सांगितले. राघो नेहमीप्रमाणे आढेवेढे घेऊ लागला, काहीबाही कारणं सांगून एकेक दिवस पुढे ढकलू लागला; तशी शिलपतची बेचैनी वाढू लागली. तो राघोला पुढे चालण्याविषयी परोपरीने समजावत होता. राघो मात्र त्याचे म्हणणे काही मनावर घेत नव्हता. त्यातच रोहिणी नक्षत्राचे एक-दोन जोरदार पाऊस झाले. जोरदार वादळानेही हजेरी लावली. त्यामुळे पालांची धूळधाण झाली. पण राघो काही पुढे जाण्याचे मनावर घेत नव्हता.

...आणि गाव बदलण्याच्या कारणावरून त्याचे बापाशी कडाक्याचे भांडण झाले. त्याचं म्हणणं बापाला काही पटत नव्हतं. गावात स्थिर होणं हा त्याला अक्षम्य वेडेपणा वाटत होता... पुढच्या पिढीसाठी खोदून ठेवलेला मृत्यूचा खंदक वाटत होता... नि पुढच्या पिढीच्या भवितव्याने तो खचल्यागत होत होता. त्याला काशासह सर्वच बिऱ्हाडांची साथ असल्याने सारेच त्याच्या विरोधात उभे ठाकले होते. जिच्यावर त्याचा कायमचा भरवसा; ती त्याची मायही त्याला सारखी विरोध करायची. सुख-दुःखातील साथीदार बायकोही आता त्याच्या बाजूने नव्हती.

ती म्हणू लागली, ''आवो, असं भूत लागल्यावानी काहून करून रायले? कुटकाभर लेकरू हाये आपलं... दोन मयन्यानं बायतपन येते. अन् तुमी भलताच हट्ट धरून बसले. उद्या पानी-पावूस सुरू झाला, तं कोनाच्या अधारानं राहाव आफून...? समदी बिराडं निंघून गेल्यावर आफून इथं एकटच कोनाच्या भरुशावर राहाचं मंतो?''

त्यावर राघो म्हणाला, ''आवो, त्याची तू चिंता नोको करू...! मी हाये ना! मीच करीन समदं काही. जंगलात रानगाय जनते, तं तिचं बायतपन कोन करते ओ...! देवाच्या भरूशावरच असते का नाही समदं काही? तसेच आफून पठारावरचे रानटी लोक! आपल्याय पाठीमांगं देव उभा राहीन. जावू दे बुढा-बुढीले बिराडासंगं... तू मले साथ दे फक्त!''

''नाही बा! अशा वक्ती समदेझनं संगं पायजे. बाईचं दुक बाईलेच समजते. कमी-जास्त झालं तं तुमी वक्तावर काय करान. मनून मंतो जीद सोडा अन् चाला पालाय संगं! आवो, जातीसाठी माती खा लागते. अन् हे तं आपल्याच हाडा मासाचे अन् बुद्रूक लोक! त्यायले मोडा नोका घालू. मी एकटी इथं नाही थांबनार... मामाजीसंगं मी बी जाईन. तुमी या नाहीतं नोका इयू!''

लक्ष्मीने त्याला निर्वाणीचंच सांगितलं. तिच्यासह सारे जण त्याला पुन:पुन्हा सांगत होते. पण राघो काही मनावर घेत नव्हता. तेथून बिऱ्हाडं हटवण्याचं काही ठरवत नव्हता. शेजारची बिऱ्हाडं शिलपतला धारेवर धरू लागली. ते त्याच्या बापाला म्हणू लागले, ''हे पाहय शिलपत, तुह्या पोराले पांढरीचं पिसं लागलं. आता थो गावाचा पाटील बननार हाये, तं तुमी थांबा इथंच. आमाले तुमी आता अडवू नोका.''

मजबूर झालेला शिलपत त्यांना अधीरपणे समजवायचा. पोरालाही दोन गोष्टी सांगण्याचा प्रयत्न करायचा. पण आता त्याचाही संयम संपला होता. पोराला तो निर्वाणीचच म्हणाला, ''हे पाहय राघो, तुले पुढं जाचं नसन तं नोको जावू. वाडवडलाच्या नावाले कलंक लावून रायला ना तू? तं असं कर... आमच्या उरावर दगूड टाक, नाही तं नदीत ढकलून दे आमा बुढा-बुढीले... अन् मंग एका गावचा पाटील बन तू! बहीन, 'दीड बुटलं ठेवा अन् सारी रात दिवा' असी गत हाये तुही. कर, तुले काय कराचं असन तसं कर!''

शिलपत त्याला काकुळतीने म्हणाला. पण राघोवर त्याचा काहीच परिणाम झाला नाही. उलट, बापावरच तो खेसकला... ''बॉ, तुह्या गवऱ्या आता मसनात गेल्या. आमाले आता आमच्या मनानं जगू दे. मी गाव सोडून न्हाई येनार, मंजे नाई येनार! आता माहे लेकरं-बायं आमी भिकीवर नाही जगवनार... माह्या लेकरा-बायायले सोडून तुमी खुशाल पुढं जा!''

आणि या कारणावरून बापलेकांत आता रोजच खटके उडू लागले... सईही राघोलाच बोलू लागली... भाऊबंद व त्याच्या बेड्यातील तरुण त्याची मूर्खात गणना करू लागले... त्याला टाळू लागले... विशेष म्हणजे, त्याची बायको लक्ष्मीही त्याच्या मताशी सहमत होईनाशी झाली... तीही परंपरेच्या वाटेनेच त्याला खेचू लागली... या विषयावर सासऱ्याची बाजू घेऊन नवऱ्याशी भांडू लागली... त्याच्याशी अबोला धरू लागली. त्यामुळे राघो आता संपूर्ण एकाकी पडला. गावपांढरीत स्थाईक व्हायला कुणीच राजी नव्हतं. भटकंती सोडायला एकही बिऱ्हाड तयार नव्हतं, की त्याच्या कुटुंबातील कुणाचीच त्याला सहमती नव्हती!

विचाराविचारांतच एक दिवस तो पाटलाच्या वाड्यात आला. बाजारचा दिवस होता. दिवाणजी मजुरांचा चुकारा करत होते. चावडीत पाटील पान खात बसला होता. त्याच्यासोबत काही गावकरी गप्पा करत शेतीवाडीचे हालहवाल सांगत होते. तशातच राघो तिथे जाऊन पोहोचला. त्याच्या चेहऱ्यावरील उदासीनता पाहून पाटलाला त्याची कीव आली. तसा तो दानशूर श्रीमंत म्हणूनच लोकमानसात प्रसिद्ध होता. सारे लोक त्याला 'अण्णासाहेब' म्हणून मान द्यायचे. तोही लोकांच्या उपयोगी पडायचा. विसकटलेल्या राघोकडे पाटील घटकाभर पाहतच राहिला. मग नोकराकडून पाणी मागवून राघोला प्यायला दिले. त्यामुळे राघोच्या मनातील काहिली थोडीशी थांबली. त्याला तरतरी वाटू लागली. पाटील शांतपणे म्हणाला, "काय राघोबा, कसं येणं झालं? बोरूचे पैसे नाही भेटले का अद्याप? का पुढचा हगाम घ्याले आत्ताच आला?"

त्यावर राघो म्हणाला, "मालक, चुकारा तं कवाच भेटलाजी आमाले. अन् पुडच्या हगामाले लय टाईम हाये जी! अज मी दुसऱ्याच कामासाठी आलो जी!"

"सांग... बिनफिक्कर सांग, काय अडचन हाये थे! लाजू नोको का घायबरू नोको!"

"मालक, आता आमी ह्याच गावात कायमचं राहाचं ठयरवलं जी! इथं अन् ह्या सिवारात बोरूचा भरपूर पेरा असते. ह्या पाच कोसाच्या गर्द्यातय भरभक्कम बोरू असते. वर्धामायले इथं भरपूर पानीबी असते. दावे, चऱ्हाडं तं वर्सभरय

काडता ईन इथं. म्हून ह्याच गावपांढरीत कायमचं थांबाव मनतो. तुमची सहमती अन् असीरवाद पायजे, मालक!''

राघोच्या बोलण्यावर पाटील खूश झाला. हंगामभर त्यांनीच पाटलाचा बोरू काढला होता. त्याच्या वाटणीचा ताग इमानदारीने त्याला आणून दिला होता. या निमित्ताने राघोची त्याचेशी अनेकदा भेट झाली होती. ओळखपाळखही झाली होती. पाटलाचा स्वभाव, त्याचा दानधर्म, त्याचा दिलदारपणा याचा त्याला परिचय झाला होता. त्यामुळे त्यालाही हे गाव स्थायिक होण्यास चांगले वाटून त्याने हा निर्णय घेतला होता. पाटलाचाही राघो व त्याच्या सर्व पालांवरच्या लोकांचा विश्वास पक्का झाला होता. त्यामुळे वाड्यावरील हजेरीतही त्यांना अधूनमधून सूट मिळत होती. स्थायिक झाल्यावर तर ती बंदही होण्याची शक्यता होती. पाटलाने त्याचे म्हणणे शांतपणे ऐकून घेतले नि म्हणाला, ''बाबू रे, आमच्या गावात खुशाल थांबा तुमी! माहा असीरवाद हाये तुमाले! पठारावर घर बांधा, नाही तं गावात राहा. पन तुमचे दहा-बारा बिराडं एका जागी कसे राहान गा? थ्या परीस पठारावरच घरं बांधा. तिथून गाव काही दूर नाही.''

पाटलाच्या बोलण्याने खूश झालेला राघो उतावीळपणे बोलून गेला, ''पन मालक, ह्या बरसादच्या तोंडावर घरं कसे बांधता यीन जी! तवरीक आमाले राहाले गडीत जागा द्या, मालक! तितच्या टिनाच्या वसऱ्या रिकाम्याच तं असते. बरसादभर अधार द्या, मालक! मंग आमी आपली येवस्था करतो जी!''

त्याचे बोलणे ऐकून पाटील गालातल्या गालात हसला नि हसत-हसत म्हणाला, ''मोठा हुशार हाये गा तू! बामणाले देल्ली वसरी अन् बामण पाय पसरी, असंच झालं. गावात थांबता-थांबता तुनं तं गडीय मांगतली गा!''

आणि तो गदगदून हसला. हसणे थांबताच म्हणाला, ''राहा गढीत! तुमाले वाटन तवरीक राहा. दिवानजी, यायच्या बिराडायसाठी गढीचा दरवाजा उघडून द्या अन् समदी मदत करा त्यायले. आपल्या गावचे पाहुने हाये थे!'' आणि पाटील आत निघून गेले.

राघोही मागे फिरला. माणुसकी जपणाऱ्या एका पाटलाच्या मोठ्या मनाने धन्य झाल्यासारखे त्याला वाटले आणि त्याने पठारावरील बिऱ्हाडांची वाट धरली. पावसाळाभर सर्व पालांची राहण्याची व्यवस्था झाली होती... पुढेही पाटलाची हिंमत पाठीशी होती... आता मायबाप आणि इतर बिऱ्हाडांची

मनधरणी करायची होती... ते थांबले तरच त्याच्या शब्दांना अर्थ होता... एरवी पाटलापुढे तो खोटा ठरणार होता... पण त्याची कुणालाच तमा नव्हती. विचारचक्र अमर्याद गतीने फिरत होतं, तसा तोही ही बातमी सर्वांना सांगण्यास उतावीळ झाला होता.

❖❖❖

राघो पालांवर पोहोचला तेव्हा सर्वांची बांधाबांध झाली होती. पालं उपटून गाठोड्यात बांधले होते आणि राघोची वाट पाहत जागोजागी बसले होते. एवढ्यात राघो तिथे येऊन पोहोचला. त्याच्या बापाने रागाने त्याच्याकडे पाहिले. आणि म्हणाला, ''पाटलानं काय पुर्नाच्या पोईचा पाहुनचार केला कागा तुले? एवडा वकत लावला तुनं! आता ह्या पासल्या पायरी कुठं जाव... अन् कोन्या गावाच्या अधारानं थांबाव? काय मनाव बावा तुले! आता तू दोन लेकराचा बाप हून रायला, तरी हूडपना काही गेला नाही. तुह्या बरोबरीचे लेकरं बापाच्या पावलावर पावूल टाकून कसी जिनगानी करून रायले...! अन् तू एकाच गावात थांबाचं येड डोक्शात घिवून बसला हाये. काय मनाव बा तुले...! तुह्यापायी आता आपली अक्कलच काम करून नाही रायली. आतातरी लवकर आपलं गाठुडं उचल अन् लाग रस्त्यानं!''

तसा बापाच्या रागाकडे दुर्लक्ष करून राघो म्हणाला, ''बा, आता राहू दे गाठुडं अन् दुसरा गाव... सोडा त्याचा फंदा! आता आपल्याले कुठच जाचं नाही. ह्याच गावात थांबाचं हाये. इथंच रोजमजुरी करू अन् पोट भरू. हे गाव चांगलं हाये... इथं शाळा हाये... बोरूचा भरभक्कम पेरा असते. गावचा पाटीलय देवमानूस हाये. आफूनय आता दावे-चऱ्हाडाचा धंदा करू शकतो. मताऱ्यापासून थो हुन्नेर शिकलो मी! आता चाला वापस! गढीत आश्रय देल्ला पाटलानं! तिथं मोठ्ठ टिनाचं शेड हाये. तिथं आफून कितीकय दिवस थांबू शकतो. तिकडच चाला आता... उचला आपले गाठुडे!''

खरेतर शिलपतला राघोचा भयंकर राग आला होता. पण तो काहीच बोलला नाही. त्यावर काशाच बोलू लागला, ''राघो, आता तुहे हात कमरीले पुरले. आमी समदे मूर्ख ठयरलो तुह्यापायी. अरे गावानं आपल्याले कदी आपलं मानलं का...? देल्ला का कव्हा अधार...? का चोर भामटी मनून दूरच

लोटलं? पोलिसाच्या धाकावरच पठारावर ठिवलं. भुलला का तू येरनगावचा अत्याचार...! कसं ढोरासारखं मारलं होतं... कसी बायायची अब्रू घेतली होती... तवा किती गावकरी आपल्या मदतीले आले रे, बाबू! अन् आता तू समदं भुलला. इथं तरी काय भेटनार हाये तुले? पाटलाचा भरभक्कम बोरूचा पेरा असते. त्याले हक्काचं मजूर पायजे मनून ह्यो आश्रय असन. आमाले नाई याचं त्याच्या गढीत... तुमी जा! सक्काईसच निंघतो आमी. तुही वाट पाहत बसलो अन् फस्ती पडलो रे, बावा! नाही तं आता पावतर नदी पार करून पुडच्या गावात पोचलो असतो.''

काशानेही त्याचे म्हणणे साफ नाकारले. आपल्याला एका गावात नाही थांबायचं या मुद्द्यावर तो ठाम होता. त्याची मुलं व इतर बिऱ्हाडंही त्याचीच री ओढत होते. शेवटी काशाचा मोठा मुलगा पुढे आला आणि राघोला म्हणाला, ''हे पाहय राघो, आता पावतर समदी बिराडं बुद्रूक लोकायचं आयकत आले. धन्या काका अन् शामा बुढाच समद्यायले मार्ग दाखवाचे... थेच गावं ठयरवाचे... त्यायच्या मांगमांग समदी बिराडं जाची. आता थे मेले. त्यायची जागा शिलपतकाका अन् माह्या बापानं घेतली. आता आफून त्यायच्या मनानं वागलो पायजे का नाही? अन् गावात एका जागी थांबून तरी काय पदरात पडनार हाये? शाया हाये मनतं; तं शाया शिकून आपले लेकरं मास्तर थोडेच व्हाचे रायले? थे वानी बामणाचं काम... अन् शायेसाठी पाटी-पुस्तक पायजे... चांगले कपडे पायजे. कुठून देसीन? आपली तं संजीची सोय नाही. थ्या परीस फिरस्तीच चांगली! पोलिसाची धाड पडली का पयाचं जंगलात... पुन्हा उभाराचं पाल अन् भराचं पोट!''

''अरे बाबा, पोलिसाच्या धाडी, गुन्हेगारीचा कलंक जाऊन मानाचं जीवन भेटासाठीच तं माह्या आटापिटा हाये, राजेहो! तुमच्या लेकरायचं कल्यान झालं पायजे. त्यायले लेयता-वाचता आलं पायजे. शिकले तं एखांदा मास्तरय होईन ना! पन तुमी तिथ पावतर गेले पायजेन ना...! का आंदीच वसवस कराचं! अन् गावाच्या अधारानं थांबले तं तुमच्यावरच्या पोलिसायच्या धाडीय बंद हुईन... मानपान भेटन तुमाले... बिगार अन् अत्याचारय टयन तुमच्या मांगचा! अज गावचा पाटील तुमच्या पाठीशीन हाये... त्याची भरभक्कम हिंमत हाये आपल्याले! त्याच्या अधाराअधारानच आपलाबी उद्धार हुईन. थांबा ह्याच

गावात... आयका माहय! हात जोडतो राजे हो! आपल्यासाठी नाही तं आपल्या लेकरा-बायायसाठी तरी गाव धरून राहा. आता त्यायले तरी भटकन्याच्या भिंगरीले बांधू नोका. तोडा, फेका थे भिंगरी अन् पांढरीत पाय रोहून थांबा गावसिवत!''

''खरंच येडा झाला रे बाबू तू! अन् आता आमाले बी येडं कराच्या मांगं लागला. अरे इंग्रजायनं ज्या दिशी आपली पकडापकड सुरू केली, थ्याच दिशी हे फिरस्तीच दानय पदरात टाकलं. आता त्याचा अंत आपल्या मुर्तूनच हुईन. मशानात एक डाव त्याले पेटवला का भामटी सुटला फिरस्तीच्या फेऱ्यातून! तवरीक पाटलाचा अत्याचार... पोलिसाच्या धाडी... वाड्यात नाव नोंदनं... हजरी हे सारं बिराडन संगच रायनार हाये. मनून मनतो ह्या हट सोड अन् चाल आमच्या संगं!'' आतापर्यंत सारंकाही शांतपणे ऐकणारा त्याचा चुलता सताजी त्याला समजावत म्हणाला.

पण राघो आपल्या म्हणण्यावर ठाम होता. तो चुलत्याला म्हणाला, ''नाही काकाजी, मले तुमा लोकायचं काहीच पटत नाई. मले आता आपल्या लेकरा-बायायले जुन्याच चिकलात ढकलाव नाही वाटत. आपल्या संग पुढच्या पिढ्या बायरं काढाच्या हाये मले! त्यासाठी आंदी एका गावात थांबलं पायजे. 'गाव करे तं राव नाही करे' मनते थे फालतूच नाही. गती-गती गावय आपल्या मांगं उभं राहीन. एक डावचे आफून गावाचे रहिवासी झालो का आफूनय त्यायचे भावूबंद होऊ. आता चाला माह्यासंगं गढीत! तिथंच यंदाचा पावसाया काढू अन् मंग हगामात आपली येवस्ता लावू. बाकी तुमची मर्जी...!''

राघो सर्वांना काकुळतीने सांगू लागला. पण त्याचं म्हणणं म्हणजे पालथ्या घड्यावरचं पाणीच ठरत होतं. कोणावरच त्याचा परिणाम होत नव्हता. शेवटी तो बायकोला म्हणाला, ''तू तरी राह्यसीन का माह्यासंगं... का तूय पयसीन बिराडाय मांगं?''

''समदे गेल्यावर मी तरी कायले थांबू ओ! पुढं हात हाये, पाय हाये अन् बायतपन तोंडाशीन आलं. कोन धावन? तुमाले बायायचं दुकनं काय समजते...! आता शामा बुढाय नाही अन् काशा मामाजी बाहीर गावून कव्हा यीन मनतो! थ्या परीस तुमीच हे भूत काढा डोक्शातून! ह्या गावचा पाटील चांगला हाये

मनता; तं जवडपासच बिराडं थांबवू अन् हगामात त्यायचाच बोरू काढून दिवू. पन तुमीय बिराडा संगच राहा. ताटातूट नोका हूँ दिवू! माही शप्पत हाये तुमाले!''

बायकोने त्याला परोपरीने समजावले तरी तो गप्पच होता. आता आपण पूर्णत: एकटे पडलो आहोत, मायबापासहित बायकोही आपल्या पाठीशी नाही, या अनुभवाने त्याला अवसान गळल्यासारखे वाटले. त्याला कुणाच्यातरी भक्कम आधाराची गरज होती. पण साऱ्यांनी आधारच काढून घेतलेले! आपल्या गाठोड्याच्या आधाराने तो विचार करत बसला. त्याचा मुलगा जवळ येऊन विचारू लागला, ''बा, आता आफून कोनत्या गावी जाचं गा! मले तू लेखन-पाटी आनून देतो मनेना...? शायेत टाकाचं मनेना...? मंग दुसऱ्या गावालेय हाये का शाया...? मी शाया सिकतो. मले मास्तर व्हाचं हाये.''

पोराच्या बाळबोलाने तो गहिवरून आला आणि त्याला उराशी कवटाळून स्वत:शीच म्हणाला, ''बाबू रे, आपल्या नसिबात कुटची गा शाया...! आफून नुसते घानमाकडीसारखं फिरत राहाचं... तिच्या करकर करकर अवाजासारखा आक्रोस कराचा... तागाच्या लट्टीसारखं वारा नेईन तिकडं उडाचं... त्याले इसावा नाई का शेवट नाही. तरी, मी तुले शायीत टाकीन रे बाबू! त्याच्यासाठी समद्यायचा इरोद झाला, समदे जिवावर उठले तरी पर्वा नाही.''

आणि त्याचे डोळे भरून आले. डोळ्यांतील आसू पोराच्या उघड्या अंगावर टपकू लागले. त्या अश्रूंनी भानावर आलेला मुलगा केविलवाण्यासारखा बापाकडे पाहत त्याचे आसू पुसू लागला. त्यामुळे अधिकच उचंबळून येत तो त्याला छातीशी कवटाळू लागला. लक्ष्मीलाही ते दृश्य पाहून वाईट वाटू लागले. तिच्याही डोळ्यांत पाणी तरळले. पण पुढे निघण्याच्या निर्धाराने ती तिथेच थबकली. सासऱ्याच्या आदेशाची वाट पाहू लागली.

आता दुपारही टळली होती. पुढच्या प्रवासाला रात्र होणार होती. म्हणून आजची रात्र तिथेच थांबून, पहाटेच पुढे निघायचे ठरवून सारे जण आपापल्या गाठोड्याजवळ बसले. रात्र होताच तिथेच झोपून राहिले. राघोच्या स्वप्नाचा एक अध्याय इथेच थांबला.

खुराड्यांत झाकलेले कोंबडे मोठ्या पहाटेच बांग देऊ लागले. खुराड्यातून बाहेर पडण्यासाठी त्यांनी गलबला करण्यास सुरुवात केली, तसे साऱ्यांनीच लगबगीने

प्रातर्विधी आटोपले आणि पुढील गावाच्या वाटेने लागले. गोकूळसऱ्याची शीव ओलांडून त्यांना चार कोसावरील सोनोरा - घोडेगावच्या शिवारात शिरायचे होते. शिलपत-काशाने तसा बेत आधीच आखला होता. तोही वर्धेचाच काठवा होता. तिथेही बोरू-अंबाडी भरपूर होती. पाण्याचा दुष्काळ नव्हता. ठरल्याप्रमाणे साऱ्यांनीच पुढे निघण्याची तयारी केली. पालं आधीच गुंडाळली होती. सामानसुमानाचे गाठोडेही बांधून तयार होते. अंधार संपला नव्हता; पण रात्रही उरली नव्हती. डोक्यावर आपापले गाठोडे घेऊन सारे वाटेने लागले. राघो मात्र अद्यापही आपल्या गाठोड्याजवळ झोपलाच होता. त्याच्या बायकोने, लक्ष्मीने त्याला एक-दोनदा हलवून उठवण्याचा प्रयत्न केला. पण तो काही उठला नाही. शेवटी तिनेही त्याचा फंदा सोडला आणि काखेत मुलगा अन् डोक्यावर गाठोडे घेऊन बिऱ्हाडांमागे चालू लागली. आता त्याला 'सोबत चाल' म्हणण्याच्याही भानगडीत कुणी पडलं नाही. तोही झोपेचं सोंग घेऊन तसाच पडून राहिला.

आता सारं पठार ओस पडल्यासारखं वाटत होतं. त्या ओसवाड्यात आता एकटा राघोच उरला होता. पठारावरून दूर जाणारी पायवाट तेवढी दिसत होती. कुठे गेली होती... किती दूर गेली होती... त्याचा काही सुगावा नव्हता. गाठोड्याशी पडल्या-पडल्या तो उदासपणे त्या वाटेकडे पाहत होता. आता त्याच्यासोबत कुणीच नव्हतं. मायबाप दूर गेले होते... बायकोने साथ सोडली होती... जातभाईंचा कळप अंतरला होता... रोज सकाळी अंगावर लोळणारा, त्याला जागे करणारा मुलगाही त्याच्या मायसोबत पुढे गेला होता. त्याच्या आठवणीने राघो अधिकच बेचैन झाला आणि जागेवर उठून बसला. गाठोड्याला टेकून निर्जन पठाराकडे टक लावून पाहू लागला. काही वेळाने भानावर आला.

सकाळचे विधी उरकले, तशी त्याला पाटलाच्या गढीची आठवण झाली. कालच त्याने दिवाणजींना गढीची ओसरी उघडून देण्यास सांगितले होते. त्यानुसार दिवाणजी कामीही लागले होते आणि भामट्याच्या बिऱ्हाडांची वाट पाहत होता. पाटलाने आपला शब्द पाळला होता. आता राघोला आपला शब्द खरा करायचा होता. पण, त्याला तर कुणाचीच साथ नव्हती. मायबापासह सारीच बिऱ्हाडं त्याला सोडून गेली होती. आता एकटा उरल्याने एवढ्या मोठ्या गढीत राहणे शक्य वाटत नव्हते. पण पाटलाला भेटून झालेली हकीकत त्याला सांगणे आवश्यक होते. त्याने घाईघाईतच गाठोडे हुडकले. ताव्या, सराट्यासह,

भाकरी पाण्याची सामग्री त्यात दिसली. लगबगीने दोन भाकरी केल्या. चटणी मिठासोबत खाऊन गाठोडं घेऊनच वाड्याकडे निघाला. तोपर्यंत पाटील चावडीत आला होता. गाठोडं पायरीवर ठेवून तो आत गेला. पाटलाला नमस्कार केला. तसा पाटील म्हणाला, ''कागा, कव्हा येनार हाये तुमचे बिराडं? गढीतल्या सपऱ्या रिकाम्या केल्या हाये तुमच्यासाठी... राहा कितीकय दिवस!''

पाटलाने त्याच्याकडे पाहत विचारले. पण तो काहीच बोलला नाही. तसा पाटीलच पुन्हा विचारू लागला, ''हं, काय मनून रायलो मी? अज इचारात दिसतं तू, राघो! काय झालं...? बिराडं कुठं हाये तुमची...?''

तरी त्याची बोलण्याची हिंमत होत नव्हती. मनातल्या मनात एकेक शब्द जुळवत कसा बसा तो बोलू लागला...

''मालक, माफ करा जी मले! बिराडायनं माह्य काही आईकलं नाही. ह्याच गावात आता मुक्कामानंच राहाव असं ठयरवलं होतं जी! पन आमच्या बुद्रुकायले थे काही पटलं नाही जी! एका गावात नाही ऱ्हाचं मनले अन् गेले पुढं! बायकोबी नाही थांबली जी! थेय लेकराले कडीस घिवून गेली सासू सासऱ्यामांगं. आता मी एकटाच रायलो जी! मले गाव नाही सोडाव वाटत; पन इलाज नाही आता! अन् एकट्यानं गडीत तरी कसं राहू जी! थे सांगासाठीच आलो, मालक! अन् कुठय गेलो तरी तुमच्याच गावपांढरीत थांबीन. तुमी देवमानसं हा जी, मालक! पन आमाले अक्कल नाही सुचली बगा! माफ करा जी! हगामा पावतर समदी बिराडं माघारी आनतो पन आता माफ कराजी, सरकार!''

राघोने काकुळतीने सांगितलं. पाटलालाही भामट्यांच्या मूर्खपणाचा राग आला. तो म्हणाला, ''अगा, तुमी बावन गावचं पानी पेनेवाले लोकं. एका गावात कसं गमन तुमाले? तुमी चांगले लोकं वाटले... इमानदार वाटले... लुच्चेगिरी, चोरीचपाट्यापासून दूर रायनारे वाटले... अन् आपलाय बोरू मोडून देनारं चांगलं मजूर गावात थांबलं तं मलेय बरंच होतं. नाही तं बोरू कापनं, काहाडने वाल्यायची वाट पहा लागते. नाही तं थो वाया जाते, मनून अधार देत होतो तुमाले; तं तुमी उपास माजरू! अनाले लात मारनारेच निंघाले. जा आता! तू काही मनाले लावून नोको घिवू. हगामात आले तं या... बोरू तुमालेच देवू!''

''जी मालक!'' म्हणून राघो चावडीतून बाहेर पडला. पायरीवरचं गाठोडं डोक्यावर घेतलं नि पठाराची वाट चालू लागला. संध्याकाळी परत येऊन

शाळेच्या पडवीत थांबला. शाळा अद्याप सुरू झाली नव्हती. आभाळ भरून येत होतं. पण पाऊस झुकांड्याच देत होता, त्यामुळे शेतकरी चिंतेत होते. काहींनी किर्तका - रोहिणीतच पेरण्या केल्या होत्या, त्यामुळे जमिनीत अंकुरलेलं बी वर येण्यासाठी थबकलं होतं. मातीचा पापुद्रा डोक्यावर घेऊन पाण्यासाठी तळमळत होतं; पण पाऊस येत नव्हता. दिवसा उन्हाचा कडाका नि रात्रीचा असह्य उकाडा, यातच दिवस जाऊ लागले. राघोला गाव सोडावसं वाटत नव्हतं आणि बिऱ्हाडांसोबतही फिरण्यात स्वारस्य वाटत नव्हतं. अशा द्विधा मन:स्थितीत सापडला होता. पण मार्ग सुचत नव्हता.

निघून गेलेली बिऱ्हाडं त्याची वाट पाहू लागली... मायबापांना भाकर गोड लागेनाशी झाली... बायकोच्या डोळ्यांत आसवांनी दाटी केली... ती सारखी वाटेकडे नजर लावून बसायची... पण तो दिसला नाही की त्याच्यासाठी तळमळत रात्र काढायची. त्याचा मुलगा 'बाबा, बाबा' करत त्याला हाक मारायचा... त्याच्यासाठी झुरणी पडायचा आणि त्याच्यासाठी आकांत करायचा. इकडे राघोही त्याच्यासाठी बेचैन व्हायचा आणि त्याच्या बाळलीला आठवत शाळेच्या पायरीवर बसायचा.

दोन-तीन दिवस असेच गेले. सकाळपासून उन्हाची काहिली वाढू लागली. सारे जण सावलीच्या आधाराने दडकू लागले. राघो शाळेच्या पडवीत विचार करत बसला होता. गोकूळसऱ्याचे पठार सोडून सोनोरा - घोडेगावच्या दिशेने गेलेली भामट्यांची बिऱ्हाडं पुढे न जाता सोनोऱ्याच्या अलीकडे आकापूर शिवारात थांबले होते. तेथून गाव लांब... पाण्याची मारामार... लांबच्या शेतातून पाणी आणावं लागायचं. पण, राघो सोबत येईलच, या आशेने पुढच्या गावाला न जाता ते मध्येच थांबले होते. परंतु दोन दिवस होऊनही राघो काही आला नव्हता. त्यामुळे सारेच विचारात पडले. त्याची बायको तर त्याला परत आणण्यासाठी माघारी जाण्याचा प्रयत्न करू लागली. पण तिची अवघडलेली अवस्था पाहून शिलपत व सईनेच तिला थांबवले आणि उद्या सकाळीच जाऊन राघोला बिऱ्हाडावर परत आणण्याचे शिलपतने तिला आश्वासन दिले. तेव्हा ती थांबली; पण डोळ्यातील बेचैनी काही थांबत नव्हती. राघोची अवस्था तर 'न घर का, न घाट का' अशी झाली होती.

दुपार झाली. चार वाजले असतील... आतापर्यंतच्या उन्हाने कासावीस झालेल्या जिवांना थंडगार वाऱ्याच्या झुळका शांत करू लागल्या... घरात दडलेली बाया-माणसं आकाशावर नजर रोखून काळ्या ढगांचा वेध घेऊ लागले... ढग जमू लागले... वाऱ्याचा वेगही वाढू लागला... झाडं हलू लागली... आणि पावसाऐवजी वाऱ्याचा सपाटा सुरू झाला... तो साऱ्या चराचराला घोळसत सैरावैरा पळू लागला... मोठमोठी झाडं खाली कोसळू लागली... घरांवरची टिनांचे पत्रे उडू लागले... जीव वाचवण्यासाठी लोक पुन्हा घराचा आश्रय घेऊ लागले... सगळीकडे धुळीचे लोटच्या लोट दिसू लागले... त्याच्यासोबतच पावसालाही सुरुवात झाली... तोही वस्तुजातांना झोडपू लागला... घनघोर वारा, वादळी पाऊस, विजांचा कडकडाट यांनी सर्वांचीच पाचावर धारण बसली. शाळेच्या ओसरीत दडकलेला राघो बसल्या-बसल्या गराडात सापडलेल्या पालांसाठी देवाला हात जोडू लागला.

गावापासून काही अंतरावर उतरलेली भामट्यांची पालं वादळाने चिंधीचोळा करून टाकली आणि दूर भिरकावून दिली... सामानसुमानाची नासधूस केली... सारे जण आश्रयाचे ठिकाण शोधू लागले. पण जवळपास ते दिसत नव्हते. झाडांखाली तर थांबण्याचीही हिंमत होत नव्हती. बरीचशी झाडं रस्त्यातच मोडून पडली होती... कुणाचं बोलणं कुणाला ऐकू येत नव्हतं... आणि पालं उडाल्याने डोक्यावरचे तकलुफी छत्रही हरवले होते... लहान मुले, बाया, म्हातारी माणसं कुडकुडत आपल्या जागी बसले. वारा पाऊस काही थांबत नव्हता. त्याची अमानुष झोडपाझोडपी चालूच होती. अशा पावसातही काशा व शिलपत पाला-पालांजवळ जाऊन सर्वांची विचारपूस करत होते. पण वादळाने सर्वांशी वैरच मांडलं होतं.

राघोची बायको लक्ष्मी पोराला कुशीत घेऊन पालाच्या जागेवर कोलटेकणी बसली होती. तिलाही थंडी, वारा असह्य झाला होता. चालून-चालून थकल्याने आधीच अंग दुखत होते. त्यात डोक्यावर गाठोडे, काखेत मूल आणि नऊ महिन्यांचा गर्भभार सांभाळत बिऱ्हाडामागं आली होती. नवरा मात्र मागेच राहिला होता. त्याचीही आठवण तिला होरपळून काढत होती. ...आणि आकाशात जोरदार वीज कडाडली. ढगांच्या भाराने लोंबकळणारं आकाश खाली तुटून

पडल्याचा भास झाला. कानांवर हात ठेवून विजेचा घनघोर आवाज सारे जण ऐकू लागले. सर्वांची घाबरगुंडी उडाली... आणि लक्ष्मीने किंकाळी फोडली...

"मेली ओ मॉ वो...! सासूबाई, पोट भयंकर दुखते जी...! अरे बापा रे...! अरे देवा रे...! पोट दुखते ओ मॉ... पानी द्या... पानी! मरतो ओ माओ...!"

सईने तिची अवस्था जाणली. लक्ष्मीला प्रसूतिवेदना सुरू झाल्याचे तिच्या अनुभवी नजरेने तत्काळ जाणले. आता लक्ष्मी पालातील चिखलातच आडवी झाली होती आणि तडफडत आक्रोश करत होती. सईने काशाच्या बायकोला जोरजोराने हाका मारत बोलावले. तीही धावतच लक्ष्मीजवळ आली. पाहते तर; तिची सुटकेची घडी आलेली! परंतु थंडीमुळे ती आक्रसली होती. वेणा देण्यास ताकद अपुरी वाटत होती. दोघींनी मिळून तिला सरळ केले. चिखलातून बाजूला घेतले. दोन्ही हाताने पोटाला नेटा दिला... तशी जिवाच्या आकांताने तडफडत लक्ष्मीने किंकाळी फोडली. त्या किंकाळी सोबतच 'टॅहँ टॅह्या'चा आवाज साऱ्या पालात पसरला... आणि मेघगर्जनेसह पावसाची जोरदार सर पुन्हा सुरू झाली.

लक्ष्मीच्या पोटी विजेचा जन्म झाला जणू! राघो-लक्ष्मीला मुलगी झाली. प्रचंड वादळ, तुफान पाऊस आणि उडालेलं पाल या साऱ्यांवर मात करून मुलगी जन्माला आल्याचा सर्वांना आनंद झाला. वादळ व पावसानेसुद्धा तिच्यापुढे हार पत्करून आपल्या फौजा आता माघारी घेतल्या... आणि ते परागंदा झाले. काशाच्या बायकोनेच मुलीला लुगड्यात गुंडाळून पोत्यावर टाकले. लक्ष्मी अद्यापही कुडकुडतच होती. सर्वांनी काडीकचरा गोळा केला. लोखंडी टोपल्यात जाळ करून लक्ष्मीसमोर ठेवला. बाळ-बाळंतिणीला ऊब देऊ लागले. मोठ्या बिकट प्रसंगातून वाचवल्याबद्दल साऱ्यांनी देवाचे आभार मानले.

काशा-शिलपत निवाऱ्याच्या जागेचा विचार करू लागले. नातीला पाहून शिलपतला आनंद झाला. एवढे संकटं झेलूनही मायलेकींची तब्येत चांगली होती. काशाने बाळंतिणीला जडीबुटी औषधाचा काढा करून पाजला. आता ऊन पडलं होतं. पाऊस निघून गेला होता, पण जागोजागी चिखल साचला होता. तिथं पालं कशी उभी करायची हा प्रश्न सर्वांना भेडसावत होता. ...आणि सर्वांचीच पालं वादळाने चिंधीचोळा करून टाकली होती. शिलपत नाताला घेऊन आतापर्यंत काशासोबत शेकोटीजवळच बसला होता. पण नातीला पाहायच्या निमित्ताने तो आपल्या पालाच्या जागेवर आला.

पाल तर राहिलंच नव्हतं. बांबू खाली कोसळले होते. तिथेच दगडाच्या आडोशाने बसलेली त्याची सून टोपल्यात पेटवलेल्या शेकोटीवर हात शकत होती. नवजात बालिका आईला बिलगून दूध पीत होती. काशाची बायको व सई शेकोटीसमोर हात शेकत बसल्या होत्या. नातीला व सुनेला पाहून शिलपतला भडभडून आले आणि ओंजळीत तोंड खुपसून तो रडू लागला. रडता-रडता म्हणू लागला, ‘‘काय वक्ता आनली रे देवा आमच्यावर! लय उनाये-पावसाये पायले... गराड गारपिटं पायली, पन असा वकत नाही पायला होता. थोबी तुनं अज दाखोला मले! पन तुनच त्याच्यातून वाचवलं आमाले! नाही तं अज काही खरं नोतं... सुनीचं अन् नातीचं बी! देवा रे, लयच मेहरबानी झाली बा तुही!’’

त्याचे बोलणे ऐकून सईला मात्र एकदम राग आला. ती घुश्शातच म्हणाली, ‘‘आता कायले येल पाडून रायले ओ रिक्कामेच? पोरगं मनत होतं पाटलाच्या गडीत थांबू मनून! पुढं बरसाद उबी हाये... गर्भार पोरगी संगं हाये... मयनेय भरत आले तिचे... इथं गोकूयसऱ्यात पाटलाच्या गढीतच हगामा पावतर राहू अन् मंग पुढची पुढं. तिथंच कुडाचे घरं बांधून गाव धरून राहू! काटाकाटी केली त्यानं, पन तुमी नाई आईकलं. काशाभावजी अन् तुमी समद्या मानसायनं बिराडं पुढं हालवासाठी एकीच केली होती. अन् आता काय नसिबात आलं? बरं निभलं. देवानं कुरपा केली! सुकरूप सुटका झाली पोरीची! नाही तं तोंडाले कायं लागलं असतं. पोराले अन् लक्षीमीच्या मायबापाले तोंड दाखवाची उजागिरी नसती रायली. अन् आता कायले अड्डून रायले?’’

तिचे बोलणे निमूटपणे ऐकत शिलपत तिथेच उभा होता. आणखी काहीतरी बोलावे, तिचे समाधान करावे, असे त्यालासारखे वाटत होते. पण सईपुढे बोलण्याची त्याची हिंमतच होत नव्हती. अपराधी जाणिवेने तो जागच्या जागीच उभा होता. आता पालं कुणीकडे न्यायची याचा विचारविनिमय करायसाठी आलेले काशा व सताजी शिलपतला भेटायला इथपर्यंत आले; पण सईचा बिघडलेला अवतार आणि शिलपतची केविलवाणी अवस्था पाहून जिथल्या तिथेच थबकले. आता आपल्या घरच्या स्त्रिया आपल्यालाही धारेवर धरतील की काय; या भीतीने त्यांचीही गाळण उडाली. तरीही, अधिक उशीर न लावता पुढच्या प्रवासाचा निर्णय घेणे आवश्यक होते. पावसाचं काही खरं नव्हतं. तो कधी बरसेल याचा भरवसा नव्हता.

आकापूरला मंदिरात अथवा सोयीच्या ठिकाणी थाबंणे आवश्यक होते. आता दिवसाचंही काही खरं नव्हतं. राघोही दोन दिवस झाले तरी बिऱ्हाडावर आला नव्हता. त्याचीही काळजी सर्वांनाच लागली होती... आणि मुलगी झाल्याची बातमीही त्याला सांगणे गरजेचे होते. पोरीच्या ओढीने तरी तो लगोलग परत येईल, असे सर्वांना वाटत होते. तेथून जवळच आकापूर होते. तिथे मोठमोठी तीन-चार मंदिरं होती. गावपाटलाचे रिकामे पडलेले टिनाचे बंडे होते. बोरूचा शोध घेत काशा-शिलपत अनेकदा या शिवारात व गावातही आले होते. म्हणून त्यांना ही माहिती होती.

काशा व सताजी पुढे येऊन उभे राहिले. सताजी म्हणाला, ''चाला आता पुन्रा पावसाच्या सपाट्यात सापडन्या आंदी गाव जवड करू. तिथं गावाच्या आसऱ्यानं पालं उभारू अन् राहू रातभर! मंग पुडचा बेत ठरवू. निंघा आता!''

''हो, सताबापू निंघाचं खरं हाये; पन पालं कोनापाशी हाये आता? थे तं गेले गराडा संगं!''

काशाच्या बायकोने आठवण करून दिली. त्यावर काळजीच्या शब्दांत काशाच बोलला, ''हो, बेटं तुमचं बी खरं हाये; पन निंघा तं लागनच ना! पाहू एखांद्या देवयात, नाही तं पाटलाच्या बंड्यात थांबू रातभर! पन आता चाला लवकर... अभाय जमून रायलं अखीन!''

सर्वांचे गाठोडे सज्ज झाले. ते डोक्यावर घेऊन काफिला गावाच्या दिशेने चालू लागला. लक्ष्मीचं गाठोडं आता सईच्या गाठोड्यातच समाविष्ट झाल्याने तिचं ओझं वाढलं होतं. शिलपतजवळ तर आपलंच ओझं मानगुटीवर बसलं होतं. काशाच्या बायकोने पदराची झोळी करून लहान मुलीला त्यात निजवले. ती झोळी छातीशी बांधून, डोक्यावरचे गाठोडे सांभाळत बिऱ्हाडांमागे चालू लागली. नवप्रसवा लक्ष्मीही लुगड्याचं फडकं डोक्याला घट्ट बांधून निघाली. पायात काहीच नव्हतं. ओला, थंडगार चिखल पायाला झोंबत होता. गार वाऱ्याचे फटकाऱ्या मागून फटकारे अंगावर कोसळत होते. पायात चालण्याचेही त्राण नव्हते; पण चालणे भाग होते. शिलपतच्या खांद्यावर बसलेला त्याचा नातू त्याच्या डोक्यावरचं ओझं घट्ट पकडून आज्याच्या हिंदकळत्या पावलांसह वाटेने लागला होता.

आकापूरच्या वस्तीत सारी बिऱ्हाडं येऊन पोहोचली. मारुतीच्या मंदिरासमोर काहींनी डोक्यावरचं वझं उतरवलं... काही दुसऱ्या मंदिराच्या पायथ्याशी थांबले... पावसाचा अंदाज घेऊ लागले... लक्ष्मी व तिच्या नवजात मुलीला मंदिराच्या एका कोपऱ्यात बसवून बायांनी चुली पेटवल्या... त्यावर भाजी-भाकर रांधू लागल्या... माणसं, पाटलाच्या चावडीकडे निघाली... दप्तरात आपापली नावं नोंदवू लागली... नावनोंदणी होताच शिलपत पाटलाला म्हणाला, ''मालक, दुपारच्या गराडानं आमची लय दयना उडवली जी! पालाची कापडं उडून गेले. आंगावरचे कपडे वलेचिंब झाले. दुसरे फडके जवड नाही. अन् थ्या वादयातच सून बायतीन झाली. पोरगी झाली तिले. पानी थांबल्यावर वस्तीकडं आलो. जरासा अधार द्या, मालक! फिरस्ती लोक हावो आमी. देवयापुढं थांबलो. रिकामा बंडा, गुरायचा कोठा असन तं चार दीस राहू द्या, मालक!''

त्यावर पाटील म्हणाला, ''आता ह्या वक्ती कोठा कुठचा गा? गाई-मशी बांधाले आमालेच तं नुपर जाते... अन् बंड्यात तं कडबा कुटार असते. थ्या परीस पानी आला तं मंदिरात लपा अन् बायरच सैपाकपानी करा. तीन-चार मंदिरं हाये गावात... राहा जसं जमन तसं! अन् दुपारीच बाळंत झाली तुही सून... अन् थेय संगच आनली का गा! अरे तिले वारं लागलं तं वाचन का थे?''

त्यावर शिलपत म्हणाला, ''मंग थ्या जंगलात काय करता, मालक! कुठं आसरा घेता. वादय गेलं अन् लगोलग निंघालो गावाकडं. अन् आमच्या बायायचे बायतपनं जंगलातच होते. वून-वाराच त्यायचा आसरा... वारंगिरं नाही लागत आमाले! तरी तिले थांबाले तरी थोडक्सी जागा द्या, मालक!''

''नाही गा, इथं कुटची जागा? बरसादीत आमालेच कमी पडते. तिकडंच थांबा अन् निंघा आता!''

पाटलानं आधार दिला नाही. पण मंदिरात राहायला सांगितलं, तेवढाच दिलासा! पण मंदिराला त्यांच्या सावलीचाय बाधा व्हायचा. पूजा करायला आलेले लोक त्यांना हिडीसफिडीस करायचे. म्हणायचे, ''हे कोन्या गावचे न सिवचे लोक, इथं राहून रायले! कोनती जात व्हय अन् कोनती नाही. त्यायची सावली देवावर पडते. देव बाटते त्यानं! अन् इथं थांबले; पन देवावर सावली नाही पडली पायजे, सांगून ठिवतो!''

असा त्यांचा आजपर्यंतचा अनुभव होता. त्यामुळे ते मंदिरात राहणे सहसा टाळायचे. पण आता इलाजच उरला नव्हता. पाणी पाऊस आल्यासच मंदिरात जायचे ठरवून लक्ष्मी व काही स्त्रिया सोडून सारी-बाया माणसं बाहेरच थांबली. जेवणं आटोपली. आता संध्याकाळ झाली होती. राघोचा मात्र पत्ता नव्हता. त्यामुळे सर्वांना त्याची काळजी वाटत होती. शिलपत काशाला म्हणाला, ''कागा, राघो तं इकडं यीन असं वाटत नाही. थो एका गावात राहाच्या येडानं झपाटला हाये. आता पोरगी बायतीन झाली. लेकराच्या वढीनं तरी थो ईनच. तुह्या मोठ्या पोराले उद्या पाठवू का राघोले आनासाठी?''

त्यावर काशा म्हणाला, ''हट गा! मले नाही वाटत, त्याच्या मनन्यानं राघो वापस यीन असं! थ्या परीस आफूनच जावू गोकूयसऱ्याले अन् सांगू समदी हकीगत. इथं तं आपल्याले राहाले जागा नाही भेटत. गावात नदीय नाही. इहिरीचं पानी वाढाले गावातल्या बाया तरास करते. रोज थ्या तरी किती पानी वाढन गा? मनून इथं थांबाचच नाही. पुढं जाचं अन् राघोलेबी संगं आनाचं!''

''ठीक हाये! झोप आता!'' म्हणत दोघेही झोपी गेले. सारी बिराडं मंदिरासमोर आपापली मुलंबाळं घेऊन झोपली. आकाश स्वच्छ होतं. पाऊस येईल असं वाटत नव्हतं.

काशा व शिलपत सकाळीच उठले. प्रातर्विधी आटोपून गोकूळसऱ्याच्या वाटेने लागले. त्यांच्या मुक्कामाच्या ठिकाणापासून गाव दोन मैल! त्यामुळे एक तासातच ते गोकूळसऱ्याला येऊन पोहोचले. जिथे त्यांची बिऱ्हाडं उतरली होती, त्या ठिकाणी राघोचा शोध घेऊ लागले. पण तो काही दिसत नव्हता. त्यामुळे शिलपतला धक्काच बसला. तो काशाला म्हणाला, ''काशादा, राघोचं पाल तं नाही दिसत गा! कुठं गेला असन थो...? रागानं कुनीकडय तं निंघून गेला नसन...? मले लय अनमान वाटून रायला बॉ! लय मोठी चूक केली आफून. त्याले समजावन्या परीस आपलीच टेर पुरवली, गड्या! आता पोरगं हातचं गेलं तं काय घ्याव...!''

शिलपत केविलवाण्यासारखा बोलू लागला. त्याला समजावत काशा म्हणाला, ''हे पाहय शिलपत, तू भलता इचार करू नोको! असनच कुठंतरी.

पावसाच्या धाकानं थांबला असन, नाही तं गढीत असन. जाऊन तं पाहू आंदी गावात....''

असे म्हणून पठारावरून ते गावाच्या वाटेने लागले व बोलत-बोलत गावात येऊन पोहोचले. हंगामभर गावातच असल्याने त्यांचे बरेच लोक ओळखीचे होते. रस्त्याने भेटणाऱ्यांशी नमस्कार घेत पुढे चालू लागले. त्यांना विचारू लागले, ''भावू, गावात कोनी मुसाफीर दिसला?''

''नाही बॉ... नाही दिसला.''

असे तीन-चार जणांना विचारले. पण कुणीच सांगितले नाही. शेवटी ते पाटलाच्या गढीजवळ येऊन पोहोचले. तिथे गडीमाणसं बैलांचं शेणपाणी करत होते. ते पाहत पाटील समोरच्या ओट्यावर बसला होता. दोघांनीही पाटलासोबत नमस्कार घेतला. पुढे निघणार तोच पाटील त्यांना म्हणाला, ''कागा शिलपत, काशा कुनीकडं आले गा? आमच्या गावातून गेले होते ना तुमी? मंग अनखी वापस आले का?''

''जी मालक! गेलो होतो. पन पोरगं, राघो काही संगं आला नोता. थो हट्ट धरून इकडंच थांबला. संगं नाही आला. त्याले पाहासाठीच आलो जी! दिसला का इकडं?''

शिलपतचे बोलणे ऐकून झाडझूड करणाऱ्या एका गड्याने हातातील खराटा थांबवला. शिलपतकडे पाहिले व म्हणाला, ''राघोचा बाप व्हय का? गढीत थांबता-थांबता निंघून गेले; पन पोरगं थांबलं इथंच. पुढंच जा... शाळेतच थांबलं हाये दोन-तीन दिसापासून!''

गड्याचे बोलणे ऐकून शिलपतला आनंद झाला. सर्वांगात चैतन्य संचारल्यासारखा तो शाळेच्या दिशेने चालू लागला.

राघो आपल्याच विचारात शाळेच्या पडवीत बसला होता. रात्री स्वयंपाकही केला नव्हता की जेवलाही नव्हता. तो आपल्याच विचारात गढला होता. त्याला कशाचेच भान नव्हते. वीज, वादळ आणि पावसाने मांडलेला कहर पाहून राघोला मायबापाचा आणि बिऱ्हाडांवरच्या बुद्रुकांचा भयंकर राग येत होता. त्यांच्यासोबत गेलेल्या बायकोची आठवण होताच त्याची तळपायाची आग मस्तकात जाऊ लागली. त्याशिवाय तिने सोबत मुलालाही नेल्याने तर त्याचा

तीळपापडच होत होता. मायलेकराचे केविलवाणे चेहरे त्याच्यासमोर आक्रोश मांडू लागले...

'एवढ्या गराडात अन् बेफाम पावसात काय झालं असन त्यायचं...? कोनाच्या अधारानं थांबले असन...? का असेच वैनीवाशासारखे पालात रायले असन...? पन गराडाच्या सपाट्यात पालं तरी जाग्यावर रायले असन का...? का त्यायच्यासहित उचलून नेलं असन अन् आफटलं असन एखांद्या मसनखुटीत... नाही तं जंगलात...? पन घरवाली तं पोटुशीन होती ना? तिनं कसं सोसलं असन...? कसं झालं असन रे देवा त्यायचं...? इथं पाटलाच्या गढीत थांबा मनलं तं नाही थांबले. तिकडे मरन मांगाले गेले. आता मरा भोसडीचे हो! भरा चुकीचे फयं! मी बी नाही जात त्यायच्याकडं!''

राघो स्वत:शीच असा बोलत बसायचा. कधी बापावर, कधी बायकोवर, तर कधी स्वत:वरच रागवायचा. त्यांच्यासह स्वत:लाही शिव्या द्यायचा. आजही अशा अवस्थेत असतानाच शिलपत व काशा त्याच्यासमोर उभे राहिले. राघोचा विसकटलेला चेहरा पाहून शिलपतला भडभडून आले. त्याला मिठी मारून तो रडू लागला. त्याच्या स्पर्शाने राघोचाही बांध फुटला. तोही गदगदून रडू लागला. काही वेळाने दोघेही भानावर आले. शिलपत म्हणाला, ''राघो, आता ह्यो हट्ट सोड अन् चाल आमच्या संगं. समदी बिराडं आकापूरले मंदिरात थांबले हाये. तुह्यासाठी समदे हैरान झाले हाये. चाल, उचल तुह्य गाठोडं!''

तसा डोळ्यांतील आसवं पुसत राघो म्हणाला, ''नाही बॉ! आता हे भटकनं सोडलं म्या! मले गावाच्या सायऱ्यानच थांबाचं हाये... बिराडातले लेकरं शायेत पाठवाचे हाये... नोक्को मले तुमचे बिराडं... गावपठार, गोठान अन् गावगोदरीत राहयनं... तुमी सोडा माह्या फंदा! निंघा तुम्ही आता.''

राघो ठामपणे म्हणाला. त्याचे बोलणे ऐकून शिलपत हवालदिलपणे त्याच्याकडे पाहू लागला. पोरापुढे हात जोडत पुन:पुन्हा समजावू लागला. परंतु राघो आपल्या विचारावर ठाम होता. ते पाहून आतापर्यंत शांतपणे उभा असलेला काशा त्याला म्हणाला, ''पाहय राघो, अमच्यासाठी तू नोको येवू; पन लेकरायचा तरी इचार करसीन का नाही...? का त्यायलेय वाऱ्यावर सोडसीन? तुह्य पोरगं तुह्यासाठी येडं झालं हाये. रस्त्याकडं पाहत नुसतं टाहो फोडत रायते थे! अन् सांगतल्या नाही जात असी घटना काल पालावर घडली. समदी बिराडं

गराडात सापडली. बेधून पावूस पडला. एकय पाल जाग्यावर रायलं नाही. दायदाना, पीठकूठ वलं झालं... अन् थ्या गराडातच लक्षिमी बायतीन झाली. दुसरा जल्म झाला तिचा! तिले अन् लानस्या पोरीले घिवून सई मंदिरात थांबली हाये. बाकीचे मंदिराच्या आंगनातच हाये. आता लेकरायले भेटाले तरी संगं चाल. दुसरा जल्म झालारे लक्षिमीचा...! आमी बी देवाच्या कुरपेनच वाचलो, म्हून तुले अज भेटाले तरी आलो. आता तरी हट्ट सोड अन् चाल आमच्या संगं! मंग तुले वाटन तं आमच्यासंगं पुढं येजो, नाहीतं तुही मर्जी!''

काशाने पालांवर घडलेली सारी हकिकतच सांगितली. ती ऐकून राघो गहिवरून आला. तरी त्याच्या मनातील त्यांच्यावरचा राग काही गेला नव्हता. तो रागाने म्हणाला, ''ह्यासाठीच तुमाले जीव तोडून सांगत होतो, बरसादभर तरी गढीत थांबा. पाटील देवमाणूस हाये... आपल्याले अधार दीन. पन तुमी सोतः शायने... दुसऱ्याची कायले चालू देता. केसं पिकले ना तुमचे! अन् आंदीच वारं पेले लोक आफून... एका गावच्या अन्नानं पोट कसं भरन?''

''बस झालं. आता अखीन बोलू नोको. खरंच चुकलोच गड्या आमी. भलतं काई झालं असतं तं सारा दोस आमच्यावरच आला असता गा! वारा पावसाचं काही नाही. थो तं नेयमीच झोडपते आपल्याले! पन पोरीचा जीव खरंच धोक्यात होता, गड्या! चाल, तिले तरी भेटाले चाल!''

वारावादळाशी सामना करत बाळंत झालेल्या बायकोचा क्षीण चेहरा त्याच्यासमोर उभा झाला. थंडीने कुडकुडणारी नवजात मुलगी तडफडत, किंकाळ्या फोडत आहे असे वाटू लागले. वारावादळाने भेदरलेला मुलगा 'बॉ, बॉ' करत त्याला बिलगला आणि राघोतील बाप जागा झाला. तो मायबापावरील राग विसरला... पालातील बुद्रुकांचा मूर्खपणा लोप पावला... त्याला सोडून बिऱ्हाडांमागे गेलेल्या बायकोलाही त्याने उदारपणे माफ केले... आणि घळघळती आसवं पुसून तो गाठोड्याकडे वळला. ते डोक्यावर घेऊन दोघांच्याही पुढे निघाला. गढीपुढून जाताना ओट्यावर बसलेला पाटील त्याला दिसला. तसे गाठोडे खाली ठेवून त्याने त्याला नमस्कार केला... काशा-शिलपतनेही केला. पुन्हा डोक्यावर गाठोडं घेऊन निघणार; तोच राघो क्षणभर तिथेच थबकला. तसा पाटील प्रश्नार्थक दृष्टीने त्याच्याकडे पाहू लागला. त्यावर राघो म्हणाला, ''मालक, पुन्हा वापस येतो जी! बिराडं आले तं संगच घिवून

येतो; नाही तं मी तं येतोच जी! बायको कालच्च्या थ्या गराडातच बायतीन झाली मनते. नवा जल्म भेटला तिले... येतो पाहून! पन मालक, गढीतली सपरी ठेव जा आमच्च्यासाठी!''

तो काकुळतीने म्हणाला. पाटलानेही त्याच्याकडे प्रसन्नपणे पाहिले नि म्हणाला, ''अरे, तुले शब्द देल्ला म्या! ये तुह्या सोयीनं कव्हा बी! मी ह्या गावाचा अण्णासाहेब हाये. समजला!''

होकरार्थी मान हलवत राघो आकापूरच्या वाटेने चालू लागला. त्याच्या मागे शिलपत - काशाही निघाले.

❖❖❖

मंदिराच्या एका कोपऱ्यात अंगाशी लुगडं गुंडाळून लक्ष्मी बसली होती. डोळ्यांत प्राण आणून ती राघोची वाट पाहत होती. तिची नवजात मुलगी अंगावर पीतच झोपी गेली होती. राघोने मंदिराच्या पायरीवर डोक्यावरचे गाठोडे ठेवून कोपऱ्यात बसलेल्या लक्ष्मीकडे धाव घेतली. दोघांची नजरानजर होताच डोळ्यांतून आसवं वाहू लागली. ती जागेवरून उठून त्याला बिलगण्याचा प्रयत्न करू लागली. पण उठण्याचेही त्राण तिच्यात उरले नव्हते. क्षीण पणतीसारखे डोळे मिणमिणत आहे असे वाटत होते. त्यातून ओघळणारे आसू मात्र थांबत नव्हते. शेवटी राघोच तिच्याजवळ गेला. तिच्या डोक्यावरून हात फिरवत म्हणाला, ''देवानं मोठी मेहरबानी केली. आता लडू नोको. चाल वापस गोकूयसऱ्याले जावू. मी एखांदी भाड्याची बंडी पाह्यतो. आता तिकडच राहू आफून!''

त्यावर ती काहीच बोलली नाही; पण परत जाण्याविषयी तिच्या मनात घालमेल सुरू झाली. एवढ्यात बाहेर गेलेला त्याचा मुलगा त्याच्याकडे धावत आला आणि त्याला बिलगला. त्याने त्याला उचलून घेतले. पापे घेतले. पुढे जाऊ लागला तर सई, त्याचा चुलता, चुलतभाऊ, सुनांसह बिऱ्हाडांतील समवयस्क मुले त्याला भेटायला आली. आपापले गाऱ्हाणे सांगू लागले. बिऱ्हाडांपासून दुरावलेला एक माणूस परत आल्याचा सर्वांना आनंद झाला. मंदिरासमोरच असलेल्या घरांतील स्त्रियांना मंदिरात भटक्यांची ओली बाळंतीण आल्याचे कळताच त्या लक्ष्मीसाठी चहा, हराळा, जेवण पाठवू लागल्या. दोन दिवस त्यांनीच तिला पोसले. घरची माणसंही चांगली होती. गराडात झालेले हाल व

लक्ष्मीची हकीगत ऐकून त्यांनाही वाईट वाटले नि त्यांनी हवी ती मदत केली. आता दुपार झाली होती. सईचे स्वयंपाकपाणी आटोपले होते. तिने राघोसह सर्वांना जेवायला दिले. लक्ष्मीही जेवली. त्यानंतर समोरच्या घरवाल्याला, लक्ष्मीला बैलबंडीने गोकूळसऱ्याला नेऊन देण्याची राघोने विनंती केली. तो तयारही झाला. लक्ष्मीला न विचारताच त्याने आपले बिऱ्हाड बंडीत ठेवले आणि जाण्याच्या तयारीला लागला. एवढ्यात शिलपत व काशा त्याला अडवू लागले. माघारी जाण्यास अडथळा करू लागले. शिलपत म्हणाला, ''बाबू रे, बिराडं मांगं न्याची नस्ते. पुढं जा लागते! ह्योच रिवाज हाये. अन् गढीत चानखान असते, थो ल्हान लेकराले धरते... झोपीत लेकराले पिचकते... पायन्यातल्या पायन्यात जीव घेते रे लेकराचा! तिथं नोको जावू, बापा...! आईक आमचं!''

''आता हे तुमचं पुरान तुमच्या जवडच ठिवा. दोन दीस पावसानं लय मेहरबानी केली. थो आला नाही अन् कदी यीन याचा भरूसा नाही. मी माह्ये बिराड अन् पोरंबायं घिवून चाल्लो. तुमाले याचं असन तं चाला माघारी! गढीत आत्ताबी थांबाले जागा हाये. पान्या-पावसात भिजन्यापरीस गढीतले सायवान काही वाईट नाही. चाला, उचला आपले गाठोडे!''

त्याने साऱ्या बिऱ्हाडांना आवाहन केले. पण कुणीच सोबत येण्याचे चिन्ह दिसत नव्हते. सई मात्र लक्ष्मी, तिची मुलगी व नाताला घेऊन बंडीत बसली. तिच्यासोबतच काशाची बायकोही आपलं गाठोडं सांभाळत बंडीत बसली. समोर उभे असलेले काशा-शिलपत त्यांना म्हणाले, ''आवो, तुमी कुठं चालल्या उपलान्यासारख्या...! उतरा खाली! जावू द्या त्याले एकट्याले! आफून संध्याकाय पावतर सोनुरं - घोडेगावच्या सिवारात जावू.''

''हो, आपल्या बाप - आज्यानं बंगले बांधून ठिवले तिथं! अखीन कोनते हाल कराचे रायले? तुमचं शासतर तुमच्या पासीच ठिवा. आमी ह्या बरसादीत पुढं नाही येत. जा तुमीच!''

दोघींनीही निर्वाणीचेच सांगितले. तसे शिलपत-काशा थंडाच पडले. पुढे निघालेल्या बंडीकडे निराशेने पाहू लागले. बंडी गोकूळसऱ्याच्या वाटेने लागली. बंडीमागे राघोही निघाला. चालता-चालता त्याने मागे वळून पाहिले, तर त्याचे तीनही भाऊ आपल्या बिऱ्हाडांसह मागे येत होते. त्यांचीही बायकापोरं सोबत

होती. त्यातच काशाचा एक मुलगाही बिऱ्हाडासह सामील झाला होता. बाकी तिथेच चिखल तुडवत थांबले होते.

गोकूळसऱ्याच्या गढीत भामट्यांची पाच-सहा बिऱ्हाडं आता राहू लागली. काशा-शिलपतसह सात-आठ बिऱ्हाडं मात्र त्यांच्यासोबत आली नव्हती. पुढच्या गावाला जाण्याचा विचार करत ते तिथेच घुटमळत होते. मागे फिरण्यात त्यांना स्वारस्य वाटत नव्हतं. रिवाज मोडण्याचं शल्य सारखं बोचत होतं.

गावात पेरण्यांना वेग आला होता. मजुरांची गरज भासत होती. त्यामुळे राघोसह साऱ्यांनाच शेतावर मजुरी मिळू लागली. जुना ताग कुणाजवळच नव्हता. म्हणून तो विकण्याची धडपडही नव्हती. पण गावशिवारात बोरूचा पेरा भरपूर दिसत होता. राघो व त्याच्या भावांना त्यामुळे आनंद वाटत होता. परंतु इतर बिऱ्हाडांमुळे हंगाम लंगडा होण्याची भीतीही वाटत होती. तरी यंदाचा हंगाम स्वबळावर करण्याची तयारी सोबत आलेल्या तरुणांनी केली, त्यामुळे राघोलाही हिंमत वाटू लागली. संध्याकाळी फुरसत मिळाली की तो पाटलाच्या चावडीत जाऊन बसायचा. तिथे आलेल्या शहाण्यासुरत्या लोकांच्या गोष्टी ऐकायचा. गावातील व आवतीभोवतीचा समाचारही तिथेच समजायचा. चार चांगल्या व समजदारीच्या गोष्टी कानांवर पडल्याने त्याची व त्याच्यासोबत आलेल्या त्याच्या भाऊबंदांची मित्राचीही समज वाढायची.

असे चालू असतानाच गावातील शाळा सुरू झाली. गढीपासून शाळा जवळच होती, त्यामुळे चिंता नव्हती. काशाचा मुलगा राघोपेक्षा मोठा असल्याने त्याचे लग्नही लवकरच झाले होते. त्याचा मुलगा आता सात वर्षांचा, तर मुलगी पाच वर्षांची! दोघांनाही राघोनेच शाळेत टाकले. काशाच्या मुलानेही होकार दिला. राघोचा मुलगा व त्याच्या भावांची मुले तीन-साडेतीन वर्षांची होती. तीही शाळेत जाऊ लागली. पालातल्या मुलांना कधी नव्हे तो शिक्षणाचा प्रकाश दिसू लागला. गावात भरणाऱ्या आठवडीबाजारातून सर्वांनी आपापल्या मुलांना लेखनपाटी घेऊन दिली, अंकलिप्या आणल्या. सर्व जण संध्याकाळी मुलांना घेऊन लिहायला सांगत. त्यांना त्यातले काहीही समजायचे नाही. मुलांनी काढलेला पाटीवरचा किडा, माकोडा पाहूनच सर्वांना धन्य झाल्यासारखे वाटायचे. जीवनाचा नवा अध्याय सुरू झाल्याचे समाधान व्हायचे.

आठवडा संपला. मृगाचे शेवटचे चरण सुरू झाले आणि जोरदार पावसाने सुरुवात केली. सरीवर सरी बरसू लागल्या... खपली धरून असलेल्या जमिनीतील बियांनी डोके वर काढले... आधीच्या पराट्या तर तासी लागल्या... काही पहिल्या बाळ डवरणीची प्रतीक्षा करू लागल्या... ज्वारीची पेरणी लवकरच होणार होती... उघाडीतच शेतात फेकलेला बोरू मोठा झाला. त्याने जमीन झाकली... आणि वाऱ्याच्या झुळकी सरशी तो लहऱ्या मारू लागला... पाऊस मात्र दम खात नव्हता. तो मेघगर्जनेसह धोधो बरसू लागला. गढीत उतरलेल्या बिऱ्हाडांना योग्य निर्णय घेतल्याचे समाधान वाटू लागले. परंतु आकापूरला मंदिराच्या अंगणात थांबलेल्यांना मनस्वी पस्तावा होऊ लागला. त्याची गर्दी मंदिरातही मावेनाशी झाली, तशी पुजाऱ्यांची दमदाटीही वाढली. तो रोजच मंदिर सोडण्याचा तगादा लावू लागला. पण पाऊस त्यांना बाहेर पडू देईना आणि मंदिरात तर पाय ठेवायलाही जागा मिळेना! स्वयंपाकाचीच अडचण होऊ लागली. लहान मुलं जेवणासाठी आकांत करू लागली. पण काहीच इलाज नव्हता. पुन्हा सारे जण काशा-शिलपतलाच दोष देऊ लागले...

''आमी समदे तुमच्या नांदी लागलो अन् पायावर कुऱ्हाड मारून घेतली. आगीतून निंघालो अन् फुफाट्यात येऊन पडल्यासारखी आमची गती झाली. पाटील गढीत राहा मने, तं आपल्याले माज आला होता. इथं पाय ठिवाले जागा नाही, का भाकर थापासाठी टिचभर कोड्डी जमीन नाही! उभं राहालेयबी काही आसरा नाही. नवाडं गाव, कोनाच्या वयनाटी खाली थांबाव...! हे समदं ह्या बुढ्यायच्यानं झालं. त्यायचं आइक्लं अन् थांबलो इथं, तं ह्यो मरनभोग गयात पडला. आता काढा कोनतातरी मार्ग... नाही तं उपासानं मराचीच पाई हाये!''

आकापूरला थांबलेल्या बिऱ्हाडांतील बाया माणसांचे बोलणे ऐकून काशा-शिलपत मेटाकुटीला आले. पाऊस तर वैरी होऊन बरसत होता... रस्त्यावर चिखलच चिखल साचला होता... बिऱ्हाडांचे हाल त्याच्यानेही पाहवत नव्हते... लेकरांचा आकांत ऐकवला जात नव्हता... मनाचा निश्चय करत, डोक्यावर धोतराचा पदर पांघरून दोघेही शाळेकडे निघाले.

नुकतीच दुपारची सुटी झाली होती. पाऊस असल्यामुळे व शाळा एवढ्यातच सुरू झाल्यामुळे शाळेतही गर्दी नव्हती. गुरुजी चहा पीत पावसाचा

थयथयाट पाहत होते. एवढ्यात काशा-शिलपत त्यांच्यासमोर जाऊन उभे राहिले व हात जोडून म्हणाले, ''गुरुजी, आम्ही फिरस्ती लोक... पठारावरच उतरतो. पन कालपासून पानी थारी थांबत नाही. थांबाची अन् भाकरीपान्याचीच पंचाईत झाली. बाया अन् लहान लेकरं थंडीपान्यानं बेजार झाले जी! पानी उघडे पावतर शायेच्या सपरीत थांबू का? पानी उघडला का पुढं धकतो आमी!''

गुरुजींनी त्यांच्याकडे निरखून पाहिले. तळहातावर घोटलेल्या तंबाखूच्या फक्कीवर थाप मारून समोरच्या शिक्षकापुढे धरली. आणि चश्म्याच्या दांडीवरून त्यांच्याकडे पाहत म्हणाले, ''आपण कोनत्या गावचे रयवासी...? नाव नोंदलं का पाटलाच्या दप्तेरात...? अन् इथं कसे काय थांबतो मंता?''

''जी, गुरुजी आमाले कुटचं जी गाव! आमी फिरस्ती लोक... हगामभर बोरूचा ताग काडतो. हगाम सरला का पुढं निंघतो. तं लमडीचा पावूस काही उघडून नाही रायला. मोठी पंचाईत झाली. राहू द्या आमाले पानी जाये पावतर!'' काशा काकुळतीने म्हणाला.

पण गुरुजी काही मानत नव्हते. ते म्हणत होते, ''हे सरकारी शाळा आहे. सायबाच्या कानावर गोस्ट गेली तर आमालाच नोटीस भेटन. त्यापेक्षा नको बाबा!''

दुसऱ्या शिक्षकाला मात्र त्यांची दया आली. तो गुरुजींना म्हणाला, ''गुरुजी, थे पडवीतच तर थांबतो मंते... राहू द्या बिचाऱ्यांना! तुमी वारकरी... भूतदयावाले... अन् अडलेल्यांना नाही म्हणता?''

आपल्या सहकाऱ्याचे म्हणणे ऐकून मोठ्या गुरुजींनी त्यांना पडवीत राहण्यास परवानगी दिली. दुपारच्या सुटीनंतर शाळेला सुटीच झाली होती. बिऱ्हाडं शाळेत गोळा झाली... चुली पेटू लागल्या... चून भाकरी शिजू लागल्या... जेवण करून सारे पडवीत पडून राहिले.

सकाळी पावसाने थोडीशी उघाड दिल्याचे लक्षात येताच, सर्वांनी आपापली बिऱ्हाडं गाठोड्यात बांधली. डोक्यावर घेऊन गोकूळसऱ्याच्या वाटेने लागले. काशा-शिलपत त्यांना विचारू लागले, ''अरे बाबा, असे एकाएकीच कुठं निंघाले... सांगा तरी!''

''आता काही सांगाचं नाही. थोडंसा पावूस उघडल्यासारखा वाटते. ढील देल्ली त्यानं. आता चाल्लो आमीबी गोकूळसऱ्याच्या गढीत! तुमाले याचं असन तं या, नाही तं मरा इथंच. आमी चाल्लो!''

''समदेच गेल्यावर आमीच कायले रायतो गा! आमीय तुमच्या मांगच येतो. चाला!'' असे म्हणत काशा व शिलपतही त्यांच्या मागे चालू लागले.

❖❖❖

सारीच बिऱ्हाडं आता पाटलाच्या गढीत थांबली. पाऊस पुन्हा बरसू लागला. गार वारे सुरू झाले. पाटलाचे आभार मानत सारे भामटी टीनशेडच्या गर्मीत विसावू लागले. ओली बाळंतीण असलेल्या लक्ष्मीला तर माहेरी आल्यासारखेच झाले. तिचं माहेर आता कोणत्या मुलखात आहे याचाही पत्ता नव्हता. मायबापाची आठवण करून ती आसवं ढाळत बसायची. मोठा मुलगा झाला तेव्हाही तिकडून कुणीच आलं नव्हतं. निरोप पाठवला होता; पण तो भेटल्याचीही खबरबात नव्हती. आता लहान मुलीस पाहायला तरी त्यांनी यावं असं तिला सारखं वाटायचं. पण, निरोप तरी कुणाजवळ आणि कुठे पाठवणार, असा प्रश्न होता. आता तिला इथेच आपलं माहेर असल्यासारखं वाटू लागलं. पाण्यापावसापासून संरक्षण झाल्याच्या आनंदात ती मागचे दुःख विसरून गेली. पावसानं चांगली पंधरा दिवसांची झड लावली. शेतात पाणी साचण्यास सुरुवात झाली. पिकं जळू लागली. अतिपावसाने तुरीचे पीक तर हातचे जाऊ लागले. पंधरा दिवसांच्या संततधार पावसाने साऱ्यांच्याच तोंडचे पाणी पळाले. शेतात तणकट वाढू लागलं; पण पाऊस काही तडजोड करत नव्हता. ते पाहून शिलपत काशाला म्हणाला, ''बरं झालं बापा, बिराडं गडीत आनली; नाहीतं ह्या पावसात मराचीच निशानी होती. पोरायच्या मुखात देव ठाकला अन् त्यायनंच आनलं इकडं!''

''हो गा, आता त्यायच्याच मांग मांगं राहाचं अन् एखांद्या पठारावर राम मनाचा!''

पडवीत बसल्या-बसल्या दोघांचा असा संवाद चालायचा अन् पाऊस थांबण्याची वाट पाहत बोरूच्या पिकावर लक्ष ठेवायचे. पंधरा दिवसांनी एकदाचा पाऊस थांबला. शेतकरी आनंदला; पण शेतीचे बिघडलेले गणित पाहून निराश होऊ लागला. निंदण, खुरपणाची त्यांची धडपड सुरू झाली. डवरणीचे बेत

आखू लागले. पण निंदणासाठी मारामार होऊ लागली. गरगरा फिरूनही मजूर मिळेनासं झालं. डवरणीसाठी माणसाची टंचाई भासू लागली आणि भामट्यांच्या बिऱ्हाडावर शेतकऱ्यांच्या येरझारा सुरू झाल्या. राघो व शिलपतच्या पोराला ते विचारू लागले, ''कागा राघो, लावतं का तुमच्या बिराडातली समदी बाया-मानसं निंदाच्या कामी? बाकीच्यापेक्षा जास्त रोज दिवू. तुलेय दोन बायायची मजुरी देवू! लागा पाथीवर... मानसं असन तं डवऱ्याले या! लहान लेकरं पुंजाने सावडाले. सांग पटकन अन् या दहा वाजता वावरात!''

आजपर्यंत त्यांना झिडकारणारे शेतकरी गावात ओळखी होताच त्यांना विचारू लागले. कामालाही लावू लागले. भामट्यांच्या बिऱ्हाडावर भरभक्कम मजूर असल्याचा सुगावा लागताच शेतकरी गढीकडे धाव घेऊ लागला. हवं तेवढं मजूर कामावर नेऊ लागला. राघोचाही त्यामुळे मान वाढू लागला. शेतकऱ्याने मजुराबाबत विचारले की तो म्हणायचा, ''हो, काकाजी मजूर हाये. पन मालकाले एक शब्द विचारतो. त्यायचं निंदन असन, तं आंदी त्यायचं काम; मंग गावाचं. त्यायनं आमाले अधार देल्ला राजेहो! त्यायच्यासंगं बेयमान नाही व्हाचं!'' त्याचं हे बोलणं पाटलाच्या कानांवर जायचं आणि तोही खूश होऊन, त्यांना हवं-नको ते विचारायचा... डाळ-ज्वारीची मदत करायचा... अंगावर उसनवार पैसे द्यायचा... व मजुरीतून कापून घ्यायचा. दिवसेंदिवस गावगाडा त्यांना जवळ करू लागला. शेतात काम करताना बाया-माणसांची ओळख होऊ लागली... जिव्हाळा निर्माण होऊ लागला... उपासमार थांबू लागली... दररोज होणारी वाड्यावरची हजेरी टळली तरी तिकडे पाटील दुर्लक्ष करू लागला. हजेरी लावण्यास दिवाणजींना सांगू लागला. याआधी सहा-सात महिने ते पठारावर थांबले होते, तेव्हाच जुजबी ओळख झाली होती. आता गावाच्या सहवासाने ती गडद झाली. नवीन जीवनाला सुरुवात होत असल्याची सुखद जाणीव सर्वांना होऊ लागली.

❖❖❖

...आणि दिवाळी जवळ आली. बोरूच्या फुलांनी शिवार पिवळंधम्म दिसू लागलं. बोरू पाहण्यासाठी शेताशेतांतून भामट्यांच्या येरझारी सुरू झाल्या. सकाळी भाकरी घेऊन सोबत्यासोबत बोरूची शेतं पाहत निघालेले भामटी

सारा परिसर पालथा घालत संध्याकाळीच घरी परतू लागले. पाटलाचाही तीस-चाळीस एकरातील बोरू त्यांना भुरळ पाडू लागला. त्यासोबतच गावातीलही बोरूची भरपूर शेतं होती. मजुरी, उधडं किंवा उभं पीक विकत घ्या. मालकाला नगदी पैसे द्या आणि पूरा माल ताब्यात घ्या. करा त्याचा पैसा! आता तर राघो म्हाताऱ्याकडून दावे - चऱ्हाडं करण्याचा हुन्नेरही शिकला होता. घेरं चालवणे, पड आटणे, त्याचे दावे - चऱ्हाडं करून बाजारात विकणे हे सारंच त्याला अवगत झालं होतं. लहानपणापासून जाणू म्हाताऱ्याच्या सहवासात राहिल्याने त्याच्याकडून तो बऱ्याच गोष्टी शिकला होता. आता अवगत केलेल्या ज्ञानाचा प्रत्यक्ष उपयोग करायचा होता. त्या दृष्टीने तो विचार करू लागला.

नोव्हेंबर-डिसेंबरात पिवळ्या बोरूला शेंगांची झुपके येऊन ती वाळूही लागली... पानगळती सुरू झाली... पिवळ्या फुलांची जागा काळसर, तांबड्या शेंगांनी घेतली... त्यातून झुनझुन आवाज येऊ लागला... बोरू पक्व होऊन कापणीला आल्याची शेतकऱ्यांची खात्री होऊ लागली. त्यांनी भामट्यांच्या बिऱ्हाडांशी संपर्काला सुरुवात केली. शिलपत-काशासोबत त्यांची मुलंही आता बोरूचा सौदा करण्यात तरबेज झाले होते; पण ते नेहमीप्रमाणे अर्धालीने किंवा मजुरीनेच बोरू घ्यायचे. आपल्या पारंपरिक पद्धतीने त्याचा कच्चा ताग काढायचे व बाजारात विकायचे. यंदाही त्यांनी तेच केले. राघो मात्र याबाबत काहीच बोलला नाही.

एक दिवस पाटील एकटाच चावडीत बसला असल्याचे कळताच तो त्याचेकडे गेला. पाटलाला नमस्कार करून म्हणाला, ''मालक, तुमचं जे दहा एकर बोरूचं शेत आहे, त्यातलं उभं पीक मले इकत द्या. मीच बोरू कापीन अन् ताग काढीन. तुमी पिकाची किंमत सांगा... मी थे दीन; पन पैसे माल निंघाल्यावर दीन. मले परवडलं नाही, तं तुमची सालदारी करून तुमचे पैसे फेडून दीन. माह्यावर इस्वास ठिवा मालक! बेइमान होनार नाही!''

पाटलानेही त्याची परीक्षाच पाहायचे ठरवले व उभ्या पिकाचा नगदीने सौदा केला. उरलेली बोरूची शेतं आपल्या जातभाईंसोबत काही मजुरीने, तर काही अर्धालीने घेतली होती, त्यातही तो सहभागी झाला. नगदी पिकाच्या शेताचा तोच मालक... नफानुकसानीला तोच जबाबदार!

बोरूची कापणी सुरू झाली. नदीच्या काठावर ढीग लावून आपापल्या वाटणीचा बोरू वाळवून तागही काढणे सुरू झाले. आपल्या मजुरांकडूनच मजुरीप्रमाणे राघोने आपल्या शेतातीलही बोरू कापून नदीत भिजू घातला. त्या ओल्या बोरूचा तिथेच ताग काढला. गढीतच वाळत घातला. आणि एक दिवस गोठाणावर घेरं फिरू लागली... तागाचा पड आटला जाऊ लागला... दो पदरी ती पदरी चऱ्हाडं तयार होऊ लागली... बिऱ्हाडावरच्या तरुण पोरांना, त्यांच्या बायकांना काम मिळू लागलं... दावे, चऱ्हाडं पालात जमा होऊ लागले... गंजी झाली की माल बाजाराकडे विक्रीला जाऊ लागला... पैसा गोळा होऊ लागला. अर्ध्या तागातच पाटलाचं देणं फिटलं... मजुरीचा हिशेब झाला. यात राघोला बऱ्यापैकी नफा मिळाला. आणखी सहा महिने तरी चऱ्हाडं निघतील एवढा माल पालात शिल्लक राहिला. गोकूळसऱ्याच्या हंगामाने सर्वांना भरभरून दिलं. राघोला तर चांगली कमाई झाली.

एक दिवस दिवाणजींनी राघोला सूचना केली...

''राघो, आता पावसाळा गेला... हगामय सरला. बिराडं आता पठारावर हलवा. तिथंच तुमी आपली घरं बांधा. मालक थोडीशी मदत करन. जागेची किंमत नाही. थे गायरानच हाये. आताच हगाम झाला. जवडचे पैसे कामी लावा. बरसाद लागाच्या आंदी तुमी आपली येवस्था करा.''

दिवाणजींचे बोलणे ऐकून राघो विचारात पडला. आपल्या बापाला व काशासह बिऱ्हाडांतील बुजुर्गांना दिवाणजींचा निरोप सांगितला...

''आफून आता ह्याच गावात कायमचं थांबू ना गा! सोड ना थे वनवन! पठारावरच कुडाची घरं बांधू अन् राहू. इथं रायलो तं लेकरं शाया सिकन... लेहता वाचता ईन त्यायले. आपलीय आता गावात चांगली वयख झाली. इथं मजुरीय भेटते आपल्याले. थांबू ना गा इथंच!''

तसा त्याचा बाप शिलपत अंगावर वीज पडावी तसा ओरडला...

''तुह्य अखीन तसंच... गावात ऱ्हाचं! तुह्या जसा नाय गाडला हाये इथं... का सोयरीक कराची हाये तुले? आमी नाही थांबत. तू एकटा थांबाचं असन तं थांब. सुनिलेय संगच घिवून जातो आमी. बांधा गा आपली बिराडं अन् चाला पुढं!''

तो बापाकडे उदास नजरेने पाहू लागला. काशादी बुद्रुकांना समजावू लागला, ''काशा तात्या, आफून कुठय गेलो तरी पयसाले पानं तीनच. सेरपंजरीच आपलं जीवन. आता सोडा थो भोग; थांबा राजेहो इथंच! भटकू नोका आता!''

पण काशा व इतर बुद्रुकांनीही शिलपतचीच री ओढली.

''अगा, एका ठिकानी थांबनं मंजे आयतच पोलिसाले सापडनं... बिगारीसाठी हक्काचं मजूर भेटन सरकारले. आता आमी नाही थांबत, बापा! अन् नाही तरी गढीतली सपरी खाली कराचीच हाये; तं इथं पालं उभी करत बसन्यापेक्षा पुढंच निंघालो तं काय वाईट?''

सारेच आपापले बिऱ्हाड गाठोड्यात बांधायचा विचार करू लागले. एप्रिल-मेपर्यंत साऱ्यांचेच ताग काढणे झाले होते. पिळे विकून पैसेही गोळा झाले होते. आता ते पठारावर आपली घरं बांधू शकत होते. पण कुणाचीच तशी इच्छा दिसत नव्हती. साऱ्यांनी आपली बिऱ्हाडं गाठोड्यात बांधून गावपठारावर उभी केली. राघोही बायको-मुलांसह पठारावर गेला. पाल उभे केले. त्याच्यासमोरच कुडाचं दोपाखी घर बांधायचा विचार करू लागला. पण घरातल्या विरोधापायी तो हैराण झाला. आता बायकोही धुसफूस करू लागली.

...आणि उन्हाळा असाच वाया गेला. कुडाचेही घर तो बांधू शकला नाही. आता पावसाळा तोंडाशी आला होता... गराडपाणी सुरू झालं होतं... रोहिणी अर्ध्या झाल्या होत्या... पण भामट्यांनी कुडाची घरे बांधण्याचाही विचार केला नव्हता.

आता मृग बरसू लागला. नद्यांत गढूळ पाणी गोळा होऊ लागलं, तशी भामट्यांची तगमगही वाढू लागली. गाव सोडून पुढं जाण्याच्या विचारांनी ते झपाटून गेले. पण राघो ठाम होता. तो कुणाशी काहीही न बोलता आपल्या पालापुढं बसून राहायचा. आपल्या पालाच्या खुंट्या उपडायचा नाही की बिऱ्हाड गुंडाळायचा नाही.

नेहमीप्रमाणे बापलेकात आजही जोरदार भांडण झाले. रागारागातच बापाने बिऱ्हाड आवरायला सुरुवात केली. राघोच्या बायकोसह सारेच त्या कामी लागले. पालाच्या पुढेच पोरांनी घानमाकड केली होती. जमिनीत गाडलेल्या खांबाला निमूळते टोक करून, मधात छिद्र पाडलेल्या दुसऱ्या लाकडाला त्यावर आडवे ठेवले होते. त्याच्या दोन टोकावर दोन मुले बसून एक मुलगा

ते आडवे लाकूड गरगरा फिरवायचा. त्या छिद्रात चिंचोरे टाकले की फिरत्या लाकडाचा करकर असा आवाज यायचा. मुलांना मौज वाटायची. सुरुवातीला राघोलाही त्याची मजा वाटायची. नंतर मात्र त्याला त्या घानमाकडीची घृणा येऊ लागली. आपल्या जीवनाशी तो तिची तुलना करू लागायचा व मनातल्या मनात म्हणायचा, 'आपल्या लोकाइचाबी जलम असाच घानमाकडीसारखा हाये... गरगर येडे घेत असंच घानमाकडीसारखं आवुक्षभर फिराचं... पन येढा काही थांबता थांबत नाही. ह्या घानमाकडीच्या रूपानं पूर्वजाच्या डोक्शावर आडवा झालेला त्याचा वारस, नवनव्या पिढ्यांना टोकावरच्या लाकडावर बसवून बेफाट वेढे घेत सुटला आहे. तरीही, पोटाची करकर काही थांबत नाही आणि तिचा लोभही सुटत नाही.'

वास्तविक पाहता होळीपर्यंत चालणारा हा खेळ! घानमाकडीची लाकडं होळीत पेटवून द्यायची व खेळाची सांगता करायची, असा रिवाज आहे. पण गावातील मुलांनी ती यंदा तशीच ठेवली होती. पोरांनाही तिचा मोह काही सुटत नव्हता. राघोला मात्र ती करकरणारी घानमाकड पाहून एकाएकी सणक आली. त्याने पालातून कुऱ्हाड आणली आणि घानमाकडीकडे तो तरतर चालू लागला. त्याचा अवतार पाहून गोळा झालेली मुलं पळून गेली. गोल फिरणारं लाकूड त्याने लाथ मारून खाली पाडलं. जमिनीत गाडलेला खांब खलखल हलवला व सपकन उपटला. मग अस्ताव्यस्त पडलेल्या त्या लाकडांवर घाव घालून त्याच्या झिलप्या पाडू लागला. त्या झिलप्या गोळा केल्या आणि त्याच्या बुढात सनकाडीची पेंडी घालून तिथेच पेटवून दिली. घानमाकडीची समाप्ती झाली. आपल्या भटकंतीचाही असाच शेवट व्हावा असे त्याला मनोमन वाटू लागले.

खांद्यावर कुऱ्हाड घेऊन मागे परतणार तोच; बापासह सर्वांनी डोक्यावर आपापल्या संसाराचे गाठोडे घेऊन, सारे जण पुढच्या रस्त्याने लागलेले त्याला दिसले. त्यांच्यासोबत त्याची बायकोही निघाली होती. तिने गळ्याशी बांधलेल्या फडक्याचा पाळणा करून लहान मुलीला त्यात निजवले होते. एका हाताने डोक्यावरील गाठोडे सांभाळत, दुसऱ्या हाताने पोराची करंगळी पकडून पुढे निघाली होती. पण तिच्या चालीशी लहान मूल चालू शकत नव्हतं. मग चालता-चालताच तिने त्याला उचलून कडेवर घेतलं. तेवढ्या वेळात बिऱ्हाडं पुढे गेली होती. गाठोडे सांभाळत पुन्हा ती झपझप निघाली. राघोचे गाठोडे मात्र

अद्याप तिथेच होते. त्याने सर्वांवरून नजर टाकली. त्याचे मायबाप नेहमीपेक्षा आज अधिक वाकल्याचा त्याला भास झाला... त्याच्या पायावर नि मानेवर सारे भाऊबंद स्वार झाले आहेत... पोटातून आरपार गेलेल्या धनाजीच्या देहाभोवती भटकंतीची घानमाकड वेगाने फिरत आहे....

आणि तो सुसाट पळत पुढे गेला. एका हाताने डोक्यावरचे गाठोडे सांभाळत दुसरा हात काखेतील लेकराभोवती लपेटलेल्या बायकोपुढे तो उभा राहिला. तशी त्याला वळसा देऊन ती सासऱ्याच्या मागे धावू लागली. तो तिला थांबवण्याचा प्रयत्न करत होता; पण ती थांबत नव्हती, आणखी पुढे पळत होती. तसा त्याचा राग अनावर झाला आणि त्याने बायकोच्या फाडकन मुस्काडात हाणली नि तिचा हात धरून तिला तो गावपांढरीच्या दिशेने खेचत आणू लागला... गावपांढरीच्या चिखलावर राघो-लक्ष्मीच्या पाऊलखुणा स्पष्ट उमटल्या होत्या... त्यांच्या मागोमाग येणाऱ्या त्याच्या पोराची बालपावलंही मातीशी मस्ती करत गावाच्या रोखाने पुढे चालली होती.

चिखलाने लदबदलेली पावलं घेऊनच तो आपल्या गाठोड्याजवळ आला. पायाला चिकटलेली गावपांढरीची माती हाताच्या अंगठ्याने निपटून कपाळाला लावली... पांढरीला प्रणाम केला. त्याच्या पोरानेही त्याचे अनुकरण केले. आणि जमिनीत पाय रोवून तो निश्चयपूर्वक खाली बसला. उद्याचे आश्वासन देत सूर्य वरवर चढत होता... त्याने पेटवलेल्या घानमाकडीचे मढे आता मस्त शिलगले होते... उपटलेल्या पालांच्या खुंट्यांच्या खुणा अंगावरच्या व्रणांसारख्या स्पष्ट दिसत होत्या... आणि गावपांढरीच्या मातीवर उमटलेल्या आपल्या पाऊलखुणांकडे तो कृतार्थपणे पाहत होता....

■■■

शब्दार्थ सूची

- आदमुसा : हैराण, थकलेला, मेटाकुटीला आलेला
- आराधुरा : मर्यादा, भीड
- इसरा : सामान
- उजर : उलट बोलणे, प्रतिउत्तर
- उजागिरी : अधिकार
- उधडं : कॉन्ट्रॅक्ट, ठेका
- उधळी : लाकूड खाणारी कीड
- उन्यावर : इतरांबाबत वाईट चिंतणे
- उभळा : काडीकचरा पेटवलेला अग्नी
- उसनून : झोपेत बडबडणे
- कटगळा : जंगली झाडांनी तयार केलेले कम्पाउंड
- कशा : अर्क
- कसुंडी : तिखट
- कळना : धान्य गाळल्यावर उरलेले कदान्न
- कोड्डी उपात : बिनफालतूची कलागत
- कोलटेकणी : टोंगळ्यावर बसणे
- खुरम : खारीक
- गागरा : धूळ
- गाढवाट : बैलबंडीचा रस्ता
- गाराचा तडव : गारांची सतरंजी
- गावगोदरी : गावातील लोकांची शौच्याची पांदण
- गावपांढरी : गावची वस्ती
- गिरबडा : घर सारवण्यासाठी शेण व मातीचे मिश्रण
- गोष्टीमाता : चर्चा
- घरठाव : पती करणे
- घानमाकड : मुलांचा खेळ, लाकडावर गोल फिरणे
- घोणाटणे : घुसडणे
- चून-भाकरी : झुणका-भाकर
- झावर-झावर : अंधूक, कमी दिसणे
- झिपोट्या उपडणे : केस ओढणे
- ठुण्या : लहान लाकडी पोल
- डेही : लाकडी पोले
- डेही गाडणे : लाकडी खांब जमिनीत रोवणे
- तत्जन्य : तसे, त्याप्रमाणे

- तल्खली : काहिली, तळमळणे
- तांब्याचा भरणा : तांब्याची लहान घागर
- तुंगा : समूह
- तुणवणे : शिवणे, सिवणे
- दानाफान : इतस्तत:
- दाव दपकाव : भीती दाखवणे, रागावणे
- दावे, चऱ्हाडं : गुरांना बांधायची रस्सी
- दुपवणे : अबॉर्शन होणे
- दोगांड्या : दुटप्पी, दोन्हीकडून पैसे खाणारा
- दौडी : भाकरी ठेवायची टोपली
- निरीपिरी : शेवट
- नूपर : टंचाई
- पड आटणे : तागाच्या लट्टीला पीळ भरणे
- पयलाडू कालोडी : पहिल्यांदा व्यायलेली गाय
- पलखट : मांडी घालून बसणे
- पाथा : शेतातील पिकाची ओळ
- पिरसणे : अंगावरून मायेने हात फिरवणे
- पिवळवेल, वासन, चिरे : जंगलातील वेली, पेंड्या बांधण्यासाठी उपयोगी
- बगारणी : फोडणी
- बदान : खोलगट भाग
- बहीन : बहीण, भगिनी
- बेजणी : तरतूद
- भिरड : लाकडाला लागणारी कीड
- मांजरझाक : थोडीशी रात्री
- माथणी : मातीची घागर
- मावची : रखवालीसाठी शेतात उभा केलेला मळा
- मुरलीचुरली : प्रौढ
- मुस्के, खोंटरं : बैलाच्या तोंडाला, गळ्याला बांधायचे साधन
- यीव : पाठीचा कणा
- रिठा : ओसाड ठिकाणी
- रेंग्या : दमणी, बैलगाडी
- रेहपट : थोबाडीत मारणे
- वऱ्हानं : तक्रार
- वाहुटणे : प्रवाहासोबत वाहणे
- वून तापली : ऊन कडक होणे
- शिरवणे : नदीत विसर्जन करणे
- शिलीभूत जीवन : दगडासारखी स्थितिशील अवस्था
- संज : घटिका, वेळ
- सनकाड्यांचा गूढ : ताग काढलेल्या बोरूचा ढीग
- सवंगणे : कापणी करणे
- साडसूड : सैरावैरा, एकदम
- सेटलमेंट : खुले तुरुंग
- हतपट : मनावर
- हेल बोणे : देवीला दहीभाताचा नैवेद्य दाखवणे

लेखक परिचय

डॉ. वासुदेव उदेभानजी डहाके

एम.ए., बी.एड., एम.फिल., पीएच.डी. (नागपूर विद्यापीठ)

- श्री पंढरीनाथ महाविद्यालय, नागपूर येथे ३० वर्षे अध्यापन
- कथा, कविता, वैचारिक, समीक्षात्मक लेखन यांवर आधारित एकूण १२ पुस्तके प्रकाशित
- *मंडी, भटकंती, उज्ज्वलांची रुणझुण* इत्यादी पुस्तके प्रकाशनाच्या वाटेवर
- वाङ्मयीन व सामाजिक चळवळीत सक्रिय सहभाग. त्यासाठी साहित्य संमेलनांचे, समाज मेळाव्यांचे आयोजन
- भटक्या विमुक्त जमातींचे प्रबोधन, संशोधन व विकास यासाठी संपूर्ण महाराष्ट्रभर भ्रमंती

पुस्तक प्रकाशित करणं झालं सोपं अर्थात
#AnyoneCanPublish अंतर्गत प्रकाशित झालेली पुस्तकं

पुस्तकाचे नाव	लेखकाचे नाव	किंमत
पौर्णिमेच्या कथा	चिंतामणी देशपांडे	१३०/-
मनाच्या आरशात	प्रिया खैरे पाटील	२४०/-
मनतरंग	प्रिया खैरे पाटील	१३०/-
दृष्टी	कांचन शेंडे	१९०/-
चित्रकर्मी	आशिष निनगुरकर	२९९/-
माझी भटकंती	दिलीप वैद्य	१५०/-
आत्मसंवाद	रमेश राठोड	१३०/-
साद	पुष्पा तारे	१६०/-
भुकेलेल्या देशाची कृषि महासत्तेकडे वाटचाल	अनिल शिंदे	२६०/-
वाट चालता चालता	पुष्पा सराफ, रोशनी सराफ, नक्षत्रा सराफ	१३०/-
पाऊलवाटेवर चालताना	सुचेता अवसरे	१३०/-
कृष्णं वंदे जगद्गुरूम	श्यामसुंदर राठी	१९९/-
बापा तुझं आभाळ	हनुमंत भवारी	१३०/-
रुपक कथा	शशांक देव	९९/-
केशव-लक्ष्मी कृपा	राधिका श्रीराम घोरपडे	१३०/-
शिंपल्यातील मोती	अंजना चौगुले-चावरे	१९९/-
प्रपात	प्रणव लेले	१२५/-
'जागृती'तून जागृतीकडे	जयश्री काळे	३८०/-
गंधाळलेली फुले	यशवंत पाटील	१९०/-
भवताल	मनीषा आवेकर	१८०/-
सामर्थ्य विचारांचे	सतीश सूर्यवंशी	२५०/-
अभिनयांकित	जयश्री दानवे	२५०/-

पुस्तकाचे नाव	लेखकाचे नाव	किंमत
मोलाची ठेव	कृष्णा पाटील	२२८/-
बासरी	किरण वेताळ	१२५/-
द जेनेटिक वेडिंग रिंग	मंदार मुंडले	९९/-
फुलांच्या दुनियेत	मृणाल तुळपुळे	१७०/-
Incremental learning of Electricity Smart Meter Data	Archana Y. Chaudhari Preeti Mulay	८५०/-
छोड अकेला फिर जाओ	उर्मी रुमी	१७०/-

पुस्तक खरेदीसाठी संपर्क : ८८८८८ ४९०५०

पुस्तके ऑनलाइन उपलब्ध

amazon.in / flipcart / https://sakalpublications.com